சேலம் சிறுகதைகள்

தொகுப்பு
பொன்.குமார்

நன்னூல்
பதிப்பகம்

மணலி - 610203
திருத்துறைப்பூண்டி

சேலம் சிறுகதைகள்

தொகுப்பு	:	பொன்.குமார்
உரிமை	:	சிறுகதை ஆசிரியர்கள்
முதல் பதிப்பு	:	செப்டம்பர் 2022
பக்கங்கள்	:	506
ISBN	:	978-93-94414-08-2
வெளியீடு	:	நன்னூல் பதிப்பகம் மணலி - 610203, திருத்துறைப்பூண்டி தொடர்பு எண்: 99436 24956, 86104 92679 nannoolpathippagam@gmail.com
அட்டை வடிவமைப்பு	:	லார்க் பாஸ்கரன்
பக்க வடிவமைப்பு	:	எம். அபிராமி
அச்சு	:	ASK Printers
விலை	:	Rs.600/-

Salem Sirukathaigal

Compiler	:	**Pon. Kumar**
Copy right	:	**Concerned Authour**
First Edition	:	DECEMBER 2022
Pages	:	506
ISBN	:	978-93-94414-08-2
Published by	:	**Nannool Pathippagam** Manali - 610 203 Thiruthuraipoondi Contatct: 94436 24956. 86104 92679
Wrapper Design	:	Lark Bhaskaran
Pages Design	:	M. Abirami
Printed at	:	ASX Printers, Chennai-1
Price	:	Rs.600/-

இந்நூல்
சிறுகதை முன்னோடி
எழுத்தாளர் ஜெயகாந்தன் அவர்களுக்கு....

முன்னுரை

அன்புள்ளங்களுக்கு வணக்கம்.

தமிழில் முதல் சிறுகதை எழுதியவர் பாரதியார் என்பாரும் உண்டு. வ. வே. சு. அய்யர் என்பாரும் உண்டு. இவர்கள் இருவருமே புதுச்சேரியிலிருந்தே எழுதியுள்ளார்கள். இவர்களைத் தொடர்ந்து தமிழ்ச் சிறுகதைகளின் முன்னோடியாக கருதப்பட்டவர் அ. மாதவையா. இவர் தமிழ்நாட்டுக்காரர். திருநெல்வேலியில் பிறந்தவர். தமிழ்நாட்டைப் பொறுத்தவரை இவரே தமிழ்ச் சிறுகதைகளின் முன்னோடியாவார்.

தமிழில் சிறுகதைகள் ஏராளம் உண்டு. சிறுகதையாளர்களும் எண்ணற்றோர் உள்ளனர். சிறுகதையாளர்கள் பட்டியல் ஒன்று தயாரிக்கும்பட்சத்திலேயே எண்ணிக்கை தோராயமாக தெரியும். புதுமைப்பித்தன் சிறுகதைகள், பாரதியார் சிறுகதைகள், ந. பிச்சமூர்த்தி சிறுகதைகள், வ. வே. சு. அய்யர் சிறுகதைகள், சுந்தரராமசாமி சிறுகதைகள், கந்தர்வன் சிறுகதைகள், அ. மாதவையா சிறுகதைகள், சார்வாகன் சிறுகதைகள், கு. ப. ரா. சிறுகதைகள், கு. அழகிரிசாமி சிறுகதைகள், கரிச்சான் குஞ்சு சிறுகதைகள், சுஜாதா சிறுகதைகள், ஜெயகாந்தன் சிறுகதைகள், தோப்பில் முகம்மது மீரான் சிறுகதைகள் என மறைந்த எழுத்தாளர்களின் ஒட்டு மொத்த சிறுகதைத் தொகுப்புகள்: வரலாயின. வண்ணதாசன், வண்ணநிலவன், ஜெயமோகன், அழகிய பெரியவன், பா.செயப்ரகாசம் என உயிருடன் இருப்பவர்களின் ஒட்டுமொத்த சிறுகதைத் தொகுப்புகளும் வரலாயின. ஒரு சில படைப்பாளிகளின் தேர்ந்தெடுத்த சிறுகதைத் தொகுப்புகளும் வெளிவந்தன.

தலித்திய சிறுகதைகள், பெண்ணிய சிறுகதைகள், பள்ளிச்சூழலை மையப்படுத்திய சிறுகதைகள், அப்பா சிறுகதைகள், அம்மா சிறுகதைகள், என பல வகையில் சிறுகதைத் தொகுப்புகள் வாசிக்கக் கிடைத்துள்ளன.

எழுத்தாளர் எஸ். சங்கர நாராயணன் சங்கீத சிறுகதைகள் என தொகுத்துள்ளார். எழுத்தாளர் சா. கந்தசாமி ரயில் பயணத் தொடர்பான சிறுகதைகளைத் தொகுத்து சாகித்ய அகாதெமி மூலம் வெளிவந்துள்ளது.

மகாபாரதத்தை மையமாக வைத்து எழுதப்பட்ட சிறுகதைகளைத் தொகுத்தளித்துள்ளார் சுப்பிரமணி ரமேஷ். புதுச்சேரி கதைகளை

பெரிய வாய்க்கா தெரு என்னும் பெயரில் எழுதி தந்துள்ளார் பாரதி வசந்தன். எழுத்தாளர் வேலாயுத முத்துக்குமார் 'துறவு' என்னும் கதைகளை தொகுத்து வருகிறார். 'திருவனம்' என்னும் தலைப்பில் திருநங்கைகள் குறித்த சிறுகதைகள் தொகுக்கப்பட்டு புது எழுத்து வெளியீடாக வெளிவர உள்ளது. வயதுக்கு வராத பெண்கள் குறித்த சிறுகதைகள் தொகுப்பு 'ஆமாரிகள்' என்னும் தலைப்பில் ஜெயகிரி பதிப்பகம் மூலமும் 'வலி' என்னும் தலைப்பிலான சிறுகதைத் தொகுப்பு நாதன் பதிப்பகம் மூலமும் வெளிவர உள்ளது.

இவை தவிர பிராந்தியம் வாரியாகவும் வட்டார வாரியாகவும் சிறுகதைத் தொகுப்புகள் தொகுப்பாளர்களால் தொகுத்து வெளியிடப்பட்டன. எழுத்தாளர் பெருமாள் முருகன் கொங்கு சிறுகதைகள் என்று ஒரு தொகுப்பை தொகுத்தளித்தார். தஞ்சை சிறுகதைகள், நெல்லை சிறுகதைகள், சென்னைச் சிறுகதைகள், மதுரை சிறுகதைகள், தஞ்சாவூர்ச் சிறுகதைகள் என மாவட்ட அளவிலும் சிறுகதைத் தொகுப்புகள் வந்துள்ளன. மாநிலம் தாண்டி பம்பாய்க் கதைகள், பாகிஸ்தான் சிறுகதைகள், சிங்கப்பூர் சிறுகதைகள், ஈழச் சிறுகதைகள், பெங்களூர் சிறுகதைகள், டில்லி சிறுகதைகள், தென்னிந்திய சிறுகதைகள், வங்காள சிறுகதைகள் என தொகுப்புகள் வந்துள்ளன. அவ்வகையில் "சேலம் சிறுகதைகள்" தொகுக்கப்பட வேண்டுமென விரும்பி சேலம் படைப்பாளிகள் சிறுகதைகள் தொகுக்கப்பட்டன. ஏற்கனவே 'சேலம் கவிதைகள்' என ஒரு தொகுப்பை எழுத்தாளர் நஞ்சுண்டன் தொகுத்துள்ளார்.

சேலம் சிறுகதைகளைத் தொகுக்க வேண்டும் என்னும் எண்ணம் தற்போது ஏற்பட்டதில்லை. இரண்டாயிரத்தின் தொடக்கத்தில் எழுத்தாளர் வின்சென்ட் அவர்களும் நானும் சேலம் சிறுகதைகள் சிலவற்றைத் தொகுத்து நியூ செஞ்சுரி புக் ஹவுஸ் சேலம் கிளை மேலாளர் கணேசன் அவர்களைச் சந்தித்து விவரத்தைக் கூறினோம். அவரும் சரி என்றார். ஆனால் அது நிறைவேறாமலே நின்று விட்டது. சேலம் சிறுகதைகள் என்றால் சேலத்தை மையப்படுத்திய சிறுகதைகள் அல்ல. சேலத்தில் மையங்கொண்டுள்ள எழுத்தாளர்கள் எழுதிய சிறுகதைகளாகும்.

சிறுகதைகளை தொகுப்பதற்காக புதியதாக உருவாக்கப்பட்ட சேலம் மாவட்ட எல்லை எடுத்துக்கொள்ளப்பட்டது. இந்த எல்லைக்குட்பட்டே அறுபத்தாறு சிறுகதைகள் இதுவரை கிடைத்துள்ளன. அதாவது அறுபத்தாறு சிறுகதையாளர்கள் உள்ளனர். இன்னும் இருக்கிறார்கள். இதில் எட்டு பேர் மட்டுமே பெண்கள். இன்னும் சிறுகதையாளர்கள் இருக்க வாய்ப்புண்டு.

சிறுகதைத் தொகுப்பு வெளியிட்டிருக்க வேண்டும் என்றும் அல்லது ஏதேனும் இதழில் வெளியாகியிருக்க வேண்டும் என்றும் முடிவெடுக்கப்பட்டது. சில பேர் எழுதி வைத்துள்ளனர். சிலர் முகநூலில் தன்பக்கத்தில் பதிவிட்டுள்ளனர்.

சிறுகதைகளைத் தொகுக்கும்போது பாகுபாடின்றியே தொகுக்கப்பட்டது. எவரையும் விட்டுவிடக் கூடாது என்பதிலேயே கவனமும் இருந்தது. அவ்வாறே தொகுக்கப்பட்டது. எனினும் சிலர் விடுப்பட்டது வருத்தமளிக்கிறது. தொகுதி - 2 வரும் போது விடுபட்டவர்கள் சேர்க்க வேண்டும்.

சேலம் மாவட்டத்தில் வாழ்ந்து மறைந்த எழுத்தாளர் சோலை இருசன் 1954-இல் பிரசண்ட விகடனில் 'உரிமைப் பெண்' என்னும் ஒரு சிறுகதையை எழுதி இருப்பது கண்டறியப்பட்டது. நண்பர்களும் சேலம் படைப்பாளிகளும் தங்கள் கதைகளை கேட்டவுடன் அனுப்பி வைத்தனர். எழுத்தாளர் நஞ்சுண்டன் சிறுகதையையும் எழுத்தாளர் சசியின் சிறுகதையையும் எழுத்தாளர் சிவபிரசாத் அனுப்பித் தந்தார். தமிழ் ஆர்வலர் ச. பிந்துசாரன் அவர்களும் எழுத்தாளர் பா. ராஜா அவர்களும் தகவல்கள் பல தந்துதவினர். அலைபேசி மூலம் எழுத்தாளர்களைக் கோரியதற்கு அனுமதி அளித்தனர். அவர்களுக்கும் நன்றி.

நன்னூல் பதிப்பக உரிமையாளர் அப்துல் காதர் நாவலர் நெடுஞ்செழியனின் திராவிட இயக்க வரலாறு புத்தகம் தேவை என்பதற்காக தொடர்பு கொண்ட போது ஏற்பட்ட உரையாடல் மூலம் 'சேலம் சிறுகதைகள்' தொகுக்கப்பட்ட விவரம் அறிந்து 'நன்னூல்" பதிப்பகம் மூலம் வெளியிட்டு தருவதாக பெருந்தன்மையுடன் தெரிவித்தார். அவருக்கு என் முதல் நன்றி. சிறுகதைகளை அனுப்பிய எழுத்தாள நண்பர்களுக்கும் தொகுப்பில் இணைத்துக் கொள்ள அனுமதி அளித்த எழுத்தாளர்களுக்கும் சேலம் சிறுகதைகள் 'வெளிவர ஆதரவளித்த அனைத்து உள்ளங்களுக்கும் நன்றி.

சேலம் சிறுகதைகள் என்னும் இத்தொகுப்பை வாசித்து சிறுகதைகள் குறித்தும் எழுத்தாளர்களின் எழுத்து குறித்தும் எழுதினால் நன்றியுள்ளவனாக இருப்பேன். சிறுகதையாளர்களுக்கும் மகிழ்ச்சியாக இருக்கும்.

நன்றி..

எழுதுங்கள்! எழுதுகிறேன்!! எழுதுவோம்!!

என்றும் அன்புடன்

பொன்.குமார்

21 /15 புதிய திருச்சிக் கிளை வடக்குத் தெரு

லைன்மேடு சேலம் 636006, Ph: 9003344742

பொருளடக்கம்

01. உரிமைப் பெண் - சோலை இருசன்	11
02. தீக்கை - சி. மணி	19
03. மனித பிரம்மம் - தமிழ் நாடன்	32
04. விடை பெறாமல் ஒரு பயணம் - சேலம் பா. அன்பரசு	37
05. எவன் எங்கும் பற்றிலனாய் - மகரிஷி	41
06. தெய்வத்தின் முடிவு - ரா. வேங்கிடசாமி	56
07. ஒரு இந்திய கிராமம் அழுது கொண்டிருக்கிறது - மு. அந்தாலன்	66
08. முறி - சேலம் காண்டீபன்	69
09. பெருமை - மதுரபாரதி	77
10. சிறை - அனுராதா ரமணன்	83
11. காற்றின் நிழல் - நஞ்சுண்டன்	93
12. வனம் - சசி	104
13. உன் முடிவுதான் என் முடிவு - அ. தெய்வசிகாமணி	112
14. கதிரவன் தீர்ப்பு - ஏ.வி.எஸ்.ரொசாரியோ	119
15. கற்க - இடைப்பாடி அமுதன்	122
16. மாற்றங்கள் - எடப்பாடி அழகேசன்	128
17. குபேரன் - முக்கனி	134
18. மூத்தவள் - எழிலன்	138
19. நமைச்சல் - முகவியன்	142
20. பாட்டியின் வீடு - க. வை. பழனிசாமி	150
21. கூட்டுப் புழு - கே. எஸ். ரமணா	158
22. தன்மானம் - சத்யப்ரியன்	166

23. மானம் - பூமி பாலகன்	176
24. தொடர் வினை - இரா. மோகன் குமார்	181
25. மனித நீதி - பூங்குறுநல் அசோகன்	187
26. வீரம் என்பது - இலா. வின்சென்ட்	193
27. முத்தம்மா - கு. கணேசன்	202
28. தனி டம்ளர் - சேலம் ஆறுமுகன்	206
29. தேடல் - அனுராதா	211
30. மனிதர்களே கடவுள் - கோ. இராதாகிருட்டிணன்	217
31. முந்தானை வசந்தம் - வெ. தமிழழகன்	223
32. இப்படியும் சிலர் - மனோரஞ்சிதம் சு. பாபு	239
33. மயானம் - பி. தங்கவேலு	254
34. நிழல் தேடும் ஆலமரங்கள் - மு. அம்சா	260
35. பாஸ்கரதாளின் பூனைக்குட்டி - பாலமுருகன் (குமார நந்தன்)	266
36. மருத்துவச்சி மரம் - சிவபிரசாத்	271
37. தந்தைமை - பா. ராஜா	283
38. முடிவில்லா கருணை - பூங்காற்று தனசேகர்	295
39. தாயம் - கிருஷ்ணமூர்த்தி	301
40. புதுப்பாதையிலே - எஸ். லட்சுமி காந்தன்	325
41. மிருக மனம் - சக்தி அருளானந்தம்	330
42. வைதேகி காத்திருந்தாள் - எம்.ஜி.கன்னியப்பன்	336
43. பலி - சந்தியூர் கோவிந்தன்	341
44. கறுப்பு நிறக் காலணிகளும் பச்சை நிறத்தொப்பிகளும் - கி.சரவணகுமார்	348
45. சம்பவம் - பொன். குமார்	354
46. வாச மலர்கள் - சேலம் சுபா	358
47. எருதாட்டம் - கார்த்தி டா வின்சி	364
48. காடு - சுபாகர்	369

49. சாமியாடிகள்- ந.செந்தில் குமார்	378
50. பிழைப்பு - பழ. புகழேந்தி	387
51. ஆரம்பம் - நிறைமதி	393
52. குணக்கேடு - சேகு	398
53. களவு - எஸ். நீலகண்ட சுப்ரமணியன்	404
54. கருப்புத் துண்டு - காவேரி துரை	410
55. குருசாமிபாளையத்துக் காரி - ஜவஹர் பிரேமலதா	419
56. ம(னி)த விலங்கு- சேலம் துரைப்பாண்டியன்	433
57. ஃப்ரண்ட் - தாரை. செ. ஆசைதம்பி	439
58. ஆதலினால் காதல் செய்யாதீர் - தேவிகா குலசேகரன்	450
59. அச்சம் தவிர்! ஆண்மை தவறேல்! - தமிழினியா	455
60. நுழைவு - அ. கார்த்திகேயன்	467
61. மாட்டுகறி சில்லியும் வெங்காயமும் - லட்சுமண பிரகாசம்	469
62. கொலுசு - ஏ. பிரபாத்	475
63. பெஞ்சில் பேசலாமே - வெ. தெவிட்டாமணி	478
64. விணையின் முடிவில் - அ. இராதா கிருஷ்ணன்	480
65. சட்டை - பசு. தனபாலன்	483
66. எழுத்தாளன் மனைவி - என்.சொக்கன்	489

உரிமைப் பெண்

சோலை இருசன்

"வாப்பா தம்பி... இன்னிக்கென்ன ரயில் லேட்டா?" என்று என் அம்மா யாரையோ வரவேற்பது தெரிந்து ஹாலில் எட்டிப் பார்த்தேன். நாளைய தினம் நடக்கப்போகும் எனது திருமணத்திற்கு வந்திருந்த எங்கள் சுற்றத்தினர் கும்பல் கும்பலாக உட்கார்ந்து பேசிக்கொண்டிருந்தனர். இப்போது வந்தவர் யாரென்று நான் தெரிந்துக்கொண்டேன்; என் அ...த்...தா.....ன் தான்! போய்ப் பேசலாமா? என்னும் ஆவல் ஒருபுறம்; ஹூம்... கூடாது. நாளைக்குத் திருமணமாகப் போகும் மணப்பெண் வெட்கத்தை விட்டுப்போய் எப்படிப் பேசுவது? என்ற நாணம் தடைப்படுத்தியது.

என்னுள் விவரிக்க முடியாத ஒரு புதுமை நிறைந்து நின்றது. என்னை மீறிய பரபரப்பு; ஏதோ ஒரு இனம் தெரியாத உற்சாகம்; உள்ளம் நினைத்த வார்த்தையை அச்சம் தடுத்துப் பேச முடியாமல் செய்து விட்டது.

"நீ வருவேன்னு எழுதியிருந்த உன் லெட்டரைப் பார்த்துங்கூட எனக்கு நம்பிக்கை ஏற்படவில்லை. என்னமோப்பா இந்த மட்டில் வந்ததே போதும்" இப்படி அம்மா பேசிக்கொண்டிருந்தாள். அவர் கையில் கொண்டுவந்த தோல் பெட்டியை மேஜை மேல் வைத்துவிட்டு, நாற்காலியில் உட்கார்ந்தபடி சட்டையைக் கழற்றிவிட்டுக் கைக்குட்டையால் முகத்தை ஒத்தி வியர்வையைத் துடைத்துக் கொண்டார்.

"என்னக்கா, அப்படி சொல்லிட்டீங்க? நான் வராமல் சக்குவின் கல்யாணம் எப்படி நடக்கும்?"

நான் அவரையே பார்த்துக் கொண்டிருந்தேன். அந்த முகத்தில் படர்ந்திருக்கும் புன்சிரிப்பு, பூரண நிலாவின் தட்பம் தெரிந்தது. முத்துப்பல் வரிசை, தமிழின் வெண்ணொளி சிந்திச் சிரித்தது. என்னால் அவருடன் பேசாமல் இருக்க முடியவில்லை! எந்த உறவினர் என்ன சொன்னாலும் சரி; அவருடன் பேசியே விடுவது என்று நினைத்துக் கொண்டுதான் வந்தேன்.

“வாருங்கள் அத்தான்; ஏன் வத்ஸலாவைக் கூட்டிக்கொண்டு வரவில்லை? வத்ஸலா சௌக்கியம்தானே?” என்றேன். அந்த அவள் பெயரைச் சொல்லி விசாரிக்கும் போது ஏனோ என் வார்த்தையில் தடுமாற்றம் தொனிப்பது எனக்கே நன்றாகத் தெரிந்தது. இரண்டு வருஷத்திற்கு முந்திய நிகழ்ச்சி தான் அந்தப் பெயரில் கொண்ட பொறாமை? ஆனாலும் எவ்வளவோ ஜாக்கிரதையாகத்தான் பேசவேண்டும் என்று வந்தேன்.

ஆனால் என்னையறியாமலே அந்தக் கேள்வியைக் கேட்டுவிட்டேன். வேற்றுமை உள்ளம் என்னை வேதனைக் குள்ளாக்கி விட்டது. ஆனால் அவரோ, எங்கேயோ பார்த்துக் கொண்டே பதில் சொன்னார்.

“இல்லை சக்கு.... அவள் இங்கே வேண்டாமென்றுதான் அழைத்து வரவில்லை” வெட்டி முறித்து விட்டார் வார்த்தையை.

மீண்டும் அவரை நேராகப் பார்த்தேன். என் நெஞ்சு விம்மித் தாழ்ந்தது. அவர் புன்சிரிப்பில் என் பெருமூச்சு ஒளிக்குமா? அது இனி நடக்காது. அவர் வடதுருவம்; நான் தென் துருவம்; என் நினைவுக்கு முற்றுப்புள்ளிபோல வேதனையின் பிரதிநிதி, கண்ணீராக வந்து பார்வையை மறைத்தது. சட்டென்று சமையலறைக்குள் சென்று விட்டேன்.

இப்போது தோன்றியதா இந்த ஏமாற்றம்? இது தானா புதிய பெருமூச்சு? ஓவென்ற பேரிரைச்சல், பொங்கி ஆழ்கடலில் கோஷமிட்டுப் பாய்ந்துவரும் கண்ணீர் அலை. இது புதிதல்லவே! கண்ணீர் என்று சொல்ல. இரண்டாண்டுகளாகவே ஓய்வு ஒழிவு இன்றி வடிக்கும் நினைவுச் செந்நீர்.

ஆம், அன்றுதான் என் கண்ணீரை முதன்முதலாகப் பார்த்தார். ஆனால் அவர் பதறவில்லை. மாப்பிள்ளைக்குக் கூறை உடுக்கும் போது கூட்டத்தில் நானும் நின்று கொண்டிருந்தேன். சாதாரணமாகவே அத்தான் அழகு. சாந்தம் தவழும் முகத்தில் கலை ஒளி படர்ந்து, என்னைக் காந்தம் போல் கவர்ந்தது.

ஊம்..... நான் கொடுத்து வைத்தது இவ்வளவுதான் என்கிற குமுறல் என் நெஞ்சைக் குடைந்தெடுத்தது. என் அத்தான் எனக்குத்தான் உரியவர் என்று சிறு வயதிலேயே நிர்ணயிக்கப்பட்டு விட்ட அவர், ‘இன்று வத்ஸலா என்கிற பெண்ணுக்குத்தான்’ உரியவராகப் போகிறார். வாழ்வு ஒரு தென்றல் என எதிர்பார்த்தேன்; அது சுழன்றடிக்கும் சூறாவளியாக மாறி விட்டால் என்ன செய்வது? மகிழ்ச்சி மனதை விட்டு மாயமாய் மறைந்து விட்டது. உற்சாகம் உறங்கிக் கிடக்கிறது. கொதிக்கும் நினைவு கொழுந்து விட்டெரிந்தது. பீறிட்டுக் கொண்டு வந்தது அழுகை.

அழுதால் அபசகுனம் என்பார்களே உதட்டைக் கடித்துக் கொண்டு அழுகையை அடக்கிப் பார்த்தேன். ஆனாலும் கண்ணீரைக் கட்டுப்படுத்த முடியவில்லை. வடிந்துகொண்டிருந்த கண்ணீர் ஊற்று, மணப்பலகையில் உட்கார்ந்திருந்த அத்தானின் பார்வையை கவர்ந்து விட்டது. அவர் என்னை ஏறிட்டுப் பார்த்தார்; நானும் பார்த்தேன்.

முதலில் என் அழுகையின் காரணம் அவருக்குப் புரிந்திராது. என் உள்ளத்தில் நான் தீட்டி வைத்திருந்த அழியா ஓவியம் அவர்தான் என்பது அவருக்கு எப்படித் தெரியும்?

அவரும் என் நினைவாகத்தான் இருக்கிறாரா என்று நான் நினைத்தது கூட இல்லை! அவர்மேல் எனக்கிருந்த அவ்வளவு நம்பிக்கை. "எனக்குத்தான் அவர். அவருக்குத் தான் நான்" என்னும் உறுதி ஏற்கெனவே என் பெற்றோர் செய்த முடிவு. நானும் அந்த இன்ப நாளைத்தான் எதிர்பார்த்தேன். எப்படி எப்படி எல்லாம் சுவைத்து வாழவேண்டும் என்று எண்ணக்கோட்டையை வானவீதியில் கட்டினேன் தெரியுமா? ஆனால்...

என் எண்ணம் இருண்ட வீடாகிவிட்டது. வாழ்க்கைச் சூதாட்டத்திலே நான் தோற்றுவிட்டேன். எனதுள்ளம் வெடித்த சுக்கல், சுக்கலாக மூலைக்கு மூலை சிதறியது. எனது உரிமை பறிக்கப்பட்டு விட்டது.

மாங்கல்யச் சடங்கு முடிந்தது. மணக்கோலத்தைக் களைந்து விட்டு வந்த அத்தானின் கண்கள் என்னைத்தான் தேடிக் கொண்டிருந்தன.

தோட்டத்தின் பக்கம் சென்று கிணற்றோரத்தில் நின்று கொண்டிருந்தேன். யாரோ வரும் காலடியோசை கேட்டுத் திரும்பிப் பார்த்தேன். அத்தான் தான் வந்தார்.

"சக்கு, ... ஏன் பந்தலில் அப்படி அழுது கொண்டிருந்தாய்? யாராவது ஏதாவது சொன்னார்களா? உன் கண்கள் கலங்கி இருக்கின்றனவே?" என்றார் அவர் உண்மை அன்பு அந்த ஒலியில் தோன்றியது.

'சக்கு... இதை ஏன் எனக்கு முன்னமேயே சொல்லியிருக்கக் கூடாது.' அந்தக் குரலில் வேதனை இழைந்ததைக் கண்டேன்.

"நான் எப்படி அத்தான் சொல்வது? உங்களுக்கு 'உரிமைப் பெண்' நான்தானே!" என்னை நீங்கள் மறந்துவிட மாட்டீர்கள் என்றுதான் இறுமாந்திருந்தேன்..... ஆனால் ஏமாந்தேன்."

"மறந்து விடவில்லை. சக்கு..... ஆனால்... ஆனால்..... உன் பெற்றோருக்கு உன்னை எனக்குக் கொடுக்க விருப்பமில்லை

என்பதாக அறிந்தேன்... கேட்டு அவமானப்படுவதை விட..... கேட்காமலே இருந்து விடுவது நல்லது என்று விட்டுவிட்டேன். அதனால்...!"

"அத்தான், இதெல்லாம் வெறும் கற்பனைக் காரணம். நீங்கள் நினைத்திருந்தால் முடிந்திருக்காதா?"

அவர் பதில் ஏதும் சொல்லவில்லை. நெற்றியில் விழுந்த சுருக்கங்கள், அவர் ஏதோ சிந்திக்கிறார் என்று தெரிந்தது. என் உள்ளத்தைப்போல் வெளிறிட்ட வானத்தை அர்த்தமற்று பார்த்துக் கொண்டிருந்தார்.

அன்றொரு நாள் அத்தான் வீட்டுக்கு வந்து பெங்களூருக்குப் போக ஜோலார்ப் பேட்டை ஸ்டேஷனில் ரயிலேறியபோது, என்னை ஜன்னல் ஓரமாக உட்காரச் சொன்னதும், ஒரு கட்டுத் தாழம்பூவை வாங்கி என் கையில் திணித்ததும் ரயில் புறப்படும் போது என் கையைப் பிடித்துக் குலுக்கியதும் எந்த உரிமையில்?

அவர் வெகுநேரம் பேசவே இல்லை. அவர் உள்ளம் ஒரு போர்க்களமாகி விட்டது. மெல்ல வாயைத் திறந்தார் ஆறுதல் கூற.

"சக்கு... அழாதே... இதோ பார்! இனிமேல் யார்தான் என்ன செய்ய முடியும்? நடந்தது நடந்து விட்டது. நீ அழுதால் என்னைக் கொத்துகிற வேதனையாக இருக்கிறது. சக்கு"....

"இல்லை அத்தான் அழவில்லை" என்றேன் மாப்பிள்ளையைத் தேடி யாரோ வந்தார்கள். அவர்களோடு சென்று விட்டார் அத்தான்.

மறுநாள், என் அத்தானும் வத்ஸலாவும் கழுத்தில் மணமாலையுடன் பந்தலில் வந்து உட்கார்ந்தார்கள்.

அவரைப் பார்த்தேன். இனி அவர் முன்னிலையில் அழக் கூடாது என்றுதான் இரவு முழுதும் உறுதியாக நினைத்திருந்தேன். ஆனால், என் கண்களும் கண்ணீரும் கட்டு மீறி விட்டன. அத்தானின் கண்களும் ஏனோ என்னைத் தேடியலைந்தன.

நாம் எதைச் செய்யக்கூடாது என்று நினைக்கிறோமோ அது தான் மீண்டும் மீண்டும் நினைவில் ஆடும். நான் 'அத்தானை இனி பார்க்கவே கூடாது. அப்போதுதான் அழாமலிருக்க முடியும்.' என்று நினைத்தது அத்தனையும் வியர்த்தமாகிவிட்டது. அந்தப் பாழும் கண்ணீர் நிற்கவே இல்லை. இன்று அவரை உரிமை கொண்ட வத்ஸலாவையாவது பார்க்கலாம் என்று அவளைப் பார்த்தேன்.

அதற்குள் அவர் என்னைப் பார்த்து விட்டார். எனக்கோ ஏன்

வந்தோம் என்றிருந்தது. துவர் கண்களில் ததும்பி நின்றது. அத்தான் என்னைப் பார்த்ததை அவளும் பார்த்து விட்டாள். உடனே தலை குனிந்து கொண்டாள். மீண்டும் அவள் நிமிர்ந்தபோது முகம் குறுகி விட்டது.

நாம்தான் கொடுத்து வைக்கவில்லை. அவளாவது சந்தோஷமாக இருக்கட்டுமே? என்றுதான் அத்தானின் பார்வையிலிருந்து மறைந்து விட்டேன். ஆயினும்.....

எனது பார்வையிலிருந்து அவளும், என்னை அறிந்துவிட்டாள். அவளும் பெண் தானே? அவர் எனக்கு அத்தான் முறை என்று யாரோ சொல்லியிருக்கிறார்கள் போலிருக்கிறது. அதுதான் மீண்டும் சந்தோஷம் அவளிடம் தலைகாட்டவே இல்லை.

பாவம் வத்ஸலா....அவள் சந்தோஷத்திற்கு, மணப்பந்தலிலேயே முற்றுப்புள்ளி வைத்து விட்டேனே! என் அத்தானை அவள் தவறுதலாக நினைத்து விட்டால்?... ஹூம், அவள் எப்படியாவது நினைத்துக் கொள்ளட்டுமே! எனது ஏமாற்றத்துக்கு அவள்தானே காரணம்? இது மிக மிகக் கொடூரமான நினைப்புதான். நான் ஒன்றும் மறைக்கவில்லையே?

அவள் முன்னிலையில் அத்தானுடன் மிகவும் நெருங்கி சகஜமாகக் குழைந்து பேசியபோது, அவள் என்னைப் பார்த்த பார்வை..... அடடா.... ஆயிரம் அர்த்த கோலம். வேண்டுமென்றா பேசினேன் அப்படி? இல்லை. எல்லாம் வீண் பேச்சு. எனது தீராத வேதனைக்கு, தனியாக ஒரு விளையாட்டுக்கூடம் அமைத்தேன். அவ்வளவுதான். என்ன இருந்தாலும் அவள்தானே இனி உரிமை மனைவி? பிறகு பஞ்சாங்கப்படி இரண்டு ஆண்டுகள் கழித்து ஒருநாள்.....!

ஒருநாள்......ஆம்; அந்த ஒரு நாளில் தான் எனக்குத் திருமணம் நடந்தது. அத்தான் முன்னிலையில் தான் நடந்தது. அவர் முகத்தில் மாறாத சிரிப்பின் சாயல். அதே சிரிப்பின் சாயலை நான் கண்டு கொண்டேன். நன் மாலையிட்ட என் மணாளரைப் பார்த்தேன். என் நெஞ்சு துடித்தது.

இவரும் என் அத்தானைப்போல அழகு தான். என் கணவர் என்னைக் கடைக்கண்ணால் பார்த்தபோது என் உடல் வியர்த்துக் கொட்டியது. முகம் சிவக்க தலை கவிழ்ந்தேன்.

நாங்கள் மணமாலையுடன் சென்று அத்தானைத்தான் முதல் வணக்கம் செய்து எழுந்தோம். இன்னும் எத்தனையோ நிகழ்ச்சிகள் நடந்தன; முடிந்தன. எங்களுக்குத் திருமணமாகிவிட்டது. அத்தானும் மற்ற விருந்தினர்களும் தத்தம் ஊருக்குச் சென்று விட்டார்கள்.

மழை விட்டதும் வெறிச்சென்று கிடக்கும் வானத்தைப்போல, பந்தல் காலியாய் விட்டது.

இனி எங்கள் தனிவாழ்வுப் படலம்.

வாழ்வு ஒரு சிங்காரப் பூஞ்சோலையாகத் தான் இருக்கும் என்றுதான் நுழைந்தேன். அங்கே சீறி விழும் பாம்புகளும் பாய்ந்து வரும் புலியின் உறுமலும் இருக்கும் என்பதை நான் நினைக்கக் கூட இல்லை ஆம்.

என் கணவர், முன் ஒழுக்க சீலராகத்தான் இருந்தார். விஷத்தை ஒரு அழகான கோப்பையில் ஊற்றி வைத்தால், பார்த்து ரசிக்கலாம். ஆனால் பருக முடியுமா?

எப்படியோ குடிக்கக் கற்றுக்கொண்டார். எப்போதும் குடி மயக்கத்திலேயே இருப்பார். அவர் ஒரு செக்குமாடு. வேறு எந்த வேலையும் கிடையாது. பொருள்களை விற்று ஜீவனம் செய்தோம். என்ன செய்யட்டும்? எனக்குள்ள - சபல புத்தியில் எப்படியும் திருத்திவிட முடியும் என்று நினைத்தேன். என் முயற்சியை முறியடித்து விட்டார். மகிழ்ச்சி நிறைந்த எங்கள் வீடு ஒரே வருஷத்தில் சண்டையும் கூச்சலுமாகி விட்டது.

அன்று ஆடி பதினெட்டு. காலையில் நான் குளித்துவிட்டு சமையல் வேலையில் இருந்தேன். அவர் வந்தார்; குடித்து விட்டுத்தான் வந்திருக்கிறார். மார்வலி என்று படுத்தார்; சிரித்தார்; சில பல நாட்களகாவே காணாத அந்தச் சிரிப்பு, அவியும் விளக்கு சுடர்விட்டு எரிகிறதென்று எனக்கு எப்படித் தெரியும்?

அந்த மார்வலி அவர் வாழ்வை முடித்து விட்டது. ஐயோ பேரிடி என் தலையில் முழக்கமிட்டுக் கொண்டு வந்து விழுந்தது. நெருப்பு மலையில் இருந்து அக்கினிக்குழம்புகளை என் மீது வாரி வீசுகிறது.

பௌர்ணமிக்குப் பிறகு மறுநாளே எனக்கு அமாவாசை. இப்போது நான் தனியாக வாழ முடியுமா? அதெப்படி முடியும்? நான் ஒரு விதவை. தனியாக வாழ முடியாது. தாய் வீட்டிலும் அவர்களுக்குப் பாரமாக இருக்க விருப்பமில்லை. அத்தானிடமாவது போகலாம். அங்கே ஏதாவது வேலை செய்தாவது ஜீவிக்கலாம் என்று புறப்பட்டேன்.

ஜோலார்பேட்டை ரயில் நிலையத்தில் வந்து மீண்டும் மூன்று வருஷத்திற்குப் பிறகு இறங்கினேன். இறங்கிய உடனே சில்லென்று வீசிய குளிர்காற்று தான் என்னை வரவேற்றது. ஸ்டேஷனை விட்டு வெளியே வருவதற்குள் மழை பிடித்துக்கொண்டது. பெருமழை; ரோட்டில் வெள்ளம் புரண்டோடுகிறது, அதோ பஸ் ஸ்டாண்டைக்

கடந்து வந்து கொண்டிருக்கிறாரே, குடை பிடித்துக்கொண்டு அது, அவர்தானா? ஒருவேளை... அவரேதான்.

'அத்தான்...' என்றேன் மின்சாரம் தாக்கியவர்போல், அப்படியே ஆடாது அசையாது நின்றுவிட்டார்.

"சக்கு... எங்கே வந்தே? எப்போ வந்தே? வா, வீட்டுக்குப் போகலாம்" என்றார். ஒரே குடையில் இருவரும் நடந்தோம். அத்தான் வீடு இன்னும் இரண்டு பர்லாங்கு இருக்கும். மத்தியில் சோளக்கொல்லையில் எல்லாம் நடந்தாக வேண்டும். குறுகிய கொடி வழி; திசை மாறிய இருவர்; ஒன்றாக ஒரே குடையின் கீழ் செல்ல வேண்டும். எப்படியோ நடக்கும்போது எங்களுக்குள் இருந்த இடைவெளி குறைந்து கொண்டே வந்தது. என் புடவைத் தலைப்பைத் தூக்கிப் பிடித்துக்கொண்டு நடந்தேன். மழை வாடையிலும் கூட என் உடல் சூடேறி விட்டது. வீடு வந்து சேர்ந்தோம்.

என் நிலையைக் கேட்டு அத்தான் ஓவென்று அழுதார். 'விதி நம்மைப் பிரித்து எப்படி எல்லாம் நடத்திவிட்டது பார் சக்கு; ஹூம்' பெருமூச்சில் பேச்சை நிறுத்தினார்.

அடுத்த வீடு முழுதும் ஒருமுறை நோட்டமிட்டேன். பெண்கள் நடமாட்டமுள்ள வீடாகவே தெரியவில்லை. அந்தப் படம், அத்தானின் திருமணத்தில் எடுத்தது. 'அவள் எங்கே? நான் வந்து இவ்வளவு நேரமாகியும் வந்து பேசவே இல்லையே? ஒருவேளை தாய் வீட்டுக்குப் போய் விட்டிருப்பாளோ?' என்றெல்லாம் நினைத்துக்கொண்டு.

"அத்தான், வத்ஸலா எங்கே வீடெல்லாம் வெறிச்சினு இருக்குது?" என்றேன்.

"வத்ஸலா..... வத்ஸலா, போய்விட்டாள். என் வாழ்வின் கலங்கரை விளக்கு; காலரா கொள்ளை கொண்டு போய்விட்டது" வேதனைக்கிடையே வெந்து கருகி உழிழ்ந்த வார்த்தை.

"ஐயோ, இரண்டும் பாழுலகமா?" என்று கதறினேன்.

அன்று இரவு அவர் வழக்கமாகச் சாப்பிடும் ஓட்டலில் சாப்பாடு வைத்துக் கொண்டோம். சாப்பிட்டு மீண்டும் வீட்டுக்கு வந்ததும் அவர் கட்டிலின்மேல் உட்கார்ந்தார். நான் கீழே உட்கார்ந்தேன். பக்கத்து வீட்டில் யாரோ மெதுவாகப் பேசும் சப்தம் கேட்டது. அது எங்களைப் பற்றியதுதான்.

"அவ, யாராயிருந்தா நமக்கென்ன?" என்பதோடு நிறுத்திக் கொண்டார்கள். நான் உற்றுக் கேட்பதைக் கண்ட அவர்.

"என்னது?" என்றார். "ஒன்றுமில்லை!" என்றேன். சிரித்தார். ஆனால் அதில் வேதனை இழைந்திருந்தது. ஒரு வருஷத்திற்கு முன் என் கல்யாணத்தில் கண்ட சிரிப்பு இல்லை. அந்தப் பொலிவு எங்கோ ஓடி மறைந்து விட்டது. நான் அவரையே பார்த்துக்கொண்டிருந்தேன்.

"நான் ஒரு முடிவுக்கு வந்துவிட்டேன்" என்றேன்.

"என்ன முடிவு? என்றார்.

"வேறொன்றுமில்லை. நாளை முதல் ஓட்டல் சாப்பாடு வேண்டாம். நம் வீட்டிலேயே சமையல் செய்யலாம்" என்றேன். அப்பா, அன்றைக்கும் இன்றைக்கும் எவ்வளவு பெரிய மாற்றம்?

தீக்கை
சி.மணி

சேலத்தின் மையத்தில் கடைத்தெருவுக்கு இணையாக, கிழக்கு மேற்காகக் கிடக்கும் முதல் அக்ரஹாரத்தில் இருபுறமுள்ள கடைகளையும் ஒருவழிப் பாதையானதால் எதிரே மட்டும் வருகின்ற வண்டிகளையும் முன்னால் எதிர்படும் கும்பலையும் கவனியாது, கடல் நடுவே தனித்த மரக்கலமாக மேற்கு நோக்கிச் சென்று கொண்டிருந்தான் கிரி. இப்போது அவன் விழித்த கண்ணிருந்தும் குருடன்; திறந்த செவியிருந்தும் செவிடன்; ஐம்புலனும் ஒடுங்கி ஒரு முனைப்பட்ட சித்தன்.

அவனது சிந்தனை நெய்தது; அதில்தான் அவனுடைய முழுக் கவனம். பல வர்ண இழையும் பாவும்; பலவகை நெசவு; அதனால் பல விதக் கோலம்.

சரியாக ஓராண்டு ஆயிற்று. அன்று இதே மாலை வேளையில் இதே வழியில் வேதாசலத்துடன் சுற்றியுமுள்ள ஈசலுக்கும் பட்டுப் பூச்சிக்கும் மலருக்கும் கொடிக்கும் தனது கவனத்தை நல்கி அவற்றைச் சுவைத்தபடி நடந்து கொண்டிருந்தான். இலக்கியத்திற்கும் நெறிக்குமுள்ள தொடர்பு பற்றிய சுவையான உரையாடல்; உரையாடல் என்பதைவிட வாதம் என்றே சொல்லலாம்; கும்பல் சூழ்ந்த நடுத்தெரு என்பதையும் மறந்து சற்று உரக்கவே ஒலித்தன அவர்களுடைய குரல்கள்.

இது முக்கியமல்ல; இது இப்போதுதான் நினைவில் தட்டுகிறது. முக்கியமானது வேறு. அதை முக்கியமானது என்பது தவறு. அது ஒன்று தான் இந்த 365 நாட்களும், உறங்கும்போது கனவிலும் விழித்தபோது நினைப்பிலும், பாடம் நடத்தும்போதும் குளிக்கும் போதும் உண்ணும் போதும், திடீர் திடீரென்று கறுத்த வானத்தில் கிழித்து விழும் எரிகல்லாய் ஒளிர்ந்து ஒளிர்ந்து கீறியபடி இருந்தது. அது நிகழ்ந்த பிறகு ஏதோ ஒரு மாறுதல்; மழையில் மிக நனைந்ததால் பாதிக்குமேல் சுருங்கி விட்ட சட்டையில் உடல் படும் தொல்லையை மனம் பட்டது.

இந்த வயதில் கண்ணுக்குக் குளுமை தந்து உள்ளத்துக்கு வெம்மை பூட்டும் காட்சிகள் இலையுதிர்காலத்து பூங்கொடிகள் போல சட்டென்று தமது கவர்ச்சியைக் களைந்து விட்டன. அவற்றில் அவனுக்கிருந்த தொலைநோக்கி முனைப்பும் ஒடிந்துவிட்டது. அவனும் கூந்தலிருந்தும் மொட்டையானான்; அண்மைப் பாணி உடையிருந்தும் காவியின் எழுத்தும் நடையும் நோக்கைப் பெற்றான். உடுக்கையும் வாளும் மலரும் மொட்டும் விழியில் பட்டால் கூட விழித்திரை பதிய வைக்கத் தயங்கியது; மூளை வாங்கிக்கொள்ள மறுத்தது.

அதற்குப் பிறகு காது மந்தமாகவே இருந்தது. ஏதோ ஒரு விதமான துளையொலி காதிலே, சிலவேளை மெல்லெனவும் சிலவேளை விண்ணெனவும் இடையீடில்லாத ஒத்துபோல இழைந்தபடியே இருந்தது.

சிவபெருமான் ஒரு பாதியை உமைக்குத் தந்தது போல அவன் அதற்குத் தந்தான்; ஆனால் அவன் தந்தது பாதியல்ல; முழுமை. முழு உடலும் மனமும்.

365 நாட்கள் அவனுக்கு அது சரியாகப் பிடிபடவில்லை. அதை முழுமையாக உணர்ந்து கொள்ளவேண்டும் என்னும் ஆசையில் அதே சூழலில் அதன் நடப்பு வண்ணம் கண்டு தெளியச் சென்று கொண்டிருந்தான். ஆனால் இன்று வேதாசலம் இல்லை; அவனுக்கு இன்னும் விடுமுறை விடவில்லை. அதுவும் நல்லதுக்குத்தான். தனியாக இருக்கும்போது கவனச் சிதைவின்றி ஆழமாக அகத்தில் மூழ்கலாம். முத்து கிடைக்குமா இல்லையா என்பதைப் பொறுத் திருந்துதான் பார்க்கவேண்டும்.

கிரி நாத்திகன் அல்ல; என்றாலும் அவன் கோவிலுக்குப் போன தெல்லாம் சில முறைதான். அவனுடைய தந்தை உயிருடன் இருந்தபோது, சில ஆண்டுகளுக்கு ஒரு முறை ஈசுவரன் கோயில் சர்க்கரைப் பொங்கலும் புளியோதரையும் நினைவுக்கு வந்ததும் தனது குடும்பத்துடன் கோவிலுக்குச் செல்வார்; அவரோடு போனதுதான்; அவர் இறந்த பிறகு அவன் அங்கு போனதில்லை; தேர் நிலையத்திலுள்ள ராஜகணபதி கோவிலை வழியில் செல்லும்போது தெருவிலிருந்தபடி கடைவிழியால் மட்டும் அல்லது கடை விழியில் சதைப்பற்று கிடைத்ததும் நேர்விழியாலும் பார்த்ததுடன் சரி.

அன்று, 365 நாட்களுக்கு முன்பு, முடிவு கட்டிய சினிமா நிகழ்ச்சியை நீக்கி விட்டு, ஈசுவரன் கோவிலுக்குச் சென்றால் என்ன என்று தோன்றிற்று. இந்தத் திடீர் தோற்றத்திற்குக் காரணம் புரியவில்லை. இதை வேதாசலத்திடம் சொல்லவும், அவன் 'ஏன்

திடீரென்று?' என்று கேட்கவும், 'ஏனோ' என்றான். இது தோன்றாமலே இருந்திருந்தால், தோன்றியதைச் சொல்லாமலே இருந்திருந்தால், ஐம்பத்திரண்டு வாரமாக சிலந்தி போல தனது கழிவுப் பொருள் கொண்டு பயனற்ற எண்ணவலை பின்னியிருக்கவேண்டிய தேவை இருந்திருக்காது. பட்டுப்பூச்சிபோல் மெல்லிய பளபளப்பான பட்டு இழைத்திருக்கலாம். நீண்ட பெருமூச்சு ஒன்றை இழுத்து சில வினாடிகள் நிறுத்திக்கொண்டான். இன்று கூட 'ஏனோ' என்பதைத் தவிர வேறு காரணமே அகப்படவில்லை.

முதல் அக்ரகாரத்திற்கு இணையாக சற்றே தள்ளி ஓடுகின்ற திருமணிமுத்தாறு சென்னையிலுள்ள கூவம் போன்றது. இந்த ஆற்றின் வடகரையில் கூப்பிடு தூரத்தில் உள்ளது சுகவனேசுவரர் ஆலயம். முதல் அக்ரகாரத்தில் மேட்டுத்தெரு திருப்பத்தை நெருங்கிய இருவர் பார்வையில் கோவிலின் கோபுரம் தெரிந்தது. சரி என்று சொல்வது போல நேராகச் செல்லாமல் வலது பக்கம் திரும்பி மேட்டுத்தெருவில் நுழைந்தான் வேதாசலம். பின்னால் நடப்பதை முன்னால் அறிந்து அஞ்சியவன் போல கொஞ்சம் தயங்கிப் பின் தொடர்ந்தான் கிரி.

அன்று வெள்ளிக்கிழமை. எனவே தேர்ந்த உடையணிந்த மகளிர் கூட்டம் அதிகம். கோவிலுக்கென்றே வருவோரும் கோவில் சாக்கிட்டுச் சினிமாவுக்குச் செல்வோரும் வழிபாட்டுக்குப் பிறகு சினிமா பார்க்க விரைவோரும் என நல்ல கூட்டம். இந்த கூட்டத்தைக் காண்பதற்கென்றே வட்டமிடும் கலையா உடை அணிந்த ஆண்கள் வேறு. கும்பலுடன் கலந்து நடந்தனர் கிரியும் வேதாவும், பேசாமல்.

இருவரில் யாரும் டான்ஜுவான் அல்ல; தான் இசைக்க முடியாத அபூர்வ ராகத்தை மீட்டுவதற்கு ஆசைப்பட்டு வீணையை மாற்றிக் கொண்டே இருக்கும் மூன்றாந்தரக் கலைஞன் அல்ல; ஏனென்றால் இன்னும் இசைத்ததே இல்லை. அதனால் வீணையை ஆர்வத்துடன் நோக்கக்கூடாது என்றோ, வீணையின் வளைவையும் தண்டையும் குடத்தையும் நரம்பையும் விழித்து ரசிக்கக்கூடாது என்று எங்கே சொல்லி இருக்கிறது? ஓங்கிய நாகரிகமும் உரத்த ஒப்பனையும் கள்ளப்பார்வையும் பெண்ணுக்குக் கிட்டிய பிறகு எங்கேயாவது சொல்லி இருந்தால்தான் என்ன?

விழிக்கிருந்த வேலையின் மிகுதியால் நாக்குக்கு வேலை தரவில்லை வேதா. கிரியைப் பொறுத்தவரை அப்படிச் சொல்வது முற்றிலும் சரியாகாது. அவனது மூளையின் ஒரு பகுதி விழித்திரையில் விழுந்த படங்களின் நினைப்பில்லாமல் வேறு எதிலோ மிகவும் சுறுசுறுப்பாகத் திளைத்திருந்தது.

கோவிலை ஒட்டி சற்றே நீண்ட சன்னதித் தெருவின் மேற்கு மூலையிலிருந்த சிறு கடையில் கொஞ்சம் கற்பூரம் மட்டும் வாங்கிக் கொண்டு செருப்பைக் கடையருகே விட்டுக் கொண்டிருந்தனர் இருவரும். முதலில் முடித்த வேதா திரும்பினான்; அவன் விழிகள் விரிந்தன. இன்னும் அரும்பாத கிரி காந்தப்படலம் ஒன்று தன்னைச் சூழ்ந்து வளைப்பது போல் உணர்ந்தான். மிகமிக மென்மையான தாழைமணம் நாசியில் நிறைந்தது. மோகனத்தின் ஆரோகணம் செவியில் இழைந்தது. வெட்கச் சிவப்பு பணத்தில் வட்ட நிலவு ஒன்று அவனது இதயத்தில் உதித்தது.

சில அடிகள் தள்ளி, தன்னைக் கடந்து செல்கின்ற ஒரு மங்கையும் அவளுடைய தாயாக இருக்கக் கூடியபடி வயதான ஒருத்தியும் வேதாவுக்குத் தெரிந்தனர்; அவன் இளமைக் கொலுவையே பார்த்தபடி இருந்தான்.

புதுமையான உணர்ச்சிகளின் காரணமறியாத கிரி, காரணம் நாடித் திரும்பினான். வேதாவினுடைய முகத்தின் கோணம் கிரிக்கு வழி காட்டியது. ஐயோ! உறுப்பின் உணர்வு கடந்த முழுவுருக்கோட்டு வடிவு கிரியின் விழியில் நுழைந்தது. திரையில் விழுந்தது, மூளையில் பதிந்தது. தாமரை இதயம் உடுக்கையாய் மாறியது; பிறகு சிலிர்த்தது. ஐயோ, இவள் வடிவென்பதோர் அழியா அழகுடையாள் என்று கூவத் தோன்றியது. செதுக்கிச் செய்ததல்ல, வார்த்து வடித்ததுதான் இவள் வடிவு என்று முடிவு கட்டினான். பார்வைக்குப் பளிங்கின் திண்மை தெரிந்தாலும் தொட்டால் வெண்ணெயின் வெண்மைதான் புலனாகும், தொட்டால் நாதசுரத்தின் உறைப்பின்றி குழலின் சீர்மைதான் தெரியவரும் என்று எதிர்பார்த்தான்.

அந்த நேரத்திலிருந்து வேதாசலம் - அவனைப் பொறுத்தவரை - மறைந்து போனதை எண்ணிய கிரியின் இதழ்கள் முறுவலில் நெளிந்தன. சுமார் இருபது ஆண்டுகள் ஆழப்படுத்திய உறவு, சில கணப் பார்வை மாயத்தில் கரைந்து போனது அவனுக்கு வியப்பாக இருந்தது.

விண்ணார் அமுதம் கொண்டோ வகுத்தான் இவள் மெய் எங்குமே என்று கேட்கச் செய்யும் அந்த வடிவு, இப்போது கூட விழியை நிறைத்தது. வெள்ளிப்பூ மின்னும் ஈரச்சாம்பல் நிறத்தில் செயற்கைப் பட்டுச் சேலை; அதே சேலைத் துணியில் சோளி; முருகிற் சிவந்த ரோஜாவும் முதிரா இளைஞர் ஆருயிரும் திருகிச் சொருகிய கூந்தல் வளையலாடும் மணிக்கட்டு வரை தாழ்ந்து, நுனியில் ரிப்பன் இணைக்காமல் புரி பிரிந்து இழை நீந்தும் சடை இரண்டு; இரண்டு 'அர்த்தசந்திர'க் கைப்பிடிப்புக்குள் அடங்கும்

சிறுத்த இடை; அங்கிருந்து அவரோகணிக்கும் கிளர்ந்த முகட்டுக் குறங்கு; அதிலிருந்து கவைத்து நீண்டு, மடிப்புடன் புரளும் சேலை விளிம்பின் கீழ் வெண்ணிறக் காலணி வழியே எட்டிப் பார்க்கும் சிறு விரலடியில் முடியும் கால்கள்; வலக்காலடி நிலத்தில் பதிய இடக்காற்குதி மட்டும் செருப்பிலிருந்து பிரிந்தெழும் தாள நயம்; சந்த நடைக்கிசைய குறங்கின் அசைவு, இடையின் நெளிவு, சடையின் ஆட்டம்.

அவனுடைய விழி சடையின் ஆட்டத்திற்கு ஏற்றபடி செவிக்கும் நாசிக்கும் ஓடி விளையாடியது கூட இப்போது அவனுக்குத் தெரிந்தது! இடுப்பை இறுக்கிச் சுருங்கிய சேலைக் கட்டுக்கும் ஒட்டிய சோளி முடிவுக்கும் இடது தோளிலிருந்து சிறுவிரல் வரை நீண்ட முந்தானைத் தொங்கலுக்கும் இடையே இரட்டைச் சடை ஆடும் பரப்பிலும், மேலே சதைபிதுக்கும் சோளியும் கீழே சிறு மணிப்பொறியும் கொண்ட வலக்கையிலும் அடியில் பரந்து நுனியில் கூம்பி இருமருங்கும் சடை கரையிட்டு மெல்லிய பொற்சரம் இழையும் கழுத்திலும் இளங்காவிக் குறுமயிர் படர்ந்திருந்தது. அவளருகில் செல்லச் செல்ல இது தெளிவாயிற்று. இது தெளிவாகத் தெரியவேண்டும் என்றே வேகமாக அவள் பின்னால் தான் சென்றதாக இப்பொழுது கிரி நினைத்தான். இவ்வாறு மூன்று பரப்பிலும் முளைத்தவற்றை இழையிழையாகத் தனித்தனியே ஓர்ந்து களிக்கவேண்டும் என்று தன்னிச்சையாக ஏற்பட்ட உந்தலின் பிறப்பிடம் எது என்று இப்போ சிந்தித்தான். அது பாலுணர்ச்சிதான் என்பதில் ஐயம் வருவதற்கே இடமில்லை என்று பட்டது.

பாலுணர்ச்சியின் மூலம் புலனல்ல; மூளைதான். என்றாலும் புலனில் தாக்குபவை நரம்பின் வழியே, பிறகு தண்டுவடத்தின் வழியே சென்று மூளையைச் சேர்கின்றன. நல்ல தாக்கல் ஆசையைத் தூண்டிவிட, சூழலுக்குத் தக்கவாறு துலங்கல் நிகழ்கின்றது. இது நரம்பியல் உண்மை. இதன்படிதான் அது நிகழ்ந்திருக்கவேண்டும்; ஆனால் அந்த நிகழ்ச்சியில் நேரடியாகத் திளைத்திருந்த நேரத்தில் எவ்வளவு மாயம்!

அந்த மாயச் சூழலில் சிக்கி மயங்கி அவள் பின்னால் செல்வது அவனுக்குத் தெரிந்தது. இன்னும்கூட அவளது மேனி வண்ணம் முத்திரையிட்ட அரக்கென ஒட்டிக் கொண்டுள்ளது. அது தந்தமல்ல, பொன்னல்ல, சந்தனமல்ல; அது செந்தாமரையல்ல, ரோஜாவல்ல, அந்திவானச் செக்கரல்ல; அது மாந்தளிரல்ல, சூல் கொண்ட முகிலல்ல, எண்ணெய் மெருகேறிய சிலைக்கருமையல்ல; உண்ண உருக்கிய ஆநெய்போல் மேனி என்று ஒரு வகையாகக் கூறி திருப்தி அடையலாம். மாலையின் மங்கிய ஒளியில் கடல்

நீரைக் காண்கையில் ஒரு கணம் கருநீலமாகவும் மறுகணம் ஆழ்ந்த பச்சையாகவும் தெரியும். இவளது மேனியிலும் இருவகை நிறம் துலங்கிற்று; உருக்கிய நெய்போல ஒன்று; நாள் பட்டு இளங்கருமை கலந்த தேன்போல மற்றொன்று. பார்வையின் கோணத்திற்குத் தக்கவாறு மாறுபடும் இரசவாத மேனி அவனைச் சிலிர்க்க வைத்தது.

இடது உள்ளங்கையால் தலையின் பின்புறத்திலிருந்து பிடரி வரை இப்போது தடவிக் கொடுத்தான்; தலைமுடி அடங்கவில்லை. அந்த நிறவலையில் விழுந்த நேரமே தான் மீள முடியாமல் சிக்கிக் கொண்ட நேரம் என்று உணர்ந்தான். அந்த நேரத்தில்தான் இற்றது நெஞ்சம் எழுந்ததிருங்காதல் அற்றது மானம் அழிந்த நாண் என்று தோன்றியது. அத்துடன் ஓர் ஐயமும் கிளம்பிற்று. எழுந்ததிருங்காதல் என்பது சரிதானா? மற்றதெல்லாம் சரிதான்; இல்லையென்றால் அவளை அவன், கோவில் மாடுபோல, துரத்திக் கொண்டே சென்றிருக்க மாட்டான்; அப்படித் துரத்துவது அவனுடைய வழக்கமல்ல. ஆனால் அந்த நேரத்தில் எழுந்தது காதல்தான் என்று மனம் ஒப்புக்கொள்ளவில்லை. ஆணின் காதல், புலன்களில் தொடங்கி மனதில் முடிவதற்குச் செல்கின்றது; ஆனால் வேளைகளில் அது மனத்தை அடைவதில்லையென்று படித்தது நினைவிற்கு வந்தது. இம்மை முழுவதற்கும் அவளுடைய உறவு தேவை என்ற பிரச்சனை அப்போது எழவே இல்லை. அது இனக்கவர்ச்சி தூண்டிய பாலுணர்ச்சிதான்; பின்னால் ஒருவேளை முளைத்து வளர்ந்து மலரக்கூடிய வித்தாக இருக்கலாம்; ஆனால் இது நிச்சயமற்றது.

அவளுடன் வந்தவள் அவளுடைய தாயாகத்தான் இருக்கவேண்டும்; ஏனென்றால், இந்த நிகழ்ச்சியின் முடிவில் அவள் செய்ததை வேறு யாரும் செய்திருக்க முடியாது. அன்னை காட்டிய சைகைக்கேற்ப, அவள் வாசலுக்குச் சற்று தள்ளிச் சென்று ஒரு மூலையில் தனது செருப்பைக் கழற்றிவிட்டுத் திரும்பினாள். வார்பட்டு வெளுத்த கோலம் பாதத்தில் மிளிர்ந்தது. அப்படித்தான் தனது மனமும் இந்த அனுபவம் பட்டு வெளுத்ததாக நினைத்தான். ஆனால் இந்த வெளுப்பிலே கோலம் இது மிளிரவும் செய்யவில்லை. காலப்போக்கில் காற்றோட்டத்தில் மாறக்கூடிய வெளுப்பாக இது படவில்லை; மாறாக, நரைத்த முடியின் மீட்சியற்ற வெளுப்பாகப் பட்டது.

அவள் உயர்ந்து கிடந்த வாயிற்படியின் மீது வலக்கால் வைத்துக் கடந்தாள். அப்போது திருகிய இடையில் விழுந்தது அவனது நோக்கு. இடையின் நொய்மையைக் காண்பதற்குப் பின்னோக்கே சிறந்தது என்று விளங்கிற்று. பொய்யோவெனும் இடை என்று

அதைச் சொல்லமுடியாது; வேண்டுமானால் கொம்பவள் கொடி மருங்குல் எனலாம். மெல்லின மற்றும் இடையின அளபெடைகளே அவனை அவ்வுவமைக்குச் சம்மதிக்க வைக்க முயன்றன; ஆனால் அவனுக்கு முழுச்சமாதானம் இல்லை. இவர்க்கிடையேன் மனமே, வளரிள வஞ்சியன்றோ என்பதுதான் பொறுத்தமாகத் தோன்றிற்று. ஏனென்றால் தன் மனம்போலவே அதுவும், பெருகும் வனப்பெனும் கடலுள் ஆழ்வதாகவும் துணையிள வளமுலை சுமந்து வணங்கி நாள்தோறும் தேய்வதாகவும் தெரிந்தது.

இப்போது அவன் சன்னதித் தெருவுக்குள் நுழைந்துவிட்டான். யாரோ அவனை அழைத்தது போலிருந்தது. திடுக்கிட்டுப் பார்த்து இருந்த இடத்தை உணர்ந்து, செருப்பை முன்போலவே கடையில் விட்டுவிட்டு நகர்ந்தான். சில விநாடிகள் மனத்தில் வெறும் சூன்யமே நிறைத்தது. பிறகு, எவ்வளவு தெளிவான புலக்காட்சி விளக்கம் என்று வியந்து கொண்டான்.

கோவிலுக்குள் நுழையும் போது, எண்ணெய்ப் பிசுக்கும் கற்பூரமும் கலந்த நெடி இன்று நாசியில் ஏறிற்று; ஆனால் அன்று இது தெரியாதது மட்டுமல்ல, ஓர் இனிய மணமும் சூழ்ந்தபடி இருந்தது.

வாயிலுக்கு நேரே நன்றாக உள்ளே தள்ளி கிழக்கே நோக்கும் சுகவனேசுவரருக்கும் கோவிலுக்குள் நுழைகையில் வலப்புறத்தில் தெற்கே நோக்கும் ஸ்வர்ணாம்பிகைக்கும் தெரிவது போல, அவன் சற்றே தயங்கி நின்றது அவனுக்கு இப்போதும் தெரிந்தது. அவன் கொஞ்சதூரம் பின்தொடர்ந்ததை உணர்ந்து, யாரென்று அறிவதற்காகத் திரும்பிப் பார்க்கத்தான் தயங்கினாளா என்பது புரியவில்லை. ஏனென்றால் அவனது பின்தொடரலை அவள் அறிந்து கொண்டதாகவே காட்டிக்கொள்ளவில்லை. அவள் அதை அறியாமலே இருந்திருக்கலாம்; ஆனால் அவளால் ஒரு காந்தப் படலம் அவனைச் சூழ்ந்தது போல அவனால் ஒன்றும் ஏற்பட்டிருக்காதா என்ற கேள்வி அதை மறுத்தது. அன்று நடந்த நிகழ்ச்சித் தொடரைப் போலவே அதுவும் புதிராகத்தான் பட்டது.

அன்று அவளைப் பார்த்ததுதான்; அதற்குப் பிறகு அவளைப் பார்க்கவே இல்லை. அதற்குப்பிறகு கோவில் பக்கமே அவன் போகவில்லை என்றாலும்கூட, சேலத்திலிருந்த வரை, இங்குமங்குமாக நகரத் தெருக்களில் வலம் வந்தபோது எங்குமே அவள் கண்ணில் படவில்லை. இது அவனுக்குக் கொடுத்தது ஏக்கமா ஆறுதலா என்பதும் ஐயமாகவே இருந்தது. அந்த நிகழ்ச்சிக்குப்பின் அவளை அவன் காண விருப்பம் கொண்டானா என்றால் இல்லை

என்றுதான் சொல்லவேண்டும்; அதுமட்டுமல்ல வேறு எந்தப் பெண்ணைக் காணவும் விருப்பம் இல்லாமல் இருந்தது. என்றாலும் சில சமயங்களில் அவள் என்ன ஆனாள் என்ற கேள்வி கிளம்பும். அப்போதெல்லாம் மனம் வெடவெடவென்று நடுங்குவது போல் உணர்வான். இன்று கூட அவளை எதிர்பார்த்து வரவில்லை. ஒருக்கால் அவளும் இதே சமயத்தில் வந்து அவன் கண்ணில் பட்டால் என்ன நடக்கும் என்றும் அவனால் சொல்லமுடியாது. அவனாகப் பின்தொடர மாட்டான் என்பது மட்டும் உறுதி - அவள் குறிப்பால் தனது ஆசையை வெளியிட்டு அழைத்தால் ஒருவேளை அவன் அவளை மணந்துகொள்ள முயலலாம். ஆனால், உண்மை என்னவென்றால், அவன் அவளை எதிர்பார்க்காதது மட்டுமல்ல, அவளை இங்கே திரும்பவும் சந்திக்கவே விரும்பவில்லை. அன்றைய நிகழ்ச்சித் தொடரை புரிந்துகொள்ள வந்த இடத்தில் வேறு பல புரியாத புதிர்களை அவன் மனம் விடுவிக்க மறுத்தது. தலையைச் சற்றே இடவலமாய், இறுக்கும் கயிற்றைத் தளர்த்துபவன் போல அசைத்துக் கொண்டான்.

அவள் பிரகாரம் சுற்றிவர முன்னே சென்றாள். திரும்பிப் பார்க்காமலே, பூங்காற்றிலே தளும்பும் குளத்து நீர்போல அவளது சேலை விட்டுவிட்டு பளபளத்தது.

பெண்ணின் நடைக்கு அன்னம், மயில், பிடி என்று கவிஞர்கள் சொல்வது பொதுவாகப் பார்க்கும்போது சரியாக இருப்பதில்லை என்றாலும், இங்கொரு பெண்ணும் அங்கொரு பெண்ணும் அவர்கள் கூற்றை மெய்யாக்கி விடுகின்றனர் என்று நினைத்தான் கிரி. அவளது இயக்கத்தை நடை என்று சொல்வது சரியாகாது; அதைப் படர்தல் என்று குறிப்பது பொருந்தும்: விணை மீட்டலல்ல அது: வயலின் இழைப்பு அதைச் சுவைத்தபடியே பின்னால் சென்றான்.

அவள் அறுபத்து மூவரைப் பார்த்தபடி சென்றாள். அவனுக்கு நேரமாக ஆக அவளது முன்புறத்தைக் காணவேண்டும் என்ற ஆசை. பல முறை பின்புற அழகைக் கண்டு ஏமாறியது போல இம்முறை நடக்காது என்ற நம்பிக்கை. அந்த நம்பிக்கையை நிச்சயமாக்கிக்கொள்ளும் வேட்கை உந்தித்தள்ள வேகமாக நடந்து தென்மேற்கு மூலையிலுள்ள விநாயகர் கோவிலை அடைந்து மெதுவாகக் கும்பிட்டுவிட்டு, அதை வளைய வந்தான். அதைச் சுற்றி வருவற்கு முதலில் மேற்கே நடந்து, பிறகு வடக்கே சென்று, அதன் பின் கிழக்கே வரவேண்டும். அப்படி அவன் கிழக்கே வரும்போது அவள் மேற்கே வந்து கொண்டிருந்தாள் விநாயகரை நோக்கி.

அவளுடைய விழியைச் சந்திக்க தான் அஞ்சியது அவனுக்கு நினைவு வந்தது. வழக்கமாகவே இது அவனுக்குப் பிடிக்காது; அவன் எந்தப்

பெண்ணுடைய கண்ணையும் நேருக்கு நேராகப் பார்த்ததில்லை. நீர்ச்சுழல் தருகின்ற மயக்கத்தையும் சாவு வேட்கையினையும் விழிச்சுழல் தருவதாக அவனுக்கு ஒரு கருத்து. அதனால் முன்னால் பார்த்த உடனே, அவனது நம்பிக்கை நனவாயிற்று. அவனுக்கு மூச்சு தட்டியது.

கஜுராஹோ சிலை என்றோ தென்னாட்டுக் கோவிற்சிலை என்றோ சொல்ல இயலாது; காரணம், இவைகளுக்குக் கொழுமை அதிகம். மலை, கலசம், தாமரையெல்லாம் அவனுக்குச் சரியாகப்படவில்லை . உருவ அமைப்பைப் பார்க்கையில் இளநீரைவிடப் பனையே சிறப்பு. கோங்கின் அரும்பவள் முலையொக்கும் என்பது வடிவுக்குப் பொருந்தினால் அமைப்புக்குப் பொருந்தவில்லை. அவனுக்கு இப்போது சிரிப்பு வந்தது. ஏன் அவ்வளவு மயக்கம்? காம்புதான் மலரைக் கொடியுடன் இணைப்பது வழக்கம். ஆனால் இங்கு காம்புதான் மலரால் கொடியுடன் இணைக்கப் பெறுகின்றது. இந்தப் புதுமைதான் மயக்கத்திற்குக் காரணமோ என்று ஐயுற்றான். காரணம் உண்மையோ பொய்யோ, ஆனால் அவ்வுறுப்புகளின் கவர்ச்சி உண்மைதான் என்று முடிவு கட்டினான்.

அவளுடைய அவ்வுறுப்புக்களைச் சரியாக உணர்ந்து கொள்ள முடியாதது அவனுக்கு அதிருப்தியாகவே இருந்தது. இறுகிய வனப்பின் எழுச்சி எனலாம். எழுச்சி என்பது சரிதான்; மெதுவாய் நிமிர்ந்து பிறகு மெதுவாய்ச் சரியாமல், சட்டென்றெழுந்து சடக்கென விழுபவை அவை. ஒன்றென மயங்கும்படி எழில்கனிய வீங்கி ஈர்க்கிடை போகலாகாது எதிரெதிர் பனைந்து வீங்கி ஆகம் முழுவதும் கவராமல் இரண்டென விளங்கும்படி நிற்கும் தனிப்பெருமை பெற்றவை அவை; அசாதாரணமாக என்று சொல்லும்படியான ஆனால் குற்றமென்று சொல்ல முடியாத அளவு நீண்டு திரண்ட காம்பு கொண்டவை.

'பத்தி யிற்படு சாந்தணி வெம்முலை

சித்தி யிற்படு சிந்தையி னாரையும்

இத்தி சைப்படர் வித்திடு நீரவே"

என்றுதான் அவற்றின் இயல்பைக் கூறி வர்ணிக்கவேண்டும் என்று திருப்தியடைந்தான்.

அன்று போலவே இன்றும் வடக்கே திரும்பி சுப்பிரமணியர் கோவில் பக்கம் நடந்தான். இவ்வளவும் பார்த்த பிறகு, இத்தனையும் நினைத்த பிறகு, அவள் தன்னை தவறாக எடுத்துக்கொள்வாளோ என்ற நினைப்பில் நடந்தான். அவள் தவறாக எடுத்துக் கொள்ளவேண்டும்

என்பதுதான் இவ்வளவு நேரப் பிரச்சனை என்பது அவனுக்கு நினைவு வந்தபோது சிரிப்பாக இருந்தது. சில விநாடிகளே தடவிக் கொடுத்த பார்வை என்றாலும் அது அவனுக்கு எவ்வளவோ காட்டிக்கொடுத்தது. ஆனால் பார்வை ஊடுருவாத அவளது சேலை தடங்கலாக இருந்தது. கழுத்தை ஆர்வத்தோடு அணைத்துத் தொங்கிய சங்கிலி பாதி தெரிந்து, பாதி சேலைக்குள் மறைந்தது. மஞ்சள் கயிற்றுக்குப் பதிலாக மெல்லிய பொன்னிழையைப் பயன் படுத்துவதும் தாலிச் சரத்தைச் சோளிக்குள் பத்திரப்படுத்துவதும் மெட்டி அணியாத இன்றைய மகளிரின் வழக்கம்; அதனால் அவள் மணமானவளா இல்லையா என்று அவன் அறிய முடியவில்லை. மணமான ஒருத்தியின் செம்மையான செழிப்போ அல்லது வேறு சமயங்களில் தோன்றுவது போல ஏமாற்றம் ஏக்கமோ அவளிடம் தென்படவில்லை. மாறாக, கூடாத கனவொன்று காணும் விழிப்பே அங்கமெல்லாம் மிளிர்ந்தது. எனவே அவள் மணமாகா தவளாகத்தான் இருக்கவேண்டும்; கருவுருதல் என்னும் பயனுக்காக மாத மொரு முறை தயாரித்து, பயனின்றிக் கழித்ததன் விளைவாக ஒரு குறிப்பிட்ட சந்தத்தில் கருப்பையைத் தூய்மைப்படுத்தும் மணமாகாதவளாகத்தான் இருக்கவேண்டும் என்று ஊகித்தான். இந்த ஊகம் அவனுக்கு திருப்தியைத் தந்ததுபோல் இருந்தது; இந்தத் திருப்தி ஏனென்று கேட்டு அதை அலசி ஆராய விரும்பவில்லை அவன்.

முருகன் சன்னதியைச் சுற்றிக்கொண்டு உள்ளே நுழையும்போது, அவள் அவனிருந்த திசை நோக்கி வருவதைக் கண்டான். சற்றே அகன்று விரிந்த வாய்; சிறிதே புடைத்த இதழ்கள்; அவற்றில் ஈரங் கலந்த செவ்வொளி. அவன் பார்ப்பதை அவள் கண்டுகொண்டாளா? பற்கள் தெரியா சிறு விரிப்பு முறுவல்; அப்போது பிளந்த நெஞ்சாகத் தென்படும் வாய். அந்த முறுவலின் பொருளென்ன? இயல்பா அல்லது ஏளனமா அல்லது திருப்தியா என்று தெரிந்து கொள்ள ஆர்வம் ஊறியது. அதனால்தான், துணிவை இரு கண்களிலும் வாரி எடுத்துக்கொண்டு அவளுடைய விழிகளைச் சிலகணம் சந்தித்தான். அவள் தனது நெடுங்கண் எனும் குடங்கையால் கொண்டி கொண்டு அவனது வனப்பினைப் பருகுவது போல் உணர்ந்தான். இனம் புரியாத நிம்மதி ஒரே ஒரு கணந்தான்; பிறகு அதிக சலனம் - செவ்வரி பரவும் வெள்ளையில் பாவை பிறழப் பிறழ மின்னியது பொறுக்காமல், மருண்டு தனது பார்வையைச் சரித்தான்.

அவனது மருட்சியை அவள் உடனே உணர்ந்திருக்கவேண்டும். இல்லையென்றால் அவளது இதழ்கள் ஏன் சட்டென்று கனிந்த

மாதுளையைக் கீறி விரித்தது போல சிரிப்பில் பிரியவேண்டும்? குறுவெளி இடையிடையே கொண்ட நிரல் பிறழ்ந்த பற்களின் காந்தி ஏக்கத்தை ஊட்டியது. சீர் கலையாமல் தொடுக்கப்பெற்ற முத்துப் பற்களைவிட இவை அதிகமாய்க் கவர்ந்தன.

இப்போது முருகன் கோவிலுக்கு வெளியே நின்றிருந்த கிரி தனது பார்வையை வானில் நிறுத்தினான். அங்கே ஒளிக்கற்றைகளை வீசும் கெண்டை வடிவக் கண்கள் இரண்டு சுழன்று சுழன்று எரிந்தன.

அவள் பச்சைக்கொடி காட்டியது இருதலைக் காமமாக்கிற்று; என்றாலும் தான் அங்கே நிற்காமல் முருகன் சன்னதியை விட்டு வெளியே வந்தது காதல் என்ற பேச்சுக்கே இடமில்லாமல் செய்து விட்டதாக அவன் நினைத்தான். அங்கேயே நின்று, அடிக்கடி அவளைப் பார்த்து விழிகளால் பேசிப் பழகுவதை விட்டு ஓடிப் போனதைக் காரணமாகக் காட்டிக்கொண்டான். அவளை விரும்பவில்லையா, முடிந்தால் மணந்து கொள்ள விருப்பம் இல்லையா என்ற இரண்டு கேள்விகளுக்கும் இல்லை என்ற பதில்தான் சற்று தாமதமாகக் கிடைத்தது. என்றாலும் அவளது நினைவாகவே அங்கிருந்து மூலஸ்தானத்திற்குச் சோர்வு நடையில் சென்றான்.

அன்று அங்கே அதிகக் கும்பம் இல்லை. ஏதோ ஒரு முக்கியமான அபிஷேகத்திற்கு ஏற்பாடுகள் நடந்துகொண்டிருந்தன. சற்றைக்கெல்லாம் அவளும் வந்து எதிர்ப்புறம் நின்றாள். பின்னால் வந்த அவளுடைய அன்னை இமைக்காமல் தன்னைத் துளைத்ததை உணர்ந்தான். ஒரு கணம் தயக்கம்; அங்கிருந்து உடனே சென்று விடலாமா என்ற எண்ணம். ஆனால் அந்த நேரத்தில் அவள் அவனைப் பார்த்தது போல் இருந்தது.

ஏதோ ஒரு வேகத்தில் அவளது கால் முதல் முடிவரை நோட்டம் விட்டான்; இரண்டு முறை மனதிற்குள்ளாகவே அவளது ஆடையைக் களைந்ததாக இப்போது நினைத்தான். அந்தச் செயல் அவனுடைய கண்ணில் விழுந்திருக்க வேண்டும்; ஏனென்றால், இரண்டாவது நோட்டத்தில் அவளுடைய கண்கள் சந்தித்து மறைந்தபோது, அவை அவனை அதட்டுவது போல் தோன்றின; அவளுடைய முகமும் சற்று சிவந்தது போல் தெரிந்தது. அதற்குப்பிறகு நடந்தவை அவனுக்குச் சரியாக நினைவுக்கு வருவதில்லை. குறுகிய இருண்ட காலம் இடைப்படுகின்றது.

கடைசியில் பட்டது மட்டும் மிக நன்றாக நினைவுத்திரையில் விழுகிறது. அந்தக் கடைசி பட்டறிவு மட்டும் முழுமையாக

விளங்குகின்றதா என்றால், அதுவும் இல்லை. அது மட்டும் விளங்கிவிட்டால் மற்ற நிகழ்ச்சிகளின் சிக்கலும் விடுபட்டுவிடும் – அவைகளுக்குச் சிக்கலே இராது.

ஒரே வகை எண்ணச் சுழலில் சிக்கி, ஸ்வர்ணாம்பிகை சன்னதிக்கு நடந்தான். எல்லோரும் நடந்து வந்ததாகவே அவனுக்குத் தெரிந்தது. வழியில் மூச்சு ஆழ்ந்து விரைந்தது; இதயம் விரைந்து கனத்தது; முகம் திருகியது; விழி குறுகியது; நாசி விரிந்தது; மேனி தகித்தது; வேர்வை பனித்தது; எச்சில் சுரந்தது; தொண்டை அடைத்தது. அம்மனுக்கு முன்னால் நினைவின்றி நின்றது இப்போது தெரிந்தது. உடலில், அன்று போலவே இன்றும், சிறு நடுக்கம் தோன்றி முடிந்தது. அதற்குப் பிறகு நடந்ததுதான் முக்கியமானது; அதுதான் அன்றைய நிகழ்ச்சி இழைகளைச் சுருட்டிச் சிக்கலாக்குவது; இன்றைக்கும் தெரிவது; செவியில் படுவது.

அப்போது அவனுக்கு வாந்தி எடுக்க வேண்டும் போல் தோன்றிற்று. என்ன செய்யலாம் என்ற நினைப்பில் சுற்றும் முற்றும் பார்த்தது புலப்பட்டது. அப்படிப் பார்க்கையில், சற்றே பின்னால் சாய்ந்த அவளது தலையும் வெளுத்த முகமும் ஆழ்ந்த நீண்ட ஓசையற்ற பெருமூச்சும் தெரிந்தன.

அடுத்தது அருகில் வந்த பிறகு, அதை நினைத்துப் பார்க்கத் தயங்கினான் கிரி. இது வரையிலும் அவனுக்கு எந்தப் பலனும் கிடைக்கவில்லை. இத்தனை நாள் வரை இருந்த உறுத்தல் கொஞ்சங் கூட குறையவே இல்லை. கடைசியில் தைத்த முள்ளை எடுக்கமுடியும் என்பது வெறும் நப்பாசையாகத்தான் நின்று விடுமோ என்று அஞ்சினான் அவன். அது அவனுக்கு வரவேண்டிய ஒன்று; ஆனால் அது அவளுக்கு வந்தது. அவனுக்கு வரவேண்டியதை அவள் ஏற்றுக்கொண்டதுதான் உறுத்திக்கொண்டே இருந்தது. அது அவளை அடையாமல் தன்னை அடைந்திருந்தால் இந்த நிகழ்ச்சித் தொடர் சிக்கல் நீங்கி எளிமையாக, சாதாரணமாக, முனையற்ற முள்ளாக ஆகியிருக்கும். ஆனால் அது அவளைச் சார்ந்ததால் மிகக் கூரிய முனைபெற்று ஆழமாகத் தைத்துவிட்டது.

அவள் பட்டது, தான் மட்டும் பட்டிருந்தால் தன்னோடு போயிருக்கும்; ஆனால் இப்போது, தான் படாமல் அவள் பட்டதால், அது அவளோடு நிற்கவில்லை; பரிதியும் மதியும் பாம்பும் ஐங்கோளும் இரு நிலமும் சுருதியும் மருவிய முனிவர் கணங்களும் பட்டிருக்கவேண்டும் வறு மிகைப்பட நினைக்கத் தோன்றியது. தயக்கத்தை மிகுந்த பிரயாசையோடு நீக்கிவிட்டு, அவன் அவள் நின்ற இடத்தை நோக்கினான். அவள் தனது

இடக்கையின் வெளிப்புறத்தால் நெற்றியைத் துடைத்தாள். இறுதி நிகழ்ச்சி அவன் கண்ணில் விழுவதற்கு முன்னால், வெட்கச் சிவப்பு வர்ணத்தில் உதயமான பெருவட்ட நிலா வெடித்துச் சிதறியது.

சிதறியதைப் பார்த்ததும் தான் திடுக்கிட்டதன் முழுப் பொருளும் அப்போது புரியவில்லையென்றாலும் இப்போது தெளிவாகப் புரிந்தது. ஆனால் அடுத்த விநாடி அவளுடைய அன்னையைப் பார்க்கத் தூண்டியது எது என்று இன்னமும் புரியவில்லை. அந்த அன்னையோ ஒன்றுக்கு மாறாக, புருவத்துக்கடியில் இரண்டு நெற்றிக் கண்கள் கொண்டு இமைக்காமல் அவனைச் சுட்டுக் கொண்டிருந்தாள். அந்த சூட்டைப் பொறுக்க மாட்டாமல் தனது பார்வையைத் திரும்ப விரும்பியும் முடியாமல் தவித்தபோது அவளே அவனை விடுவித்து தனது மகனைப் பார்த்தாள். பார்த்தவள் முகம் எரிந்தது. அன்னையின் முகத்தை விட்டுப் பார்வையை நீக்கி மகளின் முகத்தில் பதித்தான். திருப்தி பூத்த அவள் முகத்தை, அன்னையின் தீக்கொழுந்து ஒன்று நீண்டு தீட்டித் தணிந்தது.

இப்போதும் கேட்டது சப்தம்.

(ப.சாமி என்னும் பெயரில் எழுதியுள்ளார்)

மனித பிரம்மம்

தமிழ் நாடன்

ஓ!

அந்த நாள் இன்னும் எல்லோரது கவனத்திலேயும் பசுமையாக இருக்கிறது. அது கி.பி.2075ஆம் ஆண்டு ஜனவரி மாதம் முதல் நாள்.

உலகில் இருக்கிற அத்தனை பேரின் மனத்தையும் சில்லிட வைத்த நாள் அது. நூற்றுக்கணக்கான அறிவியல் விற்பன்னர்களைத் திக்கு முக்காடச் செய்துவிட்டதும் அந்த நாள்தான்.

அன்று நள்ளிரவில் மிக அவலமான மோனத்துடனும் பரிதாபத்துடனும் அந்த செய்தி வெளியிடப்பட்டது.

டாக்டர் மோகன் அவர்கள் கண்டுபிடித்த செயற்கை மனிதன் திடீரென்று...

அதை அந்த நொடியிலேயே அறிந்தவர்கள் குறைவான பேர்கள்தான் என்றாலும் அனைவரும் உலகமே பொடித்துப் போனதுபோல உணர்ந்தார்கள். ஒரு சிலர் தங்கள் உயிரே போனது போல மன உலைச்சல் கொண்டார்கள். பல இடங்களிலும் பலவாறாக விவாதங்கள்.

அந்த டாக்டர் எத்தனை கஷ்டப்பட்டு எத்தனை நாள் முயற்சியிலே அவனை உருவாக்கினார். செய்றகை ரத்தமும், செயற்கை திசுக்களும் உண்டாக்குவதுதான் விஞ்ஞான உலகின் ஜாம்பவ காரியம் என்றிருந்த காலம் போக அவர் செயற்கை உயரிணுக்களையும், கருவணுவையும் கண்டுபிடித்து, அவற்றை ஒரு அடைப்பிற்குள் வைத்து வளர்த்து அதை ஒரு நாள் உலக விஞ்ஞானிகள் முன்னிலையில் ஒரு ஆண் குழந்தைகயாக வெளிக்கொணர்ந்தபோது -

இந்த பிரபஞ்சமே தன் இதயத்தின் மேல் கை வைத்துப் பார்த்துக் கொண்டது.

அந்த மனிதன் - மனிதன் என்றா சொன்னேன் - இல்லை பதினெட்டு வயது வாலிபன் - பெயர் பீஸ் (*Peace*) - இது பிரபஞ்சம்

ஒப்புக் கொண்டுவிட்ட பெயர் - எத்தனை அழகாக இருந்தான்!

அந்திவானம் போல செக்கச் செவேலென நிறம். நீலம் பாய்ந்த விழிகளில் இரண்டு சமுத்திரங்கள் அடங்கிக் கிடப்பது போல் அப்படியொரு பார்வை. ஆர்டிக் பனித்திரனின் நிறத்தைக் காட்டிலும் பளபளக்கிற வெள்ளை முடி -

உடல் ஒரு மக்கள் கலைஞனின் கைபட்ட செம்பளிங்குச் சிலைபோல் உருண்டு திரண்டு வளர்த்துவிட்டிருந்தது. அவன் நன்றாக ஓடினான், ஆடினான். பாடினான். இசைக்குத் தகுந்தாற்போல அபிநயம் பிடிப்பதிலே சமர்த்தாக இருந்தான். டாக்டர்களும் அவர்களின் துணைவர்களும் சொல்லிக் கொடுப்பது எல்லாவற்றையும் திரும்பச் செய்தான்.

அவனுக்கு உலகின் தலைசிறந்த மொழிகள் கற்பிக்கப்பட்டன. அவனால் உலகின் எந்த மொழியிலும் செய்தியை வெளியிட முடியும். அவனுக்கென்று பிரத்தியேகமாக தானியங்கு மொழிபெயர்ப்பு இயந்திரங்கள் இருந்தன.

அவனுக்கு ஆண்டுதோறும் ஒரு மில்லியன் பவுண்ட் செலவிடலாம் என்று உலக அரசும் யூனிவர்சல் பேங்கும் ஒப்புதல் வழங்கி இருந்தன.

ஏறத்தாழ ஒரு மாதத்திற்கு முன்புதான் இந்த பிரபஞ்சமே கோலாகலம் பூண்டிருந்தது. பூமி அதுவரை அப்படி ஒரு மகோன்னத அலங்காரத்தை அனுபவித்ததில்லை. குடியேற்றப் பகுதிகளான சந்திரனிலும் புதனிலும்கூட விழாச் சிறப்பின் சுகந்தம். உலக அரசாங்கத்தின் எல்லா ஸ்டேட்டுகளும் மன ஒருமையோடு அவனது பதினெட்டாம் ஆண்டு நிறைவு விழாவைக் கொண்டாடின, மனித இயல் அறிஞர்கள் இது மனித வரலாற்றின் வைரகாலம் என்றனர்.

உயிரியல் அறிஞர்கள் எங்களால் எதுவும் முடியும் என்று பெருமிதப்பட்டார்கள்.

அவன் பிரபஞ்சக் குடிமகனாகப் பிரகடனப்படுத்தப்பட்டான். பூ உலகிலும் மதி ஊரிலும் - இன்னும் இருக்கிற குடியேற்றப் பகுதிகள் யாவற்றிலுமிருக்கிற ஒவ்வொரு உயிரிக்கும் அவன் மகன்தான். அவன் அப்பா என்று யாரையும் அழைத்துக் கொள்ள முடியாது. என்றாலும் அவன் அனைவருக்கும் மகன் ஆக இருக்கும்படி ஆயிற்று.

அவன் எங்கும் போகவோ வரவோ எல்லாவித உரிமைகளும் வழங்கப்பட்டன. மோனோ ரயிலிலிருந்து ஏரோஷிப் வரை அவனுக்குக் கட்டணம் ஏதுமில்லை - கண்டம் விட்டுக் கண்டம் போகிறபோது கூட பாஸ்போர்ட் விசா என்கிற கழுத்தறுப்பு அவனை அணுகாது.

அவனது வலப்புற நெஞ்சில் போடப்பட்டிருக்கிற Ψ இந்த சின்னம் எவ்விடத்திலிருக்கிற அறிஞர்களுக்கும், அதிகாரிகளுக்கும் மற்றவர்களுக்கும் அவன் இன்னார் என்று அடையாளம் சொன்னது.

எல்லா மாநிலக் குடியரசிலும் அவன் ஓட்டுப் போடலாம். எதைப் பற்றியும் எந்தவிதக் கருத்தையும் எடுத்துரைக்கலாம். ஆனால் அவனின் எண்ணங்கள் எந்த நிலையிலும் தீவிரமான பரிசீலனைக்கு ஆட்படுத்தப்படும்.

உலகின் ஏகபோக இளவரசன் அவன். எல்லா வகையான சுதந்திரத்தையும் பிரபஞ்சம் அவனுக்கு வழங்கி மகிழ்ந்தது. பெருமைப்படுத்திற்று.

அவனின் ஒவ்வொரு அசைவும் பேச்சும் அளந்தறியப்பட்டு ஆராயப்பட்டன. இந்த ஆராய்ச்சி வரன்முறைகளே அவனுக்குத் தளைகள். சொல்லப்போனால் முத்து மண்டபத்துத் தங்கக் கூண்டின் ரத்தனக்கிளி அவன்..

* ஒரு நாள்

டாக்டர் மோகன் தன் தாயைக் காணவும் - இந்திய அரசு கொடுக்கவிருக்கிற கௌரவரப்பட்டத்தைப் பெறவும் இந்தியாவுக்குப் புறப்பட்டிருந்தார். பயணத்தில் இருந்தார் என்றாலும் அவரது சிந்தனை அவர்தம் ஆய்வகத்திலேயே அழுந்திக் கிடந்தது.

அவர் ஒருவருக்கே அந்தப் பையனின் நிறையும் குறையும் தெரியும். அவர் தான் அவனை உண்டாக்கினார் என்ற போதும் அவனது ஒரு சில அதிசயமான மாறுபாடுகளும் குணங்களும் அவரைக் கவலையில் ஆழ்த்தியிருந்தன.

அந்த வெள்ளை முடி- அழுத்தமான விழி நீலம் - சமயா - சமயத்தில் அவனுக்கேற்பட்டு விடுகிற மனக் கொந்தளிப்பு குறித்த சில செயல்களில் அவனது அதீத சோர்வு இவையெல்லாம் அவர்முன் பெரிய பிரச்சனைகள். அவனுக்குத் தன்னைப்போல பிரதிகளைப் படைக்கிற சக்தி இருக்கிறதா என்று இன்னும் தீர்க்கமாக நிர்ணயிக்க முடியவில்லை. அப்படியான உணர்வுகள் கிளர்ந்தெழ நேரினும் அவனால் இவ்வுலகப் பெண்மகள் யாருக்கேனும் அல்லது இன்னொரு பிரளய முயற்சி எடுத்துக் கொண்டு அரிதாகப் படைக்க நேரிடுகிற செயற்கைப் பெண்ணுக்கேனும் முழுமையான இன்பம் தரமுடியுமா என்றெல்லாம் விவாதங்கள் அவர் நெஞ்சில்.

அவர் அந்தப் புதிர்களுக்குக் காரணத்தைக் கண்டுபிடித்தாக வேண்டும். அதற்குப் பின்னால் அவற்றை சரி செய்ய வழிமுறைகளை ஆராயவும் வேண்டும்.

டாக்டர் மோகன் இத்தனை விவகாரங்களோடு அலைமோதிக் கொண்டு பயணம் செய்து கொண்டிருக்கிற போது--

அங்கே...

நூற்றுக்கணக்கான ஏக்கர் பரப்பில் அமைந்த அவரின் அருமையான ஆய்வுக்கூடம் - கூடத்தின் வலப்புறம் அவரின் படைப்பு வசிக்கிற, வாழ்கிற அவன் சோதனையில் ஆட்படுத்தப்படுகிற கட்டடம் - அதன் எதிர்தரப்பிலே வரிசையாய் அமைந்த டாக்டர், ஆய்வாளர், அவரின் துணைவர்கள் இல்லங்கள் - அவற்றுக்குப் பின்னால் அழகுத் தோட்டம் - அதற்கும் பின்னாலே பெரிய பரந்த புல்தரை...

பாக்டர் மோகனின் துணைவர்கள் தம் வேலையில் கவனமாக இருந்தனர். டாக்டர் இராம்சே தன் குறிப்புப் புத்தகத்தை எடுத்துக் ' - கொண்டு கண்காணிப்புப் பணிக்குப் புறப்பட்டுக் கொண்டிருந்தார்.

அறிஞர் ஆராய்ச்சியாளர் என்றாலும் அவர்களும் மனிதர்கள்தானே! - மிஸ்டர் விஷிங்ஸ்டன் அங்கு ஒரு நடுத்தரப் பணியாளர் - காலாகாலம் தெரியாத அவசரக் குடுக்கை, இடமும் பொருளும் தெரியாத ஒரு அசட்டுத் துணிச்சல்காரர்.

அவர் அலுவலகத் துணைப் பணியாளர் செல்வி ரோசலினாவை இழுத்தணைத்து முத்தங் கொடுத்துக்கொண்டு இருந்தார்.

தன் அறைக்குள்ளே உலவி வந்த பீஸ், கண்ணாடிச் சுவற்றுக்கு ஊடாக அதைப் பார்க்க நேரிட்டது.

பிறர் செய்வதைப் பார்த்து அதைப் போலவே செய்து பழகிவிட்ட அவனுக்கு அந்த நிகழ்ச்சி புதிய உணர்வை மூட்டிவிட்டது. தன்னுடன் இப்படி நெருங்கி விளையாட ஒருவருமில்லையே என்கிற புதிய ஏக்கம் அவனது விழிகளில் அலையலாயின.

எதிரே இருந்த குடியிருப்புப் பகுதிகளில் அவன் கண்கள் பாய்ந்தன.

அந்த நேரம்: டாக்டர் மோகனின் ஒரே அருமை மகள் வள்ளி, 13 வயது பொன்மலர் தன் இல்லத்து வெளியே அந்திப் பூக்களின் அழகிலே மனதைப் பறிகொடுத்து நின்று கொண்டிருந்தாள். அவளின் அன்புத் தாயும் வாயில்படியில் நின்று மகளின் வனப்பையும் மலரின் வனப்பையும் எடை போடுகிறாற்போல பார்த்துக் கொண்டிருந்தார்.

இனம் கண்டு சொல்லமுடியாத உணர்வால் தூண்டப்பட்ட 'பீஸ்' மிக விரைவாக வெளியே வந்தான். நேரே வள்ளியின் அருகிலே போய் அவளைக் கட்டித் தழுவி - அப்படியே தன் இருப்பிட அறைக்குத் தூக்கிக் கொண்டு வந்தான்.

கோடிப் பொன்னினும் மேலான செல்வத்தைப் பெற்ற தாயின் இதயத்தை ஒரு கொடிய மிருகம் தன் கூரிய நகங்களால் கிழித்துப் போடுவதைப் போன்றிருந்தது.

பெற்ற மனம் திகைப்போடு பொடித்து சிதறிக் கொண்டிருந்தது. நிகழ்வை யாராலும் தடுக்கக்கூடிய சமயமாக அது இல்லை.

இளைஞன் பீஸ் தன் அறைக்கதவை வேகமாக உள்ளேத் தள்ளித் திரும்ப, அங்கு நடந்த சிறு கலவரத்தாலே அங்கிருந்த அணுமின் குழல் ஒன்று திடீரென்று உடைந்து வெடிக்க - அவ்வழகு மலரும் அவனும் கதிர்வீச்சில் சிக்கினர்.

ஐயோ... ஒரு சில நிமிடங்களிலே இந்த பிரபஞ்சத்தின் சரித்திரத்தில் விசித்திரமாக ஆக்கப்பட்டிருந்த அந்த அமானுஷ்யப் படைப்பு எவ்வித மேல் தொடரும் ஆராய்ச்சிக்கும் இடம் வைக்காமல் சாம்பலாகிப் போனது.

ஊஉ

விடை பெறாமல் ஒரு பயணம்

சேலம் பா. அன்பரசு

அன்று ஞாயிற்றுக் கிழமை, பகல் உணவை முடித்துக் கொண்டு கை கழுவி ஈரம் ஆறவில்லை. அந்த சாவுச் செய்தியை ஒரு ஆள் மூலமாகச் சொல்லி அனுப்பியிருந்தார்கள். இறந்தவர் எனது தூரத்து உறவுக்காரப் பையனான அசோகனின் அப்பா.

அசோகனின் அப்பாவுடைய சாவினால் யாருக்கும் நட்டம் எதுவும் இல்லை என்றாலும் கூட அவர் இறந்த முறை பிறருக்கு ஏற்பட்டு விடக் கூடாது. அவர் இறப்பதற்கு மூன்று நாட்களுக்கு முன், ஒரு திருமணத்திற்குப் போயிருந்தபோது நான் அவரைப் பார்த்தேனே!

நான் யார் என்பதையும் முன்பின் பழக்கம் இல்லாதவள் என்பதையும் அறிந்திருந்தும் என்னிடம் அவர் வந்து, “காப்பி குடிக்கணும் காசிருந்தால் கொடுத்திட்டுப் போ” என்று கேட்டபோது இவ்வளவு சீக்கிரம் அவர் இறந்து போவார் என்பது யாருக்குத் தெரியும்?

நானும் ஐந்து ரூபாய் நாணயம் ஒன்றை அவரிடம் கொடுத்துவிட்டு வந்தேனே. சரி சரி... பழைய நினைவுகளில் மிதப்பதால் இறந்தவர் உயிருடனா எழுந்து வந்து விடப் போகிறார்? வீட்டிற்குப் போய் தலையைக் காட்ட வேண்டுமே. புறப்படும் நேரத்தில் அக்கம் பக்கத்தில் இருந்தவர்களிடம் வேறு விதமாகப் பேச்சு அடிபட்டது.

“பெரியவரு கலியாணத்துக்குப் போனவருதானாம் மறுபடியும் ஊடுவந்து சேரலியாம். தடத்துலே எங்கயோ செத்து கெடந்திருக்காரு”

“அவருக்கு ஏற்கனவே நியாபக மறதி வியாதி இருந்ததுன்னாங்களே.. அவரை ஏன் தனியா வெளியே விட்டாங்க?”

"அந்த விசயம் எல்லாருக்கும் தெரிஞ்சிருக்கு... பாவம் அவுங்க என்னா செய்வாங்க? அவர ஒரு பக்கமா ஒக்காரச் சொல்லிட்டு அவரோட சம்சாரம், மவன், மருமக - எல்லாரும் சாப்பிட்டுக்கிட்டு இருக்கறப்ப கலியாண மண்டபத்திலேருந்து வெளியே கிளம்பியிருக்காரு...

“ஆமா... எங்கிருந்து புறப்பட்டாருன்றதை மறந்துட்டு திரும்பிவர வழியையும் மறந்துட்டு திசைமாறி வேறு வழியிலே போயிருக்காரு.... வெயில் காலமா இருக்கிறதுனாலே ரோட்டுலேயே மயக்கம் போட்டு விழுந்திருக்காரு”

“மனுஷன் ஏற்கனவே நோஞ்சான்... பொசுக்குணு உசிரு போயிடுச்சு...”

“இப்போ பொணம் பெரிய ஆஸ்பத்திரியிலே அறுக்கிற ரூம்லே போட்டிருக்கிறாங்களாம்”

“வீட்டிலேயே அடைந்து கிடக்கும் பெண்களுக்கு இவ்வளவு தகவல்கள் எங்கிருந்து தான் கிடைக்குமோ என்று எண்ணியபடியே எனது இருசக்கர வாகனத்தில் ஏறி பெரிய ஆஸ்பத்திரியின் சவப்பரிசோதனை அறையை நோக்கிப் பயணமானேன்.

பெரியவரின் உடல் சவப்பரிசோதனை செய்யப்பட்டு அப்போது அவரது வீட்டார் சேலம் அம்மாப் பேட்டையிலிருக்கும் சுடுகாட்டிற்குக் கொண்டு போய் விட்டார்கள் என்பது தெரிய வந்தது.

நான் அந்த சுடுகாட்டை அடையும் போது பெரியவரின் உடல் அடக்கம் செய்யவில்லை. முகம்மட்டும் விடப்பட்டு உடல் முழுவதும் வெள்ளைத் துணியால் கட்டப்பட்டுத் தரையில் கிடத்தப் பட்டிருந்தது. பெரியவரின் முகம் அடுப்புக்கரியின் நிறத்திற்கு மாறியிருந்தது.

செயல் இழந்த அவருடைய கைகளில் ஒன்றுதானே என்னிடம் ஐந்து ரூபாயைக் கேட்டு வாங்கியது. வாங்கிய காசுக்குக் காப்பி சாப்பிட்டாரோ இல்லையோ.

பெரியவரின் மகன் அசோகனிடம் எனது வழக்கமான விசாரிப்பு, “அசோகா, அப்பா இவ்வளவு சீக்கிரம் போவார்னு யாரும் எதிர்பார்க்கல்லே. இன்னும் கொஞ்ச நாள்...” வாயிலிருந்து வந்த அனுதாபச் சொற்கள்.

“போன வெள்ளிக் கிழமை கலியாணத்துக்கும் போயிருந்தப்போ அவருக்கு யாரோ காப்பிக்காக அஞ்சு ரூவா தந்திருக்காங்க. அப்பாவைச் சாப்பிட வச்சுட்டு ஒரு பக்கம் ஒக்காரவச்சுட்டு நாங்க சாப்பிட்டு வரதுக்குள்ளே ஆளைக் காணோம்” (நான் குற்றம் புரிந்து விட்டேனா?)

அப்படியா?

“ஆமாங்க, மண்டபத்திலே இருந்தவங்களை விசாரிச்சப்போ, அவரு காப்பி சாப்பிட ரோடிலே நடந்து போனதா சொன்னாங்க.. அவருக்கு நியாபக மறதி வியாதி இருந்தது எங்களுக்கு தான் தெரியும்.”

“அடப் பாவமே”

இருவரும் பேசிக் கொண்டிருக்கும் போதே அசோகனின் தம்பி அங்கு வந்து சேர்ந்தார். நடந்து முடிந்த நிகழ்வுகளை அவர் தொடர்ந்தார். “அப்பா கீழே விழுந்திருக்காரு. அவ்வளவுதான் பேச்சு மூச்சு இல்லாததாலே அக்கம் பக்கம் இருந்தவங்க அந்த ஏரியா போலீசுக்கு தகவல் தந்திருக்காங்க”

“அப்புறம்?”

“அப்புறம் போலீஸ் பெரிய ஆஸ்பத்திரியிலே பொணத்தை ஒப்படைச்சி சவப்பரிசோதனைக்கு ஏற்பாடு செஞ்சுட்டாங்க”

தம்பி விட்ட இடத்திலிருந்து அண்ணன் அசோகன் தொடர்ந்தார்.

“வெளியே போன அப்பா திரும்ப வராததினாலே நாங்க ஆளாளுக்கு ஒரு பக்கமா தேட ஆரம்பிச்சோம். பொணத்தின் முகத்தோட போலீஸ் வெளியிட்டிருந்த பேப்பர் விளம்பரத்தைப் பார்த்துட்டு எல்லாரும் போலீஸ் ஸ்டேசனுக்கு ஓடினோம்”

அசோகனின் தம்பி தொடந்தார். “பொணம் ஆஸ்பத்திரியிலே இருந்தாலும் அதை எடுத்துவர போலீசாரின் அனுமதி தேவையாயிருந்தது”

அன்று ஞாயிற்றுக் கிழமை என்பதாலும் உறவினர்கள் வீட்டைவிட்டு வெவ்வேறு இடங்களுக்குப் போயிருந்தாலும் அவர்கள் அங்கு வந்து சேருவதில் தாமதம் ஆயிற்று போலும்.

சவ அடக்கத்திற்காக வந்து சேரவேண்டியவர்கள் உரிய நேரத்தில் வந்து சேராததால் மகன்களுடன் பெரியவரைப் பற்றி பேச போதிய அவகாசம் கிடைத்தது.

“ஏன்யா பெத்த அப்பனுக்குச் சோறு போட முடியாம ஊட்டை உட்டுத் துரத்திட்டீங்களா? இந்தக் காரணத்தைக் காட்டி ஒங்க மேலே கேஸ் போட முடியும் எங்களாலே.” போலீஸ்காரர்களிடம் வாங்கிக் கட்டிக் கொண்டதை அசோகனும் அவரது தம்பியும் சொல்லி முடித்தார்கள்.

சவ அடக்கம் செய்யக் காலதாமதம் ஆகும் போல் இருந்ததால் நான் சொல்லிக் கொள்ளாமல் அங்கிருந்து புறப்பட்டேன்.

புறப்பட்டு வரும்போது பிணத்தின் நெற்றியைப் பார்த்தேன். அதன் நெற்றியில் ஐந்து ரூபாய் நாணயம் ஒன்றை யாரோ பதித்து வைத்திருந்தார்கள். பெரியவருக்கு நான் கொடுத்தது நாணயம் ஒன்றைப் பதித்து வைப்பது சில குடும்பங்களில் வழக்கமாக இருந்து வருகிறது அல்லவா?

எனது மன உந்துதல் என்ன தெரியுமா? என்னிடமிருந்து பெரியவர் காப்பிக்காக வாங்கிய ஐந்து ரூபாய்தான் பெரியவரை சாவின் விளிம்புக்கு அழைத்துச் சென்றிருக்குமோ என்பது தான்.

☙❧

எவன் எங்கும் பற்றிலனாய்

மகரிஷி

மங்கிய நிலவொளி!

ஒருவித சடை மாட்டின் ரோமத்தினாலும் அதன் தோலினாலும் அமைக்கப் பட்டிருந்த கூடாரம் அது. வேங்கடராமன் தான் படித்துக் கொண்டிருந்த யாத்திரை சம்பந்தமான புத்தகத்தை அருகில் மூடி வைத்தபோது அவனுடைய செவியில் கூடாரத்துக்கு வெளியிலிருந்து ஒலித்த வயலினின் இனிய நாத அலை வந்து மோதியது..

கூடாரத்துக்கு வெளியே உட்கார்ந்து பிரபாகர்தான் அதை வாசிப்பது.

வெறும் காலுறையோடு மட்டுமிருந்த பாதத்தை அருகில் கிடந்த பூட்ஸுக்குள் நுழைத்துக் கொண்டு எழுந்து வெளியே வந்தான். சுரீரெனப் பனிக் காற்று முகத்தைக் குத்தியது. இந்த அபூர்வமான இயற்கை வெளியிலே இவர் வாசிப்பு எவ்வளவு இனிமையாக இருக்கிறது. எங்கு திரும்பினாலும் மலைக் குன்றுகள். எதிரேயும் அருகேயும் எங்கிலும் குறுக்கு நெடுக்காக ஓடும் நதிகள். கூடாரத்தை ஒட்டி ஆற்றோரங்களில், நிமிர்ந்து நிற்கும் தேவதாரு போன்ற மரங்கள். இந்தப் பிரபஞ்சமே இயற்கையழகும் நாத அலைகளும் கொண்ட ஒரு கலப்புத்தானோ என்று எண்ணுமளவுக்கு இருந்தது.

வெளித் தாழ்வாரத்தில் பிரபாகர் வயலின் வாசித்துக் கொண்டிருந்தான். ஆட்டு ரோமத்தினால் நெய்யப்பட்டிருந்த கனமான கம்பளிச் சால்வையை இழுத்துப் போர்த்திக் கொண்டே பேராசிரியர் பிரபாகர் அருகில் வந்து நின்றான் வேங்கடராமன்,

தடிமனான உல்லன் சட்டை அணிந்து, தலைக்கு மஃப்ளரை இறுகக் கட்டிக் கொண்டு விடுதிச் சார்ப்பின் மரத் தூணில் சாய்ந்தவண்ணம் எதிரே தெரியும் கயிலை மலையில், பார்வையை லயிக்க விட்டுக் கொண்டு ராகலயத்துடன் அமர்ந்திருந்தான் பிரபாகர்.

“குளிரவில்லையா உங்களுக்கு?””

பிரபாகரிடமிருந்து பதிலே இல்லை. கேள்வியைக் காதில் வாங்கிக் கொண்டதற்கு அடையாளமாகப் புன்னகை மட்டும் செய்தான்.

“இந்தப் பனியிலும் குளிரிலும் இப்படி வெளியே உட்கார்ந்து கொண்டு வாசிக்கிறீர்களே!

வயலின் கம்பி மேல் சுறுசுறுப்புடன் ஓடிக் கொண்டிருந்த ‘போ’வை எடுத்தான் பிரபாகர்.

ஒலி நின்றது.

“ராக லயத்தில் குளிர் எங்கே தெரிகிறது?” என்று சொல்லிக் கொண்டே பிடிலை அருகில் வைத்து விட்டுக் கைவிரல்களை ஒன்றுக்குள் ஒன்றைக் கோத்து நெட்டி முறித்தான்.

பிரபாகரனுக்கு அருகில் இருந்து பிடிலையும், அதன் - ‘போ’வையும் கையில் எடுத்துக் கொண்டான் வேங்கடராமன்.

“வாருங்கள். உள்ளே போகலாம். இரண்டு நாட்களாகப் பனிக் காற்று ரொம்ப வேகமாக வீசுகிறது. இக்காற்று இங்கே நிரந்தரமாகத் தங்கியிருப்பவர்களுக்கே ஒத்துக் கொள்வதில்லையாம். யாத்திரைக்காக வந்த நமக்கு இது ஒத்துக் கொள்ளாது.”

வேங்கட்ராமனின் முழங்கையைப் பற்றிக் கொண்டு பிரபாகர் எழுந்தான். வெளியே கூடாரத்தின் சார்ப்பில் தொங்கிக் கொண்டிருந்த கரியேறிய விளக்குடன் இருவரும் கூடாரத்தினுள் வந்துவிட்டனர். பனி மழையில் சடை மாட்டு ரோமத்தால் வேயப்பட்டிருந்த கூடாரத்தின் ஈர நெடி அவ்வளவு எளிதில் கிரகிக்கக் கூடியதாக இல்லை.

தன்னைப் போலப் பேராசிரியர் பிரபாகர் குளிரால் அவ்வளவு அதிகம் பாதிக்கப்படாததைக் கண்டு வேங்கட ராமன் தனக்குள் வியந்து கொண்டான்.

நல்ல கட்டுமானமான தேகி. எதையும் தாங்கிக் கொள்ளும் உடம்பு வாகு. முகமும், உடம்பும், கைகளும், கால்களும் அந்த வளர்ச்சியோடு ஒத்திருந்தன. ஒரு தீவிர பிரும்மச்சாரியின் சாயல் கண்களிலே, காலுறை கூட அணியாமல் கம்பளி உடையோடு மட்டும் நின்று கொண்டிருந்தான் பிரபாகர்.

வேங்கடராமனுக்குக் கைலாய யாத்திரையின் நடுவில் சேர்ந்த வழித்துணை பேராசிரியர் பிரபாகர். வெவ்வேறு திசைகளினின்று யாத்திரை புறப்பட்ட இவர்களை மொழி இணைத்துவிட்டது. இருவரும் தமிழர்கள். வேங்கடராமன் ஒரு மத ஸ்தாபனத்தின் இளம் தலைவர். அந்த ஸ்தாபனம்

இரண்டாண்டுகளுக்கு ஒரு தடவை இப்படி அதன் புதிய தலைவர்களைக் கைலாய யாத்திரைக்குப் போகப் போதிய வசதிகளைச் செய்து கொடுத்து அனுப்புகிறது.

இந்தக் கைலாய யாத்திரையில் பேராசிரியர் பிரபாகரின் நடவடிக்கைகள் ஒவ்வொன்றையும் அருகிலிருந்து கவனித்து வருவதால் அவனிடம் ஒரு தீவிரமான பிடிப்பு - விழுந்து விட்டது வேங்கடராமனுக்கு.

"அங்கே இருளில் எதைத் தேடுகிறீர்கள்?"

கூடாரத்தின் சாளரத்தின் வழியே இருள் வெளியில் எதையோ பார்த்துக் கொண்டு நின்ற பிரபாகரனைப் பார்த்துக் கேட்டான் வேங்கடராமன்.

திரும்பிய நிலையிலேயே பிரபாகரன் சிரித்ததால் அவன் உடம்பு ஒரு முறை குலுங்கியது.

வெளிச்சத்திலேயே நம்மால் எதையும் தெரிந்து - கொள்ள முடியவில்லையே, இருளில் என்ன தெரியப் போகிறது?"

"இப்போது வாசித்தீர்களே, பிருந்தாவன சாரங்கா - ராகம், இதை அடிக்கடி நீங்கள் வாசிக்கிறீர்களே. உங்களுக்குப் பிடித்தமான ராகமோ இது?"

"என்னுடைய அக்காவுக்குப் பிடித்தமான ராகம். இந்த யாத்திரையில் அவள் நினைவு அடிக்கடி வருகிறது. அவள் நினைவு வரும்போதெல்லாம் வாசிக்கிறேன்" என்றவன், "உங்களுக்கு வியப்பாக இருக்கிறது இல்லையா? என் அக்கா என்றவுடன் என் உடம்பு சிலிர்க்கிறது வேங்கடராமன். அவள் அப்படிப்பட்டவள். அவள் மற்ற பெண்களைப் போல் சாதாரண மனோ பாவங்களோடு அலைமோதுகிற பெண் அல்ல. அசாதாரணமானவள். சுருங்கச் சொன்னால் சம்சாரத் துறவி"

அவர்கள் கூடாரம் ஒரு நதிக்கரையில் கொஞ்சம் - தள்ளி உள்ளே இருந்ததால் இரவு அதன் சத்தம் கேட்டுக் கொண்டேயிருந்தது.

வேங்கடராமன் பிரபாகரனின் முதுகையே பார்த்துக் கொண்டிருந்தான். தொடர்ந்து பிரபாகரிடமிருந்து இன்னும் நிறைய விஷயங்களைக் கேட்கும் ஆர்வம் அவன் பார்வையில் இருந்ததை அதே நிலையில் நின்று கொண்டிருந்த பிரபாகர் திரும்பிப் பார்த்த போது புரிந்து கொண்டான்.

"சுவாரசியமாகவே இருக்கும். கேட்கிறீர்களா?" என்றான் பிரபாகர்.

"எனக்குச் சுவாரசியம் கூடத் தேவையில்லை . அதில் ஆழமிருக்கும்

போலத் தோன்றுகிறது. அதனால் தான் கேட்க வேண்டும் என்ற ஆர்வம்!”

“ஆழம் நிறைய உண்டு. அற்புதமான மனோபாவமொன்றை நீங்கள் தெரிந்து கொள்ளலாம்” என்று கூறிய பிரபாகரன் எந்தவித முன்னுரையும் இல்லாமல் கதையைத் தொடங்கி விட்டான்.

வெளியே காளி கங்கையாற்றின் உறுமல் சத்தம் காற்றோடு கலந்து அது அந்த விடுதிச் சாளரத்தின் வழியே உள்ளே வரும்போது பாம் பின் சீறல் போல் ஒலி எழுப்பிக் கொண்டு வந்தது.

***

விவாகமே செய்து கொள்ளக் கூடாது என்ற திடமான முடிவோடு இருந்த நான் ஒருநாள் என் முடிவையெல்லாம் தூக்கியெறிந்து விட்டு ஒருத்தியை மணந்து கொண்டேன். முன்பின் அதிகப் பரிச்சயமில்லாதவள் அவள். என்னுடைய அக்காவுக்குத் தெரிந்த பெண். ஏழைக் குடும்பம் அவளுடையது. எனக்குக் காதல் போன்ற விஷயங்களில் எல்லாம் அதிக நம்பிக்கை கிடையாது. எனது வாழ்க்கையிலாகட்டும், பிறர் வாழ்க்கையிலாகட்டும். காதல் என்கிற விவகாரம் வந்தாலே எனக்கு அவை பிடிப்பதில்லை, அவை வெறும் ’ஃபேஷன்’ என்பதுதான் என் துணிபு, ஆத்மார்த்தமான காதல் அன்பு என்பதெல்லாம். மனித இனம் தானாக உற்பத்தி செய்து தன்னைத்தானே ஏமாற்றிக்கொள்ளும் பைத்தியக்காரத் தனங்கள்.

நான் விவாகம் செய்துகொண்ட அந்த ஏழைப் பெண்ணின் பெயர் பிரேமா. பெயர்தான் பிரேமை சொரூபமாகத் தோன்றுகிறதேயன்றி அவளுடைய மனோபாவம் பெயரின் மறு துருவம் என்றுதான் சொல்ல வேண்டும். விவாகத்துக்கு முன் எந்த ஆசாபாசத்தோடும் அலை மோதாத நான் பிரேமாவை மணந்தவுடன் அவள் மேல் என் பூரணமான அன்பைப் பொழியத் துடித்துக் கொண்டிருந்தேன். ஆனால்... அவளோ...?

வசதி மிக்க குடும்பத்தில் பிறந்தவன் நான். தாய் தந்தையை இழந்த நிலையில் இருந்த என்னைச் சிறுவனாக இருந்தபோதே எடுத்து வளர்த்து ஆளாக்கும் - பொறுப்பு என் விதவைச் சகோதரிக்கு வந்துவிட்டது.

நான் என் சகோதரியின் அரவணைப்பிலே வளர்ந்தேன்.

என்னை வளர்த்து ஆளாக்கும் என்னுடைய அக்கா ஒரு சம்சாரத் துறவி. பந்தத்தில் இருந்து கொண்டே சன்மார்க்க நியமங்களை அனுஷ்டிப்பவள். பரமஹம்ஸரைப் பற்றியும், விவேகாநந்தரைப் பற்றியும், அன்னை சாரதா தேவியைப் பற்றியும் சதா படித்துக்

கொண்டிருப்பாள். வாழ்க்கை என்ற இந்த முப்பட்டைக் கண்ணாடியை எப்பொழுதும் புன்முறுவலுடன் நோக்குகிற 'சாது' அவள்.

இந்த வாழ்க்கையில் ஜொலிக்கிற ஜாலங்கள் எல்லாம் எவ்வளவு அற்பத்தனமானவை என்பது அவளுக்குத் தெரியும். அவ்வளவு தீவிரமான பக்தியுள்ளம் அவளுடையது.

எனக்கு நினைவு தெரிந்த நாளாக நான் அவளுடைய அரவணைப்பில் வளர்கிறேன். உண்ணுவது அவள் கையால், உறங்குவது அவள் பாடுகிற அபூர்வமான பக்திரஸப் பாட்டின் இனிமையில், பள்ளிக்கூடம் சென்ற நேரம் போக அவள் அருகில் அமர்ந்து என் பாடங்களையும் படிப்பேன். சில நாட்களில் அவள் படிக்கிற வேதாந்த விசாரணைகளைக் கவனமாகக் கேட்டுக் கொண்டிருப்பேன். நான் அவைகளைக் கவனமாகக் கிரகிக்கிறேன் என்பதைக் கவனிக்கும் போது என்னைப் பார்த்துச் சிரித்துக் கொண்டே இன்னும் சற்று விளக்கமாக, எனக்காக - வாசிப்பவள் போல் நிறுத்தி வாசிப்பாள். என் உள்ளம் இந்த வழியில் தீவிரமாகத் திரும்பியிருக்கிறது என்பதை உணராத நிலையிலோ அல்லது சிறுவன்தானே என்று கொஞ்சம் அசுவாரசியமாக நினைத்து விட்டதாலோதான் எனது மனோபாவத்தை அணுகி வந்து அக்கா பார்க்கவில்லை. அக்காவின் அந்த அசுவாரசியம்தான் என் மனம் விகசிக்க இடம் தந்து விட்டது.

என் உள்ளம் அக்காவைப் போலவே தீவிரமடைந்து ஒரு பக்தி நிலையில் முதிர்ப்பை நோக்கி நடந்து கொண்டிருந்தது. காலத்துடன் ஒன்றியும் ஒன்றாமலும் வாழுகிற அக்காவைப் பார்க்கும் போதெல்லாம் எனக்கும் அக்காவைப் பின்பற்ற வேண்டும் என்ற ஆசை வேரூன்றி விட்டது. நாளாவட்டத்தில் அந்த ஆசை ஓர் அசாதாரணமான நிலையில் என் உள்ளத்தில் நிலை கொள்ளத் தொடங்கிய போது அக்காவுடன் சேர்ந்து நானும் பஜனையில் ஈடுபடுவேன். பக்திப் பாடல்களை அக்காவுடன் சேர்ந்து பாடுவேன். சில நாட்களில் அக்காவைவிட அதிகமான நேரம் தியானத்தில் அமர்ந்திருப்பேன். ஆரம்ப நாட்களில் இதையெல்லாம் பரிகாசமாக எடுத்துக் கொண்டு என்னைக் கேலி செய்வாள். "உனக்கு எதற்குடா இதெல்லாம்? அதற்குள் நீ இப்படியாக வேண்டாம். ஒழுங்காக உட்கார்ந்து கல்லூரிப் பாடங்களைப் படி" என்பாள்.

அப்பொழுது. நான் கல்லூரியில் பி.ஏ. கடைசி வருஷம். பைரனையும், ஷேக்ஸ்பியரையும், ஸ்டீவன்ஸனையும் மாணவர்கள் உருப்போட்டுக் கொண்டிருப்பார்கள், நானோ தத்துவ ஞானிகளின் வாழ்க்கை வரலாறுகளைப் படிப்பதில் மூழ்கியிருப்பேன். 'சமயம்

ஒரு மோசடி' என்று கிரிஷ் கோஷ் சொன்னது சரிதானா? அன்பு வாயால் பேசாது என்று குருதேவர் பரமஹம்ஸர் சொன்னதின் அர்த்தம் என்ன? இவ்வாறு அக்காவுடன் பிரமாதமாகத் தர்க்கம் செய்து கொண்டிருப்பேன்.

ஒரு நாள்.

அன்று நான் கல்லூரியிலிருந்து வீட்டுக்கு வந்த போது நேரம் அதிகமாகிவிட்டது. நான் வந்ததுகூடத் தெரியாமல் அக்கா குருதேவர் பரமஹம்ஸரின் படத்துக்கு முன் உட்கார்ந்து கண் மூடித் தியானத்தில் இருந்தாள். ரொம்ப நேரம் வரை அக்காவின் தியான நிலை கலையவேயில்லை. நான் அருகில் வந்து நின்றவுடன் கண்களைத் திறந்த அக்காவைப் பார்த்தவுடன் அவளைக் கேலி செய்ய வேண்டும் போல் இருந்தது.

"துயரத்துக்கோ, நரகத்துக்கோ அஞ்சிக் கடவுளிடம் நம்பிக்கை வைப்பது ஒரு கோழைத்தனம்" என்றேன். நான் அவளைக் கேலி செய்கிறேன் என்பதை புரிந்து கொண்டவள். "இது யார் சொன்ன பொன்மொழி? உருப்போட்டு வைத்திருக்கிறார்" என்றாள்.

"எங்கே, நீதான் சொல்லேன், பார்க்கலாம். நீ தான் பெரிய வேதாந்தியாயிற்றே!" என்றேன் நான்.

"சுரேந்திரர்"

"இல்லை"

"ம, என்ற மகேந்திரர்?"

"இல்லை"

"நாக் மகாசயர்?"

"உ...ஹம்!"

"கிரிஷ் கோஷ்?"

"இல்லை, இல்லை"

"யார்தான் சொன்னது? சொல்லேன். எனக்குச் சரியாக நினைவில் இல்லை.'

"மொழியமுதம் என்ற புஸ்தகத்தில் எண்பத்தி நான்காம் பக்கத்தில் கடைசி வரிகள். சொன்னது விவேகானந்தர்' என்றேன் பெருமையுடன்.

அக்கா அசந்தே போய் விட்டாள்.

பிரபாகர் உற்சாகமாக் கதையைச் சொல்லி கொண்டிருந்தான். விடுதிச் சாளரத்தின் வழியே உள்ளே வந்த காற்று முகத்தில் படும்போது பனி வெடித்த உதடுகளில் எரிச்சலைக் கொடுத்தது வெங்கட்ராமனுக்கு. போட்டுக் கொண்டிருந்த தடிமனான கம்பளிச் சட்டையை இன்றும் சற்றே இறுக்கினாற்போல் போட்டுக்கொண்டே நிமிர்ந்து உட்கார்ந்தான் அவன்.

பிரபாகர் மீண்டும் தொடர்ந்தான்.

அக்காவுக்கு எனது கல்லூரித் தேர்வு விஷயம் கவனத்துக்கு வந்தது. எனது படிப்பில் கவனத்தைச் செலுத்தும்படி தூண்டினாள். தத்துவ விசாரணையெல்லாம் வாழ்க்கையில் படித்து முன்னேறி ஒரு ஸ்திரம் பெற்று, தனக்கென ஒரு வாழ்க்கையை அமைத்துக் கொண்டபின் வைத்துக் கொள்ளலாம் என்று கொஞ்சம் கண்டிப்பாகவே சொல்லி விட்டாள். இரவு வெகு நேரம் வரையில் என்னுடன் விழித்துக் கொண்டிருப்பாள். நான் படித்து முடிக்கும் வரை அவளும் ஏதேனும் அவளுக்குப் பிடித்தமான புத்தகத்துடன் என்னுடன் அமர்ந்து என்னுடைய சலிப்பைப் போக்குவாள். விடியற்காலங்களில் எழுந்து ஆவி பறக்கும் சூடான காப்பியுடன் என்னைப் படிக்க எழுப்புவாள்.

அக்காவின் இடையறாத தூண்டுதாலாலும், உற்சாகத்தாலும் எனது பி. ஏ. டிகிரியைச் சுலபமாகப் பெற்று அதற்கு மேல் எம். ஏ. யும் போனேன். என்னுடைய சகோதரி எனக்கு அக்கா மட்டுமல்ல. தாய், குரு, தோழி எல்லாம் அவள் தான். அவள் சிந்தனை, செயல் எல்லாம் ஒரு பாதி பற்றற்ற தன்மையின் வியாபிதத்திலே மிதந் தாலும் ஒரு பாதி என் மீது கொண்ட பற்றின் விரிவிலே ஒரு தாயாரின் தன்மையுடன் இயங்கிக் கொண்டிருந்தது.

அவள் எதிர்பார்த்தபடியே நான் எனது வாழ்க்கையில் ஒரு ஸ்திரத் தன்மையை நோக்கி வந்து விட்டேன்.

நான் அவள் விருப்பப்படியே கல்லூரியில் விரிவுரையாளராகவும் சேர்ந்தேன். மாதச் சம்பளத்தில் ஒரு தொகை ஏழைகளுக்கென்றும், ஏழைக் குழந்தைகளுக்குப் பால் வழங்குதற்கென்றும் அவள் விருப்பப்படியே ராம கிருஷ்ணா மடத்துக்கு வழங்கினேன். உண்மையான ஆத்ம திருப்தி என்பது எங்கே எப்படி இருக்கிறது என்பதை நான் அப்பொழுதுதான் உணர்ந்தேன். இப்படி ஒருவருக்கொருவர் அளவற்ற பாசபந்தத்தோடு அவள் விருப்பம் என் விருப்பமாகவும், என் விருப்பம் அவள் விருப்பமாகவும் உணர்ந்து வாஞ்சையின் பரிவர்த்தனையில் ஒருவரையொருவர் நன்கு உணர்ந்தே வாழ்ந்தோம். அப்பொழுதெல்லாம் அக்கா அடிக்கடி

சொல்லுவாள். ஒரு கட்டுப்பாடான நியமமே துறவுகளுக்குச் சமம்தான் என்று. இப்படி எல்லா வகையிலும் என் நலத்தின் மேல் அக்கறை கொண்டு என்னைக் காத்து வளர்த்தவளின் சொல்லை ஒரே ஒரு விஷயத்தில் என்னால் ஏற்க முடியவில்லை.

என் இன்ப துன்பங்களில் அக்காவுக்கு எத்தனை அக்கறை உண்டோ, அத்தனை அக்கறையும் அவள் மேல் எனக்கு உண்டு, அவள் ஆசைகளையும், கட்டளைகளையும், அபிலாஷைகளையும் நிறைவேற்றக் கடமைப் பட்டவன் நான்.

ஆனால்.... அந்த ஒரு விஷயத்தில் நான் அவன் வார்த்தைகளை ஏற்க முடியாமால் தடுமாறினேன்..."

கதை சொல்லிக் கொண்டு வந்த பிரபாகரின் கண்கள் உறக்கத்தால் இலேசாக மூடிக் கொண்டன.

"அசதியாக இருக்கிறா?" என்று வேங்கட்ராமன் கேட்டான்.

தலையை மட்டும் இலேசாக ஆட்டினான்.

"சரி, உறங்குங்கள். மீதியை நாளை நம்முடைய பயணத்தின்போது கேட்டுக் கொள்கிறேன்."

பிரபாகர் நன்றியுடன் வேங்கடராமனைப் பார்த்தான். பிறகு அவர்களிடையே சம்பாஷணை இல்லை.

இரவு அமைதியுடன் கழிந்தது.

அடுத்த நாள் அவர்கள் யாத்திரைப் பயணத்தின் அடுத்த கட்டம் தொடரப் போவதால் காலையில் எழுந்தவுடனேயே அதற்கான ஏற்பாடுகளைச் செய்யத் தொடங்கினர். உடைமைகளைச் சரிபார்த்துக் கட்டிக் கொண்டனர். அவர்களுடன் சேர்ந்து வந்தவர்கள் அடுத்தடுத்த கூடாரங்களில் இருந்தனர். விடிந்தவுடன் மற்ற கூடாரங்களில் உள்ளவர்கள் ஒவ்வொருவராக வந்து தங்களது பிரயாணத்தைப் பற்றிய திட்டங்களைக் கூறிவிட்டுச் சென்றனர். ஆனால் திடீரென்று பிற்பகலுக்கு மேல் எங்கோ உருவான பனிப்புயல் அவர்கள் பிரயாணத்தைத் தடை போட்டுவிட்டது. அவர்கள் தொடர்ந்து செல்லவிருக்கிற பாதையில் காலையிலிருந்தே பனிப் புயல் வீசு வதையும், அப்புயல் நிற்க ஒன்றிரண்டு நாட்கள் ஆகலாம் என்றும், அதன்பின் பிரயாணம் தொடர்வதே நல்லது என்றும் அந்தப் பக்கங்களிலிருந்து வந்து கொண்டிருந்த யாத்திரீகர்கள் கூறிவிடவே கட்டிய பிரயாண மூட்டைகளை அவிழ்க்க வேண்டியதாகி விட்டது

மாலை நேரம்,

வேங்கடராமனும் பிரபாகரனும் ஆற்றங்கரை ஓரமாக நடந்து வந்து கொண்டிருந்தனர். அவர்கள் கூடாரம் அருகில்தான் இருந்தது.

வட திசையிலிருந்து சிந்து நதியும் கீழ்த் திசையினின்று பிரும்மபுத்திராவும் தெற்கிலிருந்து கங்கையின் உபநதியான சட்லெஜூம் இப்படிப் பெருகியோடும் மகாநதியின் ஜீவச் சுனையான மானச சரோவரக் கரையில் பேசிக்கொண்டே நடப்பது ஒரு காவிய அனுபவமாகவே இருந்தது இருவருக்கும். எங்கு திரும்பினாலும் மலைக் குன்றுகள். பாசி படர்ந்தாற்போல் மலைப் பிராந்திய மரங்கள். பசிய புல்வெளியிலெல்லாம் மெதுவாகப் பனி உதிர்ந்து கொண்டிருந்தது. எங்கோ அடிக்கும் பனிப் புயலின் வேகம் அங்கேயும் இலேசாகத் தெரிந்தது. மாலை நேரமாதலால் மானச சரோவரக் கரையில் பக்தர்கள் வளர்த்திருந்த அக்கினியிலிருந்து வெளிப்பட்ட புகையும், அதன் ஒளியும் ஆங்காங்கு கண்ணிலே பட, ஆடு மாடுகளைத் திரும்பப் பட்டிக்கு ஓட்டிச் செல்லும் திபேத்தியர்களின் நாட்டுப் பாடல்களுக்கு இடையிடையே பக்தர் கூட்டத்திலிருந்து தொனிக்கும் வேத உச்சாடனம்.

“உங்கள் அக்கா சொன்ன ஒரு விஷயத்தை உங்களால் ஏற்க முடியவில்லை என்றீர்களே, அதிலிருந்து தொடர வேண்டும்” என்று வேங்கடராமன் அடியெடுத்துக் கொடுத்தான். அந்தக் கதையைக் கேட்க இருக்கிற ஆர்வம் அவனுக்கல்லவா தெரியும்?

பிரபாகர் சிரித்துக் கொண்டே தொடர்ந்தான்.

அன்று மெதுவாக அக்கா என் விவாகம் பற்றிப் பேச்சை எடுத்தாள்.

“உனக்கொரு பெண் பார்த்திருக்கிறேன்” என்றாள்.

எனக்குத் தூக்கிவாரிப் போட்டது.

“இதோ பார்!” என்று கூறி உள்ளே சென்றவள் வரும்போது ஒரு பெண்ணின் போட்டோவுடன் வந்து அதை என்னிடம் நீட்டினாள்,

அக்கா நீட்டிய போட்டோவை நான் பார்க்கவில்லை. நிமிர்ந்து அவள் முகத்தையே பார்த்துக் கொண்டிருந்தேன். என் பார்வையைக் கண்டு அவள் அதிர்ந்து போயிருக்க வேண்டும். “ஏன் கல்யாணம் என்றவுடன் துரைக்கு இவ்வளவு பயம் வரவேண்டும்?” என்றாள் கேலியுடன்.

‘அக்கா! எனக்குக் கலியாணம் வேண்டாம்!’, என்றேன், கோபத்துடன்.

கடகடவென நகைத்தாள் என் சகோதரி. நீ சுத்தப் பைத்தியம்.

பொறுப்புகளினின்று ஓடுவதால் மட்டும் ஞான வாழ்வைப் பெற்றுவிட முடியாது. தெரியுமா? பெரிய வேதாந்தி என்ற நினைப்பில் பேசாதே. அதெல்லாம் உன்னுடைய இந்த வயதுக்கும், நீ வகிக்கும் சமூக அந்தஸ்துக்கும் ஏற்றதாக இருக்காது. ஆத்மிகமான வாழ்க்கை என்பதை நாம் கடைப்பிடிக்கிற நியமங்களின் வழியே கூட அடைய முடியும். ஆண்டவனை முதன்மையாக வைத்துக் கொண்டு அதனின்று புருஷார்த்தங்களைத் தேடுபவர்கள் புண்ணியசாலிகள் என்கிறது கீதை, தெரியுமா? ஒரு கட்டுப்பாடான நியமமே துறவுக்குச் சமம்தான்!" என்றாள். நான் பிடிவாதமாக அதை மறுத்தேன். அவள் மனம் இந்த விவகாரத்தில் தோல்வி கண்டு புண்பட்டது. அதற்கு நான் என்ன செய்யமுடியும்? அவள் நிழலில் வளர்கிறவன் நான். என் நினைவு தெரிந்த நாளாக அவளுக்கு மிக மிக அருகில் இருக்கிறேன். ஆரம்பத்திலிருந்தே நான் வளர்க்கப்பட்ட விதம், என் சிந்தனை படர்ந்த இடம், 'எனது மனோபாவம் விரிந்த இடம் - எல்லாமே அவள் அருகில், அவள் கண்காணிப்பில்தானே!

என் முடிவில் நான் மாறுதலேதுமின்றி இருந்ததால் அக்கா அதற்கு மேல் என்னிடம் இது பற்றி ஒன்றும் பேசவில்லை. இரண்டு மூன்று தினங்கள் நாங்கள் வெகு தூரம் பிரிந்து வந்து விட்டவர்கள் போல் இருந்தோம். அவள் அடிக்கடி வாசிக்கச் சொல்லும் பிடில் ஒரு மூலையில் நான்கு நாட்களாய் மூடியே கிடந்தது. இரவில் என் சிந்தனையெல்லாம் நான்கு நாட்கள் முன்பு நடந்த சம்பாஷணையைப் பற்றியே இருந்தது.

இத்தனை நாட்களாகக் கொண்டிருந்த கடுமையான மனோதிடம் என்ன ஆவது? தீர்க்கதரிசிகளான பரம ஹம்ஸர், விவேகாநந்தர் போன்றவர்களின் ஞான மொழிகளைப் படித்துப் படித்து உள்ளத்தைப் பண்படுத்திக் கொண்டது எதற்காக? இந்த மாயையில் சிக்கத்தானா? மனிதன் வாழ்க்கையில் விவாகமே செய்து கொள்ளாமல் இருக்க முடியாதா? மனிதனுக்கு மனைவி அவசியம் தானா? பரமஹம்ஸர் சொல்வதுபோல் நம்மைப் போன்றவர்களுக்கெல்லாம் இல்லறத் துறவு சாத்தியமான காரியமா? அவ்வளவு தூரம், பண்பட்ட உள்ளம் கொண்டவர்களா நாம்? சாதாரணமாக உள்ளம் ஒரு நிலையில் பக்குவமடையவே எத்தனையோ சாதனைகளைக் கடந்து வர வேண்டியிருக்கிறது! இவ்வளவும் அக்காவுக்குத் தெரியாதா? இவ்விஷயத்தில் என் மனோபாவத்தை உணர்ந்து தொந்தரவு செய்ய மாட்டாள், அவளும் மனிதனுடைய இந்தப் பந்தத்தை வெறுப்பவளாகத்தான் இருப்பாள் என்று எண்ணியிருந்தேன் உள்ளத்துக்கும் உறவுக்கும் உள்ள வேற்றுமையை அவள் அளவில் பட்டவர்த்தனமாகக் காட்டி விட்டாள்;

அக்காவின் அன்புக் கட்டளையை மறுக்கும்படியாக நேர்ந்த இந்த நிகழ்ச்சியை நான் உள்ளம் கசந்து வெறுத்தேன். அவளும் என் விவாகப் பேச்சை அத்துடன் நிறுத்தி விட்டாள். ஆனால்....

பிறகு தான் எவ்வளவு பெரிய வீழ்ச்சி எனக்கு. அன்பு வாயால் பேசாது என்று குருதேவர் பரமஹம்ஸர் சொன்னதுதான் எவ்வளவு உண்மை!

அவள் - பிரேமா என்னிடம் வாயால் பேசவில்லை. அவள் மனத்தின் முணு முணுப்புத்தான் எனக்கு மிகமிக அருகில் கேட்டது. அக்கா போட்டோவில் காண்பித்த அதே பெண்தான் பிரேமா. அக்காவின் புக்ககத்து வழியில் தூரத்து உறவாம் அவள். எவ்வித முகாந்திரமுமின்றி ஒரு தடவை அக்கா அந்தப் பெண்ணை வீட்டுக்கு அழைத்து வந்திருந்தாள். பிறகு எக்காரணத்தாலோ அடிக்கடி வரத் தொடங்கினாள். அக்காவுக்குக் கூட இருந்து உதவி செய்வாள். கூடவே இருந்து பக்திப் பாடல்களைப் பாடுவாள். 'நாமாவளிகளையும், தோத்திரங்களையும் ராக லயத்தோடு பாடுவாள். பிரேமா அடிக்கடி இங்கே வருவது அக்காவின் வேலைத்தனம் தான் என்பதை ரொம்ப நாட்களுக்குப்பின், அதாவது என் லட்சிய எல்லையை விட்டுத்தாண்டி எத்தனையோ தூரம் - வந்தபின் தான் தெரிந்து கொண்டேன். பிரேமாவைவிட நான்தான் அவளை அடிக்கடி பார்த்தேன். பல தடவைகளுக்குப் பின் ஒரு முறை என்னை வெடுக்கென நோக்கிய அந்த முதல் பார்வையிலேயே என்னுடைய மனம் ஒரு பயங்கரச் சரிவிலே சறுக்கிக் கொண்டு கீழ் நோக்கி வீழ்வதை உணர்ந்தேன்.

வேங்கடராமனும், பிரபாகரும் மானசசரோவரக் கரையில் கொஞ்ச தூரம் நடந்துவிட்டுத் தம் கூடாரம் நோக்கித் திரும்பினர்.

தூரத்தில் காளி கங்கையின் உறுமல். பனிக்காற்று முகத்தில் ஊசி குத்துவதுபோல இருந்தது. கூடாரத்துக்குள் நுழையும்போது இலேசாக இருட்டிவிட்டது. ஏதோ ஒரு பிராணியின் கொழுப்பினால் ஆன மெழுகுவத்திகள் அங்கு வந்தபின் வாங்கி வைத்திருந்தார்கள். அதில் இரண்டை ஏற்றி வைத்துவிட்டு விடுதிச் சாளரம், வாசல் எல்லாவற்றையும் மூடிக் கொண்டு முடங்கினர்.

இந்தத் தடவை பிரபாகரன் கதையைத் தொடரும் போது புன்னகையுடன் தொடர்ந்தான்:

ஆழமே இல்லாத என் வைராக்கியத்தால் எதை எதையோ சாதிக்கப் போவதாக இறுமாந்திருந்த என் போலி ஆணவத்துக்கு ஏற்பட்ட தோல்வியைத் துடைத்துக் கொண்டே எழுந்து நிற்க முயன்றேன். முடியவில்லை.

அக்கா எவ்வளவு பெரிய தீர்க்கதரிசி! ஸ்திரமற்ற என் மனம் மேன்மேலும் பலஹீனப்படுவதை அவள் கவனித்துக் கொண்டுதான் இப்படி என்னைச் சோதனை செய்கிறாளோ?

இத்தனைக்கும் பிரேமா என்னிடம் இன்னும் வாய் திறந்து பேசவில்லை. ஒரே ஒரு முறைதான் மனோகரமாக, கூடவே ஏதோ ஓர் ஆழத்தோடு நோக்கினாள். அவள் பார்வையில் காதல் இருந்தது என்று நான் சொல்ல மாட்டேன். ஏனென்றால் அவள் காதல் மடந்தையல்ல. அவள் கண்களிலும் காதல் இல்லை. பரிவு இருந்தது.

தவிப்பு இருந்தது. கனிவு இருந்தது. காருண்யம் இருந்தது. எனது வைராக்கியம் வளர்ந்தது நாட்கணக்கில், பிரேமாவின் பார்வை பட்டு அது குலைந்த நேரமோ, ஒரு விநாடிதான்.

அக்காவின் கொள்கை எந்தவித சச்சரவுமின்றி, வென்றுவிட்டது.

எனக்கும் பிரேமாவுக்கும் விவாகம் நடந்தேறியது.. அதன் பின் அக்காவின் பரிகாசத்துக்கு இலக்கானதெல்லாம் பெரிய கதை. அதைவிடப் பெரிய கதையும் இதற்குப் பின்தான் நடந்தது. எவ்வளவு பெரிய அளவிலே நான் ஏமாந்து போய்விட்டேன் என்பதைப் பிறகுதான் உணர்ந்தேன்.

விவாகத்துக்குமுன் எந்தவித ஆசாபாசத்தோடும் அலை மோதாத நான் பிரேமாவை மணந்தவுடன் அவள் மேல் என்னுடைய அன்பைப் பொழியத் துடித்துக் கொண்டிருந்தேன். ஆனால் அவளோ என்னிடம் எதையுமே எதிர் பார்க்காத, அவளிடமும் எதையும் எதிர்பார்க்க வேண்டாமென்ற தோரணையில் என் ஆர்வத்தை மண்ணாக்கி விட்டாள். முதல் இரவிலேயே அவள் தன்னுடைய நிலையை விளக்கி விட்டாள்.

அவள் நீட்டிய பாலைக் குடித்துவிட்டு ஆர்வத்துடன் அவளைப் பற்றப் போனேன். அவள் விலகி நின்றுகொண்டு கண்ணீர் விட்டாள். அவள் அழுகைக்கு எந்தவித அசாதாரணமான காரணங்களும் இருக்கப் போவதில்லை என்ற எண்ணத்துடன் நான் மீண்டும் அவளை நெருங்கின போது தழுதழுத்த குரலில், வேண்டாம் என்னைத் தொடாதீர்கள். நான்... நான்... ஒரு துறவி... என்றாள், நெருப்பை மிதித்துவிட்டது போல் அவள் கரத்தை உதறி விட்டேன். அவள் அழுகையினூடேயே பேசினாள். தயவுசெய்து என்னை மன்னித்து விடுங்கள். நான் இப்படிப் பேசுகிறேனே என்று பதற்றப்படாதீர்கள். எனக்கு என்னமோ இந்த - நரம்பையும் சதையையும் பிணைக்கும் வாழ்க்கை பிடிக்கவேயில்லை. அறவே வெறுக்கிறேன். அதைப் பார்த்துப் பார்த்து எனக்கு இந்த வாழ்க்கையே வெறுத்து விட்டது. நான் கன்னியாக இருக்கவேதான் விரும்பினேன்; விரும்புகிறேன்.

ஆனால் யார் கேட்கிறார்கள்? பெண்ணின் தனிமை என்பது ரொம்பப் பலமாகக் கருதப்படும். இந்தச் சமூகச் சூழலில் என் விருப்பம் அவ்வளவு சுலபமாக நிறைவேறப் போவதில்லை என்பது நிச்சயமாகத் தெரியும். எனவேதான், இந்த விவாகத்துக்குச் சம்மதித்தேன். அது மட்டுமல்ல; உங்கள் அக்காவின் மூலம் உங்கள் வைராக்கிய சிந்தையைப் பற்றியும் விவாகமே வேண்டாம் என்று இருந்த உங்கள் முடிவைப் பற்றியும் உங்கள் அந்தரங்கத்தில் விகசித்து இருக்கும் அகத் தூய்மை0 பற்றியும் நிறையக் கேள்விப்பட்டேன். பரமஹம்ஸரும், விவேகாநந்தரும் உங்கள் உயிர்மூச்சென அவர் சொல்லியிருக்கிறார். நான் ரொம்பவும் பெருமைப்பட்டேன். உங்களை மணப்பதால் என்னுடைய கன்னித்தன்மை எந்த வகையிலும் கெடாது என்று முடிவுசெய்து கொண்ட பிறகுதான் உங்களை மணக்கச் சம்மதித்தேன். மனத்திலே வேறு எந்தவித சலனத்துக்கும் இடம் தந்து கொள்ளாதீர்கள். உங்கள் மனம் கோணாமல் உங்களுக்குச் சேவை செய்வேன். நீங்கள் என் தெய்வம் என்பதை நான் மறுக்கவில்லை...' என்று கூறிக் கொண்டே என் கால்களில் விழுந்து நமஸ்கரித்தாள்.

"நியதிப்படி வாழ்வதுதான் தர்மம். கணவன் மனைவி என்றால் கணவன் மனைவியாகவே வாழ வேண்டும், அது தான் வாஸ்தவமான நிலை. அதில்லாமல் மனைவியாக ஒருவனின் கையால் தாலியை ஏற்றுக் கொண்டு பின் நான் துறவி என்று சொன்னால் அது விவேகமே இல்லை. ஒரு கட்டுப்பாடான நியமமே தூய்மையான துறவுதான் என்று அக்கா அடிக்கடி கூறுவாள்" என்று நான் சொன்ன - சமாதான தர்க்கம், அவளைத் திருப்ப முடியாமல், திருத்த முடியாமல் வலுவிழந்து போய்விட்டது. எனது கொள்கையும், கோட்பாடும் சீரழிந்தன. ஏதோ ஓர் அசந்தர்ப்பமான நிலையில் நான் அவமானப்படுத்தப்பட்டு வெட்கி நின்ற போது அந்த அவமானம் எனக்கு நானே இழைத்துக் கொண்டதாகவே கூட இருக்குமோ எனக் குழம்பினேன்." இந்தக் குழப்பத்தினிடையே பிரேமாவையும் அவள் நடத்தைகளையும் கவனித்தேன். அக்காவைப் போல் அவளும் பூஜை புரஸ்காரங்களில் அதிக சிரத்தை காட்டினாள். என்னைவிட இன்னும் நன்றாகவே அக்காவிடம் பழகினாள். சிரித்தாள், மகிழ்ந்தாள், கோபித்தாள், முறைத்துக் கொண்டு ஓடுவாள், முணுமுணுப்பாள். எல்லாம் உண்டு என்றாலும், அந்தப் புதுமையான மனோதத்துவம் எனக்குப் புரியவேயில்லை. ஆனால் நாளுக்கு நாள் நான் ரொம்பவும் பலவீனப்பட்டுக் கொண்டு வந்ததை உணர்ந்தேன் சாதாரணமாக ஒரு பெண்ணிடமிருக்கும் திடசித்தம் கூடவா என்னிடமில்லாமல் போக வேண்டும்? கல்யாணத்துக்குமுன் அக்காவிடம் எவ்வளவெல்லாம் வாதாடினேன்! கடைசியில் தோல்வி

முனைப்புடன் மனம் அசந்துபோய் நின்றது தான் பலன். இந்தத் தோல்வியை என் மனம் தாங்கவே மறுத்தது. வேறு எந்த வகையிலும் என் மனத்தின் ஸ்திர நிலையை ஸ்தாபித்துக் கொள்ள எனக்கு வழி தெரியவில்லை, அதுதான் இப்படியே புறப்பட்டு விட்டேன்.

பிரபாகரன் கதையை முடித்துச் சற்று நேரம் அமைதியுடன் இருந்தான்.

"பிரேமாவின் அந்த மனோதத்துவத்துக்கான காரணத்தை நீங்கள் பிறகு புரிந்து கொள்ளவே பிரயத்தனப்படவில்லையா?" - வேங்கடராமன் கேட்டான்.

"பிறகு புரிந்து கொண்டேன். பிரேமாவின் மனம் ஏன் இப்படி மாறியது என்பதற்குக் காரணம் அவள் குடும்பச் சூழ் நிலைதானாம். ஏழை என்றால் பரம ஏழையானது அவள் குடும்பம். வறுமையில் உழன்று உழன்று மரத்துப் போன உணர்ச்சிகள் ஒருபுறம். அவளுடைய தாய் தந்தையரின் இடையறாத குடும்பச் சண்டை, ஒரு பிரசவத்தின்போது தாயாருக்குச் செய்த சஸ்திர சிகிச்சையில் அவள் தாயார் அணு அணுவாக உயிர் துறந்ததைப் பார்த்தது, கணவன் மனைவி என்றால் இவ்வளவு தொல்லைகளா என்று அந்தச் சிறு வயதில் ஏற்பட்ட வெறுப்பு, காலக்கிரமத்தில் குடும்பத்தில் தலைவிரித்தாடிய வறுமை - இவை போன்ற பல காரணங்கள் தான் நாளா வட்டத்தில் இந்தப் பந்தங்களையே வெறுக்கும் அளவுக்கு அவளைக் கொண்டு போய் விட்டிருக்கிறது என்பதை உணர்ந்து கொண்டேன்." -

"உங்கள் அக்காவுக்கு உங்களுடைய நிலைமை தெரியுமா?"

பிறகு தெரிந்து விட்டது. அக்காவுக்கு அது தெரிய வரும்போது - நான் யாத்திரை புறப்படத் தயாராகி விட்டேன். அக்கா என்னைத் தடுக்கவில்லை, மாறாகப் புன்னகை மட்டும் செய்து என்னை வழி அனுப்பினாள்.

"உன் சஞ்சலம் எனக்குத் தெரியும். அதை நான் சரி பண்ணி வைக்கிறேன். விரைவில் திரும்பி விடு" என்றாள். பிரபாகரன் பெருமூச்சு - விட்டுக் கொண்டே கண்களை இலேசாக மூடிக் கொண்டான்.

"உங்கள் தமக்கை கூறினதில் உங்களுக்கு நம்பிக்கை பிறந்ததா?" - வேங்கடராமன் கேட்டான்.

"நம்பிக்கையைப் பற்றியே இனி பேச்சில்லை. எனக்கு இந்த யாத்திரை தந்த மனோதிடம் இனி எப்படி இருந்தாலும் அதனால் பாதிக்கப்பட மாட்டேன் நான். பிரேமா உண்மையிலேயே மனம்

மாறி நான் யாத்திரை முடித்துத் திரும்பும்போது, மனைவியாக வரவேற்றால் அதற்காக அளவற்ற மகிழ்ச்சியோ, பழைய படியே "நான் துறவி' தான் என்று கூறினால் அதற்காக மன முடையவோ மாட்டேன். இரண்டு நிலைகளையும் மனப்பூர்வமாக அங்கீகரித்துக்கொண்டு அவளுடன் வாழ நான் மனோபலம் பெற்றிருக்கிறேன். ஒன்று நழுவிவிட்டதே என்று மற்றொன்றுக்காக வருத்தப்படும் உத்தேசமும் இல்லை. இரண்டுவித தத்துவங்களையும் ஏற்கும் திட சித்தத்தோடுதான் நான் திரும்புவேன்."

வெளியே நதிகளின் இரைச்சல், பனிப் புயலின் சத்தம். அருகருகில் இருந்த கூடாரங்களிலிருந்து ஒலிக்கும் புருஷ ஸூக்தம், காயத்திரி மந்திரம், சியாமளா தண்டகம் போன்ற துதிகளின் புனித ஒலிகள் எல்லார் மனத்திலும் சாந்தி பெற ஒலித்துக் கொண்டிருந்தன.

தெய்வத்தின் முடிவு

ரா. வேங்கடசாமி

நினைப்பதெல்லாம் நடந்து விடுவதில்லை. சிலர் விஷயத்தில், எதிர்பாராத விதமாகக் காரியம் வெற்றி அடைந்து விடுவதும் உண்டு. அது நூற்றில் ஒன்றாக இருக்கும். வேதகிரியின் விஷயத்திலும் அப்படித்தான் நடந்தது. தன் மகள் திருமணத்தைப் பொருத்தவரையில், எதைச் செய்ய வேண்டும் என்று நினைத்தாரோ... அது... அப்படியே, நினைத்த மாதிரியே நடந்தது. நடக்காது என்று நினைத்தவருக்கு, விஷயம் நடந்து விட்டதால் அளவற்ற மகிழ்ச்சிதான்! இருக்க வேண்டியது தானே? ஆனால் இது நீடித்ததா என்று கேட்டால், இல்லை என்றுதான் சொல்ல வேண்டும். ஆண்டவனுக்கு இந்த மாதிரி விஷயத்தில் வேடிக்கை அதிகம். கொடுக்கிறதைப் போல் கொடுத்து, அவர்கள் மகிழ்ந்திருக்கும் சமயத்தில், கொடுத்ததைப் பிடுங்கிக் கொண்டு, வேடிக்கை பார்க்கும் பழக்கம் வேதகிரியின் விஷயத்திலும் நடந்து விட்டது. வேதகிரியின் மகிழ்ச்சியை ஆண்டவன் பிடுங்கிக் கொண்டார். திருப்பிக் கொடுக்கும் உத்தேசமோ?

வேதகிரியின் மனைவி ருக்மிணிக்கு எடுத்த எடுப்பில் விருப்பமில்லாத சம்பந்தம் இது. அவளுக்குத் தன் மகள் காஞ்சனாவை எப்படியும் தன் சகோதரனின் மகன் ஈசுவரனுக்குத்தான் கொடுக்க விருப்பம்.

“என்ன இருந்தாலும் நீங்கள் இந்த விஷயத்தில் இவ்வளவு பிடிவாதம் காட்டக்கூடாது. பையனுக்கென்ன, நன்றாகத்தானே இருக்கிறான்? அவன் நமது வீட்டுக்கு வந்தால், செலவும் குறைவு... பெண்ணுக்கும், அவனைப் பிடித்திருக்கிறது. ஒன்றாக வளர்ந்தவர்கள் தானே? சொந்தமும் விட்டுப் போகாது” என்று அவள் சமயம் வந்த போதெல்லாம் கணவனிடம் சொல்லத் தவறியதே இல்லை .

தாயின் விருப்பம் இருக்கட்டும். காஞ்சனாவை எடுத்துக் கொள்ளுங்கள். அவளுக்கு ஈசுவரன் மீது தான் கண் பார்வை பரிமாற்றம் வரம்புக்குட்பட்டதே! சென்னையில் வேலை கிடைத்துப் போகும் வரை அவன் இங்குதானே இருந்தான்? அந்த நிலையை உண்டாக்கித் தந்தவர்கள் பெற்றோர். இப்போது அந்த

இணைப்பைப் பிரிப்பதும் இதே பெற்றோர்தான். பெற்றோர் என்று சொல்ல முடியாது. ருக்மிணிதான் மகள் பக்கத்தில் இருக்கிறாளே! ஈசுவரனுக்கும் அதே நினைவு தான். சொல்லப் போனால் 'காதல்' என்றும் சொல்லலாம்.

மாமன் மகள் தன்னை மிகவும் அறிந்தவள், உறவு விட்டுப் போகாமல் இருக்க அவளைத் தனக்குத்தான் மனம் முடித்து வைப்பார்கள் என்று அவன் நம்பிக் கொண்டிருந்தான். போகட்டும், அவன் பெற்றோரும் அதே நினைவாகத்தான் இருந்தார்கள்.

இவ்வளவு உறுதியாக இருந்த அவர்கள் எல்லாருடைய விருப்பமும், வேதகிரியின் முடிவால் மாறிப் போய் விட்டது. காஞ்சனா, தந்தையின் விருப்பப்படி சபாபதியை மணக்க வேண்டியிருந்தது. சபாபதியும் யாரோ அல்லன்... வேதகிரிக்குச் சொந்தக்காரன்தான்! கொஞ்சம் தூரத்து உறவு, சபாபதியின் தந்தையும், வேதகிரியும் ஒருகாலத்தில் உறவினர்களாக இருந்தாலும் நெருங்கிய நண்பர்கள். இணை பிரியாதவர்கள் என்று சொல்கிறார்களே, அந்த வகையில் இருந்தது அவர்களுடைய நட்பு. இப்போது சபாபதியின் தந்தை உயிருடன் இல்லை.

என்றாலும், அவர் வேதகிரியிடம் அப்போது வாங்கிக் கொண்டிருந்த உறுதிமொழி சாகாமல் உயிரோடுதான் இருந்தது.

"வேதகிரி! என் கடைசி விருப்பம் ஒன்று இருக்கிறது. அதை நீ நிறைவேற்றி வைப்பாயா?" - சாகக் கிடந்த அவர் வேதகிரியிடம் இப்படித்தான் கேட்டார்.

"அதென்ன அப்படிக் கேட்டு விட்டாய்? நீ எதைக் கேட்டாலும் அதை நான் செய்கிறேனப்பா..." என்று வேதகிரியும் வாக்குக் கொடுத்தார்.

"ஒன்றுமில்லை... என் மகன் சபாபதிக்கு உன் மகள் காஞ்சனாவை மணம் செய்து வைக்க வேண்டும். செய்து வைப்பாயா? நமது உறவும் நட்பும் இப்படியே தொடர வேண்டும் என்பதுதான் என் ஆவல்..."

"என் எண்ணம் கூட அதுவேதான். நீ கவலைப் படாதே. அவர்கள் திருமணம் நடக்கும்." சபாபதியின் தந்தை அதற்குப் பிறகுதான் நிம்மதியாக உயிரை விட்டார். ஆனால் சபாபதி என்ன நினைத்தான்?

"மாமா! என் தந்தை உயிருடன் இருந்தாலாவது நீங்கள் வாக்குக் கொடுத்ததைப் பற்றிக் கவலைப்பட வேண்டும். இப்போது அவர் இல்லை. இந்தக் காலத்தில் இப்படியெல்லாம், கொடுத்த வாக்கு

தவறாமல் நடக்கும் மனிதர்கள் இருப்பதே அபூர்வம். இருப்பினும் நீங்களும் அப்படி நடக்க வேண்டும்; நடந்தாக வேண்டும் என்று நான் எதிர்பார்க்கவில்லை. உங்கள் அந்தஸ்துக்கு, இன்னும் பெரிய இடமாகக் கிடைத்தாலும் கிடைக்கும். மேலும் உங்கள் உறவினர்கள் உங்கள் மகளுக்கு வேறு இடத்தில் திருமணம் செய்து வைத்தால், அவள் நன்றாக இருப்பாள் என்றும் நினைக்கலாம்.

"எப்போதோ இறந்துவிட்ட ஒருவருக்குக் கொடுத்த உறுதிமொழிக்காக மற்றவர்களின் மனக் கசப்பை நீங்கள் ஏன் எனக்காகச் சம்பாதித்துக் கொள்ள வேண்டும்? மேலும் இராணுவத்தில் உத்தியோகம் பார்க்கும் என்னை விட, உங்களுக்கு உள்ளூரில் இருக்கும் மாப்பிள்ளை தேவலையாக இருக்கலாம் இல்லையா?"

வேதகிரி தன்னிடம் கல்யாண விஷயத்தைப் பற்றிப் பேசத் தொடங்கியவுடன் இப்படி சபாபதி ஒரு பெரிய பிரசங்கத்தையே செய்துவிட்டான்.

"சபாபதி! உன் வரைக்கும் நீ செய்யும் வாதம் சரிதான். ஆனால் இந்த விஷயத்தில் எனது கொள்கையே வேறு. உன் தந்தை இப்போது உயிருடன் இருந்திருந்தால் வேண்டுமானால் வாக்குறுதியை மீறி நான் மீறி ஏதாவது செய்யப் பார்ப்பேன். ஆனால் அவன் உயிருடன் இல்லாததால் தான் கொடுத்த வாக்குறுதியைக் காப்பாற்றியே தீர வேண்டும் என்கிற தீவிரம் எனக்கு வந்து விட்டது. இருக்கிறவன் கோபத்தை விட, இல்லாதவன் கோபம் பொல்லாதது என்பார்கள். இந்த விஷயத்தில் யார் எதிர்த்தாலும் சரி. அதைப் பற்றி எனக்குக் கவலையில்லை. உனக்கு இத்திருமணத்தில் விருப்பம் இருக்கிறதல்லவா? இல்லை என்று நீ சொல்லி விட்டால்தான், நான் யோசிக்க வேண்டும்... என்ன சொல்லுகிறாய்?"

சபாபதி யோசிக்கவில்லை. உடனே பதில் சொல்லி விட்டான்.

"என் தந்தையின் விருப்பத்தை நிறைவேற்றி வைக்க நீங்களே இவ்வளவு வருடங்களுக்குப் பிறகும் தயாராக இருக்கும்போது, நான், அவர் மகன், ஒதுங்கினால், அது நான் அவருக்குச் செய்யும் மகத்தான துரோகம். எனக்கு இந்தச் சம்பந்தத்தில் பூரண திருப்தி. ஆனால்..." "சரி! வேறென்ன, சந்தேகம் வந்து விட்டது உனக்கு?" "பெரியதாக சந்தேகம் ஏதும் இல்லை. இந்தக் காலத்தில் பெற்றோர் பெண்ணின் விருப்பத்தையும் கேட்கிறார்களே, அது போல் நீங்களும் உங்கள் மகளுடைய விருப்பத்தைக் கேட்டுவிட்டால், எனக்குத் திருப்தியாக இருக்கும்....?"

"காஞ்சனாவின் விருப்பத்தையா? நன்றாகக் கேட்டாய் போ. அவளை நான் அப்படி வளர்க்கவில்லை சபாபதி! அவள் படித்தவள்

தான் என்றாலும், பெற்றோருக்கு மிகவும் அடங்கிய பெண். நாங்கள் போடும் கோட்டைத் தாண்ட மாட்டாள். உனக்காக வேண்டுமானால், உன் எதிரில் அவள் விருப்பத்தைக் கேட்கட்டுமா?"

சபாபதி வேண்டாமென்று கூறிவிட்டான். தந்தையே உறுதிமொழி கொடுத்து விட்ட பிறகு, மகளின் விருப்பத்தைக் கேட்க வேண்டிய அவசியம் இல்லை என்று நினைத்து விட்டான். அவன் மட்டும் வீட்டுக்குப் போயிருந்தால், மற்றவர்கள் காட்டும் அலட்சியத்தி லிருந்து அவனுக்கு உண்மை ஓரளவுக்குப் புரிந்திருந்தாலும் இருக்கும். வேண்டாத மாப்பிள்ளை என்றால் அலட்சியத்தைக் காட்ட வழியா இல்லை? தாலி கழுத்தில் ஏறும் வரை என்ன வேண்டுமானாலும் செய்யலாம்.

"எனக்கு விடுமுறை ஒரு மாதந்தான். அதற்குள் திருமணத்தை நடத்திவிட முடியுமா? இல்லையென்றால், நான் ஆறு மாதங்களுக்குப் பிறகு வேண்டுமானால் இன்னொரு முறை வருகிறேன்" என்று சபாபதி சொல்ல, வேதகிரி பதில் அளித்தார்.

"ஒரு மாதத்துக்குள் பல கல்யாணங்களைச் செய்து விடலாமே. மேலும் சபாபதி! நல்ல காரியங்களை மேலும் ஒத்திப் போடுவதில் எனக்கு நம்பிக்கை இல்லை. அப்படியே தள்ளிப் போடுகிறோம் என்று வைத்துக் கொள். நீ திரும்பி வருவதற்குள், என் உறுதியைக் கெடுக்கும் காரியங்கள் இங்கே நடக்காது என்பது என்ன நிச்சயம்? அதனால் நீ விடுமுறை தீர்வதற்குள்ளாக, உன் கல்யாணத்தை முடித்துக் கொண்டு போய்விடு!

வேதகிரியின் அசைக்க முடியாத முடிவுக்கு, சபாபதியினால் மேலும் மறுப்பேதும் கூற முடியவில்லை. அதே சமயத்தில் வேதகிரியின் வீட்டில் காஞ்சனாவின் திருமண விஷயமாக ஏற்பட்ட கொந்தளிப்பையும் அவன் அறியவில்லை. ருக்மிணி தனது புதல்வியின் திருமணத்தைக் குறித்துப் போட்டிருந்த திட்டமெல்லாம், நிறைவேற முடியாதவையாகப் போய்விட்ட பின், அவளால் எப்படிப் பேசாமல் இருக்க முடியும்? தனக்குள்ள உரிமையை அவள் பல விதத்தில் பிரயோகித்துப் பார்த்தாள். அதற்குக் காஞ்சனாவின் ஆதரவும் இருந்தது. முக்கியமான உறவினர்களோ முகம் சுளித்தார்கள்.

"ஒன்றுமே இல்லாத பையனுக்கு, இப்படிப்பட்ட பெண்ணைக் கொடுப்பதா?" என்று சற்றுச் சுதந்தரமாக வேதகிரியிடம் பேசியவர்களும் இருந்தார்கள். இவ்வளவுக்கும் பலன் என்னவோ பூஜ்யம்தான்.

வேதகிரி நிச்சயம் செய்துவிட்ட பிறகு, அதில் எந்த விதமான மாறுதலும் இருக்கவில்லை.

"நான் இறந்துபோன என் நண்பனுக்குக் கொடுத்த வாக்குறுதிப்படிதான் நடந்து கொள்வேன்' என்று வேதகிரியாவது உண்மையைச் சொல்லியிருக்கலாம்.

"என் மகளை நான் யாருக்கோ கொடுப்பேன். அதைப் பற்றிக் கேட்க, மற்ற யாருக்கும் உரிமை கிடையாது" என்று சொல்லாமல் சொல்லி, மற்றவர்கள் வெறுத்து ஒதுங்கும் அளவுக்கு, அவர் நடந்து கொண்டார் என்றால், அங்கே சூழ்நிலை எப்படி இருந்திருக்கும்? இவற்றைப் பார்க்கத்தான் சபாபதி திருமணத்துக்கு முன்பு அங்கு வரவில்லை. வர வேண்டிய அவசியமுமில்லை...

"வீட்டுக்குப் பெரியவர் நிச்சயம் செய்துவிட்ட காரியத்துக்கு நாம் எவ்வளவு எதிர்ப்பு தெரிவித்தும் பயனில்லாமல் போன பிறகு, அவருடன் ஒத்துழைப்பதுதான் நியாயம்" என்று ருக்மிணி நினைத்து விட்டாள். வெறுப்பை ஒரேயடியாக உமிழ்ந்து கொண்டிருக்க அவளுக்கு ஆதரவு வேண்டுமே!

"என் தந்தை செய்து விட்ட முடிவை நான் மாற்ற முடியாது. அவருக்கு மகளாகப் பிறந்து விட்ட காரணத்துக்காக அவர் சொல்லும் மாப்பிள்ளைக்குத்தான் நான் கழுத்தை நீட்ட வேண்டும். அதனால் மன்னித்துக் கொள்ளுங்கள்" என்று காஞ்சனாவும் ஈசுவரனிடத்தில் சொல்லி விட்டாள். அவன் அப்போது காதலில் தோல்வி கண்ட காளை!

இவ்வளவுக்கும் பிறகு தான் வேதகிரி நினைத்தது நடந்தது. அதாவது மங்கள வாத்தியங்களின் பின்னணியில் சபாபதி காஞ்சனாவின் கழுத்தில் மூன்று முடிச்சுகளைப் போட்டான். திருமணம் நடந்து விட்டது.

திருமணங்கள் சொர்க்கத்தில்தான் நிச்சயிக்கப்படுகின்றன என்று சொல்லுகிறார்களே அது எவ்வளவு அநுபவபூர்வமான வார்த்தை?

காதலித்தவர்களும், காதலிக்காதவர்களும் இணையும் போது இந்த வாசகத்தை நினைத்துப் பார்க்கத் தவறுவதேயில்லை. திருமணந்தான் சொர்க்கத்தில் நிச்சயிக்கப்படுகிறதா? அதற்குப் பிறகு நடக்கும் வாழ்க்கையை யார் நிச்சயிக்கிறார்கள்?

அதைப் பற்றி யாருமே நினைப்பதில்லை. நினைத்துப் பார்க்க முயற்சி செய்வதில்லை.

ஆனால் மனித வாழ்க்கையின் வரவு செலவுக்கு ஆண்டவன்தான் காரணம் இல்லையா?

2

கல்யாணம் நடந்து முதல் பந்தி சாப்பிட்டுக் கொண்டிருந்தது. வாழ்த்துத் தந்திகளைப் பிரித்துப் பார்த்துக் கொண்டிருந்தபோது, சபாபதியின் கையில் கிடைத்தது ஒரு முக்கியமான தந்தி,

இராணுவத்தின் தலைமைக் காரியாலயத்திலிருந்து வந்திருந்தது. "விடுமுறை ரத்து செய்யப்பட்டு விட்டது. உடனே புறப்பட்டு வரவேண்டும்" என்கிற வாசகம் அந்தத் தந்தியில் இருந்தது. பாகிஸ்தான் படையெடுப்பு நடந்தபோதே சபாபதி பயந்து கொண்டுதான் இருந்தான். எங்கே தனது விடுமுறை ரத்தாகி விடுமோ என்று. அவன் பயந்தது நடந்து விட்டது. அதிலும் ஒரு திருப்தி அவனுக்கு. திருமணம் நல்ல மாதிரியாக முடிந்த பின் வந்திருக்கிறதே என்று! இதே தந்தி இரண்டு நாள்களுக்கு முன் வந்திருந்தால், வேதகிரிக்கும், மற்றவர்களுக்கும் எவ்வளவு தொல்லை? முடிவு செய்த திருமணம் நின்றுவிட்டால், எவ்வளவு பேச்சுகள், ஏச்சுகள்? இந்த மாதிரியான சமயங்களில் உண்மையான காரணம் எதுவாயினும் அது பின்னுக்குத் தள்ளப்பட்டு விடும் என்பதை அனுபவஸ்தர்களே அறிய முடியும். சபாபதி தன் மாமனாரிடம் தந்தியைக் காட்டியதும், அவர் அவன் புறப்பட உத்தரவளித்து விட்டார். பழம் பெரும் தேசபக்தர் அவர். பந்தக்கால் பிரிக்கவில்லை. கங்கணத்தை அவிழ்க்கவில்லை. இன்னும் பல சடங்குகள் பாக்கியிருக்கின்றனவே என்று அவர் தடை சொல்லிக் கொண்டிருக்கவில்லை. அன்று பிற்பகலே புறப்பட்டால் தான், சென்னையில் இரவு ரயிலைப் பிடிக்க முடியும் என்பதால் சபாபதி காஞ்சனாவைத் தவிர, மற்ற எல்லாரிடமும் விடைபெற்றுக் கொண்டு வண்டி ஏறினான்.

திருமணம் முடிந்த பிறகுதான் புறப்படுகிறான் என்றாலும், மாப்பிள்ளை கல்யாணக் கோலத்தைக் களையுமுன்பே புறப்படுகிறான் என்பதில் சம்பந்தப் பட்டவர்களுக்கு வருத்தம் இருக்கத்தான் செய்தது. என்றாலும் அதை அவர்கள் வெளிக் காட்டிக் கொள்ளவில்லை.

"இதற்குத்தான் இராணுவத்தில் வேலை செய்பவர்களை மாப்பிள்ளைகளாக ஏற்றுக் கொள்ளக்கூடாது" என்று சில உலகமறியாதவர்களும் அங்கே பேசிக் கொண்டிருந்தார்கள்; பொழுது போகாத காரணத்தால்.

இத்துடன் மட்டுமா நின்றது பேச்சு? நரம்பில்லாத பல நாக்குகள் வாய்க்கு வந்தபடியெல்லாம் விமரிசனம் - செய்து கொண்டிருந்தன.

சபாபதியின் முகத்தைக்கூடக் காஞ்சனா சரியாகப் பார்க்கவில்லை. அதனால் அவள் உள்ளத்தில் எந்தவிதமான சலனமும் இல்லை.

கல்யாணம் என்னவோ நடந்து தான் விட்டது! ஆனால் அதற்கு மேல் நடக்க வேண்டிய வாழ்க்கை?

சரியாகப் பதினைந்தே நாள்கள் ஆகியிருந்தன, சபாபதி ஊருக்குப் போய், அவனிடமிருந்து தனக்குத் தகவல் வரும் என்று ஒவ்வொரு நாளும் எதிர்பார்த்துக் கொண்டிருந்தார் வேதகிரி. ஆனால் அவன் நேராகப் போர் முனைக்கு அனுப்பப்படுவான் என்பதையோ, அங்கே அவன் அகால மரணமடைவான் என்றோ அவர் நிசசயம சற்றும் எதிர்பார்க்கவில்லை. இதை யெல்லாம் ஒருவர் எதிர்பார்க்க முடியுமா? நாட்டுக்காக உயிர் துறந்த உத்தமர்களில் அவனும் ஒருவன் ஆகி விட்டான். அந்தத் தகவல் வேதகிரிக்கு வந்து சேர ஒரு மாதமாகிவிட்டது. கல்யாணம் செய்து கொண்டு போனவன் விரைவில் திரும்பி வருவான், தன் மகளுடன் அவன் ஆனந்தமாக வாழ்க்கை நடத்துவான் என்கிற அவர் கனவெல்லாம் இடிந்து தரை மட்டமாகிவிடவே, அவரும் ஆடிப் போய்விட்டார். "ஆனால் மற்றவர்கள்....!" இராணுவக் காரியாலயத்திலிருந்து வந்த தந்தியைக் கண்டதும் உறவினர்கள் எல்லாருமே இடிந்து போய் விடவில்லை. ருக்மிணி மட்டும் அழுதாள். காஞ்சனா வருத்தப்பட்டாள். என்னவென்றாலும் தாலி கட்டிய கணவன் அல்லவா? "நாங்கள் அப்போதே சொன்னோம்" என்று இச்சகம் பேசிய நபர்களின் எண்ணிக்கை அதிகமாகியது. அதே சமயத்தில் வேதகிரிக்கு மாற்று யோசனை சொன்னவர்களும் இருந்தார்கள்.

"வேதகிரி! உங்கள் விருப்பப்படி நீங்கள் உங்கள் மகளைச் சபாபதிக்கு மணம் முடித்து வைத்தீர்கள். ஆனால் மாப்பிள்ளையின் ஆயுள் தான் கெட்டியாக இல்லை. அது அவர் வாங்கிக் கொண்டு வந்த வரம். இதிலிருந்து அந்தச் சம்பந்தத்தில் ஆண்டவனுக்கே விருப்பமில்லை என்று தெரிகிறது. நல்ல வேளை! உங்கள் பெண்ணும் இன்னும் கன்னியாகவே இருக்கிறாள். கழுத்தில் இருக்கும் தாலியை எடுத்து விட்டால் அவள் மீண்டும் திருமணம் செய்து கொள்ளலாமல்லவா? பேசாமல் சபாபதிக்குச் செய்ய வேண்டிய சடங்குகளைச் செய்து விட்டு, உங்கள் மகளை வேறு யாராவது நல்ல மாப்பிள்ளைக்குத் திருமணம் செய்து கொடுத்து விடுங்கள். அதற்காக நீங்கள் ஒன்றும் யோசிக்கத் தேவையில்லை. ஏனெனில் விதவா விவாகத்தை எல்லாரும் ஆதரிக்கும் இந்த நாளில் உங்கள் மகளின் மறுமணத்தை வரவேற்கத் தான் செய்வார்கள்" என்று ஓயாமல் வேதகிரியிடம் சொல்ல, அவரும் யோசிக்க முற்பட்டார், அவர் ஒரு பெண்ணின் தந்தை என்கிற காரணத்தினால்! சபாபதியின் ஈமக்கிரியைகள், அவனது சடலம் இல்லாமலே நடந்து விட்டன. அதற்கு வந்திருந்த உறவினர்கள் கூட"உங்க மகளுக்கு எப்போது திருமனம் செய்யப் போகிறீர்கள்?" என்று கேட்டு வைத்தார்கள்.

தொடக்கம் கிடைத்து விட்டது. ஓர் உயிரின் முடிவில் இன்னொரு வாழ்க்கையின் தொடக்கம் இருக்கிறதென்று யாராவது சொல்லியிருக்கிறார்களோ? தாய் ருக்மிணியும் அசைந்து கொடுத்தாள்.

"அம்மா! காஞ்சனாவுக்கு வேறு மணம் செய்து வைத்தால் என்ன?"

யார் யாரோ கேட்டுவிட்ட பிறகு, மனைவி கேட்ட கேள்வியைக் கேட்டு வேதகிரி கோபித்துக் கொள்ள வில்லை. ஆனால் இன்னும் கொஞ்சம். வேகமாக யோசிக்க முனைந்தார். தங்கள் நிலையை நன்றாக அறிந்தவர்களிடம் வரன் கேட்பதுதான் மிகவும் எளிது. என்பதை அவர் அறியாமல் இல்லை. அந்த விஷயமாக அவர் ருக்மிணியிடம் பேசியபோது, "மாப்பிள்ளைக்கு ஏன் வேறு இடம் போக வேண்டும்? நம் ஈசுவரன் இல்லையா? அவர்கள் குடும்பத்துக்கு நமது விவகாரங்கள் அனைத்தும் தெரியுமே!" என்று அவள் சொல்லி வைத்தாள். காஞ்சனாவுக்கு இக்காரியத்தினாலே மறுக்க முடியாது... எப்படியோ ஆண்டவன் தங்களை ஒன்று சேர்க்கிறார் என்று அவள் நினைத்துக் கொண்டாள்.

ஆண்டவன் சிரித்தான்!

முதலில் உதறிவிட்ட சம்பந்தத்தைத் தேடிக் கொண்டு போக வேண்டிய நிலை வேதகிரிக்கு. ஈசுவரனின் தந்தை நாகலிங்கத்தைச் சந்தித்தபோது, அவர் முதலில் பிடிகொடுத்துப் பேசவேயில்லை. ஈசுவரனும் அப்போது சென்னையில் நல்ல உத்தியோகத்தில் இருந்தான். இந்தக் காரணங்களினால் பெண்ணைப் பெற்றவர், மாப்பிள்ளையின் வீட்டுக்குப் பலமுறை நடக்க வேண்டியிருந்தது. முடிவு, வேதகிரிக்கு வெற்றி தான்.

3

ஈசுவரன் சென்னையிலிருந்தே தந்தி கொடுத்து விட்டான், திருமணத்தில் தனக்கு விருப்பம் என்பதைத் தெரிவித்து, கண்களைப் பெற்றுவிட்ட குருடனின் நிலையில் இருந்தான் அவன். மாஜி காதலர்களை ஒன்று சேர்க்கும் திட்டம் உருவாகி, திருமணத்துக்கும் நாள் குறித்தாகி விட்டது. திருமணம் நாகலிங்கத்தின் வீட்டிலேயே நடத்துவதாக இருந்தது. ஒதுங்கியிருந்த அவ்வளவு உறவினர்களும் மீண்டும் ஒன்று கூடித் திருப்தி அடைந்த மனத்தினராய், கல்யாண வேலைகளில் ஈடுபட்டனர். ஏறக்குறைய விதியை வென்று விட்டோம் என்று சம்பந்தப்பட்டவர்கள் நினைத்தார்கள்.

முதலில் நடந்த திருமணத்தை விட இது சகலவிதத்திலும் மேன்மையாக இருக்க வேண்டும் என்று இரு சாராரும் போட்டி

போட்டுக் கொண்டு செலவு செய்தனர். வேதகிரி பணக்காரர். நாகலிங்கம் வசதி படைத்தவர். கேட்கவா வேண்டும்?

திருமணத்துக்கு மூன்றே நாள்கள்தான் இருந்தன. ஈசுவரன் விடுமுறை ஏற்றுக் கொண்டு ஊருக்கு வரவேண்டும்!

இந்தத் திருமணத்தையும் சொர்க்கத்தில் தானே நிச்சயித்திருப்பார்கள்? ஆனால் இதே திருமணம் முன்பு ஏன் நடக்கவில்லை? அதைத் தான் 'கடவுள் சித்தம்' என்று சுருக்கமாகக் கூறி விடுகிறார்கள்.

***

சபாபதி இறக்கவில்லை. சப்தபதி என்கிற வங்காள சிப்பாய் இறந்ததைத் தமிழ் தெரியாத பஞ்சாபி ஒருவன், சபாபதி என்று உச்சரித்தன் விளைவாகவே, சபாபதி உறவினர்களுக்காகவே இறக்க வேண்டியிருந்தது. இராணுவ முகாமில் தவறுக்கு வருத்தம் தெரிவித்த பிறகு அவனுக்கு வேண்டிய விடுமுறையையும் கொடுத்தனுப்பினார்கள். உறவினர்களுக்கு இந்தச் செய்தியைத்தான் நேரிலே சொல்லிக் கொள்வதாகவும் அவர்களுக்குத் தகவல் கொடுக்க வேண்டாம் என்றும் சபாபதி அதிகாரிகளிடம் கூறிவிட்டான். இதைப் போன்ற தவறுகளுக்கெல்லாம் யாரைக் குற்றவாளியாக்குவது?

தான் ஊரில் போய், நின்றால் என்ன விளைவு ஏற்படும் என்பதையெல்லாம் யூகித்துக் கொண்டே வந்தான் சபாபதி, வழி நெடுக! தற்காலிகமாக விதவையாயிருக்கும் தன் மனைவி காஞ்சனாவை வியப்பில் ஆழ்த்தி, அவளது நெற்றியில் குங்குமத்தைத் தானே இட வேண்டும். என்கிற ஓர் ஆசையினால் கடிதம் கூடப் போடாமல் சென்னையில் வந்து இறங்கினான் சபாபதி.

இது வரை அவனிடம் இல்லாத அவசரம் இப்போது ஒட்டிக் கொண்டது. அதனால் எப்படியும் அன்று மாலைக்குள் ஊரை அடைந்துவிட வேண்டும் என்கிற வேகமும் அவனுக்கிருந்தது. அந்த ஒரே காரணத்தினால்தான் டாக்ஸியை விட்டு இறங்கி பஸ்ஸைப் பிடிக்கப் போன பிரயாணி ஒருவன் இன்னொரு பஸ் மோதிக் கீழே விழுந்து, ஸ்தலத்திலேயே உயிர் விட்டதையோ அதற்காகக் கும்பல் கூடியதையோ கவனியாமல் விட்டுவிட்டான்.

அங்கேதான் விதி சிரித்தது!

கும்பலை மட்டும் விலக்கிக் கொண்டு போய் அவன் பார்த்திருந்தால், பஸ்ஸில் அடிபட்டுக் கிடந்தவன் ஈசுவரன் என்பதையும் அவன் பையில் இருந்த கல்யாணப் பத்திரிகை ஒன்றைப் போலீஸ்காரர் எடுத்துப் படித்துக் கொண்டிருப்பதையும் பார்த்திருப்பான், ஈசுவரன் என்பதால் தனது பிரயாணத்தையும்

ஒத்திப் போட்டிருக்க முடியும். ஈசுவரனைத் தான், அவன் தனது கல்யாண சமயத்தில் பார்த்திருக்கிறானே....

சபாபதியின் மனம் ஒரு மாதிரி....

கல்யாண அழைப்பைப் பார்த்திருந்தால், நிலையை ஒருவாறு தெரிந்து கொண்டு. அவர்களுக்கெல்லாம் இப்படிப்பட்ட ஓர் அதிர்ச்சி தரவேண்டாம் என்கிற நல்லெண்ணத்தோடு வந்த வழியிலேயே திரும்பிப் போயிருப்பான். அன்றும் இன்றும் அவன் எதன் மீதும் ஆசைப்பட்டதில்லை. இவ்வளவையும் பார்க்காதது அவன் தவறென்று எப்படிச் சொல்ல முடியும்?

திரும்பவும் அவன் ஊருக்குத்தான் போய்க் கொண்டிருக்கிறான்!

அங்கே என்ன நடக்கும் என்பதை அறிந்தவன் ஆண்டவன் ஒருவன் தான்! அவன் தானே எல்லாருடைய வாழ்க்கையையும் அமைத்துக்கொடுக்கிறான்!

ஒரு இந்திய கிராமம் அழுது கொண்டிருக்கிறது

மு.அந்தாலன்

மணம் விளைந்த புரிகிராமத்தின் வீதியெங்கும் மாவிலை தோரணங்கள் மணங்கமழ்ந்து கொண்டிருந்தது.

ஒவ்வொரு வீட்டின் வாயிலும் தெருவும், வளைகரமணிந்த வனிதையர், கூட்டி பெருக்கி சுத்தம் செய்து தெருவெங்கும் புனல் தெளித்து, மாக்கோலமிட்டனர். தெருவெல்லாம் பண்டைத் தமிழகத்தின் ராஜவீதி போன்று கோலங்களும், செஞ்சாந்து வண்ணங்களும் பார்ப்பதற்கு கண்கொள்ளாக் காட்சியாய் அமைத்துள்ளனர்.

அந்த கிராமத்து முதியவர்கள் புனலாடி, புத்தாடை அணிந்து, விரிந்த நெஞ்சினில் சந்தனம் பூசி, நெற்றியில் திருநீரிட்டு கரத்தினில் மஞ்சள் நனைத்த கயிற்றை கங்கணம் கட்டிக் கொண்டு தமிழ் ஞாலத்தின் மாவீரன் போன்று பீட நடையோடு திருக்கோயில் நோக்கி சென்று கொண்டு இருந்தார்கள்.

கிராமத்தில் மங்கையர்கள், மாக்குனத்தில் நீராடி, மஞ்சள் நிற புத்தாடை அணிந்து, காதணியும் கழுத்தணியும் கால் மிஞ்சியும், காலிடைச் சங்கிலியும், கால்வடமும் அணிந்து பண்டைத் தமிழ் ஞாலத்தின் மறத்திபோன்று காட்சி அளித்தனர்.

மழலைகளும், இளம் பிராயத்தினரும் பட்டாடையும் பள பளக்கும் பொன்னாபரணங்களும் அணிந்துகொண்டு, திருக்கோயில் முன்னுள்ள திடலில் விளையாடிக்கொண்டிருந்தனர்.

வீட்டின் திண்ணையெல்லாம் வெள்ளையும், செம்மண் பட்டையும் அளவோடு அடித்து, இயற்கையின் அழகுக்கு அழகூட்டினார்கள்.

மணம் விளைந்த புரியின் திருக்கோயிலுள்ள திரிபுரம் எரித்த விரிசடையனின் விக்கிரகத்தைப் பாலில் புனலாட்டி, புத்தாடை உடுத்தி, புரோகிதர் பூவராகவ தீட்சிதர் வேத மந்திரம் சொல்ல, கிராமத்து பதினொரு நாட்டாண்மையும் விக்கிரகத்தை சுமந்து

கொண்டு வந்து நிற்கின்ற புதிய தேரில் பிரதிஷ்டை செய்தார்கள்.

புரோகிதர் பூவராகவ தீட்சிதர், தேரில் ஏறி அமர்ந்து வேத மந்திரங்கள் ஓதி, தீர்த்தத்தை மக்கள் மீது தெளித்தார்

உடனே, தேருக்கு முன்னே குளிப்பாட்டி, மஞ்சளும், சிகப்பும் முதுகில் தடவி நிற்கின்ற மீசை முளைத்த வெள்ளாட்டின் கழுத்தில், ஓங்கி கொடுவாள் வெட்டு ஒன்று விழுந்தது.

பளபளக்கும் கொடுவாள் ஒரே வீச்சில் ஆட்டின் கழுத்து துண்டாகி விழுந்து துள்ளியது.

வெட்டிய வேகத்தில் ஆட்டின் சிவப்பு இரத்தம் நாட்டாண்மைக்காரர்கள் மேல் அழகாக சிவப்பு வண்ணங்கள் போல் வட்ட வட்டமாகக் காட்சி அளித்தது.

பழங்கால மாமூல் வழக்கம் போன்று தலைமை நாட்டாண்மை தாண்டவராயன், தேரின் வடம் பிடித்தார். பின்னர் முறைப்படி எல்லா நாட்டாண்மையும், மக்களும் வடம் பிடித்து இழுத்தனர்,

திருக்கோயிலிலிருந்து, பரமனின் தேர், வடக்கு வீதியில், இராஜ கம்பீரத்தோடு, தனக்கே உரித்தான சிறப்பியல்போடு, மெதுவாக நகர்ந்தது.

தெற்கு வீதி மங்கையர்கள், மாவிளக்குடன் கூடிய வெள்ளித்தட்டில், தேங்காயும் கற்பூரமும் வைத்து, மலர்க் கரத்தில் ஏந்தி பூசாரியிடம் கொடுத்து, மேலே இருந்து தீட்சதர் வாங்கி, தேங்காயை உடைத்து, கற்பூரம் ஏற்றி, கடவுளுக்கும், மக்களுக்கும் விளங்காத சமஸ்கிருத மந்திரம் சொல்லி, தீபாராதனை தட்டினை, விக்கிரகத்தின் முன் காட்டினார்.

மங்கையரும், மணாவரும், மழலைகளும், தன்னையும், தன்னிலையும் மறந்து கைகூப்பி ஆண்டவனை வணங்கினர்.

திருக்கோயில் தேர், வீதி கடந்து, தெற்கு வீதி முனையில் நின்றது. வடம் பிடித்து இழுக்கின்ற மக்கள் தலைமை நாட்டாண்மை தாண்டவராயன் தலை நோக்கி பார்த்தார்கள். தாண்டவராயன் தெற்கு வீதி நோக்கி கையசைத்தார்.

அழுக்கு உடையும், பரட்டை தலையும், ஒட்டிய வயிறும் படைத்த ஐம்பதின்மர் ஓடிவந்து, தாண்டவராயன் காலில் விழுந்தனர்.

"டே, எழுந்திருங்கடா!"" என்றார் தாண்டவராயர்.

எல்லோரும் எழுந்திருந்து உரத்த குரலில், ஐயா, நாட்டாண்மையே! பாருக்கெல்லாம் படியளக்கும் பரமனின் பாதம் நாங்கள் வாழும்

தெருவிலும் படட்டும், கல்லினுள் தேரையும், கொட்டையில் புழுவினையும் உற்பத்தி செய்த ஆண்டவன்! எங்களையும் உற்பத்தி செய்து விட்டான்! அவனின் திருப்பார்வை, எங்கள் தெருவிலும், எங்கள் மழலைகள் மீதும், மங்கையர்கள் மீதும் படட்டும் என்று கெஞ்சிக் கேட்டார்கள்.

இதைக் கேட்டதும் நாட்டாண்மையின் மீசை துடித்தது. விழிகள் இரத்த சிவப்பேறின! டே! கீழ் சாதி பசங்களா! என்றைக்கும் இல்லாமல் உங்கள் தெருவிற்கு, தேர் வந்து செல்லும் என மனப்பால் குடிக்காதீர்கள். எவ்வளவு கொழுப்பு இருந்தால் தேரின் முன்னால் வந்து, என்னை எதிர்த்து இந்த கேள்வி கேட்பீர்கள். அதோ பூவராகவ தீட்சிதர் இருக்கிறார் அவரைக் கேளுங்கள்.

தேரோடும் வீதி தவிர, புதிதாக உண்டான தெருவிற்கு, பரமனின் பாதம் படாது! நெற்றிக்கண்ணின் நிழல்கூட உங்கள் தெருவில் படாது என எசமானர் குரலில் கூறினார்.

தீட்சிதரும் திவ்வியமாக பரமனின் பகையை வீணாக பெற்றுக் கொள்ளாதீர்கள். பழங்கால மாமூல் படிதான் பரமசிவம் அருள் பாவிப்பார் என பக்குவமாக சொல்லி விட்டார்.

புதிதாக வந்தவர்கள் நாட்டாண்மையின் பேச்சைக் கேட்டு ஆத்திரம் அடைந்தனர்.

நாட்டாண்மை தேரை இழுக்க உத்தரவு இட்டார். புதுத் தெருக்காரர்கள் வடம் பிடித்து இழுப்பவர்களிடம் கெஞ்சினர். அவர்கள் இவர்களை கீழே தள்ளினார்கள். பிறகு இரு கோஷ்டிக்கும் சண்டை நடந்தது.

தேரின் முன்னிலையில் மனித ரத்தாபிஷேகம் கொடுத்தனர். சிறிது நேரத்தில் நாட்டாண்மைகாரரின் தலையில் ஒரு கல் மண்டையை உடைத்தது. ஐந்தாறு நிமிடத்தில் தண்டவராயன் உயிர் பிரிந்தது. விபரமறிந்த காவல் துறையினர் மூன்று லாரிகளில் வந்தனர். சப் இன்ஸ்பெக்டர் நாட்டாண்மை சடலத்தை பார்த்தார். விபரமறிந்து ஊரில் போலீசாரை ஏவிவிட்டார். ஊரில் இருந்தவர்கள் கைது செய்யப்பட்டனர்.

இந்தக் காட்சியை கண்ட ஊர் மழலைகள், மங்கையர்கள் ஓவென்று கதறி அழுதனர்.

இவர்களின் அழுகை ஓலத்தைக் கேட்டு திருக்கோயிலாண்டவன் விக்கிரகமாக தேரில் நிலை பெற்றுவிட்டான்.

அன்று முதல் கிராமம் அழுது கொண்டே உள்ளது.

முறி

சேலம் காண்டீபன்

"நா... செத்தா எம் பொணத்தையும் அவ பக்கமாவே பொதச்சிடுங்க"

உயிர் மூச்சை இறுகப் பற்றி உரக்கக் கூவிய மந்தி, அங்கே ஓவெனக் குரல் எழுப்பி ஓங்கி அழத்துவங்கினான். அவனுடைய வேதனைக் குரல் அவனைச் சுற்றி நிற்கும் ஊனுயிர்களின் உள்ளங்களை எல்லாம் ஊடுருவிச் சென்றது.

தன்னைச் சுற்றித் தரையில் ஒரு வட்டமிட்டு, அதற்குள் ஒரு சிறு கல்லை எடுத்து வைத்து உடலைக் குறுக்கி மெதுவாக எழுந்து, பின் இரு கையாலும் ஊரைக் கும்பிட்டு வலது கையால் வாய்பொத்தி சற்றே நிமிர்ந்து நின்றான் மந்தி...

"முறி" என்று அவனால் அந்த வட்டத்திற்குள்ளே, வைக்கப்பட்ட அந்தக்கல்லுக்குள்ளே, அவனுடைய உடல், பொருள், ஆவி அனைத்தும் அப்பகுதியின் மரபுப்படி ஊர்க்கவுண்டன் தீர்ப்புக்குக் கட்டுப்பட்டு விட்டது.

முன் மண்டையிலும், முகத்திலும், மார்பிலும் காய்ந்த குருதித் துளிகள் திப்பிகளாகப் படிந்திருக்கும் நிலையில் இருந்த மந்தியைக் கண்டான் ஊர்க கவுண்டன்...அப்போதும் மந்தி மென்மையாக அழுது கொண்டிருந்தான்.

ஊர்க்கவுண்டன் கண்களில் பழைய நினைவுகள் வந்து படிந்தன.

சுமார் மூன்று வருடம் மூன்று மாதங்களுக்கு முன்னால்

"கும்புட்றே கவுண்டா"

"என்னடா மந்தி காலங்காத்தாலே பெரிய கும்புடு"

"கவுண்டா நா கந்தியக் கட்டிக்கிடப் பிரியப்படறே"

"யாரு மொந்தைய மவக் கந்தியவா!"

"ஆமா"

"அட அவ அறுத்துப் போனவளாச்சேடா, அவள நீ நாட்டுக் கண்ணாலம்லடாக் கட்டிக்கணும்... அதுக்குக் காசுபண நெறையாச் செலவு ஆவுமே... சேத்து வச்சிருக்கியா?..."

“ஒன்னால ஊருக்கே ஒலை வைக்க ஏலுமா!அவ அப்ப மொந்தைய ஒண்ணுமில்லாத ஒனக்குத் தம் பொண்ணு தர ஒடம்படுவானா?... பொண்ணுக்கு ஒண்ணையக் கட்டிக்கிடப் பிரியமா? ஏண்டா மந்தி ஒண்ணும் பேசாம நிக்கிறே பேசுடா, பேசு."

“கவுண்டா நீ மனசு வச்சா, எல்லா நல்லபடியா நடந்து முடியு.. என்ன ஓம் புள்ளையாட்டா நெனச்சி எனக்கு நீதா கண்ணாலங்கட்டி வைக்கினு"

இருவரின் பேச்சையும் இடை வெட்டியவாறு அப்போது வந்து சேர்ந்தான் ஜல்லிக்காட்டான். அவன் பண்ணையம் நடத்துகிற செட்டியார்.

“கவுண்டா எம் பண்ணையத்துக்கு ஒரு நல்ல ஆள் வேணுமே...""

“ஏ செட்டி ஓ எனத்துல ஒனக்கு ஆளுங்களா இல்ல அதுக்காகவா வெடிஞ்சி வெடியரதுக்கு முந்தி இங்க வந்துட்ட."

“கவுண்டா ஏ எனத்துல எனக்கு ஆளுங்க நெறையாத்தா இருக்காங்க ஆனா அவங்க அத்தனை பேரு சோம்பேறி சோத்தமுக்கிங்க."

“கவுண்டா எனக்கு கழுதையாட்டங் கஷ்டப்பட்டு, பொதி மாடாட்டம் பாடுபடற மலையாளத்தாந்தா வேணு... நாம அவன நம்பி ஆயிரங் குடுக்கலா, ஆயிரஞ்செய்யலா, அவுனுக்கு வருஷ சம்பள நூறோ எரநூறோ ஆனாலுஞ் சரி எனக்கு ஓ எனத்துல ஒரு நல்ல ஆளாப் பாத்துக்குடே"

ஊர்க்கவுண்டன் ஓர் ஆதங்கத்துடன், “ஓ செட்டி, ஒனக்கு இவனைப் புடிச்சிருக்குதா சொல்லு... ஒடைச்சிப் பேசுவோ!... மந்தியோ கன்னி கழியாதவ.. கண்ணால ஆசையால் .. கந்தியக் கட்டிக்க ஒத்தக்கால்ல நிக்கறா... ஓங் கையிலியோ கொள்ளப் பணமிருக்கு. ஒனக்கு ஒரு நல்ல ஆளா பண்ணையத்துக்கு வேணு... ஓ எதுர்ல நல்லா ஒழைக்கத்தக்க வலுவான ஓர் ஆள் பலம்மா நிக்கிறா... கண்ணால செலவுக்கு ஒரு ஒத்தக்காசு இல்லாமத் தவிச்சி நிக்கிறா. அவ உத்தம.. யோக்கிய... நல்லவ... நாணயஸ்த... நாக்குத் திரும்பாதவ, வாக்குத் தவறாதவ... அவன ஒனக்குப் புடிக்குலேன்னா இப்பவே இந்த எடத்துவுட்டுப் போயிடு... வீண்பேச்சு எதுவு வேண்டா... ஓடு" என ஜல்லிக்காட்டானிடம் எரிந்தும் கனிந்தும் விழுந்தான்.

சந்தர்ப்பத்தையும் மந்தியையும் நழுவவிட விரும்பாத ஜல்லிக் காட்டான் “கவுண்டா, நீ சொல்ற பேச்சையெல்லா நாங்கேக்கறே...

நீ மந்தியோட ஆசையைக் கெடுத்துப்புடாதே! பாவ அவ, அவங்கண்ணால செலவுக்கு நானாச்சி, அதுக்கு ரூவா ஆயிர ரெண்டாயிர செலவானாலுஞ்சரி நாந்தர்ரே... அதுக்காவ நீ கவலப்படாத" என்று கூறினான்.

மந்தி தேன் குடித்த நரி போல தன் காதல் நினைவில் திளைத்துக் கொண்டிருந்தான். மறுகணமே மூவரும் கீழுரை நோக்கிப் பயணமானார்கள். வழியில் குறிஞ்சியூர்க்காரர் மூவர் அவர்களுடன் கூடிக் கொண்டார்கள்,

கீழுரில் மந்தி அவன் வாழ்வில் முதல்முறையாக கோழி பிரியாணி, மட்டன் ரோஸ்ட், புரோட்டா, முட்டை ஆம்லெட் டீ சகிதம் நாஷ்டா செய்தான்.

பின், அனைவரும் கழுகுக்குட்டை கணக்கப் பிள்ளை வீட்டை அடைந்தார்கள். அங்கே மந்திக்கு வருஷ சம்பள ரூவா நூறும், சோத்துக்கு சோள மூட்டை ஒண்ணும், சித்திரக்கி சித்திர, சோமன் சோடு ஜோடி ஒண்ணும் என்றும் "கந்திக்கு அவ அப்பப்ப பண்ணை" யத்துலப் பாடுபடறதுக்கொப்ப கூலி போட்டுக்கலா... எனவும் பேசி முடிவு கட்டப்பட்டது.

ஜல்லிக்காட்டான் கவுண்டனிடம், "கவுண்டா, இந்தா" மந்தி கண்ணால செலவுக்கு அட்வான்சு அஞ்சு நூறு, சம்பள ரூவா அஞ்சு நூறு அதுக்கு வட்டி வருஷத்துக்கு நூத்துக்கு இருவத்தி அஞ்சு வீத நூத்தி இருபத்தி அஞ்சு போக மீதி முந்நூத்தி எழுவத்தி அஞ்சு, எண்ணிப் பாத்து எடுத்துக்க... பாண்டு ரூவா ஆயிரத்துக்கு எழுதி இருக்கு அதுக்கு ஜாமீன் நீதா மறந்துடாதே" என எச்சரித்து நோட்டுக் கத்தை ஒன்றை நீட்டினான்.

கவுண்டன் அந்தக் காகிதக் கற்றையை எண்ணாமலேயே பெற்று, மந்தியிடம் சேர்ப்பித்தான்.

அதையும் எண்ணத்தெரியாத மந்தி அந்த வண்ணத் தாள்களையே பணக்கடவுளாக எண்ணித் தன்னிரு கண்களிலும் மாற்றி மாற்றி ஒத்திக் கொண்டான். கணக்கப்பிள்ளை மந்தியின் கையிலிருந்த நோட்டுகளிலிருந்து, தனக்கு மாமூல் பத்தும், தன் கணக்கப்பிள்ளை எழுத்துக் கூலி நூற்றுக்கு அரை வீதம் ஆயரத்துக்கு ஐந்தும், பாண்டு காகிதம் ஸ்டாம்புளை இங்கு பேனர் தேய்மானச் செலவு ஐந்தும், கவுண்டனுக்கு கவுரவுக் காசு பத்தும், காலை நாஷ்டா கணக்கு இருபதும், சாட்சி கூலியாகக் குறிஞ்சியூர்க்கார்களுக்கு தலைக்கு ஐந்து வீதம் பதினைந்தும், சாமிக்காசு ஒரு ஐந்தும், உருவிக் கொண்டது போக மீதியை மந்தியின் மடியில் பத்திரமாகக் கட்டிக் கொள்ளச் செய்தான்.

ரொக்கம் அம்பது, கோழிக்குஞ்சு அஞ்சாறு... பிரிவாட்டுக் குட்டி ரெண்டு, புதுக்கொத்து, சீலைத்துணி, சாராயப் பாட்லு ஒண்ணும், சொத்து சொகமில்லாத மாப்பிள்ளையிடமிருந்து அவனுடைய ஒண்ணுமத்த நிலையை மாத்தி உயர்த்தும் மனமாற்றப் பொருள்களாகப் பெற்றுக்கொண்ட மொந்தையன் தம்பதிகள் மந்திக்குப் பெண் கொடுக்கச் சம்மதித்தார்கள்.

தக்கவர்களுக்கும், ஏழு ஊர் கவுண்டர்களுக்கும், பட்டத்துக்காரனுக்கும் ஊர் கங்காணி மூலம் திருமணத்தூது தரப்பட்டது. அவர்களுக்குச் சிறப்புகள் செய்யப்பட்டன.

மறுநாள் காலை வெட்டவெளியில் வெட்டப்பட்ட அடுப்பில் நான்கு பானைகளில் நெல்லரிசிச் சோறு வெந்தது.

திருமணத்திற்குச் சற்றுமுன் நாலு களர் நாயம் ஒன்று நல்லபடியாக முடிந்ததால்... அங்கே தாரைதப்பட்டைகள் முழங்க மணமகள் கழுத்தில் தாலி ஏறஏற இரண்டு கொழுத்த ஆட்டுக் குட்டிகள் அடிக்கப்பட்டன.

ஆக்கிய கறியும், பொங்கிய சோறும், வந்திருக்கும் அனைவருக்கும் பங்கு வஞ்சனையின்றி பகிர்ந்து பரிமாறப்பட்டது. இரவில் குடியும், கூத்தும், கும்மியும், கோலாட்டமும் கும்மாளம் போட்டன.

காலையில் மந்தியின் இடது கைப் பெருவிரல் ரேகை உருட்டிப் பெற்ற ரூபாய் முந்நூற்று ஐந்திற்கும், அதற்கு மேல் தன் கைப் பொறுப்பிலான ரூபாய் இருநூற்றி சொச்சத்திற்கும், கவுண்டன் பத்துப் பேருக்கு முன்னால் கணக்குக் காட்டினான். கவுண்டன் கணக்கைக் கேட்ட மந்தி, அதன் அர்த்தம் புரியாமல், கந்தியைப் பார்த்துச் சிரித்தான்.

கந்தியோ, தெம்பான ஓர் உணர்வுடன் அந்தப் பத்துப் பேருக்கு முன்னாலேயே “கவுண்டா உங் கைப்பொறுப்பான செலவ நானே பாடுபட்டு கட்டறே” என்று அவன் கையில் அடித்துக் கொடுத்தாள். அந்த ஏழூரும் கூடியுள்ள கூட்டத்தில் புதுப் பொண்ணான கந்தியின் சத்தியச் செயல் “இப்படியும் ஒரு மலையாளச்சி புருஷனைக் காப்பாத்தப் பொறந்திருக்காளே! மவராசி” என்ற ஓர் ஆச்சரிய உணர்வை ஏற்படுத்தியது.

கந்தியும், மந்தியும் பெரும் பொறுப்பேற்று, ஜல்லிக்காட்டான் பேசிவிட்ட ஆட்களுடன் மிகப் பயங்கரமாக உழைத்துக் கற்குண்டுகளும், பாம்புப் புற்றுகளும், ஊஞ்சைக் கட்டைகளும் நிறைந்திருந்த காட்டில் ஒரு நாலைந்து ஏக்கரா நிலத்தை நஞ்சை யாக்கினார்கள்.

கோடையில் மேட்டுக் கிணற்றை ஆழப்படுத்த ஆட்களைப் பேசிவிட்ட ஜல்லிக்காட்டான் "ஏதோ ஒரு நல்ல சம்பள போட்டுக்கலா" எனக்கூறி கந்தியைப் பண்ணையத்திற்குப் பொறுப்பாக்கிவிட்டு மந்தியை மலை வியாபாரத்திற்கு அனுப்பி வைத்தான்.

மந்தியின் இன்பதுன்பங்களில் நற்பங்கு பெற்ற கந்தியும் கருவுற்றுத் தாயாகத் தயாரானாள். சரியான ஊன் உறக்கமின்றி தனக்கு வேண்டிய சமயத்தில் வேண்டிய உதவிசெய்த ஜல்லிக்காட்டானுக்கு உழைத்திடும் மந்தி "தனக்குப் பொறக்கப்போகும் தெய்வத்தை" எண்ணி இறுமாந்து மலைமேல் உப்பு வியாபாரம் செய்து கொண்டிருந்தான்.

மழைக்காலத்தில் ஒருநாள் மாடுகளின் மேய்ச்சல் களத்தில் மலையடிவாரத்தில் தனித்திருக்கும்போது, ஆற்றங்கரையில் சரிந்து விழுந்து கந்தி பிரசவ வேதனை பெற்று வயிற்றுக் குழந்தை வரும் நிலைமாறி தலைமேல் கால்கீழாகத் துடிதுடித்துக் கொண்டிருக்கையில் கிடைத்த ஓர் கூரிய கட்டையால் வயிற்றைக் கிழித்துக் கொண்டு இரத்தப் பெருவெள்ளத்தில் மிதந்தவாறே சாமி எனத் தன் கணவன் நடமாடும் திசை நோக்கிக் கும்பிட்டவாறே இயற்கை எய்தினாள் கந்தி.

மழைக்காலத்தில் மலை வியாபாரத்தை விட்டு விட்டு வந்த அவன் தன்னைக் கைவிட்டுவிட்டுப் போன கந்தியின் கதை அறிந்து கண்ணீர் பெருக்கிக் கதறி அழுது அழுது சித்த ஸ்வாதீனமற்ற நிலையை அடைந்தான்.

ஏனோ அந்த ஏழை மலையாளத்தானுடைய மனம் அந்தப் பெரிய பண்ணைக்காரனுடைய குணவேகத்திற்கு ஏற்ப வணங்கிச் செயல்பட மறுத்தது.

மந்தியிடம் கேவலம் எதிர்பார்த்த அளவிற்குக் கூட வேலை வாங்கமுடியாத ஜல்லிக்காட்டான் அவனை இப்படியே விட்டா அவன் சாமியாராப் போனாலும் போய்டுவான்! என்று அஞ்சி அவனைப் பலவிதங்களிலும் கொடுமைப்படுத்தி அவனிடம் வேலை வாங்கினான்.

ஜல்லிக்காட்டானுடைய சித்திரவதைகளைத் தாங்க முடியாத மந்தி ஒரு நாள் அந்த வட்டத்தை விட்டே மறைந்தான்.

அவனைத் தேடிக்கொண்டிருந்த.. ஜல்லிக்காட்டானுக்குக் காத்துவாக்கில் ஒரு சேதி வந்தது. அங்கே போய்ப் பார்த்தான். அங்கே கந்தியின் புதைகுழிமேல் வற்றிய தோல் போர்த்திய மனிதக்கூடு ஒன்று படுத்துக்கிடந்தது.

ஜல்லிக்காட்டான் "ஏ... ஹேய் மந்தி" என்று அடிவயிற்றை எக்கிக் கத்தி, அந்த உருவத்தை எட்டி உதைத்தான். உதையால் உருண்டு எழுந்து நிற்க முயன்ற மந்தியின் முகத்தில் அவன் மகன் குதிரைக் கொம்பன் ஓங்கி ஓர் குத்து குத்தினான்.

அய்யோ அம்மா என்று தலையிலிருந்து குருதி பீறிட விழுந்த மந்தியைக் கண்ட ஜல்லிக்காட்டானும், அவன் மகனும், செத்துப் போய்ட்டானோ என்று பயந்து கானகத்திற்குள் ஓடிப்போனார்கள்.

அன்று மாலையே மந்தி முகத்திலிருந்து கசிந்த குருதி கட்டிய நிலையில் கழுகுக்குட்டை பிள்ளையார் கோவில் மைதானத்தில் கிடத்தப்பட்டான்.

ஜல்லிக்காட்டான் கொடுத்த பிராது மீண்டும் வலுத்த குரலில் ஊர்க்கவுண்டன் காதில் முடிவாக எதிரொலித்துக் கொண்டிருந்தது.

"பண்ணையத்த வுட்டுச் சொல்லாம கொள்ளாம ஓடிப் போன மந்திய இழுத்தாற நானு எம்மவனு போனா அவ எங்களக் கல்லால் அடிச்சிக் கொல்ல வந்தா.. நாங்குளு நல்லா நாளு போட்டோ. அவனால பண்ணயைத்திலியும் வேவாரத்திலுயும் எனக்குப் பல ஆயிர நஷ்ட... அதனால மந்தி எம் பண்ணையத்துல ஆயுசு பூராவு ஆளாருக்குணு... ஓங்கள்ளே ஆராவுது அவனைக் காப்பாத்தப் பிரியப்பட்டா... ஏமூரானு சேந்து ஏழாயிர ரொக்கங்குடுங்க.. வுட்டுடறே... இல்லாட்டி, நா மந்திய புடிச்சிக்கிட்டுப் போறப்போ எவனாச்சி மறிக்க வந்தா... அவனியு அவனோட குடும்பத்தையு சாலப்பாடி டேஷன்லே கொண்டுபோய் அடைச்சிடுவே"

ஜல்லிக்காட்டானுடைய ஆணவப் பேச்சும், அபாண்டமான கோரிக்கையும், அட்டகாசமான நடவடிக்கையும் மலைக்குல முதியவர்கள் உள்ளத்தில் பெரும் ரோஷத்தை உருவாக்கியது.

ஊர்க் கவுண்டன் தீர்ப்புக் கூறுமுன் "ஊர மீறி செட்டி மந்திய புடுச்சா" அவனையும் அவன் கூட்டத்தையும் நொறுக்கிவிட கங்கணம் கட்டிக்கொண்டு நின்றது அங்கே அந்த மலையாளகுல இளையவர் குழு.

அங்கே ஓங்கி உயர்ந்த சொற்களம் வரப்போகும் ஒரு பெரும் கைகலப்பின் அடித்தளமாகக் கவுண்டன் மனதில் பட்டது.

கவுண்டன் கண்முன் மீசைமுறுக்கி, தோள்தட்டி, துடைதட்டி நிற்கும் நரிகளாக குறிஞ்சியூர் கேடிகள் மாறிமாறித் தோன்றி மறைந்தார்கள்.

மந்தி வெஷயத்துல ஜல்லிக்காட்டான மீறவுட்டா... இதுநா வரையிலு தாயும் புள்ளயுமைாப் பழகிவந்த செட்டிகுலத்துக்கு மலையாளத்தாருக்கு எடையே தீராப் பகைமை ஏற்படு... அதனாலே குறிஞ்சியூர் வழியா சந்தைக்கோ இல்லே வேற எந்த நல்லது பொல்லாததுக்கு எந்த மலையாளத்தானாலும் போகமுடியாது. மீறிப்போனா வழிப்பறி வரு. மலையாளச்சிங்களுக்கு மானபங்க ஏற்படு. அப்பப்ப பட்டப்பகல்ல, இல்ல நட்டநிசியிலக்கூட மலையாளத் தெருவு கொள்ளையிடப்படு என்ற பெரும்பயத்தின் ஆட்சி கவுண்டன் உள்ளத்தைப் பற்றிக் கொண்டது.

கவுண்டன் தன்னுடைய சமூகத்தின் பாதுகாப்பிற்காகவும், நன்மைக்காகவும் தக்கதொரு தீர்ப்பை அளிக்க முடிவு எடுத்து வாயைத் திறந்தான்.

“எல்லோரும் பேசாம இருங்க” எனக் குரல் கொடுத்தான் கங்காணி.

அங்கே ஒரு மயான அமைதி நிலவியது.

“மந்தி! நீ செட்டியக் கல்லால அடிக்கப் போனது தப்பு... ஒன்னத் தடியால அடிச்சிப் போட்டது தப்பு... ரெண்டும் சரியாப் போச்சு. ஆனா நீ மும்பண வாங்கிக்கிட்டு அவம் பண்ணையத்தைவுட்டு ஓடிப்போனது நம்பிக்கைத்துரோக. அதனாலே அவ பண்ணையத்துல பலான நஷ்டம் ஏற்பட்டிருக்கலா... அதச் சரிக்கட்ட நீ வவுத்து சோத்துக்கு வஞ்சனை இல்லாம, இடுப்புத்துணிக்குப் பஞ்சமில்லாம அவம் பண்ணையத்துல மூணு வருஷத்துக்கு ஆளாயிருந்து ஒழைச்சிரு.”

“செட்டி! நீ மந்தியக் கூட்டிக்கிட்டுப் போயி அவங்கிட்ட ஒழுங்கா வேல வாங்கிக்க வேண்டியது.”

தீர்ப்பைக் கேட்டதும் மந்தி “ஐயோ, கவுண்டா தாங்காது” என்று ஊரில் விழுந்தான்.

தரையில் படுத்தபடியே பலி ஆடு கத்தியது. “கவுண்டா நா செட்டிக்கிட்டேயிருந்து முந்நூறுஞ்சில்லரையுந்தா வாங்கினே.. அதையு ஓங்கையாலதா செலவு செஞ்சே. அதுக்காவ நானு கந்தியு அவம் பண்ணையத்துலியே ஆளுக்கு ரெண்டர வருஷத்துக்கு மேலியே சம்பள எதுவு வாங்காம ஒழைச்சுட்டோ. இப்ப நாம் அவனுக்கு ஒரு காசு கூடக் கொடுக்க வேண்டியதில்ல.

குறைந்தபட்சம் அந்த நியாயத்தில், அஞ்சு வருஷத் தீர்ப்பை எதிர்பார்த்து ஏமாந்த ஜல்லிக்காட்டான், எங்கே கவுண்டன் ஊரில் விழுந்த மந்திக்குக் கொறஞ்ச தீர்ப்பை வழங்கி விடுவானோ

என்று “தீர்ப்புக்கொடுத்த நாக்கு பெரளப்படாது கவுண்டா” என அவனை எச்சரித்தான்.

ஜல்லிக்காட்டானுடைய எச்சரிக்கையைப் புறக்கணித்த கவுண்டன், “பரம்பரைப் பழக்கத்தை மாத்தப்படாது. தண்டன தாங்காதுன்னு ஊர்ல வுழுந்த குத்தவாளிக்கு குத்தத்தக் கொறைக்கலா... மந்தி முடிவாச் சொல்றே ரெண்டு வருஷத்துக்கு மேல என்னால எதுவும் முடியாது. இனிமே எல்லா ஓம் பொறுப்புதா... ஒழுங்காப் பொழச்சுக்கோ” என்று இறுதித் தீர்ப்பளித்து எழுந்தான்.

“கவுண்டா கவுண்டனுக்குச் சாதகமா தீர்ப்பு சொல்லிப்புட்டே நீ குறிஞ்சியூர்பக்க வந்துதானே ஆவுணு வா... வா ஒன்னைக் குழி தோண்டிப் பொதைச்சிடரோ "என்று குறிஞ்சியூர் ரவுடிகள் குதித்தார்கள். வெறிகொண்ட நெஞ்சிலிருந்து ஓர் எரிமலை வெடித்துச் சிதறியது.

“ஜல்லிக்காட்டா! ஒன்னோட ஆளுங்களோட அக்குறும்பு அளவுக்கு மீறுது.., நெலம முத்திப்போனா மலையாளத்தா நிமிந்து நின்னா இந்த மலையேகூடத் தாங்காது. மருவாதியாச் சொல்ரே... மந்தியக் கூட்டிக்கிட்டுப் போயி... மனுஷனா நடத்து."

மந்தியின் கழுத்தில் எருமைமாட்டுச் சங்கிலி ஒன்றைப் பிணைத்து "போன மச்சா திரும்பி வந்தா, ஓடிப்போன ஆளுகார் திரும்ப மாட்டிக்கிட்டா" எனக் குதூகலித்துக் குரல் எழுப்பி, அவனைத் தன் ஊருக்கு இழுத்துச் சென்றான் ஜல்லிக்காட்டான்.

அந்தக் காட்சியைக் கண்டு அனைவரும் குத்துக் கற்களைப் போல நின்று கொண்டிருந்தார்கள். ஒரு சிலருடைய கண்களிலிருந்து ஓரிரு சொட்டு நீர்த்துளிகள் அரும்பின. தன் வில்லைக் கொட்டாயை எட்டிப் பிடித்த ஜல்லிக்காட்டான், “பங்காரு காடுதே, பண்ணிக் கலயத்துல ஏதாவது இருந்தா கழுவி மந்திக்கு ஊத்து” என்று மனைவிக்கு உத்தரவிட்டு மந்தியின் பிடரியில் அடித்து அவனை மாட்டுப் பட்டிக்குள் தள்ளிவிட்டான்.

“கந்தி என்னியு ஓம் பக்கத்துலியோகுடி வச்சுக்க” என கந்தியின் சமாதி இருக்கும் திசை நோக்கிக் கும்பிட்டு விழுந்தான் மந்தி.

பெருமை
மதுர பாரதி

நீண்ட இடைவேளைக்குப் பின், கிராமத்திற்குச் சென்றேன். என்னவோ, முதலில் பள்ளிக்கூடத்திற்கு செல்லவேண்டும் போல் தோன்றியது. அண்மைக்காலமாக எட்டாம் வகுப்பு வரையிலுள்ள பள்ளியாக நிலை உயர்த்தப்பட்டுள்ளது..

1956-ல் ஆரம்பப் பள்ளியாக துவங்கப்பட்டது. பள்ளியில் முதல் மூன்று வகுப்புகளுக்கு சேர்க்கை நடந்தது. அதற்கு முன் திண்ணைப்பள்ளிக்கூடத்தில் படித்தவர்களை கேள்விகள் கேட்டு பதில் சொல்வதை வைத்து வகுப்புகள் ஒதுக்கப் பட்டன. எனக்கு அப்போது 5 வயது முடியவில்லை. இருப்பினும் கேட்ட கேள்விக்கு சரியாக பதில் கூறியதால் என்னை இரண்டாம் வகுப்பில் சேர்த்துக் கொண்டார்கள்.

பள்ளி துவக்கப்பட்ட போது 40 க்கு மேற்பட்டவர்கள் இருந்தோம். அதில் 15 பேர் தான் அருகிலுள்ள உயர்நிலைப் பள்ளிக்குப் போனோம். அவர்களிலும் 4 பேர் மட்டுமே கல்லூரிகளில் பயின்றோம். இதெல்லாம் பழைய கதை.

பள்ளிக்குள் நுழைந்ததும், என்னென்வோ நினைப்புகள் வந்தாலும், கோவிந்தனைப் பற்றிய நினைவு வந்து நின்றது. அவன் என்னை விட பெரியவனாய் இருந்தாலும் என் வகுப்பில் என்னுடன் படித்தவன். 5ம் வகுப்போடு நின்று விட்டான். இருந்தாலும் பால்ய சிநேகம் மாறாமல் பிரியமாயிருப்பான். எப்போது ஊருக்குப் போனாலும் தவறாமல் வந்து பார்ப்பான், நீண்ட நேரம் பேசிக் கொண்டு இருப்பான்.

சிறுவயதில் அவனுடன் செய்த மாட்டு வண்டிப் பயணம் நினைவுக்கு வந்தது.

அன்றைக்கு எங்கள் வீட்டில் ஒரே பரபரப்பு, மாமா வீட்டுக்குப் போக புறப்பட்டுக் கொண்டிருந்தோம். மாட்டு வண்டிப் பயணம். ஏதேனும் முக்கிய விசேஷமாயிருந்தா, மூட்டை முடிச்சுகளுடன் மாட்டு வண்டியில் போய் வருவது வழக்கம்.

மாமா ஊருக்குப் போய்ச் சேர 10 மைலுக்கு மேல் ஆகும். இரண்டு சின்ன ஆறுகள், நான்கு கிராமங்கள், நஞ்சை, புஞ்சை நிலங்கள், இரண்டு மூன்று மைல் தொலைவுக்கு காடு (வனம்) இவற்றையெல்லாம் கடந்து செல்லவேண்டும். மாட்டு வண்டிப் பயணம், எனக்கும் என் தம்பிகளுக்கும் மிகவும் உற்சாகமாக இருக்கும்.

வண்டியும், மாட்டுக்காரனும் வந்தாகி விட்டது. அப்பா பரபரத்துக் கொண்டிருந்தார். சீக்கிரம் கிளம்பவில்லை என்று அம்மாவை திட்டிக் கொண்டு இருந்தார். நானும் , தம்பிகளும் வண்டியை சுற்றி சுற்றி வந்தோம்.

வண்டிக்காரன் முனியனுடன் என்னுடன் மூன்றாம் வகுப்பில் படிக்கும் அவனுடைய மகன் கோவிந்தனும் வந்திருந்தான்.

"ஏண்டா முனியா, இவன எதுக்குடா அழைச்சிக்கிட்டு வர்ற..." அப்பா கேட்டார்.

"என்னவோ அவனு(ம்) வர்றன்னு அடம்புடிக்கிறாங்க, அவ(ன்) அம்மாவோ இட்டுக்கிட்டு போகச் சொல்றா, அவன ஏர்க்கால்லியே ஒக்கார வச்சிக்கிறான்ய்யா, மீம்பாரத்துக்கும் சரியா இருக்கு (ம்)" முனியன் பவ்யமாக பேசினான். அப்பா ஒன்றும் சொல்லவில்லை.

எனக்கு ரொம்ப மகிழ்ச்சி, ஊருக்குப் போகும் பாதைகள் பற்றியும் ஆறு காடுகள் பற்றியும் கோவிந்தனிடம் உற்சாகமாகப் பேசினேன்.

விருகாவூர் ஆற்றில் மதிய சாப்பாட்டுக்கு வண்டி நின்றது. அம்மா புளி பட்டம் சாதமும் பருப்பு ஊறுகாயும் பரிமாறினார்கள். நாங்கள் அனைவரும் சாப்பிட்ட பிறகு முனியனும், கோவிந்தனும் சாப்பிட்டார்கள்.

"அப்பா சோறு போதுமாடா?" என்று முனியனைக் கேட்டார்.

"போதும்ய்யா ரெண்டு பேருக்கும் வவுரு நம்பிப்போச்சு" என்று திருப்தியாகக் கூறினான் முனியன்.

அப்பா கிளம்புமாறு அவசரப்படுத்தினார். ''சீக்கர(ம்) பொரப்பட்டாத் தா(ன்) பொசாய்க்குள்ள போய்ச் சேரமுடியு(ம்) என்று கூறினார்.

கொஞ்சதூரம் மண்ரோடு வந்தது. இரண்டு பக்கமும் சதுரக்கள்ளி, மரம் மரமாய் வளர்ந்திருந்தன. - காய்களும் பூக்களும் பளபளத்தன. பிறகு காட்டின் குறுக்கு பாதையில் வண்டி சென்றது. பாதை சக்கரங்கள் சுழலும் இடங்கள் மட்டும் பள்ளமாகவும் ஓரங்களும்

நடுவிலும் மேடாக இருந்தது. வண்டியில் அமர்ந்து கொண்டே மேடான தரையை தொடமுயன்றேன். அப்பா திட்டினார். பாதையின் இருபக்கங்களிலும் புதர்களும் செடிகளும் விதவிதமாய்க் காட்சியளித்தன.

சாயங்காலமே மாமா ஊருக்கு வந்து சேர்ந்தோம். மாமாவின் வீடு ஊருக்கு எதுவாயிலேயே (முன்பகுதி) ரயில் ரோடுக்கு அருகில் இருந்தது. ரயில்வே கேட்டை வண்டி கடக்கும் போது ரயில் பாதையை எட்டிப்பார்த்தோம். மாமா வீட்டுக்கு அருகில் ரயில் நிலையமும், கடைகளும், ரயில் நிலைய குடியிருப்புகளும் இருந்தன. ஊர் சற்று தள்ளியிருந்தது.

மாமா வீட்டில் தாங்கள் இறங்கியதும், "வாங்க வாங்க" என்ற வரவேற்பும் பின்னர் காபி உபசரிப்பும் நடந்தேறின.

விளக்கு வைத்து கொஞ்ச நேரத்திற்குப் பிறகு, ஊர்ப்பகுதியிலிருந்து பத்து பேருக்கு மேல் மாமா வீட்டுக்கு முன் வந்து கூடினார்கள். மாமாவிடம் ஏதோ புகார் கூறுவதைப் போல் பேசிக்கொண்டார்கள்.

அப்போது நானும், தம்பிகளும் , மாமா வீட்டுப் பிள்ளைகளுடன் கோவிந்தனையும் சேர்த்துக் கொண்டு பேசிக்கொண்டிருந்தோம்.

வீட்டுக்குள்ளிருந்த அப்பா வெளியில் வந்ததும் துணுக்குற்றவரைப் போல் நின்றார்.

மாமா வந்தவர்களிடம் சமாதானம் செய்வதைப் போல் பேசினார்.

"அது எப்படிங்க? நம்ம ஊர்ல சேரிக்காரங்க வண்டியில் ஒக்காந்து ஓட்டக்கூடாதுன்று ஓங்களுக்கு தெரியாதா?" ஒரே நேரத்தில் நான்கைந்து பேர் பேசினார்கள்.

"சரிப்பா, ஒங்க ஊருக்குள்ள ஒன்னும் வரல்ல ஓரமா இருக்கிற ரோட்ல தான வந்தாங்க. அவங்க ஊர்ல இந்த கட்டுப்பாடெல்லா(ம்) கிடையாது".

"உடுங்கய்யா, போங்க, போங்க" என்று மாமா அனைவரையும் அதட்டி அனுப்பி வைத்தார்.

நடுவில் அப்பா ஏதோ பேச வாயெடுத்தபோது, "நீங்க உள்ள போங்க (அ)த்தான்" என்று தடுத்துவிட்டார் மாமா.

வந்த ஆட்களெல்லாம் சென்ற பிறகு மாமா பதட்டத்துடன் பேசிக் கொண்டிருந்தார்.

"இவனுங்களுக்கு இதே பொழப்பாப்போச்சு, நாட்டுக்கு சுதந்திரம் வந்து பத்து வருசமாச்சி, இன்னும், இந்த மாதிரி அக்கப்போரு

தாலூக்கா கமிட்டிகாரங்கள வரச்சொல்லி கட்சிக் கூட்டம் போட்டு பேசனும். இதுக்கு முடிவு கட்டணும்". மாமா படபடத்தார். மாமாவை குனாமானா கட்சிக்காரர் என்று அப்பா சொல்வார்.

சாப்பிட்டுக் கொண்டிருக்கும் போது இது பற்றியே பேச்சு,

“எங்க ஊர்ல எல்லாம் பணக்காரங்க வசதி வாய்ப்பா இருக்கராங்க. அங்கெல்லாம் இந்த கட்டுப்பாடு கண்டிசன்லா(ம்) கெடையாது. இவனுங்கல்லாம் கூலிக்காரனுங்களா இருந்துகிட்டு திமரப் பாரு " என்று அம்மா படபடன்னு பேசியது.

தூங்குவதற்கு முன் அப்பா, "நாளைக்கு மதிய சாப்பாடு முடிஞ்சதும், கோயிலுக்கு போய் தேரு நிலையிலிருந்து புறப்பட்ட உடனே நாம கௌம்பிடனும்" என்று பேசினார். மாமாவும், அத்தையும் அடுத்த நாள் போகலாம் என்றதற்கு அப்பா மறுப்பு கூறிக்கொண்டிருந்தார்.

அவர்கள் விடிய விடிய பேசிக் கொண்டிருந்தார்கள். நானும், தம்பிகளும், மாமா வீட்டுப் பிள்ளைகளும் தூங்கிவிட்டோம்.

முனியனும், கோவிந்தனும் வராந்தாவில் படுத்துத் தூங்கினார்கள்.

மறுதாள் காலையில் இட்லி, தோசை, அதிரசம் என்று பலகாரங்கள் போடப்பட்டன.

மதியம், தடபுடலான விருந்து வடை பாயாசத்துடன் பரிமாறப்பட்டது.

எல்லோரும் புது துணி மணிகள் அணிந்து கோவிலுக்குச் சென்றோம் (அப்பா மொழியில்) திவ்யமாக தரிசனம் செய்யப்பட்டது.

சற்று நேரம் கழித்து, பல சடங்கு சம்பிரதாயங்கள் செய்யப்பட்டு தேர் நிலையிலிருந்து கிளம்பியது. “கோவிந்தா, கோவிந்தா” என்று சத்தம் மேலே கிளம்பியது. அன்றைக்கு மாரியம்மன் சிலைதான் தேரில் பவனி வந்தது. கிராமத்தில் எந்த திருவிழா என்றாலும் "கோவிந்தா, கோவிந்தா" என்று தான் முழங்குவார்கள்.

அனைவரும் வீட்டுக்குத் திரும்பி வந்தோம். அப்பா சீக்கிரம் கிளம்பலாம் என்றார்.

மாமா அம்மாவிடம், "ஏம்மா ஒங்க ஊட்டுக்காரார் கால்ல சக்கரம் கட்டிக்கிட்டிருக்கார். எப்ப பார்த்தாலும் வேகமா?" என்றார் கிண்டலாக,

அம்மாவும், "அத ஏண்ணா கேக்குறிங்க ஒரு எடத்துக்கும்) - அமர போய் வர முடியாது. எப்பவு(ம்) அவசர (ம்) அவசரந்தான்"

அப்பா, “வண்டிக்காரன காணமே” என்று கூறிக் கொண்டு வந்தார்.

அரசமரத்தடியில் வண்டியும், மாடுகளும்தான் இருந்தன. முனியனையும் கோவிந்தனையும் காணோம்.

அப்பாவும், மாமாவும் அவர்களைத் தேடிக்கொண்டு சென்றார்கள்.

அம்மாவும், மற்றவர்களும் வீட்டுக்குள் சென்று எதைப் பற்றியும் கவலைப்படாமல் சிரித்து பேசிக்கொண்டிருந்தார்கள்.

திரும்பி வந்த மாமாவும், அப்பாவும், முனியனும், கோவிந்தனும் ரயில் நிலையத்தில் தான் நின்று கொண்டிருந்தார்களாம். பிறகு எங்கே போனார்கள் என்று தெரியவில்லை, என்று அங்கே இருந்தவர்கள் தெரிவித்தாக கூறினார்கள்

“இவனுங்க எங்க போய்த் தொலைஞ்சானுங்களோ” என்று அப்பா புலம்பிக் கொண்டே இருந்தார்.

"வந்துருவானுங்க (அ)த்தான் என்று மாமா பதில் கூறிக் கொண்டிருந்தார்.

விளக்கு வைத்து நீண்டநேரம் ஆன பிறகு முனியனும், கோவிந்தனும் வந்தார்கள்.

அப்பா, முனியனை கண்டபடி திட்ட ஆரம்பித்தார்.

"இவனுங்களுக்கு என்ன ஆச்சோ?" என்று பயந்து போனதாக திரும்பத் திரும்பக் கூறினார்.

விசாரித்ததில், நாங்கள் எல்லோரும் கோவிலுக்குச் சென்ற பிறகு, முனியனும், கோவிந்தனும் ரயில் நிலையத்திற்கு சென்றிருக்கிறார்கள். அப்போது சரக்கு ரயில் ஒன்று நின்றிருக்கிறது. கோவிந்தன் அதில் ஏறிப்பார்க்கலாம் என்று கேட்க இருவரும் எம்பி ஒரு சரக்குப் பெட்டியின் விளிம்பைப் பிடித்து பெட்டிக்குள் குதித்துள்ளார்கள். சற்று நேரம் உள்ளேயே இருந்து விட்டு பிறகு இறங்கிக் கொள்ளலாம் என்று கோவிந்தன் கூறியிருக்கிறான். அதற்குள் வண்டிப் புறப்பட்டு விட்டது. சரக்கு ரயில் சின்ன சேலத்தில் நின்ற பிறகு, இறங்கி ரயில் ரோடு ஓரமாகவே நடந்து, மாமா வீட்டுக்கு வந்திருக்கிறார்கள். அதனால் நேரமாகி விட்டது.

எனக்கு அப்போதுதான் நினைவுக்கு வந்தது.

முந்தைய வாரம் ஒரு நாள் வருப்பில் ஆசிரியர், "புகைவண்டி," சம்மந்தமாக பாடம் நடத்தும்போது, "யார் யாரெல்லாம் ரயிலைப் பார்த்திருக்கிறீர்கள்? ரயில் ஏறியிருக்கிறீர்கள்?" என்று கேட்டார். நான்கைந்து பேர் தான் ரயிலைப் பார்த்திருப்பதாகக் கூறினார்கள். அதிலும் இரண்டு பேர் ரயிலில் ஏறியதில்லை என்று கூறினார்கள்.

நான் "எங்கள் மாமா வீட்டுக்கு ரயிலில் போயிருக்கிறேன்" என்று கூறினேன். ரயிலைப் பார்க்கத்தான், கோவிந்தன் தன் தந்தையிடம் நச்சரித்து, உடன் வத்திருக்கிறான்.

மறுநாள் விடிவதற்குள் வண்டி கட்டி புறப்பட்டு எங்கள் ஊருக்கு வந்து சேர்ந்தோம். வரும் வழியெல்லாம் அப்பா முனியனைத் திட்டிக் கொண்டிருந்தார். முனியன், கோவிந்தன் மேல் சாக்குக் கூறினான்.

"அவ(ன்) அறியாப் பையா(ன்) அவ(ன்) என்னாத்தக் கண்டான்" என்று கூறி விட்டு மீண்டும் திட்டினார். அதிகம் திட்டுகிறோம் என்பதை உணர்த்தவர் போல் ஒங்களுக்கு என்ன ஆச்சோன்னு பயந்ததாகவும் திரும்பத் திரும்பக் கூறினார்.

கோவிந்தன் எதைப் பற்றியும் கவலைப்படாமல் மிகவும் மகிழ்ச்சியாக வந்தான். ஏதோ சாதனை செய்தவன் போல் அவன் முகம் இருந்தது.

அடுத்த நான் பள்ளியில் சக மாணவர்களிடம், தான் ரயிலைப் பார்த்ததையும், ரயிலில் ஏறியதையும் அடிக்கடிக் கூறி பெருமைப் பட்டுக் கொண்டான்.

சிறை

அனுராதா ரமணன்

அன்று - கௌதம முனிவனின் குடிலில் பொழுது புலர்வதற்கு முன், ஏற்பட்ட விபத்து - இன்று பாகீரதிக்கு ஏற்பட்டுவிட்டது. நேரமும் காலமும் மனிதர்களும் தான் வேறு.... வேறு.... சம்பவம் ஒன்றுதான்.

அகலிகையைப் போல, தன் கணவனுக்கும் அந்நிய புருஷனுக்கும் வித்தியாசம் தெரியாத மனுஷி இல்லை பாகீரதி.

"கடங்கார... பாவி... நீ நாசமா போகப் போற..." என்று அவள் மனதார சபிக்கிறாள்.

இனி மேல் சபித்துப் பிரயோசனமில்லை - சபிப்பதனால் பாகீரதியின் கற்பு திரும்பி வந்து விடவா போகிறது..? மனிதர்களை முழுசாய் விழுங்கி, எழுந்து நின்று ஏப்பம் விடுகிற ராட்சஸனைப் போல் அந்த அறையின் நிலைப்படி தலையில் இடிக்க நின்று கொண்டிருக்கிறான் அந்தோணி.

அவனுடைய ஆறுமாத வேட்கை இன்று தணிந்து விட்டது.

ஆறு மாதங்களுக்கு முன் கண்கள் நிறைய கனவுகளும் நெஞ்சு கொள்ளாத ஆசைகளுமாய் ரகுபதி குருக்களின் மனைவியாய் இந்த ஊரில் அடி எடுத்து வைத்த பாகீரதி நினைத்துக்கூட பார்த்திருக்க மாட்டாள். இப்பேர்பட்டதோர் இடியை!

அந்தோணிசாமி தீர்மானிக்கிற - திட்டம் தீட்டுகிற - எதுவும் இதுவரையில் நடக்காமல் போனதில்லை. அந்த சிறிய கிராமத்தில் மூன்று அடுக்கு மாடி வீடு அவனுடையது. விடிகாலைப் பொழுதில் கழுத்தில் சுண்டு விரல் பருமனுக்கு மைனர் செயினும் இடுப்பில் தோல் பெல்டுமாய் அவன். திண்ணையில் உட்கார்ந்து நாட்டுத் துப்பாக்கிக்கு மருந்து கிட்டிக்கும் போது தெருவில் ஆண்களே நடமாட பயப்படுவார்கள்.

பக்கத்தில் ஓடுகிற காவேரிக்கு - அந்தத் தெரு பெண்கள்

சுற்றி வளைத்து மூக்கைத் தொடுவது போல நாலு தெருக்களை பிரதட்சிணம் பண்ணிக்கொண்டுதான் போவார்கள். அவ்வளவு கிலி!

அசட்டு பாகீரதி முதல் இரண்டு நாட்கள் அந்தோணி மாத்திரம் திண்ணையில் உட்கார்ந்திருந்த நேரத்தில், குடத்தைத் தூக்கிக்கொண்டு நாலுதரம் காவிரிக்கு நடந்திருக்கிறாள்.

"டேய் மருது நம்ம தெருவில புதுசா ஒரு பொண்ணு காலுல மெட்டியும் கழுத்தில் புது மஞ்சக் கயிறுமா போவுதே... யாருடா...?"- அந்தோணி வேலைக்காரனிடம் விசாரிக்கிறான். ‘‘ரகுபதி அய்யாவோட சம்சாரமுங்க".

அன்றே அவன் அவளைத் தனியாகச் சந்திக்க வேண்டுமெனத் தீர்மானிக்கிறான்.

நடுப்பகலில் ரகுபதி உச்சிகால பூஜைக்குக் கோயிலுக்கு போயிருந்த நேரத்தில் - அந்தோணி அந்த வீட்டுக்குள் சர்வ சுதந்திரமாய் நுழைகிறான்.

பாகீரதி நிலைப்படியைத் தலைக்கு அண்டக் கொடுத்தபடி ஈரக் கூந்தலை தலை விரித்து விட்டபடி, நிர்ப்பயமாய் வீட்டில் படுத்திருந்த நேரம்... அந்தோணியின் யானை பலத்துக்கு முன் பதினெட்டு வயசு பாகீரதி வெறும் கோழிக்குஞ்சு.

அவன் பெல்ட்டை இறுக்கிக் கொண்டு காலில் செருப்பை மாட்டும்போது...

"ஓம் பூர்ணமத; பூர்ணமிதம் பூர்ணாத்."

ஒரு கையில் சிறிய வாதாம் இலை போட்டு மூடிய வெண் கலப் பானையும் மற்றொரு கையில் கோவில் சாவியுமாய் ரகுபதி!

ஒரு நொடிப் பொழுதில் அத்தனையும் புரிந்துவிட - உடல் வியர்க்க உள்ளம் பதற கொதித்து நிற்கிறார் அவர். அவன் இவரை லட்சியமே பண்ணாமல் தலையைச் சிலுப்பிக் கொண்டு போகிறான்.

கொஞ்ச நேரம் கையில் பிடித்திருக்கும் வெண்கலப் பானையை கூடக் கீழே வைக்க மறந்து பாகீரதி படுத்திருக்கும் சமையற்கட்டுக்கு அடுத்த இருட்டு நடையையே பார்த்துக் கொண்டிருக்கிறார்.

நீண்ட கேவலும்... "ஐயோ ஐயோ" என்ற புலம்பலும்..

இவளை... இவளை..... என்ன செய்யறது?

இந்த பதைபதைக்கிற வெய்யில்லே காவிரிக்கு இழுத்துண்டு போய் தள்ளிவிட்டுடலாமா....?

ரகுபதியின் மனசில் ஆங்காரம் விஸ்வரூபம் எடுத்து அடுத்த கணமே தணிகிறது.

அவன் பண்ணின அபக்யாதிக்கு இவளைக் கொன்னு போடுவது என்ன நியாயம்..?

அப்போ - இவளோட திரும்பவும் நீ குடித்தனம் நடத்த போறியா? உன்னால முடியுமா? இவ பக்கத்துல நீ எப்படி நிம்மதியா படுத்துப்பே... ஊர் உலகம் என்ன சொல்லும்....?

மலைத்து நிற்கிறார் அவர்.

"ஐயோ சித்த முன்னால நீங்க வந்திருக்கப்படாதா..." பாகீரதி ஆறுதல் தேடும் குழந்தையைப்போல கதறிக்கொண்டே பாய்ந்து வந்து அவரை அணைத்தபோது உடம்பையே சாக்கடையில் போட்டு புரட்டி எடுத்தாற் போல கூசுகிறது ரகுபதிக்கு.

"இந்தா - தள்ளி நில்லு"

அவரது குரலை அவளுக்கு அடையாளம் தெரியவில்லை. காலை வரையில் தன்னிடமிருந்து நூலிழைக் கூட விலக விரும்பாத தன் கணவர் இப்பொழுது எங்கு கைக்கெட்டாத தூரத்தில் நிற்பது போல் பாகீரதிக்குத் தோன்ற அவள் இன்னும் பெரிதாக அழுகிறாள்.

"என்னை அப்படி பார்க்காதீங்கோ. எனக்கு பயமாயிருக்கு"

"வெளியில் போ!"

அவரது வார்த்தைகள் தந்த அதிர்ச்சியில் துள்ளி நிமிர்கிறாள்.

"நிஜம்தான். இனிமே ரெண்டு பேரும் சேர்ந்து ஒரே வீட்டில் இருக்க முடியாது. ராத்திரியே நான் இந்த இடத்தை விட்டு போறேன். எங்கே போறன்னு சொல்லமுடியாது. இனிமே ஒரு க்ஷணம் கூட இந்த ஊர்ல நான் இருக்க மாட்டேன்".

"அப்படி சொல்லாதீங்கோ. எனக்கு உங்களை விட்டா யார் இருக்கா?' நீங்களே என் கழுத்தை நெரித்துக் கொன்று போட்டுடுங்கோ."

அவள் அழுகிறாள். ரகுபதியின் கால் இரண்டையும் கெட்டியாக பிடித்துக்கொண்டு புலம்புகிறாள். மார்பிலும் வயிற்றிலும் அடித்துக்கொண்டு கதறுகிறாள்.

எப்படி இவரால் இந்த மாதிரி பேச முடிகிறது? இவர் இல்லாம இந்த ஊர்ல எனக்கு யாரை தெரியும்... கடவுளே.... கடவுளே... இது என்ன சோதனை..? அன்று இரவோடு இரவாக வீட்டை பூட்டிக் கொண்டு தெருவில் இறங்கி நடந்தவர்தான் ரகுபதி,

காலைப் பிடித்துக்கொண்டு கதறிய பாகீரதியை ஒரு உதறலில் உதறி விட்டு சென்றவர்தான், ஊர்ப் பெரிய மனிதர்கள் யாரும் இந்த விஷயத்தில் வாயை திறக்க வழி இல்லை. ஊருக்கு பெரிய மனிதனே அந்தோணிசாமி தானே.

பெற்றோர் இல்லாத பாகீரதி எத்தனை நாள் இதே ஊரில் வாசல் திண்ணையில் படுத்திருப்பாள்...?

"சாக வேண்டியதுதானே இத்தனைக்கும் பிறகு எதுக்காக இருக்கணும்?" இது ஊர் பெண்களின் விமரிசனம்.

கொஞ்சநாள் கோவில் வெளிப் பிராகாரத்தில் வாசம். கொஞ்சநாள் தபாலாபீசே கதியாய்.... 'போனவரிடமிருந்து ஏதாவது பதில் வராதா' என்று தவம்.

ஊரார் தங்கள் வீட்டு பெண்களைத் திட்டும்போது பாகீரதி மாதிரி ஒரு நாள் தெருவுல நிக்க போறே... என்று சேர்த்துத் திட்ட ஆரம்பித்தார்கள்.

அன்று யோசித்து யோசித்து ஒரு முடிவுக்கு வந்த அவள், தனது சிறிய துணிப் பையை தூக்கிக்கொண்டு அந்தோணியின் வீட்டு வாசலில் வந்து நிற்கிறாள். துப்பாக்கிக்கு மெருகேற்றியபடி உட்கார்ந்திருந்தவன் எதிரில் நிழலாட நிமிர்ந்து பார்க்கிறான். இரண்டு பெரிய கம்பளிப் பூச்சிகள் படுத்து கிடப்பது போன்ற புருவங்கள் மேலே ஏற, அவன் திடுக்கிட்டு போகிறான்,

எதிரில் நிற்பவளின் பார்வை.... பார்வையா அது.... இந்த பார்வையை அன்றே இவள் ஏன் தரிசிக்காமல் போனாள்? மெல்ல துப்பாக்கியை சுவரில் சாய்த்துவிட்டு எழுந்து நிற்கிறான்.

இதுவரையில் அவனிடம் தன்னை இழந்த எந்த பெண்ணும் திரும்ப வந்து இப்படி அவன் வீட்டு வாசலில் நின்று செங்குத்தாய் ஈட்டியை செருகுவது போல் பார்த்ததில்லை.

“நான் இனிமே இங்கதான் இருக்கப் போறேன்”

அவள் தடதடவென உள்ளே நுழைகிறாள். மருது திறந்த வாயை மூட மறந்து பார்த்துக் கொண்டிருக்கிறான். 'இந்த வீட்ல பொம்பளை யாரும் இல்லைம்மா' மருது கொஞ்சம் தைரியம் வந்து சொல்ல -

'தெரியும்' பதில் அளித்துக் கொண்டே வீட்டின் இரண்டாம் கட்டுக்கு போகிறாள்.

துப்பாக்கியும் கையுமாக பின்தொடர்ந்த அந்தோணியை அந்த இரண்டாம் கட்ட நுழைவாசலில் அடி எடுத்து வைக்க விடாமல் தடுக்கிறாள்.

"அங்கேயே நில்லு... இந்த வாசப்படி தாண்டி இந்தப் பக்கம் வரக்கூடாது. எந்த காரணத்துக்காகவும் வரக்கூடாது. உள்ளே வந்தா என் பொணத்தைத்தான் பார்ப்பே..."

மந்திரத்துக்கு கட்டுப்பட்டவன் போல அங்கேயே நிற்கிறான் அந்தோணி.

பெண்டாட்டி பிள்ளை யாரும் இல்லாமல் தனிக்காட்டு ராஜாவாக வாழ்ந்து கொண்டிருக்கும் அந்தோணி வீட்டுக்குள் என்ன தைரியத்தில் நுழைந்தாள் அவள்?

தனியாக அவள் சமைத்து சாப்பிட, அந்தோணி பாத்திரங்களையும் பண்டங்களையும் வாங்கி போடுகிறான்.

இரண்டு வேளையும் காவேரி போய் குளித்துவிட்டு தண்ணீர் எடுத்து வரும் பாகீரதி, இப்பொழுது வம்புகளை லட்சியம் செய்வதில்லை. காவிரியில் இருந்து தண்ணீர் எடுத்து வரும் பாகீரதி விட்டுக்குள் நுழையும்போதே தோட்டத்திலிருந்து கொஞ்சம் செம்பருத்தி பூக்களை பறித்துக் கொண்டுதான் உள்ளே நுழைவாள். அந்தோணியின் வீட்டு நடுக் கூடத்தில் பளிங்கினாலான பெரிய அன்னை மேரியின் சிலை இருக்கும். இரண்டு பூக்களை அந்த பொம்மைக்கு சாத்தி விட்டு, தனது இருப்பிடத்திற்குள் புகுந்து கொள்வாள்.

அந்தோணி நடுக்கூடத்தில் உட்கார்ந்திருந்தாலும் அவனை நிமிர்ந்துகூட பார்க்க மாட்டாள்.

'உன்னுடன் எனக்கென்ன பேச்சு' என்பது போல....

அன்று பொறுக்க முடியாமல் அவன் வாய் விட்டு கேட்கிறான்.

"அம்மா கொஞ்சம் நில்லு.."

அவனது வார்த்தைகளுக்குக் கட்டுப்படும் அளவுக்கு அவனிடம் மதிப்பு எதுவும் இல்லையாயினும் அவன், "அம்மா" என்று அழைத்த தொனி அவளை சற்று நிற்க வைக்கிறது.

"நீ இன்னும் எத்தனை நாள் இங்கே இருக்கப் போற?"

"எதுக்கு கேக்குற?" என்பது போல அவள் அவனை ஏறிட்டுப் பார்க்கிறாள்.

"ஊருல உன்னையும் என்னையும் சேர்த்து நிறைய பேசுறாங்க. நான் பேச்சுகளுக்கு எல்லாம் பயப்படுறவன் இல்லை. அனாவசியமா உன் பேரு..."

"என் பேரு இனிமே கெட எதுவும் இல்லை. என்னிக்கு நீ என்னை தொட்டியோ அன்னிக்கே கெட்டாச்சு. ஆனா ஒரு தடவைதான் சகதியில் காலை விட்டுட்டோமே என்று திரும்பவும் இந்த சேத்துல விழுந்து சகதியை பூசிக்க நான் தயாரில்லை.

ஊர் என்ன வேணுமானாலும் சொல்லட்டும். உன்னாலதான் எனக்கு இந்த நிலைமை வந்தது. உன்கிட்ட என் தேகம் அந்த கணம் அடிமைப்பட்டு கிடந்த குற்றத்துக்கு தண்டனையை என் அகத்துக்காரர் கொடுத்துட்டார். என்னை தொட்ட பாவத்தை நீயும் கொஞ்சம் அனுபவிக்க வேண்டாமா...? அனுபவி..."

அவள் ஆவேசமுடன் கூறுகிறாள்.

"நான் இதை தண்டனையா நினைக்கல. நான் செய்தது பெரிய தப்பு தான். என்னை கர்த்தர் மன்னிக்கவே மாட்டார். ஆனால், அதற்காக என் வீட்டில் எத்தனை நாள் இப்படி சிறைவாசம் அனுபவிப்பே? உன் புருஷனை தேடி உன்னை அவன்கிட்ட ஒப்படைச்சாத்தான்...." அந்தோணியின் கண்கள் கலங்குகின்றன.

அத்தனை பெரிய உருவமான அவன் குழந்தை மாதிரி விசும்புவதை ஒரு வித திருப்தியுடன் ரசிக்கிறாள் அவள்.

"என்னமோ அவரைத் தேடிப் பிடிச்சு என்னைக் கொடுத்தா அவரும் சுலபமா எல்லாத்தையும் மறந்துட்டு அழைச்சுப்பார்ங்கிற மாதிரியும் நானும் சுலபமா அத்தனை பழிச்சொல்லையும் தொடச்சி விட்டுண்டு அவர்கூட போயிடுவேன்கற மாதிரியும் பேசறயே. அந்தக் காலத்துல அசோகவனத்துல சிறை வச்சிருந்த சீதையை மீட்டு அயோத்தி அழைச்சுண்டு வந்த ராமன் சந்தேகத்துனால பொண்டாட்டியை தீக்குளிக்க வச்சான். நான் வீட்ல ஒண்டியா குடித்தனம் பண்ண வந்து ஒன்பது வருடங்களாயிடுத்து. சாதாரண சராசரி மனுஷரான அவர் இனிமேல் என்னை எங்கே ஏத்துக்கப் போறார்..? இனிமேல் நான் சாகறவரைக்கும் இந்த வீடுதான் எனக்கு..."

அவள் விருட்டென்று உள்ளே போகிறாள். அவனைப் பார்த்து கேலி செய்வது போல அவளது இடுப்பில் உள்ள தண்ணீர் குடம் க்ளுக்கெனத் ததும்பி விழுந்து சிரிக்கிறது.

அவர்களது வாழ்க்கை - தெருவிலிருப்பவர்களுக்கும் வீட்டு வேலைக்காரர்களுக்கும் வேடிக்கையான ஒன்று. இருவரும் எந்த பந்தத்திலும் சிக்கிக் கொள்ளாமலேயே ஒருவருக்கொருவர் கடமைப்பட்டாற் போல வாழ்கின்றனர்.

'வாழைத்தார் அறுத்தோமுங்க' பண்ணை ஆள் அந்தோணியின் முன் பூவன் தாரை கொண்டுவந்து வைக்கிறான்.

'உள்ளார அம்மாகிட்ட கொண்டு கொடு போ' அந்தோணி தன் கம்பீரத்தில் சற்றும் குறையாமல் வாசலில் உட்கார்ந்தபடியே கூறுகிறான்.

'அதுபோலவே குத்தகை பணம் கரும்பு விற்ற பணம்.... எல்லாமும் அம்மாகிட்ட கொண்டு கொடு'.

"என் தாயே, நான் செய்த தவற்றுக்கு அபராதமாக என் உயிரை வேண்டுமானாலும் கொடுக்க தயாராக இருக்கிறேன்". பெற்றுக்கொள் என்பதுபோல அந்தோணி அத்தனையையும் பாகீரதி முன் சமர்ப்பிப்பதும்....

'என்னுடைய இழப்பை இதையெல்லாம் கொண்டு தீர்க்க முடியாது' என்பதுபோல, பாகீரதி அவற்றைத் தொடாமல் கூடத்தின் நடுவில் உள்ள அன்னை மேரியின் முன் கணக்கு பார்த்து வாங்கி வைத்து, "மருது இதை எல்லாம் பத்திரமா அய்யா கிட்டே கொடுத்துடு" என்று சொல்லியபடி தன் கூட்டுக்குள் புகுந்து கொள்வதும்...

இது எல்லாவற்றையும் விட பெரிய ஆச்சரியம், பாகீரதி அந்த வீட்டுக்குள் நுழைந்த பின் அந்தோணி எந்த பெண்ணையும் நிமிர்ந்து கூடப் பார்ப்பதில்லை என்பதுதான்.

எத்தனை வருஷங்கள் இப்படி வெற்று வாழ்க்கை...!

"அந்தோணி பொண்டாட்டி போறாடோய்."

அந்தோணி சிலுவை பூஜை பண்ணுவான், இவ வரலட்சுமி பூஜை பண்றாளாம்டா.

இந்த வார்த்தைகள் இருவருடைய காதிலும் விழத்தான் செய்தன. அதையெல்லாம் தாங்கிக்கொள்ள மனோதிடம் வேண்டும்.

'நான்தான் இதையெல்லாம் தாங்கிக்கொள்ளும் என் தலையெழுத்து. இவனுக்கு என்ன நெனச்ச மருதுவை விட்டு செத்த எலியை வாசலில் தூக்கி போட்டுறப்போல என்னை வெளியில் கழுத்தை பிடித்துத் தள்ளி விட்டு பழையபடி இவன் குடியும் கூத்துமாக இருந்திருக்கலாமே...... இவன் ஏன் என் வார்த்தைக்கு கட்டுபடுறான்...? நினைத்துப் பார்க்கிற பாகீரதிக்கு தன் கணவன் இந்த மாதிரி - கொல்லைப்புறம் ஒரு குடிசை போட்டாவது கொடுத்திருந்தால் இப்படி பேச்சு கேட்டு கொண்டிருக்க வேண்டாமே என்று தோன்றும். அவர் எங்கே இருக்கார்.... எப்படி இருக்கார்.... இருக்காரா இல்லையா...? ஒண்ணுமே தெரியாத இந்த அவல

வாழ்க்கைக்காகவா என்னை கல்யாணம் பண்ணி இந்த ஊருக்கு அழைச்சுண்டு வந்தார். இந்த நினைப்புகள் கண்ணாடியை பார்த்து பொட்டு வைத்துக் கொள்ளும் போது சில சமயங்களில் அந்த ஆறு மாசம் இல்வாழ்க்கையின் இனிப்பு அடிமனசில் பாகாய் கரையும் போது, கழுத்தில் கிடக்கும் மஞ்சள் கயிற்றில் கட்டி தொங்க விட்டாற்போல நெஞ்சு கனக்கும் போது ஆரவாரமாய் எழுந்து அடங்கும்.

இதேபோல நினைப்புகள் அரிப்பெடுக்கற முள்செடி மேல பட்டுட்டாப் போல என்னைப் பார்க்கிற போதெல்லாம் இவன் மனசலயும் அரிப்புகள் வேதனைகள் எல்லாம் இருக்குமோன்னோ

இதோ *50* வயசான பாகீரதி குத்துவிளக்குக்கு மஞ்சள் குங்குமத்தை இட்டுக் கொண்டே கூடத்து கட்டிலில் இரண்டு காலையும் அசைக்கவே முடியாமல் வீக்கம் கண்டு படுத்திருக்கும் அந்தோணியை பார்த்தபடி நினைத்துக் கொள்கிறாள்.

அந்தோணி கிட்டதட்ட *70* வயது ஆகிவிட்டது. வயசான தன் கோளாறு இளவயதில் தறிகெட்டு இருந்தது எல்லாமுமாய் சேர்ந்து அவனை இப்பொழுது ஒரே படுக்கையாய்ப் போட்டிருக்கிறது. வேளாவேளைக்கு மருந்து கொடுத்து பார்த்துக்கொள்ள மருதுவை தவிர யாருமே இல்லை.

ஒரு தடவை அவன் மூச்சிரைக்க இறுமி விட்டு எச்சிலை துப்ப பீங்கான் குவளையைத் தேடியபோது கிடைக்காமல் எழுந்திருக்கவும் முடியாமல் சிரமப்பட்ட போது பாகீரதி ஓடி வந்து கட்டிலின் அடியில் இருந்த குவளையை எடுத்து நீட்டுகிறாள்.

அவன் பதறி போகிறான்.

"நீயா நீயா தாயே மருது எங்கே....?

“தெரியல பரவாயில்லை கொடு, நான் வாங்கி வைத்திருந்தா பெரிய பாதகம் ஒண்ணும் வந்துடப் போறதில்ல”.

"வேண்டாம்மா. இந்த காரியம் எல்லாம் செய்யக்கூடாது. ஏற்கனவே என் தப்புக்கு எப்படி பிராயசித்தம் செய்யறதுன்னு புரியாம தவிச்சுண்டிருக்கேன்.”

அந்தோணியின் பருத்த கன்னமும் நரைத்த மீசையும் துடிக்கிறது. அத்தனை பெரிய சரீரம் அழுகையால் குலுங்குவதைப் பார்க்க அவளுக்குமே அழுகை வருகிறது.

ஒரு காலத்தில் இவன் அழுததை தான் ரசித்தது நினைப்புக்கு வர தன்னையும் மீறி கோபமாகக்கூட வருகிறது அவளுக்கு.

"இப்போ என்ன இத்தனை வருஷமா என்னை வீட்டில் வச்சுண்டு சோறு போடுவதற்கு நான் இதுவாவது செய்யக்கூடாதா? இதுவே நான் படுத்துட்டா நீ செய்ய மாட்டியா...? இந்த மனுஷாபிமானம்கூட இல்லைனா நான் வெறும் மிருகத்துக்கு சமானம்".

அவள் குவளையை அவன் எதிர்த்தாற் போல் இருக்கிற முக்காலியில் வைத்து விட்டுப் போகிறாள். அன்று காலை அந்தோணியின் கதை முடிந்துவிட்டது. ஊரே திரண்டு வந்து வாசலில் நிற்க, பாதிரியார் அவனது இறுதிக் கடன்களை முன்னின்று நடத்த 30 வருடங்களுக்கு மேல் பாகீரதியுடன் ஊமை வாழ்க்கை நடத்தியவன் இன்று நீண்ட உறக்கத்தில் ஆழ்ந்து விட்டான்.

"இனிமே அந்தோணி வீட்டு அம்மாவின் கதி என்ன?" ஊராரின் கேள்விக்கு அவனின் நீண்ட உயில் பதில் அளிக்கிறது.

இந்த வீட்டையும் இதில் உள்ள பொருட்களையும் பாகீரதி மிச்ச காலத்தை நிம்மதியாய் கழிக்க போதுமான தொகையும் தவிர, மீதியை அனாதை குழந்தைகளுக்கு எழுதி வைத்து விட்டான் அவன்.

"இது போதும் எனக்கு. எனக்கப்புறம் இதெல்லாம் அனாதைகளுக்கே போய் சேரட்டும்."

பாதிரியாரிடம் சொன்னவளின் கண்களில் சுவரில் மாட்டப்பட்டிருக்கும் நாட்டுத் துப்பாக்கியும் கொசுவலை கட்டிய அவனது கட்டிலும் அன்னை மேரியின் பளிங்கு முகமும் கண்களில் தட்டுப்பட்டு கண்ணீரை பெருக்குகிறது.

'இவன் யார்? இவனுக்கும் எனக்கும் அந்த ஒருநாள் அசந்தர்ப்பமான சந்திப்பைத் தவிர வேறு என்ன பந்தம்? இவன் போனதுலே என் இதயம் வெடிச்சிடும் போல இருக்கே.

பாவம்! இவனுக்காக நான் என்ன செஞ்சேன்? அன்னிக்கு இவனுக்கு குவளை எடுத்துக் கொடுத்தேன்.... அதைத் தவிர இவனுக்கு ஒரு தம்ளர் தண்ணிக் கூட எடுத்து தந்ததில்லையே நான்.

ஆறு மாசம் என்னோட வாழ்ந்துட்டு ஒரு நொடியில் உதறி எரிஞ்ச என் அகத்துக்காரரைவிட - ஒரு நாள் செஞ்ச தப்புக்காக வாழ்நாள் முழுக்க என்னை பாதுகாப்புல எந்த பிரதிபலனும் எதிர்பார்க்காமல் வச்சுண்டிருந்த இவன் எத்தனை பெரிய மனுஷன்?'

கும்பல் கூடி அந்தோணியின் உடலை சந்தனப் பெட்டியில் வைத்து தூக்கிச் சென்ற போது அடக்கி வைத்திருந்த அழுகை இப்பொழுது பீறிட்டுக்கொண்டு எழுகிறது. இந்த நிமிடத்தில் அம்மி மிதித்து அருந்ததி பார்த்து வாழ்நாள் முழுக்க இவளை

நான் காப்பாற்றுவேன் என்று கூறி அழைத்து வந்து நடுத்தெருவில் நிறுத்தி விட்டு ஓடிய ரகுபதியை காட்டிலும் அந்தோணி தான் அவள் மனசில் உயர்ந்து நிற்கிறான்.

"ஐயோ என்னை தனியா விட்டுட்டு போயிட்டியே" அவள் ஓவென அலறியபடியே தன் கழுத்தில் உள்ள மஞ்சள் கயிற்றைக் கழற்றி சுவரில் தொங்குகிற துப்பாக்கியின் முனையில் மாட்டிவிட்டு, அப்படியே சுருண்டு படுக்கிறாள்.

ஆமாம்! இனிமேல் அவள் ரகுபதியின் மனைவியாக வாழ்வதைவிட அந்தோணிசாமியின் விதவையாக வாழ்வதே நியாயம் எனக் கருதி விட்டாள்.

காற்றின் நிழல்

நஞ்சுண்டன்

Preamble

'எனக்கு இலக்கியம் தெரியாது' என்று தன்னை அறிமுகம் செய்துகொண்டவரை ஆச்சரியத்துடன் பார்த்தார் பிரான்சிஸ் அற்புதராஜ். தலைநகரில் நடந்த 'இருபதாம் நூற்றாண்டின் இறுதியில் இந்தியக் கலையும் பண்பாடும்' கருத்தரங்கம் அது. ஓர் அமர்வு முடிந்து, கட்டுரை வாசித்தவர்கள் நன்றி கூறப்பட்டு ஒவ்வொருவராகக் கிளம்பிக்கொண்டிருக்க, அற்புதராஜின் அருகில் வந்து அவர் தன்னை அறிமுகம் செய்துகொண்டார். தொடர்ந்து அவரே, 'நான் ராதாகிருஷ்ணன். எனக்கும் தமிழ்நாடுதான். நேற்று உங்கள் கட்டுரையைக் கேட்டேன்' என்றார். இருவரும் பேசிக்கொண்டே கருத்தரங்க அறையைவிட்டு வெளியேறித் தேநீர் வழங்கிய இடம் வந்து, கோப்பைகளைப் பெற்றுக் காரிடாரின் ஒரு மூலைக்குச் சென்றார்கள். ராதாகிருஷ்ணன் பிரான்சிசைப் பொதுவாகக் கேட்டறிந்தார். 'நீங்கள் என்ன செய்கிறீர்கள்? எப்படி இந்தக் கருத்தரங்குக்கு வந்தீர்கள்? ஆர்வத்தோடு அற்புதராஜ் கேட்டார். ராதாகிருஷ்ணன் 'ராயல் ஃபிலசாஃபிக்கல் சொஸைட்டியின் சார்பாகக் கலந்துகொள்கிறேன். நாளைக் காலை என் தலைமையில் ஓர் அமர்வும் பிற்பகல் என்னுடைய பேச்சும்' என்றார். ராதாகிருஷ்ணன் பிரான்சிசுக்கு அறிமுகமானது இப்படி.. பின், நேரடிச் சந்திப்பு, கடிதங்கள் மூலம் அவர்கள் அறிமுகம் வளர்ந்தது.

பிரான்சிஸ் அற்புதராஜ் (வெவ்வேறு நாட்களில்) சிலமுறை ராதாகிருஷ்ணனைச் சந்தித்துப் பேசியதிலிருந்தும் ராதாகிருஷ்ணன் அவருக்கு எழுதிய கடிதங்களிலிருந்தும் ராதாகிருஷ்ணன் சித்திரம் கீழ்வருமாறு.

BODY

பிரான்சிஸ்: ராதாகிருஷ்ணன், நீங்கள் இப்போது என்ன செய்கிறீர்கள்?

ராதாகிருஷ்ணன்: நாடாறு மாசம் காடாறு மாதம்போல் வெளிநாடுகளிலும் இந்தியாவிலும் வசிக்கிறேன். அமெரிக்காவின் மஸ்ஸசூசெட்ஸ் தொழில்நுட்பக் கழகத்தில் *artificial intelligence* துறையின் தர்க்கவியல் பகுதியில் ஆலோசகனாக ஒரு வேலை. வருடத்தில் நான்கு அல்லது ஐந்து மாதங்கள் அங்கே. கேம்பிரிட்ஜ் பல்கலைக்கழகத் தத்துவத் துறையில் மூன்று மாதம். பின், இந்தியாவில் அரசாங்கத்துக்காகச் சில வேலைகள்.

அற்புதராஜ்: கேட்கச் சற்று விநோதமாக இருக்கிறது. அடிப்படையில் உங்கள் கல்வித் தகுதி என்ன? இப்படிக் கேட்பது சற்று அநாகரிகமானதென்றாலும், பொறுத்துக் கொள்ளுங்கள். வேறு மாதிரி கேட்க எனக்குத் தோன்றவில்லை. நீங்கள் எங்கெல்லாம் படித்தீர்கள்?

ராதாகிருஷ்ணன்: பரவாயில்லை. (சற்று யோசனைக்குப் பின்) எங்கள் ஊருக்கு அருகிலேயே உள்ள அரசுக் கல்லூரியில் பிஎஸ்ஸி கணிதம். சென்னை மாநிலக் கல்லூரியில் எம்எஸ்ஸி கணிதம். பின், கல்கத்தாவிலுள்ள இண்டியன் ஸ்டாடிஸ்டிகல் இன்ஸ்டிடியூட்டில் தர்க்கத்தில் டாக்டர் பட்டம்; அசோக் மைத்ரா என்பவரின் மேற்பார்வையில், தர்க்கத்திலிருந்து தத்துவ இயலுக்கு வந்தேன்,

பிரான்சிஸ்: எதைக் குறித்து டாக்டர் பட்ட ஆய்வு செய்தீர்கள்?

ராதாகிருஷ்ணன்: என் தீஸிஸ் தலைப்பைச் சொல்லுகிறேன். *(A Treatise of the Sturcture in Tibetan Theology.)*

அற்புதராஜ்: உங்கள் ஆய்வின் முக்கிய முடிவுகளைக் கூற முடியுமா?

ராதாகிருஷ்ணன்: அவற்றைப் புரிந்து கொள்ளப் பல்வேறு கோட்பாடுகளை நீங்கள் அறிந்திருக்க வேண்டும். அவை வேறொரு சந்தர்ப்பத்தில், என் ஆய்வின் முக்கியத்துவத்தை விளக்க ஒரு நிகழ்ச்சியைச் சொல்கிறேன். என் பிஹெச்டி ஆய்வை முடித்த சில மாதங்களுக்குள் ஸ்மித்சோனியன் கழகம் திபெத்தியயியல் மாநாடு நடத்தியது. நான் அதில் கட்டுரை வாசித்தேன். தலாய் லாமா அங்கிருந்தார். அதன் பின், தலாய் லாமாவின் அணுகுமுறையில் நிறைய மாற்றங்கள். காரணம் என் ஆய்வு முடிவுகள்.

பிரான்சிஸ்: அதைத் தொடக்கமாக வைத்து நீங்கள் சர்வதேச அரசியலில் பிரவேசித்திருக்கலாமோ?

ராதாகிருஷ்ணன்: அறிவுஜீவிகள் அரசியலில் செயலாற்றி மதிக்கப்படுதல் லத்தீன் அமெரிக்க நாடுகளில் மட்டுமே சாத்தியம்

என நினைக்கிறேன். அதுமட்டுமல்ல, எனக்கு அரசியல் ஈடுபாடும் இல்லை; லீடர்ஷிப் குவாலிட்டியும் கிடையாது.

அற்புதராஜ்: தர்க்க நிபுணரான உங்கள் மீது அதன் தாக்கம் என்ன? அதாவது உங்கள் இயல்பு வாழ்வில்.

ராதாகிருஷ்ணன்: உங்களால் அதை நம்ப முடியாது! நான் சொல்வதைக் கேட்டு நீங்கள் சிரிக்கக் கூடாது.

பிரான்சிஸ்: சரி. சிரிக்கவில்லை சொல்லுங்கள்.

ராதாகிருஷ்ணன்: என்னால் ஜோக்கடிக்க முடியாது. யாரேனும் ஜோக்கடித்தாலும் சிரிக்க முடியாது.

அற்புதராஜ்: (புன்முறுவலுடன்) நம்ப முடியவில்லை. ஏன்?

ராதாகிருஷ்ணன்: சொல்கிறேன். தமாஷ் என்பதே தர்க்கத்தை நிராகரிப்பது; தர்க்கத்தை மீறுவது, யாராவது ஜோக்கடித்தால், உடனே அதிலுள்ள தர்க்கச் சிதைவை நான் யோசிக்கத் தொடங்கி விடுவேன். அதனால், ஜோக் கேட்டு என்னால் சிரிக்க முடியாது. அதற்காக நான் சிரிக்கவே மாட்டேன் என முடிவுகட்டி விடாதீர்கள். சந்தோசத்தில் சிரிப்பேன்.

பிரான்சிஸ்: சரி, ஒரு சமூகத்தில் தர்க்கம் எவ்வாறு செயல்படுகிறது என்பதைச் சொல்ல முடியுமா?

ராதாகிருஷ்ணன்: ஒவ்வொரு சமூகத்திலும் தர்க்கம் ஒவ்வொரு விதமாகச் செயல்படுகிறது. வேறு மாதிரியும் சொல்லலாம். சமூகத்திற்குச் சமூகம் தர்க்கத்தின் பரிமாணங்கள் மாறுகின்றன. காரணம் ஒவ்வொரு சமூகத்திலும் தர்க்கத்தின் இயங்கு தளம் வெவ்வேறு.

அற்புதராஜ்: தமிழ்ச் சமூகத்திற்கென விஷேசமான தர்க்க இயங்கு தளம் ஏதும் உண்டா?

ராதாகிருஷ்ணன்; நிச்சயமாக, இது தொடர்பாக நான் நிறைய யோசித்திருக்கிறேன். நான் புரிந்துகொண்டவற்றைக் கோர்வையாக இப்போது என்னால் சொல்ல முடியுமா எனத் தெரியவில்லை. ஒன்றை மட்டும் என்னால் சொல்ல முடியும். தமிழ்ச் சூழலில் மொழியில் சிக்கிய ஒரு தர்க்க அமைப்பு செயல்படுகிறது. இதற்கு உதாரணமாக எனக்கேற்பட்ட ஓர் அனுபவம். ஒருமுறை நான் லண்டனிலிருந்து இந்தியா திரும்பியபோது, சென்னை விமான நிலையத்தில் வழக்கமான கஸ்டம்ஸ் சோதனை. அப்போது, நான் ஒரு வீடியோ கேசட் எடுத்து வந்திருந்தேன். அது பிபிசிக்காக *Bronowski* தயாரித்த *The Ascent of Man* தொடரின் வீடியோ கேசட்.

அது மிகப் பிரபலமான தொடர். புத்தகமாகக்கூட வந்திருக்கிறது. என் பையைச் சோதனையிட்ட கஸ்டம்ஸ் அதிகாரி "ascent', 'man' என்பவற்றை நேரடியாகத் தமிழ்ப்படுத்தி, அது ஏதோ pornography கேசட் என முடிவு செய்து ரொம்பத் தொல்லை கொடுத்து விட்டார். கொடுமை. வீடியோ கேசட் பிளேயர் தருவித்துக் கேசட்டைப் பார்த்த பிறகுதான் அவர் சமாதானமடைந்தார்.

பிரான்சிஸ்: (சிரிக்கிறார்) கொடுமைதான். பாமர மக்களும் இப்படித்தானா?

ராதாகிருஷ்ணன்: பொதுவாக அப்படித்தான். ஆனால் கல்வியறிவில்லாத மக்கள் ஆச்சர்யமூட்டும்படி தர்க்கத்தைப் பயன்படுத்துவதைப் பார்த்திருக்கிறேன். உதாரணத்திற்கும். ஒருமுறை நான் பெங்களூருக்குப் பஸ்ஸில் போய்க்கொண்டிருந்தேன். பஸ்ஸில் ஒரு வெள்ளைக்காரப் பெண். அநேகமாக அமெரிக்காவைச் சேர்த்தவளாக இருக்க வேண்டும். இடையே பஸ் ஓரிடத்தில் நின்றது. அங்கிருந்த கடையில் டீ சாப்பிட நானும் இறங்கினேன். கடையைக் கவனித்துக்கொண்டிருந்தவர் சாதாரணமான கிராமத்துப் பெண், எனக்கு முன்னதாக டீ சாப்பிட்டு முடித்த அந்த வெள்ளைக்காரப் பெண் கடைக்காரப் பெண்ணிடம் 'How much?' என்றாள். அப்போது நான் நினைத்துக்கொண்டேன்: கடைக்காரப்பெண் அந்த வெள்ளைக்காரி சொன்னதை என்னைத் தமிழ்ப்படுத்தச் சொல்வாளென்று. ஆனால் நடந்ததே வேறு. மிக இயல்பாக எனக்கு டீ கிளாசை நீட்டிய கடைக்காரப்பெண் ஓர் ஐம்பது காசு, ஓர் இருபத்தைந்து காசு நாணயங்களை எடுத்து உள்ளங்கையில் வைத்து அந்த வெள்ளைக்காரப் பெண்ணிடம் நீட்டினாள். வெள்ளைக்காரப்பெண் ஒரு ரூபாய் நாணயம் ஒன்றை வைத்துவிட்டு இருபத்தைந்து காசு நாணயத்தை எடுத்துக்கொண்டாள். இருவரும் புன்னகைத்துக்கொண்டார்கள். எனக்கு ஆச்சரியமான சந்தோசம்.

அற்புதராஜ்: எனக்கும் அப்படித்தான். இனி, தர்க்கவியலிலிருந்து தத்துவத்திற்கு எப்படி வந்தீர்கள் என்பதைச் சொல்லுங்கள்.

ராதாகிருஷ்ணன்: தர்க்கத்திலிருந்து தத்துவத்திற்கு ஒருவர் வந்து சேர்வதில் ஆச்சரியப்பட ஏதுமில்லை. கணிதத்திலிருந்து தர்க்கம். தர்க்கத்திலிருந்து கணிதத் தத்துவயியல், அதிலிருந்து தத்துவயியல், இதற்கு மிகச் சிறந்த உதாரணம் பெர்ட்ரண்ட் ரஸ்ஸல், நீங்கள் இப்படிக் கேட்பதுதான் எனக்கு ஆச்சரியமாக இருக்கிறது.

பிரான்சிஸ்: இருக்கட்டும். தத்துவயியலில் நீங்கள் என்ன எழுதியிருக்கிறீர்கள்? அல்லது அத்துறையில் உங்கள் ஆய்வுகள் என்ன?

ராதாகிருஷ்ணன்: தத்துவயியலில் நான் எழுதிய பெரும்பாலான கட்டுரைகள் *Transactions of Royal Philosophical Society*இல் வெளியாகியுள்ளன. நானும் லியோன் ரொபேரும் இணைந்து எழுதிய கட்டுரைகள் பிரெஞ்சு ஆய்விதழ்களில் வெளியாகியுள்ளன. எனக்குப் பிரெஞ்சில் அவ்வளவாகப் புலமை கிடையாது. நான் ஆங்கிலத்தில் எழுதுவேன். ரொபேர் அதைப் பிரெஞ்சில் எழுதுவார். நானும் ரொபேரும் சேர்த்து ஆங்கிலத்தில் எழுதிய ஒரு கட்டுரையால் நான் திடீரெனப் பிரபலமடைத்தேன்.

அற்புதராஜ்: அது என்ன?

ராதாகிருஷ்ணன்: Unscientific Articles in Scientific Journals. அது ஒன்றுதான் அந்த நோக்கில் நாங்கள் எழுதிய கட்டுரை. நானும் ரொபேரும் இணைந்து ஆங்கிலத்தில் எழுதிய ஒரே கட்டுரையும் அதுதான். ஆனால் தத்துவயியலில் என் ஆய்வுகளுக்கு வேறொரு சிறந்த அங்கீகாரம் உண்டு. 'இருபதாம் நூற்றாண்டின் பிற்பாதியில் கடவுளில்லாத உலகில் மனிதனின் இடம்' என்னும் புத்தகத்தை எழுதியுள்ள அமந்தா கிறிஸ்டி தன் முன்னுரையிலேயே என்னைக் குறித்துள்ளார். அது எனக்கு மிகப் பெரிய கௌரவம்.

பிரான்சிஸ்: தத்துவத்தில் நீங்கள் எதுவும் புத்தகமாக எழுதியுள்ளீர்களா?

ராதாகிருஷ்ணன்: நான் தத்துவயியலில் புத்தகமாக எதையும் வெளியிடவில்லை. நான் புத்தகம் எழுத வேண்டுமென்று ரொபர் சொல்லிக்கொண்டே இருக்கிறார். ஒரு விஷயத்துக்காக அதைச் செய்ய வேண்டும்.

அற்புதராஜ்: எதற்காக?

ராதாகிருஷ்ணன்: 'எனக்கு ஜேம்ஸ் பாண்ட் படங்கள் ரொம்பப் பிடிக்கும். ஒரு ஜேம்ஸ் பாண்ட் படம் பார்த்தால் தொடர்ந்து பத்து நாட்கள் உற்சாகமாக இருப்பேன். பல ஜேம்ஸ் பாண்ட் படங்கள் எனக்கு மனப்பாடம். ஜேம்ஸ் பாண்டுகளில் எனக்கு மிகப் பிடித்தமானவர் சான் கானரி, ஒருமுறையேனும் அவரை நேரில் பார்த்துப் பேச எனக்கு ஆசை.

பிரான்சிஸ்: இதில் ரொபேர் எங்கே வருகிறார்?

ராதாகிருஷ்ணன்: சொல்கிறேன். ரொபேரும் சான் கானரியும் *Monte Carlo* நண்பர்கள். நான் புத்தகத்தை எழுதி முடித்தால் கானரியை எனக்கு அறிமுகம் செய்துவைப்பதாக ரொபேர் சொல்லியிருக்கிறார்.

அற்புதராஜ்: நீங்கள் வெகுவிரைவில் சான் கானரியைச் சந்திக்க என் வாழ்த்துகள்!

ராதாகிருஷ்ணன்: ஆஹா

பிரான்சிஸ்: நீங்கள் தமிழ்ச் சினிமா பார்ப்பதுண்டா? என்ன மாதிரிப் படங்கள் பார்ப்பீர்கள்?

ராதாகிருஷ்ணன்: பிஎஸ்ஸி படித்த காலத்துக்குப் பின் தமிழ்ப் படங்கள் பார்த்ததில்லையென்று சொன்னால் பெரிய தவறொன்றுமில்லை. என்.எஸ்.கிருஷ்ணன், தங்கவேல், பாலையா, நாகேஷ் இவர்களைப் பிடிக்கும். என் சின்ன வயதில் டூரிங் டாக்கீஸில் படம் பார்த்த ஞாபகம் இன்னும் இருக்கிறது. சினிமாக்கள் ஞாபகமில்லை, சினிமாவுக்கும் எங்கள் குடும்பத்துக்கும் சுவாரஸ்யமான தொடர்பு உண்டு.

அற்புதராஜ்: உங்கள் குடும்பத்திலிருந்து யாராவது சினிமாவில் நடித்திருக்கிறார்களா?

ராதாகிருஷ்ணன்: இல்லை. கே.பி. சுந்தராம்பாளும் என் பாட்டியும் நெருங்கிய சிநேகிதிகள். *K. B.* சுந்தராம்பாள் என்பது கொடுமுடி பாலாம்பாள் சுந்தராம்பாள். என் சின்ன வயதில் அவர் என்னைத் தூக்கிக் கொஞ்சியிருக்கிறார். அவரிடம் நானும் என் அக்காவும் நிறைய கதைகள் கேட்டிருக்கிறோம். எங்கள் வீட்டுக்கு இரண்டு கி.மீ. தூரத்தில் கொடுமுடி செல்லச் சாலை இரண்டாகப் பிரியும். அந்த இடத்தில் சுந்தராம்பாளின் கார் டிரைவர் அவரிடம் எந்த வழியில் செல்லலாம் எனக் கேட்பாராம். வலது புற வழியில் வந்தால் எங்கள் வீடு, கொடுமுடி போகும் போதோ சென்னை திரும்பும் போதோ கேபிஎஸ் என் பாட்டியைப் பார்க்காமல் போகமாட்டார். இதெல்லாம் என் பெரியம்மா சொல்லக் கேட்டிருக்கிறேன்.

பிரான்சிஸ்: கேபிஎஸ் தொடர்பான நிகழ்ச்சி எதுவும் உங்களுக்கு நினைவிருக்கிறதா?

ராதாகிருஷ்ணன்: அவர் தொடர்பான நிகழ்ச்சி எதுவும் எனக்கு ஞாபகமில்லை. அவரது சினிமா முகம்தான் என் நினைவில் பதிந்துள்ளது.

அற்புதராஜ்: சினிமாவைப் பற்றிச் சொன்னது போதும்.

ராதாகிருஷ்ணன்: சரி. பிரான்சிஸ்: இப்போது எதைக் குறித்து ஆராய்ந்து கொண்டிருக்கிறீர்கள்?

ராதாகிருஷ்ணன்: ரொபேரும் நானும் தர்க்கத்தில் ஒரு விஷயத்தைப் பற்றி ஆராய்ந்து கொண்டிருக்கிறோம். அதை இப்படி

எளிமைப்படுத்திச் சொல்லலாம். இருக்கிற ஒன்றை இருக்கிறதென நிரூபிப்பது சுலபம். ஆனால் இல்லாத ஒன்றை இல்லையென நிரூபிப்பது கடினம். இந்த விஷயத்தில் ஏற்படும் தர்க்கச் சிக்கல்கள் தொடர்பாக நாங்கள் சிந்தித்துக்கொண்டிருக்கிறோம்.

அற்புதராஜ்: உங்கள் ஆய்வு முடிவுகள் எதற்குப் பயன்படும்?

ராதாகிருஷ்ணன்: பயன்பாடு கருதி மட்டுமே கல்வித் துறை ஆய்வுகள் செய்யப்படுவதில்லை. கணிதம், இயற்பியல் என ஒவ்வொரு துறைக்கும் அதற்கேயான பல சிக்கல்கள், முடிச்சுகள் இருக்கும். அவற்றுக்குத் தீர்வு காண்பது அத்துறை தொடர்ந்து முன்னேற அவசியமானதாக இருக்கும். அப்படிப்பட்ட ஆய்வுகளால் மக்களுக்கு நடப்பு வாழ்வில் உடனடியாகப் பயன் ஏதும் இல்லாமல் போகலாம். ஆனால் அந்த ஆய்வுகள் முக்கியமல்ல எனச் சொல்ல முடியாது. ரொபேரும் நானும், ஈடுபட்டிருக்கும் இந்த ஆய்வின் முடிவுகள் தர்க்கத்துறைக்கு மட்டுமல்லாது *artificial intelligence* துறையிலும் பயன்படும் என்று நம்புகிறோம்.

பிரான்சிஸ்: கல்வித் துறை ஆய்வுகள் தொடர்பாகப் பேசினீர்கள். இங்கே கல்வித் துறை அவ்வளவு ஆரோக்கியமானதாகவோ பெருமைப்படத்தக்கதாகவோ இல்லையே?

ராதாகிருஷ்ணன்: நீங்கள் இங்கேயுள்ள மொழி, இலக்கியத் துறைகளை மனத்தில் வைத்துக்கொண்டு இதைச் சொல்லுகிறீர்கள் என நினைக்கிறேன். நான் முழுக்க முழுக்க மேற்கத்தியக் கல்வித் துறையைச் சார்ந்தவன். அங்குக் கல்வித் துறையின் செயல்பாடும் மதிப்பும் இங்குள்ளதைப் போல இல்லை. மேற்கில் கல்வித் துறை ஆய்வுகள் உடனடியாகத் தொழில் துறையில் தாக்கம் விளைவிப்பதைப் பார்க்க முடியும். எழுத்தாளர்களுக்கும் கல்வித் துறைகளுக்கும் நெருங்கிய தொடர்பிருக்கும். பெரும் சிந்தனையாளர்களில் பலர் பல்கலைக்கழகப் பேராசிரியர்கள். அவ்வளவு ஏன் கம்ப்யூட்டர் படிப்பால் 'ஏட்டுச் சுரைக்காய் கரிக்குதவாது' என்னும் பழமொழி இங்கேயும் காலாவதியாகிவிட்டதே.

பிரான்சிஸ், நீங்கள் இலக்கியத் துறையைச் சார்ந்தவர். அதனால் உங்கள் மனத்தில் கல்வித் துறை என்பது தமிழ்த் துறை என்பதாகப் பதிந்துள்ளது என நினைக்கிறேன். அதனால்தான் அப்படி நினைக்கிறீர்கள். மேற்கில் கல்வித் துறை அதாவது *academy* என்னும் அமைப்பு எப்படி வந்தது என நீங்கள் தெரிந்துகொள்ள வேண்டும். சாக்ரடீஸ்தான் முதலில் *academy* என்னும் சொல்லைப் பயன்படுத்தினார். *Academy is a System where knowledge is gained, tested, and shared* என்பது அவர் கருதியது. அதனால்தான்,

மேற்கத்தியக் கல்வியில் *class room, examination, Confererence Journal* என்பவை இருக்கின்றன.

மேற்கிலும் கல்வித் துறை என்னும் அமைப்பை அவர்களால் சுலபமாக நிர்மாணிக்க முடியவில்லை. பலர் நிறையக் கொடுமைகளை அனுபவித்திருக்கிறார்கள், இத்தாலியில் மரியா கக்டெளஸா அக்னேசி என்று பெண் கணித மேதை ஒருவர் இருந்தார். வடிவக் கணிதத்தில் பிரபலமானவர். சூனியக்காரியாகக் கருதப்பட்டுப் பல சித்திரவதைகளுக்கு ஆளானார். இதுபோல் இன்னும் எத்தனையோ,

அற்புதராஜ்: கல்வித் துறை சார்ந்த உங்களுக்கு நடப்பு உலகில் கிடைத்த அங்கீகாரம் அல்லது பெருமை ஏதாவது?

ராதாகிருஷ்ணன்: அங்கீகாரம் எனச் சொல்லலாமா எனத் தெரியவில்லை. அது சற்று விநோதமானதும்கூட. பன்னாட்டு நிறுவனம் ஒன்றின் இந்திய ஆலையில் பெரும் விபத்து நடந்து ஆயிரக்கணக்கில் மக்கள் பலியானார்கள். லட்சக்கணக்கானவர்கள் பாதிக்கப்பட்டார்கள். இந்தியாவில் நடந்த மிக மோசமான விபத்துகளில் அதுவும் ஒன்று. நஷ்ட ஈடு கேட்டு இந்திய அரசாங்கம் தொடர்ந்த வழக்கை நடத்த அந்த நிறுவனம் என்னை ஆலோசகனாக அழைத்தது. *Of course, as a logic consultaint.* மிகப் பெரிய தொகையை எனக்குத் தரவும் முன்வந்தது. நான் மறுத்துவிட்டேன். அதை நினைத்து இன்றும் எனக்குப் பெருமிதம்தான். அப்போது நான் இந்திய அரசாங்கத்துக்காக வேலைசெய்பவளாகக்கூட இல்லை.

பிரான்சிஸ்: நீங்கள் இந்திய அரசாங்கத்துக்காக எப்போதிருந்து வேலை செய்கிறீர்கள்?

ராதாகிருஷ்ணன்: 1981இலிருந்து.

அற்புதராஜ்: அது என்ன மாதிரியான வேலை?

ராதாகிருஷ்ணன்: அது ரகசியமானது. அதன் விவரங்கள் என் மனைவிக்கே தெரியாது.

பிரான்சிஸ்: சரி, என்னிடம் சொல்லக் கூடாதென்றால் வேண்டாம். இனி, உங்கள் குடும்பப் பின்னணியைக் கூறுங்கள்.

ராதாகிருஷ்ணன்: ஏற்கனவே என் பாட்டி, அப்பாவைப் பற்றிக் கொஞ்சம் சொல்லியிருக்கிறேன். என் தந்தை வழியில் சைவ வைதீகக் குடும்பம். பாட்டியும் அம்மாவும் வைணவக் குடும்பங்களிலிருந்து வந்தவர்கள். ஆகவே சின்ன வயதிலேயே எனக்கும் அக்காவுக்கும் தேவாரம், திருவாசகம், திவ்யப்பிரபந்தங்களில் நிறைய பாடல்கள் மனப்பாடம். ஒவ்வொரு சனிக்கிழமையும்

விடியற்காலையில் பாட்டிக்கு வேங்கடேச சுப்ரபாதம் பாடிக்காட்ட வேண்டும். இப்போதும் ஊரிலிருக்கும் நாட்களில் அம்மாவுக்குப் பாடிக்காட்டுவேன். வைதீகக் குடும்பமானாலும் பெரியாருடன் தாத்தாவும் அப்பாவும் நெருக்கமான தொடர்பு வைத்திருந்தார்கள்.

அற்புதராஜ்: உங்கள் தாத்தா என்னவாக இருந்தார்?

ராதாகிருஷ்ணன்; அவர் டிஸ்ட்ரிக்ட் மாஜிஸ்ட்ரேட். அவர் லண்டன் சென்று வந்த ஞாபகமாக நிறுவியதுதான் எங்கள் ஊர் வள்ளுவர் சிலை.

பிரான்சிஸ்: உங்கள் குடும்பப் பின்னணியை வைத்துப் பார்த்தால் நீங்கள் நிறைய இலக்கியம் படித்திருக்க வேண்டுமே?

ராதாகிருஷ்ணன்: இல்லை. பத்திரிகைகளில் வரும் கதைகள் ஒன்றிரண்டு அவ்வப்போது படிப்பேன் அவ்வளவுதான். எனக்கு இலக்கிய நுணுக்கமெல்லாம் தெரியாது. அப்பாதான் இலக்கியவாதி, நானல்ல. என் மனைவியும் படிப்பதுண்டு, கணையாழி என்று ஒரு பத்திரிகை. You must be knowing. ஒருமுறை அதில் பெரியாரின் பேட்டி வெளியாகியிருந்தது. அதற்காக அப்பா கணையாழிக்குச் சந்தா கட்டியிருந்தார். அது எங்கள் ஊர்க் கடைகளில் கிடைக்கவில்லையென்று. அப்போது பெரியாரைப் பேட்டி கண்டு எழுதியவர் பின்னாளில் மத்திய அமைச்சரான ப.சிதம்பரம். இன்றும் அந்தப் பத்திரிகை வெளிவருகிறதா?

அற்புதராஜ்: இன்னமும் வருகிறது. தமிழில் அது முக்கியமான இலக்கிய இதழ்.

ராதாகிருஷ்ணன்: இன்னொரு நிகழ்ச்சியைச் சொல்கிறேன். கேளுங்கள். கன்னட எழுத்தாளர் அனந்தமூர்த்தியை உங்களுக்குத் தெரிந்திருக்கும். ஞானபீடப் பரிசுகூட வாங்கியிருக்கிறாரே? அவருடைய மகன் சரத் அமெரிக்காவில் ஐயோவா யூனிவர்சிடியில் படித்தபோது என் சொற்பொழிவு ஒன்றுக்கு வந்திருந்தார். அதனால் எங்களுக்குள் பரிச்சயம். இந்தியாவுக்கு வரும் போதெல்லாம் அவர் குடும்பத்தாரைச் சந்திப்பேன். அப்போது ஒருமுறை அனந்தமூர்த்தி பேச்சுவாக்கில் தமிழில் மௌனி என்பவர் மிகச் சிறந்த எழுத்தாளர். அவரை நான் படித்துப் பார்க்க வேண்டுமென்றார்.

அற்புதராஜ்: ஓஹோ! நீங்கள் படித்தீர்களா?

ராதாகிருஷ்ணன்: ஆமாம். மௌனியின் சிறுகதைத் தொகுதியை என் மனைவி கொடுத்தார். படித்த பின் அதைப் பற்றி நான் தெரிவித்த கருத்து என் மனைவியைக் கோபப்படுத்தியது.

பிரான்சிஸ்: அப்படியென்ன சொன்னீர்கள்?

ராதாகிருஷ்ணன்: சொல்கிறேன். நீங்களும் அதை சீரியசாக எடுத்துக்கொள்ளாதீர்கள். எனக்கு இலக்கிய நுணுக்கங்கள் தெரியாதென ஏற்கனவே சொல்லியிருக்கிறேன்.

மௌனியின் கதைகளைத் தமிழ்ப் புலவரிடம் பிழைகளைத் திருத்தச் சொல்லிப் பிறகு படித்துப் பார்த்தால் அவருடைய கதைகளில் ஒன்றுமே இருக்காது. என் மனைவி அப்படிக் கோபப்பட்டு நான் பார்த்ததேயில்லை. ஆனால் மௌனி நிச்சயம் மிகச் சிறந்த எழுத்தாளராக இருக்க வேண்டும்.

பிரான்சிஸ்: உங்களுக்கு இலக்கிய நுட்பங்கள் புரியவில்லை என்று நீங்களே சொன்னாலும் உங்களை வேறொன்று கேட்கத் தோன்றுகிறது.

ராதாகிருஷ்னன்: என்ன? கேளுங்கள்.

அற்புதராஜ்: சின்ன வயதிலிருந்து தேவாரம், பிரபந்தங்கள் படித்திருக்கிறீர்கள். தாக்கம், தத்துவத் துறைகளில் அங்கீகாரம் பெற்ற நிபுணராக இருக்கிறீர்கள். இந்தப் பின்னணியிலிருந்து சொல்லுங்கள். நீங்கள் கதை எழுதினால், இதுவரை எழுதாமல் விடுபட்டுப் போனது என்று எதைத் தேர்ந்தெடுத்து எழுதுவீர்கள்?

ராதாகிருஷ்ணன்: தர்க்கவியல் பின்னணியில் அதை நான் யோசித்திருக்கிறேன், முன்பு பிராமணப் பெண் ஆண்டாள் கடவுளான நாராயணனையே திருமணம் செய்துகொள்ள விரும்பினாள். இன்று நான் கதை எழுதினால் ஆண்டாள், நாராயணன் ஜோடிக்கு எதிரான ஜோடியை மையப்படுத்துவேன். இப்படி யோசித்துப் பாருங்கள். ஆக்ரோசமான தலித் இளைஞன் வீரியமான தன் காமம் தணிக்கக் காளி தேவியை அழைக்கிறான். என்னால் கதை எழுத முடிந்தால் அதை எழுதுவேன்.

பிரான்சிஸ்: உங்கள் தர்க்கம் என்னைச் சிந்திக்க வைக்கிறது. யதார்த்த வாழ்வில் உங்களைப் பாதித்த விஷயம் ஏதாவது ஒன்றைச் சொல்லுங்கள்.

ராதாகிருஷ்ணன்: அப்படி நிறைய உண்டு. வறுமை என்னைக் கலக்கமடையச் செய்கிறது. யாருடைய வறுமையாக இருந்தாலும் சரி. ஒரு விஷயத்தை யாரிடமாவது சொல்ல வேண்டுமென்று நீண்ட நாட்களாகக் காத்துக்கொண்டிருக்கிறேன். ரயில் நிலையங்களின் பக்கம் அடிக்கடி பிணங்களைக் கிடத்தி மாலை போட்டு, ஊது வத்தியெல்லாம் கொளுத்தி வைத்திருப்பார்கள், அனாதைப் பிணம் என்று சொல்லி, அடக்கம் செய்யக் காசு கேட்பார்கள். அதைப்

போல நீங்கள் பல இடங்களில் பார்த்திருக்கலாம். குறிப்பிட்ட இடத்தில் ஒரே ஆள் பணம் வசூலிப்பான். அவன் போன்றவர்களுக்கு எப்படியாவது எங்கிருந்தாவது வாரத்திற்கு மூன்று அல்லது நான்கு பிணங்கள் கிடைத்துவிடுகின்றன. அந்த அனாதைப் பிணங்களைவிட அவற்றைக் காட்டிப் பணம் வசூலிப்பவர்கள் மேல் எனக்கு அதிக இரக்கம் உண்டாகிறது.

அற்புதராஜ்: உங்கள் உணர்வைப் புரிந்துகொள்ள முடிகிறது. கடைசியாக ஒரு கேள்வி. உயர்ந்த கல்வி, அதற்கான அங்கீகாரம், செல்வாக்கு என வாய்த்துள்ள நீங்கள் மனித வாழ்க்கையை இப்போது எப்படி உணர்கிறீர்கள்?

ராதாகிருஷ்ணன்; காற்றின் நிழல். ராதாகிருஷ்ணன் குறிப்பிட்ட வேறு பலவும் உண்டு. அவற்றுள் சில:

1) ராதாகிருஷ்ணன் மிக நன்றாகச் சமைப்பார். சமைக்கப் பயனுள்ள ஏதேனும் இரண்டு அல்லது மூன்று பொருட்களைக் கொடுத்தாலும் அவற்றைக் கொண்டு சுவையான பதார்த்தம் தயாரிக்கும் திறமையாளர்.

2) தர்க்க இயலிலிருந்து அவர் சாராம்சமாகத் தெரிந்துகொண்டது மிகச் சிக்கலானது எனத் தோன்றும் பிரச்சினைக்கு மிக எளிய தீர்வு இருக்கும்.

3) படுக்கையில் நிறையத் தலையணைகளை அடுக்கிக் தூங்குவதும் குளிர் காலத்தில் விடிந்து வெகுநேரம் கதகதப்புடன் படுத்திருப்பதும் ராதாகிருஷ்ணன் வழக்கம்.

4) ராதாகிருஷ்ணனும் ரொபேரும் நம்மாழ்வாரின் செயல்களைத் தத்துவ நோக்கில் ஆராய்ந்து ஒரு கட்டுரையை எழுதி முடித்திருக்கிறார்கள். ஏ.கே. ராமானுஜன் நம்மாழ்வாரின் கவிதைகளை ஆங்கிலத்தில் மொழிபெயர்த்து *Hymns for the Drawing* என்னும் புத்தகமாக வெளியிட்டுள்ளார். அதில் ராமானுஜன் எழுதியுள்ள நீண்ட பின்னுரை மிக முக்கியமானது.

5) ராதாகிருஷ்ணன் கடவுள் நம்பிக்கை அற்றவர்.

Complement

மேலே எழுதியதைப் பிரான்சிஸ் அற்புதராஜிடம் கொடுத்து எழுதிய வரைக்கும் சரியாக வந்திருக்கிறதா எனப் படித்துப் பார்க்குமாறு கேட்டேன். படித்து பார்த்த பிரான்சிஸ் அற்புதராஜ், 'எழுதியுள்ளதில் விபரத் தவறு ஏதும் இல்லை. ஆனால் ராதாகிருஷ்ணனைப் பற்றிய சித்தரிப்பு சரியாக வந்திருப்பதாகத் தயக்கமில்லாமல் சொல்ல முடியாது' என்றார்.

வனம்

சசி

அவன் தனக்கு முற்றிலும் பழக்கமில்லாத பாதையில் நடந்துகொண்டிருந்தான். இந்தப் பாதை முன்பு சாதாரணமாகப் புழங்கிக் கொண்டிருந்த சாலையாக இருந்திருக்கும் என்றே அவனுக்குத் தோன்றியது. செடி, கொடிகள் முழங்காலுக்குக் கொஞ்சம் கீழான உயரத்தில் நெருக்கமாக வளர்ந்து நடப்பதற்குச் சிரமமாக இருந்தது. வேறு ஏதேனும் நல்ல சாலை தென்படுகிறதாவெனக் கண்களைக் கூர்மையாக்கிச் சாத்தியப்பட்ட தூரம்வரை பார்த்தான்.

நாலாப் பக்கமும் செடி, கொடிகளும் ஓங்கி உயர்ந்த மரங்களும் சூழ்ந்து அந்தப் பிரதேசமே அதுவரை அவன் அறிந்திராத நிசப்தத்தை உணர்த்திக் கொண்டிருந்தது. தான் எங்கிருந்து நடக்கத் தொடங்கினோம் என்னும் சிந்தனை அவனை வாட்டிக் கொண்டிருந்தது. எப்பொழுது இந்த வனத்திற்குள் நுழைந்தோம் என்று தொடர்ந்து யோசித்துக் கொண்டிருந்தான். தான் என்ன நோக்கத்தில் இங்கே நடந்துகொண்டிருக்கிறோம். எதை நோக்கிப் பயணப்பட்டிருக்கிறோம் எனத் தனக்குத் தானே பலமுறை கேட்டு எதற்கும் விடையறியாது தடுமாறினான். நடக்கத் தொடங்கியதிலிருந்து கடந்துவந்த காலம் நாட்களிலா, வாரங்களிலா, மாதங்களிலா அல்லது வருடங்களிலா என யோசித்தபடியே நடந்துகொண்டிருந்தான். வனம் என்றால் ஒரு பறவையாவது இருக்க வேண்டுமே? வனத்தில் புகும் காற்று ஏற்படுத்தும் ஓசை, மிருகங்களின் ஒலி என்று ஏதாவது கேட்டிருக்க வேண்டுமல்லவா? இவ்வளவு நேரம் அப்படி எந்தச் சப்தமும் ஏன் கேட்கவில்லை? ஒருவேளை தான் கேட்கும் சக்தியை இழந்துவிட்டோமோ எனக் குழப்பமாயிருந்தது. மெதுவாகக் கைதட்டிப் பார்த்தான். ஓசை கேட்டது. பலமாக... இன்னும் வேகமாகக் கைவலிக்கத் தட்டியபோது ஓசை நன்றாகக் கேட்டது. இவனுக்குச் சற்று நிம்மதி ஏற்பட்டது. கொஞ்சம் தூரம் தொடர்ந்த நடையில் அதிர்ந்தான். சற்று முன் கூர்ந்து பார்த்தபோதுகூடக் கண்ணுக்கெட்டிய தூரம் வரையில் செடிகளும் ஒரு பாகம் மரங்களுமாய் இருந்த பிரதேசம் இப்போது வெட்ட வெளியாய் மண்மேடு போலத்

தென்பட்டது. எதையும் புரிந்துகொள்ள முடியவில்லை. தனக்கு என்ன நேர்ந்தது என்று மறுபடியும் யோசனையில் மூழ்கினான். முன்பே இதுபோன்ற மண்மேடுகளையும் வனங்களையும் கடந்து வந்ததுபோல நினைவிருந்தது. அல்லது இதெல்லாம் கற்பனையாக இருக்குமோ எனக் கூடத் தோன்றியது. சுற்றுமுற்றும் பார்த்தபடியே நடந்தான். கற்பனைக்கான சாத்தியம் அதிகமிருப்பதாக யூகித்தான். தனிமையில் ஒவ்வொரு நொடியையும் அதன் பேரானந்தத்தையும் அனுபவிக்கச் சொல்லித் தான் எழுதிய கவிதைகள் முழுக்கவும் அபத்தமாகவும் பொய்யாகவும் இருப்பதாக இப்போது நம்பத் தொடங்கினான். ஓரிடத்தில் நின்று ஆசுவாசமாக மூச்சிரைத்தபோது தான் மற்றொன்றைக் கவனித்தான். நடக்கத் தொடங்கியதிலிருந்து இப்போதுவரை எந்தவொரு மணத்தையும் நுகரவேயில்லை. வனமென்றால் ஏதாவது மரத்தின், செடி, கொடிகளின் வாசம் நிச்சயம் இருக்கும்தானே? மூச்சிரைக்கச் சுற்றுமுற்றும் பார்த்தபடி குழம்பிய மனநிலையில் நடையில் வேகம் கூட்டிய போது மண்ணில் கால்கள் நடுங்கிக் குறுக்கே கிடந்த ஏதோ ஒன்றில் மோதித் தடுமாறி விழுந்தான்.

அவன் எழுந்தபோது அதுவரை கண்டிருந்த காட்சிகள் எல்லாம் மாறியிருந்தன. திரும்பிப் பார்த்தபோது வனம் இருந்ததற்கான அறிகுறியே இல்லை. ஏதோ ஒரு மாயவலைக்குள் சிக்கிக்கொண்டதான எண்ணத்தில் எதுவும் செய்யாமல் அப்படியே சில நிமிடங்கள் உறைந்து காலத்தைப் பின்னோக்கித் தொடர முயன்றான். வெகுநேர முயற்சிக்குப் பிறகு புகைமூட்டமாய் இருந்த நினைவுகள் துல்லியம் நோக்கி நகர்ந்தன. மெல்ல மெல்லத் தன்னுடைய அறை நினைவுக்கு வந்தது. அதற்குள் அவன் நண்பன் தொடர்ந்து பேசியபடியே இருந்தான். தன் கனவுகள் பற்றியும் மேற்கொண்டிருக்கும் ஆய்வுகள் குறித்தும் விளக்கிக் கொண்டிருந்தான். வார்த்தைகள் தெளிவாகக் கேட்டன. ஆழ்மனத்தில் எங்கோ ஒரு புள்ளியில் உருமாறிப் பதிந்திருக்கும் படிமமொன்று அதன் உண்மையான உருவிலும் வெவ்வேறு வடிவங்களிலும் மாறி, மாறிச் சபிக்கப்பட்ட நொடியொன்றில் சட்டென்று நூலறுந்துவிட்டது. அறுபட்ட நூல் மேகத்தில் பறப்பது போல் அந்த நண்பன் மறைந்து கொண்டிருந்தான்.

அப்போது அவன் ஏதோ சொன்னான். அவன் என்ன சொன்னான் என்பது இப்போது துல்லியமாக நினைவில் இல்லாதது நடுக்கத்தை வரவழைத்தது. இந்த நிமிடம் நிச்சயமற்று அலைந்து கொண்டிருக்கும்தான். அந்த அறை நண்பன் தொடர்ந்து சொன்ன வார்த்தைகளைச் சரியாகக் கண்டடைந்தால் தன் குழப்பங்கள் எல்லாம் தெளிவாகும் என்னும் நம்பிக்கை தீவிரமடைந்தது.

இப்போது அவனது வார்த்தைகளைத் துரத்துவதா அல்லது மேற்கொண்டு நடப்பதா எனத் தெரியாமல் தான் இடறி விழுந்த பொருளைப் பார்த்தான். மரக்கட்டைபோல் எதுவோ கொஞ்சம் வெளியே துருத்தி, மீதி மண்ணில் புதைந்திருந்தது. மெல்ல, மெல்ல மண்ணைக் கிளறி அதை வெளியே எடுத்துப் பார்த்த போது மூச்சு நின்றுவிட்டது. சில நொடிகள்தாம். மறந்துபோன திசைகளைத் தேடுபவன் போல எல்லாத் திசைகளையும் சுற்றிச் சுற்றிப் பார்த்தான். முழுக்கவும் அதை வெளியே எடுத்தபோதுதான் தெரிந்தது அது பாதம் சிதைந்து தீய்ந்துபோன மனிதனின் கால் என்பது. ஆனால் வலது காலா, இடது காலா எனப் புரியவில்லை. அது இப்போது முக்கியமாகவும் தோன்றவில்லை. நிச்சயம் இங்கே யாரோ இருக்கிறார்கள். அல்லது ஒரு மனிதக் கூட்டம் இருக்கிறது. இதுவரை பயம் மட்டுமே ஆக்கிரமித்திருந்த இடத்தில் கொஞ்சம் ஆசுவாசமும் சேர்ந்துகொண்டது. எங்கென்று தீர்மானமாகக் கணிக்காமல் உடலைத் தேடி, வெகுதூரம் மண்ணைக் கிளறிய படியே நகர்ந்து கொண்டிருந்தான். உடல் கிடைத்துவிட்டால் தன் எல்லாக் குழப்பத்திற்கும் விடை கிடைத்துவிடுமென நம்பினான். நம்ப முடியாத தூரம் கடந்து வந்திருந்ததை மறுபடியும் உணரத் தொடங்கினான்.

இனி எதையும் யோசித்துக் கொண்டிருப்பதில் அர்த்தமில்லையென முடிவு செய்து, என்ன நடந்தாலும் ஒரு கைபார்க்கலாமெனத் தீர்மானித்து எழுந்து மீண்டும் விறுவிறுவென்று நடக்கத் தொடங்கினான். அந்த இடம் வெட்டவெளியாக இருந்தது. தொண்டை வறண்டு மெல்ல, மெல்லக் கண்கள் இருண்டுவரக் கால்கள் நிலைகொள்ளாது அந்த இடத்திலேயே விழுந்தான்.

அவன் விழித்தபோது மிகவும் தாகமாக இருந்தது. அங்கே தண்ணீர் கிடைக்குமென அவனுக்குத் தோன்றவில்லை. மண்ணைத் தொட்டுப் பார்த்த போது ஈரத் தன்மையோடு இருந்தது. கவிழ்ந்து படுத்திருந்த நிலையில் கைகளாலேயே தோண்ட ஆரம்பித்தான். வலுவற்ற கைகளின் இயக்கம் மிக நிதான கதியில் இருந்தது. கொஞ்சம் ஆழம் தோண்டியதும் விரல்களில் பிசுபிசுப்பான திரவம் தட்டுப்பட்டது. மூன்று விரலளவு எடுத்துக் குடித்தான். பின் எச்சிலைச் சேர்த்து விழுங்கினான். கொஞ்சம் ஆசுவாசமாக இருந்தது. சுவாசம் சீராயிற்று. வாய் திறந்து காற்றை உள்வாங்கியபடி படுத்திருந்தான். வாய் முழுக்கக் கரித்தது. இன்னும் கொஞ்சம் எடுத்துக் குடித்தான். மேலும் மேலும் எடுத்துக் குடித்தான். குடித்துக் கொண்டிருந்த போதே ஏதோ பொறித்தட்டக் காறித்துப்பிவிட்டு வெறித்தனமாகத் தோண்டினான். கைகள் இயந்திரத்தின் வேகத்தோடு செயல்பட்டன. நேரம் கூடக்கூட அவன் தோண்டிக் கொண்டிருந்த குழியிலிருந்து சட்டெனச் செந்நிற ஊற்று அவன் முகத்தில் பீய்ச்சியடித்தது.

மனம் கொஞ்சம் கொஞ்சமாகக் கோளாறாகிக் கொண்டிருந்ததாகத் தோன்றியது. இந்த மண்வெளியில் எங்கே போய் நண்பனைத் தேடுவது? அவனால் மட்டுமே தனக்கு ஏற்பட்டிருக்கும் குழப்பத்தைச் சரிசெய்ய முடியுமென்றே மீண்டும் மீண்டும் உணர்ந்தான். அவன் வெறுமனே அறை நண்பனாக மட்டுமே இருந்திருக்கக் கூடாதா? ஏன் தன்னிடம் நெருங்கிப் பழக வேண்டும்?

கானல் நீர் பளபளத்த நெடுஞ்சாலையோரம் இருந்த ஓட்டலில் உணவருந்திக் கொண்டிருக்கையில் அறிமுகமானான் அவன். முழுப்பெயர் சரவண சாந்தன் என்றும் எல்லோரும் கூப்பிடுவதுபோல 'சரவணன்' என்றே தன்னைக் கூப்பிடுமாறு சொன்னான். ஒரு வருடம் மட்டும் தங்குவதற்குத் தனக்கு உடனடியாக அறை வேண்டுமெனக் கேட்டான். தான் தேடி வந்ததே இவனைத்தான் என்றான். தான் பிஹெச்.டி. செய்து கொண்டிருப்பதாகவும் அதை வெறுமனே பட்டத்திற்காக மட்டுமல்லாது பெரிய ஆய்வாகவும் மேற்கொள்ளத் திட்டமிட்டிருப்பதாகவும் சொன்னான். இருவருக்கும் பொதுவான வேறொரு நண்பனின் பெயரைச் சொல்லி அவன் ஆலோசனையைத் தொடர்ந்தே இவனைத் தேடி வந்ததாகச் சொன்னதும் மிகுந்த யோசனைக்குப் பின் அந்தப் பொது நண்பனோடு மொபைலில் பேசிய பிறகு அவன் தன்னோடு தங்கிக்கொள்ள ஒப்புக்கொண்டான்.

"உங்களப் பேரச் சொல்லிக் கூப்பிடலாமா இல்லை சார்ங்கிற மாதிரி எதாவது எதிர்பாக்கறீங்களா?"

பெயர் சொல்லி அழைக்க அனுமதித்தான். முன்பு யாரோ உபயோகித்து இப்போது சும்மா கிடந்த கட்டிலைச் சரவணனுக்குப் படுக்கக் கொடுத்தான். ஒவ்வொரு நாளும் இரவு தூங்கப்போகும் முன்பு நேரம் போவது தெரியாமல் விவாதிப்பார்கள். சில நாட்கள் நள்ளிரவு தாண்டியும், சில நாட்கள் விடிய விடியவும் பேச்சு நீண்டுகொண்டே இருக்கும். சரவணன் பெரும்பாலும் தன் ஆய்வுகள் குறித்துப் பேசிக்கொண்டிருப்பான். கேட்கக் கேட்க இவனுக்குப் பிரமிப்பாக இருக்கும். சரவணன் பரிந்துரைத்த, படிக்கக் கொடுத்த அனைத்தும் உளவியல் சார்ந்தவையாகவே இருந்தன. மிகக் கவனமாக சரவணனின் பேச்சை இவன் உள்வாங்கிக் கொள்வான். பிறகு அதேவிதமான சிந்தனைகளைத் தன்னுடைய அனுபவத்தில், தன்னைப் பாதித்த விஷயங்களில் பொருத்தி அவற்றின் தொடர்ச்சியான நிலைகள், மன நெருக்கடிகள், அனுபவங்கள் என எல்லாவற்றையும் கவிதைகளாக எழுதிப் பார்த்தான். சமீபத்தில் வெளியான இவனுடைய பெரும்பாலான கவிதைகள் இப்படிச் சரவணனோடு விவாதித்ததன் தொடர்ச்சியாக உருவானவைதாம்.

பின்னிரவு வரை நீண்ட ஒரு விவாதத்தின்போது சகபடைப்பாளிகளின் விமர்சனமாக எதிர்கொண்ட அதே கேள்வியையே சரவணனும் கேட்டான்.

“இப்ப நீங்க சமீபத்துல எழுதுன கவிதைகள்ல பார்த்தீங்கன்னா மறைமுகமாகவோ நேரடியாகவோ காடுங்கற விஷயம் திரும்பத் திரும்ப வந்துட்டே இருக்கு. ஏன் எழுத வேற ஒன்னும் கெடக்கமாட்டேங்குதா?”

எல்லோருக்கும் சொன்ன அதே பதிலைத்தான் சரவணனுக்கும் சொன்னான்.

“தெரியல...”

புறவுலகுக்கும் கனவுகளுக்குமான தொடர்பைப் பற்றி நிறைய எழுதி வைத்திருந்தான் சரவணன். அவற்றையெல்லாம் ஒரு நாள் இவனிடம் கொடுத்துப் படிக்கச் சொன்னான். வாசித்தபோது வழக்கம்போல இவனுக்குப் பிரமிப்பாக இருந்தது. சில பக்கங்களைப் பலமுறை வாசித்துப் பார்த்தான். அதன் பிறகு உறக்கமற்ற உரையாடலற்ற சில இரவுகளை இவன் எதிர்கொள்ள வேண்டியிருந்தது.

இனி எதுவும் யோசிப்பதாக இல்லை. “நான் ஏன் எதையாவது யோசிக்க வேண்டும்... நடக்கின்ற விசித்திரங்களுக்கு சாட்சியாக மட்டுமே பங்கெடுக்கப் போகிறேன்” எனத் தீர்மானித்து நடந்துகொண்டிருந்தான் அவன். மண்மேடுகளை மட்டுமே கொண்டிருந்த பகுதி அது. நடந்துவந்த வனம் நினைவுக்கு அவனுக்கு வந்தது. வனமற்ற பகுதியைச் சுற்றுமுற்றும் பார்த்தபோது உடலும் மனமும் ஒருசேர வலித்தன. ஒரு மேட்டில் ஏற ஏற ஏதோ புதுவித நெடி நாசியைத் தொட்டது. மேட்டின் உச்சியை நெருங்கிய போது வந்த நாற்றத்தைச் சகித்துக்கொள்ள முடியவில்லை. ஏறி நின்று பார்த்த போது கண்ணுக்கெட்டிய தூரம் வரை சவங்களின் குவியல் கருகியும் கருகாமலும் இறைந்துகிடந்ததைக் கண்டபோது தொடர்ந்த நிமிடங்களில் தன்வசமிழந்து கொண்டிருந்தான். மொத்த உடலும் அதிர்ந்துகொண்டேயிருந்தது. மூத்திரம் முட்டிக் குறி வெடித்துவிடுவது போன்றிருந்தது. அடிவயிற்றில் சுரந்த திரவம் அதுவரை அவன் உண்ட அனைத்தையும் ஒன்றாக்கி வேகமாய் வெளித்தள்ளியபோது குடலும் தொண்டையும் கிழிக்கப்பட்டதைப் போலிருந்தது. ஆங்காங்கே எடுத்த மொத்த வாந்தியும் மஞ்சள் ஆறாய் உருமாறிக் கொண்டிருந்ததைக் கண்டதும் தன்னுடலின் எடை குறைந்துகொண்டே வந்ததை உணர்ந்தான். மொத்தக் காட்சியும் சுழன்றபடியிருந்தது. சவங்களும் உடல் பாகங்களும்

மண் புழுதியும் மிதந்தும் பறந்தும் சுற்றிக்கொண்டிருந்தன. தளர்ந்து நடுங்கிய கால்கள் மடங்கிச் சவங்களின் மேல் உருண்டு விழுந்தான்.

விகாரத்தின் இறுதி எல்லையில் தான் நடந்துகொண்டிருந்ததாகத் தோன்றியது. இது மரணத்திற்கு முந்தைய புள்ளி. மிச்சமிருக்கும் ஒரேயொரு உண்மை அடுத்த மேடு ஏறினால் தானும் மரணத்தைத் தரிசிக்கப் போகிறோம் என்பதாக இருந்தது அவன் நம்பிக்கை. கண்களை இடுக்கி ஒவ்வொரு உடலையும் கூர்மையாகக் கவனித்தபடியே இருந்தான். தலை வெடித்து மூளை உடலுக்கு அருகிலேயே சிதறிக்கிடந்தது. கூழான தலையில் மண்டை ஓடும் சதையும் நசுங்கிய அலுமினியப் பாத்திரத்தை நினைவுபடுத்தின. அடுத்து வயிற்றுக்கு மேல் உடலே இல்லை. ஒன்றில் மார்புக்கு மேல் பிய்த்தெடுத்ததுபோல் கொஞ்சம் சதை மட்டும் ஒட்டிக்கொண்டிருந்தது. கழுத்தும் தலையுமற்றுக் கிடந்தது. அடுத்துச் சில உடல்களில் யானைக்கால் போன்று கருகி வீங்கிய கை, கால்களில் அரை அடிக்கும் கொஞ்சம் குறைவான ஆழத்துக்குத் துளை விழுந்திருந்தது. கால்களைச் சுற்றியும் கருஞ்சிவப்பில் ரத்தம் உறைந்திருந்தது. வேறொன்றில் குடல் கருகி வெளியே சரிந்திருந்தது. பல உடல்கள் முழுக்கவும் எரிந்து சிதைந்து கரிக்கட்டைகளாக இருந்தன. கருகிய பஞ்சு போன்று சிதைந்திருந்த பல உடல்களில் ஒரு பெண்ணுடலில் இடுப்புப் பாகம் கிழிந்து ஒரு சிசுவின் உடல் மார்பு வரை எரிந்த நிலையில் பாதி உள்ளேயும் மீதி வெளியிலும் நீண்டிருந்தது. அவள் நிறைமாதமாய் இருந்திருக்க வேண்டும். நிறைய உடல்கள் நிர்வாணமாக இருந்தன. குழந்தைகளின் உடல்கள் பொரிக்கப்பட்ட கருவாடு போலவும் தோலுரிக்கப்பட்ட கோழிகள் போலவும் கிடந்தன. பெரும்பாலான உடல்களின் முகங்கள் வேட்டை மிருகங்களால் அரைகுறையாகக் கடித்துக் குதறப்பட்டவை போலிருந்தன. பெண்ணுடல்களின் குறிகள் குறுக்குநெடுக்குமாக அறுபட்டதுபோலக் கிழிக்கப்பட்டிருந்தன. பல உடல்களில் கண்கள் கொத்தப்பட்டிருந்தன. பல உடல்கள் நெடுக்கே பிளந்திருந்தன. அவற்றில் உள்ளுறுப்புகள் எல்லாம் தீய்ந்து வெளியே தெரிந்தன.

தொடர்ந்து பார்த்துக்கொண்டே நடந்து சென்றான். சற்று முன்பு கண்டதைவிடச் சவங்கள் பெருகிக் கொண்டிருந்ததாக உணர்ந்தான். கண்ணுக்குப் புலனாகாத ஏதோ ஒன்று இவன் கால்களை இவனையும் மீறி முன்னோக்கி இழுத்தது. மெல்ல மெல்லக் கடும் பிரயத்தனத்தில் மண்மேட்டின் அருகில் நகர்த்தப்பட்டிருந்தான். தன்னிச்சையாய்க் கால்கள் மேல் நோக்கி நீண்டதைப் பார்த்தபடியேயிருந்தான். காலம் அசுரப்பசியோடு அவனுக்காக மண்மேட்டின் அந்தப்

பக்கம் நெடுங்காலமாகக் காத்துக் கொண்டிருப்பதை அவன் உள்மனம் எச்சரித்துக் கொண்டேயிருந்தது. ஒரு மரத்தை வேரோடு பிடுங்கும் முயற்சியில் கால்களை இழுத்து எதிர்த் திசையில் புழுதி பறக்கக் குதித்தோடியபோது சவங்கள் மிதிபட்டதாவென உணரும் நிலையில் அவன் இல்லை. இவ்வளவு தூரம் ஓடிவந்தபோதும் அந்தக் குவியல் முடிந்தபாடில்லை. நின்று நிதானித்தபோது அங்கே ஓரமாய் கிடந்த சவத்தில் பார்வை நிலைகுத்தி நின்றது. எல்லாச் சவங்களையும் போல மிச்ச பாகங்கள் அழுகிய நிலையிலிருந்த அதன் முகத்தைக் கூர்ந்து நோக்கிய போது, அது சரவணன்தான் என்பதை நம்பும் திராணியற்றிருந்தான்.

பைத்தியம் பிடித்தது போன்று அந்தத் தலையை உலுக்கிப் பேசச் சொன்னான். அதன் உதடு ஏதோ முணுமுணுத்ததைப் போன்றிருந்தது இல்லை. அந்தத் தலை எந்த அசைவுமற்று அப்படியேதான் இருந்தது. தனக்குள்ளிருந்து மற்றொரு குரல் பேசியதைக் கேட்டான். குரல் மட்டும் தொடர்ந்து கேட்டதால் கண்மூடித் தனக்குள்ளேயே கவனிக்கத் தொடங்கினான்.

“இங்கொரு பெரும் வனம் இருந்தது. குளிர்ச்சியூட்டும் மரங்கள் எங்கும் பரவியிருந்தன. இங்கே மனிதர்கள் இருந்தார்கள். ஆடு, மாடு, குதிரை என சகல உயிரினங்களும் இருந்தன. பட்டாம்பூச்சிகளும் பறவைகளும் இருந்தன. வேண்டிய போது மழை பொழிந்த வனம் இது. ஒரு விலங்கின் தலையைக் கிரீடமாகத் தரித்திருந்தவர் அவர்களுக்குக் குருவாக இருந்தார். அவர் சொல்படியே வாழ்ந்துகொண்டிருந்தார்கள் அம்மனிதர்கள். ஆதிமனிதனின் சுதந்திரத்தோடு சுற்றித் திரிந்தவர்கள் இங்கிருந்தவர்கள் பிறை தேய்ந்து கொண்டிருந்த ஒரு நாளில் இங்கே மற்றொரு மனிதக் கூட்டம் வந்திறங்கியது. அவர்களின் குருவானவரும் ஒரு விலங்கின் தலையைக் கிரீடமாகத் தரித்திருந்தார். நம்மைப் போலன்றி அவர்கள் எல்லோர் முகங்களிலும் சிங்கப்பல் வாய்க்கு வெளியே துருத்தித் தெரிந்தது. இந்த வனத்தையொட்டி ஓடும் பெரும் நதியைக் கடந்தால் அடுத்து மற்றொரு வனம் இருப்பதாகவும் அதற்குப் போகும்வழி தவறி இங்கே நுழைந்துவிட்டதாகவும் அவர்கள் தெரிவித்தார்கள். தேய்ந்த பிறை பிறகு வளரவே...”

அறுபட்ட குரலை வெறித்தனமாகத் துரத்தினான். முன்பு நிகழ்ந்ததைப் போன்றே திசைகள் மறந்துபோயின. காற்றோடு கலக்கும் வேகத்தோடு ஓடியவன் ஆடைகள் கிழிந்து நிர்வாணமானான். அதேவேகத்தில் ஓடிக்கொண்டே மெல்ல மெல்லச் செவி, நாக்கு, இடது கை என ஒவ்வொரு உறுப்பாகப் பிய்தெறிந்தவன்

மல்லாந்து கிடந்த ஒரு சவத்தின் முகத்தில் தன்னைக் கண்டதும் தன் கண்களைப் பிடுங்கி மூர்ச்சையுற்று உருண்டான்.

அவன் எழுந்த போது பழக்கப்பட்ட தன் அறையின் மணத்தை உணர்ந்தான். ஜன்னல் திறந்ததும் வந்த காற்றில் உடலின் வியர்வைத் துளிகள் கரைந்து கொண்டிருந்தன. அதே அறையில் பக்கத்துக் கட்டில் வெறுமையாக இருந்தது.

ೞ

உன் முடிவுதான் என் முடிவு

அ. தெய்வச்சிகாமணி

இரவு மணி ஒன்று. ஆசிரியர் சக்தி நடராஜன் படுக்கையிலிருந்து எழுந்து உறக்கம் கலைந்தும் கலையாதவராய் நாற்காலியில் அமர்ந்தார். அருகில் அவருடைய மனைவி.

சுப்ரமணி என்ன சொல்லப் போகிறான் என்பதைக் கேட்க ஆசிரியரை விடவும் அவருடைய மனைவி ஆவலுடன் காணப்பட்டார். அகால நேரத்தில் கதவைத் தட்டி, அவர்களின் உறக்கத்தைக் கலைத்த சுப்ரமணி இன்னும் நின்று கொண்டிருந்தான்.

கூட்டுத் தொழிலில் ஏமாற்றப்பட்டவன் சுப்ரமணி, தனக்கு இழைக்கப்பட்ட கொடுமையை, அநீதியை அழாத குறையாக முறையிட்டான். நான்கைந்து வரிகளில் செய்தியின் சுருக்கத்தைக் கூறினான்.

"இந்த விஷயத்திலே நான் சொந்த பந்தமெல்லாம் பார்க்க மாட்டேன் சுப்ரமணி! என் அக்காள் மகன் இவ்வளவு பெரிய துரோகியா இருப்பான்னு நான் நினைக்கவே இல்லை ... ஏன் நிக்கறே, உட்காரு!"

அவருக்கு எதிரில் இருந்த நாற்காலியில் சுப்ரமணி உட்கார்ந்தான். ஆசிரியர் சக்தி நடராஜன் அவர்கள் தான் தன் உடன் பிறந்த அக்காள் மகன் நடராஜனிடம் சுப்ரமணியை அறிமுகம் செய்து வைத்துக் கூட்டுத் தொழிலில் இறக்கியவர்.

"என் அக்காள் என் மேலே உள்ள பாசத்தினால் தன் மகனுக்கு நடராஜன்னு பேர் வச்சது. அந்த அயோக்கியன் என் பேரைக் கெடுத்துட்டான்."

"பேர் வச்சதிலே என்னங்க தப்பு? குண நலன்கள் தான் முக்கியம். ஒரு கூட்டுத் தொழில்னா 'பார்ட்னர்ஸ்' களிடம் கணவனுக்கும் மனைவிக்குமிடையே உள்ள ஒற்றுமை இருக்கணும்னு நினைக்கிறவன் நான். ஆனால் என் பார்ட்னர் நடராஜனோ ஒரு எதிரியை விடக் கேவலமாக நடந்துக்கிட்டிருக்கான். பல ஆயிரக் கணக்கிலே என்னை

ஏமாற்றியிருக்கான். பூனா, பாம்பே, அஹமதாபாத் சேட்டுகளிடம் வாங்கிய தொகையில், இந்த நான்கைந்து வருஷத்திலே மட்டும் கிட்டத்தட்ட நாற்பத்தைந்தாயிரம். பத்து ஆண்டுகளாக எவ்வளவோ! இன்னும் ஜெய்ப்பூர், உதய்பூர், ஜோத்பூர் சேட்டுகளிடம் வாங்கிய தொகையில் எவ்வளவு ஏமாற்றினானோ?" கோபத்தினாலும், ஆதங்கத்தினாலும் அவனுக்கு மூச்சு இரைத்தது.

"அநியாயம்... அநியாயம்..." என்றார் ஆசிரியர்.

"நானும் இந்தப் பத்து வருஷமா இவன் சொல்றதையெல்லாம் நம்பினேன். கொடுத்த தொகையை வாங்கிக்கிட்டேன். ஏதோ போட்ட மொதலுக்கு வட்டி நஷ்டமில்லாமல் கிடைக்குதேன்னு இருந்துட்டேன்."

"நீ கபடு சூது இல்லாம இருந்துட்டே. சுப்ரமணி! எனக்கு என்னவோ ஒரு மாதிரியா இருக்குது.... சிகரெட் இருக்கா..."

"மன்னிக்கனும், கொஞ்ச நாளாச்சு; விட்டுட்டேன்."

"அதனாலே பரவாயில்லை. பையனைக் கடைக்கு அனுப்பறேன்!"

"அர்த்த ராத்திரி, அதுவும் இந்தச் சின்ன ஊரிலே கடை திறந்திருக்குமா?" சுப்ரமணி ஆச்சரியத்துடன் கேட்டான்.

"டவுனுக்குப் போயிட்டு வரட்டுமே. வயசுப் பையன், சைக்கிள்ளே ரெண்டு கிலோ மீட்டர் போயிட்டு வர எவ்வளவு நேரம் ஆயிடப் போவுது?" என்று கூறி விட்டு அடுத்த அறைக்குச் சென்றார்.

"சில்லறை வேணுங்களா?" என்று கேட்டவாறு அவரது மனைவியும் எழுந்து ஆசிரியரின் பின்னால் சென்றார்.

ஒரு ஐந்து நிமிடம் அந்த அறையில் கிசுகிசுப்பதைப் போன்ற சப்தம், சுப்ரமணிக்கு எதுவும் விளங்கவில்லை. எழுந்து வந்த அவருடைய பையன் சுப்ரமணிக்கு வணக்கம் கூறிப் பதில் வணக்கத்தைப் பெற்றுக் கொண்டு சைக்கிளுடன் வெளியில் புறப்பட்டான்.

மீண்டும் தமது இருக்கையில் வந்தமர்ந்த ஆசிரியர், "ம், எந்த இடத்தில் பேச்சை நிறுத்தினோம்?" என்று சுப்ரமணியை வினவினார்,

"அவன் மோசடி எனக்கு எப்படித் தெரிஞ்சதுன்னா, போன மாதம் நம்பகிட்டே தேங்காய் லோடு வாங்குகிற சேட் பம்பாயிலிருந்து தற்செயலா இங்கே வந்திருந்தார். பார்ட்னர் நடராஜன் அதுசமயம் உதய்பூர் லோடு கொண்டு போயிருந்தான். அவன் இருந்திருந்தால், அவன் தான் சேட்டைப் பார்த்துப் பேசியிருப்பான். இவனுடைய குட்டு வெளிப்பட்டிருக்காது. இன்னும் பத்து வருடமானாலும் இவன் இப்படியே என்னை ஏமாற்றிக்கிட்டு இருந்திருப்பான்" என்றாள்,

"உங்க மேலேயும் தப்பு இருக்கு. ஒரு கூட்டு வியாபாரம்னா பார்ட்னரைக் கண்காணிக்கணும், சந்தேகக் கண்ணோட தான் பார்க்கணும்" என்றார் ஆசிரியரின் மனைவி.

"நான்கைந்து வருஷத்திலே மட்டும் நாற்பதைந்தாயிரம் சொல்றீங்களே, எப்படி?"

'பாம்பே சேட் மூலம் சில உண்மைகள் தெரிந்த பிறகு இந்தி தெரிந்த என் கூட்டாளி ஒருத்தனைக் கூட்டிக்கிட்டு, பூனா, பம்பாய், அஹமதாபாத்தெல்லாம் போய் வந்தேன். பத்து வருஷத்திலே ஒரு ஒண்ணேகால், ஒண்ணரை லட்சம் போல என்னை ஏமாற்றியிருக்கான்!"

"ஏன் சுப்ரமணி! கேஸ், கோர்ட் அது இதுன்னு போனா சேட்டுங்க உங்க பக்கம் நின்று சாட்சி சொல்லுவாங்களா?"

"நிச்சயமாச் சொல்வாங்க, கோர்ட்டுக்குப் போனா ஜெயிக்கிறது நான்தான், குறைந்தது ஒரு லட்சமாவது கிடைக்கும்!" என்றான். அதில் அவனுக்கு முழு நம்பிக்கை இருந்தது.

"அப்படித்தான் செய்யணும். அவனுக்கும் புத்தி வரும். ஊர் உலகத்திற்கும் அதுவே ஒரு பாடமா இருக்கும்". கொஞ்சம் இடைவெளி விட்டு மனைவியின் பக்கம் திரும்பி, "இந்த விஷயத்திலே சுப்ரமணியின் முடிவு தான் என் முடிவும்!" என்றார் ஆசிரியர் சக்தி நடராஜன். அவனுக்கு ஆறுதலாக இருந்தது,

"விடுங்க சார்! நடந்தது நடந்து போச்சு, இதைக் கோர்ட்லே போய்த்தான் தீர்க்கணும்கிறது அவசியம் இல்லை. நாமே பேசித் தீர்த்துக்கலாம், எனக்கு ஒரு எழுபதோ எழுபத்தைந்தோ கொடுத்துட்டுக் கூட்டை நீக்கி எழுதிக்குவோம். அது போதும் எனக்கு!" என்றான்,

"ச்சொ! உன்னை மாதிரி ஒரு நல்லவனோடு அவனை இனைச்சு நான் தான் தப்புப் பண்ணிட்டேன் சுப்ரமணி: வட நாட்டில் இருந்து வந்து இன்னும் நீ உன் பார்ட்னரைப் பார்க்கவே இல்லையா?"

"பார்த்தேன். அதாவது நான் அஹமதாபாத்திலிருந்து வந்ததே ராத்திரி பனிரெண்டு மணிக்குத்தான். இப்போ இரண்டு மணி நேரத்துக்கு முன்னாலே. தான், இந்தி தெரிந்தவர்ன்னு சொன்னேனே, அவனுக்கு நாமக்கல். என் பால்ய சினேகிதன், அவனை சேலத்திலிருத்து அப்படியே நாமக்கல் அனுப்பிட்டு நான் இங்கே வந்துட்டேன். பஸ் ஸ்டாண்டில் இறங்கி நேரா நடராஜன் வீட்டுக்குத்தான் போனேன். லாரி தேங்காய் லோடு ஏற்றி, தார் பாய் எல்லாம் கட்டி, ஜெய்ப்பூர் புறப்படத் தயாராய் இருந்தது.

"நடராஜனைத் தனியாகக் கூப்பிட்டு விவரத்தைச் சொல்லி, 'இவ்வளவுதானாடா நீ?'ன்னு கேட்டேன். பதிலே பேசலை. 'உன் முகத்திலே காரித் துப்பினா என் எச்சில் அடுத்த வினாடியே விஷமா மாறிடும்டா! அதனாலே கீழே 'துப்பறேன்'னு சொல்லிக் கீழே துப்பிட்டு, நேரா நடராஜனுடைய அண்ணன் கமலக் கண்ணன் கிட்டே போனேன்...."

"அவன் என்ன சொன்னான்?"

"அவனும் நீங்க சொன்ன மாதிரியேதான் 'இந்த விஷயத்திலே உன் முடிவு தான் என்னுடைய முடிவு'ம்னு சொல்லிட்டான். அப்புறம் புறப்பட்டு உங்களிடம் வந்தேன்" என்றான்.

"அப்போ இது சம்பந்தமா வேற யாருக்குமே தெரியாது?"

"ஊஹூம்; தெரியாது!"

"கவலையை விடு! நான் கூட ஏதாவது சிக்கல் வருமோன்னு நினைச்சேன், சுலபமா முடிச்சுடலாம். எதற்கும் உன் நாமக்கல் நண்பர் முகவரியைக் கொடு. அவரையே மெயின் சாட்சியா வச்சு நாமே பேசி முடிச்சுக்கலாம். நீ கூப்பிட்டு அனுப்பினா, அவர் வருவாரில்லே?'

"நிச்சயமா வருவார். நேரில் போக வேண்டிய அவசியமே இல்லை. ஃபோன் இருக்கு. ட்ரங் கால் போட்டுச் சொல்லிடலாம்" என்று கூறி ஃபோன் நம்பரைக் கூறினான் சுப்ரமணி, ஆசிரியரின் மனைவி நம்பரைக் காலண்டர் அட்டையில் குறித்துக் கொண்டார்.

அவருடைய மகன் சிகரெட்டுடன் வந்தான். சிகரெட்டைப் பற்ற வைத்துக் கொண்டே, "பார்த்துச் சொல்லிட்டியா?" என்றார்.

"ம்" என்று ஒற்றை எழுத்தில் பையனின் பதில்.

"எதைப் பத்திங்க, யாரிடம்?" என்று கேட்டான் சுப்ரமணி.

"நைட். கடைக்குப் பால் ஊத்தறது சம்பந்தமா ஒருத்தரைப் பார்த்துச் சொல்லிட்டு வாடான்னேன்!"

ஆசிரியரிடம் நிறையப் பசுக்களும், எருமைகளும் இருப்பதும், அவர் வீடுகள், கடைகளுக்குப் பால் அனுப்புகிறார் என்பதும் சுப்ரமணிக்குத் தெரியும்.

"சரி, மணி என்ன சுப்ரமணி?"

'இரண்டே கால்.'

"படுக்கிறியா? இல்லே, அப்படியே ஆத்துப் பக்கம் போய்ட்டு வரலாமா?"

“பாவம், அவருக்கு எங்கே தூக்கம் வரப் போகுது? பேசிக்கிட்டே ஆத்து வரைக்கும் போய்ட்டு வாங்க! போங்க, அழைச்சிட்டுப் போங்க!” என்று ஆணையிட்டார் ஆசிரியரின் மனைவி.

வசிஷ்ட நதி, வருடத்தில் திடீரென்று ஒரு நாளோ, இரண்டு நாளோ நீர் அருந்தி மறு நாளே பசித்திருக்கும்; தவித்திருக்கும்.

அணையின் மேற்பகுதியில் தெற்கு, வடக்கு இரு கரைகளிலும் அடர்ந்திருந்த தென்னந்தோப்புகள் இருட்டுக்கு மேலும் கருமை கூட்டின.

சற்றுத் தொலைவில் ‘டார்ச் லைட்’ உபயோகித்து யாரோ யாருக்கோ ‘சிக்னல்’ கொடுத்த மாதிரி இருந்தது. அந்த சிக்னலும்’ ஆசிரியரின் மௌனமும் சுப்ரமணியின் இதயத் துடிப்பைச் சற்றே துரிதப்படுத்தின.

அருகில் செல்லச் செல்ல யாரோ மூன்று பேர் அமர்ந்திருப்பது தெரிந்தது!

நெருங்கிச் சென்று முகத்தைப் பார்த்த பொழுது சுப்ரமணியின் மூச்சுத் திணறியது.

அவர்கள் பார்ட்னர் நடராஜன், நடராஜனுடைய அண்ணன் கமலக் கண்ணன், மூன்றாவது ஆள் அவர்களின் தந்தை நாராயணன், சக்தி நடராஜனையும் சேர்த்து நான்கு ஆட்கள்.

உயிர் தப்புவதற்கு வழியே இல்லை என்பதை நிச்சயமாக யூகித்தான் சுப்ரமணி.

“சுப்ரமணி! இன்று உன்னுடைய முடிவு. நாளைய முடிவு உன் நாமக்கல் நண்பனுடையது." சக்தி நடராஜன் தம் திருவாய் மலர்ந்தருளினார்.

‘அவனால் உங்களுக்கு ஒரு தீமையும் வராது. அவனையாவது விட்டு விடுங்கள்’ என்று கதற நினைத்தான். கதறி என்ன பயன்? இந்தக் கொலை பாதகர்களா கேட்கப் போகிறார்கள்?’

பார்ட்னர் நடராஜன், ’அதோ பார்டா சுப்ரமணி!” என்று கூறி, ஓரிடத்தில் டார்ச் லைட் ஒளியைப் பாய்ச்சினான். அங்கே அக்காள், அக்காள் புருஷன் ஆகிய இருவரும் குழி வெட்டிக் கொண்டிருந்தனர். மொத்தம் ஆறு பேர் ஆயிற்று.

‘ஒரே முனைப்பாக எழுந்து ஏதாவது ஒரு திக்கில் ஓடினால்... முடியாது! அவ்வளவு இளிச்சவாயர்களா இவர்கள்?’ என்று நினைத்து மௌனித்திருந்தான்,

"இந்தா, இந்தக் கிளாசைப் பிடி! விஷத்தை விஸ்கியிலே சோடாவுக்குப் பதிலாக் கலந்திருக்கோம்!" என்றான் கமலக் கண்ணன்.

சுப்ரமணி சன்னமான குரலில் ஆனால் தெளிவாகப் பேசினான்:

"கமலக் கண்ணா! இதை உன் தம்பி நடராஜனிடமே கொடு. அவன் தன் கையாலேயே எனக்கு இந்த விஷத்தைக் கொடுக்கட்டும். நீ அவனுடைய அண்ணன் என்கிற முறையிலே தான் எனக்குப் பழக்கம். திருவாளர் சக்தி நடராஜன் அவனோடு என்னைக் கூட்டில் இணைத்தவர் என்கிற அளவில் தான் பழக்கம். ஆனால் என் பார்ட்னர்...... அவன் உள்ளத்தில் விஷமும் உதட்டில் தேனும் வைத்திருந்தான் என்றாலும் கூட என்னுடன் பத்து ஆண்டுகள் பார்ட்னராக இருந்தவன். அதனால் அவன் கையாலேயே நான் சாக விரும்புகிறேன்" என்றான்.

கிளாஸ் கை மாறியது. நடராஜன் தன் கையாலேயே சுப்ரமணியிடம் விஷத்தைக் கொடுத்தான். சுப்ரமணி பெற்றுக் கொண்டான்.

"குடிச்சப்புறம் அஞ்சு நிமிஷம் கூடத் தாங்காது. அதனாலே யாரையாவது நினைக்கனும்னா குடிக்கிறதுக்கு முன்னாலே நினைச்சுக்க!" என்றான் பார்ட்னர் நடராஜன்.

"சுப்ரமணி" ஆசிரியர் விளித்தார்.

"நான் குழந்தைகளுக்கு, அதுவும் இளங்குழந்தைகளுக்குப் போதிப்பவன். நான் பொய் பேசக் கூடாது. அதனால தான் உன் 'முடிவு' தான் என் முடிவு என்று ஆரம்பத்திலேயே கூறிவிட்டேன். கமலக்கண்ணனும் அதையே தான் கூறியிருக்கிறான்!" என்றார்.

"ஆமாம்! நீங்கள் எல்லோரும் ஒரே குட்டையில் ஊறின மட்டைகள்! உன் மகன் மட்டும் எப்படியோ தப்பிப் பிறந்துட்டான்!"

இந்தக் குரல் யாருடையது!? எங்கிருந்து வந்தது? ஏக காலத்தில் அனைவரும் திரும்பிப் பார்த்தனர். நடராஜன் டார்ச் லைட்டைப் பிரயோகித்தான். அங்கே போலீஸ் இன்ஸ்பெக்டர் இடது கையில் டார்ச்சும், வலது கையில் 'ரிவால்வரு'டனும் நின்றிருந்தார். உடன் இரண்டு கான்ஸ்டபிள்கள் கையில் துப்பாக்கியுடன்.

'உன் மகன் எங்களுக்குத் தகவல் கொடுத்த பிறகு தான், அதுவும் எங்கள் ஏற்பாட்டுடன் தான் கூறியனுப்பிய தகவலை சுமலக் கண்ணனுக்கும் மற்றவர்களுக்கும் தரப்பட்டது!' என்றார்.

குழி வெட்டிக் கொண்டிருந்த இருவரும் தப்பியோட முயன்றபொழுது இன்ஸ்பெக்டர் ஆகாயத்தை நோக்கிச் சுடவே, அவர்களும் பயந்து நின்று விட்டனர்.

"சார், சார்…. அதாவது…" என்றார் ஆசிரியர் சக்தி நடராஜன்.

"அதாவது உங்களால் உங்கள் மனைவியை விட்டுப் பிரிந்திருக்க முடியாது. எனக்குத் தெரியும் ஆசிரியரோ அவர்களும் இன்னும் ஐந்து பத்து நிமிடங்களில் இங்கு வந்து விடுவார்கள். இரண்டு ஜவான்களை அனுப்பியிருக்கிறேன்" என்றார் இன்ஸ்பெக்டர்.

கதிரவன் தீர்ப்பு

ஏ.வி.எம்.ரொசாரியோ

“டேய்! கதிரு... கதிரு... எழுந்திரிடா வளர்ர பையன் இப்படியா தூங்குறது?"

"இந்த காப்பியைக் குடிச்சிட்டு, போய் குளிச்சிட்டு வா, சாப்பிட எதாச்சம் செஞ்சி வைக்கிறேன்".

காப்பியைப் பருகிக்கொண்டே தன் தாயின் வெகுளித்தனத்தை எண்ணி மிகவும் வருந்தினான் கதிரவன்.

"டேய்! தம்பி வர... வர... நம்ம தோட்டத்த கவனிக்க எனக்கு சக்தி இல்ல, நீயாவது வீட்டில் இருந்து இதை எல்லாம் பார்ப்பேன்னு நினைச்சேன்டா. நீ என்னடானா எப்ப பார்த்தாலும் அந்த ஆபீசு, இந்த ஆபீசுன்னு சுத்திக்கிட்டே இருக்கிறே".

“ஹூம்... நாலு ஊரை சுத்தக் கூடிய வயசுப்பையன் உங்கிட்ட சொன்னா நீ என்ன செய்வே! டம்ளரை குடு எனக்கு தலைக்கு மேலே வேல இருக்குது”

“கதிரு... கதிரு”

குரல் கேட்டு வெளியே வந்தான் கதிரவன். “என்ன சந்தானம் வெளியே நின்னுட்ட? உள்ள வாப்பா.”

சந்தானம் உள்ளே வந்தான்.

கதிரவனும் சந்தானமும் பள்ளியில் படிக்கும் போதிலிருந்தே நல்ல நண்பர்கள்.

திட்டச்சேரி கிராமத்திலிருக்கும் நாற்பது கிராமத்திலேயே மிகவும் பக்தியுள்ள நேர்மையுள்ளவன் சந்தானம். சிறு வயதிலேயே பெற்றோரை இழந்தவன். சிறிய பெட்டிக்கடையில் வரும் வருவாயிலிருந்து தன்னுடைய ஒரே தங்கை சாந்தியை ஒரு அளவிற்கு படிக்க வைத்தான். கடையில் இருக்கும் நேரம் போக மற்ற நேரத்தில் கோயில் வேலைகளையும் பார்த்துக்கொள்வான்.

“கதிரு.. நேரம் ஆகுது... நானு கோவிலுக்கு போகணும். சந்தானத்தின் குரல் கேட்டு சுயநினைவு பெற்றான் கதிரவன்”.

“‘ஸாரி சந்தானம் ஆமா, என்ன விஷயமா வந்து இருக்கே...”

"ஒண்ணும் இல்ல. வயசுக்கு வந்த என்னோட தங்கச்சி வீட்டில் இருக்கா? பார்ல எல்லாரும் இவளுக்கு ஒரு கல்யாணத்த செய்யாம இன்னும் வீட்டில் வைச்சி இருக்கான்னு பேசுறாங்க. எனக்கும் சொந்தம்னு சொல்ல யாரும் இல்ல. அதனால பக்கத்து ஊர்ல இருக்கிற சாமியாரை பார்த்து தங்கச்சிக்கு ஒரு நல்ல மாப்பிள்ளையா பார்க்க சொல்லிட்டு வரலாம்னு இருக்கேன். செலவுக்கு எப்படியும் ஐம்பது.. அறுபது தேவைப்படும். இப்போது கையில் பணம் இல்ல, அதான் உன்னை பார்த்திட்டு போகலாம்னு வந்தேன். “அட இதுக்கா இப்படி வருத்தப்படர"

“அதுக்கில்ல கதிரு. காலையில நீ அவசரமாக வெளியே கிளம்பிட்டு இருக்கிற நேரத்தில தொந்தரவு தந்துட்டேன்”.

“நண்பனுக்காக இது கூட பொறுத்துக்காட்டி என்ன இருக்கு. அதுசரி சந்தானம் நானு கேட்கிறேன்னு வருத்தப்படாதே. இந்த ஊர்ல உன்னோட தங்கச்சிக்கு ஒரு மாப்பிள்ளை கூட இல்லியா?”

"இருந்து என்ன பிரயோசனம் கதிரு"

"ஏன் அப்படி சொல்லுரே"

"அது வந்து எவ்வளவு பணம் தர்ரே. எத்தனை பவுன் நகை போடுரேன்னு பேரம் பேசுராங்க" என்னால அவங்க கேட்கிற அளவுக்கு செய்ய வசதி இல்ல. அதனாலதான் சாமியார்கிட்ட சொல்லி ஒரு ஏழைப்பையனா பார்க்கலாம்னு இருக்கேன்’

“அட என்னப்பா இது அநியாயமா இருக்குது. தினம் கோவிலுக்குப் போறீங்க. பிரசங்கம் கேட்கிறீங்க... பைபிள் படிக்கிறீங்க”.

“உன்னை நீ அன்பு செய்வது போல உன் அயலானையும் அன்பு செய்னு ஜீசஸ் சொல்லி இருக்காரு. ஆனா இதப்பத்தி நீங்க கொஞ்சம்கூட நினைச்சி பார்க்க மாட்டேங்கிறீங்க”.

“இதுதான் நீங்க பைபிள் படிக்கிற அழகா?”

“படிக்கிறது இராமாயணம், இடிக்கிறது புள்ளையார் கோயில் அப்படின்னு சொல்ற பழமொழி உங்களுக்கு சரியாதான் இருக்குது”.

“சாரி கதிரு... உன்னால உதவி செய்ய முடியும்னா சொல்லு. இல்லாட்டி விட்டிரு, அதவிட்டிட்டு, எங்க மதத்தப்பத்தியோ சமுதாயத்தப் பத்தியோ எதுவும் பேசவேண்டாம். ஒரு சிலருடைய

சுயநலத்துக்காக நம் சமுதாயத்தை குறை சொல்லக்கூடாது”..

“அது சரி... உங்க இளைய சமுதாயம் இந்த குறைய தீர்க்க முடியாதா?”

“முடியும். ஆனா பூனைக்கு யாரு மணி கட்டுறது? இப்போ அப்படியும் யாராவது முன் வந்தாலும் அவங்களோட பெற்றோர்களும், உறவினர்களும் ஏற்றுக்கொள்வார்களா?

"அப்போ, உங்களுக்கும், எங்களுக்கும் என்ன வித்தியாசம் இருக்குது?"

"குப்பையை கிளருனா அது குப்பையாதான் வரும்"

"சரி... நானு போயிட்டு வர்றேன் கதிரு"

"சந்தானம் என்மேல உனக்கு கோபமா?"

"நோ.. நோ... உன் மேல கோபப்பட எனக்கு என்ன உரிமை இருக்குது?"

“எங்க இயேசு சாமியை எப்படியெல்லாம் அடிச்சி திட்டி சித்ரவத செஞ்சி சிலுவை அடியிலே சாக அடிச்சாங்க. அதுக்கெல்லாம் அவரு கோபப்பட்டு இருந்தா இன்றைக்கி எங்க கிறிஸ்தவ சமுதாயம் இருக்குமா?"

"சந்தானம் ரியலி யூ ஆர் எ கிரேட் மேன் இன் யுவர் கிறிஸ்டியானிட்டிங்கிறத நிரூபிச்சிட்டே ஐ ஆம் வெரி.. வெரி ஹாப்பி”.

"ஓகே! இப்போ நீ மட்டும் சரின்னு ஒரு வார்த்தை சொன்னா போதும். இப்பவே இந்த மாதா கோவிலிலே உன் தங்கச்சி கழுத்தில மூன்று முடிச்சி போட்டுக் காட்டுரேன். ஊர் எது சொன்னாலும் இந்த கதிரவனோட தீர்ப்பு என்னைக்கும் மாறாது.

“கதிரு... எனக்காக, நீ உன்னோட வாழ்க்கையில விளையாடாதே”

“சந்தானம் இன்றைய இளைய சமுதாயம் ஒண்ணு சேர்ந்தா எதையும் சாதிக்கலாம்”.

‘‘சாஸ்திரங்கள், சம்பிரதாயங்கள்’ எல்லாம் மனுஷன் உண்டாக்கினது. ஆண்டவனோட படைப்பில நாம எல்லாரும் ஒரே இனம். ஒரே பிள்ளைகள். இதை யாரும் மறுக்க முடியாது”.

“கதிரு இன்னையிலிருந்து நீங்க ரெண்டு பேரும் ஆண்டவனோட அன்பின் அரவணைப்பிலே சந்தோஷமா இருப்பீங்க"

சந்தானத்தின் கண்களில் ஆனந்தக்கண்ணீர் பெருக்கெடுத்து ஓடிக்கொண்டிருந்தது.

கற்க

இடைப்பாடி அமுதன்

கமலம் வேகமாகப் போய்க் கொண்டிருந்தாள். கருக்கல் தொங்கி விட்டது. வழக்கமான நேரம்தான் என்றாலும் கார்த்திகை மாதத்தில் இருட்டு சீக்கிரம் கப்பிக் கொள்ளும் நாள். மனத்தில் பயமொன்றுமில்லை. இருந்தும் பின்னால் கேட்கத் துவங்கிய சைக்கிள் சத்த்ம் அவளை சீண்டியது.

"இன்னிக்கு நேரமாயிடுச்சு போலிருக்கு கமலா..." தங்கராசுவின் குரல் கேட்டது.

அவன் போடும் பீடிகைப் பேச்சு அவளுக்கு வேம்பாகத்தான் இருந்தது. 'இன்னும் பத்து நிமிடம் நடக்கணும். அதற்குள் வீடு தென்பட்டுவிடும். இவன் தொல்லை விடுபட்டு விடும்' என்கிற நினைப்பில், திரும்பிப் பார்க்காமல் நடந்தாள், கமலம்.

அவள் முதுகுப் பக்கத்தை அடர்ந்து நோட்டமிட்டான், தங்கராசு.

பக்கத்து நகரத்தில் தறிக்கூடத்தில் வேலையை முடித்துத் திரும்பியவளை, பஸ்ஸிலிருந்து இறங்கிய போதே கவனித்தான் தங்கராசு. அவனும் அங்கிருந்துதான் வேலையை முடித்து வருகிறான். கொஞ்சம் முன்னாடியே வந்துவிட்டான். வந்தவன் சலிப்பாற கொஞ்சம் 'சரக்கை' உள்ளுக்கு இறக்கி விட்டிருந்தான். அவனால் வாரத்தில் இரண்டு நாட்களாவது 'நீராகார'த்தை உள்ளே இறக்காமலிருக்க முடியாது. எப்பவாவது பத்து நாளைக்கொருதரம் கமலம் அவன் கண்களில் மாட்டிக் கொள்வாள்; அவன் செய்ய நினைக்கும் சில்மிஷங்களை ஒதுக்கி, 'தளுக்காகத்' தப்பித்துக் கொள்வாள். வழக்கமாக அவளுடன் துணைக்கு வரும் பக்கத்து வீட்டுப் பெண்கள் இருவர் இன்று இல்லாததால் இந்தத் தொல்லை.

இறுக்கமாக ஜாக்கெட் போட்டிருந்தாள். செய்வது கூலி வேலையாக இருந்தாலும், நிழலில் செய்யும் வேலை. அவள் நிறம் பொலிவிழக்காமல் கழுத்துக்குக் கீழே காட்டுவதைக் கண்டான் தங்கராசு. மனதைச் சுண்டியது, அந்த ஜாக்கெட்டின் இறுக்கம்.

ஜாக்கெட்டுக்கு மேலே மழமழவென்று தோள் பகுதி பளபளப்பு காட்டியது. முதுகுத் தண்டை இறுக்கியபடி ஜாக்கெட் பிடிப்பில் அழுந்திய இடுப்பு கிரக்கம் பண்ணியது. அந்த இடுப்புக்குக் கீழே நர்த்தனமாடிய அசைவுகள். மலிவு விலை ஜார்ஜெட் சேலை, அவள் பின்னழகை முழுதும் மறைக்க முடியாமல் காட்டியது. மென்று விழுங்கினான் தங்கராசு.

அருகில் அவன் வந்ததும் பரவிய வாடையை உணர்ந்தாள் கமலம். நடையை அழுத்தி வேகம் காட்டினாள்.

“கொஞ்சம் நின்னுதான் போயேன் கமலா...” என்றவன், எதிர்பாராமல் அவள் கையைப் பிடித்தான்.

திடுக்கிட்டாள். உள்ளுக்குள் பயம் கவ்வியது. எட்டிய தூரத்தில் ஆளில்லை. புருஷன் ’போய்’ விட்டதால் இவனுக்குத் துளிர் விட்டிருப்பதை உணர்ந்தாள். தங்கராசும் அவள் புருஷனும் கூட்டாளிகள்தான். இரண்டு வருஷம் முன்னாடி அவள் புருஷன் சீக்காய்ப் படுத்துக் கொஞ்ச நாளில் போய்ச் சேர்ந்து விட்டான். பாடுபட்டவன் போய் விட்டதால் இவள் வேலைக்குப் போக வேண்டிய கட்டாயமானது. பையன் இருக்கிறான்; அவனை ஆளாக்க வேண்டுமென்ற வைராக்கியம் அவளுக்குள் பதிந்து விட்டதன் முடிவு.

பிடித்த கையைத் தட்டி விட்டாள் கமலம். “சத்தம் போட்டுடுவேன் தங்கராசு...” கடுப்பாகச் சொன்னாள்.

“கோவிச்சுக்காத கமலா... எட்டுன வரைக்கும் இங்க ஆளில்லை. நின்னுதான் பேசேன்...”

அவனுக்குப் பதில் சொல்ல நினைக்கவில்லை, அவள் நடையில் வேகம் காட்டினாள்.

வேலியோரமாக சைக்கிளை நிறுத்தினான், தங்கராசு.

“கொஞ்சம் நில்லு கமலா...” கேட்டதோடில்லாமல் தோளின்மேல் கையையும் போட்டான்.

அவள் முகம் சிடுசிடுத்தது. கோபத்தில் வெறுப்பைக் காட்டியது. “ஏன்யா... குடிச்சுப்புட்டா உனக்குத் தெனாவட்டு ஜாஸ்தியாயிடுமா? உம் பொண்டாட்டிய மேய்க்கவே முடியலை உனக்கு... இதுல மத்தவ மேல கையைப் போடுறியா?" என்றவள், சுரீரென்று அவன் கையில் அறைந்தாள்.

“எம் பொண்டாட்டி கெடக்கறா கமலா... தென்னங் குருத்தாட்டம் இருக்கிற உம் பளபளப்பு வருமா?”

நெருக்கமாக அவளுடன் நடந்தான்.

பதற்றம் தொற்றியது அவளுக்கு. குடிகாரனிடம் இப்படிப் பேசி பிரயோஜமில்லை என்று புரிந்தது. லேசாக ஓட்டம் காட்டினாள். அவனும் துரத்தினான்.

“தா, பாருய்யா... இந்தக் கல்லுலியே இட்டுப்புடுவேன். பொட்டுல பட்டதுண்ணா பட்டுண்ணு போய்டுவே...” என்று சொன்னவள், இரண்டு கற்களைக் கையில் எடுத்தாள்.

இருந்தும் அவனுக்கு உறைக்கவில்லை.

அந்த இடுப்புப் பகுதி அவனைச் சுண்டியது.

திடுக்கென்று அதைப் பிடித்தான்.

சொன்னதைச் செய்தாள் கமலா.

மண்டையில் கல்லை விசிறினாள். ரத்தம் தலைகாட்டித் தெறித்தது.

தடுமாறினான் தங்கராசு. “ஏண்டி.... பத்தினி வேசமா போடற... இரு... உன்னை மடக்கிற வழியிலே மடக்கிக் காட்டறேன்.” அவன் சத்தத்தைக் கேட்டு ஓட்டம் பிடித்தாள், கமலா.

தலையைப் அழுத்திப் பிடித்து உட்கார்ந்து விட்டான் தங்கராசு.

‘குரைக்கிற நாய்...’ என்ற நினைப்பில் ஓட்டத்தை நிறுத்தி, வீட்டைப் பார்த்து நடந்தாள் கமலா.

‘பொலுக்... பொலுக்’கென்று எரிந்து கொண்டிருந்த விளக்குகள் தென்பட்டதும் கமலாவின் மனம் நிம்மதியானது. பையன் பாலுவை நினைத்துக் கொண்டாள். வீட்டுத் திண்ணையில் அவன் காத்துக் கொண்டிருப்பான் என்ற நினைப்பு முன்னால் ஓடியது.

வீட்டுத் திண்ணை தெரிந்தது. இருபத்தைந்து வாட்ஸ் விளக்கு எரிந்து கொண்டிருந்தது. கட்டிலில் உட்கார்ந்து கொண்டிருந்தான், பாலு. அவன் பக்கத்தில் இருந்த மகாலட்சுமியைப் பார்த்ததும் கமலாவுக்குப் பிசிறு தட்டிய பரபரப்பு வந்தது.

“வர்ற வழியில நேரமாச்சு கண்ணு ...” பையனைப் பார்த்துச் சொன்னவள், கழுத்திலிருந்த சங்கிலியில் தொங்கிய சாவியை எடுத்து பூட்டைத் திறந்தாள். பள்ளிக்கூட பையை எடுத்தபடி கட்டிலிலிருந்து இறங்கினான் பாலு.

மகாலட்சுமியியும் இறங்கினாள்.

“பள்ளிக்கூடம் போனியா மகா...”

வீட்டுக்குள் புகுந்து விளக்கைப் போட்டாள் கமலா.

“உம்..” சொன்ன மகா, பாலுவைப் பார்த்து, “நாளைக்கு எங்க வூட்டுக்கு வர்றியா?” என்றாள்.

தலையை ஆட்டினான் பாலு.

திரும்பிய கமலா மகா செல்வதைப் பார்த்து, “அட, அந்தக் குட்டி அதுக்குள்ள ஏன் ஓடறா?" என்று சொன்னவள் பையனின் தோளைப் பிடித்து, “நீ வா ராசா... இந்தா, சாப்பிடு” என்று மடியில் கட்டியிருந்த இரண்டு வடைகளில் ஒன்றை நீட்டினாள்.

தோல்வியைச் சகிக்க முடியாத தங்கராசுக்கு அவமானம் ரோஷத்தைத் தந்தது. ’பொட்டைக் கழுதை கல்லால இட்டுப்புட்டு ஓடிட்டாளே... இருடி, உன்னை மடக்கிக் காட்டறேன். சிக்காமியா போய்டுவே... இன்னிக்கே முடிச்சிக் காட்டறேன்...’

வழிந்த ரத்தத்தைத் துடைத்தான். துண்டை எடுத்து மண்டையில் இறுக்கிக் கட்டினான். முழுசும் இருட்டி விட்டது. சைக்கிளை எடுத்தான். வந்த வழியில் திரும்பினான். ‘கடை’க்கு வந்து நின்றான்.

கடைக்காரனுக்கும் தெரிந்தவர்களுக்கும் சால்ஜாப்பு சொல்லி, இரண்டு ‘கிளாஸ்’ பட்டையை உள்ளே இறக்கினான். சால்னா கடைக்காரரிடம் ‘சுருக்’கென்று சுண்டல் பொட்டலத்தை வாங்கி, காரத்துக்குச் சாப்பிட்டான். தடுமாறிக் கொண்டு சைக்கிளை உருட்டினான்.

ஒடிந்து வளைந்து சென்றாலும் அவன் போட்ட சத்தத்தில் தடம் தடையின்றித் தெரிந்தது. பாதி தூரம் வரை கமலாவை நினைத்து வந்தவன், மீதி தூரத்தில் அவளை மறந்தான்; மயக்கம் உணர்வை மங்கச் செய்து விட்டது. அவன் உத்தரவு இல்லாமலே சைக்கிள் நேராக வீட்டின் முன்னால் வந்து தடுமாற்றத்துடன் நின்றது. மணி எட்டாகியிருந்தது.

புரிந்து விட்டது அஞ்சலைக்கு. அவனை எதிர்பார்த்துக் கொண்டிருந்தாள். கோழிக்குழம்பு தயார் பண்ணி வைத்திருந்தாள். இன்னிக்காவது புருஷன் நம்ம நினைப்போட வந்தான்னா பரவாயில்லியேன்னு நினைத்திருந்த அவள் நினைப்பு சப்பென்றாகி விட்டது.

“ஏன்யா இவ்வளவு நேரம்?” என்று அவன் தோளைப் பிடித்தாள். அவன் தள்ளாட்டம் எரிச்சலூட்டியது. ஏமாற்றம்... கறியும் சோறும் தின்னுட்டு புருஷனை சுகப்படுத்தணும்னு நினைத்திருந்தாள். ஒரு மாதக் காத்திருப்பு அது.

அவனோ கட்டிலில் தொப்பென்று படுத்து விட்டான்.

வெறித்தபடி தன் பருத்த உடலைக் கட்டிலில் அழுத்தி உட்கார்ந்தாள் அஞ்சலை. வெறுப்பில் தணிந்தாள்.

பொழுது விடிந்ததும் போதை நீங்கியிருந்தது தங்கராசுவுக்கு. இரவு வீட்டுக்கு வந்து பின் சாப்பிட்டதும், படுத்துத் தூங்கியதும் மங்கலாக நினைவுக்கு வந்தது. நீண்ட தூக்கம் மனத்தைத் துடைத்திருந்தது. முகத்தில் தண்ணீரைத் தெளித்து வாய் கொப்பளித்ததும் பல் குச்சியை வாயில் துருத்தியபடி வெளியே கிளம்பினான். திறந்தவெளி காட்டுப் பக்கம் போனான்.

அரைக்கால் சட்டையும் பனியனுமாய் கலைந்த தலையைக் கிளறிக்கொண்டு வந்தான் பாலு. மகாவைப் பார்ப்பதில் இருக்கும் சுகம், விடிந்தும் விடியாததுமாய் அவன் வந்ததில் தெரிந்தது. மகாவும் எழுந்து விட்டிருந்தாள்.

"வா பாலு..."

வீட்டு வாசலில் உட்கார்ந்து கொண்டார்கள்.

"நாளைக்கு நாங்க சினிமாவுக்குப் போறோம்" என்றாள் மகா.

"அப்பிடியா?... என்னா படம் நடக்குது?"

சொன்னாள். "எங்க அம்மாதான் சொன்னது. பக்கத்து வீட்டு ராசாவும் அவன் அம்மாவும் வர்றாங்க. நீயும் வர்றியா பாலு..."

"இல்ல மகா... எங்க அம்மா அனுப்பாது. காசு இல்லேங்கும்..."

சோகமானாள் மகாலட்சுமி. ஒரு நிமிஷம் எதிரே குப்பையைக் கிளறிக் கொண்டிருந்த கோழியைப் பார்த்தாள்.

"பாலு, இந்த கணக்குப் பாடம் ஒண்ணு சொல்லித் தர்றியா?... சரியாவே புரிய மாட்டேங்குது..."

"உம்... கொண்டா, பாக்கலாம்" அவளை விட அவன் இரண்டு வகுப்பு அதிகம் படிக்கிறான். அவன் ஏழாம் வகுப்பு; அவள் ஐந்தாவது. நல்லாவும் படிப்பான். மகாவுக்குச் சொல்லித் தருவது கருப்பட்டி வெல்லமாக இனிக்கும் அவனுக்கு.

புத்தகத்தையும் நோட்டையும் கொண்டு வந்தாள் மகா.

ருசிகரமாக விளக்கினான் பாலு. பாடம் நடத்துவது, கேட்பவனை விடச் சொல்லித் தருபவனுக்குத்தான் அதிகம் விளங்கும் என்கிற ரீதியில் கணக்கைப் போட்டுக் காட்டினான்.

அரைமணி கழித்துத் தங்கராசு திரும்பினான். வாசலில் உட்கார்ந்து பாலு, தன் பெண்ணுக்குப் பாடம் சொல்லித் தருவதைக் கண்டான்.

துணுக்குற்றான் தங்கராசு. அந்தச் சிறுசுகள் அந்நியோன்யமாக உட்கார்ந்திருப்பதைப் பார்த்தும் மனம் கூசியது.

"சே... தண்ணி உள்ளே போனா இந்த மனசு எப்படிக் கெட்டு அலையுது? இந்த பொடிப் பையன் நம்ம பொண்ணுகிட்ட எத்தனை அனுசரணையா நடந்துக்கறான். அப்பன் மாதிரியே ஒழுக்கமான பையன். நல்லா படிக்கிறதாத்தான் சொல்றாங்க. இப்படியே பத்து வருஷம் போனா, நம்ம புள்ளைக்கு ஏத்தவனாக் கூட வந்துடுவான்... நம்ம புத்தி மட்டும் கெடாம பார்த்துக்கிட்டா நல்லதா இருக்கும்..." அந்தச் சிறுசுகளைப் பார்த்தபடி வாசலுக்கு வந்தான்.

"என்ன படிக்கறே மகா?..." என்றான்.

"கணக்குப் பாடம் புரியமாட்டேங்குதுப்பா... பாலு நல்லா சொல்லித் தருது..."

வாஞ்சையாக மகளின் தலையைத் தடவி விட்டான்.

"படிச்சுக்கம்மா..."

வாசலைத் தாண்டி பாலுவைப் பார்த்தபடி வீட்டுக்குள் நுழைந்தான் தங்கராசு.

மனம் திடமானால் சரிதான்!

౷௸

மாற்றங்கள்
எடப்பாடி அழகேசன்

"**க**னம் நீதிபதி அவர்களே, இந்த நீதிமன்றம் ஒரு வித்தியாசமான வழக்கை சந்தித்திருக்கிறது. தன்னுடைய தாயையும், தந்தையையும் இந்தப் பதினைந்து வயது சிறுவன் திட்டமிட்டே கொன்றிருக்கிறான். இதுபோன்ற சிறுவன் இந்தச் சமூகத்தில் இருக்கக் கூடாது. இவனுக்குக் கடுமையான தண்டனை விதிக்க வேண்டும்," அரசு வழக்கறிஞர் வாதாடினார்.

"என் ஆட்சேபணையைத் தெரிவிக்கிறேன்". கனம் நீதிபதி அவர்களே. என் கட்சிக்காரர் இந்தக் கொலைகளைச் செய்யவில்லை. அவனது தாயும், தந்தையும் கிணற்றில் விழுந்து தற்கொலை செய்து கொண்டுள்ளார்கள். பிரேதப் பரிசோதனை அறிக்கையில் அவர்கள் கிணற்றில் தண்ணீரில் மூச்சுத் திணறல் காரணமாக இறந்துள்ளதாகக் குறிப்பிடப்பட்டுள்ளது. அப்படி இருக்கையில் அவர் எப்படி இந்தக் கொலைகளைச் செய்திருக்க முடியும்?" எதிர் தரப்பு வக்கீல் வாதாடினார்.

"அவன் தான் இந்தக் கொலைகளைச் செய்தான் என்பதற்கான ஆதாரம், சாட்சிகள், என்னிடம் உள்ளது. அவர்களை ஆஜர்படுத்த அனுமதிக்க வேண்டும்."

"அனுமதிக்கப் பட்டது."

பனிரெண்டு, பதினொன்று, பத்து, ஒன்பது, ஏழு, ஐந்து, மூன்று வயது என ஏழு சிறுவர்கள் ஆஜரானார்கள்.

"இவர்களெல்லாம் யார்?"

"இந்த வழக்கின் முக்கிய சாட்சிகள். இவர்கள் இந்தக் கொலைகளை நேரில் பார்த்தவர்கள். குற்றம் சாட்டப் பட்டுள்ள சிறுவன் செந்திலின் கூடப் பிறந்தவர்கள்."

"தாயையும், தந்தையையும் செந்தில் தான் கிணற்றில் தள்ளினான். அதை நாங்கள் பார்த்தோம்." ஒருவர் பின் ஒருவராக அந்த ஏழு சிறுவர்களும் சாட்சி சொல்லி இறங்கினார்கள்.

"சாட்சிகள் அடிப்படையில், பெற்ற தாயையும், தந்தையையும் கொலை செய்த இந்தச் சிறுவன் செந்திலை சிறுவன் என்று பார்க்காமல் மரண தண்டனை கொடுக்க வேண்டும். அப்போது தான் எதிர்காலச் சமுதாயம் பாதுகாக்கப்படும்" அரசு வக்கீல் அமர்ந்தார்.

"நான் சாட்சிகளை குறுக்கு விசாரணை செய்ய வேண்டும்".

"அனுமதிக்கப்பட்டது"

எதிர்தரப்பு வக்கீல் மூன்று வயதுச் சிறுவனை மட்டும் விசாரணைக்கு அழைத்தார்.

"உன் பெயர் என்ன தம்பி?"

"முருகன்"

"முருகா, உங்க அம்மாவையும் அப்பாவையும் செந்தில் அண்ணன் கிணற்றில் தள்ளினார்களா. நீ பார்த்தாயா."

"அண்ணன், அப்பாவை தள்ளியதைப் பார்த்தேன்."

"அம்மாவை தள்ளினார்களா?"

"தெரியாது."

"கொஞ்ச நேரத்துக்கு முன் அம்மாவைத் தள்ளியதைப் பார்தேன்னு சொன்னே."

"வக்கீல் மாமா அப்படி சொல்லச் சொன்னார்."

"கனம் நீதிபதி அவர்களே, பார்த்தீர்களா? அரசுத் தரப்பின் சோடனையை. சிறுவர்களை பொய் சாட்சி சொல்ல வைத்துள்ளார். இதிலிருந்தே குற்றம் சாட்டப்பட்டவர் குற்றம் செய்யவில்லை என்பது தெரிகிறது. என் கட்சிக்காரரை விடுதலை செய்ய வேண்டும்."

"கனம் நீதபதி அவர்களே, வழக்கை திசை திருப்புகிறார் எதிர்தரப்பு வக்கீல். அம்மாவை கிணற்றில் தள்ளியதைப் பார்க்கவில்லை என்றான் சிறுவன். அப்பாவைக் கிணற்றில் தள்ளியதைப் பார்த்தேன் என்றான். ஒரு கொலைக்கும் தூக்கு தண்டனைதான். இரண்டு கொலைக்கும் தூக்கு தண்டனைதான்."

"இருவருமே தற்கொலை செய்து கொண்டு இருக்கிறார்கள் என்கிறேன் நான்".

"பெற்ற குழந்தைகளை விட்டுவிட்டு அதுவும் கர்ப்பிணியாக இருக்கும் ஒரு தாய் தற்கொலை செய்து கொள்வாளா?"

"கர்ப்பிணியா?"

"ஆம் கனம் நீதிபதி அவர்களே, பிரேதப் பரிசோதனை அறிக்கையில் அது குறிப்பிடப்பட்டுள்ளது."

"அரசுத் தரப்பு வக்கீல் வழக்கை திசை திருப்புகிறார். எட்டுச் சிறுவர்கள் கொண்ட குடும்பத்தில் பொருளாதாரக் கஷ்டம். எனவே தான் கணவனும் மனைவியும் தற்கொலை செய்து கொண்டுள்ளார்கள்."

"இன்னொரு அண்ணன் இருக்கிறான்" ஒரு சிறுவன் சொன்னான்.

"இன்னொரு அண்ணனா? அப்படியென்றால் அவனை நான் விசாரணை செய்ய வேண்டும். அரசுத் தரப்பில் சாட்சியை மறைத்து விட்டார்கள்."

"இன்னொரு சிறுவனையும் அழைத்து வர காவல் துறையினர் ஏற்பாடு செய்யுங்கள்."

"கனம் நீதிபதி அவர்களே, இன்னொரு சிறுவன் இருப்பது எங்களுக்கும் தெரியாது. நாளை நீதி மன்றத்தில் ஆஜர்படுத்துகிறோம்."

"நாளை இவ்வழக்கு விசாரணைக்கு எடுத்துக் கொள்ளப்படும்." நீதிபதி இருக்கையிலிருந்து எழுந்தார்.

மறுநாள் எதிர்தரப்பு வக்கீல், முன்னர் கோர்ட்டுக்கு வராத அந்தச் சிறுவனை முதலில் விசாரிக்க ஆரம்பித்தார்.

"தம்பி உன் பெயர்?"

"வேலவன்"

"எல்லோரும் விசாரணைக்கு வந்திருந்தார்கள். நீ ஏன் வரவில்லை?"

"என்னை யாரும் கூப்பிடவில்லை. அதனால் வரவில்லை."

"உன் தாயும் தந்தையும் தற்கொலை செய்து கொண்டார்களா?"

"இல்லை , அது கொலை!"

"எப்படி அதைக் கொலை என்கிறாய். நீ பார்த்தாயா."

"ஆமாம் பார்த்தேன்."

"யார் அந்தக் கொலையை செய்தார்கள்?"

"என் அண்ணன் செந்தில் தான். முதலில் என் தாயாரை கிணற்றில் தள்ளிக் கொன்றான். பின்னர் என் தந்தையைக் கூட்டி வந்து கொன்றான்."

"உன் தாயாரை செந்தில் கொன்ற பின்பு நிதானமாக உன் தந்தையைக் கூட்டி வந்து கொன்றிருக்கிறான் என்கிறாய், அப்படிதானே?"

"ஆமாம்"

"நீ அப்போது அங்கு எதற்குச் சென்றாய்?"

"என் தாயாரோடு, தந்தைக்கு சாப்பாடு கொடுக்கச் சென்றேன்."

"சரி... உன் தாயாரைக் கிணற்றில் தள்ளியதும் உதவிக்கு நீ சப்தம் போடவில்லையா? ஓடிப்போய் உன் தந்தையிடம் சொல்லத் துடிக்கவில்லையா? கண்ணுக்கு எதிரே நடந்ததைப் பேசாமலே பார்த்துக் கொண்டிருந்தாயா?"

"நான் அதிர்ச்சியில் அப்படியே மயங்கி விழுந்து விட்டேன். கொஞ்ச நேரம் கழித்து எழுந்து பார்த்ததும் என் தந்தையை என் அண்ணன் தள்ளிக் கொண்டிருந்தான்"

"உனக்கு மனநிலை சரியில்லை என்கிறேன். அரசுத் தரப்பு வக்கீல் சொல்லித்தான் இப்படிச் சொல்கிறாய் என்கிறேன்."

"இதற்கு என் கடும் ஆட்சேபணையைத் தெரிவிக்கிறேன். நானே இந்தச் சாட்சியை இப்போது இங்கு தான் சந்திக்கிறேன். சாட்சிகளின் அடிப்படையில் குற்றவாளிக்கு அதிகபட்ச தண்டனையான மரண தண்டனை அளிக்க வேண்டும் என மீண்டும் கேட்டுக் கொள்கிறேன்."

நீதிபதி குற்றம் சாட்டப்பட்டவரிடம் கேட்க ஆரம்பித்தார்.

"செந்தில், உங்கள் மீது உனது தாயையும், தந்தையையும் கொலை செய்ததாக குற்றம் சுமத்தப் பட்டுள்ளது. அதற்கான சாட்சிகளாக உங்களது தம்பிகள் சாட்சியம் சொல்லியுள்ளார்கள். நீங்கள் சுமத்தப்பட்ட குற்றத்தை ஏற்றுக் கொள்கிறீர்களா?"

"ஒரு பகுதி குற்றத்தை ஏற்றுக் கொள்கிறேன். என் தந்தையைக் கிணற்றில் தள்ளிவிட்டது நான் தான். என் தாயைக் கிணற்றில் தள்ளிவிட்டது என் தம்பி வேலவன் தான். அவன் தண்டனைக்கு பயந்து கொண்டு இரண்டு குற்றத்தையும் என் மீது சுமத்துகிறான்."

"தாயையும், தந்தையையும் ஏன் கிணற்றில் தள்ளி விட்டீர்கள்?"

'ஐயா, எங்களுக்கு இருப்பதோ அரை ஏக்கர் பூமி. அவரவர்கள் ஆசைக்கென ஒன்றிரண்டு குழந்தைகளைப் பெறுவார்கள். என் தாயும் தந்தையும் குழந்தைகளைப் பெற்றெடுப்பதற்காகவே வாழ்ந்திருக்கிறார்கள். என்னையும் சேர்த்து ஒன்பது குழந்தைகள்.

என் தாயார் மேலும் ஒரு குழந்தையை வயிற்றில் சுமந்திருந்தார்கள். நாங்கள் வயிறாரச் சாப்பிட்டு வருடக்கணக்காகிறது. தினமும் அரை வயிறு, கால் வயிறுக் கஞ்சிதான். உண்ண உணவில்லை. உடுக்க உடையில்லை. படுக்கப் பாயில்லை. என்னைப் படிக்க வைக்க முடியவில்லை. என் தம்பிகளைப் படிக்க வைக்க முடியவில்லை.

நாங்க எங்களுக்கு இருக்கிற அரை ஏக்கர் பூமியிலே பொழுதுக்கும் கஷ்டப்பட்டோம். ஆடு மேய்த்தோம். கிடைக்கிற வேலைக்கெல்லாம் போனோம். எங்க அப்பா தினமும் குடிப்பாரு. எங்க அம்மா அப்பப்ப குடிப்பாங்க. பெத்த எங்களைப் பத்தி எங்கள் பெற்றோர்கள் கவலைப் படலை. அதனால நானும் என் தம்பி வேலவனும் பேசி கலந்து ஒரு முடிவுக்கு வந்தோம்.

அன்றைக்கு எங்க அம்மாவோடு கஞ்சிப் பானையை தூக்கிட்டு என் தம்பி வந்தான். எங்க வயக்காட்டுக்குப் போறதுக்கு முன்னாடி தரையோடு ஒட்டிய ஒரு வட்டக் கிணறு உள்ளது. அதைத் தாண்டித்தான் எங்க வயக் காட்டுக்குப் போகணும். அந்தக் கிணத்தை ஒட்டி நான் தரையில மயக்கமா கெடக்கற மாதிரி கெடந்தேன். எங்க அம்மாவும், தம்பியும் வந்தாங்க. என் தம்பி நான் கீழே விழுந்து கிடக்கிறதை எங்க அம்மாவிடம் சொன்னான். எங்க அம்மா என்னைக் குனிந்து தொட்டுப் பார்க்கும் போது ஏற்கனவே பேசியபடி அம்மாவை என் தம்பி அப்படியே குப்புறத் தள்ளிவிட்டான்.

அன்னைக்கு அமாவாசை. விடுமுறை நாள். அதனால பக்கத்துக் காட்டில யாரும் இல்லை. அம்மா கிணத்துல விழுந்துட்டாங்கன்னும், தம்பி மயக்கமா கிடக்கிறான்னும் சொல்லி எங்க அப்பாவை கூட்டிட்டு வரப்போனேன். அப்ப, அப்பா கள்ளு குடிச்சிட்டு இருந்தார். போதை மயக்கத்திலே இருந்தார். அவர் கிணற்றருகே வந்து தம்பியை தொட்டுப் பார்த்துட்டு, கிணற்றைப் பார்த்துட்டு இருந்தப்ப நான் எங்க அப்பாவை கிணற்றுல தள்ளிட்டேன். அந்தச் சமயம் என்னோட மத்த தம்பிங்க எல்லாம் வந்துட்டு இருந்தாங்க. அவங்க எதுக்கு இங்கே வந்தாங்கனு நான் கேட்டதற்கு, வெளியூர்ல இருக்கிற எங்க பெரிய தாத்தா இறந்துட்டதா உறவினர் ஒருவர் வந்து தகவல் சொல்லிட்டுப் போனதா சொன்னாங்க. எனக்கு இலவசமா வாதாட வந்த வக்கீலுக்கிட்டே உண்மையை மறைச்சிட்டேன். என்னை மன்னிச்சிடுங்க ஐயா. இந்தக் கொலைக் குற்றத்திலிருந்து நான் தப்பிச்சுடுவேன். என் தம்பிகள் எல்லோரையும் காப்பாத்துவேன்னு நினைச்சேன். கடைசியா என் தம்பிகளே இந்த விவரம் புரியாமல் உண்மையை சொல்லிட்டாங்க.

என் தாயும் இல்லை. என் தந்தையும் இல்லை. என்னைப் பற்றி கவலை இல்லை. என் தம்பிகளை நினைச்சாத்தான் கவலையா இருக்கு. கால் வயிறு, அரை வயிறுக் கஞ்சியையும் நான் கெடுத்திட்டேன். நான் உண்மையைச் சொல்லிட்டேன். எல்லோரும் என்னை மன்னிச்சிடுங்க.” செந்தில் குலுங்கிக் குலுங்கி அழுதான்.

‘உன் அண்ணன் உன் மீது சொல்லும் குற்றச் சாட்டினை ஏற்றுக் கொள்கிறாயா? உன் அம்மாவை நீ தான் கிணற்றில் தள்ளினாயா?"

“ஆமாம்... எனக்குத் தண்டனை கிடைச்சிடும்னு என் குற்றத்தை மறைச்சிட்டேன். எங்களைப் பெத்தவங்களை நாங்க ஏன் கொன்னோம்கிறதுக்கு என் அண்ணன் விரிவா சொல்லிட்டான். என்னையும் மன்னிச்சிடுங்க ஐயா.” வேலவன் சொல்லி அழுதான்.

***

‘சிறிய வயதில் இந்த இரு சிறுவர்களுக்கும் இப்படியொரு சிந்தனையா? கேள்விகளை கேட்டுக் கொண்டு பதில்களையும் அவர்களே அளித்துள்ளார்கள். நமது இளந்தலைமுறையினர் சமூகத்தை எவ்வாறு பார்க்கத் தொடங்கியுள்ளார்கள் என்பதை நாம் எல்லோருமே பொறுப்புணர்வோடு கூர்ந்து கவனிக்க வேண்டும். அதற்கான தீர்வு தர வேண்டிய பொறுப்பு நம் எல்லோருக்குமே உள்ளது. செந்தில், வேலவன் இருவரும் கூறும் காரணங்கள் சமூக மாற்றத்திற்குரியது. சமூக சிந்தனைக்குரியது. அதற்காக இரு உயிர்களை பறித்தது தவறானது. அவர்கள் இருவரது குடும்பச் சூழ்நிலைகளையும், உதவிக்கு உதவ உறவுகள் இல்லாத பிரத்யேக சூழ்நிலையையும் கருத்தில் கொண்டு, சமூக மாற்றத்திற்கான தீர்வாய் அவர்களை இந்த நீதிமன்றம் மன்னித்து விடுதலை செய்கிறது’. நீதிபதி தீர்ப்பைப் படித்தார்.

தன் எட்டு தம்பிகளோடும் செந்தில் எதிர்கால சிந்தனைகளோடு நடைபோட்டுக் கொண்டிருந்தான்.

குபேரன்

முக்கனி

குளக்கரை அரசமரத்தைச் சுற்றிவந்து அய்யனார்க்குப் பொங்கலிட்டு அடிவயிற்றைத் தொட்டுப் பார்த்தால் பிள்ளைவரம் கிடைக்குமென்ற அய்தீக மூடத்தனத்தை நம்பி அரசி அப்படியே செய்து குளக்கரையில் வருவோர் போவோருக்கெல்லாம் தொண்ணையில் பொங்கலும், பழமும் கொடுத்தாள். வரிசையில் நின்று வாங்கும் சிறுவர்களோடு, அந்த ஊருக்குப் புதிதாக வந்த குபேரன் அங்கு தந்த பொங்கல், பழம் தேங்காய்ச் சில்லை வாங்கி சாப்பிட்டான். அவன் பட்டினி வயிற்றுக்குப் பசி தணிந்தது ஓரளவு.

சுனாமியால் அடித்துச் செல்லப்பட்ட அந்த மீனவக் குப்பத்தில், நாகூருக்கு அருகே கடலலை குடிசையைப் பறித்துக் கொண்டு போன பின்பு, குபேரன் மட்டும் தன்னந்தனியாகக் கடலூர் கடற்கரைப் பக்கம் ஒதுங்கிக் கிடந்தான். கதிரொளி மேனியில் சூடேற்ற அந்தச் சிறுவன் விழித்துப் பார்த்தான். அந்தக் கடல், “அய்யோ பாவம்” என்று ’அவனைப் பார்த்துச் சொல்லிவிட்டுப் போவதாக அவன் உணர்ந்தான். அவனுக்கு ஆறுதல் சொல்ல யாருமில்லை. கால்போன போக்கில் கரையோரம் சென்ற போதுதான் அந்த ‘சின்னவளவு’ கிராமத்து குளக்கரை பசி தீர்த்தது.

ஒரு 15 நாள் சுற்றித் திரிந்த பின் கடலூர் வந்து சேர்ந்தான். பள்ளியிலிருந்து பிள்ளைகள் புத்தகப் பையுடன் வரும்போது அவனது படிப்பு தொடர முடியாமல் தாய் தந்தையைப் பறிகொடுத்து அனாதையானோம் என்பதை உணர்ந்தான்.

அவனது புத்தகங்களையெல்லாம், சிந்தாமல் சிதறாமல் கடலலை படிப்பதற்காக அள்ளிப் போனது. சத்துணவுக் கூடங்களை நாடி அவன் பசி போக்கிக் கொண்டான்.

அன்று அந்த கடலூர் மாவட்ட ஆட்சியர் வந்திருந்தார். மக்கள் கூட்டம் கூட்டமாகச் சென்று மனு கொடுப்பதைக் கண்டான் குபேரன். ஆட்சியரிடம் சென்று விபரமாகக் கூறி தனக்கு

காப்பகமும், கற்க அனுமதியும் தான் முன்பு படித்த நாகூர் மேல் நிலைப்பள்ளியிலிருந்து கல்விச் சான்றும் கிடைக்க ஏற்பாடு செய்யக் கேட்டுக் கொண்டான். அவனது வேண்டுகோளை ஏற்று, கடலூரில் உள்ள தற்காலிகக் காப்பகத்தில் சேர்த்தனர்.

அந்த காப்பகத்திற்குச் சென்ற சன்மார்க்கச் சங்கத் தவத்திரு 'பொய்யாமொழி' குபேரனது கல்விப் பொறுப்பை ஏற்றுக் கொண்டு தங்கள் ஆசிரமத்திற்கு அழைத்துச் சென்று ஆசிரமம் நடத்தும் உயர்நிலைப் பள்ளியில் சேர்ந்து படிக்க ஏற்பாடு செய்தார்.

அங்கே படித்து கல்வியில் முதல் மாணவனாகத் தேர்வு பெற்றான். அந்த உயர்நிலைப் பள்ளியில் 10-ம் வகுப்புத் தேர்வு எழுதி பள்ளியில் முதல் மாணவனாக தேர்ச்சி பெற்றான். கணினி, அறிவியலில் நல்ல மதிப்பெண் பெற்றிருந்த அவனுக்குச் சிறப்பு செய்தது. சுனாமியின் பேரழிவு நிகழ்ந்த ஈராண்டுகளுக்குப்பின் சுனாமிக் கொடுமையால் பாதிக்கப்பட்ட மக்களுக்கு நிவாரணம் வழங்க ஒரு கப்பலில் பொருள்களுடன் அமெரிக்காவிலிருந்து ஒரு தொண்டு நிறுவனம் வந்திருந்தது. அதன் தலைவர் திரு. ஆலன் அந்த சன்மார்க்க ஆசிரமத்தைப் பார்வையிடச் சென்றார். அப்போது குபேரனது அறிவுக் கூர்மை, புத்திசாலித்தனம், ஒழுக்கம் இவற்றை அறிந்து கொண்டு அவனைத் தன்னோடு அழைத்துச் சென்று உயர்கல்வி படிக்கத் 'தத்து' எடுத்துக் கொண்டார்.

ஆலன் அலபாமா அறிவியல் கல்லூரியில் சேர்த்து குபேரனுக்குப் படிக்க வழி செய்தார். கணினி அறிவியலில், சில நுணுக்கங்களைக் கற்றுத் தேர்ந்த குபேரன் 19-வது வயதில் ஆலன் தொழில் நிறுவனத்தில் மேலாளராகப் பணியில் சேர்ந்து அந்த நிறுவனத்தை மூன்றாண்டுகளில் சிறந்த நிறுவனமாகத் திகழும் படியாகச் செய்தான். நாட்கள் ஓடிக் கொண்டிருந்தன. தொழில் சிறப்பாக நடந்தது.

அவனது முதலாளி ஆலன் திடீரென நோய்வாய்ப்பட்டு மருத்துவமனையில் பல மாதங்கள் சிகிச்சை பெறும்படியானது. அப்போது ஆலன் தொழிற்சாலையின் முழு நிர்வாகப் பொறுப்புகளையும் குபேரனிடம் ஒப்படைத்துச் சென்றார். தன் குடும்பத்தினரிடமும் முழு ஒத்துழைப்பு குபேரனுக்கு அளிக்கும்படி கேட்டுக் கொண்டார்.

ஓராண்டிற்குப்பின் பூரண நலமடைந்த ஆலன் வீடு திரும்பினார். குடும்பத்தினரும் குபேரனும் மகிழ்ச்சி அடைந்தனர். ஆலன் தனது மனைவி - மகன் - மகளை அழைத்து இந்த ஓராண்டு காலத்தில் தொழில் எப்படி நடந்தது என்று அவர்களிடம் கலந்துரை செய்தார்.

எவ்வித இடையூறுமின்றி முன்னிலும் சிறப்பாகத் தொழில் நடந்திருப்பதையும், 300 தொழிலாளர்கள் வேலை செய்த நிறுவனம் 500 தொழிலாளர்கள் பணிபுரியும் நிறுவனமாக உயர்ந்துள்ளதையும், சிறந்த தொழில் நிறுவனத்திற்கான அமெரிக்க அரசு சான்றிதழ் கிடைத்திருப்பதையும் அவரது மகன் 'டேவிட்' அப்பாவிடம் விபரமாகச் சொன்னான். மற்றும் நிறுவனத்திற்கு பலகோடி மதிப்பில் புதிய ஏற்றுமதி உத்தரவு ஒப்பந்தம் ஏற்பட்டுள்ளது என்றும் கூறினான். இதற்கெல்லாம் குபேரனின் திட்டமிட்ட கடுமையான உழைப்பும், செயல்பாடும் அணுகுமுறையுமே காரணம் என்று விவரித்தான்.

தன் மகள் எல்லிசாவிடமும் குபேரனது செயல்பாடு குறித்து கேட்டறிந்து மிகுந்த மகிழ்ச்சி அடைந்தார். ஒரு இந்திய தமிழனிடம் இவ்வளவு திறமைகள் உள்ளதை நினைத்து ஆலன் பூரிப்பும் தன்னுடைய தேர்வு சரியானதே என பெருமிதமுமடைந்தார்.

ஒரு மாலை நேர மனமகிழ் மன்றத்தில் குபேரனுடன் பேசினார். அவனது உறவினர் அவனது திருமண ஆசைகள் பற்றி அப்போது கேட்டறிந்தார். அவனுக்கு வயது அப்போது 25. திருமணத்திற்கு தக்க வயது இருப்பதை ஆலன் பேச்சில் வெளியிட்டு அவனைத் திருமணம் செய்து கொள்ள கேட்டுக் கொண்டார்.

குபேரன் தான் பெற்ற ஊதியத்தில் ஒரு பகுதியை நாகூர் குப்பத்தில் தான் 5ஆம் வகுப்புவரை படித்த அந்த - பள்ளிக் கட்டிடம் கழிப்பறை, நீர்வசதி, விளையாட்டுத் திடல் ஆகியவற்றிற்காகத் தொடர்ந்து அனுப்பி வந்தான்.

தன்னுடைய சித்தி நாகப்பட்டினத்தில் இருந்தது அவனுக்கு நினைவுக்கு வந்தபோது அவள் குடும்பத்திற்கும் உதவி வந்தான். அவன் அனுப்பிய பணத்தில் சித்தி குபேரன் பெயரில் சிறிய வீட்டைக் கட்டியிருந்தாள்.

தனது சித்திக்கு தனது திருமண செய்தியைத் தெரிவித்தான். அவளும் அவனது திருமணம் நடைபெற வாழ்த்தி கடிதம் அனுப்பினாள். ஒரு நாள் ஆலன் எல்லிசாவைத் திருமணம் செய்து கொள்ள விருப்பமா என குபேரனிடம் கேட்டார். அவன் புன்சிரிப்போடு அமைதியாக இருந்தான். மகள் எல்லிசாவிடம் 'குபேரனை' திருமணம் செய்து கொள்ளும் விருப்பத்தைக் கேட்டார். அவளும் அவனும் சில காலமாக நட்பாக இருந்தனர். சம்மதித்தாள் திருமணத்திற்கு. தொழிலதிபரது திருமணம் வெகு சிறப்பாக நடந்தது. அமைதியாக நாட்கள் நகர்ந்தன.

இரண்டாண்டுகள் முடிந்த நிலையில் எல்லிசா தனது இரண்டு வயது குழந்தையுடன் குபேரனது சித்தி மகள் திருமணத்திற்காகத் தமிழகம் வந்தார்கள். நாகப்பட்டினம் சென்று தனது சித்தி வீட்டை அடைந்தபோது, தனது பெயரில் வீடு அலங்கரிக்கப்பட்டிருப்பதைக் கண்டு நன்றியுடன் சித்தியை வணங்கினான்.

எல்லிசா, சித்தி காலில் விழுந்து வணங்கி வணக்கம் என்றாள். தமிழ்நாட்டுப் பெண் போன்று உடை அணிந்து தலையில் பூச்சூடி நெற்றியில் குங்குமமிட்டு கைகளில் வளையல் அணிந்திருந்தாள். அவளது மகன் மார்ட்டின் பெரியவர்களுக்கும், பாட்டிக்கும் இருகை கூப்பி 'வணக்கம்' என்றான்.

நல்ல தமிழர்கள் கடல்கடந்து சென்று வாழ்ந்தாலும் தங்கள் பழக்க வழக்கங்களை - பண்பாட்டை மறக்காமல் அந்நிய மண்ணில் வாழ்ந்தாலும் தமிழனாகவே வாழ்கின்றனர் என்பதைக் கேட்க மனம் மகிழ்வெய்துகிறது. ஒழுக்கம் உயர்வளிக்கும் என்பது உண்மை!

தன்னை உயர்ந்த நிலைக்கு அறிமுகம் செய்து வைத்த சன்மார்க்க சங்கத்திற்கு 'ஏழைகள் உணவுக் கூடம்' ஒன்றும், அன்னதானம் வழங்க நிதியும் அளித்தான். ஒழுக்கமுள்ளவர்களின் எண்ணங்கள் உயர்ந்த நன்மைகளை நாட்டுக்கு அளிக்கிறது. பெயரில் மட்டும் குபேரனாயிருந்த அனாதை உழைப்பால், ஆற்றல், அறிவால் உண்மையிலேயே குபேரனாய் தாய் மண்ணுக்குத் திரும்பி வந்தான்.

ೠഔ

மூத்தவள்

எழிலன்

அம்மா, என்னை மன்னித்து விடுங்கள். குடும்பத்தார் அனைவரும் என்னை மன்னிக்க வேண்டும். எனது தங்கைகள் மூவரின் எதிர்கால வாழ்வுக்காகத்தான் நான் இந்த முடிவுக்கு வந்தேன்.

யாரும் எனக்காகக் கவலைப்படவேண்டாம். நான் ஏன் இந்த முடிவுக்கு வந்தேன் என்று பொறுமையாகச் சிந்தித்தீர்களானால் எல்லாருக்குமே புரியும்.

இருந்தாலும் ஒருவிதமான வேதனையும் உறுத்தலும் இருக்கத்தான் செய்யும். அவற்றையும் உங்கள் உள்ளத்திலிருந்தே எடுத்து விடுங்கள்.

நமது குடும்பக் கணக்கிலிருந்து என் பெயரை நீக்கி விடுங்கள். அதுதான் குடும்பத்துக்கே நல்லது.

நமது குடும்பத்தில் இனி யார் எப்படிக் கேட்டாலும் நான்கு பெண்கள் இரண்டு ஆண்கள் என்று மட்டுமே கூறுங்கள்.

அம்மா, நான் சொல்லுவதை தயவுசெய்து கடைப்பிடியுங்கள். அப்படிச் செய்தால்தான் என் மூன்று தங்கைகளுக்கும் கன்னி கழிய வாய்ப்பு வரும்.

ஆனால் நான் எந்த நிலையிலும் எனது உயிருக்கு முடிவு தேடிக் கொள்வேன் என்றோ, தவறான வழியில் சென்று விடுவேனென்றோ கடுகளவும் சந்தேகிக்க வேண்டாம். இது வெறும் கடிதமல்ல, எனது வாக்குமூலம்.

நான் எங்குச் செல்கிறேன், எப்படி இருக்கிறேன் என்பதை மட்டும் தெரியப்படுத்தும் நேரம் வரும்பொழுது தெரியப்படுத்துவேன்.

அம்மா எனது இந்த முடிவு சற்று தாமதமானதுதான். இருந்தாலும் இது நான் முடிவெடுத்தே தீர வேண்டிய தருணம்.

அம்மா... எனக்கு இதைத்தவிர வேறு வழி தெரிய வில்லை. என்னைத் தேட எந்த முயற்சியும் எடுக்க வேண்டாம்.

நான் வீட்டை விட்டுப் போனால்தான் நமது குடும்பத்தில் சுப காரியங்கள் தொடர்ந்து நடைபெறும் என்பதைப் போகப் போகப் புரிந்து கொள்வீர்கள்.

அம்மா, அண்ணன்மாரே, தங்கைகளே.... .

நான் இனிச் சொல்லப்போவதைக் கவனித்தீர்களானால், நான் வீட்டைவிட்டு வெளியேறியது எவ்வளவு சரியானது என்பதை நீங்களே ஒப்புக் கொள்வீர்கள்.

'ஐந்து பெண் பிறந்தால் அரசனும் ஆண்டியாவான்' என்பதற்குக் காலங்காலமாக பல குடும்பங்கள் சான்றாகி வருவதை அவ்வப்பொழுது அறிந்து வந்து கொண்டுதானிருக்கிறோம்.

நமது குடும்பம் மட்டும் விதிவிலக்காகிவிடுமா? நமது மூத்த சகோதரி திருமணம் முடிந்தே 36 ஆண்டுகள் ஆகிவிட்டன. எனக்கோ வயது 39ஐத் தாண்டிவிட்டது. மூத்தவளாக மட்டுமல்லாமல் மிகவும் முத்திப் போனவளாகவும் ஆகிவிட்டேன்.

"பருவத்தே பயிர் செய்" என்று நமது முன்னோர்கள் எவ்வளவு பொருத்தமாகச் சொல்லி வைத்திருக்கிறார்கள்.

ஆனால் எதற்கும் நேரம் வர வேண்டுமே? நான் யாரையும் குற்றம் சொல்வதற்காக இதைக் கூறவில்லை. காலத்தின் கோலமிது!

இந்த மாதத்தில் மட்டும் நம் வீடு தேடி எத்தனை வரன்கள் வந்து போனது? எண்ணிப் பாருங்கள்.

வருபவர்கள் எல்லாருமே என்னை ஒதுக்கிவிட்டு எனது தங்கைகளைத்தான் நோட்டம் விடுகிறார்கள்.

இது அவர்கள் மீது குற்றமில்லை. சீர் செனத்தி கேட்டால் அதற்கு ஆயிரம் சமுதாயச் சீர்திருத்த வாதங்கள் பேசலாம். ஆனால் வயதைப் பற்றி வரும்பொழுது?

நாம் யாரை நொந்து கொள்வது? வருகின்ற வரன்களெல்லாம் அதிகபட்சம் 31லிருந்து 35க்குள்தான் வருகிறார்கள். நான் பருவமடைந்தே 25 ஆண்டுகள் ஓடிவிட்டன. நானோ அரைக் கிழப்பருவத்தை அடைந்து விட்டேன். வயதுதான் அதிகமானதே, உடல் வளர்ச்சியும் தோற்றமுமாவது ஒத்துழைத்ததா? அதுவுமில்லை. வயது 39 என்றால், முகமும் உடலும் 49 என்று சொல்லும் அளவுக்குக் காய்ந்து கருகி, வெந்து வெதும்பி மொத்த அழகையும் சாகடித்துவிட்டது.

ஆண்களுக்குக்கூட வயதை மறைக்கும் தோற்றத்தைக் கொடுக்கும் ஆண்டவன் பெண்கள் விஷயத்தில் மட்டும் கறாராகக் காட்டிவிடுகிறான்.

போகட்டும், நடந்ததை விடுங்கள்!

எனக்கு இனி கன்னி கழியும் பாக்கியமும் இல்லை; வரப்போவதுமில்லை.

அந்த ஆசையும் எதிர்பார்ப்பும் என் நெஞ்சைவிட்டு முழுவதுமாக நீங்கிவிட்டது. நீக்கிய பக்குவத்தைப் பெற்றுவிட்டேன்.

என் தங்கைகளாவது வாழ வேண்டாமா? கட்டாயமாக வாழ்வார்கள். எனக்கு அடுத்தவளுக்கு இந்த மாதத்திலேயும் மற்ற இருவருக்கும் ஓரிரண்டு வருஷத்துக்குள்ளேயும் திருமணம் நடந்தே தீரும்!

இது உங்களைச் சமாதானம் செய்யச் சொல்லும் வார்த்தை இல்லை.

என் முட்டுக்கட்டை நீங்கிவிட்டாலே, நல்லன அமைந்தே தீரும்.

அதற்காகத்தான் சொல்கிறேன். 'எனக்கு ஓடிப் போனவள்' என்ற பட்டம் கொடுத்து விடாதீர்கள். அதன் விளைவு கேடாக அமைந்துவிடும்.

மிகவும் தெரிந்தவர்கள், உறவுக்காரர்கள் விசாரித்தால் கூட, நான் வெளியூரில் பணியாற்றுவதாகச் சொல்லுங்கள்.

உடனடியாகச் சென்ற வாரம் எனது தங்கை சாந்தியைக் கேட்ட பையனுக்குத் திருமணத்தை முடித்து விடுங்கள். என்னை எண்ணிக் குழம்ப வேண்டாம். சாந்தி திருமணம் முடிந்தால் அடுத்த திருமணங்கள் தொடர்ச்சியாகக் கைகூடி வரும். நம்புங்கள்.

இப்பொழுது எண்ணிப் பாருங்கள். "பெரியவள் இருக்கச் சின்னவளை எப்படிக் கொடுப்பது என்ற பெருங்குழப்பம் என்னோடு ஒழிந்து போகிறதல்லவா?"

ஆகவேதான், என்னை அறவே மறந்து அழித்து விடுங்கள்! எக்காரணம் பற்றியும் என்னைத் தேடும் முயற்சியில் இறங்க வேண்டாம்.

கடைசி தங்கையின் திருமணத்திற்குக் கட்டாயம் நான் வருவேன். அதுவரை பொறுத்துக் கொள்ளுங்கள்.

உறுதியாகச் சொல்கிறேன். நான் விரக்தியுடன் வீட்டை விட்டு

வெளியேறவில்லை. விரக்தியிலிருந்து விடுபட்டு ஒருவித வெறியான மன உறுதியோடுதான் வெளியேறுகிறேன்.

ஓர் அன்பான வேண்டுகோள். ஒவ்வொரு தங்கையின் திருமணத்தையும் தயவுசெய்து செய்தித் தாளில் வெளியிடுங்கள். அதைப்பார்த்து நான் வாழ்த்து தெரிவித்துக் கொள்கிறேன். செய்வீர்களா?

இந்தக் கடிதத்தை தயவு செய்து அனைவரும் படியுங்கள். நான் என்றும் உங்களுடனே இருப்பதாக நினையுங்கள். ஆம் இந்தக் கடித உருவத்தில் என்றும் உங்களுடனேயே வாழும்.

அன்பு மகள், தங்கை, அக்காள், மைத்துணி!

பெ. அஞ்சலி

அஞ்சலியின் அஞ்சல் கிடைக்கப்பெற்ற பத்தாவது நாள் பூனேயில் உள்ள ஒரு கன்னி ஸ்த்ரீ மடத்தில் தனது குடும்பத்திற்காக ஜபித்துக் கொண்டிருந்தாள் அஞ்சலி. தனது குடும்பத்திற்காக மட்டுமல்ல உலகில் உள்ள மணமாகாத அனைத்துக் கன்னிகளுக்காகவும்தான்.

ಜಙ

நமைச்சல்

முகவியன்

"**சா**ர், எனக்கு ஒரு பத்து ரூபா கைமாத்து வேனும் சார்.' என்று கேட்டு, வந்தவன் தலையைச் சொறிந்து கொண்டு நின்றான்.

"யாரப்பா நீ? உன்னை நான் முன்பின் கூடப்பார்த்தது கிடையாதே?" என்று கூறி கிருஷ்ணமூர்த்தி வியப்படைந்தான். வந்தவனை மேலும் கீழுமாகப் பார்த்தான்.

"நான், உங்களைப் பார்த்திருக்கிறேன் சார். உங்க ஆபீஸ்க்கு எதுத்தாப்பலே இரும்புப் பட்டறை ஒண்ணு இருக்கே. அதுலே நான் நைட்வாட்ச்மேன் சார். பேரு பக்கிரி"

கிருஷ்ணமூர்த்திக்கு அவனை எப்போதோ பார்த்தது போலத் தோன்றியது.

வந்தவன் தொடர்ந்து பேசினான்:

"நானும் இதே தெருவுல தான் சார் குடியிருக்கிறேன். இங்கிருந்து மூணாவது விளக்குக் கம்பத்துக்குப் பக்கத்தாலே வலப்பறமா ஒரு சின்ன சந்து போவுதே, அதுலே தான் நம்ம வூடு. அந்தச் சந்துக்குள்ளாறே நொழஞ்சிப் போனாக்கா அஞ்சாவது வூடு".

கிருஷ்ணமூர்த்தி சோபாவில் நன்றாகச் சாய்ந்து உட்கார்ந்து நெட்டி முறித்தான். ஒரு முன் பின் தெரியாதவன் தனது அனுமதியின்றித் தான்தோன்றித்தனமாகத் தனது வீட்டிற்குள் நுழைந்து ஹால் வரை வந்து நிற்பதையோ, ரொம்ப நாள் பழகியவன் போல வாய்க் கூசாமல் தன்னைக் கடன் கேட்பதையோ, அவன் சிறிதும் லட்சியம் செய்யாமல் அசிரத்தையோடு புகையை ஊதி ஊதி, விட்டத்தை நோக்கி விட்டான்.

"மாசம் முப்பது நாளும் வேலை பார்த்தா அறுபது ரூபா சம்பளம் கெடைக்குது சார். இந்த அறுபது ரூபா எப்படி சார் போதும்? ரெண்டு நாளாக் கொழந்தைங்கெலாம் பட்டினி சார்"

குழந்தை என்ற சொல்லைக் கேட்டதும் கிருஷ்ணமூர்த்திக்குத் தன் மனைவியின் நினைவு வந்தது. பிரசவத்துக்காக அவளைப் பிறந்தகம் அனுப்பியிருக்கிறான். அனுப்பி மூன்று மாதமாகிறது. இன்னும் ஒரு வாரம் அல்லது பத்து நாட்கள் கழிந்தால் குழந்தை பிறந்துவிடும். அவனும் அப்பா ஆகிவிடுவான். நினைக்கும் போதே அவன் நெஞ்சில் உவகை பிறந்தது. அதே சமயம் மனைவியின் இந்த மூன்று மாதப் பிரிவு அவனுள் ஓர் ஏக்கத்தை ஏற்படுத்தி அவன் இதயத்தைச் சுட்டெரிக்கவும் செய்தது. அவளை நினைத்து அவன் பெருமூச்சு விட்டான்.

“நான் சம்பளம் வாங்கின உடனே, எதுத்தாப்பலேயே இருக்கிற உங்க ஆபீஸ்லே கொனாந்து பத்து ரூபாயைத் திருப்பிக் கொடுத்துடறேன் சார். கொஞ்சம் தயவு பண்ணுங்க சார்...”

சிகரெட் முழுதுமாகக் கருகிக் கிருஷ்ணமூர்த்தியின் விரலைச் சுட்டது.

அதை நசுக்கி ஆஸ் ட்ரேயில் போட்டு விட்டு அவன் நிமிர்ந்தான். எதிரே நின்றவனுக்கு வயது 35 இருக்கும் ஏழ்மைக்கோலம்! பார்ப்பதற்கு உண்மையானவன் போலத் தோன்றினான்

முதல் தடவையாகக் கிருஷ்ணமூர்த்தி பேசினான். “இந்தாப்பா, அக்கரைக்கு இக்கரைப் பச்சை ஆபீஸ்லே வேலே பார்க்கறவங்கெல்லாம் கை நெறையச் சம்பாதிச்சி பீரோ நெறைய வச்சிருப்பாங்கண்ணு நீ நெனைக்கிறதாத் தோணுது. உன்னைப் போன்ற குடும்பஸ்தனுங்களுக்கு உதவ வேண்டியது தான். ஆனா, என் கையிலே பணம் இல்லே. கொஞ்சம் ரூபா தான் இருக்கு. அதுக்கும் செலவு இருக்கு. இன்னிக்கி ஏதாச்சும் ஒரு லாட்ஜுக்குப் போய் ராத் தங்கல் போடணும். பெண்டாட்டியை ஊருக்கு அனுப்பி மூணு மாசம் ஆவுது. ராத்திரியெல்லாம் தூக்கமே இல்லே. நீ வேணும்னு நாளை மறுநாள் வா, பார்ப்போம்...”

வந்தவன் ஏதோ யோசித்தான். பிறகு வீட்டை மேலும் கீழுமாகப் பார்த்தவண்ணம் தலையைச்சொறிந்து கொண்டே தயங்கித் தயங்கிச் சொன்னான்:

இன்னா சார் வீடெல்லாம் ஒரே ஒட்டடை? அடடா... ரொம்பவும் குப்பையும் கூளமுமா இருக்கே. நான் போயி என் பெண்ஜாதியை அனுப்பறேன் சார். எல்லாம் கூட்டிக் சுத்தப்படுத்தட்டும் நான் வரட்டுமா சார்! கொழந்தெங்க இம்சை அவளுக்குப் பெரிய இம்செ சார். ராத்திரி ஒன்பது மணிக்கு மேலெதான் அவளுக்கு ரெஸ்ட் இருக்கும். அப்போ அனுப்பறேன் சார்.”

அவன் நடந்தான். வெளிவாசலை அணுகியதும் கிருஷ்ணமூர்த்தி அவனைக் கூப்பிட்டு நிறுத்தினான். கிருஷ்ண மூர்த்திக்கு எதுவோ புரிவது போலிருந்தது.

ஆனாலும் உள்ளூர ஒருவிதக் குழப்பம்.

பக்கிரி திரும்பி வந்தான்,

"இன்னா சார்?... 9 மணிக்கு வந்தா யாராச்சும் சந்தேகப் படுவாங்களேண்ணு பயப்படுறீங்களா? அதுவும் வாஸ்தவம் தான் சார். நானும் நைட் டூட்டிக்குப் போயிடுவேன். புருஷன் இல்லாத நேரத்துல பெண்ஜாதி வெளியே பூட்டாணுட்டு அக்கம் பக்கத்துலே கீற கசமாலங்கல்லாம் கதை கட்டிப்பூடும். எல்லாம் தூங்கினதுக்கப்புறம் பத்து மணிக்கு மேலே வரச் சொல்றேன் சார்".

கிருஷ்ணமூர்த்தியின் சந்தேகம் இப்போது தீர்ந்து விட்டது இந்த விஷயத்தில் பக்கிரி திட்டமிட்டுத்தான் செய்கிறான் போலிருக்கிறது. ஒரு வேளை அவனுக்கும் அவன் மனைவிக்கும் தொழிலே இதுவாக இருக்குமோ? ச்சே, ச்சே. இருக்காது. இதையே தொழிலாகக் கொண்டிருந்தால் அவன் 60 ரூபாய்ப் பிச்சைக் காசுக்காக ஏதோ ஓர் பட்டறையில் நைட் வாட்ச்மேன் டூட்டி பார்க்க வேண்டிய அவசியமில்லை. வறுமைதான் காரணம். பாவம் வறுமை!

"இந்தா பக்கிரி, இதை வச்சிக்கோ!"

கிருஷ்ணமூர்த்தி ஒரு பத்து ரூபாய், ஒரு ஐந்துருபாய் நோட்டை நீட்டினான்.

பத்து மணிவரை கிருஷ்ணமூர்த்தியைக் காக்க வைக்காமல் ஒன்பது மணிக்கும் முன்பாக எட்டரை மணிக்கெல்லாம் வந்துவிட்டாள் பக்கிரியின் மனைவி.

அவளைப் பார்த்ததும் கிருஷ்ணமூர்த்தி ஒரு கணம் அயர்ந்துவிட்டான். வறுமையின் சாயல் அவளது முகத்தில் முத்திரை குத்தியிருந்தாலும் பார்ப்பதற்கு அவள் மிக இளமையோடு இருந்தாள். நல்ல சிகப்பு வேறு!

உள்ளே வந்தவள் சர்வசுதந்திரமாக ஒவ்வொரு அறையாக நுழைந்து மூலை முடுக்குகளையெல்லாம் துருவிப் பார்த்தாள். பிறகு அவளையே கண் கொட்டாமல் பார்த்துக் கொண்டிருந்த கிருஷ்ணமூர்த்தியிடம் வந்தாள்.

"இன்னாய்யா? ஏதோ தூசு தும்பு ஏகமா இருக்குது. கூட்டிப் பெருக்கிறதுக்கு ஒரு ஆளு வேணும்னு சொன்னியாங்காட்டியும்னு வந்தா எங்கே இருக்குது. தூசு தும்பு? தண்ணிவுட்டு கழுவுனமாதிரி

எவ்வளவு கிளீனா கீது. இன்ன கப்சா இது? எங்கேய்யா கீது குப்பை கூலம்? டேய் கசமாலம்! அங்கே என்னடா பண்றே வெளியே? வாடா உள்ளே! நான் உன்னைத் தொணைக்காகக் கூட்டியாந்தா தெருவுலெ நின்னுகிட்டு வேடிக்கெ என்னடா வேடிக்கெ?"

சுமார் 10 வயது கொண்ட சிறுவன் ஒருவன் உள்ளே வந்தாள்.

கிருஷ்ணமூர்த்திக்கு மூச்சே நின்றுவிடும் போலிருந்தது. அவள் 'அது' போலப் பெண் இல்லை என்பதைப் புரிந்து கொண்டான் அவன். பக்கிரி நன்றாக ஏமாற்றி விட்டான்.

"நீ பக்கிரியின் பெண்ஜாதி தானே?"

"ஆமாய்யா, பின்னே உம் பெண்ஜாதியா?'

"உன் புருஷன் என்ன சொன்னான்?"

"யோவ், ஜாக்கிரதையாப் பேசு! கல்லானாலும் கணவன், புல்லானாலும் புருஷன். அவன் இவன் னு மரியாதைக் குறைவா பேசற வேலெ வேணாம். நான் கூலிக்கு வேலை செய்யறவா தான். ஆனா, மான ரோஷம் கெட்டவ இல்லெ இப்போ இன்னா வேலெ செய்யணும்? சீக்கரம் சொல்லு. அவரு சொல்லித்தான் நான் வந்தேன். நான் சுருக்கா வூட்டுக்குப் போயாகணும்."

அவள் நடிக்கிறாளோ என்று கிருஷ்ணமூர்த்தி ஒருகணம் ஐயுற்றான். அவளது முகத்தைப் பார்க்கையில் அவள் நடிப்பவள் போலத் தெரியவில்லை. அவளுடைய வீட்டில் சட்டிப் பானைகளைக் கழுவிக் கொண்டிருந்தவள் அவைகளை அப்படியே போட்டுவிட்டு ஓடி வந்தவள் போலத் தலைவாராத கேசத்தோடு பூவும் பொட்டும் கூட இன்றி மிக இயல்பாகவும் எளிமையாகவும் தோன்றினாள் அவள். அந்த நிலையிலும் அவள் பார்ப்பதற்கு அழகாகவே இருந்தாள். அவள் உண்மையிலேயே தொழில் செய்யக் கூடியவளாக இருப்பின் குறைந்தபட்சம் முகத்திற்குப் பவுடர் கூடவா பூசிக் கொண்டு வரமாட்டாள்? இவள் அந்த ரகத்தைச் சேர்த்தவள் அல்ல; பக்கிரி சும்மாவாச்சும் ஏமாற்றி விட்டான்."

உன் புருஷன் என்னை ஏமாற்றி விட்டான். 15 ரூபாயை அபகரித்துச் சென்றுவிட்டான்."

அவள் இடுப்பில் கைகளை ஊன்றிக் கொண்டு விழிகள் பிதுங்க முறைத்தாள். "யோவ், நீ என் புருசனை எதை மட்டும் சொல்லு. ஆனா ஏமாத்திப் புட்டாரு. திருடிப் புட்டாரு. பிக்பாக்கெட் அடிச்சிட்டாரு அப்படி இப்படின்னு மட்டும் சொல்ல வேணாம். அவுரு அத்தெயும் இத்தெயும் சொல்லி அஞ்சு பத்துண்ணு

கைமாத்தா வாங்கினாலும் வாங்குவாரே தவிர திருட மட்டும் செய்ய மாட்டாரு. மனசுல வச்சுக்கோ.''

அவள் இதுபோல, கிருஷ்ணமூர்த்தியை இதற்கு முன்பு யாருமே கூப்பிட்டிராத வார்த்தைகளைக் கொண்டு யோவ், கீவ் என்றும், இன்னாய்யா, வாய்யா, போய்யா என்றும் சேரித்தனமான வார்த்தைகளைப் போட்டு அநாகரிகமாகா பேசும்போது அவன் உள்ளூர மனம் சுணங்கினாலும், அவளை அவன் மறுதளிக்கவில்லை, மறுதளிக்க வேண்டும் போன்று அவனுக்குத் தோன்றவும் இல்லை.

அவள் சமையற்கட்டை எட்டிப் பார்த்தாள்,

“இன்னாய்யா இது? அடுப்புல பூனை தூங்குது! சமைக்கலையா? உன் பெண்ஜாதி எங்கே?”

உடனே அவன் பதில் சொல்லாமல் சில வினாடிகள் காலம் தாழ்த்தி விட்டுப் பிறகு சொன்னான்:

“அவ ஊருக்குப் போயிருக்கா'' அவன் பதில் வேண்டா வெறுப்பாக வந்தது.

“ஓ! உன் சம்சாரம் வூட்டுல இல்லையா? அப்போ ஒரு வேளை சமைக்கிறதுக்குத்தான் நீ கூப்பிட்டனுப்பினியோ நான் ஒரு மடச்சி! எதையெதையோ நெனைச்சிகினு. பேசிக்கணு. இதோ, கொஞ்சம் பொறுத்துக்கோய்யா அஞ்சே நிமிஷத்திலே ரெடி பண்ணிடறேன்'

அவள் புடவையை வரிந்து கட்டிக்கொண்டு சமையல் அறைக்குள் நுழைந்தாள்.

அடுப்பைப் பற்ற வைப்பதற்காகக் குனிந்த போது அவளது தோள்பட்டைகளின் மீது இரண்டு கரங்கள் அழுத்தமாகப் பதிந்தன.

அவள் பதறிப்போய் எழுந்து நின்று பதற்றத்தோடு பின்னடைந்தாள்.

“இன்னாய்யா இது?”

அவன் காம மயக்கத்தின் உச்சக் கட்டத்தில் நின்று கொண்டு அவளைப் போதையோடு பார்த்தான்.

“எனக்குப் பசி தான்; இல்லேன்னு சொல்லலே. ஆனா என்னுடைய பசியைப் போக்கத்துக்குச் சோறு வேணாம். நீ தான் வேணும்! வா! எனக்கு ரொம்பப் பசிக்குது!”

அவன் அவளைத் திமிர விடாமல் வலது கையால் அவளது இடையை இறுக அணைத்து மெல்லப் படுகை அறைக்கு அழைத்துச் சென்றான்.

“யோவ், எனக்கு பயமாயிருக்குய்யா. என் புருஷனுக்குத் தெரிஞ்சா கொன்னு போட்டுடுவாருயா.”

அவளது உடல் வெடவெடவென்று நடுங்குவது போல அவனுக்குத் தோன்றியது. பரிவோடும், பச்சாத்தாபத்தோடும் சற்று இறுகவே அணைத்துக் கொண்டான் அவன். பாவம், புது அனுபவம். பக்கிரி இவளை ஏதோ போக்குக் காட்டி ஏமாற்றி அனுப்பியிருக்கிறான்.

“ஒண்ணும் பயப்படாதே. உன் புருஷன் தான் டூட்டிக்குப் போயிட்டானே!”

“பையன்?”

“அவனை அப்பவே வெளியே அனுப்பிட்டேன்.’

சுமார் 11 மணிக்குப் பையன் படபடவென்று தெருக் கதவைத் தட்டினான். “சார்! சார்!” என்று கூப்பாடு போட்டான். அந்த ஜாமத்தில் இன்ப சுகத்தில் மாழாந்து போயிருந்த கிருஷ்ணமூர்த்தி அவளது அணைப்பை விட்டு எழ மனமின்றி எழுந்தான். அவனை முந்திக் கொண்டு அவள் எழுந்தாள். “நீங்கள் இங்கேயே இருங்கள். நான் போய்க் கேட்டு வருகிறேன்” என்று சொல்லி அவனது கன்னத்தில் செல்லமாகத் தட்டிவிட்டுப் போனாள். போகும் போது அரைகுறையாகச் சேலையை ஒழுங்குப்படுத்திக் கொண்டாள். கதவைத் திறந்ததும் பையன் அவள் காதில் கிசுகிசுத்தான்: “சித்தீ, புதுசா பார்ட்டி ஒண்ணு வந்திருக்கு. கார் கொணாந்திருக்காங்க. லாட்ஜிங் போவணுமாம்”.

“எது? லாலா கடெ பார்ட்டியா?”

“அது இலே. வேறெ”

“நாய்னா எங்கே?”

“வூட்லதா கீறாரு. அவருதான் இந்த கிறாக்கியைப் புடுச்சிகினு வந்தாரு, 50 ரூபா அட்வான்ஸ் கொடுத்திருக்காங்க. மீதியைக் காலையிலே கொடுக்காங்களாம்”

“சரி, சரி, போ வர்றேன்”

சிறுவன் சென்றதும் அவள் மீண்டும் உள்ளே வந்தாள்.

“கொழந்தை அழுவுதாம். அவசரமாய்ப் போகனும். நாளைக்கிப் பார்க்கலாம்” என்றாள். இதைச் சொல்லும் போது ரொம்பவும் வருத்தப்பட்டவள் போலச்சொன்னாள்.

அவன் வெறுப்போடு முகத்தைச் சுளித்துத் தன் அதிருப்தியை வெளிப்படுத்தியபோது அவனது உதட்டில் சாகசத்தோடு மிக அழுத்தமாக ஒரு முத்தத்தைப் பதித்து நாணயங்களை வாரி இறைத்தாற் போல கலகலவென்று சிரித்தாள் அவள்.

அந்த ஒரு முத்தத்திலேயே அவன் முழுத் திருப்தியையும் அடைந்து விட்டவன் போல் தானும் சிரித்துக் கொண்டே அவள் கையில் 20 ரூபாய்த் தாள் ஒன்றைத் திணித்தான்.

“இது என்ன கூலியா? என்னை என்ன விபச்சாரின்னு நெனைச்சீங்களா?” என்று கேட்டுப் போலிச் சிரிப்பொன்றை உதிர்த்தாள் அவள், பிறகு பணத்தோடு அவசர அவசரமாக வெளியேறினாள்.

காலையில் எழுந்த போது மிக மிக உற்சாகமாக இருந்தது கிருஷ்ணமூர்த்திக்கு. மனசுக்கு இதமாகவும் மகிழ்ச்சியாகவும் இருந்தது. கட்டின பெண்டாட்டியிடம் கூட ஒரு நாளும் இப்படியொரு சுகத்தை இதற்கு முன்பு அனுபவித்தது கிடையாது என்று தன்னுள் சொல்லிக் கொண்டான் அவன். அந்தச் சிறுவன் மீது அவனுக்குக் கோபம் கோபமாக வந்தது. சனியன் சிவபூசையில் கரடி மாதிரி ஜாமத்தில் வந்து என்னமாய்க் கத்திக் கூச்சல்போட்டு எழுப்பிக் கொண்டு போய்விட்டான். அவன் வராமலிருந்திருந்தால் இரவு முழுவதையும் இன்னும் எவ்வளவோ இன்பமாகக் கழித்திருக்கலாம்

அவனுக்கு திடுமென்று முந்திய நாள் மாலை, தான் போக எண்ணியிருந்த லாட்ஜின் நினைவு வந்தது. அந்த நினைவைத் தொடர்ந்து அவன் தன் முகத்தை அருவருப்பாக சுளித்துக்கொண்டான். லாட்ஜாவது மண்ணாங்கட்டியாவது? எதற்காகும் அதுகள்? கசமாலங்கள். மஞ்சு... ஓ! எவ்வளவு மென்மையானவள் அவள்! தவிர எவ்வளவு பரிசுத்தமானவள்! பக்கிரிக்குப் போய் இப்படியொரு மனைவியா? மஞ்சு அல்ல அவள். பஞ்சு! பஞ்சு! இருபது ரூபாயென்ன இரு நூறு ரூபாய்க்கூட அவளுக்குக் கொடுத்திருக்கலாம். கொடுத்தாலும் அவள் வாங்கக் கூடியவளா? இந்த 20 ரூபாயையே எதுக்கு என்று கேட்டு முகம் சுளித்தாளே?

அவன் காலைக் கடன்களை முடித்துக் கொண்டு 10 மணி யானதும் ஸ்கூட்டரை எடுத்துக் கொண்டு ஆபீஸ் கிளம்பினான். வழியெல்லாம் எந்தப் பெண்ணைப் பார்த்தாலும் அவள் மஞ்சு போலவே அவனுக்குத் தோன்றினாள்.

பக்கிரியைப் பார்த்து சாயந்தரத்துக்குள் சொல்லி வைத்துவிட வேண்டும் இன்றைக்கும் தன் அறையை சுத்தப் படுத்துவதற்கு

ஏற்பாடு செய்யும்படி என்று எண்ணமிட்ட படியே அவன் தன்னை மறந்த நிலையில் ஓர் இந்திப்பாடலை 'ஹம்' செய்து கொண்டே ஆபீஸ் காம்பவுண்டுக்குள் நுழைந்தான். ஸ்கூட்டரை விட்டிறங்கியதும் ஸ்டாண்டைப் போட்டு நிறுத்தினான். சாவியைக் கையிலெடுத்துக் கொண்டு தன் மகிழ்ச்சியை ரொம்ப அந்தரங்கமாக அனுபவித்தவாறே மஞ்சுவோடு கலந்த அந்த முந்திய இரவின் நினைவுச் சுகத்தோடு தொடையிடுக்கில் கீறிக் கொண்டவாறே ஆபீஸுக்குள் நுழைந்து மறைந்தான்.

பாட்டியின் வீடு

க.வை. பழனிசாமி

நடையில் தொட்டி வாசலுக்கு அருகில் கயிற்றுக் கட்டிலில் ஒட்டிக் கிடந்தது பாட்டியின் உடம்பு. குரல் வளையில் கோலிக்குண்டு வடிவத்தில் உயிரின் ஊசலாட்டம். செம்பருத்தியின் சிவப்பாக இருந்த பாட்டி.... நாளான வண்ணப்படமாக மங்கிப் போயிருந்தாள்.

அப்பா, பெரிய அண்ணன், சிறிய அண்ணன், தங்கைகள், அம்மா, வீட்டுச்சிறுசுகள், நான் என்று எல்லோரும் கட்டிலைச் சுற்றி நின்றபடி பாட்டியையே பார்த்துக் கிடந்தோம். அப்பாவின் முகம் சிந்தனையில் இறுகிக் கிடந்தது. அவர் முகத்தில் இருந்து எதையும் யாரும் படித்துவிட முடியாது.

"பாட்டிக்கு எப்படி இருக்கு..... டாக்டர் என்ன சொல்றார்"

எங்களின் கேள்விகளுக்கு ஒரே பதில்..... "நாற்பத்தி எட்டு மணிநேரம் தாண்டனுமாம்"

அவர் பதில்.. எங்கள் ஒவ்வொருவரின் எண்ணத்திலும் எதிர் அலைகளைப் பரப்பிக் கொண்டிருந்தது. கட்டிலின் அருகே நெருக்கமாக நகர்ந்தோம். பேசாது கிடந்த பாட்டியின் முகம் எங்களுள் நிறையப் பேசியது.

காலையில் குளித்து முடித்ததும் நேரே சாமி அறைக்குத்தான் செல்வாள். வீபூதி தட்டில் ஐந்து விரல்களும் படிய அள்ளி எடுத்துப் பெருவிரலைக் கொண்டு நான்கு விரல்களிலும் சமமாகத் தேய்த்து - "முருகா... ஞான பண்டிதா... எல்லாரையும் நல்லா வச்சிருப்பா.... கஷ்டமில்லாம என்ன காடு சேத்திருப்பா" என்றபடி நெற்றி நிறைய விபூதியைப் பூசிக்கொள்வாள். துளசித் தீர்த்தத்தை அண்ணாந்து வாயில் ஊற்றியபடி வெளியில் வந்தால் பாட்டியின் சுறுசுறுப்பு எங்களில் யாருக்கும் வராது.

மனசு கனத்தது. உட்கார இடம் தேடினோம். நடையின் கீழிறங்கிக் கிடந்த தொட்டி வாசலில் உறவுக்காரர்கள் பழகியவர்கள் என்று பலரும் நெருக்கமாக உட்கார்ந்திருந்தனர். இதுபோன்ற நேரங்களில்

வெளி ஆட்களின் வரவு பலம் தான். நடையில் கடப்பைக்கல் பாவிய திட்டில் உட்கார்ந்து கொண்டோம். வந்தவர்கள் மத்தியில் பாட்டி பல உருவங்கள் பெற்றாள். பாட்டியைப் பிறர் பேசக் கேட்பது பெருமையாக இருத்தது. அவற்றைக் கேட்பதும் பாட்டியைப் பார்ப்பதுமாக இருந்தோம். தொண்டை அடைத்தது. பாட்டி வாய் ஓயாது பேசும் அவள் வீடு வந்தவர்களின் பேச்சில் பிரதானமாய் இருந்தது.

பாட்டி என்றாலே வீடுதான். வெளித் திண்ணையில் இருந்து புறக்கடை வரை ஒவ்வொரு இடத்திற்கும் பழங்கதை வைத்திருப்பாள். எங்கள் தெருவில் இப்பொழுது இருக்கும் நான்கு அல்லது ஐந்து வீடுகளைத் தூக்கி வந்து பாட்டியின் பெருமைமிகு வீட்டில் விச்ராந்தியாக வைத்து விடலாம்.

எங்கள் தாத்தாவின் நண்பர் பர்மாவில் இருந்தார். அவருடைய வியாபார வெற்றிக்குத் தாத்தாதான் காரணம் என்பாள் பாட்டி. அதற்கு நன்றியாகத் தேக்கு மரங்களைக் கப்பலில் போட்டு அனுப்பி வைத்தார் என்று ஆசை பொங்கச் சொல்வாள். கதவுகள், ஜன்னல்கள், தூண்கள் அதனை உறுதி செய்யும்.

ஒவ்வொரு தூணும் அதன் உச்சியில் விரிந்து.... தாங்கும் இடத்தில் திசைகளைப் பார்த்தபடி அழகிய சிற்பங்கள் கொண்டிருக்கும். விட்டுத் தரையில் படுத்தபடி அவற்றை எங்கள் கண்கள் மேயும் போதெல்லாம் பாட்டி அருகில் வந்து உட்கார்ந்து கொள்வாள்.

"என்னடா அப்படிப் பாக்கற.... இந்தச் சிற்பவேலை எல்லாம்.... தம்மம்பட்டி தச்சுத்தாத்தா செய்ததாக்கும்." இதை நூறு முறையாவது சொல்லியிருப்பாள். அந்தத் தாத்தா கூறியதாக ஒரு விரிவான புராணக்கதையை அதில் உள்ள சிற்பங்களைப் பார்த்துக் கூறுவாள். எழுதப்பட்டிருக்கும் புராணத்திற்கும் பாட்டி கூறும் கதைக்கும் எந்தவிதத் தொடர்பும் இருக்காது. ஆனால் கதை கேட்கச் சுவையாக இருக்கும். பாட்டி இப்பொழுது படுத்திருக்கும் இந்தக் கட்டிலில் பாட்டியோடு படுக்காத பிள்ளைகள் இருக்கவே முடியாது. ஒவ்வொரு நாளும் புதுப்புதுக் கதையாகச் சொல்வாள். எங்கிருந்து இவ்வளவு கதைகள் கிடைத்தன என்பது இன்றுவரை எங்களிடையே புரியாத புதிர்தான். அவளோடு கதை கேட்கப் படுப்பது என்பது வரிசைப்படிதான் நடக்கும். எங்கள் தங்கை மட்டும் அடம்பிடித்துக் கூடுதல் நாட்கள் படுத்துக் கொள்வாள்.

"நேத்து கதய எங்கவுட்டேன்... சுந்தரிய பேழையில வச்சு ஆத்துலவுட்ட எடத்திலேயா" என்று எங்களைப் பார்த்துக் கேட்ட நிமிடமே..

"ஆமாம்.. ஆமாம்" என்று சேர்ந்து கத்துவோம். விட்ட இடமிருந்து கதையைச் சமத்காரமாய்த் தொடங்குவாள். முகமும் கண்களும் விரியவிரிய கைகள் ஆட்டியபடி நீட்டி முழக்கிப் பாட்டி கதை சொல்லச் சொல்ல நாங்கள் பாட்டியின் முகம் பார்த்துக் கிடப்போம். அந்தக் கதையில் கூட ஏதாவது ஒரு இடத்தில் பாட்டி தன்வீட்டைச் சேர்த்து விடுவாள். கதையில் ஒரு முடிச்சைப் போட்டு விட்டு 'தூக்கம் வருகிறது' என்று திரும்பிப் படுத்துக் கொண்டு கண்களை மூடிக்கொள்வாள்.

அடுத்த நாள் அதுபற்றி யார் கேட்டாலும் எதுவும் கூற மாட்டாள். மீண்டும் இரவில் அவள் கட்டிலில் படுக்கும் பொழுதுதான் கதையின் முடிச்சை அவிழ்ப்பாள். '

சின்ன வயதில் இருந்தே பாட்டியின் வீட்டு வாசிப்பினை அலுக்காது கேட்டு மகிழ்ந்திருக்கிறோம். இரண்டு தலைமுறைகள் தாண்டி மூன்றாவது தலைமுறையும் ஆவலோடு அதைக்கேட்க வைத்து விட்டாள் பாட்டி. ஸ்பஷ்டமாக அவள் பேசக்கேட்டால் படம் பார்ப்பது மாதிரியே இருக்கும். இப்பொழுது நாங்கள் இருக்கும் வீடு பாட்டிக்கு அவள் தந்தை எழுதி வைத்த வீடு. அவருக்கு இரண்டு ஆண் பிள்ளைகள். இருந்த போதிலும் இந்தப் பெரிய வீட்டை அவளுக்கென்றே பெரிதாகக் கட்டிக் கொடுத்ததாகப் பாட்டி தினமும் பத்து முறையாவது சொல்லிவிடுவாள். சிறு வயதில் இருந்தே வாழ்ந்து பழகிப்போன வீடு இது என்பதால் இதன் மீது அபரிமிதமான பிரியம் அவளுக்கு.

பாட்டியை நினைத்தாலே திண்ணையில் தூணில் சாய்ந்தபடி வாய் நிறையச் சிரிப்போடு இருக்கும் தோற்றம்தான் கண்முன் வந்து நிற்கும். அந்தக் குறிப்பிட்ட தூணில் சாய்ந்தபடிதான் எப்பொழுதும் பேசுவாள். கால்களை நீட்டிப் போட்டு... முதுகை நிமிர்த்தி வைத் துக் கொண்டு.... கைகள் காற்றில் அலைய... எதிர்த் திண்ணையில் உட்கார்ந்திருப்பவர்களிடம் தலையைத் திருப்பிக் கொண்டு அவள் பேசும் அழகே அலாதியானது. வீட்டைக் கடந்துபோகும் யாரும் ஒரு நிமிடமாவது திண்ணையில் அமர்ந்து பாட்டியிடம் பேசாது போக மாட்டார்கள்.

பாட்டி வந்தால் அந்த இடத்தை நாங்கள் காலி செய்து கொடுத்து விடுவோம். பாட்டி எழுந்து பின்பக்கம் போனால்... என் அண்ணன் பிள்ளைகள் கூட்டமாக அந்த இடத்தில் உட்கார்ந்து கொள்வார்கள். மெல்ல வந்து பாட்டி நிற்பாள். பிள்ளைகள் பாட்டியைக் கண்டு கொள்ளாது, தங்களுக்குள் பேசிக் கொள்வார்கள். பாட்டி முன்னும் பின்னும் நகர்ந்து பரிதவிப்பாள். இரண்டு மூன்று நிமிடங்களுக்கு மேல் அவளால் தாக்குப் பிடிக்க முடியாது.

'கண்ணுங்களா... நான் ஒங்க பாட்டீல்ல.. எடத்த வுடுங்கப்பா...' பாட்டி குனிந்து திண்ணையில் ஒரு கையை ஊன்றியடி மறுகையை நீட்டி ஏக்கமாகக் கெஞ்சுவாள். பிள்ளைகளோ பாட்டியின் பக்கமே திரும்பாது மிகவும் கவனமாக விடுகதைகள் போடுவார்கள்.

பாட்டியின் வார்த்தைக் கெஞ்சல் சிறிதும் எடுபடாது. வேறுவழியின்றி இடுப்பில் கையை வைத்துச் சுருக்குப் பையை வெளியில் எடுப்பாள். பிள்ளைகள் திண்ணையிலிருந்து குதித்துப் பாட்டியின் முன் கை நீட்டுவார்கள். பாட்டியோ...

வெத்தல எடுக்கல்ல சுருக்குப்பைய எடுத்தேன்' என்று சிரித்தபடி, நீட்டிய கைகளில் காசுவைத்து அழுத்துவாள். சிறுமியாக இருந்தபொழுதும் அந்தத் தூணில் தான் சாய்ந்திருப்பாளாம். அங்கு உட்கார்ந்த படி தூரத்தில் பார்த்தால் அப்பொழுதெல்லாம் டவுனில் இருந்து வரும் பாதை பளிச்சென்று தெரியுமென்பாள். வெகு தூரத்தில் புள்ளியாகத் தெரியும் பொழுதே அப்பா வரும் வில்வண்டியைக் கண்கள் கண்டு பிடித்துவிடும் என்பாள்.

சரி திண்ணையின் புகழ் இதுவென்றால்.... தொட்டி வாசல் நடையைத் தாண்டி மேலிருக்கும் பட்டாசாலை (ஹால்) அவள் கணவரின் பெருமை பேசும். வெள்ளைக் காரத்துரைக்கு மிகவும் வேண்டப்பட்டவர் என் புருஷன் என்பாள். தன் கணவர் பேசும் இங்கிலீசு பற்றி பாட்டி பேசப்பேசச் சுவையாக இருக்கும். எட்டுப்பட்டி ராஜாங்க விஷயங்களும் இந்த பட்டாசாலையில்தான் பேசப்படும் என்பாள். பழங்காலக் கட்டைப் பேனா, சாய்வு மேசை, பழைய ராஜாங்க முத்திரையிட்ட சில காகிதங்கள் என்று அதற்குச் சாட்சிக்குக் கொண்டு வந்து காட்டுவாள். அப்பா அப்பொழுது மட்டும்தான் சிரிப்பார்.

ஒவ்வொரு முறையும் 'துரை' வீட்டுக்கு வரும்பொழுது சீமையில் இருந்து வந்தது என்று எதையாவது கொடுத்துச் செல்வாராம். 'என்ன பாட்டி அது...? இங்கிலீசு சாராயமா?' என்று கேட்டால், பாட்டி வெட்கப்பட்டுச் சிரிப்பாள். அந்த அழகை நேரில் தான் அனுபவிக்க முடியும்.

அம்மாவை இப்பொழுதும் பாட்டி விரட்டுவாள். அவளுக்குச் சமையலறைதான் பூஜை அறை. குளித்துவிட்டுத் தான் அங்குயாரும் நுழைய முடியும். அறையைப் பூசி மெழுகும்வரை பாட்டி பார்த்துக் கொண்டேயிருப்பார். கோணல் இல்லாமல் கைவீச்சு கச்சிதமாக இருக்க வேண்டும். அந்த ஒழுங்கு கிடைக்கும் வரை பாட்டி விட மாட்டாள்.

பாட்டியின் பராமரிப்பு எல்லையில் இருக்கும் மற்றொரு பொருள் அடுப்பு. அது அந்தக் காலத்து விறகு அடுப்பு. அதன் அமைப்பே அலாதியானது. இரண்டு பெரிய அடுப்புகள் சேர்ந்து திட்டில் இருக்கும். மையத்தில் இரண்டு அடுப்புகளிலிருந்தும் வரும் கனல் இதமாகக் கிடைக்கும்படி, சிறிய வட்டமாகக் குமிழ்களோடு ஒரு அடுப்பு இருக்கும். பாட்டி அதைக் கொடி அடுப்பு என்பாள். அந்தக் கொடி அடுப்பைச் சும்மா வைத்திருக்க விடவே மாட்டாள். அதனை எப்படிப் பயன்படுத்துவது என்ற ஆலோசனைகளை சமையலின் போது தந்து கொண்டேயிருப்பாள். பாட்டியின் முகம் அப்பொழுது பெருமையில் பிரகாசிக்கும்.

ஒருநாள் என் தங்கையிடம் விறகு அடுப்பை எப்படிக் கட்டவைத்தாள் என்ற விபரத்தை ஆவல் பொங்கக் கண்களால் சிரித்தபடியே சொல்லிக் கொண்டிருந்தாள்.

எடையாப்பட்டி ஜமீன் விருந்துக்கு வீட்டுக்காரரர் அழைத்துப் போனாராம். சற்றுச் சமையல் வேலை பாக்கி இருக்கவே, அந்த வீட்டுக்கார அம்மாள் “வாங்க உள்ளே” என்று சமையல் கட்டுக்கே பாட்டியை அழைத்துப் போனாளாம். அங்கே நுழைந்த நொடியிலிருந்து அந்த அம்மாள் சமையல் செய்யும் அடுப்பையே பாட்டி பார்த்துக் கொண்டிருந்தாளாம்.

அந்த அடுப்பில் நடந்த சமையல் லாவகம் பாட்டியைப் பிரமிக்க வைத்தது. கணவரிடம் அடம் பிடித்து அதே எண்ணமாக இருந்து அந்த அடுப்பைத் தன்வீட்டிலும் கட்டிவிட்டாள். அந்த அடுப்பில் ஒரு சில்லுப் பெயர்ந்தாலும் பாட்டிக்குத் தாங்காது. வழியில் செல்லும் யாரையாவது பிடித்துச் சொந்தம் கொண்டாடிச் செலவு இல்லாமலேயே சரிசெய்து விடுவாள்.

பாட்டிக்கு என்றே எங்கள் வீட்டில் ஒரு பெரிய மாடம் உண்டு. அதில் அவள் வைத்திருக்கும் பொருள்கள் விநோதமானவை. ஒரு சீசாவில் பொட்டுக்கடலை, பனைவெல்லம், சிறிது மிளகாய் என்று சேர்த்து இடித்து வைத்திருப்பாள். அவள் அது இல்லாது சோறு சாப்பிட்டு நான் பார்த்ததேயில்லை. அவள் கைப்படச் செய்து வைத்திருக்கும் வலி நிவாரணிகளும் அந்த மாடத்தில்தான் இருக்கும். ‘ஏன்டா சோந்தாப்பல இருக்கே...’ என்றபடி அவள் கொடுக்கும் சூரணத்தை ஒரு சிட்டிகை சாப்பிட்டாலே போதும். ஊர்த்தோப்பையே ஒரு கலக்குக் கலக்கிவிட்டு வரலாம்.

பாட்டி அவள் வாழ்ந்த விதத்தினால் அவளுக்கு அந்த வீடு அவளின் உயிர்த்துடிப்பாய் இருந்தது. வீடும் பாட்டியும் பிரிக்க முடியாத பந்தமாகிப் போயிருந்தார்கள். ஆனால் எங்களைக் காலம்

உந்தித் தள்ளிக் கூட்டிவந்து நிறுத்தியிருக்கும் இடமிருந்து பார்க்கும் பொழுது, அந்த வீடு எங்களின் பொருளாதாரப் பிரச்சனைகளுக்குச் சரியான தீர்வாகத் தெரிந்தது.

அப்பா செக்கில் கட்டிய மாடாக ஒரே தடத்தில் உழைத்து ஓய்ந்து போன ஓய்வுபெற்ற அரசாங்கக் குமாஸ்தா, அண்ணன் மட்டுமே திருமணம் ஆனவர். கடந்த ஐந்து ஆண்டுகளாக தங்கையின் திருமணத்திற்கு எல்லா முயற்சிகளும் செய்து பார்த்துவிட்டார். பணம் இல்லாது திருமணம் இல்லை என்ற உண்மையை அனுபவம் பெற்றுத் தந்தது.

பெரிய அண்ணன் எங்கள் மீது பிரியமான அண்ணன் தான். அவர் செய்துவந்த வாத்தியார் வேலை தன் குடும்பத்தையும் தாண்டிச் சோறுபோடச் சக்தியில்லாதது. அண்ணியின் கலை நுணுக்கப் பின்னல் வேலை தான் எங்கள் குடும்பத்திற்கும் சோறு போட்டது.

என் சிறிய அண்ணன்.... எங்களையெல்லாம் மீட்கப் போவதாக சபதம் செய்து வியாபாரம் தொடங்கினான். உள்ளூர் அரசியல்வாதி அதற்கு எதிரியாகவே பணம் கொண்டு வரப்போன அண்ணன் கடன் கொண்டு வந்தான்.

"இனிமே நான் படிக்கல... செட்டியார் ரைஸ்மில்லில் கணக்கு எழுதப் போறேன்." என்கிறேன். அப்பாவும் பெரிய அண்ணனும் நடையில் உட்கார்ந்து இருக்கிறார்கள். என்ன சொல்வது என்று தெரியாமல் அம்மா பார்த்துக் கொண்டிருந்தாள். நான் நிறைய படிக்க வேண்டும் என்று அம்மாவிடம் பெரிய அண்ணன் அடிக் கடி கூறுவார். எனக்கு என்ன பதில் சொல்வது என்று அவர்கள் தவித்தார்கள். பாட்டி உள்ளேயிருந்து வேகமாக வந்தாள். "அவன் படிக்கணும்டா.... வேலைக்கு அனுப்பாத" என்று உள்ளங்கையை விரித்து அப்பாவிடம் நீட்டினாள். அதில் பளபளவென்று பாம்பு போல் சுருண்டு கிடந்தது. தாத்தாவின் தங்க அரைஞாண் கயிறு. எல்லோரும் பதறிப் போய்விட்டோம். எங்கள் வீட்டில் இருக்கும் ஒரே தங்கம் அதுதான். பாட்டிக்கு. தாத்தா இறப்பதற்கு முன்பு நினைவாக வைத்துக் கொள்' என்று கொடுத்த பொருள் அது. பாட்டி தினமும் ஒரு முறையாவது அதைத் தடவிப்பார்த்துப் பெட்டியில் வைத்துப் பூட்டுவாள், நாங்கள் எவ்வளவோ சொல்லியும் பாட்டி சிறிதும் காது கொடுக்காது அரை ஞாணை விற்று என்னைப் படிக்க வைக்கச் சொன்னாள். நான் படித்து வந்தும் அதே செட்டியார் ரைஸ்மில்லில் கணக்கு வேலைதான் பார்க்கிறேன்.

'என்ன செய்யறது... எதுவும் புரியல... வட்டி ஏறிக்கிட்டே போவுது... காலையில் செட்டியார் வந்து கண்டிப்போடு கேட்டு

விட்டுப் போனார். வட்டியும் கட்டாம எத்தன நாள் தாட்றது... பொண்ண நெனச்சா... மனசு பொங்குது. கல்யாண வயசே தாண்டிடும்போல இருக்கே. பணம்..... பணம் மட்டும்தான். என்ன பண்றது வீட்ட விக்கறதத் தவிர வேற வழியே இல்லையே! கெழவி கேட்டா.... செத்துப் போயிடுவா. வூட்ட அவள்லே இருந்து பிரிக்கறத நெனச்சுக்கூட பாக்க முடியலயே! அப்பா இவ்வளவு பேசி நான் கேட்டதே இல்லை. அவர் அம்மாவிடம் பேசிய போது அவர் அழுகிறார் என்பது திச்சயமாகத் தெரிந்தது.

கடந்த பத்து நாட்களாகவே பாட்டி படுக்கையில் தான் கிடக்கிறாள். சென்ற இரண்டு நாள்களில் சுய நினைவும் போய்விட்டது. வீட்டைப் பிரிவது பாட்டிக்கு உயிர் போகும் வேதனை. அதனை அவளால் தாங்க முடியாது. அன்பு என்ற சொல்லுக்கே ரூபமாக விளங்கும் அவளிடம் வீட்டை விற்று விடலாமா என்று எப்படிப் போவது? இதுதான் எங்கள் எல்லோரின் எண்ணத்திலும். ஏதாவது ஒரு அதிசயம் நடந்து நம்மைக் காப்பாற்றி விடாதா என்ற நப்பாசை எங்களுள். பாட்டி பிழைக்க வேண்டும்.... பாட்டியின் முகம் பழம் பெருமைகளைப் பேசும்போது பிரகாசிப்பதை மீண்டும் பார்க்க வேண்டும்... இந்த ஆசை எங்கள் எல்லோரின் மனதிலும் இருந்தாலும்.. ஒரு வேளை பாட்டிக்குக் கெடுவாக இருக்கும் இந்த நாற்பத்தி எட்டு மணி நேரம் அவளுடைய வாழ்க்கைக்கு முற்றுப் புள்ளியாகப் போய்விட்டால்..... என்று மனசு நினைக்கும் பொழுது ஏற்படுவது மன ஆறுதலா அல்லது துக்கமா? வாழ்க்கையின் அவசியங்களும் சமூக நிர்ப்பந்தங்களும் மனித உறவை மாசுபடுத்தவே முயல்கின்றன.

அந்த நேரம் நெருங்கிக் கொண்டிருக்கிறது. எங்கள் இதயம் வேகமாகத் துடிக்கிறது. முகத்தை மாறிமாறிப் பார்த்துக் கொள்கிறோம். அதில் இருக்கும் அர்த்தத்தை எங்களால் மட்டுமே உணர முடியும், பாட்டிக்கு உடம்பு தூக்கித் தூக்கிப் போடுகிறது. மாடத்தில் இருந்து கங்கை நீர் எடுத்து வந்தார் அப்பா. அந்த நீர்கூடப் பாட்டியின் பிறந்தவீட்டுச் சொத்து தான். ஒவ்வொருவராக அவளின் வாயில் ஊற்றுகிறோம். நீர் வெளியில் வழிகிறது. திறந்த வாயில் காற்று சன்னமாய்ச் சென்று வருகிறது. குரல்வளையில் அதன் அசைவை மிகவும் உற்றுப்பார்த்தால் மட்டுமே தெரிந்து கொள்ள முடிகிறது.

ஈக்கள் அங்கொன்றும் இங்கொன்றுமாக மொய்க்கின்றன. பாட்டி எப்பொழுதும் சுத்தமாக இருப்பவள். ஈ என்றாலே முகம் வெறுப்பாள். இப்பொழுது அந்த ஈக்களை நாங்கள் தான் விரட்டினோம்.

கண்களில்தான் பாட்டிக்கு உயிர்போகும் என்றார்கள், வந்திருந்த பெரியவர்கள். எல்லோரும் எட்டிக்கொண்டு பார்த்தோம்.

தேங்காய்பழம் வாங்கிவர ஆள் அனுப்பினார்கள். நாங்கள் யாரும் நகரவில்லை. பாட்டியைக் கவனிப்பதில் கருத்தாக இருந்தோம்.

எங்கிருந்தோ ஒரு முதியவள்.. (பாட்டியோடு அவளைப் பார்த்திருக்கிறேன்.) ஓடிவந்து.... ''கட்டிலில் இருந்து பாட்டியைக் கீழே கிடத்துங்கள்' என்றாள். உயிர் கட்டிலில் போகக் கூடாது என்று எல்லோரையும் பார்த்தபடி கூறினாள்.

அப்பாவும் சிறிய அண்ணனும் மெல்ல பாட்டியைக் கீழே இறக்கிப் படுக்க வைத்தார்கள். பாட்டியின் மேனி வீட்டுத் தரையில் கிடத்தப்பட்டது. பாட்டி உட்கார்ந்து கொண்டிருந்தாலே தரையைத் தடவிக் கொண்டிருப்பாள். அதன் வழுவழுப்பு அவளுக்கு மிகவும் பிடிக்கும்.

'இந்த மெருகு எப்படி வந்திச்சு. கல் உருண்டைய கையில வச்சிக்கிட்டு, நாலு அஞ்சி ஆளுங்க... விடியவிடிய தேய்ப்பாங்க. நாம்ப புளி நறுக்கற கல்லுருண்ட, அதான்' என்பாள்.

பாட்டியின் உடம்பு தரையோடு தரையாகப் படிந்து கிடந்தது. பாட்டியும் அவள் வீடும்... இரண்டறக் கலந்து போனதாக உணர்ந்தோம். எங்கள் கண்களை அவள் மீதிருந்து நாங்கள் யாரும் எடுக்கவில்லை. பாட்டியை முழுவதுமாகப் பார்த்திருந்தோம். தரையில் அவள் மேனி அழுந்தியது. தரையும் பாட்டியும் சேர்ந்து கிடந்த சில நிமிடங்களில் பாட்டியிடமிருந்து ஒரு சிலிர்ப்பு.

கீழே உட்கார்ந்து கொண்டு கண்கள் நனைய குனிந்து பார்த்தோம். பாத விரல்கள் தொடங்கி தலை வரை மெல்ல அதிர்ந்தாள். வீடு அவளிடம் பேசியிருக்கிறது. கண்களின் இமை மெல்ல விரிந்தது. பிறகு பாட்டி முழுவதுமாக விழித்தாள். திறந்த வாயில் உள்ளிருந்த நாக்குச் சுழன்றது. எங்கிருந்தோ ஒரு ஒளி.... பாட்டியின் மீது படிந்து பரவியது. பாட்டி பிழைத்துக் கொண்டாள்.

கூட்டுப்புழு
கே.எஸ்.ரமணா

'**க**ணேஷ், பி.ஏ., பி.எல்.,

பெரிய எழுத்தில் எழுதியிருந்த பெயர்ப் பலகைக்குக் கீழே 'ராம பிரும்மம் ரிடையர்டு டெபுடி கலெக்டர்' என்ற போர்டு சிறிதாகத் தொங்கிக் கொண்டிருந்தது.

நின்று ஒருமுறை பார்த்து, நீண்ட பெருமூச்சு விட்டார் ராம பிரும்மம்.

கையில் பிளாஸ்டிக் கேன், நீண்ட துணிப்பை சகிதம் தெருவில் இறங்கிய ராம பிரும்மத்தை எதிர் வீட்டுக்காரரின் குரல் தடுத்தது..

"சார்... ரேஷனுக்கு கிளம்பிக்கிட்டிருக்கீங்க போலிருக்கு. நான் இந்த மாதம் எக்ஸ்ட்ரா சர்க்கரை வாங்கிக்கல்ல... வந்தா வாங்கலாமான்னு தெரிஞ்சுட்டு வந்து சொல்லுங்களே!"

"சரி...."

வாய் ஒப்புக்கு சொன்னாலும் மனசு குமைந்தது.

"ச்சே... ரிடையர் ஆனாலே ஒரு இளக்காரம் அவன்மேல வந்திடுது... கண்டவங்களும் வேலை சொல்ல ஆரம்பிச்சிடுறாங்க..."

தெருவில் போறவங்க வரவங்க, சைக்கிள் காரன் எல்லோருமே தன்னைப் பார்ப்பது மாதிரி ஒரு உறுத்தல் ராம பிரும்மத்திற்கு ஏற்பட்டது.

ரேஷன் கடைக்குப் போனால் அங்கே ஏகப்பட்ட 'க்யூ'

'அடேடே! சார்கூட 'க்யூ'விலே நிற்க வந்திட்டாரே!"

க்யூவில் நிற்கப்போனா ராம பிரம்மத்தை ரிடையர்டு ஸ்கூல் டீச்சர் மாசிலாமணியின் குரல் தடுத்தது.

எப்போதாவது வெளியில் உட்கார்ந்து ஹிண்டு படிக்கும்போது ராம பிரும்மத்திடம் பேப்பர் ஓசி கேட்கவரும் மாசிலாமணியின் குரல், ஒன்றும் பெரிதாக பாதித்துவிடவில்லை.

“பையையும் கேனையும் இங்கே வைச்சிட்டு நீங்கவேண்ணா நிழல்லே நில்லுங்க சார்... நான் பாத்துக்கறேன்.”

“பரவாயில்லே சார்..!”

மாசிலாமணியின் வேண்டுதலை நிராகரித்து விட்டு, ராம பிரும்மம் ‘க்யூ’வின் கடைசியில் போய் நின்று கொண்டார்.

அவர் அப்படிச் செய்தது வெளிப்படையாகப் பார்த்தால் நியாயமாகத் தோன்றினாலும் மேற்கொண்டு மாசிலாமணி பேச்சை வளர்த்தாது இருக்கவே, அவர் அப்படிச் செய்தார்.

‘க்யூ’வின் கடைசியில் நின்ற ராம பிரும்மத்திற்கு வெயிலின் சூடு கூட கஷ்டமாக தெரியவில்லை.

காரணம் முந்தின நாள் கனேஷுக்கும் மருமகள் நிர்மலாவுக்கும் நடந்த வாக்குவாதமும், அதைத் தொடர்ந்த சண்டையும் அவர் மனக்கண் முன் நிழலாடியது.

“ச்சே.. ரிடையர்டு ஆகிவிட்டால் குடும்பத்தில் இருக்கிறவங்க கொஞ்சம்கூட மதிக்கிறதில்லே.... கட்டின மனைவி கூட இருக்கிறவரைக்கும்தான், மனுஷனுக்கு கிடைக்கிற மரியாதெகூட ஒழுங்கா கெடைக்குது.”

மனசு அப்படியே ததும்பியது ராம பிரும்மத்திற்கு.

“என்ன நிர்மலா.. பீரோவிலே ‘அயர்ன்’ செய்த டிரஸ்ஸே இல்லே... எதைப் போட்டுட்டு இன்னிக்கு கோர்ட்டுக்குப் போவேன்?” கணேஷ் குடாகக் கத்தினான்.

“வேலைக்குப் போற அவசரத்திலே வருணைக்கூட கவனிக்க முடியல்லே. கொஞ்சம் பாலை புகட்டி, அவனை ‘கிரீச்’சில் விட்டுட்டு ஓடோடி பஸ் பிடிச்சாத்தான், ஆபீஸிற்கு பத்து நிமிஷ லேட்டோடு உங்களுக்கு போக முடிகிறது. இதுல வேற, டிரஸ் அயர்ன் செய்யலேங்கிற குறை உங்களுக்கு”

ராம பிரும்மம் ஈஸி சேரில் அமர்ந்து இருந்தார். கையிலிருந்த ‘ஹிண்டு’வில் அவர் பார்வை இருந்தாலும், சமையலறையில் இருந்து அவருக்கு கேட்க வேண்டும் என்பதற்காகவே நிர்மலா சற்று உரக்கவே சொல்லியதால் அவர் காதிலும் விழுந்தது.

“அப்போ.... என்னைப்போய் டிரஸ் அயர்ன் செய்து வாங்கிட்டு வந்து போட்டுட்டு, கோர்ட்டுக்குப் போகச் சொல்றியா?”

“அப்படிச் சொல்லலீங்க. சொன்னா கோவிச்சுக்கக்கூடாது. உங்க அப்பா என்ன செய்யறார் சொல்லுங்க? காலைலே ஆனா

பேப்பர், சாயந்தரமானா கோயில், பார்க், பீச், இதுக்கிடையே லைப்ரரி... ஏதோ 'ரெஸ்ட் ஹவுஸ்' மாதிரில்ல இருந்திட்டிருக்காரு. இந்த மாதிரி சின்னச்சின்ன வேலைகளைச் செய்தா நமக்கு ஒத்தாசையா இருக்காதா?

"நிர்மலா!?" கணேஷ் சற்று கோபமாகக் கத்தினான்.

"மெதுவாப் பேசு. அவர் காதில் விழுந்திடப் போவுது... அவர் இருந்த நிலைமைக்கு இதெல்லாம் எப்படிச் செய்யச் சொல்றது?"

"ஏங்க செய்யக்கூடாது? நம்ப வீட்டு வேலைதானே! வேலைக்காரியை நம்பி எத்தனை வேலையைச் செய்ய முடியும்? இந்தா, சொல்லாம கொள்ளாம வேலையை விட்டுட்டு நின்னுட்டா... என்ன செய்யறது? நானும் வேலைக்குப் போறவ... எவ்வளவுதாங்க என்னால செய்ய முடியும்?"

நிர்மலா சொன்ன வார்த்தைகள் ஏசுநாதரை சிலுவையில் வைத்து ஆணி அறைஞ்ச மாதிரி, ராம பிரும்மத்தின் நெஞ்சில் தைத்தன.

மேலும் தொடர்ந்தாள் நிர்மலா.

"இப்போ பாருங்க..... குழந்தை பாலுக்குச் சர்க்கரை தீர்த்திடுச்சு... விடிஞ்சி எழுந்திருச்சா எல்லோருக்கும் வாய் கொப்பளிக்கறதிலே இருந்து குளிக்கிறவரை வெந்நீர் வேண்டியிருக்கு. இந்த மாத ரேஷன் வாங்கல்ல. வீட்ல வேலைக்காரியுமில்லே. போய் வாங்கி வந்தா உங்க அப்பாவோட கவரவம் குறைஞ்சா போயிடும் யாராயிருந்தாலும் அவங்க சாப்பிடற சாப்பாட்டுக்காவது சின்னச்சின்ன வேலையை யாவது செய்யனுங்க!"

நிஷ்டூரமாக நிர்மலா கடைசியில் கொட்டிய வார்த்தைகள் நிஜமாகவே ராம பிரும்மத்தைப் பாதித்து விட்டன.

அவர் சர்வீஸில் இருந்தபோது, 'உம்' என்பதற்குள் ஓடோடி வந்து வேலை செய்ய எத்தனை அடிப்படை வேலையாட்கள்.

ஆனால்... இப்போது... நிர்மலா கூட. ச்சே.. எவ்வளவு கேவலமாக பேசிவிட்டாள். நினைக்க, நினைக்க மனசு கனத்தது அவருக்கு.

கண்களை மேலோட்டமாக செலுத்திய ராம பிரும்மம், ஒரு விளம்பரத்தைப் பார்த்ததும் நிறுத்தி வாசித்தார்.

'ஓய்வு பெற்ற வயதில் ஆதரவில்லையா? உங்களுக்கு உதவ 'ரட்சஹா இல்லம்' காத்திருக்கிறது. மேலும் விவரங்கட்கு 'ரட்சஹா' டாக்டர் முத்துலட்சுமி ரோடு அடையார், சென்னை.'

அதைப் படித்தவுடன் மனதினுள் ஏதோ தோன்ற அன்று மாலையே செயல்படுத்த நினைத்தார் ராம பிரும்மம்.

"என்ன சார். க்யூ' நகர்ந்தாச்சு.. போகல்லே. வெயில் குடு தெரியல்லையா? பின்னாலிருந்தவர் கேட்டவுடன் சுய உணர்வுக்கு வந்த ராம பிரும்மம் கீழே வைத்திருந்த பையையும், பிளாஸ்டிக் கேனையும் எடுத்துக்கொண்டு நகர்ந்தார்.

கவுண்டரில் கையிலிருந்த பணத்தையும் ரேஷன் கார்டையும் கொடுத்தவுடன், "என்ன சார் எல்லாரும் நூறு ரூபா நோட்டா கொடுத்தா. சில்லறைக்கு எங்கே போவேன் சார்..." சலித்துக் கொண்டே பில்லைப் போட்டான் ரேஷன் கடை சிப்பந்தி.

சில்லறையை எண்ணிப் பார்த்த ராம பிரும்மம் அஞ்சு பைசா குறையுதே எனவும், ஆமாமா... உங்களுக்கு தான் சில்லறை கொடுத்ததே பெரிசு. இதுலே அஞ்சு பைசா குறையுதுன்னு அங்கலாய்ப்பு வேற. அப்படியிருக்க நீங்க, சில்லறையா மாத்திக் கொடுத்திருக்கணும். சரி சரி நகருங்க நெஸ்க்ட்டு வாங்க..." அடிக்காத குறையாக ராம பிரும்மத்தை விரட்டினான் அந்த ஆள்.

ஏற்கனவே குழம்பிப் போய் இருந்த ராம பிரும்மத்திற்கு, அவனது பேச்சு மேலும் காயப்படுத்தியது.

அவமானத்தினால் மனசு சூடாகிப்போக கையில் வாங்கிய ரேஷனுடன் வெயில் சூட்டையும் பார்க்காது வீட்டை நோக்கி நடக்க ஆரம்பித்தார்.

மாலை நேரம்.

ராம பிரும்மம் ரட்சஹா இல்லத்தின் மானேஜரை சந்தித்து, வந்து தங்குவதற்கான விதிமுறைகள், செலுத்த வேண்டிய பணம் ஆகிய விவரங்களைத் தெரிந்துகொண்டு ஓரிரு தினங்களில் தெரிவிப்பதாகச் சொல்லிவிட்டுக் கிளம்பினார்.

அவர் கிளம்பும்போது, ராம பிரும்மத்தின் வீட்டுப் போன் நம்பரை வாங்கி வைத்துக்கொண்டு, இல்லத்திலிருந்தும் தொடர்பு கொள்வதாக, மேனேஜர் சொன்னவுடன், விடைபெற்று வெளியில் வந்தார்.

அவர் சற்றும் எதிர்பார்க்கவில்லை. சாலையின் எதிர்புறம் இருந்த நிழற்குடையில் நின்று கொண்டிருந்த மாசிலாமணி தன்னையே உற்றுப் பார்த்துக் கொண்டிருப்பதைப் பார்த்ததும் தவிர்க்க இயலாது அவர் அருகே சென்றார்.

“அடேடே எங்கே சார் வந்தீங்க...” மாசிலாமணி கேட்பதற்குள் தானே முந்திக்கொண்டு அவரைக் கேட்டார் ராம பிரும்மம்.

"அதுவா.. என்னோட தம்பி பொண்ணு அடையார் அவ்வை இல்லத்திலே டீச்சரா ஒர்க் பண்ணுது... ரொம்ப நாளாச்சுப் பார்த்து அதான் வந்து பார்த்திட்டுப் போறேன்...”

அதே கேள்வியைத் தன்னிடம் கேட்பாரே என யோசித்துக் கொண்டிருந்த ராம பிரும்மத்திடம் எதிரே இருந்த ‘ரட்சஹா இல்லத்தை’ சுட்டிக்காட்டி, "இங்கே யாருக்காக அட்மிஷன் கேட்டு வந்தீங்க?" என மாசிலாமணி கேட்டு முடிக்கவும், எனக்குத்தான் என்று ஒற்றை வார்த்தையில் பதில் சொன்னார் ராம பிரும்மம்.

அச்சமயம் பஸ் ஒன்று வந்து நிற்கவே, மேலும் பேச்சை வளராது தவிர்க்க, மாசிலாமணியிடம் சொல்லிக்கொண்டு பஸ்ஸில் ஏறினார்.

பெருமூச்சு விட்டபடியே மாசிலாமணியும் அதே பஸ்ஸில் ஏறினார்.

பெரும்பாலும் மாலை நேரங்களில் மயிலாப்பூர் நாகேஸ்வர ராவ் பார்க்கில், நாலைந்து ரிடையர் ஆன அதிகாரிகள் ஒன்றாக அமர்ந்து எதையாவது பற்றித் தீவிரமாகப் பேசுவார்கள்.

அதில் எந்தப் பிரச்சினையானாலும் விவாதித்து முடிவுக்கு வரும் மாசிலாமணி பேசிக் கொண்டிருந்தபோது, எதிரே இருந்த ஒரு மர நிழலில் சோர்வாக, தனியாக வந்து உட்கார்ந்த ராம பிரும்மத்தைப் பார்த்ததும், நண்பர்களிடம் சொல்லிக்கொண்டு அவரை நோக்கி நடக்க ஆரம்பித்தார்.

"சார்... தனியா வந்திட்டீங்க போலிருக்கு. பேப்பர் நானே வாங்கிடறதாலே... வீட்டுக்கு வந்து உங்களைப் பார்க்க முடியல்லே...”

திடீரென மாசிலாமணியின் குரல் கேட்டதும் நிமிர்ந்து பார்த்தார் ராம பிரும்மம்.

"வாங்க சார்.. உட்காருங்க...” உற்சாகமில்லாமல் வரவேற்றார். பக்கத்தில் உட்கார்ந்தார் மாசிலாமணி.

‘‘சார்... நான் கேட்கறேன்னு தப்பா எடுத்துக்காதீங்க... உங்களுக்குள்ளே ஒரு பிரச்சினையை வைத்துக்கொண்டு யோசிக்கிற மாதிரி தெரியுது. தப்பில்லைன்னா தாராளமா எங்கிட்ட சொல்லலாம். அதுக்கு ஒரு வழி தெரிஞ்சா என்னால சொல்ல முடியும்.’’

மன உளைச்சலுக்கு வடிகால் தேவைப்பட்டதால், கணேஷ் நிர்மலா சண்டை முதல் தான் ரட்சஹா இல்லம் சென்ற வரையான

விசயங்களைக் கோர்வையாக மாசிலாமணியிடம் தெரிவித்தார் ராம பிரும்மம்.

"நான் சொல்றேன்னு தப்பா எடுத்துக்காதீங்க... நான் ஸ்கூல் டீச்சரா இருந்து ரிடையர் ஆனவன். ஆனால் நீங்க அப்படியில்லே. டிபுடி கலெக்டரா இருந்து சொன்ன வேலையைச் செய்ய ஆள், அதிகாரம் இப்படி 'பந்தாவோடு' இருந்து ரிடையர் ஆனிங்க."

"ஆமாம் சார்... அதுக்கும் இதுக்கும் என்ன சம்பந்தம்?"

"அதைத்தான் சொல்ல வாரேன். நீங்க பதவியிலே இருந்தபோது செய்த அதிகாரம், அதனால ஏற்பட்ட ஈகோ, இந்த இரண்டும், நீங்க ரிடையர்டு ஆனவுடனே, 'ரிடையர்' ஆகாம உங்ககூடவே இருக்கு. அந்த 'ஈகோ'வை கூட வைச்சுக்கிட்டு, ஒரு கூட்டுப்புழு மாதிரி உங்களை நீங்களே அடைச்சிக்கிட்டு வெளியே வர முடியாம தவிக்கறீங்க."

மரக்கிளையில் உட்கார்ந்திருந்த பறவையொன்று படபடவென சிறகைப் பிரித்து அடித்துவிட்டு உயரே எழும்பி, வானத்தில் பறந்தது. தலையை உயர்த்திப் பார்த்தார் ராம பிரும்மம். மாசிலாமணி தொடர்ந்தார்.

"இப்போ என்னை எடுத்துக்குங்க. காலைல பால் பூத்திற்கு சென்று பால் வாங்கறது கறிகாய் வாங்கறது, எலக்ட்ரிசிடி பில் கட்டறது எல்லாத்தையும் நானே இழுத்துப் போட்டுக்கிட்டு செய்யறேன். இத்தனைக்கும் எம் பையன் டாக்டரா இருக்கான். மருமகள் டீச்சரா இருக்கா... போதாததுக்கு வேலைக்காரி இருக்கா. ஏன் தெரியுமா?" என நிறுத்தினார் மாசிலாமணி.

வாயால் கேட்காமல் ஏன் என்பது போல் புருவங்களை உயர்த்தி பாவனையால் கேட்டார் ராம பிரும்மம்.

நம்ப வாழ்க்கை சிறப்பா இருந்தப்போ அவங்களை அதைச்செய், இதைச் செய்யினு அதிகாரம் செய்திட்டு இருந்தோம். அவங்களும் செய்திட்டு இருந்தாங்க. இப்போ அவங்களோட டர்ன். இது ஒரு சைகாலஜிகல் ப்ராப்ளம். அதனால அவங்க டர்ன்லே நாம விட்டுக் கொடுத்து நடக்க அவங்க எதிர்பார்க்கிறாங்க. எப்போ ரிடையர் ஆனோமோ அப்பவே இந்த அதிகாரம், 'ஈகோ' ஆகிய பிடிப்புகளில் இருந்தும் விடுவிச்சிக்கனும். எப்படி புளி காயா இருக்கும்போது பசுமையா ஓட்டோடு ஒட்டிட்டு இருக்கும். ஆனா அதுவே பழுத்திட்டா புளி வேறா, ஒடு வேறா, எப்படா கழட்டிக்காலம்'கிற மாதிரி ஆயிடுதில்லையா. அது மாதிரிதான் ரிடையர் ஆள நம்பளோட மனசும் ஆயிடனும்... அப்போதான் இளமையான

அவங்க மன ஓட்டத்துக்கு தகுந்த மாதிரி நம்பளோட வாழ்க்கையை சந்தோஷமா அமைச்சிக்க முடியும். அதை விட்டுட்டு அனாதை இல்லம் அப்படியிப்படின்னு போனா காசைக் கொடுத்திட்டு ஒரு ஜெயில் தண்டனையை நாமே வெலைக்கு வாங்குற மாதிரிதான்... ஏன்னா அங்கே அன்புங்கிற ஒரு அம்சத்துக்கே இடமில்லை." நிறுத்திவிட்டு மூச்சு விட்டுக் கொண்டார் மாசிலாமணி.

“சாரி மாசிலாமணி... உங்களைப் புரிஞ்சிக்காம நடந்துக் கிட்டேன்.”

“அடபோங்க சார் ஓல்டு ஏஜ்லே. இது எல்லாருக்குமே வரதுதான் நான் எல்லாத்தையும் ஈஸியா எடுத்துக்கறேன் அதனால பாதிக்கிறதில்லே.”

பாடம் புரியாத மாணவனுக்கு விளக்கிச் சொல்லி புரிய வைத்துவிட்ட சந்தோஷக்களிப்பில் சொன்னார் மாசிலாமணி.

ராம பிரும்மத்திற்கும் புரியாத புதிர் ஒன்று புரிந்த மாதிரி இருந்தது.

ராம பிரும்மம் வீட்டினுள் நுழைந்தார். வீடே ரொம்ப வெளிச்சமாயிருந்த மாதிரி தெரிந்தது அவருக்கு.

"ஏன் மாமா டிபன் சாப்பிடலையா?"

இடுப்பிலிருந்த வருணை கீழே இறக்கிவிட்டபடியே கேட்டாள் நிர்மலா. ஆபீஸிலிருந்து கிரீச் போய் வருணை எடுத்துக் கொண்டு வீட்டினுள் நுழைந்த அவள் களைத்துப் போயிருந்தது தெரிந்தது ராம பிரும்மத்திற்கு. வருண் கீழே உட்கார்ந்து விளையாட ஆரம்பித்தான்.

“சாரி ப்ரண்ட்ஸ் கூடப் பேசிட்டிருந்ததாலே லேட்டானது தெரியல்லே. டிபனை எடுத்து வை சாப்பிடறேன். அப்புறம் காலைல பால் வாங்க நீ போக வேண்டாம். கார்டை என்கிட்டே கொடுத்திடு வாங்கிட்டு வந்திடறேன். அப்படியே எலக்ட்ரிக் பில்லுக்கு பணம் அலமாரியிலே வைச்சிடு. எடுத்திட்டுப் போயி கட்டிட்டு வந்திடறேன். ஆங் சொல்ல மறந்திட்டேனே. வருணை இனிமே கிரீச்லே விடவேண்டாம். ஆயா புட்டிப்பாலை ஒழுங்கா கொடுப்பாளோ இல்லையோ. அதனால இங்கேயே விட்டுட்டுப் போ... நான் பாத்துக்கறேன்.”

"ஏன் மாமா சிரமம்?”

"இதிலென்னமா சிரமம் இருக்கு?"

டைனிங் டேபிள் முன் உட்கார்ந்த ராமபிரும்மத்தை ஆச்சர்யம் தோன்றப் பார்த்தாள் நிர்மலா. அறையிலிருந்தபடியே கணேஷ் சத்தமாக அழைத்தான்.

“அப்பா! அப்பா! ரட்சஹா இல்லத்திலேயிருந்து போன் வந்திருக்கு. யாரையாவது சேர்க்கிறதா சொல்லியிருந்தீங்களா?’

“ஆமா ஆனா அதுக்கு இப்போ அவசியமில்லே. அந்த ப்ரண்ட் இப்போ வேண்டான்னுட்டான். நீயே பதிலை போன்ல சொல்லிடு”.

நிறைவான மனசுடன் டிபனைச் சாப்பிடத் துவங்கிய ராம பிரும்மத்தை நிர்மலா அன்புடன் பார்த்தாள். காலைத் தொட்டு எழுந்து நின்று ‘தா...தா...தா’ என வாயைத்திறந்த வருணின் வாயினுள் டிபனை ஊட்டினார் ராம பிரும்மம்.

தன்மானம்

சத்யப்ரியன்

இது முற்றுப்புள்ளி அல்ல; கமாதான்...!

வாய் வார்த்தையாக சுகவனம் சொல்லி விட்டாலும் ஸ்வர்ணாவின் மனதில் அந்த வார்த்தைகள் அசைந்து கொண்டே இருந்தன. பிள்ளைகள் இருவரையும் கொண்டு விடப் போவதற்கு முன்னமே அவனிடம் மதுரைக்குப் போவதைக் குறித்துப் பேச வேண்டும் என்று எண்ணியிருந்தாள். அடுப்படி வேலை, சின்னவனின் ஷூ பிரச்னை என்று என்னவோ ஒரு காரணம். சுகவனம் சின்னதை முதலில் ஹாண்டில் பாரிலும் பெரியவனைப் பின்னால் கேரியரிலும் உட்காரவைக்கும் நேரத்தில்தான் ஓடிப் போய் கூறினாள். உள்ளே சட்டியில் குழம்பு வேறு பாதி கொதித்துக் கொண்டிருந்தது.

"அப்பா முடியாம இருக்காராம். ராகவன் மூலமா தகவல் வந்துச்சு. நேர வரலை. ராகவனோட கஸ்டமர் ஒருத்தன் வந்து சொல்லிட்டுப் போனான். நேத்து நீங்க கடைக்குப் போன பிற்பாடு வந்து சொன்னான். டாக்டர் உறவுக்காரவுங்களுக்கு எல்லாம் சொல்லிடுங்கன்னு சொல்லிட்டாங்களாம்."

"பொண்ணு ஞாபகம் வந்துச்சாமா இப்பதான்?" என்று கூறி விட்டு ஸ்வர்ணாவின் முகத்தை சுகவனம் ஏறிட்டான்.

ஸ்வர்ணா பதில் சொல்லவில்லை. இது தக்ஷ மகா கோபம். எந்த யுகத்திலும் தீரப் போவதில்லை. ஸ்வர்ணாவுக்கும் உடனே அப்பாவைப் போய்ப் பார்க்க வேண்டும் என்று தான் ஆடாத சதை எதுவும் இல்லை என்பதால் அதை அவனிடம் பிரஸ்தாபிக்க எண்ணவில்லை. ஆனால் இரவு என்னவோ ஒரு தாபம்! பத்தாம் நாள் காரியத்துக்கு போகும் வழிக்குக் கட்டுச்சோறு கட்டி அனுப்பும் முறைக்குப் பெற்ற பெண் அவசியம் என்று தோன்றியதும் கோபமும் கண்ணீரும் ஒருசேர எழுந்ததன. நள்ளிரவில் அவனை எழுப்பிச் சொல்ல பாவமாக இருந்தது. ஏற்கனவே அவனுடைய பிஸினஸில் அவனுக்கிருந்த மண்டைக் குடைச்சல் போதும், பத்து பனிரெண்டு வருடங்களாக அடியோடு மறந்து போன அப்பாவையும் பிறந்த

வீட்டையும் இப்போது நினைவுப்படுத்தி அவன் இரத்தத்தை மேலும் கொதிப்படைய வைப்பானேன்?

எல்லாவற்றையும் முகம் கோணாமல் கேட்டுக் கொண்ட சுகவனம் முடிவாகத்தான் அந்த வாக்கியத்தை கூறினான்." இது முற்றுப் புள்ளியல்ல, கமாதான்"

சொல்லி விட்டு அவள் போய்விட்டாள் என்றாலும் நாள் முழுதும் குமைந்து கொண்டு வந்தது.

பனிரெண்டு வருட வாழ்க்கையை மொத்தமாகக் கண் முன் கொண்டு நிறுத்திய வாக்கியம். இது முற்றுப்புள்ளியல்ல கமாதான்.

அப்பா சுயம்பு, மந்திரமூர்த்தி என்ற பெயர் காரணமாக நிஜமாகவே அவரிடம் என்னவோ ஒரு மந்திர சக்தி இருக்கிறது. தொட்டதெல்லாம் பொன்னாகும் மந்திரம். அளவுக்கதிகமான நம்பிக்கை. துணிவு, கம்பீரம், வளைத்து வளைத்து பேசும் வாய்ச் சாமர்த்தியம். இந்தத் தன்னம்பிக்கைதான் பார்த்துக் கொண்டிருந்த அரசாங்க வேலையை உதறச் சொன்னது. சொந்தமாக பிஸினெஸ் பண்ண சொன்னது. ஒன்றா இரண்டா? அப்பா எந்த பிஸினஸ்தான் செய்யவில்லை? ரியல் எஸ்டேட், விவசாயம், ஜவுளி, வீட்டுக் கட்டுமானப் பொருட்கள் என்று அவர் தொட்டதால் அவை கொட்டியதா? அல்லது எது கொட்டுமோ அதைத் தொட்டாரா தெரியாது. அவரது வியாபார உலகம் கால நேரமற்றது மட்டுமில்லை, சில இடங்களில் நேர்மையை மீறும் அடாவடித்தனமும் நிறைந்தது. அதற்குள் அவருடைய குடும்பத்தினர் ஒவருவருக்கும் அனுமதியில்லை. விலக்கியே வைத்திருந்தார். அவரது வியாபார விஷயங்கள் குறித்துப் பேசுவதற்கும், புதிய திட்டங்களைக் கொண்டு வருவதற்கும் அவர் நம்பிக்கையான நபர்களை நியமித்திருந்தார். அவர்களில் ஒருவர் கூட அவரது குடும்பத்தினர் யாரும் இடம் பெற்றதில்லை. அவரது வியாபாரத்தைப் போலவே அவரது குடும்பத்தையும் அவர்தான் நிர்மாணித்தார். அந்தக் கட்டுமானத்தை முதன்முதலில் ஸ்வர்ணா அசைத்துப் பார்த்தாள்.

ஸ்வர்ணா, மந்திரமூர்த்தியின் இரண்டாவது பெண் முதலில் பிறந்தவன் ஆதிகேசவன். ஸ்வர்ணாக்குக் கீழே ஒரு சகோதரி இரண்டு சகோதரர்கள் என தனது மக்கட் செல்வத்தையும் மந்திரமூர்த்தி அளவுக்கதிகமாகவே பெருக்கியிருந்தார். ஆதிகேசவன் சிவில் இஞ் சினியரிங் முடித்து விட்டுக் கொஞ்ச காலம் ஒரு பெரிய பில்டிங் காண்ட்ராக்டரிடம் தொழில் கற்றுக் கொண்டு இப்போது தனியாக ஒரு பேனரில் பொறுப்பாக வீடு கட்டித் தரும் தொழிலில் ஈடுபட்டு வருகிறான். தங்கை சுமதியும் அவள் வீட்டுக்காரரும் அப்பாவின்

இரண்டு பெட்ரோல்; பங்குகளைப் பார்த்துக் கொள்கிறார்கள். சுமதியின் வீட்டுக்காரர் தனஞ்சயனின் அயராத உழைப்பைக் குறிப்பிட்டே ஆக வேண்டும். தம்பிகள் இருவரில் ஒருவன் எனக்கும் இந்தக் குடும்பத்துக்கும் சம்பந்தம் இல்லை என்று மேல்நாட்டில் படிக்கப் போனவன் அங்கேயே வேலையையும் தேடிக்கொண்டு மூன்று வருடத்திற்கு ஒருமுறை வந்து போகிறான்.

சுகவனத்திடம் எதனைக் கண்டு அவள் மயங்கினாள் என்று ஆரம்பத்தில் அவளுக்குப் புரியவில்லை. இத்தனைக்கும் அவன் மந்திரமூர்த்தியின் கிரானைட்ஸ் நிறுவனத்தில் வெளிநாட்டு வியாபார விஷயங்களைக் கவனித்துக் கொள்ளும் பிரிவில் வேலை பார்த்து வந்தவன். வாரத்தில் நான்கைந்து முறையாவது சுகவனம் போல ஒரு தொழிலாளி கிடைப்பது அபூர்வம் என்று அப்பா வாய் ஓயாமல் கூறிக்கொண்டிருப்பார். ஆனால் எதற்காக அவள் மயங்கியிருக்கக்கூடும் என்பதை மந்திரமூர்த்தி மோப்பம் பிடித்துவிட்டு அவளுக்கு அவன் மீதிருந்த பிடிப்பை உறுதியாக எதிர்க்கப் போகவே அந்த எதிர்ப்பே அவளது பிடிப்பை மேலும் அதிகப்படுத்தியது.

சுகவனம் எல்லைகளற்றவன். சர்வ சுதந்திரம் படைத்தவன் என்பதோடு தனது நடவடிக்கை பிறரது செயல்பாட்டைத் தடுக்கும் என்றால் தனது செயல்களை மாற்றிக் கொள்ளத் தயங்காதவன். எனவே அவனிடம் வறட்டுப் பிடிவாதம் எதுவும் இல்லை. சதா சர்வ காலமும் அடுத்தவர்களை குறிப்பாகத் தனது அன்பிற்குப் பாத்திரமானவர்களை ஒரு கண்காணிப்பு காமிரா போல என்றுமே கட்டுக்குள் வைத்துக்கொள்ள எண்ணியதே இல்லை. மென்மையானவன். அதிர்ந்து பேசத் தெரியாதவன். அவனது செயல்களில் சற்று கூடுதலாகத் தெரிந்த நளினமே அவளுக்கு அவன்பால் ஈர்ப்பை ஏற்படுத்தியிருக்கும். அவன் அப்பாவின் நேர் எதிர் என்பதை பல வருடங்கள் சென்ற பின்னர்தான் அவள் கண்டுகொள்ள நேர்ந்தது. அந்த நேர் எதிர் தன்மையே அவளுக்கு அவன்மீது பிடிப்பையும் அவள் தந்தைக்கு அவன்மீது வெறுப்பையும் ஒருசேர நிகழ்த்தியது என்பதே அவளுக்கு ஆச்சரியமாக இருந்தது.

அப்பாவும் தனது நிலையிலிருந்து கீழிறங்கவில்லை. அவளும் இறங்க மறுத்தாள். அப்பாவுக்கு சமூக அந்தஸ்து, அவரது தொழில், சில தொண்டு நிறுவனங்களின் தலைமை பொறுப்பு, சில கோவில்களில் அறங்காவலர் பதவி என்று பல முட்டுக்கட்டைகள். அன்னத் தூவி பறக்க எளிதானதுதான். அதுவே அவருக்கு பாரமாகப் போகும்போது வண்டி பெருமூச்சு விடத்தானே செய்யும்? அப்பா விட்டது பெருமூச்சு இல்லை. ஜல்லிக்கட்டில் அவிழ்த்து விடப்பட்ட காலையின் ஆக்ரோஷ மூச்சு.

"முடிவா சொல்றேன். அவன் பேரு என்ன சுகவனமா? சுகவீனமா? அவனை நம்மோடு வந்து இருக்கச் சொல்லு. நம்ம லைனில் பழக்கி விடறேன். ரெண்டு வருஷம் தாக்குப் பிடிக்கிறானான்னு பார்ப்போம். அப்புறம் கல்யாணம் குறித்து முடிவெடுக்கலாம்" அது கோரிக்கையாக இல்லாமல் கட்டளையாக இருந்தது. கோரிக்கையாக இருந்தாலும் சுகவனம் அதனை ஏற்றுக்கொண்டிருக்கமாட்டான். மாமனார் காலின் கீழ் கையைக் கட்டிக்கொண்டு நிற்க எந்த தன்மானமுள்ள மாப்பிள்ளைக்குப் பிடிக்கும்?

"ஒரே பேச்சு, என் பிஸினஸ் என்னுடையது. மறைமுகமாகக் கூட உனது அப்பாவின் நிழல் அதில் படருவதை நான் விரும்பமாட்டேன். உனக்கு விருப்பம் இருந்தால் மட்டும் நீ என்னுடன் வா. உன்னைக் கட்டாயப்படுத்தவில்லை."

ஸ்வர்ணா அவனுடன்தான் நின்றாள்.

இன்னும் அவளுக்கு அந்த நாள் மறக்கவில்லை. மந்திரமூர்த்தி ஒவ்வொரு வருடமும் பொன்னேரியில் உள்ள தனது பண்ணை வீட்டில் மே மாதம் தனது மொத்த வருமான வரி கணக்குகளைத் தாக்கல் செய்துவிட்டு அக்கடா என்று ஓய்வெடுப்பது வழக்கம். சில நேரங்களில் மொத்த குடும்பத்தையும் அழைத்துக் கொண்டு செல்வார். பல சமயங்களில் தனியாகவே தங்குவது வழக்கம்.

பொன்னேரி வீடு அவளது சிறுவயது நினைவுகளை முழுவதுமாகக் கண் முன் கொண்டு நிறுத்தும் வீடு. மந்திரமூர்த்தி தான் ஆரம்பித்திருந்த பெட்ரோல் பங்க் பிஸினஸிலிருந்து தனது கவனத்தைத் திரைப்பட விநியோகத்தில் மாற்றியபோது வாங்கிய வீடு. மிகப்பெரிய நட்சத்திர அந்தஸ்துள்ள ஒரு குறிப்பிட்ட நடிகனின் திரைப்படங்கள் மூன்றின் சென்னை விநியோக உரிமையை எவரும் எண்ணிப் பார்க்காத விலையில் வாங்கி அவர் கொடுத்ததைவிட மும்மடங்காக இலாபம் பார்த்தபோது ஒரு தயாரிப்பாளர் இவர் மேல் ஏற்பட்ட பிரியத்தின் காரணமாக பொன்னேரியில் தனது பண்ணையை இவர் பெயருக்கு மாற்றிக் கொடுத்தார். அப்பாவுக்கு தான் உச்சத்தில் இருக்கும்போது செய்து வரும் பிஸினஸை அப்படியே மாற்றி வேறு ஒரு வியாபாரத்துக்கு மாற்றுவது ஒரு அலாதியான விருப்பம். அடுத்ததாக அவர் தொட்ட டைல்ஸ் பிஸினஸ் உச்சம் தொட்டது. அதுதான் அவருக்கு சென்னை நகரில் ஒரு தனி அடையாளத்தை அளித்தது. பொன்னேரி வீடு இது எல்லாவற்றிற்கும் சாட்சி.

எத்தனை நிகழ்வுகளோடு அந்தப் பொன்னேரி வீடு பின்னிக் கிடக்கிறது? ஸ்வர்ணாவும் அவளது தங்கை சுமதி இருவரும்

சடங்கானதும் அங்கே வைத்துதான் மஞ்சள் நீராட்டு நடத்தினார்கள். ஸ்வர்ணாவுக்கு கரு கரு என சௌரி வைத்துப் பின்னி ராக்கொடி, சந்திர பிரபை, சூரிய பிரபை வைத்துப் பின்னி குஞ்சலம் சுற்றி, தாழம்பூவால் அலங்காரம் பண்ணி சாமி அறைக்குப் பக்கத்தில் இருக்கும் அறையில் பெரிய நிலைக்கண்ணாடியின் முன்னர் அமர்த்தி யாரோ சினிமாக்கார காமெராமேன் எடுத்தப் புகைப்படங்கள் இன்னும் பழைய நிகழ்ச்சியைக் கூறிக்கொண்டிருக்கும். ஆதிகேசவனின் முதல் பிள்ளையின் காது குத்தல், அப்பத்தாவின் மரணம், ராகவன் மேல் படிப்பிற்கு வெளிநாடு போவதற்கு விருந்து என்று அந்த வீடு முழுவதும் நினைவுகளால் நிரம்பி வழிந்தது.

அப்பாவின் சம்பாத்தியம் அதிகமாக அதிகமாக கோயம்பத்தூர், மதுரை, திருச்சி இங்கெல்லாம் பெரிய அடுக்குமாடி வீடுகளை வாங்கிப் போட ஆரம்பித்தார். கோயம்பத்தூர் வீடு ஆதிக்கு, திருச்சி வீடு சுமதிக்கு, ஊட்டி வீடு ராகவனுக்கு என்று மந்திரமூர்த்தி வெளிப்படையாகவே பேசுவார். ஸ்வர்ணா பிறந்த பிறகுதான் அவரது வியாபாரம் பெருகியதும் அதன் அடையாளமாகவே பொன்னேரி வீடு கட்டப்பட்டது என்பதால் பொன்னேரி வீடு அவளுக்கு என்று சொல்லிக் கொண்டே இருப்பார்.

அப்பாவை இரண்டு கூராகப் பிரிக்க முடியும். அவரை சுகவனம் நுழைவற்கு முன்; சுகவனம் அவள் வாழ்வில் நுழைந்த பின். எந்தளவிற்கு ஸ்வர்ணா மீது அன்பையும் பாசத்தையும் பொழிந்தாரோ அந்தளவிற்கு வெறுப்பை உமிழத் தொடங்கினார். ஸ்வர்ணாவின் பிடிவாதம் கூடவே ஒருநாள் கூப்பிட்டு, “ஸ்வர்ணா நானும் எத்தனையோ முறையில் உனக்குப் புரிய வைக்கப் பார்த்தேன். கோபம், மிரட்டல், கெஞ்சல் எதற்கும் நீ உன்னை மாற்றிக் கொள்ளவில்லை. நான் வேணுமா அல்லது சுகவீனம் வேணுமா என்று நீதான் முடிவு செய்துகொள்ள வேண்டும்”. அவர் அப்படி கேட்ட போது கூட அப்பா அவனை சுகவீனம் என்றே குறிப்பிட்டது அவளது தன்மானத்தை உசுப்பிவிட்டது.

“இந்த வீடு இருக்கே இதோட மதிப்பு இன்னிக்கு தேதிக்கு பல இலட்சம் பெறும். நீ நான் சொல்லும் மாப்பிள்ளையைக் கட்டிகிட்டா உனக்கு நகை சீர் செனத்தியோட ஜாம் ஜாம்னு கல்யாணம் பண்ணி வெச்சு இந்த வீட்டையும் கல்யாணத்தன்னிக்கே உனக்கு சாசனம் பண்ணி வைக்கிறேன்.”

அப்பாவின் சொத்துக்கும் நகைக்கும் பணத்துக்கும் கோர்ட்டு கேஸ் என்று அலையும் பெண்களை அவள் அவர்கள் சொந்தத்திலேயே பார்த்திருக்கிறாள். ஸ்வர்ணாவின் மாமா பெண் ஒருத்தி ஊர்க்

கோடியில் உள்ள ஒரு துண்டு நிலத்திற்காக ஹியரிங் மேல் ஹியரிங் போனாலும் பரவாயில்லை என்று வாய்தா வரும்போதெல்லாம் அவர்கள் வீட்டில் தங்கி கோர்ட்டு படி ஏறி இறங்கி விட்டுச் செல்வாள்.

ஸ்வர்ணா உறுதியாக நிற்கவே முதலில் சுகவனத்தின் வேலை போனது. சுகவனம் தளர்ந்துவிடாமல் நண்பர்களுடன் கூட்டணி சேர்ந்து தனியாக தொழிலில் இறங்கினான். சாதாரண கன்சல்டன்சிதான். அவனுக்கிருந்த வெளிநாட்டு தொடர்புகள், அந்நியச் செலவாணியில் அவனுக்கிருந்த அறிவு எல்லாமாகச் சேர்ந்து அதே கிரானைட் தொழிலில் பெரிய அளவில் இல்லாமல் சிறிய அளவில் கன்சல்டன்சி மட்டும் ஆரம்பித்தான். அதன் பிறகுதான் மந்திரமூர்த்தியின் அதிகாரம், பணபலம், அரசியல் செல்வாக்கு எல்லாம் வெளியில் தெரிய ஆரம்பித்தது. இதற்குள் மூத்தவன் வினய் பிறந்துவிட்டான். சுகவனம் மொத்த குடும்பத்தையும் சென்னையிலிருந்து சேலத்திற்கு அழைத்துக்கொண்டு போனான்.

அன்றிலிருந்து அவர்கள் வாழ்க்கை போராட்டம் மிகுந்ததாகவே இருந்தது. சுகவனம் தனக்குத் தெரிந்த கிரானைட் அறிவின் காரணமாக ஒரு பெரிய கிரானைட் நிறுவனத்தில் வேலைக்குச் சேர்ந்தான். இரண்டு வருடங்கள் அங்கே தொழில் நுணுக்கங்களைக் கற்றுக்கொண்டு பிஸினஸில் இறங்கினான். ஒரு சமயம் ஏற்றமாக இருக்கும். பணத்தின் வீச்சும் முதல் போட நிதியும் இல்லாததால் சில நேரங்களில் தடுமாறுவான். ஆனால் ஸ்வர்ணாவை அவளுக்காக அவளது தந்தை வீட்டுக்கு மறந்தும்கூட தகவல் அனுப்ப சம்மதிக்கமாட்டான். கருங்கல்லில் நினைவுச் சின்னங்கள் தயாரித்து வெளிநாடுகளுக்கு ஏற்றுமதி செய்யும் வியாபாரம் தென்னிந்தியாவில் மட்டும் சிறப்புடன் செயல்பட்டு வந்ததால் மந்திரமூர்த்தியின் நிழல் சுகவனத்தை விடாமல் துரத்தியது.

ஒருமுறை பொறுக்காமல் சுகவனத்திடம் கூட சொல்லாமல் நேரே பொன்னேரி வீட்டிற்குச் சென்று அப்பாவின் முன் போய் நியாயம் கேட்டாள். “இப்போ கூட நேரம் கடந்துவிடவில்லை. ஸ்வர்ணா நீ அவனை அறுத்துக்கொண்டு வந்தால் இந்த வீட்டில் ஒரு ராணியின் வாழ்வை வாழலாம்” என்றார் அப்பா. அப்போது வினய்க்கு இரண்டு வயது. விஷாலுக்கு எட்டு மாதம்.

அன்று கிளம்பி வந்தவள்தான், அந்தக் குடும்பம் எப்படி இருக்கிறது என்ற விஷயங்களைக் கூடக் காதில் வாங்கிக் கொள்ளாமல் என்னவோ தானும் தனது சுகவனமும் சுயம்புவாக முளைத்தவர்களைப் போல ஆனார்கள். நல்லது கெட்டது

எதுவுமே காதில் விழாமல் பார்த்துக் கொண்டார்கள். ராகவன் அப்பாவின் அலுவலகத்தில் வேலை பார்ப்பவன் என்பதால் குவாரிகளுக்கு தர்மபுரி பக்கம் வரும்போது எப்போதாவது தகவல் சொல்லிவிட்டுப் போவான். அப்படி சொல்லித்தான் அப்பாவுக்கு பாரிசவாயு வந்து மோசமாகக் கிடக்கிறார் என்ற சேதி முதலில் வந்தது. வாழும் காலம் முழுவதும் ஒருவனை வாழ முடியாமல் செய்த ஒரு நபரை அவரது சாவும் தருவாயில் சென்று பார்ப்பதில் எவ்வித பயனும் இல்லை என்பதால் ஸ்வர்ணா அடியோடு போய்ப் பார்க்க மறுத்துவிட்டாள். தொலைபேசி அழைப்பு வரும்போது யாரிடமிருந்து அழைப்பு வருகிறது என்பதனை அறிந்து அதனையும் தடுக்கத் தொடங்கினாள். தகவல் சொல்ல வேண்டும் என்றால் கூடப் பிறந்தவர்களே ஐந்து பேர்கள் இருக்கும்போது எதற்கு தொலைபேசியில் சுய புராணம்?

ஆனால் அப்பா இறந்த சேதி ராகவன் மூலம் வந்ததும் எட்டாம் நாள் காரியத்துக்குப் பெண்கள் கையால் புட்டு சமைத்துப் போடும் சம்பிரதாயம் ஒன்று இருப்பது தெரிந்ததும் என்னவோ ஸ்வர்ணாவிற்கு நினைவுக்கு வரவே, "இது கடைசி முறை. ஒரு புல்ஸ்டாப்பா வச்சுக்குங்க. எட்டாம் நாள் காரியம் முடிஞ்சு உடனே வந்துடறேன்" என்று அனுமதி பெற்றாள்.

மந்திரமூர்த்தியும் பெரிய புள்ளி. சாவும் பெரிய சாவு. சாவைக்கூட தடபுடலாக ஸ்வர்ணா அங்குதான் பார்த்தாள். ஒப்பாரிக்குக்கூட நட்சத்திர அந்தஸ்த்துடன் கூடிய பாடகிகள் வந்து பிலாக்கணம் பாடினார்கள். பிரபல்யமான பரிசாரகர் சமையலுக்கு ஏற்பாடு செய்யப்பட்டிருந்தாலும் அம்மா பிடிவாதமாகப் புட்டை ஸ்வர்ணாவும் அவளது தங்கையும்தான் செய்ய வேண்டும் என்று கூறிவிட்டாள். இரண்டு நாட்களுக்குள் யார், யார் எப்படி, எப்படி மாறி இருக்கின்றனர் என்பதை ஸ்வர்ணா எளிதில் மோப்பம் பிடித்துவிட்டாள்.

"பொசுக்குன்னு மத்யானம் சாங்கியம் முடிஞ்ச கையோட கிளம்பி போயிராத. ராத்திரி வக்கீல் உயிலைப் படிக்க இருக்கிறார். அப்பா பிரத்தியேகமாக உயில் எழுதி வச்சுட்டு போயிருக்கிறார். என்னதான் உனக்கும் அவருக்கும் நடுவில் துரும்பு அசையலைன்னாலும் உனக்கு சொத்து எழுதி வைக்காம இருக்கமாட்டார். என்னன்னு தெரிஞ்சுகிட்டு போ" என்று அம்மா காதில் ஓதிவிட்டுப் போனாள்.

வேதியர் இருவர் வந்து சாங்கியங்களை முடித்ததும் பொன்னேரி வீட்டின் கூடத்தில் மொத்த குடும்பமும் கூடியிருந்தது. ஸ்வர்ணா இங்கு வந்து தங்கியிருந்த இரண்டு நாட்களிலும் ஏதோ அந்நிய மனுஷியைப் போலவே உணர்ந்தாள்.

உயிலின் பட்டியலும் பெரிது. சம்பந்தப்பட்டவர்களின் பட்டியலும் பெரியது. ஆதிகேசவனில் தொடங்கி சின்னவன் கணேசமூர்த்தி வரையில் எல்லோருடைய பெயர் அவரவர்களுக்குப் போய்ச்சேர வேண்டிய சொத்து அதன் விவரங்கள் போன்றவைத் துல்லியமாகக் கணக்கிடப்பட்டு உயிலில் எழுதப்பட்டிருந்தது. அதுவுமன்றி சில குறிப்பிட்ட தொழில்களைத் தனக்குப் பிறகு யார் முன்நின்று கவனித்துக் கொள்ள வேண்டும் என்பதற்கான குறிப்புகளும் அதில் அடங்கியிருந்தன. இருபது பக்கங்களுக்கு மேலாக ஒரு சிறுகதையின் அளவிற்கு இருந்த பட்டியலில் அப்பாவின் நம்பிக்கைக்கு உட்பட்ட ஒரு சில நண்பர்களின் பெயரும் அவர்களுக்குப் போய்ச் சேர வேண்டிய தொகையின் அளவும்கூட குறிப்பிடப்பட்டிருந்தது. உரிய முறையில் பதிவு செய்யப்பட்டிருந்த உயில் என்பதால் யாராலும் மறுப்பும் சொல்ல முடியவில்லை.

இறுதி பக்கத்திற்கு ஒரு பக்கத்திற்கு முன்பு வரையிலும் ஸ்வர்ணாவின் பெயரும் பொன்னேரி வீட்டைப் பற்றிய குறிப்பும் இல்லை. அப்பா என்றதும் அவள் மனதில் சிறுவயதில் அவருடன் கழித்த அத்தனை இனிய நினைவுகளும் மனதில் எழுந்தன. ஏதோ ஒரு நேரத்தில் அப்பாவின் நிலையில் இருந்து தான் யோசிக்க மறந்துவிட்டோமோ என்றுகூட ஒரு தாபம் எழுந்தது.

“பொன்னேரி குமரன் நகரில் நான்கு கிரவுண்டு நிலத்தில் நான்காயிரம் சதுர அடியில் கட்டப்பட்டுள்ள மாளிகையும் நிலமும் எனது மூத்த மகள் ஸ்வர்ணாவிற்கு மட்டும் போய்ச்சேர வேண்டிய‘ சொத்து என்பதை என் சுய நினைவோடு கூறிக்கொள்ளப் பிரியப்படுகிறேன்.” இது முக்கிய ஷரத்து. கூடவே சொத்தின் மதிப்பு, மனை எண் விவரங்கள் முதலியன இருந்தன.

“திருப்பிப் படிங்க வக்கீல் சார்” என்றாள் ஸ்வர்ணா. வக்கீல் படித்தார். ஸ்வர்ணா எழுந்து கொண்டாள்.

“நான் சேலத்துக்குக் கிளம்பறேன்” என்றாள் அம்மாவை பார்த்து.

“பதினாறாம் நாள் வரையில் சாங்கியம் இருக்கு” என்றான் ஆதிகேசவன்.

“அப்படி என்னடி தப்பா உயிலில் எழுதிட்டாரு உங்கப்பா? பொன்னேரி வீடு ஆரம்பத்திலிருந்து உனக்குன்னுதானே சொல்லிக்கிட்டு இருந்தாரு? அதைத்தானே உயிலிலும் குறிப்பிட்டு இருக்கார்? உன் பேரு முதலில் வரலைங்கற கோபமா? உனக்கிருக்கும் ஆதங்கமும் வருத்தமும் இன்னும் சொல்லப்போனா வீம்பும் ஆத்திரமும் அவருக்கும் இருக்கக்கூடாதா? அதான் உன்னை மறக்க முடியாம கடைசியில் சேர்த்துக்கிட்டாரே?” அம்மா சீறினாள்.

“எங்கே சேர்த்துக்கிட்டார்? நகை, பணம் எது பத்தியும் குறிப்பு இல்லை. பொன்னேரி வீடு குறித்து அவருக்கும் எனக்கு நடுவே ஓடிக்கிட்டிருந்த விஷயம் உங்களில் எத்தனை பேருக்குத் தெரியும்? அத்துவிட்டிரு உனக்கு இந்த வீடை எழுதித் தரேன்னு உன் காது படவே எத்தனை வாட்டி சொல்லியிருக்காரு? அதை எல்லாமானால் விடு. உயிலில் என் பெயர் கடைசியில் இருக்குது, முதலில் இருக்குது அது பிரச்சினை இல்லை. ஒவ்வொருத்தருக்கும் சொத்து பிரிச்சு இப்பதானே வக்கீல் படிச்சாரு. எப்படி இருந்துச்சு? முதலில் அவரது சொந்த பந்தங்களின் பெயர்கள் குறிப்பிடப்பட்டு அதற்குப் பின்னால் அவர்களுக்குப் போய்ச் சேர வேண்டிய சொத்து விவரம் இருந்துச்சு.

ஆனால் என்னுடைய பகுதி வர்றப்ப முதலில் பொன்னேரி சொத்தின் விசாரணை, அதன் பிறகு அது ஸ்வர்ணாவிற்குப் போய்ச் சேர வேண்டும் என்று குறிப்பு இருந்ததை நீங்க யாரும் கவனிக்கலையா? இல்லை இவ என்ன முடிவு எடுக்கறா அப்புறம் புறம்பேசுவோம்னு காத்திருந்தீங்களா? அது என்ன ஸ்வர்ணாவிற்கு மட்டும்? கணேசமூர்த்தியின் பையன் பெயரைக்கூட உயிலில் குறிப்பிட்ட அப்பா என் வீட்டுக்காரரர் பெயரை ஏன் குறிப்பிடாமல் போகணும்? அவரோட ஆவேசமும் சீற்றமும் இந்த ரெண்டு விஷயத்தில் அப்படியேதான் இருக்கு. அப்படிப்பட்ட சொத்து எனக்கு வேணாம்” என்ற ஸ்வர்ணாவை எல்லோரும் வியப்புடன் பார்த்தனர். தாய்க்கு தன் மகளுக்குச் சொத்துப் போய்ச் சேரவில்லையே என்ற வருத்தத்தைவிட தன்மானத்தில் தன் மகள் பெரிய சொத்துக்காரி என்ற பெருமிதம் முகத்தில் மின்னியது.

அண்ணன் ஆதிகேசவனும் மற்ற தம்பிமார்களும் ஆன மட்டும் கெஞ்சிப் பார்த்தனர். “ஒரே ஒரு கேள்வி கேட்கிறேன். பொன்னேரி பங்களாவை உங்களால் இறுதி வரையில் விற்கவோ விஸ்தரிக்காமல் இருக்க உங்களால் வைத்திருக்க முடியுமா?” என்று கேட்டாள்.

“எதுக்குக் கேக்கற?”

“எனக்கும் என் புருசனுக்கும் வயசும் போகலை, நம்பிக்கையும் போகலை. அப்பா இருந்த வரையில்தான் அவர் என் வீட்டுக்காரரர் பிஸினஸில் முட்டுக்கட்டை போட முடிஞ்சுது. இனி என் வீட்டுக்காரரர் முன்னுக்கு வருவதை யாராலும் தடுக்க முடியாது. நாங்களும் மேலே வந்து உங்க முன்னாடி நிப்போம்.

அன்னிக்கு இந்தப் பொன்னேரி வீட்டுக்கு என்ன மதிப்போ அந்த மதிப்பைக் கொடுத்து இந்த சொத்தை என் பேரில் இல்லை,

இல்லை என் புருஷன் சுகவனம் பேரில் கிரயம் பண்ணிப்பேன். அதுவரைக்கும்... உங்க பேரு, பணம், புகழ், அந்தஸ்து எதுவும் எனக்குத் தேவையில்லை. ஆளை விடுங்க சாமி” என்று கையெடுத்துக் கும்பிட்டு விட்டுத் திரும்பி நடந்தாள் அவள்.

மானம்

பூமி பாலகன்

மாலை வெயில்பட்டு அந்த ஆற்றின் தண்ணீர் பொன்னிறமாக மின்னிக்கொண்டிருந்தது. ஆற்றின் நடுவே இருந்த பாறைகளில் சிலர் துணி துவைத்துக்கொண்டிருந்தார்கள். சிலர் குளித்துக்கொண்டிருந்தார்கள். ஆற்றின் மறுகரையில் தெரிந்த மரங்கள் காடாகக் காட்சியளித்தன. இங்கிருந்து பார்க்கும்போது புளிய மரங்கள் குடை விரித்ததைப்போலத் தெரிந்தன பனைமரங்கள் அணிவகுத்து நின்றன.

பொன்னாத்தா குளித்துக்கொண்டிருந்தாள். மாலை நேரத்தில் காவிரி ஆற்றில் இளஞ்சூடாக ஓடும் நீரில் குளிப்பது தனிச் சுகம்தான். மாநிறத்தில் கட்டுமஸ்தான உடலோடு, ஆற்றிலே புடைவையை அலையவிட்டுக் குளிக்கும்போது அவளுக்கு அத்தனை கவலைகளும் மறந்துபோயின. 'காவிரித்தாய் எத்தனை உயிர்களை வாழ வைக்கிறாள் எனக்கு மட்டும் நல்ல வாழ்வு கொடுக்காமல் துன்பத்திலேயே சுழலும்படியாகச் செய்துவிட்டாளே' என்று மனம் வருந்தினாலும் தைரியத்தைக் கைவிடவில்லை. கணவன் இறந்து வருடம் ஒன்று ஓடிவிட்டது. எத்தனை நாளைக்குத்தான் பிறர் கையை எதிர்பார்ப்பது?

கணவன் பழநி உயிரோடிருந்தபோது கால்வயிற்றுக் கஞ்சி கிடைத்தாலும், மகிழ்ச்சியாக இருந்த நாள்களின் நினைவுகளே அவளை வாழவைத்தன. எந்தக் கூலி வேலை கிடைத்தாலும் பழநி போவான். வாழைத் தோப்பிற்குக் கிடங்கு வெட்டவும் கரும்புக் காட்டிற்குத் தண்ணி கட்டவும் கோரைக் காட்டிற்கு அறுப்பு அறுக்கவும் போவான். கூடவே இவளும் போவாள். ஞாயிற்றுக்கிழமை மட்டும் எங்கேயும் வேலைக்குப் போகமாட்டான். பொன்னாத்தாவுடன் சந்தோசமாக இருக்கவே விரும்புவான்.

மாலை நேரம் நெருங்க நெருங்க இருவருக்கும் கொண்டாட்டம்தான். இவனுக்குப் பிடித்த உணவைச் சமைப்பாள். ஆட்டுக்கறி எடுத்து வறுத்து வைத்து விடுவாள். குழம்பு தனியாக இருக்கவேண்டும். சூரியன் மறையும் நேரத்திலேயே ஆற்றங்கரைக்கு சென்று சாராயம்

குடித்து விட்டுப் பழநி எட்டு மணிக்குத்தான் வீட்டுக்கு வருவான். ஸ்பெசலாகக் காய்ச்சிய சாராயம் கிளாசுக்கு இரண்டு ரூபாய் அதிகம் கொடுத்து வாங்குவான். கூடவே மாரியை மட்டும் கூட்டிக்கொண்டு போவான். பொன்னாத்தா சில நாள் 'அண்னே இங்கேயே சாப்பிடு' என்று மாரிக்கும் சேர்ந்து சோறு போடுவாள். இல்லாத கலாட்டா எல்லாம் அன்றைக்கு இரவு பழநி செய்வான். வெளியே சொல்லக் கூச்சப்பட்டாலும் பொன்னாத்தாவுக்கு உள்ளூரச் சந்தோசம்தான்.

திருவிழாக் காலங்களில் பக்கத்து ஊரில் உள்ள தியேட்டரில் சினிமா பார்க்கச் சென்று வருவார்கள். அதன் விளைவுதான் குழந்தைகட்குச் சினிமா நட்சத்திரங்களின் பெயர்களை வைத்தான். நாம்தான் கஷ்டப்படுகிறோம் இந்தக் குழந்தைகளையாவது நன்றாக வளர்த்துப் படிக்கவைக்க வேண்டும் என விரும்பினான். அந்த ஆசையெல்லாம் நிறைவேறாமலேயே போய்ச் சேர்ந்து விட்டான். காய்ச்சல் என்று படுத்தவன்தான், பொன்னாத்தா மருந்துக்கும் ஊசிக்கும் செலவு செய்துப்பார்த்தாள். ஒரு வாரம்தான், இப்படி ஆகும் என யாரும் எதிர்பார்க்க வில்லை. ஆற்றின் கரையில் ஓரத்தில் உள்ள சுடுகாட்டில் புதைத்து ஒரு வருடம் ஆகிவிட்டது. பசியின் கொடுமை என்னவென்று குழந்தைகள் உணர ஆரம்பித்தார்கள். பள்ளிக் கூடத்திலேயே மதிய உணவு போடுகிறார்கள். சரத்தும் கமலும் அதை வாங்கிக்கொண்டு வீட்டுக்கு வருவார்கள். மற்றவர்களோடு கலந்து சாப்பிடுவார்கள். தான் ஒருத்தி மட்டும் வேலைக்குச் சென்று கிடைப்பதை வைத்துச் குடும்பம் நடத்துவது மிகச் சிரமம் என்பதை உணர்ந்தாள். மூன்று மாதமாக மாரி இவளை நச்சரித்துக்கொண்டேயிருந்தான். 'பொன்னாத்தா, நான் சொல்றேன் கேளு. வீணா ஏன் கஷ்டப்படறே. நல்ல வருமானம் கிடைக்கும். ஸ்டேசனுக்கு நான் பணம் கட்டிடறேன். நீ மட்டும் வித்துக்குடுத்துறு. நல்ல அருமையான சாராயமா பார்த்து நான் வாங்கிக்கொண்டு வர்றேன். ஒரு டியூப் விற்றால் ஒரு நாளைக்கு 150 ரூபாய் நிக்கும். யோசனை பண்ணாதே' என்று தினமும் சொல்லிக்கொண்டேயிருந்தான்.

எத்தனை நாளைக்கு ஓசி கேட்டுச் செலவு செய்யறது பக்கத்து வீட்டுக்காரங்களுக்குக் கொஞ்சம் கொஞ்சமாக வெறுப்பு வளரத் தொடங்கியது. இதுக்கு எல்லாம் ஒரு முடிவு கட்டியாகனும். பொன்னாத்தாளுக்கு வேறு வழி ஒன்றும் தோன்றவில்லை. சரி என்று ஒத்துக்கொண்டாள். மாரி நல்ல சரக்காகப் பார்த்து வாங்கி வந்து கொடுத்தான். ஒரு ஞாயிற்றுக்கிழமை பார்த்து மாசியப்பன் சாமிக்கு சூடம் பொருத்தி வைத்துக் கும்பிட்டுவிட்டு வியாபாரத்தை

ஆரம்பித்தார்கள். ‘மாசியப்பன் திட்டு’ விரைவில் பெயர் வாங்கத் தொடங்கியது. மாரி ஸ்டேசனுக்குச் சென்று மாமூல் கொடுத்துவிட்டு வந்து விடுவான்.

‘மாசியப்பன் திட்டு’ என்ற அந்த இடத்தில் மாசியப்பன் சாமி சிலை இருந்தது. சுற்றிலும் புங்க மரங்கள். மரங்கள் எல்லாம் சேர்ந்து சாமிக்குக் குடை பிடிப்பதைப் போன்று அமைந்திருந்தன. அடிக்கடி ஜனங்கள் வராத இடம். சாராயம் விற்பதற்கு ஏற்ற இடம். ஆரம்பத்திலே எப்படியோ மனசுக்குக் கஷ்டமாக இருந்தாலும் நாள் செல்லச் செல்லப் பணம் வரவர வியாபாரம் பிடித்துப்போயிற்று. மாரிக்கும் மனைவி மக்கள் இல்லை. வயது ஆகிவிட்டாலும் முடிந்த வரை இவளுக்கு உதவியாக இருந்தான். காலை நேரத்தில் எழுந்து வீட்டு வேலைகளை முடித்துவிட்டு சமையல் செய்து குழந்தைகளுக்குப் போட்டுவிட்டு மாசியப்பன் திட்டுக்கு வந்துவிடுவாள். அதற்குள் மாரி சரக்கு வாங்கிக்கொண்டு வந்து வைத்துவிடுவான். இரவு 7 அல்லது 8 வரை இருந்து விற்றுவிட்டுப் பொன்னாத்தா வந்துவிடுவாள். அதன் பின்பு மாரி சிறிது நேரம் இருந்து விற்றுவிட்டு வருவான். இது வழக்கமாக அமைந்துவிட்டது.

இரண்டு நாட்களாக மாரிக்கு நல்ல காய்ச்சல். எங்கும் வெளியே செல்லவில்லை. சரக்கு வாங்கும் இடத்தில் இருந்து ஆள் வந்து பார்த்து, அவர்களே கொண்டுவந்து கொடுத்து விட்டுப் போனார்கள். பொன்னாத்தா தானே சமாளித்தாள். இந்த மாதம் ஸ்டேசனுக்கு மாமூல் கொடுக்க இன்னும் போகவில்லை. நான்கு நாள்கள் ஆகிவிட்டன. ஐந்தாம் நாள் ஸ்டேசனிலிருந்து ஒரு போலீஸ்காரன் மப்டியில் வந்தான். மாசியப்பன் திட்டுக்குப் போனான். இவனைப் பார்த்ததும் பொன்னாத்தாவுக்கு எப்படியோ ஆகிவிட்டது.

‘பயப்படாதே, மாமூல் வரவில்லை. வந்துவிட்டேன். நீ வியாபாரத்தைக் கவனி’ என்று சொல்லிவிட்டு தூரத்திலே போய் நின்றுகொண்டான். ஒரு கிளாசில் ஊற்றிக்கொண்டு போய்க் கொடுத்தாள். அவன் வாங்கிக்கொண்டான். ஒரே மூச்சில் குடித்து விட்டுக் கிளாசைத் தந்தான். ‘இந்தாங்க மாமூலு’ என்று இவள் பணத்தைக் கொடுத்தாள். வாங்கிக் கொண்டு இவளைப் பார்த்து சிரித்த விதம் இவளுக்கு உடம்பெல்லாம் ஊர்வதுபோல் இருந்தது. அவன் போய் விட்டான்.

ஒருநாள் வந்தவன், பத்து நாட்களுக்கு ஒருமுறை வந்தான், பின்பு வாரம் ஒருமுறை வந்தான். மாரிக்கும் சங்கடமாக இருந்தது. வந்தவன் பேச்சு ஒரு மாதிரியாக இருக்க ஆரம்பித்தது. பொன்னாத்தாளுக்குக் கஷ்டமாக இருந்தது. இருப்பினும் சகித்துக் கொண்டாள். ‘இரண்டு குழந்தை பெற்றும் உனக்கு எப்படி தலைமுடி இவ்வளவு நீளம்

இருக்கிறது', 'கண்கள் எப்படி இவ்வளவு அழகா இருக்குது' என்றெல்லாம் பேச ஆரம்பித்தான். இவள் ஏதும் பேசவில்லை. லேசாகச் சிரித்தே மழுப்பினாள், 'ஐயா நேரமாச்சு, வீட்டுலே அம்மா தேடுவாங்க. போயிட்டு வாங்க' என்று அனுப்பிவைப்பாள். பொன்னாத்தாளுக்கு மனசுக்குள் பயம் தோன்றத் தொடங்கிவிட்டது. பணத்துக்காக தவறான வியாபாரத்தை ஆரம்பித்துவிட்டோம் என எண்ணினாள். மாசி, பங்குனி மாதங்களில் வியாபாரம் நன்றாக நடக்கும். அத்தோடு விட்டுவிடத் தீர்மானித்தாள். மாரியம்மன் திருவிழாவில் நல்ல வியாபாரம். மாரியைக் கூப்பிட்டு 'ஸ்டேசனுக்குப் போயி சொல்லிவிட்டு வந்துடு. இனிமேல் வியாபாரம் பண்ணல. இதோடு கணக்க முடிச்சிடு' என்று சொல்லி அனுப்பினாள். மாரியும் கணக்கை முடித்துவிட்டு வந்தான். பத்து நாள்களாக வயல் வேலைக்குச் சென்றாள். கஷ்டமாக இருந்தது. இருந்தாலும் பொறுத்துக்கொண்டாள். நிறையச் சம்பாதிக்க வாய்ப்பு இல்லை எனினும் சந்தோசமாக இருந்தது. நிம்மதியாகப் படுத்துத் தூங்கினாள்.

மதுரையில் விஷச்சாராயம் குடித்து நூற்றுக்கணக்கான ஆண்களும் சில பெண்களும் இறந்தார்கள். விஷயம் சட்டசபை வரை சென்று காரசாரமாக விவாதிக்கப்பட்டது. ஆளும் கட்சியினரே வியாபாரத்தில் உள்ளதாகக் குற்றம் சாட்டப்பட்டது. முதலமைச்சர் தீவிர நடவடிக்கை எடுக்க வேண்டியதாகிவிட்டது. எந்த ஊரில் சாராயம் விற்றாலும் அந்த எல்லைக்குச் சம்பந்தப்பட்ட இன்ஸ்பெக்டரும் போலீஸ்காரரும் பணிநீக்கம் செய்யப்பட்டார்கள். சாராயக் கேசுகள் அடிக்கடி வராத ஸ்டேசன்களுக்கு மெமோ கொடுத்தார்கள்.

ஒரு நாள் மாலை, திடீரென்று பொன்னாத்தா வீட்டு முன்பு போலீஸ் ஜீப் வந்து நின்றது. அந்தப் போலீஸ்காரன் வந்தான்.

'பொன்னாத்தா, சாராயம் எங்களுக்குத் தெரியாம விற்கிற' என்றான்.

'இல்லை' என மறுத்தாள்.

'பேசாம வண்டியில ஏறு, இல்லாட்டித் தரதரன்னு இழுத்துட்டுப் போவேன்' என்றான். மாரியைக் கழுத்தைப் பிடித்து ஜீப்புக்குள் தள்ளினார்கள். குழந்தைகளைப் பார்த்து அழுதாள். அவர்களுக்கு ஒன்றும் புரியவில்லை.

'சாப்டுட்டுத் தூங்குங்க. நான் வந்துடறன்' என்று ஜீப்பில் ஏறினாள். அவள் திரும்பி வந்தபோது இரவு பதினொரு மணி ஆகிவிட்டது. அவளால் நடக்க முடிய வில்லை. உடம்பெல்லாம் வலி. பூப்போன்ற உடலைப் பாவிகள் பிய்த்துக் கசக்கிவிட்டார்கள். 'மானம்தான் ஏழைகளுக்குச் சொத்து' என அடிக்கடி பழநி

சொல்வான். சொத்தே போய்விட்டது. குமுறினாள். அழுதாள். அவளுக்கு ஆறுதல் சொல்ல ஆளில்லை.

மூன்று நாள்கள் கழித்து மாரியைப் போலீஸ் ஜீப்பில் கோர்ட்டுக்குக் கொண்டு செல்லும்போது, அவன் கண்ணில் பட்ட செய்தித்தாளில் 'இரண்டு குழந்தைகளின் தாய் தீக்குளித்த மாண்டாள்' என்றிருந்தது.

தொடர்வினை

இரா.மோகன்குமார்

ஆத்தூரிலிருந்து கள்ளக்குறிச்சிக்கு செல்லும் வழியில் உள்ளது காட்டுக்கோட்டை கிராமம். அமைதியான ஊர் சுற்றியுள்ள கிராமங்கள் வறட்சியால் வாடுங்காலங்களிலும் பசுமையோடு காட்சியளிக்கும் நீர்வளம்பெற்றது. மக்கள் விவசாயத்தையே பெரிதும் நம்பியிருப்பவர்கள். கடின உழைப்பாளிகள். பொருளாதார ஏற்றத்தாழ்வுகள் பேரளவில் கூட இல்லாத நடுத்தர வர்க்கத்தைச் சேர்ந்தவர்களே அதிகமுள்ள ஊர்.

முத்து மணி ஒரு நடுத்தர விவசாயி. தோட்டமாக ஐந்து ஏக்கரும், மேட்டுக்காடாக மூன்று ஏக்கரும் கொண்டவர், கடின உழைப்பாளி, நேர்மையானவர்; அளவான குடும்பம் கொண்டவர். ஆனால், மாலை நேரம் வந்துவிட்டால் தன் நிலை மறப்பவர். ஒரு வெள்ளை உடையில் சிறு கரும் புள்ளியைப் போல.

அன்று செவ்வாய்க்கிழமை. ஊர்ச்சந்தைக் கூடும் நாள். அனைவரின் கையிலும் காசும் புரளும் நாள். கண்ணியம் சந்தி சிரிக்கும் நாள்!

மாலை மயங்கும் வேளை. கூலிப்பணம் வாங்கியவர்கள் வீட்டுச்செலவுக்கு, சந்தைச் செலவுக்குப் பணம் கொடுக்கிறார்களோ இல்லையோ, விவசாயிகள் தாங்கள் விற்ற விளைபொருளுக்கான தொகையைக் கொண்டு காட்டுக்கு உரம், மாட்டுக்குக் கொம்புக்கயிறும், தாம்புக்கயிறும் வாங்குகிறார்களோ இல்லையோ ஊர்க்கோடியில் இருக்கும் மதுக்கடைக்குச் சென்று வருவது சூரியன் கிழக்கே உதிப்பது போல் வாடிக்கையான ஒன்று.

சோசலிசம் பின்பற்றப்படுவதும், சாதிமத பேதமற்ற சூழ்நிலை நிலவுவதும், பங்காளி மாமனாவதும், சம்பந்திகள் உருவாவதும், கொலைத்திட்டங்கள் பிறப்பெடுப்பதும், கடன் என்ற சொல் நிலையாகப் புழங்குவதும், மானம் காற்றில் பறப்பதும் கோழைக்கும் வீரம் வருவதும், முதலாளி, தொழிலாளி பேதம் மறைவதும் சாராயக்கடையில்தானே.

சந்தை நாட்களில் வழக்கத்திற்கும் அதிகமான கூட்டம் வரும். கீற்றுக்கொட்டகைகள். முற்றத்தில் அமர்ந்து குடிப்போருக்குப் பலகைகள் அடிக்கப்பட்ட இருக்கை வசதிகள், தரையில் அமர்ந்து குடிப்போருக்குத் தோதாக மணல் பரப்பப்பட்ட பகுதி, ஓரத்தில் கயிற்றுக்கட்டில்கள், குடிப்போருக்குத் தொட்டுக் கொள்ளவும், கடித்துக் கொள்ளவும் விற்க உள்ளேயே சால்னா கடை.

அரசு அனுமதித்த சாராயத்தோடு, தங்கள் சொந்தத் தயாரிப்பையும் கலந்து விற்றுப் பணம் பார்ப்பதில் கைதேர்ந்த கடைக்காரர். கல்லாவில் அளந்து ஊற்றத் தனி ஆட்கள், விழுந்து கிடப்போரைத் தூக்கி வீச கடா மீசையுடன் ஆட்கள் எனத் தமிழ்த் திரைப்படத்திற்குக் காட்சியமைத்துக் கொடுக்கக் கரு வழங்கும் இடமாகக் காட்சியளிக்கும் நேரம்.

விளக்குகள் ஏற்றப்பட்டு, கண்ணாடி லோட்டாக்கள் ஒலியெழுப்பத் தொடங்கும் சமயம்.

கோழிகள் சிலவற்றையும், வாழை, வெண்டை எனத் தம் தோட்டத்து விளைபொருட்களையும் விற்றுக் கிடைத்த கணிசமான பணத்தோடு புறப்பட்ட முத்து மணி நேராக சாராயக்கடையில் தமது தானியங்கி வண்டியில் வந்து இறங்கியவர் வண்டியைக் கடையின் ஓரத்தில் சாயாதபடி நிறுத்திவிட்டுத் தலையிலிருந்த உருமாலையை எடுத்து முகத்தைத் துடைத்தவண்ணம் கடைக்குள் நுழைந்தார்.

கடன் சொல்லாதவர், குடித்துவிட்டு வம்புதும்புக்குப் போகாதவர், ஊர் நியாய சபையிலும் உறுப்பினர் என்பதால் கடைக்காரரும் குடித்துவிட்டுத் தங்கட்குக் கை நிறைய சன்மானம் வழங்கிச் செல்பவர் என்பதால் கடை ஊழியர்களும், அவர் மீது மிகவும் மதிப்பும் மரியாதையும் கொண்டிருந்தார்கள். கடையில் நுழைந்தவரை, "வாங்க, முத்து மணி. சந்தை நிலவரம் எப்படி? தக்காளி இந்த வாரம் கொஞ்சம் தூக்கலாமே. நம்ப தோட்டத்துல தக்காளி வச்சிருக்கீங்களா?" என்ற வினாவோடு வரவேற்றார். பங்காளி உறவு முறையும் கொண்ட உரிமையாளர்.

“வர்ரங்க. கந்துப்பையன். என்ன விலை கிடைக்குது போங்க. இந்த தக்காளி இந்திய அரசியல் மாதிரி. நெலையில்லாத போக்கு. மழையில்லாததாலே தேங்காயும் இல்லை. மாட்டுக்குத் தீனியும் இல்லை. மனுசங்க குடிக்கத் தண்ணியுமில்லே. ஏதோ, உங்க புண்ணியத்திலே இந்த தண்ணியாவது குறையில்லாம கிடைக்குது”.

கந்துப்பையன் பல்லிளித்தார்.

"டேய், அமாவாசை, பங்காளிக்கு அந்த நாற்காலியை எடுத்துப்போடு. இன்னிக்கு வந்த புதுச்சரக்க, தண்ணி கலக்காம ஊத்திக்கொடு" வியாபார நோக்கோடு கரிசனத்தைக் காட்ட, முத்து மணி சிரித்தபடி கடித்து கொள்ள தின்பண்டம் வாங்க சால்னாக் கடைப்பக்கம் நுழைந்தார் - கடையிலிருந்த செம்பருத்தி, "வாங்க சித்தப்பா, இந்த ஒரு பழக்கத்தை மட்டும் விட்டுட்டா இந்த பூலோகத்திலேயே உண்மையான இராமன் நீங்கதான். என்னவேணும் சொல்லுங்க" என்றாள் உண்மையான பாசத்துடன்.

செம்பருத்தி, முத்துமணியின் ஒன்றுவிட்ட அண்ணன் மகள். அவரும் இறந்துவிடவே தன் தாயாருடன் இந்த சாராயக்கடையை நம்பிப் பிழைப்பு நடத்த வேண்டிய நிலை. குடிகாரர்கள் மத்தியிலே மிகச் சிரமத்திற்கிடையே தன் கற்பைக் காப்பாற்றி வருபவள்.

"என்ன பண்றது கண்ணு? விளையாட்டா ஆரம்பிச்சது. இன்னிக்கு நா விட்டாலும் அது என்னை விடமாட்டேங்குது. உங்க சின்னாயளுந்தா தினமும் புத்தி சொல்றா. எங்க இந்த மண்டையிலே ஏறுது? சரி. நம்மால யாருக்கும் தொல்லையில்லாம இருந்தா சரி. சனங்க கையிலே காசில்லாத காலம் இது. உனக்கெப்படிப் பொழப்பு இருக்கு? உனக்கும் ஒரு தேவையப் பண்ணிட்டா உங்கம்மா கவலை தீரும்" அக்கறையுணர்வை வெளிப்படுத்தினார்.

"எனக்கு ஒரு தட்டம் குடல்கறி குடு. ஒரு பொட்டலம் வறுத்த கடலையும் குடு" என்று வாங்கிக் கொண்டவர் அளந்து ஊற்றுபவனிடம் வந்தார். அளவு பார்த்து ஊற்றியளித்த நாட்டுச் சரக்கை வாங்கிக் கொண்டு ஓரமாக சென்றமர்ந்தார். மற்றக் குடிமக்கள் அரைபோதை, கால்போதையில் அவருக்குரிய மரியாதையைக் கொடுத்தனர். மரியாதையை வாங்கிக் கொண்டே போய் அமர்ந்தவர், பசியின் காரணமாக ஒரே மொடக்கில் அனைத்தையும் குடித்து, தின்று தீர்த்துவிட்டு அடுத்த சுற்றுக்கு ஆயத்தமானார்.

வெளியே வெறும் திரவமாக அமைதியாகக் காட்சியளித்த வெள்ளை நிறப்பண்டம். உள்ளே போனதும் நெருப்பாய் எரிந்து உடலை முறுக்கியது.

எழுந்தவர் தடுமாற்றத்துடன் சால்னா கடைப்பக்கம் சென்று நின்றிருந்த செம்பருத்தியின் கையைப் பிடித்தார். குடிகாரர்களின் போக்கை நன்கறிந்திருந்த செம்பருத்தி, கையைக் கழற்றிவிடப் பார்த்தாள். அவரது பிடி இறுகியது.

"சித்தப்பா, நா உங்க மக. என்ன இப்படி?"

"அடி போடி, நீயும் பொம்பளதானே" என்று சொல்லிவிட்டு அவரே ஒரு வாழைப்பழத்தை எடுத்துத் தின்றுவிட்டு அடுத்த லோட்டாவை வாங்கிக் குடித்து விட்டு, நேராக செம்பருத்தியிருந்த இடத்திற்கு வந்தவர், அவள் எதிர்பாராத நிலையில் இடுப்பைக் கட்டிப்பிடித்தார்.

நிலைமையை உணர்ந்து ஓட எத்தனித்த அவளை, முத்து மணி துரத்த, அவரது நங்கையார், "முத்து மணி, என்ன இது விளையாட்டு, ஊடுபோய்ச் சேரு. உம்புள்ள கிட்டயா வெளையாடறது?" என்றார்.

"அல, போ நங்க. நீயும் பொம்பளை அவளும் பொம்பளை இதுல என்ன? இந்த நாள் வரை நிதானம் தவறாதவர், இன்று அழிக்க முடியாத கறையை ஏற்படுத்திக் கொண்டிருந்தார்.

அவரது பேச்சு குளற, கால்கள் பின்னவே, கந்துப்பையன் "டே, அர்த்தநாரி, அண்ணனை வண்டியேத்தி வூட்டுக்கு அனுப்பு" என ஆணையிட அமாவாசை மிகுந்த சிரமப்பட்டு அவரைக் கட்டிப்பிடித்து வண்டியில் ஏற்றி அனுப்பினான். வண்டியில் ஏறிய முத்து மணி, சிறிது தூரம் சமாளித்துப் பயணித்தவர், இயற்கை தொல்லை உணர்த்தவே வண்டியை ஓரமாக நிறுத்த முயன்றும் முடியாமல் அப்படியே சரியவிட்டு சாலையோரம் ஒதுங்கியவர் அப்படியே சாய்ந்துவிட்டார். அவர் சாய்ந்த இடம் சாலையில் செல்பவர்களின் கழிப்பிடம்.

"டேய், தங்கவேலு படம் ரொம்ப ஜோர் இல்லே. அந்த ஒரு நாட்டியத்துக்கே ஒரு கோடி கொடுக்கலாம்டா"

"ஆமாண்டா, கணேசா, படு ஜோர்" முதலாட்டம் திரைப்படம் பார்த்து விட்டு மிதிவண்டியில் ஊருக்குத் திரும்பும் நண்பர்கள், உரையாடியபடியே வந்தவர்கள் சாராயக்கடையருகே வந்ததும் மிதிவண்டியை நிறுத்திவிட்டு கணேசன் உள்ளே போக கால் வைக்க,

"டேய், கணேசா, வேண்டாண்டா, நா, வல்ல. நீ வேணாப்போ. சொன்னாக்கேளு. உங்க பாட்டி கோவிச்சுக்கும்" என்றான் தங்கவேல்.

"போடா பார்த்த திரைப்படத்திற்கு இதை ஒரு லோட்டா போட்டா இரவெல்லாம் ஒரே கனவுதா. உனக்கு வாழ்க்கையைச் சுவைக்கத் தெரியலடா. எங்க பாட்டிக்கு என்ன தெரியும்?" என்று பேசியபடியே உள்ளே போன வேகத்தில் ரெண்டு லோட்டா சாராயத்தை உள்ளே செலுத்திவிட்டு, காசைக் கொடுத்து விட்டு, மிதி வண்டியை எடுத்துக் கொண்டு புறப்பட்டார்கள். சிறிது தூரம் வந்தவுடன் "டேய், தங்கவேல் நில்றா. கொஞ்சம் ஒதுங்கிட்டு வர்றேன். சரக்கு உள்ளே போனதும் என்னென்னமோ பண்ணுது.

வண்டியை மிதிக்க முடியல” என்றவன் வேகமாக ஓடியபடி, சூழ்நிலையைப் பார்க்காமலே சிறுநீர் கழிக்க, கீழே கிடந்த முத்துமணி சிறுநீர் பட்டவுடன் நெளிய, எதையும் கவனிக்காத கணேசன், தங்கவேலு "புறப்படு, சீக்கிரம் வூடு போய் சேரலாம். சரக்கு ரொம்ப மோசம்டா, கண்ணெல்லாம் எரியுது. பார்க்கவே முடியல”வாய் குளறியது. "நா அப்பவே சொன்னேன்ல. கேட்டியா? செய்தித்தாள்ல படிக்கல. கண்ணுபோச்சு. உசிருபோச்சுன்னு, பட்டாதாண்டா அறிவு வரும். படுங்கடா”தங்கவேல் சபித்தான்.

எப்படியோ சமாளித்து ஆத்தூர் - சின்ன சேலம் சாலையில் இரண்டு கிலோ மீட்டர் வந்தபோது

‘‘அண்ணே, பார்த்து ஓட்டுங்க, வண்டி ஓட்றப்போ, ஊத்திக்காதிங்கன்னு சொன்னே, இராத்திரி பத்து மணிக்கே போட்டுக்கிட்டீங்க. வெடிய வெடிய ஓட்டணும், இப்பவே வண்டி கட்டுப்பாட்ல இல்லையே, " சுமைதாங்கி வண்டியின் உதவியாளர் இராமையா, ஓட்டுநர், தாண்டான்னைக் கடிந்தார்.

"சரிதாண்டா , மனசு சரியில்ல. பொறப்படறப்பவே என் பொண்டாட்டிக்கிட்டச் சண்டை. எப்படியோ ஈரோட்டிலிருந்து மனசைக் கட்டுப்படுத்தி வந்துட்டேன். ஆனால் சேலத்தில் கையேந்தி பவன்ல சாப்பிடறப்ப அந்த சுவைக்கு கொஞ்சம் போட்டா நல்லா இருக்கும்ன்னு போட்டேன். வழக்கமா ஒரு கால் அடிப்பேன். இன்னிக்கு மனசுக்கவலையோட புரோட்டா, கொத்துக்கறி சுவையும் சேர்த்து அரைபாட்டில் போனதே தெரியலே" தாண்டான் தன் செயலை நியாயப்படுத்தினார்.

“இல்லண்ணே, நம்ப தானியங்கி, சுமைதாங்கி வண்டி ஓட்டும் தொழிலுக்கு, வண்டிலே போறப்ப வர்றப்ப, இது ஆபத்தா முடியும்ன்னே " சிறுவயதாயினும் அனுபவ ரீதியான அறிவுரையைக் கூறினான்.

“சரி. வுடறா. சமாளிச்சுக்கலாம்” சொன்னாலும் கண்கள் செருக கைகளும் கால்களும் ஒருங்கிணைந்து செயலாற்ற மறுத்தன. எப்படியோ வண்டி ஆத்தூரைத் தாண்டி ஓடிக் கொண்டிருந்தது. எதிரே வரும் வண்டிகளுக்கு ஒதுக்கி ஓட்ட முடியாமல் வண்டியைக் கன்னாபின்னாவென்று நெளித்தார்.

“அண்ணே, பாத்துண்ணே. எனக்கு இன்னும் கல்யாணம் ஆகல. வூட்ல அம்மா, அக்கா ஒன்னு கல்யாணம் ஆகாம" அவன் மனம் பதறியது.

“பயப்படாதே, இப்ப பார். அந்த அந்தச் சிற்றுந்தை முந்திக் காட்டுறேன்” என்று சொல்லியவர் மிக வேகமாக வண்டியை விரட்ட, முன்னால் சென்ற வண்டியை முந்தும் நேரத்தில் எதிரே வண்டிகள் தொடர்ந்து வரவே, வேறு வழியில்லாமல் இடது பக்கம் திருப்ப, தடுமாறியபடி மிதிவண்டியைச் செலுத்திய கணேசனின் மீது மோதி சிதைத்துவிட்டு, சாலையோர மரத்தில் மோதிய வேகத்தில் வண்டியின் இடது பக்கக் கதவு திறக்க, உதவியாளர் இராமையா தூக்கி வீசப்பட்டார். ஓட்டுநர் தாண்டான் தன் வயிற்றுக்குள் செலுத்திய மதுவோடு, உடலில் ஓடிய ஒட்டுமொத்த குருதியையும் வாய்வழியே வெளியேற்றியபடி மனைவியின் சண்டையை நினைத்துக்கொண்டே உயிரை விட்டார்.

நிலைமையை உணர்ந்த தங்கவேல், பக்கத்திலிருந்த பொதுத் தொலைபேசி நிலையத்திறகுச் சென்று சாலையோரப் பாதுகாப்பு, காவல்நிலையத்திறகுத் தகவல் கொடுக்க, தொலைபேசி எண்களை அழுத்த, எதிர்முனையில்,

“யார்றா, இந்த ஜாமத்தில?”

“அய்யா, சின்னச்சேலம் ரோட்ல ஒரு விபத்து. சரக்கேற்றி வண்டியேறி என் நண்பனும், அந்த வண்டி ஓட்டுநரும் இறந்து கிடக்கிறாங்க. உடனே வாங்க”

“அடபோல்டா, மன்சன ஏன்டா உசிர வாங்குறீங்க எல்லாம் காத்தால பார்த்துக்கலாம்”

காவலரின் பதிலில் அயலநாட்டுச் சரக்கு சுதியேறியிருந்தது.

தொழில் தொடர்கிறது; வர்த்தகம் பெருகுகிறது; வயிறு எரிகிறது; குடும்பங்கள் சிதறுகின்றன.

ஒகஎ

மனித நீதி

பூங்குறுநல் அசோகன்

அசை போட்டபடியே வாலை அந்தப்புறமும் இந்தப் புறமுகமாக வீசி கொசுக்களை விரட்டிக்கொண்டிருந்தன எருதுகளிரண்டும்.

உடல் முழுவதும் போர்த்திருந்த வேஷ்டியை சுருட்டி கொட்டகையின் ஒரு மூலையில் சொருகிவிட்டு, எருதுகளை எழுப்பி கீழே கிடந்த வைக்கோலை தட்டி எடுத்து அப்புறப்படுத்தினான் சீரங்கன். சாணத்தை வாரி குப்பையில் கொட்டிவிட்டு எருதுகளை பிடித்து நீர் காட்டினான். கொஞ்சம் தவிடுப் பொட்டைப் போட்டு கலக்கிவிட்டான். அப்படியே உடல் முழுவதும் நீவி, கொசுக்கடியால் சிதறிக்கிடந்த இரத்தக்கறைகளை சுரண்டினான்.

வெளி வராண்டாவில் படுத்திருந்த பண்ணையார் கண் விழித்ததும், "டேய் சீரங்கா இன்னைக்கு மீதியிருக்கிற ஆறு வயலையும் உழுதுட்டு வேலையை முடிச்சுடுடா. வர்ற புதன் கிழமை விதைப்பை ஆரம்பிச்சுடலாம்" என்று அவனுக்கு அன்றைய வேலையை நிர்ணயித்தார்.

"சரிங்க சாமி" என்றிட்ட சீரங்கன் கலப்பையையும் நுகத்தடியையும் எடுத்து தோளில் வைத்துக் கொண்டு எருதுகளிரண்டையும் ஜோடியாக பாதையில் ஓட்டினான்.

தைப் பொங்கலில் பூசிய வர்ணம் கொம்பில் மின்னிட கொப்பிகளும், கழுத்துப்பட்டைச் சலங்கைகளும் எருதுகளின் நடைக்கேற்ப அசைந்து இசைத்தன் எதிரில் வந்த லாடக்காரனைப் பார்த்ததும்தான் சீரங்கனுக்கு உறைத்தது. எருதுகளுக்கு லாடம் கட்டியாக வேண்டுமென்று.

கலப்பையை இறக்கி ஒரு மரத்தில் சாய்த்து வைத்து விட்டு, எருதுகளுக்கு லாடம் பூட்ட, ஆயத்தப்படுத்தினான், சீரங்கன்.

ஒரு எருதின் முன்னங்காலை மடக்கிக்கட்டி கீழே தள்ளி, நான்கு கால்களையும் ஒன்றாக சேர்த்துக் கட்டினர். மூக்கணாங்கயிற்றையும்

கொம்பையும் சேர்த்து அழுத்திப் பிடித்து சீரங்கன் எருதை ஆசுவாசப் படுத்தினான்.

ஒருபக்க குளம்புகளை செதுக்கி லாடம் பதியும்படி சமப்படுத்திக் கொண்டான், லாடக்காரன் . பின்னர், லாடங்களைப் பொருத்தி ஆணிகளை அடித்து ஏற்றினான் ஊனில் தவறுதலாக ஏறிய ஆணி இரத்தத்தைப் பீறிடச் செய்தது. துடித்துப்போன சீரங்கன், "கொஞ்சம் பார்த்து ஊனில் படாம ஆணி அடியப்பா;" என்று அங்கலாய்த்தான்.

அந்தப் பக்க குளம்புகள் லாடம் ஏற்றப்பட்ட பின்னர், எருதை திருப்பிப் போட்டு மறுபக்க குளம்புகளிலும் லாடம் ஏற்றினர். 'தம்' பிடித்ததால் மூச்சு முட்டிய எருதின் வயிறு உப்பி நின்றது. கட்டை அவிழ்த்துவிட்டதும் 'தப்பித்தோம், பிழைத்தோம்' என்று எருது துள்ளி எழுந்தது. எருது நடக்கும் போது சிறு மாற்றம் - தன் கால்களில் 'புதுச் செருப்பு' என்ற உறுத்தல் நடை. இரண்டாவது எருதிற்கும் 'புதுச்செருப்பு' போடப் பட்டது.

காலில் முள் குத்தியவன் நடப்பதைப்போல ஆரம்பத்தில் நடந்த எருதுகள் சிறிதுநேரத்தில் பழக்கப்பட்டுவிட்டன. இப்பொழுதெல்லாம் வயலில் காலை எடுத்து வைக்கவே எருதுகளுக்குப் பிடிக்கவில்லை. தீயினுள் காலை வைப்பதைப் போல் வெறுத்தன. கடந்த ஒரு மாதமாகவே இதே உழவு வேலை. நிலத்தைப் பிளந்தபடி பத்து மணி நேரமாவது புழுதியில் நடப்பது தான் எவ்வளவு சிரமம்! அதுவும் அந்தப் பாழாப்போன கொழு சில சமயங்களில் பின்னங் காலைச் சரியாக பதம் பார்த்துவிடுமே என்ற பயம் வேறு. வயல் வெளிவந்ததும் கலப்பையை நுகத்தடியில் பூட்டி எருதுகளின் கழுத்தில் வைத்துக் கட்டினான். "ஹை" என்ற சப்தத்தில் அவைகளிரண்டும் எந்திரமாய் நடக்கத் தொடங்கின.

வெய்யில் சுரீரென்று காயத் தொடங்கிய போது சீரங்கன் சாப்பிட உட்கார்ந்தான். எங்கிருத்தோ வந்திட்ட பண்ணையார் ஏரைப் பிடித்துக்கொண்டார். இயல்பாக நடந்த எருதுகளின் மீது சாட்டையால் விளாசினார்.

மிரண்டு போன எருதுகளிரண்டும் சற்று வேகமாக நடக்க உழவு கோணலாகப் போனது. எரிச்சலுற்ற பண்ணையார், எருதப் பழக்கியிருக்கான் பாரு... ஏர்ரப்புடுச்சா அப்படியே கம்பி மாதிரி உழவு வர வேண்டாம்...?' என்ற படியே கலப்பையை திருப்பித் திருப்பி மேலும் உழவைக் கெடுத்தார். கழுத்திலிருந்த நுகத்தடி கலப்பையின் அசைவிற்கேற்ப அசைய எருதுகளின் கழுத்துத் தோல் உரியத்தொடங்கியது. அதன் வலியைப் பொறுக்க முடியாமல்

அவைகள் நெளிய , மேலும் சாட்டையால் இழுத்தார் பண்ணையார். சாட்டையின் நுனி பட்ட இடமெல்லாம் பட்டை பட்டையாய் இரத்தம் வழிய ஆரம்பித்தது.

பண்ணையாருக்கு வீட்டில் ஏதோ பிரச்சனை போலிருக்கிறது. அதனால்தான் வாயில்லா ஜீவன்கள் மீது தன் ஆத்திரத்தைத் தீர்த்துக் கொண்டிருக்கிறார் என்பதை சீரங்கன் புரிந்து கொண்டான். அவசர அவசரமாக நீராகாரத்தைக் குடித்துவிட்டு ஓடிவந்தான் அவரை விடுவிக்க. “இப்ப பார், கொஞ்ச நேரத்திலே எத்தனை சால் ஓட்டி இருக்கேன்... நீயும் உன் நடையும்....... சுறுசுறுப்பா ஓட்டத் தெரிய வேண்டாம்..?” என்றொரு அறிவுரையை உதிர்த்துவிட்டு திரும்பி விட்டார் பண்ணையார்.

அவருக்காக கொஞ்ச நோம் வேகமாக ஓட்டி விட்டு அவர் கண்ணிலிருந்து மறைந்ததும் ஏரை நிறுத்தி அவர் விட்டுச்சென்ற தண்டனைத் தழும்புகளைப் பார்த்தான். சீரங்கன் மனம் பதறியது. பக்கத்திலிருந்த குட்டையிலிருந்து நீரை அள்ளி கழுத்துப்புண் பகுதியில் தெளித்து தட்டிவிட்டான். எருதுகளுக்கு எரிச்சல் குறைந்து சற்று குளிர்ச்சியாக இருந்தது.

மேற்கு மலைமுகட்டில் சூரியன் தலைசாய்க்கவும், உழவு வேலை முடியவும் சரியாக இருந்தது. அவைகளை அவிழ்த்துவிட்டு குட்டைப்பகுதிக்கு இட்டுச் சென்றான். அன்பான குளியல் குழந்தைகளை குளிப்பாட்டுவதைப் போல எருதின் ஒவ்வொரு பகுதியையும் வைக்கோல் சுருணையால் தேய்த்து புழுதியைக் கழுவினான். பின், கட்டாந்தரையில் கட்டி, கடலைக் கொடிகளை அள்ளி வந்து போட்டான். உழைப்புக் களைப்பில் அத் தனையையும் எடுத்து சுழற்றிச் சாப்பிட்டன எருதுகள். பக்கத்தில் கட்டப்பட்டிருந்த பசுமாடு தொடர்ந்து, "ம்மா..ம்மா’ என கத்திக் கொண்டே வாலைத் தூக்கி வைத்துக்கொண்டு கட்டாந்தரையை சுற்றிச் சுற்றி வந்தது. எந்தத் தீனியையும் தீண்டவில்லை. காலை நிலத்தில் அழுத்தி அழுத்தி தேய்த்தது. அதன் கத்தலிலும் உடல் சிலிர்ப்பிலும் தேவையைப் புரிந்து கொண்ட பண்ணையக்காரம்மா, ’டேய் சீரங்கா, இத காளைக்கு புடுச்சிக்கிட்டு போய் வாடா. இந்தா அஞ்சு ரூபா.’ என்றார்.

எருதுகளுக்குப் பொறாமையாக இருந்தது. இந்தப் பசுவுக்கு காதல் பருவம் - காதலனைக் கேட்குது. உடனே ஏற்பாடு நடக்கிறது. ஆனால் எருதுகளுக்கு அந்த காதல் அரும்பிய போதே காலைக்கட்டி, உடல் துடி துடிக்க ’கு.க ஆபரேஷன்’ நடந்திட்டது. அவைகள் துள்ளிய துள்ளலும், மின்னிய மிடுக்கும் அன்றோடு

அழிந்தது. சுருங்கிய விதைப்பைகளோடு இளமையும் மறைந்தது.

அன்றைய தினத்திலிருந்தே எருதுகளின் வாழ்வே உழைப்பு, உழைப்புதான். அதற்காக ஏதோ தீனி. நவதானியக் கலவை, பருத்திக்கொட்டைப்பால், புண்ணாக்கு இவைகளெல்லாம் எருதுகளின் முன்னால் பசுமாடு ஏளனமாக சப்பிச் சாப்பிடும் சுவையான தீனிகள்.

வெள்ளிக்கிழமையானால் பசு மாட்டிற்கு லக்ஷ்மி பூஜை, அதனுடைய சிறு நீரைக் காத்திருந்து பிடித்து தலையில் தெளித்துக் கொள்ளும் கௌரவம், அதன் முகத்தில் காலையில் விழிக்க வீட்டிற்கு நேர் எதிரே முன்னிடம். மினுக்கானவர்களுக்கு கிடைக்கும் அத்தனை மதிப்பும் பாதுகாப்பும், பராமரிப்பும் அதற்குண்டு. உழைப்பு வர்க்கத்தைச் சுரண்டி வாழும் எஜமானர்களிடம் அகப்பட்டுக் கொண்டது தங்கள் தலைவிதியே என்று நொந்து கொண்டு எருதுகள் திரும்பிப் படுத்துக் கொண்டன.

மறுநாள் விதைப்பு வேலைக்கான உரமூட்டைகளை ஏற்றி வண்டி புறப்பட்டது. எருதுகளின் பலத்திற்கேற்ப மூட்டைகளை ஏற்றி இருக்கலாம். எல்லாம் ஒரே நடையில் போய்ச் சேர வேண்டுமாம்; பண்ணையாரே வண்டியை ஓட்டினார். சீரங்கன் எங்கோ போயிருந்தான்.

போகின்ற வழியில் ஏகப்பட்ட பள்ளங்கள்; எலும்பை ஓடிக்கும் மேடுகள். அந்த இட்டேரி மேட்டைக் தாண்டிவிட்டால் தப்பித்தன எருதுகள். இதோ வந்து விட்டது. ஐயையோ! எருதுகளின் கால்கள் ஏன் வலு ஏறாமல் நிற்கின்றன... எப்படித்தான்... ஆ... ஏதோ மயக்கம் போல......

'டேய் எல்லாரும் ஓடியாங்கடா. இந்தக் கிழடுங்க படுத்துடுச்சுடுங்க." என்று அபயக் குரல் கொடுத்தார் பண்ணையார். வயல் வெளிகளில் வேலை செய்து கொண்டிருந்தவர்களெல்லாம் ஓடிவந்தனர். அடிகள் பலத்தன. பொறுக்க முடியவில்லை. ஆனாலும் அவைகளால் எழுந்திருக்க முடியவில்லை . விழிகள் பயத்தாலும் வேதனையாலும் மிரண்டு உருண்டன. பெட்ரோலில்லாத ஸ்கூட்டரை உதைப்பதைப் போல வலுவில்லாத எருதுகளைத் துன்பப்படுத்தினர்.

“டேய் ரங்கண்ணா, போய் அவங்க வீட்லே கொஞ்சம் மிளகாப் பொடி வாங்கி வாடா. இப்படியே வுட்டுட்டா சரிபட்டு வராது.”

மிளகாய்ப்பொடி வந்தது. எருதுகளின் கண்களில் நிரப்பினர். இருப்பினும் அசைவில்லை. கண்ணில் நீர் தான் தாரை தாரையாக வழிந்தது.

"மூச்சுப் புடுச்சா துள்ளி எழுந்துடுங்க" ஒருவனின் ஆலோசனை இது.

"புடிங்கடா பார்ப்போம்" பண்ணையார் அங்கீகரித்தார். மூக்கின் துவாரங்களை ஒருவன் அழுத்திப் பிடித்துக்கொள்ள, மற்றொருவன் வாலை மடித்து கடிக்கத் தொடங்கினான். எதற்குமே உணர்ச்சியற்றதைப் போலிருந்த எருதுகள் மூச்சை அடக்கமுடியாமல் திணறி எழுந்தன.

அன்று மாலையே...எருதுகளிரண்டும் சீரங்கனிடம் வந்து சேர்ந்தன. அவனுக்கொரு நாள் லீவும் கொடுக்கப்பட்டது.

எருதுகளுக்கு மகிழ்ச்சியாக இருந்தது. உழைப்பின் மீதே கண்ணாய் இருந்த பண்ணையாரிடமிருந்து விடுதலை பெற்றதில் பூரிப்படைந்தன. தங்கள் சுகதுக்கங்களை புரிந்து கருணை காட்டிய சீரங்கனின் உரிமையில் இருக்கிறோம் என்ற நினைப்பே நிம்மதி அளித்தது. அவைகளின் இன்பக்கனவுகள் பின்னோக்கி விரிந்தன.

ஒரு முறை பட்டணத்துத் தேர் திருவிழாவிற்கு பண்ணையார் குடும்பத்தை வில் வண்டியில் ஏற்றிச் சென்றபோதுதான் முதன்முறையாக அழகழகான வீதிகளையும், உயரமான கட்டிடங்களையும் பார்த்தன எருதுகள். மற்றவர்களெல்லாம் தேர் பார்க்க போய்விட்ட பின்னரும் சீரங்கன் மட்டும் எருதுகளுடனேயே இருந்தான்.

பின் நிலா வெளிச்சத்தில் ஊர் திரும்பிய போது. ஆஹா! அந்தக் குளிர்ச்சியான நிலவொளியில் ரெண்டு பக்கத்து மர நிழலில் ஓடி வர எவ்வளவு குஷியாக இருந்தது: கழுத்துச் சலங்கையும், கொப்பிகளும் 'சலக் சலக் என ஓசையிட சீரங்கன் ஹை!, ஹை' என செல்லமாகக் குஞ்சம் வைத்த சாட்டையால் தட்டி விட எவ்வளவு ஆனந்தமாக இருந்தது! வண்டியில் அவர்களுடைய திருவிழா விளக்கப் பேச்சும், பாட்டும் விடுகதைகளும், பாட்டியுடைய ராணிக் கதைகளும் மாமன் மச்சான் கேலிப் பேச்சுகளும் எருதுகளுக்கு எவ்வளவு மகிழ்ச்சியாக இருந்தது!

அப்புறம், மற்றொரு முறை ஏதோ தேவர் படமாம். அதில் இந்த எருதுகளை மாதிரியே ஒரு காளை கூட நடிக்குதாம். அந்தப் படத்துக்கு சென்றனர். பட்டணம் பூரா சுவருக்கு சுவர் அந்தக் காளையுடைய போட்டோ தான். எருதுகள் சின்னவயசுலே இருந்ததைப் போலவே திமுலு பெருசா கொஞ்சம் சாஞ்சு ஒய்யாரமாக இருந்தது. அதைப்போல நாமும் நடிச்சாலென்ன என்றொரு ஆசைகூட எருதுகளுக்கு வந்தது. அன்னைக்கு சீரங்கனும் சினிமாத் தியேட்டருக்குள்ளே போய்விட்டான். திரும்பி

வரும்போது வழியெல்லாம் அந்தக் காளையுடைய புராணம்தான்.'

இப்போது சீரங்கனின் கையில் வந்தாயிற்று. மீண்டும் அந்தக் காலம் வந்திடும் என்று நம்பி அவன் பின்னால் நடந்தன எருதுகள்.

சீரங்கன் சந்தைக்குள் புகுந்து கொஞ்ச தூரம் சென்ற பின் ஊருக்கு ஒதுக்குப்புறமான ஒரு பொட்டல் பகுதி வந்தது. அங்கே கிழட்டு வர்க்கங்கள் கூட்டமாக நின்றிருந்தன. அவற்றில் ஒன்றை ஒரு முரடன் இழுத்து வந்து ஒரு பெரிய தடியால் பொறியில் ஓங்கி ஓங்கி அறைந்தான். நாலைந்து உதறலில் அதன் உயிர் நீங்கியது. அவன் சீரங்கனை நெருங்கினான். எருதுகளை நோட்டம் விட்டான். பேரம் முடிந்தது. தலைக்கயிறும் மூன்று கிலோ கறியும் எடுத்து வெச்சிருய்யா, பண்ணையாருகிட்ட பணத்த கொடுத்திட்டு வீட்டுக்குப் போகும் போது வாங்கிக்கறேன்" என்று சொல்லிய சீரங்கனின் வாயெல்லாம் பல்லாகப் பரிணமித்தது.

❀

வீரம் என்பது

இலா.வின்செண்ட்

தம்மம்பட்டி நடுவீதியில் இருபக்கங்களிலும் சர்க்கஸ் கூடாரம் போல் புளியமரங்கள் கிளை விரித்திருந்தன. கடைகளிலும் வீடுகளிலும் வாழை மரங்கள், தோரணங்கள், ஜன்டாக்கள், கொடிகள் கட்டியிருந்தார்கள். கொல்லிமலைக் காற்றில் அவை அசைந்தாடி மகிழ்ந்தன. மூங்கில் குச்சிகளாலும் சவுக்குக்கட்டைகளாலும் தடுப்புச்சுவர் கட்டியிருந்தார்கள்.

துறையூர், ஆத்தூர், நாமக்கல், தலைவாசல் போன்ற ஊர்களிலிருந்து வந்த சிறப்புப்பேருந்துகள் மக்களை இறக்கிக் கொண்டிருந்தன. மாட்டு வண்டி, சைக்கிள், பைக்குகள் போன்றவற்றை வயல்காட்டில் நிறுத்தியவர்கள் நடுவீதிக்கு வந்துகொண்டிருந்தார்கள். மெத்தைவீடுகளிலும் மொட்டைமாடிகளிலும் கும்பல் கும்பலாய் ஆண்களும் பெண்களும் வீதியிலோ பேண்ட் சர்ட், டவுசர் பனியன் போட்டும் வேட்டி அல்லது லுங்கியை சட்டைக்கு மேல் இறுக்கிக் கட்டியுமாய் இளைஞர்கள். சிலர் கைகளில் கயிறு; சிலர் கைகளில் துண்டு.

நடுவீதியில் அமைந்திருந்த பட்டியில் இருநூறுக்கும் மேற்பட்ட காளைகள் கட்டப்பட்டிருந்தன. வாலிபர்களை சம்ஹாரம் செய்ய அவதாரம் எடுத்திருப்பவைபோல் அவற்றின் சீற்றம். சீவி மஞ்சள், பச்சை, சிவப்பு என சாயம் பூசிய கொம்புகள். சிரைக்கப்பட்ட வால்கள். அவற்றின் கொம்புக்கட்டிகளில் தங்கச்செயின், வெள்ளி அருணாக்கொடி, கடிகாரம், மோதிரம் போன்ற பரிசுப்பொருட்கள். இவை தவிர கலர் டி.வி, கட்டில், பீரோ, கேமரா, சைக்கிள் போன்ற பலவகைப்பரிசுகள் அடுக்கி வைக்கப்பட்டிருந்தன.

பதினொரு மணியிருக்கும். 'இன்னும் ஒரு சில நிமிடங்களில் ஜல்லிக்கட்டு ஆரம்பமாகப் போகிறது. வீரர்கள் தயாராக இருக்குமாறு கேட்டுக்கொள்ளப்படுகிறார்கள்' என ஒலிப்பெருக்கி அறிவித்தது..

தடுப்புச்சுவரில் நுழைந்து பாவாயி அம்மாள் மாடு பிடிப்பவர் நடுவே எதையோ தேடிக்கொண்டு நடந்தார். அதைக் கவனித்த காவலர் ஒருவர் அவர் அருகே வேகமாக வந்தார்.

"யம்மா... என்னம்மா தேட்ற?' '

'என் மவனெத் தேட்றேன்'

'இத்தாச்சோடு கூட்டத்தில் எங்க போயி தேடுவெ... ஓரமாப்போய் நில்லும்மா'. பாவாயி அம்மாள் அதைக் காதில் வாங்கிக்கொள்ளவில்லை. சுய உணர்வு இல்லாதவர்போல் 'சக்திவேலூ... சக்திவேலூ... உ' என அழைத்துக்கொண்டே மீண்டும் வீதிக்குள் நுழைந்தார். நாலைந்து காவலர்கள் ஓடி வந்துவிட்டார்கள். அவரைப் பிடித்து வெளியே இழுத்து வந்து ஒரு மளிகைக்கடை முன் நிறுத்தினார்கள். ஒரு காவலர் கண்டிப்போடு சொன்னார்.

'இந்த எடத்தவுட்டு நவுரக்கூடாது. ஆமா'

'பயமாருக்குய்யா... என் மவன் மாடுபிடிக்க வந்திருக்கான். பயமாருக்குய்யா'

'பயப்படாத போனவாட்டி மாடுங்களுக்குக் கஞ்சா, சாராயம், ஊமத்தங்காயிங்கன்னு குடுத்து போதெ ஏத்தி வுட்டாங்க... புடிக்கிறவனுங்களும் தண்ணியடிச்சிருந்தானுவ.... இந்தவாட்டி எல்லாத்தெயும் செக் பண்ணிக்கிட்டு தான் வுட்டுருக்காங்க... அதுக்கும் மேலயும் ஏதாச்சம் நடந்துச்சின்னா காப்பாத்த டாக்டருங்க ரெடியாருக்காங்க. ஒன் மவனுக்கு ஒன்னும் ஆவாது பயப்படாதெ'. அது ஒரு சிறு ஆறுதலைத் தந்திருந்தாலும் பாவாயி அம்மாள் ஒரு மந்திரத்தைப் போல் 'சக்திவேலு... சக்திவேலு' என உச்சரித்துக்கொண்டே நின்றார்.

'இதோ ஜல்லிக்கட்டு ஆரம்பமாகிறது' என்ற சத்தத்தோடு தாரை தப்பட்டைகளின் முழக்கம். கூடவே ஹேய்.... ஹேய் என்று நூற்றுக்கணக்கான பேர்கள் ஒரே நேரத்தில் எழுப்பிய உற்சாக ஒலி... பல வித ராகங்களில் தெறித்த விசில் சத்தங்கள்.

முதலில் எட்டடியான் சாமிக்காளை வந்தது. யாரும் பிடிக்கவில்லை. அது எல்லைக்கோட்டைத் தாண்டி ஓடியது. தொடர்ந்து காளைகள் 'திமுதிமு' வெனக் குதித்தன. புழுதி கிளம்பியது. மேகங்கள் மலையுச்சியை மறைப்பதுபோல் செம்மண் தூசுகள் கிளம்பிக் கிளம்பி மனிதக்கூட்டத்தை அடையாளம் தெரியாமல் ஆக்கியிருந்தது. உச்சி வெயில் சுள்ளென்று அடித்தது. அவற்றைப் பற்றிக் கவலைப்படாது வீரர்கள் காளைகளின் திமிலைப் பிடித்துத் தொங்கினார்கள்.

தொடர்ந்து வந்தவற்றுள் ஒரு காளையின் மீது கயிற்றை வீசினார் ஒருவர். அதே கயிற்றில் அவரே சிக்கிக்கொண்டார். காளை தரதரவென இழுத்துச் சென்றது. பாதியில் தப்பித்த அவர் உடலெங்கும் சிராய்ப்பு... இரத்தக்கசிவு. 'அது சக்திவேலா இருக்குமா' நெஞ்சு படபடக்க எட்டிப்பார்த்தார் பாவாயி அம்மாள். நல்லவேளை அது அவன் இல்லை.

'இதோ வருகிறது செந்தாரப்பட்டி மாரிமுத்துக்கவுண்டர் காளை' என ஒலிப்பெருக்கி அறிவித்தது. கவுண்டர் ஒரு உயரமான மேடையில் கையாட்களுடன் அமர்ந்திருந்தார். போதையேத்தாமல் கூட அது ஜெயித்துவிடும் என்ற நம்பிக்கை அவருக்கு. அந்த வீராப்பில்தான் எழுந்து நின்று 'எட்டுப்பட்டியிலும் என் மாட்டெத் தொட எந்தப் பயலுக்குடா தெகிரியமிருக்கு' என மீசையை முறுக்கினார்.

கவுண்டர் பண்ணையில் காளைமாடுகள், கறவை மாடுகள் என முப்பதுக்கும் மேல். அவற்றுள் ஒன்றைத் தேர்ந்தெடுத்து வருசந்தோறும் ஜல்லிக்கட்டுக்கு விடுவார். அவர் காளையை இதுவரை யாரும் பிடித்ததில்லை.

முந்தைய ஒரு ஜல்லிக்கட்டில் அவர் காளை பட்டியிலிருந்து சிலுப்பிக்கொண்டு கிளம்பியது. கண்களை உருட்டி, வாயைப் பிளந்து, தலையை அங்குமிங்கும் வெட்டி வெட்டி வந்தது. அதன் இரகசியம் தெரிந்த வீரர்கள் ஒதுங்கிக்கொண்டார்கள். சக்திவேலின் அண்ணன் முருகவேல் அதைப் பிடிக்க நெருங்கினான். கொஞ்ச நேர போராட்டத்துக்குப் பின் காளையின் திமிலைப் பிடித்தான். சாராய நெடி வீசியது. காளைக்குப் போதைப்பொருள் கொடுத்திருப்பது தெரிந்தது. ஆயினும், அவன் அஞ்சாது தன் வலது கைக்குள் அதன் கழுத்தை அடக்கி நெரித்தான். காளைக்கு மூச்சுத் திணறியது. அந்த ஆவேசத்தில் திமிறிக் கொண்டு தலையை மேலே தூக்கியது. அவ்வளவுதான், அதன் கூரான கொம்பு முருகவேலின் விலாப்பகுதியைக் குத்திப் பிளந்தது. குடல் அறுபட்டு வெளியே சரிந்தது. இரத்தம்; பூமியின் கர்ப்பம் கலைந்தது போல் இரத்தம் மண்ணில் கலந்தது.

'அய்யோ அய்யோ' வலி தாங்காது கால்களை அடித்து, துடிதுடித்துக் கதறினான் முருகவேல். சக்திவேலும், அவன் அப்பா அய்யந்துரையும் ஓடோடி வந்தார்கள். அப்பா, குடலை எடுத்து, கிழிந்த சதைச்சந்துவழியே உள்ளே தள்ளினார். அதற்குள் வயிற்றை வேட்டியால் இறுக்கிக் கட்டினான் சக்திவேல், கூடி நின்றவர்கள். அவனைத் தூக்கவும் வெளியே கொண்டுவரவும் உதவினார்கள்.

மாரிமுத்துக்கவுண்டர் மட்டும் காளைக்கு மாலையிட்டு வெற்றிவிழா கொண்டாடினார். பட்டாசுகளின் வெடியோசை அடங்க அரைமணி நேரம் ஆயிற்று. காளைக்கு ஏத்தினதை அவர்களும் ஊத்திக் கும்மாளமடித்தார்கள்.

தந்தையும் தம்பியும் முருகவேலைத் தூக்கி வந்து வெளியே நின்ற காரில் படுக்க வைத்தார்கள். தம்மம்பட்டி மருத்துவர் ஒருவரின் முயற்சி பலன் தரவில்லை. சேலம் அரசு மருத்துவமனைக்கு வேகமாக வந்துகொண்டிருந்தார்கள். கார் வாழப்பாடியை நெருங்கும் போது முருகவேலின் உயிர் பிரிந்தது.

மரணச்செய்தி தாய் பாவாயி அம்மாள் காதில் இடியாய் இறங்கியது. பெற்ற வயிறு வெந்து தீய்வதற்குள் தலைவாசல் பட்டுத்துறையில் கார் வந்து நின்றது. போஸ்ட்மார்ட்டம் முடித்துப் பெட்டியில் வைக்கப்பட்டிருந்த உடலைத் தந்தையும் தம்பியும் சுமந்து வந்தார்கள். வீட்டில் போடப்பட்டிருந்த பெஞ்சில் பெட்டியை வைத்தார்கள். மூடியிருந்த வெள்ளைத் துணியை நீக்கி முகத்தைப் பார்த்தார் பாவாயி அம்மாள். 'முருகவேலு... முருகவேலூஉ.....' வேதனை தாயின் உணர்வுகளை உறிஞ்சி எடுத்தது. குரல் தேய்ந்து தேய்ந்து அவர் மயங்கி விழுந்தார்.

அவரைப் பிடித்துப் பெட்டியருகே படுக்கவைத்தார்கள். ஒரு அம்மா முகத்தில் தண்ணீர் தெளித்தார். நினைவு வந்ததும் மார்பிலும் வயிற்றிலும் அடித்து ஒப்பாரி வைத்துக்கொண்டிருந்தார். கொஞ்ச நேரத்தில் மீண்டும் அவர் நினைவிழந்து கசங்கிய பாலித்தீன் தாள்போல் பெட்டியின் மேல் சாய்ந்துகிடந்தார். வந்திருந்தவர்கள் சோகத்தின் பிடிக்குள் ஒடுங்கித் தவித்தார்கள்.

அதிக நேரம் வைத்திருக்க முடியாது. சடங்கு சம்பிரதாயங்களை வேகமாகச் செய்து முடித்தார்கள். உடல் பட்டுத்துறை சாலை ஓரத்தில் இருந்த சுடுகாட்டுக்குக் கொண்டு வரப்பட்டது. சக்திவேல் கொள்ளிக்குடம் எடுத்தான். அதைப் போட்டு உடைத்ததும் அண்ணன் சிதைக்குத் தீ மூட்டினான். நெருப்பு மேலெழுந்ததை எல்லோரும் பார்த்தார்கள். அது சக்திவேலின் மூச்சில் கலந்து நுரையீரலில் உறைந்ததை யாரும் கவனிக்கவில்லை.

ஏழாம் நாள் காரியம். கல்லறையில் கறுப்புப் பளிங்குக்கற்கள். தலைமாடு கோபுரத்தில் முருகவேலின் உருவம் செதுக்கப்பட்டிருந்தது.

தம்மம்பட்டி ஜல்லிக்கட்டில்

வீரமரணமடைந்த

முருகவேல் மனிதனாய் : 14-01-1979

தெய்வமாய் : 26-01-2004

என கல்லறை மேல் எழுதப்பட்டிருந்தது. கூடி நின்றவர்களுக்கு அவன் ஒரு குலதெய்வமானான். தேங்காய், பழம், பூ, வெற்றிலைப்பாக்கு வைத்து, கற்பூரம் ஏற்றி கும்பிட்டார்கள். அவர்கள் முன், 'என் மவன்' ஒரு வீரன். அவன் நம்ம பாரம்பரியத்தெக் காப்பாத்த உசிரக் குடுத்திருக்கான். அவன் செத்ததில எனக்கு எந்தச் சங்கடமும் இல்லெ. சந்தோசமாருக்கு' என்று பெருமையாகப் பேசினார் அய்யந்துரை.

மாரிமுத்துக்கவுண்டர் காளையின் இரத்தத்தை வடித்து அண்ணன் சமாதியில் தெளிப்பேன் என்று தனக்குள் சபதம் எடுத்துக்கொண்டான் சக்திவேல். ஒருவித பழிவாங்கும் வெறியில் அவன் தலை கனத்திருந்ததைக் கவனித்தார் பாவாயி அம்மாள். இவனுக்கும் ஜல்லிக்கட்டு பிராந்து பிடித்து விடுமோ... மூத்தவனைப்போல்.... நினைப்பதற்குள் தாய் மனசு கலங்கிப்போயிற்று.... இரண்டு மகன்களைப் பெற்றும் கொள்ளி வைக்க ஆளில்லாமல் அனாதையாகச் செத்து விடுவேனோ... என அவர் நொந்து போனார். எப்படி இவனைச் சமாதானப்படுத்துவது. நான் சொன்னா கேட்டுரவா போறான்? கேட்டா கேட்கட்டும் என்ற ஒருவித விரக்தியில் அவர்.

'மாடுகளெ அடிக்கறதும் மனுசங்களைச் சாகடிக்கறதும் வீரம் இல்லடா, எந்த உசிரயும் கஷ்டப்படுத்தாம இருக்கறதும் ஆபத்தில் சிக்கின உசிருங்களெக் காப்பாத்தறதும் தாண்டா வீரம்... போடா... போய் உருப்புடியா எதாச்சம் செய்யப்பாரு' எனப் பெருமூச்சு விட்டு அழுதார். முகத்தில் எந்தச் சலனமும் இன்றி அவன் சிலைபோல் அமர்ந்திருந்தான். சேலை முந்தானையால் தன் முகத்தைத் துடைத்துக்கொண்டே தாய் வீடு வந்து சேர்ந்தார்.

பாவாயி அம்மாள் எட்டாம் வகுப்பு வரை படித்தவர். தாய்வீடு ஆத்தூர். அவர் பள்ளி செல்லும்போது தாலுகா அலுவலகத்தில் இருக்கும் புத்தர் சிலை கண்ணில் படும். அப்போதெல்லாம் சித்தார்த்தன், தேவதத்தன், அன்னப்பறவை பற்றி ஆசிரியர் நடத்திய பாடம் அவர் நினைவுக்கு வரும். 'தேவதத்தன் அம்பு எய்து அன்னத்தைக் குற்றுயிராக்கினான். காயங்களுக்கு மருந்திட்டு அதைக் காப்பாற்றினார் சித்தார்த்தர். அதன் மீது உரிமை கொண்டாடினான் தேவதத்தன். காயப்படுத்தியவனுக்கு அல்ல; கருணை காட்டியவனுக்கே அது சொந்தம்' எனத் தீர்ப்பாயிற்று. அந்த உயிரிரக்கம் பாவாயி அம்மாள் உணர்வுகளில் ஆணி

அடித்ததுபோல் பதிந்திருந்தது. இப்போதுகூட அந்தச்சிலையைப் பார்த்தால் அவரைத் தெரியாமல் கைகள் கும்பிட்டு விடும்.

அன்று இரவு அய்யந்துரை தூங்கிக் கொண்டிருந்தார். அவர் கண்களில் நீர்பெருகி வழிந்தது. கன்னக்கதுப்புகள் துடித்தன. தண்ணீரைக் குடித்து இறக்குவதுபோல் தொண்டை வீங்கியது. 'யேங்க யேங்க' எழுப்பினார் மனைவி. கணவன் கண் திறக்கவோ, அசையவோ இல்லை. மெய்மறந்த உறக்கத்திலும் தந்தை பாசம் உருகி நெய்யாக வெளியேறிக் கொண்டிருந்தது. பாவாயி அம்மாவின் உதடுகள் அசைந்தன. 'அடப்பாவி மனுசா.... மவனெ நெனச்சி இப்புடி வெந்து போய் கெடக்கறியே. இவ்வுளோ துக்கத்தெ மூடி மறச்சுக்கிட்டு பாரம்பரியம், வீரம்னு தப்பட்டம் அடிக்க எப்புடிய்யா முடிஞ்சிது?'

அய்யந்துரை என்றால் பட்டுத்துறையில் யாருக்கும் தெரியாது. 'வாத்தியார் வீடு எது?' என்று கேட்டால் பச்சை குழந்தை கூட அடையாளம் காட்டிவிடும். இத்தனைக்கும் அவர் பள்ளிக்கூடத்து வாத்தியார் இல்லை. தடிவரிசை வாத்தியார். தன் இரு மகன்களுக்கும் அவர் தடிவரிசை, கவாத்து கற்றுக் கொடுத்தார். தான் வைத்திருந்த ஊர்க்காளையோடு அவர்களை விளையாட விட்டார். காளையின் திமிலைப் பிடித்துத் தொங்குவதும் கொம்பைப் பிடித்து உலுக்குவதும் அவர்களுக்கு வாடிக்கை. ஆரகலூர் ஏரியில் காளையை ஓடவைத்து முதுகில் ஏறி சவாரி செய்வார்கள்; வசிஷ்ட நதியில் வெள்ளம் பெருக்கெடுக்கும்போது காளையைப் பிடித்துக்கொண்டு நீண்ட தூரம் நீந்துவார்கள். 'ஜல்லிக்கட்டுலெ மாட்டெ அடக்கறவன்தான்டா வீரன்' என்று அய்யந்துரை அவர்களை உசுப்பிக்கொண்டிருப்பார்.

ஜனவரி இருபத்தாறில் தம்மம்பட்டி ஜல்லிக்கட்டு. செய்தியைக் கேட்டதும் சக்திவேலுக்கு மகிழ்ச்சி பொங்கியது. அதற்காகவே உடலுக்கும், மனதிற்கும் அவன் வலுவேற்றியிருந்தான்.

வீட்டில் கூடிய பலர் போக வேண்டாம் என வேண்டிக் கொண்டார்கள். 'ஒனக்கு எதாச்சம் ஒண்ணுன்னா அப்பவே உசிர வுட்ருவேன்' கையைப் பிடித்துக்கெஞ்சினார் தாய். யாருக்கும் அவன் பதில் சொல்லவில்லை. மௌனம் அவன் வாயைப் பூட்டி வைத்திருந்தது. ஒரு ஞானியைப்போல் வீட்டிலிருந்து இறங்கி தம்மம்பட்டி புறப்பட்டான்.

கடந்த முறை தான் போனதுதான் முருகவேலின் சாவுக்குக் காரணமோ? இந்த முறைதான் போகாவிட்டால் சக்திவேல் ஜெயிக்கக்கூடுமோ.. என்ற ஒருவகை மூடநம்பிக்கை வாத்தியாரைக்

குழப்பியது. அவரால் மகனுடன் போக முடியவில்லை. கயிற்றுக்கட்டிலில் படுத்துக்கிடந்தார். அவர் தடுத்திருக்க வேண்டும்; அல்லது அவன்கூடப் போயிருக்க வேண்டும். இரண்டும் இல்லாது படுத்துக்கிடந்தது பாவாயி அம்மாளுக்கு வருத்தத்தைத் தந்தது. கணவனுக்குத் தெரியாமல் தம்மம்பட்டி வந்திருந்தார்.

வழக்கம் போல் சில வீரர்கள் ஒதுங்கிக்கொண்டார்கள். கையிலிருந்த சிவப்புத்துண்டை இடுப்பில் கட்டி ஒரு சிங்கம்போல் வீதியில் குதித்தான் சக்திவேல். அவனைப் பார்த்த பாவாயி அம்மாளின் இதயத்துடிப்பு வேகமடைந்தது. 'வேண்டான்டா... வந்திர்றா.. வந்திர்றா' சத்தமிட்டுக்கொண்டே கூடி நின்றவர்களை விலக்கிவிட்டு தடுப்புக்கட்டைகளைத் தாண்ட முயன்றார் அம்மா. சக்திவேல் காதில் தாயின் குரல் விழுந்தது. ஆயினும் அவன் திரும்பவில்லை. அதற்குள் தாயைக் காவலர்கள் நகர்த்திச் சென்றுவிட்டார்கள்.

அந்தக் காளைக்கு உயிரை உரசிப்பார்க்கும் கொம்புகள், இரண்டு கைகளையும் சேர்த்துப் பிடித்தாலும் அடங்காத பாறைபோல் திமில், முரட்டுத்தனமான கால்கள். சில வீரர்கள் அதன் திமிலைப் பிடிக்க முயன்றார்கள். அது அவர்களை வீசி எறிந்தது. சக்திவேலின் நுரையீரல் நெருப்பு அவன் நாசி துவாரங்களில் வெளியேறிக் கொண்டிருந்தது.

அவன் பக்கவாட்டில் காளையின் கூடவே ஓடினான். திடீரென்று எகிறிக் குதித்து, அதன் திமிலை இறுக்கிப் பிடித்தான். கொஞ்சதூரம் அது அவனை இழுத்துச்சென்றது. முன் கால்களை மடக்கி சற்று குனிந்தது போலிருந்த காளை தலையைச் சாய்த்து ஆக்ரோஷத்துடன் திமிறியது. ஒரு கால் பந்தைப்போல் வானத்துக்குப்போய் கீழே மல்லாந்து, எல்லைக்கோடு பக்கம் வீழ்ந்து கிடந்தான் சக்திவேல்.

'ஹேய்.. ஹேய்... குத்துடா... மவனெ குத்துடா...' எனக் கத்திக்கத்திக் காளைக்கு வெறியேற்றினார் கவுண்டர்.

சக்திவேலின் நெஞ்சைப் பிளக்க குத்தீட்டிபோல் கொம்பை நீட்டி முன்கால்களைத் தூக்கி மூர்க்கத்தனமாகப் பாய்ந்தது காளை. சக்திவேலின் நாசி நெருப்பு ஒரு தீப்பந்தம் போல் வெளிக் கிளம்பியது. அதன் கால்களைப் பிடிக்க தன் இருகைகளையும் உயர்த்தினான் அவன்.

"சக்திவேலூ உ... உ.. உ.." தாயின் அலறல். ஆயிரக்கணக்கான கண்கள் காந்தத் துண்டுகளைப்போல் அம்மாவை ஒட்டிக்கொண்டன. 'அய்யோ... அய்யோ' மார்பில் அடித்துக்கொண்டே காளையைத் தடுக்க தடுப்பைத் தாண்டி உள்ளே ஓடினார் அவர். அமைதி...

மயான அமைதி... தாயைக் குத்திக் கொன்று விடுமோ.... எல்லாரும் பயந்து வாய்பிளந்து நின்றனர்.

அந்தப் பயங்கர நொடியில் யாரும் எதிர்பார்க்காத வகையில் காளையின் முன்கால்களைக் கைகளால் பிடித்து, அதன் அடிவயிற்றைக் காலால் உந்தித் தள்ளினான் சக்திவேல். மலைபோல் சாய்ந்தது காளை. 'ஓ....ஓ' ஒரே ஆரவாரம்... விசில் சத்தம். கைதட்டல் காது செவிடாகி விடுமோ? பயந்து சிலர் காதைப் பொத்திக்கொண்டார்கள். புளியமரத்தின் கிளைகளோ சரசரவென நெரிந்தன.

மெத்தைகளிலிருந்தும் மொட்டை மாடிகளிலிருந்தும் இறங்கி பலர் நடுவீதிக்கு வந்தார்கள். சிலர் மரத்தடுப்புக்களை உடைத்துக்கொண்டு உள்ளே புகுந்தார்கள். மீண்டும் வீதியில் புழுதி கிளம்பியது. என்ன நடக்கிறது எனத் தெரியவில்லை நிழல்கள் குறுக்கும் நெடுக்கும் ஓடுவது போல் ஒரு தோற்றம். நல்ல வேளை ஒரு காற்று வீசியது. புழுதிக்கூட்டம் மெல்ல கலைந்து மறைந்துபோயிற்று.

அப்போது காளையின் கொம்பைப் பிடித்து சக்திவேல் அங்குமிங்குமாய் திருப்பிக் கொண்டிருப்பது தெரிந்தது. இன்னொரு வீரன் அதன் வாலைப் பிடித்திருந்தான். அதற்குள் வேறு சிலர் கயிறு போட்டு அதன் கால்களைக் கட்டினார்கள். அசைவற்றுக்கிடந்தது காளை. மக்கள் சுற்றி நின்றார்கள்.

மாரிமுத்துக்கவுண்டரின் மீசை தொங்கிப்போயிற்று. சாணிக்குழியில் விழுந்தவர்போல் அவர் முகத்தில் இருள் அப்பியிருந்தது. அவமானம் தாங்க முடியாது 'அந்தக் காளெயெ வெட்டிக் கூறு போடுங்கடா' என கர்ஜித்து, காரில் மாயமானார்.

அப்புறம்தான் சக்திவேலின் பின் தலையிலிருந்து இரத்தம் வழிவதைத் தாய் கவனித்தார். அது கழுத்திலும் முதுகிலும் பெருகி வியர்வையோடு கலந்து சட்டையைச் சேறாக்கியிருந்தது. அவன் நெஞ்சும் தோள்பட்டையும் பிளந்து சதை தொங்கியது.

காற்றை உள்ளே இழுக்க முடியாமலும் உள்ளிருந்ததை வெளியே விட முடியாமலும் திணறினான். நாக்கும் தொண்டையும் வறண்டன. திறந்த வாயை மூட முடியாது தவித்தான். சில நொடிகளில் மயங்கி, கால் தடுமாறி சக்திவேல் மண்ணில் சரிந்தான். நுரையீரல் நெருப்பு அணைந்ததோ?

'சக்திவேலு எம்மவனே.. என் ராசா' தாய் நடுங்கிய உடலுடன் மெதுவாகக் கையைத் தரையில் ஊன்றி அவன் அருகே அமர்ந்தார். சக்திவேலின் தலையைத் தூக்கித் தன் மடியில் வைத்தார்.

தன் உதடுகளாலும், முந்தானையாலும் அவன் காயங்களைத் துடைத்துக்கொண்டே, 'போனவாட்டி மூத்தவன் உசிர எடுத்துக்கிட்டீங்க.... இந்தவாட்டி என் சின்னவன் உசிரயும் எடுத்துக்கிறீங்களே.. மாடுகளையும், மனுசங்களையும் சாகடிக்கறதுக்குப் பேருதான் ஜல்லிக்கட்டா?' கைகளால் தலையைத் தாக்கி அவன் முகத்தோடு தன் முகத்தை ஒட்ட வைத்து, தேம்பித் தேம்பி அழுதார். கூடி நின்றிருந்தவர்கள் அவரவர் கண்களைத் துடைத்துக் கொண்டார்கள்.

ஸ்டிரச்சர் வந்தது. சக்திவேலை அதில் படுக்க வைத்து ஆம்புலன்சுக்குக் கொண்டு சென்றார்கள். மருத்துவர்கள் அவசர சிகிச்சை அளித்தார்கள். காளையைக் கால்நடை மருத்துவர்கள் கவனித்தார்கள்.

ಞೞ

முத்தம்மா

கு.கணேசன்

அன்றைய கே.பி. சுந்தரம்பாளை நினைவுப்படுத்தும் தோற்றம். கனிவானப் பார்வை. இனிக்கும் பேச்சு. நெற்றி நிறைய விபூதி. கழுத்தில் பவள மாலை. எழுபது வயதை எட்டி நிற்கும் முத்தம்மாள் பாட்டி.

அப்போது அவனுக்கு பதினோரு வயது. உறவுவிட்டுப் போகக் கூடாது என்பதற்காக முத்தம்மாவின் தந்தை ரங்கன் அவளைச் சாராயத்தில் சத்தியம் செய்து கொடுத்தான். இளம்வயதில் பால்ய விவாகம். முத்தையனுக்கும் முத்தம்மாளுக்கும் கல்யாணம்.

அந்த வயதில் -

பிள்ளைகளோடு மண் வீடு கட்டுதல், சொப்பு வைத்து அமைப்பது, மரம் ஏறுவது, மண் இட்லி செய்வது - இதுவே அவள் அறிந்த வேலை.

கணவன் முத்தையனையும் விளையாடுவதற்குத் துணைச் சேர்ந்துக் கொள்வாள்.

ஆசப்பட்டு அவள் வாழ்க்கைப்பட்ட இடம். அடிக்கடி தன் அம்மா அப்பாவைப் பார்க்க நடந்தே யாரிடமும் சொல்லாமல் போய்ச் சேர்ந்து விடுவாள்.

முத்தம்மாவிற்கு அவன் தம்பி செந்தில் உயிர். எனவே அவனது ஞாபகம் அடுத்த நாளே அவளை முத்தையனும் தேடிக் கொண்டு வந்து விடுவான்.

பருவம் அடையாத முன்னரே கல்யாணம். ஆதலால் உணர்வுகளோ உணர்ச்சிகளோ இவளை ஆட்படுத்தியதில்லை. இவள் - எல்லோருக்கும் செல்லப்பிள்ளை. பதினாறு வயது முத்தையன். வீட்டுகொரு பிள்ளை. பள்ளிக் கல்விக் கூட இல்லை. மாடு மேய்ப்பதும் விவசாயம் செய்வதும் தொழில்கள்.

மூங்கில் குத்தும் அடர்ந்த காடும் நிறைந்த வடக்கத்திக் காடு. மாடு மேய்க்கச் செல்வது வழக்கம். மாலை மயங்கிய வேளை முட்புதரில் இருந்த கருநாகப் பாம்பு முத்தையனைத் தீண்டியது. ஏதோ எறும்பு கடிப்பதாக நினைத்து, கை வைத்துப் பார்த்த போதுதான் பாம்பு. முத்தையனின் மரணம் பாம்பால் முடிந்தது.

முத்தையனின் மறைவை மறந்தும் போனார்கள்.

முத்தம்மா, புரியாத மனசும் வயசும். சொல்லி அழவும் தெரியவில்லை.

அவளை உறவினர்கள் கூடி அழைத்து வந்து கை வளையல், தலை பூக்கள், பொட்டு அகற்றி விதவையாக்கினர். அப்பொழுதும் அவளில் மாற்றமில்லை. வெள்ளாடையைக் கட்டாயத்தில் கட்டினர். முத்தையனோடு முத்தம்மா விளையாடிய நாட்கள் மூளையில் சின்ன ஞாபகம்.

***

ஒரு சித்திரை மாதம்.

பதிமூன்றாம் வயதில் முத்தம்மாள் பூப்பெய்தினாள். முக்காடு இட்டு மூடி வைக்க முளைத்தன உறவுகள்.

காகிதப் பூக்களால் காலச் சருகளில் சலசலத்தன அவளது கோலம்.

வெள்ளாடை விதவைக்கு விழா. சீர் வரிசை தாய்மாமன் சீதனம்.

பெற்றவர்கள் கண்ணில் கண்ணீர்க் குளம்.

மகளை வேறிடத்தில் திருமணம் செய்து வைத்துப் பார்க்க ஆசை. அதுவே வாட்டும் கவலை.

"இதை சமுதாயம் ஏற்குமா? சாதி சனம் கேட்குமா? வாழ்வளிக்க முன்வருவாரோ?" தந்தை ரங்கனின் வேதனை.

கிராமக் கட்டுப் பாடுகள், பொய்ப் புனைகள் இதை மீறத்தான் முடியுமா? தலைமுறைகளில் எத்தனை மாற்றம்? வரையறைகளில் மாற்றமில்லை.

விதவை இளமங்கை முத்தம்மா வேதனைக்குள்ளும் அழகியானாள். அவளது கண்ணுக்குள்ளும் நெஞ்சுக்குள்ளும் கனவுகள்! கனவுகள்! வெளியில் சொல்லவா முடியும்?

அந்த ஊரில் - சாதிய வேறுபாடுகள். கீழ்ச்சாதிப் பெண்களென்றால் அவளுக்கு மேல் சாதியினர் மாமன் முறையாம். கிண்டல் பேசுவது

அவர்களுக்குப் பொழுதுபோக்கு. நரைத்துப் போனாலும், பல்செட்டு வைத்தாலும் பெரிய மனிதர்களின் குறும்புகளுக்கு எல்லை இல்லை.

சாதி வேறுபாடு பேசும் வெள்ளாடை மனிதர்கள் கூட முத்தம்மாவிடம் காதல் பேச நினைத்தனர். இவளது கடைக்கண் பார்வைக்கு நரிக்கதையாய்..! ஆசை வார்த்தைகளை அள்ளி வீசினர். அது அவளின் செவிகளில் விழவில்லை.

ஊர் நாட்டாமைக்கும், மணியக்காரருக்கும் இவளிடம் பேசுவதற்காக இவள் வீட்டு திண்ணைக்குப் போட்டி. இதில் யார் அழகன்? கோத்ரேஜ் டை தார் பூசியது போல் முகமெங்கும்.

அந்த ஊருக்குப் பலரின் கனவுக்கன்னி!

நதி கரை வழியே! விதி யார் வழியில்? விதியை மட்டும் நம்பினாள். வேறென்ன இவளால் முடியும்?

தந்தை ரங்கன் ஒருநாள் மாலை மாடுமுட்ட உயிர்ப் பிரிந்தான். முத்தம்மாள் மேலும் அனாதை.

அக்கா ராஜம்மாள் - முத்தம்மாவின் ஒன்னுவிட்ட அக்கா. அந்த ஊரில் உறவுன்னுச் சொல்ல இவங்க மட்டுந்தான். முனியப்பன், இராஜம்மாளின் புருசன். எப்போதும் சாராயத்தில் வாழ்பவன்.

கடையில் வாங்கிக் குடித்து கடன் காரன் ஆனதால வீட்டுக்குள்ளே ஊறல் போட்டு சாராயம் காய்ச்சிக் குடிப்பவன்.

அது அவனுக்கு முழுநேரத் தொழிலாயிற்று. வருமானம் சம்பாதிக்கவும் வழிகண்டான்.

“காடாறு மாதம் நாடாறு மாதம்” முனியப்பன் கதையும் அப்படிதான்!

போலீஸில் ஆறுமாதம்! வெளியிலே ஆறுமாதம்.

முனியப்பனுக்கு முத்தம்மாள் மீது எப்போதும் ஒரு போதை. அவளிடம் சாராய வாசம் வீச குழைந்து காதல் பேசுவான்.

ராஜம்மாள் ஒரு நாள் இரவு தங்கும்படி வெளியூர் கல்யாணத்திற்குச் சென்றாள். வீடு திரும்ப இரண்டு நாள் ஆகுமென்பதை முனியப்பன் அறிந்து வைத்திருந்தான்.

அந்த நாள் முத்தம்மாவின் கறுப்பு இரவாயிற்று.

விதியென்னும் கயவன் முனியப்பன் உருவத்தில் முத்தம்மாவின் வாழ்க்கையைக் குலைத்துவிட்டது. குடி போதையில் அவளைக் குடித்து முடித்துவிட்டான்.

வெள்ளைப் புடவையில் கலங்கச் சாயம். ஆணுடலைத் தீண்டாத அவள் மீது, காம யானை மிதித்து நொறுங்கிப் போனாள்.

விம்மி அழுதும் விழவில்லை - யார் காதிலும்.

விதியை நொந்து போனாள். அழுகை கடலில் மூர்ச்சையானாள்.

அவளது உறவுகளோ, அக்கா ராஜம்மாவோ நடந்ததைப் பெரிதாக கணக்கில் எடுத்துக் கொள்ளவில்லை.

வேதனை.. வேதனை.. நெஞ்சக் குமுறல். நிர்பந்த நெருப்பில் விழுந்தாள்.

முட்டாள்தனமாக முனியப்பனுக்கு மூன்றாவது மனைவியானாள்.

தேவையானபோதெல்லாம் சாராயம் போல் அவளைக் குடித்துப் போனான். அவளுக்கு வாரிசு ஏதும் உருவாகவில்லை. ஊரில் ஏளனப் பேச்சு, கலைந்த மேகம் போல் அவளது வாழ்க்கை.

***

ஆரம்ப பாட சாலை எதிரில் சின்னக் குடிசை. குடிசையின் முன்பகுதியில் கட்டில் கடை. யாரிடமும் கோபப்பட்டதில்லை. யாரனுமே பசியென்று வந்தாலும் இல்லையென்று சொல்வதில்லை. பள்ளிச் சிறுவர்களைப் பேரப்பிள்ளைகளாய் எண்ணிகையில் உள்ள பொருள்களைக் கொடுத்து மகிழ்வாள். சிலர் அவளது அறியாமையைப் பயன்படுத்தி பொருள்களை ஏமாற்றுவதும் உண்டு. தள்ளாடி மெல்ல மெல்ல வேலைகளை முடித்துக் கொள்வாள். யாருக்கும் தொல்லைக் கொடுத்ததில்லை. பார்ப்பவர்கள் யாராயினும் இவளிடம் பேசவேண்டும் போல் எண்ணம் எழும்.

அன்று மாலை -

வீதியில் உள்ளோர் அனைவரையும் அழைத்து மகிழ்ச்சியோடு உணவுக் கொடுத்தாள். பாடினாள்!

இரவு - தன் தலைமாட்டில் தேங்காய் உடைத்து ஊதுவர்த்தி ஏற்றி வைத்தாள்.

தலை முகட்டில் அகல் விளக்கு. சுடர்விட்டு எரிய அகல் நிறைய எண்ணெய்!

தானே தன் உயிருக்கு முடிவுரை எழுதிக் கொள்ள... பொழுது புலர்ந்தது...!

குடிசையெங்கும் ஊதுவர்த்தியின் மணம்.

சூரியனின் ஒளிக்கற்றை குடிசையின் ஓட்டையில் பாய்ந்துக் கொண்டிருந்தது.

தனி டம்ளர்
சேலம் ஆறுமுகம்

முருங்கப்பட்டி சாமியப்பன் தேனீர் விடுதி என்றாலே பக்கத்து ஊர்க்காரர்களுக்குக்கூட பளிச்சென விளங்கும் படி தரமான தின்பண்டங்களும், நயமான நாவடக்கமும், வருவோரை ஈர்க்கும் இலவச தொலைக்காட்சியும், பொழுதெல்லாம் புறம்தள்ளி செய்தித்தாள்களைப் புரட்டி, சுருட்டி - நுரட்டியபடி குந்தி கிடக்கும் அரைகுறை கட்சி கசடர்களும் சாமியப்பன் காணும் உலகமாகி, கிழக்கும் மேற்கும் ஞாயிறு எழுந்தும் மறைந்தும் கண்ணாமூச்சிக் காட்டிக் கொண்டிருந்தது....

அன்று திடீரெனத் தேனீர் விடுதிக்குள் காவல்துறையினர் நுழைந்தபோது அதிர்ச்சி அனைவரையும் கவ்விக் கொள்ள, பொசுக்கென தொலைக்காட்சித் தொலைந்து போனது! வாயிலிருந்த பீடி புகையை அப்படியே விழுங்கியவர்களும், குடித்துக் கொண்டிருந்த தேனீரைப் பாதியோடு வைத்தவர்களும் ஓசைப்படாமல் நழுவப் பார்த்தனர்!.....

இன்னும் சிலர் தேனீர் அருந்திய பீங்கான் டம்ளரை கழுவி தனியிடத்தில் வைக்கப்போக,

"என்னய்யா அது? தனியா வைக்கிறிங்க?" என்றார் காவல்துறை அதிகாரி.

"ஆமாங்கய்யா, எங்களுக்கு தனி டம்ளருங்க!" என்று கூனி குறுகினான் அதிலொருவன்.

"நீங்கல்லாம் எந்த ஊரு? எவ்வளவு நாளா தனி டம்ளர்லே டீ குடிக்கிறீங்க?" அவர் முகம் முரடானது.

"சமத்துவபுரமுங்க. அந்த குடியிருப்பல முக்கால்வாசி பேர் வருஷ கணக்குல இங்கதாங்க டீ குடிப்பர்!"

"இந்த கடைக்கி எவன்டா முதலாளி?" என காவல்துறை அதிகாரி உறும, சாமியப்பன் ஒடுங்கிப்போய் அருகில் வர, அவன் புடனியில்

கையைப் போட்டு, ஏன்டா உனக்கு எவ்வளவு தைரியமிருந்தா எங்களையும் சட்டத்தையும் ஏச்சிருப்பே?

"இல்லீங்க.. நான்...." சாமியப்பன் சொல்வதற்குள் அவனை ஆத்திரத்தோடு தள்ளிக் கொண்டு போனார் அதிகாரி....

ஊரே கூடி நின்று வேடிக்கை பார்த்ததே தவிர, சாமியப்பனுக்கு உதவிட எவரும் முன் வரவில்லை.

"கடனா டீ குடுக்கமாட்டேன்னு கறாரா பேசினானே இப்பப் பாத்தியா சாமியப்பன் நிலைமைய?"

"போடா புரடக்காத்தான், ஒனக்கு டீ குடுக்கலன்னுதான் இப்பப் புடிச்சிக்கிட்டுப் போறாங்களா?"

"பின்னென்ன? மொட்டக் கடிதாசிப் போட்டதே நாந்தானே உட்ருவனா, நான் யாரு?"

"மொட்டக் கடிதாசியா?"

"ஆமா! ஒண்ணுக்கு ரெண்டா போட்ட அப்புறந்தானே இன்னிக்கு வந்திருக்கறாங்க!"

"என்னன்னு போட்டே?"

"தனி டம்ளர் வச்சிருக்கறான்னுதான்!"

"சாமியப்பனா வச்சிருக்கறான்?"

"வச்சது எவனாயிருந்தா என்ன. மாட்டினது சாமியப்பந்தானே?"

"உனக்கு ஏன்டா இந்த எட்டப்பன் வேல?"

"எங்க கச்சிக்கு நன்கொடை குடுத்தானா? ஊர்வலம் வந்தானா? ஓட்டுப்போட்டானா? இல்ல திருட்டு ஓட்டுப் போட்டவங்களுக்கு வட டீ குடுத்தானா? பச்சத்தண்ணி கூட குடுக்காத அவனை எதுக்கு வளர உடனும்?"

"இப்பவே இந்த குள்ளநரி மூளை இருக்குதே. உனக்கு இன்னும் தலை இருக்கற இடத்துக்குக் கால் வளந்தா ஊரு என்னாவும்?"

"ஓட்டுப்போடும் "

"சந்தேகமா? தேர்தல்ல நிப்பேன். எங்க அண்ணனை வெட்டிப் போடுவேன்! அந்தப் பழியை எதிரி கட்சி மேலப்போட்டு அனுதாபம் ஓட்டு வாங்கி..."

“அய்யோசாமி, நான் ஓடிப்போறேன்!” என அவன் மறைந்ததும், - சாமியப்பன் டீக்கடையை அவசரமாக மூடுவதை நோட்டம் விட்டபடியே இவனும் மெல்ல நடந்தான்...

தீண்டாமை ஒழிப்புச் சட்டத்தின் கீழ் கைது செய்யப்பட்ட சாமியப்பனை விடுவிக்க, அந்த ஊர்பெரியதனங்களெல்லாம் முட்டி மோதிப் பார்த்து விட்டன... வழக்கம்போல் காவல்துறை அதிகாரி வீடு, நெய், பால், வாழைத்தாறு, தேங்காய் மூட்டை, காய்க்கனி யென்று கொட்டியும் காரியம் காலாவதியான படியிருந்தது.....

இதற்கிடையில், வழக்கை மிக வலிமையாக்க சமத்துவபுர வாசிகளை அணுகியது காவல்துறை! சாட்சிகளையும், சாமியப்பன் கடையில் வழக்கமாக தேனீர் குடித்தவர்களையும் காவல் நிலையத்துக்கு அழைத்து வந்து விவாதித்த போது,

"நாங்க கூலி நாளைக்குப் போறவங்க, நீங்க நெனச்சா கூப்புடுவீங்க, ஒரு நாளத்துப் பொழப்பேப் போயிரும்களே!" என்று கைவிரிக்கப் பார்த்தவனை,

"அதெல்லாம் இல்ல, சாமியப்பனுக்கு எதிரா சாட்சி சொல்ல வரமாட்டேங்கறீங்க!" என்று முறைத்தார் அதிகாரி.

"சாமியப்பன் எங்களுக்கு மாமனா? மச்சானா? அவுங்க வேற சாதி. நாங்க வேற சாதி!"

"அதுக்குத்தானய்யா உங்கள சாட்சிக்கு கூப்படறம். மேலிடத்து உத்தரவும் வந்திருக்குது!"

"மேலெடமோ, கீழெடமோ, எங்க வயித்துப் பொழப்புக்கே நேரமில்ல, நாங்க எங்க அலையறது?”

"இதுக்குத்தாய்யா உங்கள நல்லா உதைக்கணும்ங்கறது!"

"சாமி, உதைக்கறதே உதைக்கறிங்க. ரெண்டு காலையும் சேத்து உதைச்சிடுங்க!"

"அடேய்! அவ்வளவுக் கொழுப்பா உனக்கு? உள்ளப்போட்டு நிமித்தனாத்தான் புத்தி வரும்" என்று பல்லைக் கடித்தபடி கறுவினார் காவலர்.

இதையெல்லாம் கவனித்த சாமியப்பனைச் சார்ந்தவர்கள் தண்டனை உறுதியென தங்களுக்குள் கவலையடைந்தனர்..... கோரையாய் வளர்ந்துவிட்ட தாடி மீசையுடன் சாமியப்பன் வாடிப்போய்க் கிடந்தான்! பசியோ உறக்கமோ அவனை

சீண்டவேயில்லை. ஊரெல்லாம் பேசப்படும் கேவலம். அவமானம் அவன் உள்ளத்தை தேளாய் கொட்டியது!

"இன்னும் கொஞ்ச நாள் உள்ள இருந்தின்னா கம்பி சந்துலயே வெளியப்பூடுவே!" என்று காவலரே ஏளனம் செய்யும் அளவுக்கு எலும்புக்கூடாக ஊசலாடிக் கொண்டிருந்தான் அவன்.

ஏதோவொரு பிரிவின்கீழ் வழக்கு நீதிமன்றத்துக்குள் நுழைந்தது.... விசாரணை தொடங்கியது.... தொடர்ந்தது... இறுதியாக விசாரிக்கப் பட்டபோது..... ஒரு சாட்சி!

கேள்வி:"இங்க நிக்கற சாமியப்பனத் தெரியுமா?"

பதில் : "நல்லாத் தெரியுங்கய்யா. விடிஞ்சா அவரு டீக்கடையில தானே விழிப்போம்!

கேள்வி : "ஏன்?"

பதில் : "டீ குடிக்கத்தான்! டீயும் அவரு பேச்சும் ரொம்ப நல்லாயிருக்கும்!"

கேள்வி :"டீ எதுல குடுப்பாரு?"

பதில் :"அவரு எதுல குடுத்தாலும் நாங்க பீங்கான் டம்ளர்ல வாங்கிக் குடிச்சிட்டு, நாங்களே கழுவி கவுத்திட்டுப் போயிடுவோம்!"

கேள்வி : "நீங்க கீழ்சாதின்னு தனி டம்ளர் வச்சாரா"

பதில் : "கீழ்சாதிக்கின்னோ மேல் சாதிக்கின்னோ தனி டம்ளர் வைக்கலிங்க!"

கேள்வி: "பொய் சொல்றீங்க! அவரு வச்சது உண்மை!"

பதில்: அவரு வைக்கலீங்க. நாங்களேதான் வச்சுக்கிட்டம். ஊருக்கே நல்லா தெரியும். விடியக்காலையிலேயே அவரு டீக்கடையிலே ஈ மொய்க்கற மாதிரி கூட்டம் கூடிவிடும். நல்லவன் - கெட்டவன் காய்ச்சல்காரன் - இருமல்காரன் குடிகாரன் பொணந் தூக்கறவனிலிருந்து பூச செய்யறவன் வரைக்கும் வரவும் போகவுமா இருப்பாங்க. போனவருசத்துல ஒரு எயிட்ஸ் நோயாளி கூட வந்து டீ குடிச்சான்..... டாக்டர் சொல்லியிருந்தபடியே அவன் எண்ணி எட்டு நாளயிலையே போய்ச் சேர்ந்துட்டான்....கடைன்னா எல்லாரும்தான் வருவாங்க. அவங்களுக்கு இல்லன்னு சொல்ல முடியுங்களா? அங்க சுத்தம் சுகாதாரம் இருக்குதோ இல்லியோ,

நாம எச்சரிக்கையாக இருக்கணும்னுதான் எங்களுக்கு நாங்களே பாதுகாப்பா தனியா டம்ளர் விச்சிக்கிட்டு டீ வாங்கிக் குடிக்கறம். நாங்களே சுத்தமா கழுவி கவுத்துட்டு வந்துடுவம். மறுபடி நாங்களே போய் எடுத்துக்கற வரைக்கும் அப்படியே தானிருக்கும்!"

நீதிமன்றம் அமைதியாக கலைந்தது.

தேடல்

அனுராதா

புத்தக மூட்டையைத் தூக்கியெறிஞ்சிட்டு பூட்டிக் கிடக்கிற வீட்டைச் சோர்வோட பார்க்கிறான் புட்லு. புட்லு அவன் நிஜப் பெயர் இல்லை. ஆனாலும் அவனோட சிவந்த நிறமும் புட்டுக்கடவாய் முகமும் அவனை 'புட்லு' வாக்கி விட்டது.

அந்த ஒண்டுக் குடித்தன வீடுகளின் மாடியில் ஒரு ஓரமாக அவர்களது வீடு. மாடியிலேயே மூன்று குடித்தனங்கள் ஒரு மூலையில் தண்ணீர் அடிக்கிற பைப். சுற்றி இடுப்பளவுக்கு கைப்பிடிச் சுவர். நடுவில் குறுக்கும் நெடுக்குமாக ஓடும் துணிக்கொடிகள், ஓரமாகக் கவிழ்ந்து கிடக்கிற ஒரு ஆரஞ்சு கலர் பக்கெட்

புட்லு நகர்ந்து சுவரோரமாக சாய்ந்து உட்கார்ந்து, தலையைச் சுவரில் தாங்கி அண்ணாந்து பார்க்கிறான். நீலவானத்தில் வெள்ளை வெள்ளையாக மேகங்கள். கூட்டங்கூட்டமாக திட்டுத் திட்டாக.... உற்றுப் பார்த்தால் அந்த மேகங்களுக்குள் முயல் தெரியும். மேக முயல், சிங்கம், முதலை, மலை எல்லாமே...

அண்ணாந்து பார்த்ததில் கண்கள் கூச... முகத்தை கால் முட்டிகளுக்குள் புதைத்துக் கொண்டான். கால்களைச் சுற்றிக் கைகளை இறுகக் கட்டி அசையாமல் மூச்சு வாங்கினான். கவிழ்ந்து கிடக்கும் மனசுக்குள் அம்மாவின் ஞாபகம் ஆழமாகக் குழி பறிக்கிறது.

லேசாக வெயில் மட்டுப் படுவதை உணர முடிகிறது. மெல்ல காற்று வீசுகிறது. இதென்ன தலையை யாரோ தடவுவது போல..... யோசனையோடு நிமிர்ந்தவன் முகத்தில் பட்டு எழும்புகிறது கொடியில் தொங்கும் ஒரு சேலை நீல கலரில் அள்ளித் தெளித்தாற்போல சின்ன வெள்ளைப் பூக்கள். நீல கலர், வானம் மாதிரி... கடல் மாதிரி யாருதாயிருக்கும்..? சாரதா ஆன்ட்டிதா....? ருக்மணி அக்காவுதா ? இல்ல சரசு பாட்டியிதா....? இல்ல... நம்ம அம்மாவுதா. கடைசியாக வந்த எண்ணம் மனசுக்குள் மோத... அந்த பிஞ்சுமுகத்தின் பெரிய கண்கள் சலனமில்லாத கருவிழிகள்.... அந்தச் சேலையையே வைத்த கண் வாங்காமல் பார்த்தபடி அம்மாவுதாயிருக்குமா... 'அம்மா

அம்மா நீ வேணும்மா. ரொம்ப கஷ்டமாயிருக்கும்மா' உதடு குவிந்து ஏக்கமாக முகம் கோணுகிறது.

அம்மாவுதா எப்படியிருக்க முடியும்? அம்மா தான் எப்பவோ தங்கச்சிப் பாப்பாவையும் கூட்டிக்கிட்டு எங்கியோ போயிடுச்சே... என்னை மட்டும் விட்டுட்டு எப்போ போச்சு..... ரொம்ப நாளாயிடுச்சு கணக்குத் தெரியல. நான் ஒண்ணாங்கிளாஸ் படிக்கிறப்ப ஒரு நாள் அம்மாவுக்குப் பதிலா அப்பா வந்து ஸ்கூலிலிருந்து ஆட்டோவில் கூட்டிக்கிட்டு வந்தார். அன்னிக்கு வீட்ல அம்மாவைக் காணோம். ஊருக்குப் போயிட்டதா சொன்னார் அப்பா, பாப்பா மட்டும் சாரதா ஆன்ட்டி வீட்டுக்குள்ள அழற சத்தம் கேட்டது. ரெண்டு நாள்ல பாப்பா சத்தமும் காணோம். அம்மாவையும் காணோம். மொதல்ல எல்லாம் அம்மா தான் ஸ்கூலுக்கு வரும் காலையில, மதியம், அப்புறம் சாயங்காலம். மரத்தடியில் வெச்சு அம்மா மதியம் சோறு ஊட்டும் குழம்பு, பொரியல், அப்பளம் எல்லாம் வெச்சு... குடிக்க தண்ணி குடுத்து, மூஞ்சிய துடைச்சிவிட்டு. தலையை ஒதுக்கி, கிளாஸ்ல விட்டுட்டுப் போகும். போகும் போது அம்மாவும் தங்கச்சிப் பாப்பாவும் ஆசையா டாட்டா சொல்லிட்டுப் போவாங்க. டாட்டா சொல்லும் போது தங்கச்சிப் பாப்பாவோட சின்னக்கை ரொம்ப அழகா இருக்கும். குட்டிக் குட்டி விரலாயிருக்கும். அதை விரிச்சி அழகா டாட்டா சொல்லும், இப்பவெல்லாம் அப்பாவுக்கு டாட்டா சொல்லவே நேரமிருக்கிறதில்ல. ஆட்டோவை விட்டு இறங்கி திரும்பிப் பார்க்கிறதுக்குள்ள வண்டியை ஸ்டார்ட் பண்ணிட்டு போயிடறார். பாவம். அவருக்கும் இப்பெல்லாம் வேலை ஜாஸ்தியாயிடிச்சு போல....

முதல்ல அம்மா மட்டும் போயிடிச்சு. அப்புறம் அப்பா இல்லாத நேரமா வந்து தங்கச்சி பாப்பாவையும் தூக்கிட்டுப் போயிடிச்சு. எங்க போயிருக்கும்? எப்பவாவது வந்து என்னையும் கூட்டிக்கிட்டு போயிடாதா... இல்ல... பாவம் அப்பா... அவரே சமைச்சு... அவரே துவைச்சு வண்டிக்குப் போயி எவ்வளவு கஷ்டப்படறார். அப்பா மேலயும் என் மேலயும் பாவப்பட்டு அம்மா இங்கியே வந்து தங்கக் கூடாதா? 'சாமி புள்ளையாரப்பா தினமும் உங்கோயிலுக்கு வர்றேன். அம்மாவை வீட்டுக்குக் கூட்டிக்கிட்டு வந்திடறபா' கண்மூடி மனசுக்குள் கும்பிட்டான்

காற்றுக்கு அசைந்த சேலை, தலையை மீண்டும் தடவுகிறது.... மாடு கன்றைத் தடவுவது போல அம்மா ஆசையா தடவினது மாதிரி.... நீல கலர், மயில் கலர் ரெண்டாம் வகுப்பு தமிழ் புஸ்தக அட்டையில் இருந்த மயில் மாதிரி மீண்டும் சேலை முகத்தில் விழுகிறது. சேலையோடு விளையாடுவது சந்தோஷமாயிருக்கிறது.

பூனைக்குட்டியோடு விளையாடுவது போல சுவாரஸ்யமாக மீண்டும் காற்றுக்கு சேலை மேலெழுந்து பறந்து விழுந்தபோது... எழுந்து டக்கென்று பிடிக்கிறான். ஏதோ உயிருள்ள ஒன்றுடன் விளையாடுவது போல... சேலையைப் பிடித்து இருகையால் சுற்றி நீவிக் கொடுக்கிறான். அம்மாவின் கால்களைக் கட்டிப்பிடித்து விளையாடிய ஞாபகம் நெஞ்சுக்குள் குதியாட்டம் போடுகிறது. சேலையை முகத்தில் ஒற்றிக் கொள்கிறான். இது அம்மாவை தொடற மாதிரி. அம்மா சேலையும் இப்படித்தான் இருக்கும். அம்மா மடியில கிடந்தா இப்படித்தான் ஆசை ஆசையா போர்த்தி விடுவா..... அம்மாவின் மடிக்குள் கிடப்பதாக நினைத்து தொங்கும் சேலையை அள்ளி முகத்தின் மேல் அழுத்திக்கொள்கிறான்...

பைப்பிலிருந்து தண்ணீர் கொட்டும் சத்தம் நேரம் சரியாக மணி ஆறு. பக்கெட்டை எடுத்து பைப்பின் கீழ் வைக்கிறான். டியூஷனுக்கு நேரமாயிடிச்சு. குனிந்து பையை எடுக்கிறான். முடியாது. பசிக்குது ரொம்ப ஏதாவது குடிச்சா தேவலை... பூட்டிக்கிடக்கிற கதவையே ஏக்கத்தோடு பார்த்தபடி நிற்கிறான்.

"எப்படா வந்தே?" - பக்கத்து வீட்டு சாரதா ஆன்ட்டி கேட்டுக் கொண்டே வெளியே வருகிறாள்.

"இப்பத்தான் ஆன்ட்டி" கண்ணைத் துடைத்துக் கொண்டு குனிந்து பையை கையில் எடுக்கிறான்.

"சரி வா... டியூஷனுக்கு போகணுமில்ல. மூஞ்சிய கழுவிக்கிட்டு கிளம்பு... உங்க அப்பன் வந்தவுடனே முதல்ல அதத்தான் கேப்பாரு..." பேசிக் கொண்டே வீட்டுக்குள் போகிறாள்.

ஆட்டுக்குட்டியைப் போல பையைத் தூக்கிக் கொண்டே அவள் பின்னால் சென்றவன் வாய் திறக்காமல் அவளது முகத்தையே பார்க்கிறான்.

சாரதா திரும்பி கேள்விக் குறியோடு அவனை உற்றுப் பார்க்கிறாள். தூங்கும் கைக்குழந்தை விழித்துக் கொள்வதற்குள் வீட்டு வேலைகளை முடித்துவிட வேண்டுமென்கிற கவலை அவளுக்கு.

"ம்... என்ன டா..."

"பசிக்குது ஆன்ட்டி..."

"அடடா மறந்துட்டேம்பா..." எழுந்து சமையலறைக்குள் போகிறாள் சாரதா.

"வந்து.... ஆன்ட்டி .. அப்பா சாவி குடுத்துட்டுப் போயிருக்காரா?"

அவள் பின்னாடியே வந்து நின்ற புட்லு மீண்டும் அதே பரிதாபமான தொனியில் கேட்கிறான்.

”உக்காரு" சோற்றுத் தட்டை அவன் முன்னால் தள்ளுகிறாள்.

"உங்க அப்பா சாவியைக் குடுத்துட்டுத்தான் போயிருக்காரு. ஆனா... அங்க என்ன இருக்கும்..? சோறும் தண்ணியும் தானே... இந்தா.... இதைச் சீக்கிரம் தின்னுட்டு ஓடு"

சோறு. சோத்து மேல பெரிசு பெரிசா வெண்டைக்காயும் வெங்காயமும் போட்ட குழம்பு. பசிக்கு லகுவா சோத்தை உருட்டி உருட்டி உள்ளிறக்க, இழந்த சக்தியெல்லாம் கொஞ்சம் கொஞ்சமாகத் திரும்ப வர்ற மாதிரி.... உடம்புல ஒரு தெம்பு. சோறு... நல்ல ருசி.

நாக்கை சப்புக் கொட்றான். ரொம்ப நாளாச்சு, இப்படி ருசியா சாப்பிட்டு திரும்பவும் மனசுக்குள் அம்மா அடர்கிறாள். அம்மா தான் இப்படி செஞ்சு தருவார். கேக்காமலேயே கூப்பிட்டுக் குடுப்பா சாப்பிடாம விளையாடப் போக முடியாது. தட்டுல இறைய இறையச் சாப்பிட்டுட்டு அப்படியே எந்திரிச்சு கை கழுவிட்டு விளையாட ஓடுவான்.

“டே புட்லு. டியூஷனுக்கு நேரமாச்சுடா...” புத்தகப் பையோடு ஃப்ரெண்ட் வேணு கத்திக்கிட்டே ஓடி வர்றான். அவசர அவசரமா சோத்தை உருட்டி வாயில் அள்ளிப் போட்டுக்கிட்டு தட்டை கழுவிக் கவிழ்த்தினான் புட்லு. தண்ணியை மொண்டு குடிக்கிறான்

வேணு முன்னால் ஓட, பையைத் தூக்கிக்கிட்டு வேணுவை துரத்திக்கிட்டே காற்றைப் போல துள்ளிப் பறக்கிறான் புட்லு.

வீதி விளக்கின் வெளிச்சம். தெருப்பிள்ளைகள் எல்லாம் விளையாடறாங்க. எப்பவாவது முன்னும் பின்னுமா சர் சர் ன்னு போகிற ரெண்டொரு கார்கள். கிணுகிணுத்துப் போற சைக்கிள்கள். புட்லு அங்குமிங்குமா இலக்கில்லாம சுத்திக்கிட்டிருக்கான். நேத்து மோகனோட சண்டை. அதனால அவன் வீட்டுப் பக்கம் போகமுடியாது. ஆனாலும் சேக்காளி தேடி கண்கள் அந்தத் திசையிலேயே தவம் கிடந்தன. முரளி, வெங்கிட்டு, காதர், மஞ்சுளா, நித்யா, சங்கர், மோகன். எல்லாருமே அங்கேதான் விளையாடறாங்க.

ஊர் அடங்கத் துவங்கியது. புட்லுவுக்குச் சலிப்பாயிருந்தது. எப்படியும் அப்பா வர ராத்திரி பத்து மணி ஆயிடும். ஆட்டோ ஓட்டி களைச்சுப் போய் வீட்டுக்கு வருவார். கொஞ்ச நேரத்துக்கு முன்னாலதான் அப்பா வந்து ஒரு புரோட்டா பொட்டலத்தை குடுத்துட்டு ஓடினார். "டியூஷன் போனயா..... மிஸ் சொல்லிக் கொடுத்தாங்களா புரிஞ்சுதா. தெருவில இறங்கி விளையாடாத...

படி. ஹோம் வொர்க்க முடி." இதமாக சொல்லி அந்த சின்ன உயிரைத் தடவிக் கொடுத்துவிட்டு போனார்.

அவர் தலை மறைந்ததும், புரோட்டாவை சால்னாவில் கலக்கி அடிச்சிட்டு தெருவில் இறங்கி விளையாட ஓடி வந்தான். ஆனாலும் கூட விளையாட ஆள் சிக்கலை.

எதிர்திசையில தூரமா உட்கார்ந்தபடி வேடிக்கை பார்க்கிறான். மோகன், அவன் அப்பாவோட மூணு சக்கர சைக்கிள்ல உட்கார்ந்திருக்கான். ரவி, ராமு, சேது அவனைச் சுத்தி நின்னு பேசிட்டிருக்காங்க. போலாமா..ம்கூம்... முடியாது.... மோகனோட அம்மா பக்கத்துலயே உட்கார்ந்திருக்கு... பேய் மாதிரி கத்தும். சலிப்பா காலைத் தரை தட்டி நடந்து, எதிரிலிருக்கிற கோயில்கிட்ட நின்னு வேடிக்கை பார்க்கறான். வயசான பெரியவங்க இரண்டு பேரைத் தவிர கோயில்ல யாருமில்லை. பெட்டிக்கடையிலதான் கூட்டம். ஓடிவந்த இரண்டு நாய்கள் விழுந்து புரண்டு அவன் மேல மோதி எழுந்து ஓடுகின்றன. புட்லு சுற்றியடித்து விட்டு உட்கார்ந்த இடத்துக்கே வர்றான்.

களைப்பு, தூக்கம், சோர்வு கண்களை அழுத்துகின்றன. தூங்கலாம். படியேறி வீட்டுக்குள்ள வந்து கதவைச் சாத்தறான். விசிறியைப் போட்டுட்டுப் படுக்கையில் விழறான். வீட்டின் வெறுமை முகத்திலடிக்கிறது. எழுந்து கதவைத் திறக்கறான். வெளிக்காத்து சாவகாசமா வீட்டுக்குள்ள நடை போட்டு வந்தது. வந்து பாயில நிமிர்ந்து படுக்கறான். மேல ஒட்டடை படிஞ்ச ஆஸ்பெஸ்டாஸ் கூரை, ஸ்டவ் வெச்சிருக்கிற மூலையில் ஆள் உயரத்துக்கு கரி. ஆஸ்பெஸ்டாஸை தாங்கியபடி ஓடுகிற மரச்சட்டங்கள், மரங்களுக்குப் பின்னால் ஒளிந்தோடுகிற பல்லிகள்...

முன்னெல்லாம் பல்லியைக் கண்டால் ரொம்ப பயமாயிருக்கும். இப்போ தேவலை. பாவம் அப்பா எப்பவும் கூடவே இருப்பார். ஸ்கூலிலிருந்து அவனை ஆட்டோவில் கூட்டி வந்து, முகம் கழுவி விட்டு, டிரஸ் மாத்தி, தின்ன வாங்கிக் கொடுத்து, பாடம் சொல்லிக் கொடுத்து, கூட படுக்க வெச்சு அவன் தூங்கிறவரைக்கும் கூடவே இருப்பார். அதனால அவரால சரியாக ஆட்டோ ஓட்ட முடியாம போச்சு. கலெக்ஷன் இல்லை. ரொம்ப கஷ்டமாயிச்சு. அப்பா பாவம்.. ராத்திரி பத்து மணி வரைக்கும் ஆட்டோ ஓட்டிட்டு வந்து இவனுடைய துணியைத் துவைச்சுக் காயப்போடுவார். காலைல நேரத்தில சோறு செய்வார். அதை மூனு வேளைக்கும் வெச்சுக்குவாங்க. அப்பா பக்கத்தில இருந்தா தூங்க நல்லா இருக்கும். அவர் மேல காலைப் போட்டு கழுத்தைக் கட்டிப்பிடிச்சுத் தூங்கலாம்.

இந்தப் பாயில் இந்தண்டை அம்மா... அந்தண்டை அப்பா ... தூளியில தங்கச்சிப் பாப்பா... வீடு எவ்ளோ கலகலப்பாயிருக்கும்! அம்மாவின் கழுத்தைச் சுற்றிக்கொண்டு அவள் மேல் காலைப் போட்டுப் படுப்பான். இதமா இருக்கும். அந்த இதம் இப்போது தேவைப்பட்டது. அம்மா எங்க போனா? எப்ப வருவா...? டைலர் கடை மாமா கூட போயிட்டதா அந்த பூக்கட்டற பொம்பளைங்க பேசிக்கிடுவாங்க. ஆனா.. அப்பா அசிங்கமா திட்டி விரட்டினதால தான் அம்மா போயிட்டதா ரங்கு மாமா சொன்னாரே! எது எப்படியோ எனக்கு அம்மா வேணும்... அம்மாவைத் தொடணும்... அம்மா மடியில படுத்துக்கணும். அம்மாவைக் கொஞ்சணும்... அம்மாக்கிட்ட அழணும்... மூஞ்சியில் எல்லாம் அம்மா சேலை படணும். சேலை சட்டென்று ஞாபகம் வர வெளியில் ஓடுகிறான்.

அங்கு அந்த நீலச் சேலை இன்னும் காற்றில் தொங்கியபடி ஆடிக் கொண்டிருக்கிறது.

பரபரன்னு அதை இழுத்து சுருட்டிக்கிட்டு வீட்டுக்குள்ள ஓடிவர்றான். முகத்துக்கிட்ட வெச்சு அதில் முகம் புதைச்சுப் படுக்கிறான். ம்கூம். பத்தலை. கால்களைக் குறுக்கி, உடம்பை சுருக்கி, கருவுக்குள் கிடக்கும் சிசுவைப் போல உடல் மடித்து, சேலைக்குள் புதைந்து கொள்கிறான் சேலையின் குளுமை, இதம்.... பரிவு கதகதப்பு அம்மாவின் இதயத்துடிப்பு மட்டும் தான் உணரப்படலை. ஆனாலும் அந்தக் கதகதப்பில் கண்கள் சுழன்று தாலாட்டுக்கு நிழலாடும் குறுநகையோடு அந்தக் குழந்தை தூங்கிப் போகிறது.

மனிதர்களே கடவுள்
கோ.இராமகிருட்டினன்

*ச*ஞ்ஜெய் ஒரு புகைப்பட நிபுணர். இவர் செல்லாத நாடுகளே இல்லை எனலாம்.

இவர் சென்ற நாடுகளின் அழகிய இடங்கள், சோலைகள், மலைகள், கடல், மலை முகடுகள், குகைகள், பனிபடர்ந்த மலைகள், பனிப்பாறைகள், ஆறுகள், அருவிகள் என்று இயற்கையின் எழிலார்ந்த காட்சிகளைப் புகைப்படம் எடுத்து வெளியிட்டுள்ளார். இவரின் புகைப்படங்கள் எல்லா நாட்டு மக்களையும் கவர்ந்தது.

உலக அதிசயங்களான சீன நெடுஞ்சுவர், தாஜ்மஹால், தொங்கும் தோட்டம் என்று பலவற்றையும் இரவிலும், நிலவிலும், விண்மீன்கள் மின்னும் நேரத்திலும் புகைப்படம் எடுத்து உலக மக்களை அதிசயிக்க வைத்துள்ளார். இவரது திறமையான புகைப்படக் கலையை பாராட்டாதவர் யாருமில்லை.

இவரது புகைப்படத்தைப் பார்த்த மாத்திரத்தில் அதிசயித்து மனம் லயிக்காதவர் யாருமில்லை. அதனால் உலகப் புகழ்பெற்ற புகைப்பட நிபுணர்களின் வரிசையில் சஞ்ஜெய்க்கு இடம் கிடைத்தது.

சஞ்ஜெய்க்கு ஒரே ஒரு கவலை எப்போதும் மனதை உறுத்திக் கொண்டே இருந்தது.

உலகின் பல இடங்களுக்கு இரவு, பகல், வெயில், மழை, பனி என்று பாராமல், எந்த நேரம் என்றும் பார்க்காமல் புகைப்படக் கருவியும் கையுமாக சுற்றிக்கொண்டே இருந்தாலும், இந்த உலகைப் படைத்ததாகச் சொல்லப்படும் இறைவன் எல்லா இடங்களிலும் தீர்க்கமாக நிறைந்துள்ளார் என்று சொல்கிறார்களே.. அந்த இறைவனை எங்கேயும் காணமுடியவில்லை.

ஆகாய விமானத்தில் பல நாடுகளுக்கும் சென்றபோது கூட விண்ணில் எங்கும் இறைவனைக் காணமுடியவில்லையே.... இந்தக் கண்களில் கடவுள் மாட்டவில்லையே.. இதுதான் சஞ்ஜெயின் மனதில் எப்போதும் உறுத்திக் கொண்டிருந்தது.

இறைவன் எப்படி இருப்பார்? ஓவியர்கள் தீட்டிய படங்களில் உள்ளது போல இருப்பாரா? கோயில்களில் உள்ள சிலைகளை கடவுளென வணங்குகிறார்களே மக்கள், அந்த சிலை வடிவமாக இருப்பாரா?

உலகிற்கு ஒரே கடவுளா? அன்றி ஒவ்வொரு மத்திற்கும் ஒவ்வொரு கடவுளா? எந்தவொரு மதக்கடவுளையும் எப்படி கண்டுபிடிப்பது?

ஏதோ ஒரு மதக்கடவுள் மட்டும் என் கண்களில் மாட்டிக்கொண்டால், அப்படியே தத்ரூபமாகப் படம் எடுத்து விடுவேன் என்பதே சஞ்ஜெயின் அடக்க முடியாத ஆசை.

இந்து மதத்தினர் இறைவன் கைலாசத்தில் இருப்பதாகச் சொல்கிறார்கள். கைலாசம் எங்கே உள்ளது? இமயமலையில் தானே கைலாசம் உள்ளது என்று சொல்வார்கள் என்று இமயமலை சென்று பனிப்பொழிவுகளில் நனைந்தபடியே இறைவனைத் தேடினார்.

பனி முகடுகளில் அங்குள்ள பள்ளத்தாக்கு, முகத்துவாரம், பனிமலையில் இருந்து உருகி வரும் ஆறுகள், நீரோடைகள், பனிக் கட்டிகள் எனப் பல காட்சிகளைத்தான் படம் எடுக்க முடிந்தது.

ஆனால், கடவுள் யாரும் அவர் கண்களில் சிக்கவில்லை, தங்கள் இடையில் கோவணம் கட்டிக்கொண்டு நீண்ட தாடியுடன் பல சாமியார்களைத்தான் பார்க்க முடிந்தது.

அவர்களையும் நிழற்படம் எடுத்தான். இவர்களில் யாராவது கடவுளாக இருப்பார்களா? இருக்க முடியாது. அவர்களும் தன்னைப்போல சாதாரண மனிதர்களைப் போலத்தானே இருக்கிறார்கள் என்று எண்ணிக் கொண்டான்.

பின்னர் புறப்பட்டு நாடு முழுவதும் தேவாலயங்களிலும் மசூதிகளிலும், கோயில்களிலும் தேடினான். இறைவனைக் கண்டுபிடிக்க முடியவில்லை.

இறைவன் இந்த உலகின் நிலப்பரப்பில் ஏதோ ஒரு மூலையில் இருப்பாரா? அல்லது வேறு ஒரு கிரகத்தில் இருப்பாரா? எங்கிருந்து எல்லா உயிர்களையும் இயக்குவார்? சஞ்ஜெய் பலவிதமாகச் சிந்தித்தான்.

இறைவன் மட்டும் தன் கண்களின் முன்பாக அகப்பட்டார் என்றால், அவரை பல கோணங்களில் நிழற்படங்கள் எடுத்து இந்த உலக மக்களை வியப்பில் ஆழ்த்திவிடுவேன். கடவுளைப் படம் எடுத்த முதல் புகைப்பட நிபுணர் நானாகத்தான் இருப்பேன் என்று அடிக்கடி எண்ணிக் கொண்டே திரிந்தான்.

ஆமாம். கடவுள் ஆணா? பெண்ணா? நான்தான் கடவுள் என்று யாராவது வந்து சில அதிசயங்களைச் செய்து காட்டமாட்டார்களா? அவர்தான் கடவுள் என்று பிடித்துக் கொள்ளலாமே. கிளிக் கிளிக் என புகைப்படங்கள் எடுத்து விடை தெரியாமல் தவிக்கும் உலக மக்களை வியப்பில் ஆழ்த்திவிடுவேனே என்று எப்போதும் சிந்தித்த வண்ணமே இருந்தான்.

கடல் இந்த உலகின் நிலப்பரப்பில் மூன்று பங்கு உள்ளது. கடல் இறைவனால் உண்டாக்கப்பட்டதுதானே. உலகைச்சுற்றி கவசமாக சூழ்வது கடல்தானே. அதனால்தானே பல இடங்களில் கடற்கரையை ஒட்டி இறைவன் வாசம் செய்யும் கோயில்கள், தேவாலயங்கள் கட்டப்பட்டுள்ளன. அங்கு சென்று தேடினால் ஒருவேளை இறைவன் கண்களில் தென்படுவார் என்று புறப்பட்டான் சஞ்ஜெய்.

முதலில் முக்கடலும் சங்கமிக்கும் கன்னியாகுமரி சென்றான். தன் கழுத்தில் காமிராவை மாட்டிக்கொண்டு கன்னியாகுமரி கடற்கரையில் அலைந்தான்.

இந்திய மக்கள் ஆண்கள், பெண்கள், சிறுவர்கள், சிறுமியர்கள் என சுற்றித்திரிந்தனர். வெளிநாட்டினரும் காமிராவுடன் சுற்றிக் கொண்டிருந்தனர்.

இடது பக்கம், வலது பக்கம், நேராக என முக்கடலும் சங்கமிக்கும் குமரிமுனையில் அலைகள் கரைக்கு வந்து மேடேறி முத்தமிட்டு திரும்பிச் சென்றன.

மீண்டும் அதே மிடுக்கோடு வந்து கரையைத் தொட்டு முத்தமிட்டு திரும்பிச் சென்றன. அலைகளின் பேரிரைச்சல் கடல் நடுவே உள்ள விவேகானந்தர் பாறையிலும், திருவள்ளுவர் சிலை அமைக்கப்பட்டிருக்கும் பாறைகளின் மீதும் வானில் எகிறிக் குதித்து விளையாடிக் கொண்டிருந்தன.

விவேகானந்தர் மண்டபத்திற்குச் சென்று புகைப்படம் எடுத்தான் சஞ்ஜெய். தியான மண்டபம் சென்று உட்கார்ந்து இறைவனை எண்ணி கண்களை மூடிக்கொண்டு தியானம் செய்தான்.

இந்த தியான மண்டபத்தில் இறைவனைப் பார்க்க முடியுமா? என்று நடுநடுவே கண்களைத் திறந்து பார்த்தான். எங்கும் நிசப்தம்...

கடல் நடுவே நிசப்தமா? இந்த நிசப்தம் தான் கடவுளா? சிறிய ஒளியைத் தவிர தியான மண்டபத்தில் எதுவும் தெரியவில்லை. இறைவன் ஒளி வடிவமானவரா? யோசித்துக் கொண்டே சிறிது நேரம் இருந்தான்.

பின்னர் திருவள்ளுவர் சிலைக்குச் சென்றான். கடல் நடுவே உள்ள பாறையில் மிகப் பிரம்மாண்டமாக தோற்றமளிக்கும் திருவள்ளுவர் சிலையைக் கண்டு பிரமித்தான். கிளிக் கிளிக் எனப் புகைப்படம் எடுத்தான்.

ஆதிபகவன் என்று திருவளுவர் எழுதினாரே... அவர் யாராக இருக்கக்கூடும்...? சுனாமி வந்தபோதுகூட சுனாமியை எதிர்த்து நின்றதே இந்த திருவள்ளுவர் சிலை... இந்த சக்தியை என்னவென்று சொல்வது? அந்த சக்திதான் கடவுளா?

கடவுள் மறைந்துதான் திரிவாரா? உணர்வுகளுக்கு அப்பாற்பட்டவரா? புலன்களுக்குப் புரியாத புதிராக இருப்பவரா? என்கிற யோசனையிலேயே ஓரிடத்தில் அமர்ந்து கண்ணுக்கு எட்டிய தூரம்வரை நிறைந்திருக்கும் சமுத்திரத்தைக் கண்டு இவ்வளவு தண்ணீர் எங்கிருந்து வந்திருக்கக்கூடும் என்று சிந்தனையில் ஆழ்ந்தான்.

நீண்ட நேரச் சிந்தனையில் இருந்து விடுபட்டு, இராமேஸ்வரம் புறப்பட்டுச் சென்றான். இராமேஸ்வரத்தில் கடற்கரையை ஒட்டியிருந்த இராமநாத சுவாமிகளின் கோபுரத்தைக் கண்டு மனம் லயித்தான். திருநீற்றின் வாசம் காற்றில் கலந்து வீசியது.

கடலில் குளித்துக் கொண்டிருந்த ஆண்கள்... பெண்கள்.. பலரும் கோபுரக் கலசத்தைப் பார்த்து, "இறைவா...! இறைவா..!" என்று தங்களின் இரு கைகளையும் கூப்பி வணங்கி நீரில் முழ்கி எழுந்திருப்பதைக் கண்டான் சஞ்ஜெய்.

என்ன இது! இறைவனைக் கண்டு கொண்டார்களா? எல்லோரும் ஏன் இறைவா... இறைவா.. என சப்தம் செய்கிறார்கள்..?

கடவுள் எங்கே இருக்கிறார்? சத்தம் வந்த திசைகளில் எல்லாம் தனது காமிராவுடன் ஓடினான். கடவுள் எங்கே? கடவுள் எங்கே? மக்கள் கைகூப்பிக் கும்பிடும் திசையெல்லாம் பார்த்தான். கூச்சல் கேட்டும் இடங்களுக்கெல்லாம் தனது காமிராவில் புதிய படச்சுருளை மாட்டிக் கொண்டு, "எங்கே கடவுள்? எனக்குக் காட்டுங்கள்..!" என்று ஓடினான். யாரும் இவனைக் கண்டுகொள்ளவில்லை.

கோபுரக்கலசத்தை சஞ்ஜெய்யும் பார்த்தான். அவன் கண்களுக்கு ஒரு குழந்தை தவழ்ந்து வருவதைப் போலத் தெரிந்தது. கிளிக் கிளிக் படம் எடுத்துக் கொண்டேயிருந்தான்.

அப்புறம் ஒரு இளைஞனாகத் தோற்றம்... அப்புறம் விலை உயர்ந்த ஆடை அணிகலன்களுடன் ஒரு கிழவராக... அப்புறம் ஒரு சாமியாரைப் போல... இந்து கடவுளர்களைப் போல..... தேவனைப்

போல.. தொழுகை புரிபவராக... சஞ்ஜெய் புகைப்படம் எடுத்து கொண்டே இருந்தான்.

ஆகா.. கடவுளைப் புகைப்படம் எடுத்து விட்டேன். கடவுளைப் புகைப்படம் எடுத்து விட்டேன். கடவுளைப் புகைப்படம் எடுத்த முதல் மனிதன் நானாகத்தான் இருப்பேன். எல்லா பத்திரிக்கைகளுக்கும் இந்தப் புகைப்படங்களை அனுப்புவேன். உலகம் முழுவதும் உள்ள வலைதளத்தில் இறைவனின் புகைப்படங்களை காட்டச்செய்வேன் என்று சஞ்ஜெய் மகிழ்ச்சியால் ஆட்டம் போட்டான்.

கடவுள் யாருமில்லை .... மனிதர்களைப் போலத்தான் உடைகள் அணிந்து கொண்டிருக்கிறார். ஒரே சமயத்தில் கடவுளை குழந்தையாக, சிறுவனாக, இளைஞனாக, கிழவராக படம் எடுத்துவிட்டேன்.

கடவுளுக்குத்தான் எவ்வளவு சக்தி? எப்படி தன்னை அடிக்கடி மாற்றிக் கொண்டார். இறைவா... இறைவா.. உன்னைப் புகைப்படம் எடுத்த எனக்கு எல்லா நலமும் தருவாயா..? என்று வேண்டிக் கொண்டான்.

தன் தந்தை காலையில் நீண்ட நேரமாக உறங்கிக் கொண்டிருப்பதைக் கண்டு, அவரது மகன் மகேஷ் “அப்பா.. அப்பா....” என்று எழுப்பினான்.

உறங்கிக்கொண்டிருந்த சஞ்ஜெய், “அட நேரமாகிவிட்டதே...!” என்று முனகிக் கொண்டே அவசர அவசரமாக எழுந்தான்.

"நான் நேற்று கடவுளைப் புகைப்படம் எடுத்துவிட்டேன் உடனடியாகச் சென்று எல்லா பத்திரிக்கைகளுக்கும் கொடுக்க வேண்டும்" என்று சொல்லிக் கொண்டே அவசரப்பட்டார்.

‘‘என்னப்பா நேற்று இரவு இங்கேதானே படுத்து தூங்கிக்கொண்டிருந்தீர்கள்!” என்றான் அவன் மகன்.

“என்ன தூங்கிட்டிருந்தேனா.... அப்போ கன்னியாகுமரி போனது. இராமேஸ்வரம் போனது... அங்கே கடவுளைக் கண்டு புகைப்படங்கள் எடுத்தது... எல்லாம் கனவா? கடவுள் பல உருவங்களில் வந்தாரே... எல்லாம் கனவுதானா?"

சஞ்செய் சிந்தனையுடன் உட்கார்ந்து கொண்டான். தான் கண்டது கனவாக இருக்க முடியாது. அது எனக்கொரு மகத்தான உண்மையை உணர்த்தி இருக்கிறது.

உலகம் உண்டானது எப்படியோ ! அல்லது உலகத்தை இறைவன் என்பவரே படைத்து இருக்கட்டும்.

இந்த அழகான உலகைப் படைத்தவன் இறைவன் என்றால் இந்த உலகில் வாழ்ந்த வாழும் மனிதர்கள் எத்தனையோ அதிசயங்களைப் படைத்து இருக்கிறார்கள். கலைப் பொக்கிஷங்களைப் படைத்து இருக்கிறார்கள்.

கடவுள் வாசம் செய்யும் இடமாக விண்ணை முட்டும் கோபுரங்களையும், அழகிய தேவாலயங்களையும், அற்புதமான மசூதிகளையும் வடிவமைத்துக் கட்டியுள்ளார்கள்.

இயற்கை காடுகள் அல்லாமல் வனங்களை, சோலைகளை வானளாவிய கட்டிடங்களை, நீர் ஊற்றுகளை, அழகிய பூங்காக்களை உண்டாக்கியுள்ளார்கள்.

இருட்டாகக் கிடந்த உலகினை எப்போதும் பகல்போல் மாற்றியுள்ளார்கள். அறியாமை இருளில் மூழ்கிக் இருந்த மனிதர்களின் மனதில் அறிவு என்னும் வெளிச்சத்தைப் பாய்ச்சியுள்ளனர்.

எத்தனையோ அறிஞர்கள், புரட்சியாளர்கள், எழுத்தாளர்கள் தனக்கென வாழாது, இந்த உலக மக்களின் நன்மைக்காக, விடுதலைக்காக பாடுபட்டு இன்னுயிர் நீத்தவர்கள் எத்தனையோ பேர். அவர்கள் எல்லாம் யார்? இன்னும் மக்கள் மனதில் நீங்காத இடம் பிடித்து உள்ளார்களே... அவர்கள் இன்றும் வாழ்கிறார்கள்.

எத்தனையோ அதிசயங்களைப் படைத்து இருக்கிறார்களே அந்த மனிதர்கள் யார்? அவர்கள்தான் கடவுள்கள். மனிதர்கள் தான் கடவுள்கள். சஞ்ஜெய் மனது இலேசாகி காற்றில் மிதந்தது. தான் எடுத்த புகைப்பட ஆல்பத்தை கையில் எடுத்துப் புரட்டினான். அந்த ஆல்பத்தில் இந்த உலகில் புதிய மாற்றங்களை உண்டாக்கிய மனிதர்களின் புகைப்படம், அறிஞர்கள், விஞ்ஞானிகள், மனிதர்கள் உண்டாக்கிய அழகான மனதைக் கவர்ந்து இழுக்கும் அற்புதமான இடங்களைக் கண்டு மனம் லயித்தான்.

படைப்பாளிகளே கடவுள்கள். மனிதர்களே கடவுள்கள்... என்று நிம்மதியாக கண்களை மூடிக்கொண்டு ஆழ்ந்த எண்ணத்தில் மூழ்கினான்.

முந்தானை வசந்தம்

வெ.தமிழழகன்

திடீரென எழுந்த ஒப்பாரி சத்தம் கேட்டு திடுக்கிட்டு எழுந்தாள் ராசாத்தி. அவளை பலரும் சூழ்ந்துகொண்டனர். அவளது தோழி கமலா அவளை கட்டிக் கொண்டாள்.

"ராசாத்தி! உனக்கு இப்படி ஒரு நிலைமை வரும் என யாருமே நினைக்கலியே?" என ராகம் இழுத்து மூக்கை சிந்தினாள்.

அம்மாவை சூழ்ந்துகொண்டு ஏன் அழுகிறார்கள்?, என்பது ராசாத்தியின் ஐந்து வயது மகன் மதுவுக்கு புரியவில்லை. ஏன், ராசாத்திக்கும் புரியவில்லை.

“கமலா !என்ன இது? எதற்காக இப்படி ஊரே திரண்டு வந்து என் வீட்டு முன்னால வந்து இப்படி ஒப்பாரி வைக்கிறீர்கள்? என கேட்டாள் குரலில் கோபமும் குழப்பமும் இருந்தது.

"உனக்கு சேதி தெரியாதா? ஊர்ல இருந்து சேதி வந்தது அவன் விதி. அவ்வளவுதான் சுந்தரம் போய் சேர்ந்து விட்டான்.

எல்லாருக்கும் ஒரு நாள் சாவு வருவது நிச்சயம் தானே? உன் புருஷனுக்கு சீக்கிரமே வந்திருச்சு. மனச தேத்திக்கிட்டு ஆகவேண்டியதை பாரு அத சொல்லத்தான் வந்தோம்!"என்றாள் கமலா.

‘ஆகவேண்டிய காரியம்’ என்ற வார்த்தைக்கு தான் அர்த்தம் விளங்கவில்லை .

“நீ என்ன சொல்ற கமலா?” என்றாள் புரியாமையோடு.

“ஊர் வழக்கப்படி புருசன சாவ கொடுத்தவ என்ன பண்ணுவா? பூவை எடுத்திரு. பொட்டை கலைச்சசிடு. இனிமே நீ வெள்ளைச் சேலைதான் கட்டனும். இந்த நிமிஷத்துல இருந்து நீ மூலி. அறுத்தவ” கமலாவை விலக்கிக் கொண்டு முன்னால் வந்த பாட்டி வார்த்தையை நெருப்பை தூக்கி அவள் நெஞ்சில் வீசினாள்.

ராசாத்தி காதைப் பொத்திக் கொண்டாள். அந்த வார்த்தைகள் அவளை கருவேல முட்களாய் குத்தியது.

“இல்ல.. இல்ல... நான் அறுத்தவ இல்லை. என் புருஷன், மாமா மருது இருக்காரு நான் எதுக்காக மூலியா இருக்கணும்? பூவை? பொட்டை அழிக்கணும்? போங்க... எல்லாரும் இங்கிருந்து போயிருங்க.”

கையெடுத்து கும்பிட்டபடியே கூறினாள் ராசாத்தி. அவள் அழுகை அனைவரின் நெஞ்சையும் உலுக்கியது. அவளது கணவன் மருதுவின் நெஞ்சையும் தான்.

வைக்கோல் போரின் மறைவில் நின்றபடி இங்கே நடப்பதை பார்த்துக் கொண்டுதான் நின்றிருந்தான் மருது. அவன் ராசாத்தியின் முறை மாமன். அவளது கணவன் இருக்கும் பொழுதே தாலியை அறுத்து விதவை ஆகிற கொடுமை எந்த பெண்ணுக்குமே வரக்கூடாது..

ராசாத்தியை பார்க்க பரிதாபமாய் இருந்தது.

இதோ பார் ராசாத்தி ஊர் வழக்கம் , குல வழக்கத்தையும், ஊர் கட்டுப்பாட்டையும் மீற முடியாது. ஊரோடு ஒத்துப் போவது தான் உத்தமம். ஆறிப்போன காயத்திரி பார்த்து பிரயோசனம் என்ன?"

“.....................”

“உனக்காக இல்லேன்னாலும் ஊருக்காக இதனை செஞ்சுதான் ஆகணும்! மதிய வெல்லலாம். விதியை வெல்ல முடியுமா? படிச்சு படிச்சு சொல்லிட்டேன். ஊர் பகையை வளர்த்துக்காதே!" என்ற கமலாவின் வார்த்தைகள் நெஞ்சில் அறைந்தன.

எத்தனை கூர்மையான வார்த்தைகள் அவை! செடிக்கு களை எடுப்பது ஞாயம் தான். அதுக்காக வேரை வெட்டி எரிய முடியுமா? முடியாது. அதைப்போலத்தான் ராசாத்தியின் நிலையும். மருது மாமன் அவள் மனம் நிறைந்த கணவன் இருக்கிற போதே இவள் எப்படி விதவை கோலத்தில் வாழ முடியும்?

நினைவு நாகம் அவளை தீண்டியது. கண்ணீர் வழிந்து மார்பை நனைத்தது. மென்மைத் தன்மையும் அந்த மார்புக் கூட்டில் தான் எத்தனை வேதனை குவியல்!

“கமலா! உனக்கு மட்டுமில்லே எல்லாருக்கும் தான் சொல்றேன் ஊரு உலகத்தை பத்தி எனக்கு கவலை இல்லை. என் மாமா உறவுயென்பது மனசுல பதியம் போட்டு வச்ச ரோசா செடியாட்டம். செடியை ஒடிச்சிட்டா பூ மலர முடியுமா? நான் வாழ முடியுமா?

எல்லாருமா சேர்ந்து தாலிய அறுக்கறதை விட, கழுத்தை அறுக்கிறது எவ்வளவோ மேல்." என்றவள் இரவானத்திலிருந்த கொடுவாளை எடுத்து நீட்டினாள்.

“ஏன் தயங்குறீங்க? நான் போட்டிருக்கிற இந்த தாலியைவிட என் கழுத்து ஒன்றும் ஒசத்தி இல்லை. அறுத்துப் போடுங்கள்”. என்று மீண்டும் அலறினாள்.

மருது அவளருகே வந்தான். அவளது தோளில் முகம் புதைத்து குமுறினாள் ராசாத்தி.

"மாமா ....மாமா... இவங்க என்ன... நான்... தாலியை..." என வார்த்தை வராமல் திணறினாள்.

"நீங்க பேசினது எல்லாம் கேட்டுக் கொண்டுதான் இருந்தேன் ராசாத்தி! உன்னுடைய நிலைமை புரியுது. ஊரோட நிலைமை புரியலையே!"

"மாமா!"

"உறவு வகையிலே பாதிப்பு வரும்போது ஊரோட சம்பிரதாயங்களை ஏத்துக்க முடியல. எந்த சம்பிரதாயத்தை வெறுக்கிறாயோ அதே சம்பிரதாயமும் ஊர் வழக்கம் தானே உன்னையும் என்னையும் வாழ வைத்தது? உனக்கும் எனக்கும் முடிச்சுப் போட்டது!"

"மாமா! அப்படினா நீ..நீ.. என்ன சொல்றே மாமா?"

"நம்மை சேர்த்து வைத்த இந்த சமுதாயத்திற்கும் சாதி சனத்துக்கும் நாம மரியாதை தர, நம்ம ஊர் வழக்கப்படி நடந்ததுதான் தீரனும் ராசாத்தி! ஆனா அதுக்கப்புறம் எடுக்குற முடிவு தான் தீர்க்கமானதா இருக்கணும்!"

"அப்படின்னா நான் தாலியை இழந்து சுமங்கலியாக வாழ வேண்டுமா, இல்லை யாருமே இல்லேன்னு தனியா போகணுமா, சொல்லு மாமா!"

ராசாத்தி கேட்டு அதிர்ச்சியில் அப்படியே நொறுங்கி போனான், மருது. மன புயலின் சுழல் காற்று வீசி வீசி அடித்தது.

ராசாத்தியின் கேள்விக்கு பதில் சொல்லவில்லை முடியவில்லை மருது மவுனித்தான். காலமெனும் மரக்கிளையில் நினைவு பூக்கள் மலர்ந்தன......

மருதுவின் அக்கா மகள்தான் ராசாத்தி. அவளுக்கு இவன் முறை மாமன். இருவரும் புதுப்பட்டியில் தான் பிறந்தது, வளர்ந்தது

எல்லாமே! புதுப்பட்டி அம்மனின் திருவிழாவைப் போல இவனைப் பார்க்கும் போதெல்லாம் அவளுக்கு கண்களில் அழகின் ஒளி கொஞ்சும். முகம் சிவந்து விகசிக்கும்.

மாப்பிள்ளை என்றுதான் அவனை கூப்பிடுவார் செங்கோடன்! அவர்தான் ராசாத்தி அப்பா!

அவன் மாமா என்றுதான் வாய் நிறைய கூப்பிடுவான். அவரது 8 ஏக்கர் காட்டுக்கும் பொறுப்பு அவன்தான். விதைப்போஅறுப்போ எதுவானாலும் தானே பார்த்துக்கொள்வான், மருது! செங்கோடன் எந்த வேலை செய்யவும் அனுமதிக்க மாட்டான்.

அவனது அக்கா ஆனந்தி குழந்தை பிறந்ததில் இருந்தே அவருக்கு உடம்பு முடியாமல் போய்விட்டது. ஆனந்தி இறக்கும் முன்.. "தம்பி மருது இந்தா உன் சொத்து இவதான் உன் மனைவி. நீதான் அவ புருஷன். கண்ணுல ஈரம் படாமல் நெஞ்சுரத்தோடு நீ காப்பாற்றனும் என்ற நம்பிக்கையில்தான் நான் கண்ணை மூடுவேன்" என்று சொல்லி கண் மூடினாள்.

அப்போது பருத்தி போட்ட பணம் வாங்க குருசாமி பாளையம் போயிருந்தார் செங்கோடன். மருது தான் மளமளவென காரியங்களை கவனித்தான்.

ஆனந்தி கண் மூடிய பிறகு ராசாத்திக்கு எல்லாமே அவன் ஆகிப் போனான் அவள் வயசுக்கு வந்த போது செய்த சீர் செனத்தியை கண்டு ஊரே வியந்து போனது.

பட்டுப்பாவாடை தாவணியில் பருவ ரதமாய் வரும் அழகைக் கண்டு பூரித்துப் போவான். அம்மனுக்கு சாத்தும் ரோஜா மாலையாய் ராசாத்தி எத்தனை அழகு!

அன்று அவன்.... ராகி வயலுக்கு தண்ணீர் பாய்ச்சி கொண்டிருந்தான். பாத்தி பாத்தியாய் ராகிப் பூட்டைகள் விளைந்து அவளைப் போலவே திரட்சியாய் இருந்தது.

மயில் நீல தாவணியும் ரோசா வண்ண பாவாடை அணிந்தபடி வரப்பின் மீது வெட்டுக்கிளியாய் வந்தாள் அவனது தாபம் பொங்கும் பார்வையில் நாணமுற்ற அவள், வெட்கத்துடன் தலையை குனிந்தபடி

"என்ன மாமா அப்படி பார்க்கிறீங்க ?"என்றாள்.

"சாமந்தி பூ தேராட்டம் சமஞ்சி வந்து நிற்கிறாயே உன்னை எதாச்சும் பண்ணலாம்னு பார்த்தேன்!"

"அஸ்குபுஸ்கு ஆத்தி...இவ

ஆரவல்லி பேத்தி இவளை வந்து தொட்டு பேச இந்த எட்டுப்பட்டி கிராமத்திலே எந்த ஆம்பிளை இருக்கானாம்?"

அவனை சீண்டி பார்க்கும் ஆசையில் பழிப்பு காட்டியபடி கேட்டாள் ராசாத்தி! அவளை அலேக்காக தூக்கி போய் ராகி காட்டின் நடுவே போட்டான்.

ராகி தாள்கள் மடிந்து மெத்தென்றிருந்தது. பளிங்கு சித்திரமாய் கிடந்தாள். அவனது ஸ்பரிசம் தந்த சுகத்தில் தன்னையே மறந்து விட்டாள்.

"இப்போ உன்னை என்ன பண்ணப் போறேன் தெரியுமா?" "என்ன பண்ண போறீங்க மாமா?" பயத்துடன் கேட்டாள்.

"இந்த எட்டுப்பட்டி கிராமத்துல நான் ஆம்பளை தான்னு நிரூபிக்கப் போகிறேன்."

"அ... ய் யே.. ங்.." என அவள் பெருங்குரலில் அழ துவங்க...

"ஏய்..ஏய்..ராசாத்தி! நான் சும்மா விளையாட்டுக்கு சொன்னேன். நீயானா அழுது ஊரைக் கூட்டுறியே!" என்றான்.

அவனது தவிப்பைக் கண்டு ரசித்தபடியே எழுந்த ராசாத்தி,

"மா..மோ..ய்.. நீயும் ஏதாச்சும் பன்னுவேன்னு ஆசையா கிடந்தேன். இவ்வளவுதானா உன் வீரம்? இப்படி பயந்து பயந்து இருந்தா வேற எவனாச்சும் ஆம்பளைன்னு நிருபிசிட்டு போயிருவான்." என்று கேலியாக கூற.. அவன் அடிக்க ஓடி வர... இவள் புள்ளி மானாய் துள்ளித் துள்ளி ஓட... தூரத்திலிருந்து இதைப் பார்த்த செங்கோடன் மனசுக்குள் சிரித்துக் கொண்டார்.

சின்ன வயது முதலே இவனுக்குதான் அவள் என்பது முடிபோட்ட பந்தம். சிட்டுக்குருவிகளாய்... சிறகடித்துப் பறப்பதை பார்க்கையில் அவருக்கு ஆனந்த பெருமிதம்.

மருது மாமன் எனக்கு மாலையிட்டு கைபிடிக்கும் அந்த இன்ப நாளை எண்ணி அந்த கனவின் தாபம் பொங்கி.. பிரவகித்து... நீரோட்டமாய் ஓடும் தருணத்தில்தான்

அந்த கிராமத்து பள்ளிக்கு ஆசிரியனாய் வந்தான் சுந்தரம். ஆளும் நல்ல அமைப்பு.

அவனது அழகும், நாகரீகமான தோற்றமும்... பலரையும் வசீகரித்தது. கடிதம் எழுத படிக்க அவனிடம்தான் இப்போது பலரும்

போயினர். 'வாத்தியாரே!' என்று நல்ல மரியாதை கொடுத்தனர். எல்லாரும் தன்னை தேடி வருகையில் இந்த ராசாத்தி மட்டும் தன்னை திரும்பிப் பார்ப்பதில்லை! என்ற மனக்குறை அவனுக்கு இருந்தது.

பருவம் ததும்பும் அவளது இளமை அழகு அவனுள் வெறியை விதைத்தது. தென்னந்தோப்பில் ஒரு முறை அவளை வழிமறித்து "ராசாத்தி!" என அவளது கரங்களைப் பற்றினான். பளீரென அறைந்தாள். சுந்தரம் அதிர்ந்து போனான்.

"இந்த வேலை எல்லாம் என்கிட்ட வச்சிக்காத நான் என் மாமனுக்கு மட்டும்தான் !" என்ற ராசாத்தியின் வார்த்தை அவனுக்குள் வெறி ஏற்றியது. அவளை எப்படியும் அடைந்தே தீருவது என்ற வெறியுடன் திரும்பி அவளை ஒரு பார்வை பார்த்துப் போனவன், மறுநாள் அவளது தலையெழுத்தையே மாற்றி தலைகீழாய் ஆகிவிட்டானே.....

வரிசையாய் வந்து இறங்கிய சீர் வரிசை தட்டுகளைப் பார்த்து, செங்கோடன் குழம்பினார்.

ஏரில் பூட்டிய மாடுகளை அவிழ்த்து தாளியில் தண்ணீர் காட்டி கொண்டிருந்தான் மருது.

அப்போதுதான் குளித்து துவட்டி ரவிக்கையின் ஹூக்குகளை மாற்றிக் கொண்டிருந்த ராசாத்தியும் ஜன்னல் வழியே அவர்களை பார்த்தாள். கடைசியாக வந்த சுந்தரத்தை பார்த்த பிறகுதான் விஷயம் புரிந்தது.

"வணக்கம்! இந்த ஊருக்கு புதுசா வந்திருக்க ஆசிரியர் சுந்தரம் நான் தான். உங்க பொண்ணு ராசாத்தியை எனக்கு ரொம்ப பிடிச்சிருக்கு பெண் கேட்க வந்திருக்கேன்."

"..............."

"இதோ இந்த தட்டில் 10,000 ரூபா பட்டுப்புடவை, 10 பவுன் தங்க செயின், மூணாவது தட்டுல கல்யாண செலவுக்கு பணம் அடுத்த தட்டுல தோடு ஜிமிக்கி .... இதெல்லாம் உங்க பொண்ணுக்கு சீதனமா நான் கொண்டு வந்திருக்கேன். சம்மதமா?" என கேட்டான் சுந்தரம்.

அதை பார்த்து செங்கோடனும் ஒரு கணம் ஆடித்தான் போய்விட்டார்.

மனிதனின் மன அழுக்குகளை புறத்தோற்ற வேஷங்கள் மறைத்து

விடுகின்றன. விகாரங்கள் எவ்வளவோ இருப்பினும் சுந்தரத்தின் புன்னகை தானே இவரையும் வசீகரிக்கிறது!

கிணறும், மழையற்று போன நிலமும் வைத்துக்கொண்டு மருது இவளுக்கு என்ன சுகத்தை கொடுத்து விட முடியும்?

மாட்டை கட்டி போட்டுவிட்டு, போரில் வைக்கோலை உருவிப் போடும் மருதுவை ஒரு முறை திரும்பிப் பார்த்தார். அவன், தான் பாட்டுக்கு தன் வேலையை பார்த்துக் கொண்டிருந்தான் ஜன்னல் அருகே நின்று கொண்டிருந்த ராசாத்தியை பார்த்தார். அவள் மருதுவையே பார்த்துக் கொண்டிருந்தாள்.

வீடு தேடி வந்த சீதனத்தை விரட்டி விட முடியுமா? ராசாத்திக்கு தேவையானது மனசா? வாழ்க்கையா? என்ற கேள்வி எழுந்து அவரை அலைக்கழித்தது.

மாடு விழுந்து புரண்ட குட்டையை போல மனசு குழம்பியது. எளிதில் தெளிந்து விடுமா?

சுந்தரம் தான் மனசை படிப்பவன் ஆயிற்றே? அவரது குழப்பத்தை புரிந்து கொண்டு, "திடுதிப்பென இப்படி வந்து பொண்ணு வேணும்னு கேட்டா, யாருக்குமே அதிர்ச்சியா குழப்பமாகத்தான் இருக்கும் முடிவை இப்பவே சொல்லனும்னு இல்லை. யோசிச்சு சொல்லலாம் சம்மதம்னா தட்டு எல்லாம் இருக்கட்டும். சம்மதம் இல்லைன்னா சொல்லி அனுப்புங்க. ஆள் வந்து எடுத்து போவாங்க." என்ற சுந்தரம் கும்பிடு போட்டு புறப்பட்டு விட்டான்.

செங்கோடனின் பழைய நண்பர்களுக்கு பாட்டில்களை வாங்கிக் கொடுத்து, சுந்தரத்துக்கு பெண் கொடுத்தால்... ராசாத்தி எப்படி எல்லாம் சிரஞ்சீவியாக வாழ்வாள் என்பதை எடுத்து பேச வைத்து விட்டான்.

நுகதடிக்கு கழுத்தை கொடுக்கும் மாட்டைப் போல செங்கோடனின் மனம் துணிந்து கொடுத்தது.

அவர்களிடம் பேசி திரும்பிய போது பருத்திக் காயை பிரித்து அதன் உள்ளிருந்த பஞ்சை எடுத்து கூடையில் போட்டுக் கொண்டிருந்தான் மருது.

இதுவரை அவன் என்ன ஏதென்று கேட்டுக் கொள்ளவில்லை அளவற்ற ஆசையும் அசைக்க முடியாத நம்பிக்கையும் ராசாத்தியின் மேல் வைத்திருந்தான். சுந்தரம் வந்து பெண் கேட்டபோது வந்த ஆத்திரத்தை கூட தன் மாமன் மீதுள்ள மரியாதையால் அடக்கிக்

கொண்டான். அவனை நெருங்கிய செங்கோடன்

"மருது! என் பேச்சுக்கு மரியாதை தரவந்தானே நீ?"

" ஆமா மாமா"

"அப்படின்னா ஏன் எதுக்குன்னு எதிர்ப் பேச்சு பேசாமல் இந்த சீர் வரிசையை எல்லாம் பத்திரப்படுத்து. வூருக்கு ஆளனுப்பி சுந்தரத்தை பரிசம் போட வரச்சொல்லு. கல்யாண ஏற்பாட்டை நீயே கவனிச்சுக்க ."என்றார்.

அவனுக்குள் ஒரு சூறாவளி சுழன்று அடித்தது. பெரியவங்க வார்த்தைக்கு கட்டுப்பட்டு வாயில்லா பூச்சியாய் வாழ்ந்து பழக்கப்பட்டவன் ஆயிற்றே?

"மாமா! நீங்க... என" எதையோ சொல்ல முயற்சித்தான் மருது. அதுவரை அதிர்ச்சியில் ஸ்தம்பித்து நின்ற ராசாத்தி

"அப்பா! இது ஞாயமா? வசதியைப் பார்த்து வாழ்க்கையை மாற்று என உங்களுக்கு சொல்லித் தந்தது யாரு?" என கேட்டாள்.

மருதுவும் இதைக்கேட்டு கொதிப்பு அடைவான்!" என எதிர்பார்த்தால்... அவனோ தன் அப்பாவின் மீது உள்ள மரியாதையால் மௌனிக்கிறான்.

"ராசாத்தி! நல்லது கெட்டது உனக்கு தெரியுமா? நீ செங்கோடன் பொண்ணு என்பது உண்மையானால்... நான் சொல்ற வார்த்தைக்கு கட்டுப்பட்டு நட போ ...!"

துண்டை உதறி தோளில் போட்டுக்கொண்டு உள்ளே போய்விட்டார். அதற்கு மேல் அவளால் ஒன்றும் பேச இயலவில்லை. ராசாத்தி தன் மாமனை திரும்பிப் பார்த்தாள். அவனும் அவள் முகூர்த்தத்திற்கு முகூர்த்த கால் வெட்டி கொண்டிருந்தான்.

வாழ்க்கை நிர்ப்பந்தத்தை உருவாக்குபவர்க்கு அர்த்தம் புரிவதில்லை. அர்த்தமுள்ள வாழ்க்கை வாழ விரும்புபவர்களுக்கு அதற்கான சந்தர்ப்பங்கள் கிடைப்பதில்லை. இவளுக்கு கொடுக்கப்பட்டிருப்பது அர்த்தமுள்ள வாழ்க்கையா, அர்த்தமற்ற சந்தர்ப்பமா? அதை புரிந்து கொள்ளும் பக்குவம் ராசாத்திக்கு இல்லை.

சுந்தரம் வந்து ராசாத்திக்கு பரிசம் போட்டான்.

சுதந்திரத்திற்கு வாழ்க்கைப்பட்டு போனாள். ராசாத்தி அங்கு போன பிறகுதான் அவனது சுயரூபம் தெரிந்தது. அப்படியே விக்கித்து நின்றாள் ராசாத்தி....

வாழ்க்கைப்பட்டு வந்த நாள் முதலாய் சுந்தரம் அவளிடம் சுமுகமாய் பழகவில்லை. அவனது பேச்சும் பார்வையும் குரூரமான தாகவே இருந்தது.

வானத்தை வெறித்தபடி உட்கார்ந்திருந்தாள் ராசாத்தி டியூசனை முடித்துக் கொண்டு அவளிடம் வந்தான் சுந்தரம். சொம்பில் தண்ணீர் கொடுத்தாள். பள்ளியை விட்டு திரும்பியதும் இரவில் பத்து இருபது பேருக்கு பாடம் சொல்லி தருவான்.

"என்னடி யோசனை? உன் மாமன் நெனப்பு வந்துருச்சா?" சுந்தரத்தின் குரலில் நெருப்பு.

நிமிர்ந்து ஒரு பார்வை பார்த்தாள் எரிக்கும் பார்வை.

என்னடி முறைக்கிற? உண்மைய சொன்னா உடம்பு எரியுதா? ராகி காட்டுக்குள்ள ராங்கித்தனம் பண்ணினவ தானே நீ? பளீரென அறைந்தான்.

"............"

"உன்னை நான் அடைய நினைச்சப்ப அவமானப்படுத்தினாய். அதனாலதான் அவமானப்படுத்த உன்னை அடைந்து இருக்கிறேன்." என்று நக்கலாக சிரித்தான். அவனது பேச்சும் பார்வையும் அவளை வதைத்தது.

அவள் மருதுவின் உடமை என அறிந்தும் ஏன் ஏற்றுக் கொண்டான் என்பதை கேட்டுவிட துடித்தாள்.

"மருது ஞாபகம் வருதா கண்ணு? அது தப்பாச்சே! எச்சில் இலையில் சாப்பிடுவது எவ்வளவு அருவருப்பானது. தெரிஞ்சுக்க!" என்றவன் செம்பில் இருந்த தண்ணீரை வாயில் ஊற்றி கொப்பளித்து, அதை அப்படியே அவள் வாயை திறந்து வாயில் ஊற்றினான்.

அதை அவன் முகத்தின் மேல் உமிழவேண்டும் போல் ஆத்திரம் வந்தாலும், அடக்கிக் கொண்டாள். இப்படித்தான் புதுப்புது கொடுமைகளை செய்து வந்தான். இறுகிப்போன நெஞ்சோடு எதையும் சகித்துக் கொண்டாள். ஒருநாள்..... அவனது அக்கிரம செயல் எல்லை மீறியது.

அன்று கோழி குழம்பு வைத்திருந்தாள். நல்ல வாசனை குடித்து பார்த்த சுந்தரம், காரம் தாங்கமாட்டாமல் பூவென அவள் முகத்திலேயே துப்பிவிட்டான்.

"ஏண்டி இவ்வளவு காரத்தை போட்ட?"

"தவறி போட்டுட்டேன்"

"தவறியது இதுல மட்டும்தானா?"

கேட்டு விட்டு போய்விட்டான்.

எரிச்சல் தாங்க முடியவில்லை. தண்ணீரை எடுத்து இரு கைகளாலும் முகத்தில் அடித்துக் கொண்டாள்.

அழுகை வெடித்தது.

“அக்கா! ஏன் அழறீங்க?” என்றான் மணி. டியூசனுக்கு வரும் பையன். நன்கு வளர்ந்து இருப்பான். மீசை அரும்பும் தருணம் சின்ன உதவி ஆனாலும் அவன் தான் செய்வான்.

"கண்ல என்னக்கா சொல்லு! கண்ணை எப்படி காட்டு" என்று அவன் பதட்டமும் துடிப்புமாய் அவள் கண்களை பிரித்து அகலமாக்கி ப்..பூ... எனவூதினான் .இரு கண்களிலும் மாறி மாறி ஊதிக் கொண்டிருந்த போது அவளது சேலை விலகி பெண்மையின் பூரிப்புகள் கவர்ச்சியாய் தெரிந்தது... அவள் இருந்த கோலமும் அவனது நெருக்கமும் தந்த தோற்றம் விகல்பத்தை உண்டு பண்ண... வீடு நோக்கி வந்த சுந்தரம் வெறி ஆனான்.

"ச்சீ!படிக்கிற பையனோட படுக்க துடிக்கிறியே நீயும் ஒரு பொம்பளையா? எட்டி இடுப்பில் உதைக்க,

“ஐயோ அம்மா!” என அலறியபடியே சுருண்டு விழுந்தாள், ராசாத்தி! மணியையும் அடித்து விரட்டினான்.

ராசாத்தி பூகம்பமாய் வெடித்தாள்.

"கட்டின பொண்டாட்டி மேல களங்கம் சுமத்தும் நீயும் ஒரு ஆம்பளையா? நான் உன்ன புருஷனா மதிச் சாத்தான்யா மத்தவங்க உன்ன மனுஷனா மதிப்பாங்க! மனுஷ ஜென்மமே இல்லாத உன்னோட இனி ஒரு நிமிஷமும் இருக்க மாட்டேன். இப்பவே என் வீட்டுக்கு போறேன்" என புறப்பட்டாள்

"போடி, போ! அதுக்கு முன்னால உன்னை ஒன்னே ஒன்னு பண்ணனும்!" என்றவன் அவளை நிர்வாணமாக்கினான். வெளியே தள்ளி உள்ளே கதவை சாத்திக் கொண்டான்.

மணியின் அம்மா ஓடிவந்து சேலையை கொடுத்து உடுத்த செய்தாள். மணி தான் தாயை அனுப்பினான். கடைசி பேருந்தை பிடித்து அவளை புதுப்பட்டியில் விட்டு வந்தனர்....

....

ராசாத்தியை பார்த்து போக வந்தான் மணி. தனக்கு அக்கா இல்லாத குறையை தீர்த்து வைத்தவள் ஆயிற்றே!

அவன் உள்ளே போனதும் சுந்தரத்தின் சகாக்கள் சட்டென கதவை வெளிப்பக்கம் பூட்டி விட்டனர். பஞ்சாயத்தாரை முன்வைத்து கதவை திறந்த போது.....

ராசாத்தியும் மணியும் வெளியே வந்தனர். சுந்தரம் அவளைப் பார்த்து வன்மமாக சிரித்தான்.

"ஐயா! பெரியவர்களே... உங்க ஊரு பொண்ணை பத்தி இப்படி பேசுறேன்னு கோபப்படாதீங்க... எங்க ஊர்ல, என் வீட்டில, இந்த பையனோட நெருக்கமாக இருந்ததை பார்த்து தட்டிக் கேட்டதற்காக தான் ராவோட ராவா சொல்லிக்காம ஓடி வந்துட்டா! இதோ, இப்ப உங்க கண்ணு முன்னால அதே பையனோட பாக்குறீங்க தப்பான ஒருத்திய தாரமா ஏத்துக்க முடியுமா? இதுக்கு நீங்களே தீர்ப்பு சொல்லுங்க!" என்று கும்பிட்டபடி நடித்தான் சுந்தரம். 'மணி இங்க வருகிறான்' என்ற தகவலை கேட்டு தான்.... இப்படி ஒரு முன் ஏற்பாட்டை செய்து விட்டான் சுந்தரம்.

அடிக்கடி பெண்ணை சுடுவதால் தான் கற்பை நெருப்பென்று சொல்கிறார்களா?

"வாத்தியார் சொல்வதெல்லாம் பொய்! இது என் கூடபிறந்த அக்கா! அக்காவை பார்க்க வருவதை இவர் பார்த்து விடுவார் என்று பயந்து தான் வீட்டுக்கு உள்ளே வந்ததும் கதவை சாத்தினேன் சாமி சத்தியமா அக்கா நல்லவங்க - வாத்தியார் தான் அயோக்கியன்!" என்று ஆத்திரத்தோடு அலறினான் ,மணி.

"ராசாத்தி நடத்த கெட்டவன்னு சொல்ரேன்." என்று சுந்தரம் அலற, ராசாத்தி காதை பொத்திக் கொண்டாள்.

"இல்ல.. நா.. சத்தியம் தவறாதவ" எனக் கூறி நெஞ்சில் அடித்துக்கொண்டு கதறினாள்.

"தாப்பா திறந்து வெளியே வந்த அவங்க தப்பா நடக்கலைன்னா... அப்போ, உள்ள என்ன சாமி கும்பிட்டுகிட்டு இருந்திருப்பார்களா?

- சுந்தரத்துடன் வந்த ஒருவன் கேட்க, பஞ்சாயத்தில் இருந்த பூசாரி ஆவேசம் வந்தது போல பேசினார்.

"இந்தா, வாத்தியாரே! இன்னொரு தபா ராசாத்தியை பத்தி இப்படி சொன்ன... உன் நாக்கு அழுகி போயிரும்! ஊரே கூடி இருக்கிற இந்த கூட்டத்துல பொம்பளைங்க எத்தனை பேர்

இருக்காங்க எண்ணிப்பார்த்து சொல்லுப்பா!" என்றார்.

இந்தக் கிழவன் ஏன் இதை கேட்கிறான்?" என்று சுந்தரம் குழம்பினான். கூட்டத்தில் வயதான பெண்மணிகள் 5 பேர் மட்டுமே இருந்தனர்.

"பார்த்தியா! வயசு பொண்ணுங்க புதுசா கல்யாணம் ஆனவங்க யாருமே ஊருல இருக்க மாட்டாங்க. ஏன் தெரியுமா? புதுப்பட்டி அம்மனுக்கு பூ சாத்திவிட்டால்.. இந்த ஊரு பொம்பளைங்க யாரும் பாய் மதிக்க மாட்டாங்க. அதாவது தாம்பத்ய உறவு வச்சுக்க மாட்டாங்க. பண்டிகை முடிந்து சாமியை கொண்டு போய் சீராப்பள்ளி ஈஸ்வரன் கோயிலில் இறக்கி வைக்கிற வரைக்கும் சுருட்டிப்போட்ட பாய அசந்து மறந்து தொடமாட்டார்கள் புது கல்யாண பொண்ணுங்க பிறந்த வீடுபோயிட்டு பொங்கல் வைக்கிற அன்னைக்கு தான் வருவாங்க ஏன் தெரியுமா? அம்மனோட சக்திக்கும் சத்தியத்திற்கும் பங்கம் வந்து விடக்கூடாது என்றுதான்"

"................"

அம்மன் பண்டிகை சாற்றி நிறைந்த கொலுசு இருக்கிற இந்த நாளைல ராசாத்தி தப்பு பண்ணினான்னு சொல்றியே... நீயும் ஒரு மனுஷனா!? அவ புடம் போட்ட பொன்னு புதுப்பட்டி பொண்ணு! என்கிற ஞாபகம் வச்சுக்கோ!"

- பூசாரி பேசி நிறுத்த சுந்தரம் சுக்குநூறாய் சிதறிப் போனான். சூழ்ச்சி பலிக்கவில்லை என்ற வெறுப்பில் தாலியை வாங்கிக்கொண்டு கரியைப் பூசிக்கொண்ட முகத்தோடு புறப்பட்டான்.

..... அது நடந்து பல மாதங்கள் ஆயிற்று.... சுந்தரமும் மாற்றல் வாங்கி போய்விட்டான். செங்கோடன் ஊர் முக்கியஸ்தர்களுடன் கலந்து பேசி மருதுவிற்கு ராசாத்தியை மறு தாரமாக கட்டி வைத்தனர்.

தன் மாமனுக்கு வாழ்க்கைப்பட்ட அவள் இதோ... மாது என்கிற பையனை பெற்றெடுத்து மகிழ்ச்சியுடன் வாழ்கிறாள்... இப்போது அவனுக்கு வயது 5.

கண்ணிறைந்த கணவன் கண்மணிபோல் பையன்.... தெள்ளிய நீர் ஓட்டமாய் அவள் வாழ்க்கை நதி ஓடிக் கொண்டிருக்கையில் தான்.

.... திடீரென ஒப்பாரி சத்தம் கேட்டதும், ஊர் மக்கள் ஒன்றாய் கூடி அவளை தாலி அறுத்து பூவும், பொட்டையும் கலைத்து வெள்ளை சேலை உடுத்த கூறியதும், எல்லாமே ....நடந்தது.....

பனைமரத்துப்பட்டி பிரிவு ரோட்டில் திரும்பும்பொழுது பைக்கில் வந்த சுந்தரம் விபத்தில் இறந்து போய் விட்டானாம்! அதற்காகத்தான் இத்தனை இத்தனை அமர்க்களம்.....

கொஞ்ச நாள் ஆனாலும் சுந்தரத்திற்கு வாழ்க்கைப்பட்டவ நீ! உனக்கு அவன் தாலி கட்டி இருக்கான் பேசாம தாலியை அறுத்து எருக்கஞ்செடியில போட்டு விடு! மீண்டும் சொன்னாள் கமலா.

ராசாத்தியை சுற்றிலும் வெள்ளைச் சேலை கட்டிய பெண்களின் கூட்டம் ஊர் பெரியவர்களும் இப்போது அங்கே வந்திருந்தனர்.

மனப்புயலின் சுழல் காற்று இன்னும் வீசி வீசி அடித்தது "தாலியை இழந்து சுமங்கலியா வாழனுமா? இல்லை தாரமே இல்லன்னு தனியா போகணுமா?" முன்பு அவள் கேட்ட வார்த்தை செவிட்டில் அறைந்த மாதிரி இருந்தது அனைவருக்கும்.

“கமலா சொல்றதுதான் சரி. காலங்காலமா வர்ற வழக்கத்தை நாம மாத்திக்க முடியுமா? மாதிக்கிட்டா சாமி குத்தம் ஆகிடும்! பேசாம சொல்றத செய் போ புள்ள” என்றார் நாட்டாமை.

அதற்கு மேல் பொறுக்க முடியவில்லை மருது அவர் அருகே வந்தான். "ஐயா! பெரியவங்க வார்த்தை தலைக்கு மேலே. யாராயிருந்தாலும் ஊர்க் கட்டுப்பாட்டை மதித்து ஏற்றுக்கொண்டுதான் ஆகவேண்டும் அதுக்கு முன்னாலே ஒன்னு கேட்கலாமா? என்றான்.

மகளைப் பற்றிய கவலையில் துண்டால் வாயை பொத்தியபடி திண்ணையில் உட்கார்ந்திருந்தார் செங்கோடன்.

"மண்ணிலேயே கிடந்ததால் நீ மாணிக்கம் என்பதை மறந்துட்டேனே, மருது!" என நெகிழ்வுடன் சொல்லி ராசாத்தியை அவன் கையில் பிடித்து கொடுத்தார். அந்த வாழ்க்கைக்கும் பங்கம் வந்து விட்டதே! இனி உயிரை மாய்த்துக் கொள்ள வேண்டியதுதான். என்ற முடிவுக்கு வந்திருந்தார் செங்கோடன்.

"ராசாத்தி வாழாம வந்தப்ப டேய் மருது உனக்கென பிறந்தவளை உன்கிட்டயே சேர்த்து வைக்கிறோம்! மகராசனா பிழைச்சிக்கோன்னு எங்களை சேர்த்து வைத்ததும் ஆசிர்வாதம் பண்ணினதும் நீங்க தானே?"

"ஆமா!"

"சேர்த்து வெச்ச நீங்களே பிரித்து வைத்துப் பார்க்க ஆசைப்படுகிறது ஞாயமா?" மருது கேட்க சவுக்கடி பட்ட மாதிரி அதிர்ந்தனர். மீண்டும் பேசினான்.

அவன் போட்ட தாலியை அவனே வாங்கி போயிட்டான் அவனுக்காக நான் போட்ட தாலியை அறுக்க சொல்வது எந்த விதத்தில் நியாயம்?"

"இவ வாழனும்னு நினைச்ச உங்க மனசுல இப்போ வாழாவெட்டி ஆகணும்னு தோணினா இதோ, இப்பவே உங்க இஷ்டப்படி செய்திடுங்கள்!" என்று ஆக்ரோஷமாக பேசியவன் ராசாத்தியை இழுத்து வந்து நிறுத்தினான் மருது. மிரள மிரள நின்றான் சிறுவன் மாது.

கையில் கொடுவாள் உடன் தலைவிரி கோலமாய் நின்றாள் ராசாத்தி, "தாலியை அறுக்கறதை விட என் கழுத்தை அறுத்துருங்க!" என அவள் கூக்குரலிட்டது இன்னும் ஒலித்துக் கொண்டே இருந்தது......

"மருது கேட்டதும் நியாயம்தானே? ராசாத்தி சுந்தரத்தை விட்டு வந்து மருதுவுக்கு வாழ்க்கை படாமல் தனியாக இருந்திருந்தால்... ஒருவேளை நான் சொல்வது பொருத்தமாக இருந்திருக்கலாம்.

ஒரு பொண்ண துறும்பு வாங்கிட்டா, அவள் மறுதாரமா வாழ்க்கை படுவதை எப்ப நம்ம சமுதாயம் ஏற்றுக் கொள்கிறதோ, அப்பவே இந்த தாலி வாங்குற சம்பிரதாயம் தேவை இல்லை என ஆகிப் போய்விட்டது. இப்படி நல்லதுக்காக உருவான இந்த சம்பிரதாயத்தை கெட்டதுகாகத்தான்னு நாம ஒரு முரட்டுப் பிடிவாதம் பிடிக்கிறது சரி இல்லைங்க. என் மனசுக்கு பட்டதை சொல்லிட்டேன்!" என்றான் மருது.

எந்த நியாயமும் எடுத்துச் சொல்வதில் தான் இருக்கிறது. மனங்களும் அதுபோலவே. நலலது கெட்டதை அசைபோட்டு பார்க்கிற மனபக்குவம் மரபுகளில் ஊறிப் போனவர்களுக்கு உடனே வந்துவிடாது. இது போன்ற நிர்பந்தங்களில் தான் ஞாயம் பற்றி சிந்திக்க தோன்றும்!

இந்த சம்பிரதாயங்களை முழுக்க சரியில்லை என்றும் ஒதுக்க முடியாது! எல்லாமே சரிதான்னு ஏத்துக்கவும் முடியாது. உடம்புக்கு ஒத்துக்காததை எல்லாம் ஒதுக்கீட்டு சரி என்று படுவதை சாப்பிட்டு உயிர் வாழ்ற மாதிரி தான் இதுவும் அதை நான் ஒத்துகிறேன் ஆனால்.... இதோ இவங்களெல்லாம் சம்பிரதாயங்களால் பாழாப்போனவங்களா?"

வெள்ளைச் சேலை கட்டி இருக்கும் பெண்களை காட்டி கேட்டார் நாட்டாமை.

கூட்டத்தில் மௌனம். அவரே பேசினார்.

“புருஷனை இழந்த ஒரு பொண்ணு வெள்ளைச் சேலை கட்டுவது.. அவ மன சுத்தமா வாழ்க்கை தூய்மையா இருக்கணுமே என்பதற்காகத்தான்! இதை நாம தப்புன்னு சொல்ல முடியுமா? இல்ல ஒதுக்க முடியுமா?” என்றார் நாட்டாமை.

"நீங்க சொல்றது நெசந்தான், நாட்டாமை ஐயா! மன சுத்தமும் வாழ்க்கை தூய்மையும் வெள்ளைச் சேலை உடுத்துதாலே கிடைக்கும் அல்லது கிடைக்கனும்னு சொல்வது எவ்வளவு நிஜமோ அதேபோல நான் சொல்றது நிஜம்!" என்று அது பற்றிய பல விஷயங்களை எடுத்து சொன்னான்.....

“யாரோ சில கொடுமைகாரர்கள் பொண்ணுங்களை வேவு பார்ப்பதற்காக உருவாக்கிவிட்ட இந்த பழக்கம் நமக்கு தேவையா? வாழ்வை இழந்து விதவையாக நிற்கிற நம்ம வீட்டுப் பெண்ணை , நம்ம மகளை நாமே இந்த... கண்ணோட்டத்தோடு பார்ப்போமா? பதில் சொல்லுங்க. ஆமாண்ணா ராசாத்தி கழுத்துல இருக்கற தாலிய நானே அறுத்து எறிந்து விடுவேன். இல்லனா நான் சொல்ற வார்த்தைக்கு நீங்கள் எல்லாம் கட்டுப்பட வேண்டும்!" எனக் கேட்டு எல்லோரையும் ஒருமுறை பார்த்தான் மருது. பேசுவது மருது மாமன் தானா என்ற பிரமிப்போடு பார்த்தாள் ராசாத்தி.

ஊமையாகவே இருந்த மருதுவின் மனதில் இப்படி ஒரு புரட்சி ஊற்று ஓடிக்கொண்டிருப்பதை இன்றுதான் பலரும் உணர்கின்றனர் மகன் மாது கூட அப்பனை அதிசயமாக பார்த்தான்.

புரியாத உண்மையை புரிய வைத்த மருது என்னதான் சொல்லப் போகிறான்? என நினைத்த நாட்டாமை,

"கட்டுப்படுவோம், சொல்லு!" என்றார்

"இனிமே யாரும் வெள்ளை சேலை கட்ட கூடாது என ஊர் பஞ்சாயத்து மூலமா உத்தரவு போடுங்கள்"

“மருது!?”

“அதிர்ச்சியோ ஆத்திரமோ அடையாதீங்க. ராசாத்திய தாலி வாங்க முடியாதுன்னு மறுத்து இந்த ஊரைவிட்டே போயிருக்க முடியும்! ஆனால், ஏன் போகல? இந்த ஊருக்கு ஒரு விடிவு பிறக்கத்தான் இதுக்கு மேலயும் நீங்க மௌனம் சாதித்தா இந்த ஊருல பிறந்ததற்காக வெட்கப்பட்டு இரண்டு பேருமே தலையை வெட்டிக் கிட்டு செத்துபோய் விடுவோம். வேற வழி இல்ல.” என்றான். உறுதியான குரலில்.

நல்லதுக்கு விதை போட்ட மருதுவை நாட்டாமை கட்டிக்கொண்டு அழுதார். உத்தரவு பறந்தது. துடும்பு ஒலித்தது. வெள்ளைச் சேலை மாறி வண்ண சேலைக்கு பெண்கள் மாறினர்.

ராசாத்தியும் மருதுவும் சொல்ல முடியாத ஆனந்தத்தோடு அம்மனின் முன்னால் கரம் குவித்து நின்றனர் கண்களில் நீர் தரம். நெஞ்சம் விகசித்து விக்சித்து அம்மனை அது அபிஷேகம் செய்ய... கோவில் மணியை ஒலிக்க விட்டான் மருது. முடிபோட்ட அவனது பந்தம் இதோ வென்று விட்டது!

ராசாத்தியின் வாழ்க்கையில் வந்த முந்தானை வசந்தம் அவள் வாழ்க்கையை மட்டுமல்ல அந்த கிராமத்து பெண்களின் வாழ்வையே சோலை ஆகிவிட்டது......

இப்படியும் சிலர்

மனோரஞ்சிதம் சு.பாபு

தீதும் நன்றும் பிறர்தர வாராது என்பார்கள். ஆனால் வந்துவிட்டது. சும்மா இருப்பவனையும் தேடி ஒரு பிரச்சனை வரக்கூடும் என நான் கற்பனையில் கூட நினைத்துப் பார்த்ததில்லை. பல திரைப்படங்களில் பார்த்து, நமக்கே சலித்துப் போன பிரச்சனை போல இருந்தாலும், நிசத்தில் நேருக்குநேர் சந்திக்கும் போது புதியதாகவும், பயமாகவும் இருக்கிறது. சம்பந்தமே இல்லாமல், பாவமும் பழியும் எங்கிருந்து வருகின்றன எனத் தெரியவில்லை. ஒருவேளை, 'பட்டாம்பூச்சித் தியரி' என்கிறார்களே, அதைப்போல எங்கோ, என்றோ, என்னவோ நிகழ்ந்து, படிப்படியாய் வளர்ந்து பிரச்சனையாகி, இன்று என் முன்னால் வந்து நிற்கிறதா?

எப்போதும் அந்த கடைவீதியில் கூட்டம் நசநசவென இருந்துக் கொண்டேயிருக்கும். எல்லோரும் அங்கே பொருட்களை வாங்குவதற்காக வருகிறார்களா அல்லது அந்த பகுதியைக் கடந்து போகிறார்களா என யாரையாவது கேட்டால், இரண்டுமே என்பார்கள். காரணம், பழைய பேருந்து நிலையத்திற்கு போகும் வழிகளில் அதுவும் ஒன்று. அது ஒருவழிப்பாதை தான் என்றாலும், எதிரெதிரே வரும் வாகனங்களால் வழியடைத்துக் கொண்டு, எப்போதும் திணறிக் கொண்டிருக்கும். போதாக்குறைக்கு, சாலையின் இருபக்கமும் கடைகளை பெரியதும் சிறியதுமாக விரித்து, ஆக்கிரமிப்பு செய்திருக்கும் சில்லரை வியாபாரிகள், எந்நேரமும் கூவிக்கூவி மக்களை அழைத்துக் கொண்டிருக்கும் இரைச்சலான இடம் அது.

அங்கே இருக்கும் மிகப் பழைய கட்டிடத்தில்தான் என் புதிய அலுவலகத்தைத் தொடங்கியிருந்தேன். அச்சகங்களுக்கு கணினியில் விளம்பர வடிவமைப்பு செய்துத் தருவதுதான் என் வேலை. அங்கே போய் சில மாதங்கள் தான் ஆகிறது. அக்கம் பக்கம் நன்றாக பழக்கமாகி விட்டார்கள். இதுவரையில் எந்த பிரச்சனையும் இல்லை. ஆனால், பிரச்சனையே இல்லை என நானும் நிம்மதியாக இருக்க முடியாது போலிருக்கிறதே.

நான் அன்று வழக்கம் போல, முற்பகல் சுமார் பன்னிரண்டு மணிக்கு தேநீர் குடிக்க, மாடியிலிருந்து இறங்கி கடைவீதியில் நடந்து போய்க்கொண்டிருந்தேன். தேநீர் கடைக்கு சிறிது தூரமாக போகவேண்டும். அதிக வெயில் காரணமாக சாலையோரக் கடைகள் கொஞ்சம் குறைந்திருந்தன. ஆனாலும் கூவி அழைக்கும் வணிகக் குரல்களுக்கு குறைவில்லை.

அந்த கலவையான இரைச்சலிலும் கூட, ஒரு பெண்ணுடைய குரல் 'அண்ணா ' என்று கூப்பிடுவது தனியாகக் கேட்டது. இந்த ஊரில் யாராக இருந்தாலும், யாரையும் வயது பாராமல் மரியாதையோடு அண்ணா , அக்கா என்று கூப்பிடுவதுதான் வழக்கம்.

யாரோ யாரையோ அழைத்தாலும் யாருமே திரும்பிப் பார்க்கத்தான் செய்வார்கள். யாருக்குமே இயல்பான செயல்தானே அது. இரண்டாவது முறையாக அந்த குரல் இன்னும் சத்தமாக கூப்பிட்டதால், நானும் திரும்பிப் பார்த்தேன். என்னையா? யாராயிருக்கும்? என கண்களால் தேடினேன். சாலையோரம் சின்னதாக சோளக்கதிர் கடைவிரித்து அமர்ந்திருந்த பெண்மணி என்னை பார்த்து, வருமாறு கையால் சைகைக் காட்டியதால், அழைக்கப்படுவது நான்தான் என்பதை அறிந்துக் கொண்டேன்.

என்னை அழைத்த பெண்மணிக்கு அறுபதைக் கடந்த வயதிருக்கும். முக்கால் நரையோடு, ஒல்லியாகவும் இல்லாமல், செழிப்பாகவும் இல்லாமல், திடமான கிராமத்து தோற்றம். கண்களில் கூரான பார்வை. என் வயதோடு ஒப்பிடும் போது அந்தம்மா தான் எனக்கு அக்கா மாதிரி. அதுவும் பெரியக்கா.

அந்தம்மா வியப்பான விழிகளோடு, வெற்றிலைக்கறைப் பல்வரிசையுடன் என்னை பார்த்து சிரித்தார். நன்றாக பழகியவர்கள் ரொம்ப நாள் கழித்து சந்திக்கும் போது, எப்படி உரிமையோடு சிரிப்பார்களோ, அப்படி நெருக்கமாக இருந்தது அந்த சிரிப்பு.

ஆனால், பழகிய முகமாக இல்லையே, யாராயிருக்கும் என எனக்குள் ஒரு தடுமாற்றம். சாதாரணமாக இங்கே ஒருவரை சந்தித்து விட்டு, அடுத்த நாள் வேறிடத்தில் அவரையே மீண்டும் பார்த்தால் திருதிருவென விழிப்பவன் நான். சிலபேர் என்றைக்கும் மறக்காமல் முகங்களை நினைவில் வைத்திருக்கிறார்களே, அது எப்படி? எனக்கு வியப்புதான். ஒருவேளை வெண்டைக்காய், வல்லாரை, சுரைக்காய் சாப்பிட்டால் எனக்கும் அது சித்திக்குமா எனத் தெரியவில்லை. எதுவானாலும் நமக்குள் என்ன இருக்கிறதோ அதுதானே நம் இயல்பு.

இருந்தாலும் இப்படி முகமலர்ச்சியான சிரிப்புடனும், நேச பாவனையுடனும், மிகவும் உரிமையோடு அழைத்தால், யாராயிருந்தாலும் பதிலுக்கு சிரிக்காமலோ, குறைந்தபட்சம் ஒரு மரியாதை நிமித்தமாவது அருகில் சென்று, "நீங்க..... யாருன்னு நினைவில்லையே...." என்று அசடு வழிய விசாரிக்காமலோ கடந்து செல்லவே முடியாது. நான் மட்டும் என்ன செய்துவிட முடியும்?

யோசனையுடன் நானும் வரவழைக்கப்பட்ட புன்னகையோடு கடை அருகில் சென்றேன். அந்தம்மாவை விசாரிக்கலாமா வேண்டாமா என தயங்கிய நேரத்தில் அவரே முந்திக்கொண்டு என்னை விசாரித்தார்.

"ஏண்ணா, நீ உடையாப்பட்டியில் தானே இருக்கே? நல்லாயிருக்கியா? எங்க இந்தப் பக்கம்?" என்று கேட்டதால் எனக்கு ஏமாற்றமாக இருந்தது.

உடையாப்பட்டியா? அங்கே சில வேலைகளுக்காக ஓரிரு முறை போயிருக்கிறேன். அவ்வளவுதான். மற்றபடி வெளியூருக்கு போகிற வழியில் அது ஒரு பேருந்து நிறுத்தம் என்பது தெரியும். அங்கு என்னை எப்படி பார்த்திருக்க முடியும்? ஒருவேளை தூரத்து சொந்தமா? நான்தான் மறந்து விட்டேனா? எப்படிப் பார்த்தாலும் நம்ம ஆளுங்க சாயலோ சாடையோ தெரியவில்லையே. நானும் யோசனையுடன் சிரித்தபடி "இல்லைங்களே, நான் சின்னத்திருப்பதியில இருக்கேன்" என்றேன்.

அதற்கு எதிர்வினையாக அந்தம்மாவிடமிருந்து நீலாம்பரித்தனமான சிரிப்பை நான் கொஞ்சம் கூட எதிர்பார்க்கவில்லை. என் பதிலை அவர் நம்பவில்லை என்பதை அந்த சிரிப்பே காட்டியது. "இல்லையில்லை, நீ உடையாப்பட்டிதான்னு எனக்கு நல்லாத் தெரியும். என் வீட்டுக்கு நீ எத்தனை முறை வந்து போயிருக்கே எனக்கு தெரியாதா? இப்ப எதுக்காக நீ பொய் சொல்றே? என்றார் என்னை கூர்மையாகப் பார்த்தபடி.

நான் திகைத்தேன். பொய்யா? அந்தம்மாவின் வீடு எங்கே இருக்கு? எப்போ போனேன், வந்தேன்? எதுக்காக? எத்தனை முறை? என்று என் நினைவுத்தரவுகளைத் துழாவிப் பார்த்தேன். துப்பு ஏதும் கிடைக்கவில்லை.

இப்போது அந்தம்மாவின் முகத்தில் சிரிப்பெல்லாம் வடிந்து, விசாரணை தொனி படிந்ததை நான் கவனிக்கத் தவறவில்லை. சிறந்த புலன் ஆய்வாளரைப் போல என் முகத்தையே ஆழமாக உற்றுப் பார்த்தபடி இருந்தார். அதனால் எனக்குள் இனம் புரியாத பயம் கலந்த எச்சரிக்கை உணர்வு மேலோங்கியது. 'சில நேரங்களில்

சில இடங்களை விட்டு அகன்று விடுவதே அறிவான செயலாகும்' என என் தாயார் சொன்னது நினைவுக்கு வந்து போனது.

"இல்லேம்மா, நீங்க யாரையோ நினைச்சி, நான்தான் அவருன்னு தப்பா புரிஞ்சுக்கிட்டு பேசறீங்கன்னு நினைக்கிறேன். இதுக்கு முன்னாடி உங்களைப் பார்த்ததாகக்கூட எனக்கு ஞாபகமில்லை. சரியா யோசனைப் பண்ணிப் பாருங்கம்மா." என சிரித்த முகத்துடன் சொல்லிவிட்டு வெகு இயல்பாக அந்த இடத்திலிருந்து கழன்று வந்து விட்டேன்.

நான் தேநீர் கடைக்கு போய்விட்டு திரும்பும் போதும்கூட எனக்கு ஒரே யோசனையாகவே இருந்தது. ஓர் ஆளை ஒருவருக்கு அடையாளம் தெரியாவிட்டால் என்ன? தன்னை இன்னார் என மறு அறிமுகம் செய்துக் கொள்வதால் என்ன குறைந்து விடும்? அந்த அடிப்படை நாகரிகம் எப்போது இவர்களுக்கு வரும்?

ஒருவேளை என்னைப் போல எவனாவது இருப்பானோ? என்னையே அச்சில் வார்த்தது போல யாராவது நிசத்தில் இருக்கலாமோ, அதுவும் இதே ஊரில் ? ஒரே மாதிரி ஏழு பேர் உலகத்தில் இருப்பதாக சொல்வார்கள். அது எல்லாம் உண்மைதானா? ச்சேச்சே, அதற்கு வாய்ப்பே இல்லை. அந்தம்மாதான் அடையாளக் குழப்பத்தில் இருக்கிறார் என நினைக்கிறேன்.

நம் திரைப்படங்களில் தோன்றும் இரட்டை வேடங்களை நான் எப்போதுமே கிண்டல் செய்துக் கொண்டிருப்பேன். அதில் வரும் குழப்பங்கள் எல்லாம் எனக்கு அபத்தமாய் தெரியும். ஆனால் இப்போது?

எனக்கு ஒருவரைத் தெரியும். தினமும் செய்தித்தாள்களை வீடு வீடாக போடுகிறார். அவரை பார்த்தால், என் நெருங்கிய நண்பரின் சாயலில் அப்படியே இருப்பார். அருகில் சென்று பார்த்தால் தான் ஆறு முதல் அறுபது வேறுபாடுகள் வரை தெரியும்.

என் அலுவலகத்திற்கு நான் வரும் போது, அந்த சாலை முனையிலிருந்து அருகில் வரும் வரை, அந்தம்மா வைத்த கண் வாங்காமல் என்னையே மிக உன்னிப்பாக கவனித்தபடி இருந்தார். நான் அதை தெரிந்ததாகக் காட்டிக் கொள்ளவில்லை. இருந்தாலும் இயல்பான ஒருவித மன உந்துதலால் கடை பக்கம் பார்க்க நேரிட்டது. நான் பார்த்ததை அந்தம்மாவும் கவனித்து விட்டார். மீண்டும் பிடித்துக் கொண்டார்.

"ஏண்ணா, இங்க வா..." என மறுபடியும் அழைத்தார். நான் தயக்கத்துடன் கடை அருகில் போனேன்.

"ஏண்ணா, என்னை இதுக்கு முன்னாடி நீ பார்த்ததே கிடையாதா? என்னை யாருன்னே உனக்குத் தெரியாதா?" என நக்கலான குரலில், வம்பு இழுக்கும் தோரணையில் கேட்டதால், எனக்குள் கோபம் எட்டிப் பார்த்தது. மரியாதையும் குறைந்து போனது.

"அட, என்னம்மா, நல்லா யோசனைப் பண்ணி பாரும்மா. நீ நினைச்சிக்கிட்டிருக்கிற ஆள் நான் இல்லே. சும்மா போறப்ப வர்றப்ப எல்லாம் தொந்தரவு பண்ணாதே. அப்புறம் நல்லாயிருக்காது சொல்லிட்டேன்" என்றேன் எரிச்சலுடன்.

"நான் என்னாத்துக்கு உன்னை தொந்தரவுப் பண்றேன் " என்று அந்தம்மா யோசனையோடு சிரித்தபடி, சமாதானமாக சொன்னதால் எனக்குள் நிம்மதி வந்தது. அந்த நிம்மதி ஒரு நிமிடம் கூட நீடிக்கவில்லை . அவர் மீண்டும் முருங்கை மரம் ஏறிக் கொண்டார். அது வெள்ளைக்கொடி சிரிப்பு இல்லை என பிறகு புரிந்தது.

"இல்லையில்லை, எனக்கு நல்லாவேத் தெரியும். நீ உடையாப்பட்டிதான்" என மிகவும் அழுத்தமாக, உறுதியான குரலில், சத்தமாக சொன்னதால் என் கோபம் வீங்கியது. என்னால் பொது இடத்தில் கோபத்தை காட்ட முடியவில்லை. அதுவும் வயதான ஒரு பெண்ணிடம் கோபத்தை காட்டினால் பார்ப்பவர்கள் என்னை நிச்சயம் வாழ்த்த மாட்டார்கள்.

ஒருவன் சொல்கிறானே, ஒருவேளை அது உண்மையாக இருக்குமா? இல்லையா? என கொஞ்சம்கூட யோசிக்காமல், அந்தம்மா பிடிவாதமாய் பேசுவதை கேட்டால் எனக்கு கோபம் தான் வருகிறது. 'நான் உடையாப்பட்டியில் இருந்தால் என்ன? உடைந்த பெட்டியில் இருந்தால் என்ன?'

என் கோபத்தை வெளியே காட்டாமல், "நான் எங்கேயோ இருந்துட்டுப் போறேன். அதுல உனக்கு என்னம்மா பிரச்சனை? எனக் கேட்டேன்.

அந்தம்மாவும் இந்த கேள்விக்காகவே தான் காத்திருந்தது போல தெரிந்தது. "ஆங்.. ஞாபகமில்லீயா? சோளக்கதிரை வாங்கி தரேன்னுட்டு ஐநூறு ரூபா அட்வான்ஸ் வாங்கிட்டு போனீயே, மறந்துட்டியா? நீ மாசக்கணக்கா வராம போனா நான் மறந்துடுவேனா? பேண்டு சொக்காவ கலர்கலரா மாத்திக்கிட்டு போனா எனக்கு தெரியாதா? என்றதும், மின்சாரம் தாக்கியது போல எனக்குள் தூக்கிவாரிப் போட்டது. வெயிலில் எனக்கு இன்னும் அதிகமாகவே வியர்த்தது.

இது என்ன புதுக்கதையா இருக்கே? யார் மீதோ விழவேண்டிய பழி, என் மேலேயா சுமத்தப்பட வேண்டும்? அதுவும் ஒரு பெண் சொன்னால் உடனே நம்பி விடும் இந்த சமுதாயத்தில்? இது பைத்தியமாய் இருக்குமோ? பதிலுக்கு நான் எதிர்த்து பேசாமல் அலட்சியமாக இருந்தால் அது என் தரப்பை பலவீனமாக்கி விடும் என்பதை உணர்ந்து விழிப்பானேன்.

ஒருவேளை, என்னை முந்திக்கொண்டு முதலில் அந்தம்மா சத்தம் போட்டு பேசிவிட்டால், பிறகு எல்லாருடைய பார்வையிலும் நான் தப்பான ஆளாகத்தான் தெரிவேன். யார் எதை சொன்னாலும் அதை அப்படியே நம்பிவிடும் எளிதான மக்களாயிற்றே நம் மக்கள். போயும், போயும் ஒரு கிழவியை ஏமாற்றி பணம் பறித்தவன் என்ற பிம்பம் எல்லோர் மனதிலும் படிந்து விடும். பிறகு அதை அழிப்பது என்பது ஆகாத வேலை. அதனால் இங்கே யோசிப்பதை விட அதிரடியாக செயல்படுவதே அவசியத் தேவை என என் உள்மனம் எச்சரித்தது. எனவே இந்த விசயத்துக்கு மென்மையான அணுகுமுறை எடுபடாது எனத் தீர்மானித்தேன்.

சுதாரித்து, "நீ யாருகிட்ட பணத்தை குடுத்தியோ அங்கே போயி கேளு. ஆள் தெரியாம என்கிட்ட வந்து கேட்டுக்கிட்டிருக்கே. என்னைப் பத்தி உன் மனசில என்ன நினைச்சிட்டிருக்கே? இந்த ஏரியாவுல கேட்டுப்பாரு என்னைப் பத்தி சொல்வாங்க. போ, போ, உன் ஊருக்குள்ள போயி நல்லா விசாரிச்சு பாரு, போம்மா, யாருகிட்ட வந்து பேசறே நீ?" என்று கோபத்தையும், அதனால் ஏற்பட்ட உதறலையும் வெளிக்காட்டாமல் பேசிவிட்டு விடுவிடுவென என் அலுவலகத்திற்கு வந்து விட்டேன்.

பக்கத்து அலுவலக நண்பரிடம் இதை சொன்னேன். அவர் ஆர்வத்துடன் கேட்டுவிட்டு "அட பணமா சார் முக்கியம். போனாப்போவுது, ஐநூறுறை ஆயிரமாக் குடுத்து செட் பண்ணிட வேண்டியதுதானே" என்றார்

"அட நீங்க வேற, அது அறுவது வயசு ஆயாங்க."

"அப்ப வேலைக்காவாது. உங்களுக்கு வந்து வாய்க்கிறதெல்லாம் இப்படியா இருக்கணும்? என சிரித்தார். எனக்கு வேதனை, அவருக்கு நகைச்சுவை. எருது புண் காக்கைக்குத் தெரியாது என்பார்களே. நானும் வேண்டாவெறுப்பாய் லேசாக சிரித்து விட்டு வந்தேன்.

இதை உடனடியாக சரிசெய்ய வேண்டுமே என்ற எண்ணத்தோடு எனக்கு தெரிந்த ஒரு நண்பரைத் தேடிப்போனேன். அவரிடம் சொன்னேன். எல்லாவற்றையும் காது கொடுத்து கேட்டார். பிறகு பெரிய நகைச்சுவை காட்சியைக் கேட்டதைப் போல,

தவணை முறையில் சத்தம் போட்டு சிரித்தார். பிறகு அவருடைய விசயத்துக்குத் தாவி விட்டார். துன்பம் வரும் வேளையில் யாரை சிரிக்கச் சொன்னார் வள்ளுவர் எனத் தெரியவில்லை . எனக்கு மறுபடியும் ஏமாற்றமாக இருந்தது.

எதற்காக இந்த பிரச்சனையை பெரிதாக்கிக் கொண்டு ? அப்படியே கண்டுக் கொள்ளாமல் விட்டால் அதுவே நீர்த்துப் போகும் என நினைத்திருந்த சமயத்தில், இன்னொரு நாள், நான் தேநீர் கடையிலிருந்து திரும்பி வரும்போது அந்தம்மாவின் அருகில் யாரோ ஓர் ஆள் அமர்ந்திருக்க, குற்றம் சாட்டும் முகத்தோடு, அவனிடம் என்னை சுட்டிக்காட்டியபடி ஏதோ சொல்லிக் கொண்டிருப்பதை கவனித்தேன். அந்த ஆள் அதை கேட்டவாறு பகைமுகத்துடன், சிவப்பேறிய கண்களால் என்னை அழுத்தமாகப் பார்த்தபடி இருந்தான்.

அப்புறம், பூண்டு விற்கிற அந்த பெண், "உங்கள பாத்தா அப்படி தெரியலேண்ணா . அந்த கெழவியும் பாவம்தான். அப்படி எதாச்சும் இருந்தா குடுத்துட்டு போங்கண்ணா " என்கிறாள் அந்த மாதுளம் பழக்காரி,

''அந்த கிழவி சரியான லூசுண்ணா. இன்னிக்கு காசை குடுத்துட்டு நாளைக்கே கேப்பா. நல்ல மனுசனுங்க யாரும் அவ கிட்ட யாவாரம் பண்ண முடியாது. பேசாம, அந்த காசை, அவ மூஞ்சியில தூக்கி எறிஞ்சிட்டுப் போங்க" என்கிறாள்.

இவர்களுக்கெல்லாம் என்னைப் பார்த்தால் எப்படிதான் தோன்றுமோ? அந்தம்மா இந்த விசயத்தை இன்னும் எத்தனை பேரிடம் ஒப்பாரி வைத்திருக்கிறதோ? தெரியவில்லை. ஆனால், இப்படியே விட்டால், என் மானம், மரியாதையை கெடுத்துவிடும் என்பது மட்டும் தெளிவாகத் தெரிந்தது. இதற்கு ஒரு முடிவுகட்டியே தீரவேண்டிய மனநிலைக்குத் தள்ளப்பட்டேன். அதற்கு என்ன செய்யலாம் என தீவிரமாக யோசித்தேன்.

இன்னொரு நண்பர் நினைவுக்கு வரவும் கொஞ்சம் தெம்பானேன். என் அலுவலகத்தின் பக்கத்து தெருவில் கடை வைத்திருக்கிறார். எனக்கு இருபது வருடங்களாக பழக்கம். கொஞ்சம் முரட்டு சுபாவம் உள்ளவர். எதையும் அதிரடியாக உரக்க பேசக்கூடியவர். தானுண்டு தன் வேலையுண்டு என்றுதான் இருப்பார். வம்பு தேடி வந்தால் விடமாட்டார். கடைசிவரை அதுவா, அவரா எனப் பார்த்து விடுவார். அங்கிருக்கும் அடாவடித்தனமானத் தறுதலைகள், ஆட்டோ நிறுத்த ஒட்டுநர்கள், கடைக்காரர்கள் பலருக்கும் அவரை நன்றாகத் தெரியும். அவரிடம் மரியாதையாகவும், உரிமையாகவும்

பழகுவார்கள். இந்த பிரச்சனைக்கு அவர்தான் சரி என மனதுக்கு பட்டது.

அவருடைய கடைக்கு சென்றேன். அவர் இல்லை. அவரோடு அலைபேசியில் தொடர்பு கொண்டேன். நான் சொல்வதை எல்லாம் பொறுமையாகக் கேட்டுக் கொண்டார். வெளிவேலையாக தூரத்தில் இருப்பதால் மாலை வந்து பார்ப்பதாகச் சொன்னார். 'செத்தாள் கிழவி' என்று நினைக்கும் போதே எனக்குள் சிரிப்பு வந்தது. நம்பிக்கையோடு என் அலுவலகத்திற்கு வந்து விட்டேன். என்னுடைய வேலைகள் எல்லாம் அப்படியே கிடந்தன. செய்து முடிப்பதற்கு மனம் தான் அமைதியாக இல்லை.

மாலை நண்பரும் சொன்னபடியே வந்து விட்டார். மீண்டும் ஒருமுறை நடந்தவைகளை தெளிவாகக் கேட்டுக் கொண்டார். என்னுடன் புறப்பட்டு வந்தார். சும்மா ஐந்து நிமிட நடை தூரம் தான். சென்று பார்த்த போது அந்தம்மாவின் கடை இல்லை. பழைய பைகளை சரி செய்து கொடுக்கும் கடையின் வாசலில்தான் சோளக்கதிர் கடையை விரித்து வைத்திருந்தார். என் நண்பருக்கு அந்த தையலர் நன்றாக பழக்கமானவர் என்பதால் சிரமம் இல்லை . அவரிடம் விசாரித்தார்.

"ஆமா, யாரோ ஒரு அம்மா இந்த கடை வாசல்ல சோளக்கதிர் கடை போடுதாமே, உங்களுக்கு தெரிஞ்சவங்களா? ரொம்ப வேண்டியவங்களா?"

“ஏங்க? சொல்லுங்க, என்ன விஷயம்?"

"ஒரு பிரச்சனை விஷயமா பார்க்கணும், அதான் கேட்டேன் "

" எனக்கு சொந்தமெல்லாம் இல்லீங்க, இந்த லைன் கடைசியில பழக்கடைங்க வச்சிருக்காங்களே சில பொம்பளைங்க, அவங்களுக்கு சொந்தம்னு நெனைக்கிறேன். கடை போட்டுக்கட்டுமான்னு கேட்டிச்சி, சரின்னுட்டேன். ஒரு வாரமாதான் கடை போடுது. எதிர் வெய்யில் வர்ற வரைக்கும் கடை போடும். அப்புறம் எடுத்து வச்சிட்டுப் போயிடும். ஏங்க, என்ன பிரச்சனைன்னு தெரிஞ்சுக்கலாமா?"

என்னை காட்டி, "இவரு என்னோட நண்பர். எனக்கு இருபது வருஷமா பழக்கம். ஆர்டிஸ்ட். எனக்கு எப்பவுமே போர்டெல்லாம் இவர்தான் எழுதிக்கொடுப்பாரு. நீங்க பாத்திருப்பீங்க, ஆனா ஞாபகம் இருக்காது. இப்ப கம்ப்யூட்டரை வச்சிக்கிட்டு பிரிண்டிங் டிசைனிங் பண்ணிக்கிட்டு இருக்கிறாரு. நம்ம ஏரியாவுல தான் மூணு மாசமா கடை வச்சிருக்கிறாரு. இந்தம்மா இவரை பார்க்கிறப்ப

எல்லாம் சத்தம் போடுதாமே. அதுதான் என்னன்னு கேட்டுட்டு போகலாம்னு வந்தேன்.'' என நடந்தவைகளை விளக்கமாக சொன்னார்.

அந்த கடைக்காரரர் புதிதாக கேட்பது போல கேட்டுவிட்டு, "அப்படிங்களா, எனக்கு அதைப்பத்தி ஒண்ணும் தெரியாதுங்களே. அந்தம்மா தானாவே சும்மா எதையாச்சும் பேசிக்கிட்டு இருக்கும். இவரு வந்து பேசும்போது கூட தெரிஞ்சவங்களா இருக்கும்னு நான் இருந்துட்டேன். மத்தபடி இந்த விஷயம் எதுவும் தெரியாதுங்க" என்றார்.

"அது இருக்கட்டுங்க, இவருக்கும் சோளக்கதிருக்கும் என்ன சம்பந்தம்? அந்தம்மா யாருகிட்டேயோ பணத்தைக் குடுத்திருக்கலாம். யாருக்குத் தெரியும்? அதை இல்லேன்னு சொல்லலை. ஆனா, ஆளு கூட யாருன்னு தெரியாம, இவருகிட்ட வந்து பணத்தைக் கேட்டு தொல்லை பண்ணிக்கிட்டிருக்குது. இது சரியா? அதனால அந்தம்மா வந்தா சொல்லி வையுங்க. மறுபடியும் இந்தமாதிரி பண்ணா , அப்புறம் கடையே போட முடியாதுன்னு. அப்புறம் என்மேல நீங்க வருத்தப்படக்கூடாது. அதையும் சொல்லிட்டேன்."

“சரிங்க, வந்தா சொல்றேங்க” என்றார் கடைக்காரரர்.

என் நண்பரும் என்னை சமாதானப்படுத்திவிட்டு, மறுபடியும் ஏதாவது பிரச்சனை செய்தால் வந்து சொல்லும்படி கூறிவிட்டு சென்றுவிட்டார். இப்போதுதான் எனக்கு நிம்மதியாக இருந்தது. அடுத்து வந்த இரண்டு நாட்களிலும் அந்தம்மா கடை போடவில்லை. எனக்கும் மன உளைச்சல் இல்லை. மூன்றாம் நாள் கடை இருந்தது. அன்று வந்து அப்படி பேசிவிட்டு போனதை அந்த பை கடைக்காரரர் அந்தம்மாவிடம் சொன்னாரா எனத் தெரியவில்லை. என்னை எதிர்ப்பது ஓர் ஆணாக இருந்திருந்தால் இன்னேரம் நடந்திருப்பதே வேறு. என்ன செய்வது? எனக்கு வெளியே செல்ல தயக்கமாகவும், அதே நேரம் கொஞ்சம் பயமாகவும் இருந்தது.

என் அம்மா என்னிடம் அடிக்கடி சொல்வார்கள், ‘நாய்க்கு பயந்தால் தெருவில் நடமாடவே முடியாது. பிரச்சனைக்கு பயந்தால் உலகத்தில் வாழவே முடியாது’ என்று. கேட்பாரின்றி தாராளமாக தவறுகளை செய்கிறவர்களே பயமின்றி உலாவரும் உலகத்தில், தப்பே செய்யாத நான் ஏன் பயப்படணும்? கிழவி ஏதாவது வம்பு பேசட்டும். மண்டையில் ஒரே போடுதான் என்ற முடிவோடு தெருவில் இறங்கி நடந்தேன். கொஞ்சம் கூட பாதிப்பு இல்லாதவன் போல இருக்க ரொம்பவும் மெனக்கெட்டேன். நடிப்பது எவ்வளவு சிரமம் என்பதை உணர்ந்தேன். விட்டாளா கிழவி?

"போறான் பாரு....... என் வூட்டு காசை வாயில போட்டுட்டு எப்படி போறான் பாரு..... என்னைத் தெரியவே தெரியாதுங்கிறான் ஒரு அநியாயம்..... என் காசை ஏமாத்துனவன் நல்லாயிருப்பானா? அவன் குலம் விளங்காம போவ... பாரு, பாரு, ஒண்ணுந்தெரியாதவன் மாதிரி பாக்காமப் போறான் பாரேன். வெப்பாடா அந்த முண்டக்கண்ணி மகமாயி உனக்கு. கண்டிப்பா வெப்பா." என்று சத்தமாக சொன்னதால் என் காதிலும் அது விழுந்தது.

அந்த சாபம் என்னை ஒன்றும் செய்யாது என்று தெரியும். ஆனால் சொன்னவிதம் தான் எனக்குள் கோபத்தை தூண்டியது. அங்கிருப்பவர்கள் எல்லோரும் என்னையே, என்னை மட்டுமே பார்ப்பதாகத் தோன்றியது. எல்லோருடைய கண்களுக்கும் நான் தப்பான ஆள் போல தான் தெரிவேன். தான் செய்யாத தப்புக்கு தண்டனையாக, இதைவிட மோசமான அவதூறும், அவமானமும் ஒருவனுக்கு இருக்க முடியுமா? இந்த கிழவியை காதோடு கன்னமும் சேர்த்த மாதிரி ஓங்கி 'பளார்' என அறைந்து விடலாமா என மனம் ஆத்திரத்தில் குதித்தது. அவசரப்படாதே, பொறுமையாயிரு, பொறுத்தவரே வாழ்வார் என்றது மனவொளி.

நான் தாமதிக்காமல் என் நண்பரை பார்க்கச் சென்றேன், நல்லவேளை அவர் இருந்தார். அவரிடம் அதன்பிறகு நடந்தவைகளையும் சொன்னேன். அவர் உடனே கிளம்பி என்னுடன் வந்தார். அந்த கடையையும் அந்தம்மாவையும் அவரிடம் காட்டினேன். அவர் அந்தம்மாவிடம் தன்மையாகவே விசாரித்தார்.

என்னிடம் பணம் கொடுத்தது உண்மைதான் என்று அந்தம்மா முண்டக்கண்ணி மகமாயி பெயரில் அடித்து சத்தியம் செய்தார். அந்த ஆவேசமான சத்தியம் எனக்கு இன்னும் பேரதிர்ச்சியைக் கொடுத்தது. என்னைவிட, ஏன்... முண்டக்கண்ணியை விட அதிகமாய் அதிர்ந்தவர் என் நண்பர்தான். என்னைப்பற்றி முழுமையாக தெரிந்தவர் என்பதால், அந்தம்மா சொன்னதை அவரால் ஏற்றுக்கொள்ள முடியவில்லை. கோபத்தின் உச்சிக்கே சென்றார். கொஞ்ச நேரத்தில் வார்த்தைகள் சூடாகி, தீப்பிடித்து, வெடித்து, சத்தமும் பெரிதாகிவிட, ஒரு கூட்டமே கூடி நின்று வேடிக்கைப் பார்க்க ஆரம்பித்தது.

மனிதர்களுக்கு பொது குணம் ஒன்று இருக்கிறது. அது எதையும் வேடிக்கை மட்டுமே பார்ப்பது ஆகும். ஒருவரை அவதூறாகப் பேசினால், எல்லோரும் வேலையை மறந்தும் கவனிக்கிறார்கள். அதுவே உயர்வாக பேசினால் கவனிக்க யாரும் தயாரில்லை. அடுத்தவருடைய அந்தரங்க விசயங்களிலும், குற்றச்சாட்டுகளிலும் மட்டுமே இந்த மனிதக்கூட்டம் அதிக ஆர்வம் காட்டுகிறது.

அந்தம்மா சளைக்காமல் சரிக்கு சரியாய் களத்தில் நிற்குமென நிச்சயமாக யாருமே எதிர்பார்த்திருக்க மாட்டார்கள். கைகலப்பு ஆகாத குறைதான். வேடிக்கைப் பார்த்தவர்கள் யாரும் யார் பக்கமும் பேச வரவில்லை.

நான் இதை பெரியதாக்காமல் இருந்திருக்கலாமோ என தோன்றியது. ஆனால் கலகம் பிறந்தால்தானே எதற்கும் ஒரு விடிவு கிடைக்கும் என என்னையே சமாதானம் செய்து கொண்டேன்.

அதற்குள் பழக்கடை பெண்கள் அந்தம்மா பக்கம் பரிந்து பேச வந்துவிட்டார்கள். என் நண்பரிடம் சமாதானமாய் பேசினார்கள். "சரி விடுங்கண்ணா, என்னமோ ஆனது ஆச்சு. வயசான பொம்பளைண்ணா .... என்ன பெரிசா வியாபாரம் செஞ்சிடப் போவுது. ஒரு நாளைக்கு அம்பதோ நூறோ வரும். அதோட காசை யார் யாரோ தின்னணும்னு இருக்கு, தொலைஞ்சிப் போனதா நெனச்சிக்கிட வேண்டியதுதான்." என்று சொல்லவும், என் நண்பர் இன்னும் ஆவேசமானார்.

'என்னம்மா பேசுறே நீ? இவரைப் பார்த்தா சோளக்கதிர் புரோக்கர் மாதிரியா இருக்குது? ஒரு ஆளை பார்த்தா தராதரம் தெரியாதா உங்களுக்கு? இந்தம்மா சொல்ற ஆளே இவரு இல்லைங்கறேன். திரும்பவும் பணத்தை ஏமாத்துனவன் கிட்ட பேசுற மாதிரியே பேசுறியே. ஒழுங்கா கடைய போடுறதுன்னா போடுங்க. சும்மா எங்காளுக்கிட்ட பிரச்சனை பண்ற மாதிரி இருந்தா இந்த ஏரியாவுலேயே கடைய போடக்கூடாது. அப்படி மீறி போட்டா நடக்குறதே வேற. அப்புறம் என்மேல வருத்தப்படக்கூடாது சொல்லிட்டேன்." என்றார்.

அதற்குள் இந்த செய்தி ஆட்டோ நிறுத்தம் வரை பரவி, ஓட்டுனர்கள் ஏழெட்டு பேர் வந்து விட்டனர். அவர்களின் அடாவடிபேச்சுக்கு பயந்து போன பெண்களால் எதிர்த்து நிற்க முடியவில்லை. வரும் நாட்களிலும் பிழைப்புக்காக கடை போட்டாக வேண்டும். அங்கே யாரும் பெண்கள் பக்கம் பேச வரவில்லை என்பதும் ஒரு குறை. சூழ்நிலையை புரிந்து கொண்ட அந்த பெண்கள் அப்படியே பேச்சை மாற்றினார்கள்.

"சரி விடுங்கண்ணா. அந்த பொம்பளை கொஞ்சம் லூசு மாதிரிண்ணா, அதுபாட்டுக்கு ஏதாவது பேசி வம்பு இழுக்கும். தப்பா எடுத்துக்காதீங்கண்ணா. பிரச்சனைய இதோட விடுங்க." என்றபடி அந்தம்மாவையே திருப்பிக் கொண்டனர்.

"நீ பேசாம வியாபாரத்தை பாரேன். அவங்கதான் நீ சொல்ற ஆளு இவரு இல்லைன்னு அவ்வளவு தூரம் சொல்றாங்களே. போய் தொலையுதுன்னு சும்மா விட்டுட்டு போவியா, தேவையில்லாம

பிரச்சனையை வளர்த்துக்கிட்டிருக்கே." என்று சத்தம் போடவும், வேண்டாவெறுப்பாக அந்தம்மா அமைதியானார்.

இருதரப்பின் எல்லாவிதமான பேச்சுகளும், சமாதானங்களும் நிறைவடைந்து அந்த இடமே கலைந்து அமைதியானது. நான் போருக்கும் போனதில்லை, போர்க்களமும் தெரியாது. இருந்தாலும் எனக்கு போர்க் களத்திலிருந்து திரும்பி வந்ததைப் போல இருந்தது என்றுதான் சொல்ல முடிகிறது. இனி அந்த பெண்மணியால் எந்த மனஉளைச்சலும் வராது என்ற உறுதியால் என் மனம் நிம்மதியடைந்தது. என் நண்பருக்கும், மற்றவர்களுக்கும் நன்றி சொல்லிவிட்டு என் அலுவலகத்திற்கு வந்தேன். நாற்காலியில் அமர்ந்து அமைதியாக கண்களை மூடினேன். நடந்தவைகள் எல்லாமே ஒன்று விடாமல் நினைவுக்குள் வந்து போயின.

இதெல்லாம் தேவையா? ஏன் இப்படி? யாரிந்த பெண்மணி? இவ்வளவு பெரிய கடைவீதியில் ஒரு மூலையில் ஒட்டிக்கொண்டு, வயதான காலத்திலும் யார் கையையும் எதிர்பார்க்காமல், சின்னதாய் வியாபாரம் செய்து, கிடைக்கும் சொற்ப வருமானத்தில் வாழும் கிராமத்துப் பெண். ஏமாற்றப்பட்ட பணத்தை திரும்ப பெற, எவ்வளவு எதிர்த்து நின்று போராடியும் முடியாமல், இயலாமையால் கூனிக்குறுகி மனதுக்குள் குமுறுவதை, அழுவதை, உணர்ந்து பார்க்கும் போது, என் மனம் கலக்கமடைந்தது. அந்த இடத்தில் என் சகோதரியோ, தாயோ இருந்திருந்தால்? என் மனதோடு கண்களும் ஈரமாயின.

என்னமோ பேசிவிட்டுப் போகட்டும் என விட்டிருக்கலாமோ? விட்டிருந்தால் வேறு வடிவத்தில் வந்து நிற்கும். இப்போது செய்ததே சரிதான். நானென்ன கொலையா செய்துவிட்டேன்? என் மீது சுமத்தப்பட்ட அபாண்டமான பழியிலிருந்து, என்னை நிரபராதி என நிரூபித்துக்கொள்ள, எனக்கு அடிப்படை உரிமை இருக்கிறது. இதில் யார் காயம் பட்டால் எனக்கென்ன? கடிக்க வரும் நாயிடம் கல்லைத்தான் வீச வேண்டும், சீவகாருணியம் பார்க்க முடியாது. எனக்காக போராடுவது தவறல்ல. தகுதி உள்ளதுதான் தப்பிப் பிழைக்கும். ஆக நான் செய்ததில் தப்பேயில்லை.

பேராசை உள்ள மனிதர்களைத் தான் எளிதில் ஏமாற்ற முடியும். எவனோ இந்த அம்மாவிடம் ஆசைக் காட்டி பணத்தை வாங்கிக்கொண்டு போய் விட்டான். அவனிடம் கொடுத்ததை என்னிடம் வந்து கேட்டால் நான் எப்படி தர முடியும்? இன்றைய சூழலில் அந்த பெண்மணிக்கு ஐநூறு ரூபாய் என்பது பெரியத் தொகை தான். அவ்வளவு ஏன் எனக்கும் அது பெரியத் தொகை தான்.

மனிதத் தன்மையோடு, பாதிக்கப்பட்டவரின் நிலைக்கு என்னை இடம் மாற்றி, அந்த வலியை உணரும் போது, கழிவிரக்கமும் துக்கமுமாக என் மனம் தவித்தது. அப்படியே ஒரு யோசனையும் வந்தது. நானேகூட அந்த பணத்தைக் கொடுத்து விட்டால் என்ன? அவ்வளவுதான், யோசனையா அது? சொந்த காசில் சூனியம் வைத்துக் கொள்வதா? எல்லாமே தலைகீழாகி விடாதா ? பணத்தை திரும்ப கொடுத்ததே அந்த முண்டகண்ணி மகமாயிதான் என்ற தப்பான நம்பிக்கைக்கு அந்தம்மா வந்துவிடாதா?

எது ஒன்றையும் அவரவருக்கு விருப்பமான கோணத்திலிருந்தே பார்த்துப் பழக்கப்பட்ட மனிதர்களால் என் மனிதாபிமானத்தை நம்பவே முடியாது. இந்த சமூகத்தின் வழக்கமான நடைமுறைகளை மீறி செய்யப்படும் எது ஒன்றையும் யாரும் ஏற்றுக்கொள்வதில்லை. நான் மிகப்பெரிய அயோக்கியனாக பார்க்கப்படுவேன்.

கொஞ்சம் நாட்களாக அந்தம்மா கடையே போடாமல் இருந்தார். அப்புறம் சில நாட்களில் கடை இருந்தது. என்னைப் பார்த்தவுடன் முகத்தைத் திருப்பிக் கொள்வார். எந்த முணுமுணுப்பும் தொந்தரவும் இல்லை. நானும் பயமில்லாமல் மிடுக்காய் நடமாடிக்கொண்டிருந்தேன். ஆனால் இப்போதெல்லாம் கடையே போடுவதில்லை.

நானும் வாய்ப்பு கிடைக்கும் போதெல்லாம் பார்வையை கடைவீதியில் அலச விட்டேன். அந்தம்மாவின் கடை மட்டும் இல்லை என்பது உறுதியாகத் தெரிந்தது. ஏன் தேவையில்லாமல் அந்தம்மாவின் கடையைத் தேடுகிறேன் என எனக்கே புரியவில்லை. தேடுவது என் ஆணவமாக இருக்கலாம். மனம் தாளாமல் வந்த அக்கறையாக கூட இருக்கலாம்.

ஒருவேளை உண்மையான, பணம் வாங்கியவன் சிக்கிக்கொண்டானா? அதனால் வேறு ஆளை தொல்லை கொடுத்து விட்டோமே என கூச்சப்பட்டு கடை போடவில்லையா? இல்லையானால், தினமும் என்னை பார்க்கும் போதெல்லாம் நடந்ததை நினைத்து கோபம் வருவதால் வேறு இடத்திற்கு கடையை மாற்றி விட்டதா? உடல் நலமில்லாமல் இருக்குமா? இந்த தொழிலே வேண்டாமென கிராமத்தில் ஆடு மேய்க்க போய்விட்டதா? ஆனால் ஒன்று, யாருடைய செயலோ யார் யாரையோ பாதிக்கிறது என்பதே நிதர்சனம்.

கேட்டு தெரிந்து கொள்ளலாம் என்றால், யாரிடம் போய் கேட்பது? என் நண்பரிடம் போய் கேட்டால், பெரியதாக முறைத்து “ஏன் இன்னும் பத்தலையா?" என்பார். அந்த ஆட்டோ ஓட்டுனர்கள்? சுத்தபடாது. பழக்கடை பெண்கள்? சொந்தம் என்றுதானே

சொன்னார்கள்? அதுதான் சரி. பழம் வாங்குகிற சாக்கில் கேட்டு விட்டால் போச்சு.

நான் மிகவும் தயக்கத்துடன்தான் அந்த பழக்கடைக்குச் சென்றேன். பழக்கடை பெண் என்னை சாதாரணமாகவேப் பார்த்தாள். அதுவே என்னை தெம்பாக்கியது. நான்தான் மனதுக்குள் அதிகம் அலட்டிக் கொண்டேன் போலிருக்கிறது. பேரம்கூட பேசாமல் அரைக்கிலோ ஆப்பிள் பழங்களை வாங்கினேன். பணம் கொடுக்கும் போதுதான் ஆர்வம் காட்டாத குரலில், எதார்த்தமாக கேட்பது போல கேட்டேன். "என்னம்மா, அங்கே சோளக்கதிர் கடை போடறதில்லே போலிருக்கே. அந்தம்மா வர்றதில்லீயா இப்போ?"

வந்தோமா, வாங்கினோமா, போனோமா என இல்லாமல், உனக்கு கேள்வி என்ன வேண்டி கிடக்குது? என்பது போல, அந்த பெண் என்னை அலட்சியமாகப் பார்த்து விட்டு, பதில் சொல்ல விரும்பாதவளாக முகத்தை திருப்பிக் கொண்டாள். அது எனக்கு அவமதிப்பாக இருந்தது. மதிப்பை மீண்டும் பெற அதே கேள்வியை மறுபடியும் கேட்டேன். அவளுக்கு வேறு வழியில்லாமல் பதில் சொல்லும் நிர்பந்தம் ஏற்பட்டது. வேண்டா வெறுப்பாகத்தான் பேசினாள்.

“எந்தம்மா? பணம் கேட்டு தொந்தரவு பண்ணுச்சே அதுவா?" "ஆமா" தலையாட்டினேன், "எதுக்கு கேக்குறீங்க?" "இல்ல, காணோமேன்னுதான் சும்மா கேட்டேன்" “அது இனிமே கடை போடாது, போடவும் முடியாது.” "ஏம்மா உடம்புக்கு சரியில்லியா?"

“ம் அது செத்துப்போச்சே, தெரியாதா?" என்றவுடன் என் நெஞ்சில் உதை வாங்கியதைப் போல அதிர்ச்சியாக இருந்தது. அந்தம்மா இறந்தது தெரியாமல் தினம், தினம் தேடிக்கொண்டிருந்ததை நினைத்து மனம் துக்கமடைந்தது. தெரிந்து கொண்டதால் வந்த மனச்சுமை, என் நெஞ்சுப் பகுதியில் பாரமாய் அழுத்தியது. தொண்டைக்குழி அடைத்துக்கொள்ள, எனக்கு பேச்சு எழவில்லை.

பெருமூச்சு விட்டபடி அவளே தொடர்ந்தாள், 'ரெண்டு மாசமாச்சி மேல போய் சேர்ந்து. அந்தம்மா பைபாஸ் ரோட்ட கடக்கிறப்ப கார்காரன் அடிச்சிட்டுப் போயிட்டான். ஆஸ்பத்திரியில நாலு நாள் ஐசியுவில வச்சிருந்தோம்.

எங்களால முடிஞ்ச வரைக்கும் பார்த்துட்டோம். என்ன பிரயோசனம்? வயசான கட்டை, இதெல்லாம் தாங்குமா? செலவுதான் ஆச்சு. எல்லாமே முடிஞ்சும் போச்சு. நம்ம கையில என்ன இருக்குது? அதோட விதி அவ்ளோ தான்.” எனச் சொல்லி விட்டு மீண்டும் பெருமூச்சு விட்டுக் கொண்டாள். ஆறுதலாய்

சொல்ல வார்த்தை எதுவும் பிடிபடாமல் நான் கனத்த மனதுடன் அமைதியாக நின்றிருந்தேன்.

இறுதியாக அவள், " கடைசி நேரத்துல அந்தம்மாவுக்கு நினைவு கொஞ்சம் திரும்புச்சி. நாங்க எல்லாரும் உள்ளே போயி பார்த்தோம். அப்போ கடைசியா ஒண்ணே ஒண்ணுதான் சொல்லிச்சி..." என சொல்ல வந்ததை நிறுத்தி விட்டு, கண்ணீருடன் என்னை நிமிர்ந்துப் பார்த்தாள். நான் எதிர்பார்ப்போடு அவளை நோக்கினேன். அவள் மூக்கை முந்தானையால் உறிஞ்சி விட்டு சொன்னாள்,

"சோளக்கதிர் காசு போனாப் போவுது விட்டுடுங்க, யாரும் போயி கேட்க வேணாம்னு சொல்லிச்சு" என்றாள். அதைக் கேட்டவுடன் எனக்கு அழுவதா, சிரிப்பதா எனத் தெரியவில்லை.

౹౹

மயானம்

பி.தங்கவேலு

அம்மி பறக்கும் ஆடிக்காற்று ஓய்ந்து போனது. தென்றலின் நிழலில் ஓய்வெடுக்கும் மாலை நேரம்! சேர்வராயன் மலை அடிவாரம். மழை பெய்தால் மட்டுமே மலையிலிருந்து மழைநீர் அருவியாக வரும். மழை பெய்யாவிட்டால் "சிலு சிலு" வென நீர்வரும் நீரோடை அது. ஓடையின் இருபுறத்திலும், பச்சைப் பசேர் என்றிருக்கும் குக்கிராமம் தான் மந்திவளவு. விடிந்தால் ஆடிப்பதினெட்டு. ஆடிப்பெருக்கைக் கொண்டாட அக்கம்பக்கம் கிராமங்கள் தயாராகிக் கொண்டிருந்தன.

ஆனால் மந்திவளவு மட்டும் பதட்டத்தின் மடியில் விடிந்ததும், விடியாததுமாக நான்கு சக்கர வாகனங்களின் "டர்புர்" ஓசை. 'போலீசு' குவிந்தனர். அள்ளித் தெளித்தக் கோலமாக அணிவகுத்தனர். மந்திவளவு மக்களும் குலதெய்வத்தைக் கும்பிட, "மயான பூஜை" செய்யும் விதமாக மிகுந்த பரபரப்பில் இருந்தனர்.

"டேய் காளையா! தலைவருங்க சீரங்கன் வீட்டில தங்கியிருக்காங்க. அவங்களப் போய் கூட்டிக்கிட்டு வா. நா மத்த வேலைகளப் பாக்கிறேன்" என்றார் வீராசாமி. வீராசாமி சொன்னதை அப்படியே தட்டாமல் கவுண்ட் கல்லாக "விர்" ரென்று, வேகமாக சரபங்கா ஆற்றோடையைக் கடந்தான் காளையன். ஆனால் அவனது நினைவோ, அவன் ஆற்றைக் கடக்கும் முன் அவனைக் கடந்தது.

அரிபகவான் மக்கள் வாழும் மிக சிறிய கிராமம் மந்திவளவு. இயற்கை எழில் கொஞ்சும் அக்கம் பக்கம் கிராமங்களைப் போல இதுவும் ஒன்று. பழக இனிய பாமர மக்கள். பாகுபாடின்றி பண்பாட்டு சின்னமாய் ஒற்றுமையாக வாழ்ந்து வருகின்றனர். ஒற்றுமைக்கு "சத்துருவாய்" உருவெடுத்தான் பழனிசாமி.

சென்ற வருசம் மந்திவளவில் ஒரு நாள் ஒரு பெரியவர் இறந்து போனார். பிணத்தை அடக்கம் செய்ய மயானத்திற்கு எடுத்துச் சென்றபோதுதான் பிரச்சனையே முளைத்தது. சரபங்கா ஆற்றின் இருபுறமும் ஆக்கிரமிப்புக்கு ஆளாகியிருந்தது. அதிலே மந்திவளவு மயானமும் "அடக்கமாகி" இருந்தது.

"அட, என்னடா கொடுமை இது. சுடுகாட்டச் சுருட்டிட்டானே. இப்ப எங்க போய் புதைக்கிறது..." புலம்பலுக்கு ஆளானார்கள் மந்திவளவு மக்கள்.

"மாமா நீ மட்டும் 'ஊன்னு' சொல்லு ஒரு கை பாத்திரலாம்" இளம் வட்டாரங்களின் ஆவேசம்.

"எப்பா, கொஞ்சம் பொறுங்கப்பா, அவசரப்படாதீங்க; அவங்கள ஒரு வார்த்த கேட்டுபுடலாம்". தலையிலே ஓரே "கப்" அடிக்கும் உருமாலையுடன், இடுப்பிலே ஒரு கோவணத்துடன் ஊர் பெரியவர்.

சுடுகாட்டைச் சுருட்டினவனிடம் தூது பறந்தது. சுருட்டியவனோ - சுடுதண்ணீரை காலில் ஊற்றிக் கொண்டவனாட்டம் துள்ளிக்குதித்தான். "எவன் வீட்டு எழவ எவன்டா எடுக்கிறது? அது என் பட்டா நிலம். வேற எங்கியாச்சம் கொண்டுபோய் பொதைங்கடா!" எகத்தாளமாக எகிறினான் பழனிசாமி.

"அப்படியா சொன்னான் திமிரு புடிச்ச நாயி. பொணத்த ரோட்ல போடுங்கடா, அப்பப்பாரு எல்லாம் வெலாவெரி ஆகும்".

அதன்பின் வரவேண்டியவர்கள் வந்தார்கள். மாறிமாறி அங்கும் இங்கும் சென்றார்கள். மந்திவளவு மக்கள் வென்றார்கள். காலகாலமாக புதைத்த இடத்திலேயே புதைத்தார்கள். பிரச்சனை அத்தோடு தீர்ந்து போனதாக எண்ணினார்கள்.

சில மாதங்கள் ஓடின. தை பிறந்தது. மந்திவளவு மக்களுக்கு மட்டும் வழி பிறக்கவில்லை. மீண்டும் வேதாளம் முருங்கைமரம் ஏறிக்கொண்டது. அன்று பொங்கல் நாள். அன்றுதான் இறந்தவர்களுக்கு "வருசாந்திரம்" கும்பிட வேண்டும். இது பரம்பரைப் பழக்கம். இந்த பரம்பரைப் பழக்கத்தைப் பரிதவிக்க விட்டுவிட்டனர் பழனிசாமியும் அப்பகுதி வட்டாட்சியரும்.

பொங்கலுக்கு முந்தினநாள் பழனிசாமியை அழைத்தார் வட்டாட்சியர். "பழனிசாமி நீ சுடுகாட்டை அரசை ஏமாத்தி பட்டா வாங்கிட்ட, இப்ப அதை 'கேன்சல்' செய்யப்போறேன்".

"அய்யா, இந்த ஏழைமேல கருணக்காட்டுங்க, நீங்க வான்னா வறேன். போன்னா போறேன்... குடுன்னா குடுக்கிறேன்" குள்ளநரியாக குடுவி, வட்டாட்சியரை வட்டமிட்டான் பழனிசாமி. என்ன நடந்ததோ.... பொங்கலன்று பார்த்தால்- "இது அரசுக்கு சொந்தமானது. இதில் யாரும் பிரவேசிக்கக் கூடாது." என சுடுகாட்டில் எலும்புக்கூடாக எழுந்து நின்றது ஒரு அறிவிப்புப் பலகை.

"அண்ணே வீராசாமி அண்ணே, என்ன இது? காத்திருந்தவன் பொண்டாட்டிய நேத்து வந்தவன் கொண்டுபோன கதையா இருக்குது. இப்ப என்ன பண்றது?" பதறினான் காளையன், தனது இரண்டு கை விரல்களையும் பிசைந்து கொண்டு அங்கும் இங்கும் குட்டி போட்ட பூனைமாதிரி உலாவினான்.

"ஏன்டா பயப்படுறீங்க, நம்ம கந்தசாமி பண்ணாடி இருக்கிறாரு. இந்திரகுமார் பண்ணாடி இருக்கிறாரு. அவுங்கக்கிட்டப் போய் சொன்னாப் போதும் எல்லாம் அவுங்க பாத்துக்குவாங்க. வாங்கடா எல்லாரும்" சிங்கமாய் சிலிர்த்தெழுந்தான் சீரங்கன். முக்கியமானவர்களைக் கூட்டிச் சென்று 'பண்ணாடி'மாருங்ககிட்ட முறையிட்டான். அவர்களும் ஊர்பஞ்சாயத்துக்கு ஏற்பாடு செய்தனர்.

அன்று வானம் மப்பும் மந்தாரமுமாகவே இருந்தது. தைமாதம் தான் தரையெல்லாம் குளிருமே. கறுப்பு துப்புட்டியப் போத்திக் கொண்டு காலை எட்டுமணிக்கே நாலுகாலு பாலத்தில் எட்டுப்பட்டி சனமும் கூடிட்டாங்க. கட்டப் பஞ்சாயத்துக்காரரும் வந்துவிட்டாங்க. பஞ்சாயத்தும் ஆரம்பமாய்டுச்சி....

"ஏண்டா ரேங்கா, என்னடா? சொல்லுடா"

"சாமி நாங்க தலைமுறத் தலமுறையா பொதச்சிக்கிட்டிருந்த சுடுகாடுங்க; இப்ப அத இல்லீங்கிறாங்க. எங்க சாமி நாங்க பொதைக்கிறது? சாமி கும்புடறது? மயானப் பூசு செய்யுறது?"

"போங்கடா, போயி அவுங்கவுங்க வூட்ல பொதச்சிக்கிங்கடா" ஒரு குசும்புக்குரல். "கெக்கெக்கென்னு" ஒரே கேலி சிரிப்புகள்.

"ஏய், என்னய்யா சிரிப்பு வேண்டிகெடக்கு; அவன் அப்பா செத்தா அவன் வூட்லத்தான் பொதைப்பானமா? இத மாதர பசங்கள பஞ்சாயத்து பக்கமே விடக்கூடாது. அவன மொதல்ல மன்னிப்பு கேட்க சொல்லுங்கப்பா?' யாரும் எதிர்பாராத ஒரு கணீர்க்குரல், பஞ்சாயத்து சனமே அந்த பக்கம் தோசைய திருப்பி போட்ட மாதிரி திரும்பியது.

பார்த்தால் சன்னமான உடல்; குள்ளமான உயரம்; மாநிறம்; செஞ்சட்டை அணிந்த வேலுகுட்டி! யார் அந்த வேலுகுட்டி? வாலிபப் பசங்கள சங்கம் சேர்த்துக்கிட்டு, ஏதாவது பிரச்சனையின்னா சம்பந்தப்பட்டவங்கக் கிட்ட போய்ச் சொல்லி பிரச்சனையைத் தீர்க்க உதவிடுவாரு. அந்த பகுதி மக்களுக்கு நன்கு அறிமுகமானவரு. ஓரிரு தடவ பஞ்சாயத்து தேர்தல்ல தலைவருக்கு நின்னவரு. எல்லாருகிட்டேயும் அன்பா, பண்பா பழகுவாரு. பாகுபாடு எதுவும் பாக்காட்டாரு.

"ஆமாப்பா, வேலுகுட்டிச் சொல்லறது நியாயம்தாம்பா". "அவன மொதல்ல மன்னிப்புக் கேட்க சொல்லுங்கடா" சில குரல்கள் ஒலித்தன.

"அவன என்னா மயிருக்கு மன்னிப்புக் கேட்க சொல்றீங்க? அவன் சொல்றதல என்ன தப்பு. எங்க குடும்பத்தல யாராவது செத்தா எங்க காட்டுலத்தான் பொதைக்கிறோம். அது மாதரி அவுங்கவுங்கக் காட்டுல வெச்சிங்க. இனிமே இங்க சுடுகாட்ட வச்சிக்கிட்டு, இதுமேல எங்க கொலதெய்வத்தை ஊரு மெரமன போக முடியாது. மொத்தத்தில் இங்க சுடுகாடு இருக்கப்படாதப்பா".

"இத்தன வருசமா இதுல எப்படி போனிங்க?

"இந்த பறபசங்களுக்கு லொள்ளுப்பாரு"

"டேய் எந்த நாயிட பறப்பசங்கன்னு சொன்னது? இந்த பறபசங்க இல்லனா நாறிப்போயிருவீங்கடா நாறி. ஜாக்கிரத"

"தாப்பா, இப்டி ஆளாளுக்கு பேசிக்கிட்டு இருந்தா எப்படிப்பா? நிறுத்துங்கப்பா"

"செரி, பஞ்சாயத்துக்காரங்க நாங்க ஒரு தீர்ப்பு சொல்றம்: எல்லாரும் ஏத்துங்கப்பா. சுடுகாட்டுக்கு ஒரு பத்து, பனிரெண்டு சென்ட் நெலத்த விட்டுருங்கப்பா"

"சரிங்க, சரிங்க" வெள்ளாடு மாதிரி மண்டைய மண்டைய ஆட்டினான் பழனிசாமி.

"அது எப்டிங்க, இதுவரைக்கும் இருந்த சுடுகாட்டு நெலத்த பூராவும் விட்டுருமிலைலிங்களா?" காளையன் கறாராகக் கேட்டான்.

"தாப்பா, காளையா, இப்பிடியெல்லாம் பேசிக்கிட்டு இருந்தீங்கனா, எந்த பிரச்சனையும் தீராது. அனுசரிச்சிப் போங்கப்பா. அக்கம்பக்கத்தில் எல்லாரும் வேனும்ப்பா. குடியானவங்கள பகச்சிக்கிட்டு என்னப்பா பண்ணப்போறீங்க? சொல்லத்தச் சொல்லிப்பட்டோம். அப்புறம் உங்கப்பாடு, அவுங்கபாடு, பாத்துக்குங்க" தலைவரு கந்தசாமி.

"என்னண்னே, இப்டி சொல்லீட்டீங்க, அவுங்க சுடுகாட்டை அவுங்களுக்கு விட்ற வேண்டியதுதானே அதுதானே நியாயம்?" வேலுகுட்டி

"வேலுகுட்டி இதுல நெறைய விவகாரமிருக்கப்பா. உனக்கு தெரியாது. வயசும் பத்தாது" பஞ்சாயத்து தலைவரு கந்தசாமி.

"என்ன விவகாரமிருக்கு? பாகிஸ்தான் காஷ்மீர் விவகாரமா? அதையே பேசி தீர்த்துக்கனுமின்னுத்தான் சொல்றாங்க. இதென்ன

சுண்டக்கா பிரச்சன. சுருட்டுன கடுகாட்டை விட்டுட்டா எல்லா விவகாரமும் தீந்து போவுது" விளாசினான் வேலுகுட்டி.

"கந்தசாமியண்ணே, இது ஒன்னும் ஒத்துவராது. பஞ்சாயத்த ஒத்திவைச்சிரளாம். இந்த சாதி கெட்ட பயலால் வந்த வென; ஈசியா முடிஞ்சிருக்கும். மொதல்ல இவன கவனிக்கணும்; அப்பதான் இந்த ஊரு உருப்புடும்" இப்படியும் சில குரல்கள் முணுமுணுத்துக் கொண்டே சென்றன.

இந்த தையில், வருசாந்தரம் கும்பிட முடியாம போய்விட்டதே தெய்வகுத்தம் ஏதாவது வந்துருமா? காளையன் மனசுக்குள்ளே பதபதப்பு! பரபரப்பு! செய்வதறியாது குருட்டுக்கோழி உரலைச் சுத்தினமாதிரி அவன் வீட்டு வாசல "சுத்தி சுத்தி" வந்தான். "டேய், காளையா" குரல் வந்த பக்கம் திரும்பினான் வீராசாமி.

"எனக்கொரு ஓசன வருதுடா. வேலுகுட்டிய போய் பாக்கலாமின்னு தோணுதுடா"

"நானும் அதைத்தான் ஓசன பண்ணிக்கிட்டு இருந்தேன்"

இருவரும் புறப்பட்டனர். பாலம் சென்று வேலுகுட்டிய பார்த்தனர். அவசர அவசரமாக வீட்டை விட்டு புறப்பட்டுக் கொண்டிருந்தார் வேலுகுட்டி.

"வணக்கம் வேலு அய்யா"

"அட அடா வாங்கப்பா, உக்காருங்க.. என்ன சாப்பிடுறீங்க"

"இல்லிங்க ஒன்னும் வேணாங்க, இப்பத்தா வீட்டுல சாப்பிட்டிட்டு வரோம்"

"சரி வந்த விசயத்தச் சொல்லுங்க"

"அதாங்க அந்த சுடுகாட்டுப் பிரச்சன"

"ஏம்பா, இத இப்படி சிக்கலாக்கிட்டு வரீங்களேப்பா. என்ன பண்றது? சரி வாங்க சேலம் போயி தலைவருங்களப் பாக்கலாம். ஆனா ஒன்னு நீங்க எல்லாம் செங்கொடி சங்கத்துல சேருனும்"

மாதங்கள் சில கடந்தன. ஆடி பதினேழாம் தேதி. மாநிலத் தலைவர் முன்னாள் எம்எல்ஏ நாகையா பங்கேற்க ஊர்க்கூட்டம் நடத்தினார்கள். அவரும் ஊர்க்கூட்டத்தில் மந்திவளவு மக்களின் நியாயமான உரிமை: தேவை எல்லாம் விலாவாரியாக பேசினார். ஆடி பதினெட்டன்று மாநிலத் தலைவரு தலைமையில் மயான பூஜையை "பிரவேசிக்கக் கூடாது" என்று தடைவிதிக்கப்பட்ட இடத்திலேயே நடத்த முடிவு செய்யப்பட்டது. இருட்டைக்

கிழித்து வரும் மின்னலாய் மந்திவளவு மக்களுக்கு ஒளிவீசியது இம் முடிவு. இரவோடு இரவாக செம்படை போராளிகளும் மையம் கொண்டனர். எதையும் சந்திக்க தயார் நிலையில் களப்பணிகளாற்றிக் கொண்டிருந்தனர் விடிய விடிய தூங்காமல்.

"என்ன காளையா, நாங்க தயாராகிட்டோம். நீங்க தயாரா?" காளையன் எதிரே விறுவிறுப்பாக வந்தார் வட்டாரத் தலைவரு ஈஸ்வரன் மாநில தலைவருடன்! காளையனின் கனவுக்குதிரை நனவுலகுக்கு வந்தது. நூற்றுக்கணக்கானோர் குடும்பம் குடும்பமாகத் திரண்டனர். எங்கும் பதட்டம் கவ்வியிருந்தது. ஏற்கனவே அங்கு முகாமிட்டு இருந்த மாவட்ட காவல் கண்காணிப்பாளர் நிலைமையை புரிந்து கொண்டார் என்றே தெரிந்தது. தலைவரு நாகையாவிடம், "சார், அவுங்க வழிப்பாட்டுரிமைய நாங்க தடுக்கல. வழிபாடு செஞ்சிக்கிடட்டும். பிரச்சன ஏதும் வராம இருக்கத்தான் நாங்க இருக்கோம்" என்று அவர் சொன்னதுதான் தாமதம்....

மந்திவளவு மக்கள் மகிழ்ச்சி வெள்ளத்தில் மூழ்கி மிதந்தனர். அன்றுதான் சுதந்திரம் கிடைத்தாற்போல் ஆனந்தக்கூத்தாடினர். மயானபூஜை நடத்தி மகிழ்ந்தனர். தலைவரு நாகையாவை சந்தோச வெள்ளத்தில் வழியனுப்பி வைத்தனர். இவர்களின் இன்றைய சந்தோசம் என்றென்றும் நிலைத்திருக்க எல்லோருமே மனதிலே நினைத்துக் கொண்டனர். தூறல் விட்டாலும், தூவானம் விடாதது போல்.. இவர்களுக்கு நிரந்தர மயானம் கிடைக்காத வரை இவர்களின் சந்தோசம் தவணைமுறையில்தான். இருந்தாலும், புயலுக்கு பின்தானே அமைதி?

"டேய், காளையா, யாராவது சங்கு ஊதனுமிடா!" வீராசாமி.

"என்னண்னே! இந்த சந்தோசமான நேரத்தில சங்கு ஊதனுமிங்கிற?" காளையன்.

"ஆமாடா, யாராச்சும் மண்டையப் போடனும் அப்பத்தான் மயானப் பிரச்சனையும் முடிவுக்கு வரும்..." வீராசாமி குரலில் இருந்தது ஆதங்கம், ஏக்கம் மட்டுமல்ல ஒரு உறுதியும் தான்.

ஃ

நிழல் தேடும் ஆலமரங்கள்

மு.அம்சா

சில நாட்களுக்கு முன்பு வரை மையப்பகுதியில் அமைதியாக, பசுமையாக கண்ணுக்கு குளிர்ச்சியாக இருந்த அந்த பூங்கா, நகரத்தின் படோடோபத்தை அரையும் குறையுமாக பூசிக் கொண்டு தன் நிறத்தை இழந்திருந்தது. யாருடைய யோசனை என்று தெரியவில்லை, அரசுக்கு வரும் வருமானத்தை மட்டுமே மனதில் கொண்டு அழகான அந்த இடத்தை சிதைத்து ஜெயிண்ட் வீலும் குடை ராட்டினமும் ஆங்காங்கே சீரியல் பல்புகளுமாக இயற்கை சற்றே தலை குனிந்திருந்தது. கண்டாங்கி சேலையும் கை நிறைய வளையலும் மஞ்சள் பூசி திலகமிட்டு கால் கொலுசு மென்மையாக சிணுங்க நடை பயிலும் தமிழ் மண்ணின் இளங்குமரியாய் காட்சியளித்த பூங்கா அரைகுறை ஆடையணிந்து, முகம் நிறைய வெள்ளை மாவு பூசி, முகத்தை விட்டு வெளியில் இருப்பதாக எண்ணத் தோன்றும்படி உதட்டுச் சாயத்தை தீட்டி தன்னை அழகாக காட்டிக் கொள்வதாக எண்ணி அலங்கோலப்படுத்திக் கொள்ளும் நவநாகரீக பெண்ணைப் போல் மாற்றப்பட்டிருந்தது.

பூங்காவிற்கு எதிரில் இருந்த வணிக வளாகத்தின் வாசற் பகுதியில் கட்டப்பட்டிருந்த கட்டைச்சுவற்றில் உட்கார்ந்து கொண்டு தன் நண்பர்களின் வருகையை எதிர்பார்த்துக் கொண்டிருந்தார் சதாசிவம். மாலை நேரம் வாகனங்களின் போக்குவரத்து அதிகமாக இருந்தது. மோட்டாரின் புகையோடு இவை எழுப்பி விட்டுச் செல்லும் புழுதி கண்களிலும் நாசியிலும் பட்டு எரியச் செய்தன. தனது மேல் துண்டால் மூக்கைப் பொத்திக் கொண்டார். இரண்டு மாதம் முன்பு வரை இது போன்ற எரிச்சல் இல்லை. அவர்களுக்கென்று தனி ராஜ்யமாக பூங்கா இருந்தது. அந்த கொன்றை மரத்தடியில் உட்கார்ந்துக் கொண்டு சிலுசிலுவென்று வீசும் காற்றை அனுபவித்துக் கொண்டு நண்பர்கள் பேசி மகிழ்வார்கள். ஆனால் இன்று, சதாசிவம் மனதுக்குள் சபித்துக் கொண்டார். அரசின் வருமானத்திற்காக எத்தனை முதியவர்களின் சந்தோசம் பறிக்கப்பட்டு விட்டது. எட்டணா கூட கையில் இல்லாத

நிலையில் இரண்டு ரூபாய் கொடுத்து உள்ளே செல்ல இயலாத முதியவர்களால் ரோட்டோரம் உட்கார்ந்து புழுதிக் காற்றில் அழுக்காகி செல்வதைத் தவிர வேறு என்ன செய்ய முடியும். சற்று தூரத்தில் ராஜாராமன் வந்து கொண்டிருந்தார். நடை சிறிது தள்ளாட்டமாகவே இருந்தது. ஆசிரியராக இருந்து ஓய்வு பெற்றவர். மிகவும் வறுமைச் சூழ்நிலையில் வாடிக் கொண்டிருப்பவர். வரும் பென்சனை அப்படியே முனை முறியாமல் வாங்கிக் கொள்ளும் மகன் தந்தையை எப்படிக் கவனித்துக் கொள்ள வேண்டும் என்பதை மறந்து விட்டவன். மனைவியின் கைப்பொம்மை. பொண்டாட்டி ஒரு வாரத்திற்கு பேசாதே என்றால் என்ன ஏதென்று கேட்காமல் பெற்ற தந்தையை ஏறெடுத்தும் பாராமல் ஒரே வீட்டில் வளைய வரும் புத்தி சிகாமணி. முதியவர்களுக்கு சாப்பாட்டை விட ஆதரவான பேச்சுதான் தேவை என்பதை உணராத மூடன்.

ராஜாராமன் அருகில் வந்ததும் அவருக்கு உட்கார இடம் கொடுத்து நகர்ந்து கைப்பிடித்து அமரச் செய்தார். ராஜாராமனின் முகம் ஏனோ வாடியிருந்தது.

"என்ன ராஜாராமன் சார், இன்னிக்கு லேட்டாயிடுச்சு" சதாசிவம் பரிவாக கேட்டார்.

"ஒன்னுமில்லே சதா சார். புறப்படறப்ப வீட்டுல ஒரு சின்ன பிரச்சனை" சொல்லும் போதே கண்கள் கலங்கியது. கண்ணாடியை கழற்றி கண்களை துடைத்துக் கொண்டார். கண்கள் சிவந்து வீங்கியிருந்ததைப் பார்த்ததும் அவர் நீண்டநேரம் அழுதிருப்பார் போலிருக்கிறது.

சதாசிவம் அவரது கைகளை மெல்ல தட்டிக் கொடுத்தார். "இன்னிக்குத்தானா நமக்கு பிரச்சனை. வாழ்க்கையே நமக்குப் பிரச்சனைதானே. அதுக்காக எதுக்கு கலங்கறிங்க சார்? அமைதியா இருங்க."

"இல்ல சதா சார், இந்தப் பிரச்சனைய கேட்டா உங்களுக்கே தாங்காது. அவ்வளவு கேவலமான பிரச்சனை" பேசமுடியாது அவரது வாய் கோணியது. கண்களில் இருந்து கண்ணீர் மீண்டும் வழிந்தது.

இவர்கள் பேசிக் கொண்டிருக்கும் போதே தினமும் கூடும் பத்து பேரும் ஒவ்வொருவராக வந்து சேர்ந்தனர். எல்லோரும் அறுபத்தைந்து, எழுபது வயதை தொடுபவர்கள். முகம் சுருங்கி தோல் சுருங்கிய பருவம். அந்த அரையடி கட்டைச் சுவற்றில் வரிசையாக உட்கார்ந்து கொண்டு அவர்களால் ஒருவருக்கொருவர் பேசிக்கொள்ள முடியவில்லை. ஒருவர் பேசுவதை அருகில்

இருப்பவரிடம் கேட்டுத் தெரிந்து கொள்ள வேண்டிய நிலை. பாதிக்கப்பட்டவரின் முகத்தைப்பார்த்து பேச முடிய வில்லை. இதே அந்தப் பூங்காவாக இருந்தால் கொன்றை மரத்தடியில் வட்டமாக உட்கார்ந்து கொண்டு பேசுவதும் தங்கள் காலத்தையும் இப்போதுள்ள அவசர காலத்தையும் ஒப்பிட்டு வியப்பதும் கோபப்படுவதும் அவரவர் வீட்டில் நேர்ந்த கொடுமைகளை, கால இடைவெளியில் அன்பும் பாசமும் போலித்தனமாகிப் போவதையும் மனித உறவுகளே வேசமாகிக் கொண்டிருப்பதையும் பேசிப்பேசி இரண்டு மணி நேரம் தங்கள் மனதுக்கு பிடித்தமான முறையில் செலவிட்டப் பிறகு தங்கள் இல்லம் நோக்கி திரும்புவார்கள். மறு நாள் மாலை ஆறு மணி வரை வாழ்க்கை அவர்களுக்கு நரகம்தான். வீட்டில் எடுபிடி வேலை செய்யும் வேலையாட்களாய் உதாசீனப்படுத்தி ஓரங்கட்டப்படும் பரிதாபத்திற்குரியவர்களாய் முடங்கி கிடப்பார்கள்.

இவர்கள் இந்த பத்து பேர் மட்டுமல்ல. இவர்களைப் போல் இன்னும் பல குழுக்களாக முதியவர்கள் ரோட்டோரங்களில் கிடைக்கும் இடங்களில் உட்கார்ந்து இருப்பார்கள். அதற்கும் வணிக வளாகங்களில் உள்ளவர்கள் தங்களுக்கு இடையூறாக இருப்பதாகக் கூறி வேறு இடம் பார்த்துக் கொள்ளச் சொல்வார்கள். இவர்களால் மீண்டும் பூங்காவிற்கு செல்ல வழியில்லை. இலவச அனுமதியாக இருந்த பூங்கா இன்று பணம் பண்ணும் இடமாக மாறியதால் நுழைவுக்கட்டணம் இரண்டு ரூபாயாக அறிவிக்கப்பட்டிருந்தது. இரண்டு நாட்கள் அங்கே செல்ல ஏதோ சில்லரையை மீதம் பிடித்து டிக்கெட் வாங்க முடிந்தது. ஆனால் அதை தொடர முடியவில்லை. மாதம் அறுபது ரூபாய் அனாவசியமாக செலவு செய்வதை அவர்களின் வாரிசுகள் யாரும் விரும்பவில்லை .

தவிரவும் அங்கே இப்போது சந்தைக் கடையாய் இரைச்சலும் குழந்தைகளின் கும்மாளமும் தங்களுக்கு வேண்டியது கிடைக்காததால் அழுது ஆர்ப்பாட்டம் செய்யும் குழந்தைகளின் கத்தலுமாய் அமைதியான பூங்கா ஆரவாரமாகிப் போனது. நூற்றுக் கணக்கான முதியவர்களின் மாலை நேர புகலிடமாக இருந்த அந்த இடம் காட்சிப் பொருளாய் கடை சரக்காய் மாறிப் போனதில் பெரியவர்களுக்கு சொல்ல முடியாத வருத்தம். அவர்கள் மகிழும் ஒரே விசயம் அந்த கொன்றை மரம். அதுவும் அவர்களுக்கு ஒரு நண்பன். அதை மட்டும் வெட்டாமல் விட்டு இருந்தனர். அதுவும் தங்களைப் போல் ஒரு ஓரமாக நின்று வேடிக்கை பார்த்துக் கொண்டிருந்தது.

முதியவர் ராஜாராமனின் சோகம் நண்பர்கள் அனைவரையும் பாதித்தது. ஒரு இறுக்கமான சூழ்நிலை நிலவியது. ஒவ்வொருவரும்

மனதிற்குள்ளேயே புலம்பித் தீர்த்தனர். என்ன உலகம் இது? பொல்லாத உலகம். அருமையான நட்பை கொச்சைப்படுத்தும் அயோக்யத்தனம் சகிக்க முடியாதது.

அந்தப் பொண்ணுக்கு என்ன சார் வயசிருக்கும் தன் முகம் தெரியும்படியாக எம்பி ராஜாராமனை கேட்டார் சீனிவாசன். தனியார் கம்பெனியில் வேலை பார்த்து ஓய்வு பெற்றவர். பெற்ற பிள்ளைகளால் தண்டச்சோறு என்று பட்டம் பெற்ற பாக்கியவான்.

"அட என்ன சார் நீங்க, வயசு எதுவாயிருந்தா என்ன. இப்படி நடக்குமான்னு யோசிக்காத அளவு என்ன சார் முட்டாள்தனம்" பொறுமினார் ராஜலிங்கம்.

"முப்பது வயசிருக்கும் சார். நல்ல பொண்ணு" இரண்டு குழந்தைங்க இருக்கு. என்னை அப்பான்னுதான் கூப்பிடும். இந்த வயசுக்கு அதுக்கு ஞானம் அதிகம் சார். நான் தான் புத்தகம் நெறைய படிப்பேன், வைச்சிருக்கேன்னு உங்களுக்கு தெரியுமில்லையா. அதனால அதுக்கு எங்கிட்ட ஒரு ஓட்டுதல். அதுவும் நல்ல புத்தக பிரியை. வாய் திறந்தா முத்து முத்தா பேசும் சார். இந்த காலத்து பிள்ளைகளுக்கு மத்தியில் அது கல்கியோட புத்தகங்களையும் தி.ஜானகிராமனையும் ஜெயகாந்தனையும் பார்த்தசாரதியையும் பத்தி பேசறப்போ அவங்க கதாபாத்திரங்களை விமர்சிக்கிறப்போ ரொம்ப ஆச்சர்யமா இருக்கும் சார். ஏதோ நேரம் கிடைக்கிறப்போ கொஞ்சம் நேரம் வந்து பேசும். ஒரு அறிவு ஜீவியான பொண்ணை சந்திச்ச மகிழ்ச்சியிலே நானும் பேசுவேன் சார். பக்கத்து வீடுதானே இலக்கியத்தப் பத்தி பேசணும்னு தோணிச்சின்னா ஓடி வரும். அதை எம்மருமக தப்பா புரிஞ்சிக்கிட்டா. அப்படி என்ன அந்தப் பொண்ணுகிட்ட பேச்சு உங்களுக்கு. இந்த வயசுக்கு மேல என்ன இலக்கியம் வேண்டிக் கிடக்குன்னு கன்னா பின்னான்னு பேசி எம் பையங்கிட்ட சொல்லி அவன் அதை விட ஒரு படி மேல போயிட்டான். தள்ளாத வயசுல பொம்பிளை துணை கேட்குதான்னு கொச்சைப்படுத்தி பேசிட்டான் சார். அதை கேட்டதுல இருந்து தாங்க முடியலை சார்" கண்ணீர் விட்டு கதறினார் ராஜாராமன்.

மனிதர்கள் ஏனோ உடல் சார்ந்த விசயங்களை மட்டுமே யோசித்து எவ்வளவு புனிதமான உறவையும் கொச்சைப்படுத்தி விடுகிறார்கள். தான் ஒரு ஆசிரியர் என்பதையும் எத்தனை அறிவு ஜீவிகளை உருவாக்கியிருக்கிறார் எத்தனை இளைஞர்களை இந்த நாட்டின் தூண்களாய் மாற்றியிருப்பார் என்பதையும் மறந்து, ஒரு நல்ல ஆசிரியனால் கீழ்த்தரமான தவறுகளை செய்ய முடியாது, அப்படி தவறுபவன் ஒரு நல்ல இளைய சமுதாயத்தை உருவாக்க

முடியாது என்ற உண்மையைக் கூட தெரிந்துக் கொள்ளாமல் தன்னை அவமானப்படுத்திய உறவுகளின் மீது எரிச்சலாய் வந்தது. தன் மகனுக்கு வயது நாற்பது. தன்னைப் பெற்று வளர்த்து ஆளாக்கி இந்த நாற்பது வருடங்களாய் உடனிருந்த தந்தையைப் பற்றி தெரிந்துக் கொள்ளாமல் கேவலமாய் சந்தேகப்பட்ட தன் மகனின் முகத்தில் விழிக்கவே அருவருப்பாக இருந்தது அவருக்கு. தன் வயதொத்த ஒரு பெண்ணிடம் பேசியதை அசிங்கப்படுத்தி பேசிய தன் மருமகள் நாளை தன்னிடம் தவறாக நடக்க முயற்சித்தார் என்று தன் கணவனிடம் கூற மாட்டாள் என்பது என்ன நிச்சயம்? அதை நம்பி தன் மகன் தன்னை கழுத்தைப் பிடித்து வெளியே தள்ள மாட்டான் என்பதுதான் என்ன நிச்சயம்? ராஜாராமிற்கு வீட்டிற்கு செல்லவே பிடிக்கவில்லை . மருமகளின் முகத்தைப் பார்க்கவும் பிடிக்காமல் போனது.

இதென்ன வெட்கக்கேடு. தலைமுறை இடைவெளி என்பது இருக்க வேண்டியதுதான். யாருக்கு யாரிடம். தாத்தாவுக்கு பேரனிடம், பாட்டிக்கு பேத்தியிடம், அப்பா மகனுக்குள் தலைமுறை இடைவெளி அதிகம் எங்கேயிருந்து வந்தது இவ்வளவு வெட்கக்கேடான விசயங்கள் நடக்க. தன் பெற்றோர் வயதான காலத்தில் வீட்டிற்குள் முடங்கிக் கிடக்காமல் நாலு பேரிடம் பேசி மனதை லேசாக்கி சந்தோஷமாக இருக்க வேண்டும் என்று பிள்ளைகள் அல்லவா சொல்ல வேண்டும். அதை விட்டு பேசுபவர்களை கொச்சைப்படுத்தி இதென்ன கொடுமை. சாகும் வயதில் உள்ள ஒரு ஆண் ஒரு பெண்ணிடம் பேசினால் கூட அசிங்கப்படுத்தும் இந்த மனிதர்களை என்னவென்று சொல்ல?

நண்பர்கள் அனைவரும் சமாதானம் செய்தும் அவருக்கு ஆறவில்லை. அரசு ஐம்பத்தெட்டு வயதில் வேலைக்கு ஓய்வு கொடுப்பதைப் போல ஆண்டவன் வாழ்க்கையை முடிக்க ஒரு வயதை நிச்சயித்திருந்தால் எவ்வளவு நன்றாக இருந்திருக்கும்? இந்த அவமானங்கள் எல்லாம் இல்லாமல் நிம்மதியாக வாழ்க்கையை முடித்துக் கொள்ளலாமே. பழுத்த இலையைப் பார்த்து குருத்திலை சிரிக்கும் இந்த நிலை மாறவே மாறாதா. ஒவ்வொருவருக்குள்ளும் கேள்விக்குறி. எவ்வளவு நேரம்தான் ரோட்டோரமே உட் கார்ந்திருப்பது. சோகத்தில் நண்பர்கள் ஒவ்வொருவராய் விடைபெற மிஞ்சியிருந்தது சதாசிவமும் ராஜாராமனும் மட்டுமே. சற்று நேரம் அமைதியாக சதாசிவத்தின் கையை பிடித்துக் கொண்டிருந்த ராஜாராமன் சட்டென்று எழுந்தவர் தடுமாறினார். பார்த்து பார்த்து சதா பதறினார்.

"ஒன்னுமில்லே சதா சார், நான் போறேன் தைரியமா இருங்க' என்றவாறு கிளம்பினார் ராஜாராமன்.

'போயிட்டு நாளைக்கு வர்றேன்னு சொல்லுங்க சார்" என்ற சதாவின் வார்த்தைகளை பொருட்படுத்தாமல் நடந்தார். சதாசிவம் ஒரு பத்தடி தூரம் கூட எதிர் திசையில் நடந்திருக்கமாட்டார் "டமால்' என்ற சத்தம் கேட்டு பயந்து திரும்பியவர் 'ஏண்டா கெழட்டு நாயே? எங்கேயோ போய் சாவ வேண்டியதுதானே. என் வண்டியில் ஏண்டா விழுந்த" என்ற குரல் கேட்டு வேகமாய் தடுமாறியபடி ஓடினார். அதற்குள் கூட்டம் கூடிவிட்டது. கூட்டத்தை விலக்கி எட்டிப் பார்த்த சதா அதிர்ந்து போனார். ராஜாராமன் ரத்த வெள்ளத்தில், "யாரோ ஒரு கெழவம்பா கண்ணு தெரியாம விழுந்திட்டான்" என்று தங்களை இளமையாய் எண்ணிக் கொண்டிருக்கும் கூட்டத்தின் விமர்சனம். அ....ன்னா ஆ....வண்ணா சொல்லி எத்தனையோ பேருக்கு கல்விக் கண்ணைத் திறந்து அறிவு விருந்து படைத்தவர் யாரோ ஒரு கிழவனாய் மரக்கட்டையாய்க் கிடந்தார்.

மடங்கி உட்கார்ந்து அழுது கொண்டிருந்த சதா "ராஜாராமன் சார் நீங்கள் கண் தெரியாமல் விழுந்தீர்களா?" தனக்குள் கேட்டுக் கொண்டார். நிழல் தேடும் அந்த ஆலமரங்களுக்கு நிழலாய் இருந்த கொன்றை மரம் சோகமாக பார்த்துக் கொண்டிருந்தது. ஒரு வேளை அதுவும் அந்த நண்பனின் இந்த முடிவிற்கு கலங்குகிறது போலும்.

ርչይ

பாஸ்கரதாஸின் பூனைக் குட்டி

பாலமுருகன் (குமார நந்தன்)

பாஸ்கரதாஸ் எங்கிருந்தோ ஒரு குட்டியூண்டு பூனைக் குட்டியைத் தூக்கிக் கொண்டு வந்தான்.

குருவம்மாவுக்கு ஆச்சரியமாய் இருந்தது. "ஏதுடா, இது?

"டீ வாங்க கடைக்குப் போவனில்லம்மா? அங்க டைகர்னு ஒரு பெரிய பூனை இருந்துச்சு. அதுபோட்ட குட்டிம்மா இது"

பூனையைப் பார்த்தாள். சின்னதாய் பூப்பந்து போல செம்மியும், வெள்ளையும் கலந்திருந்தது. தூய ரோஜா நிற வாயைத் திறந்து கண்களை இடுக்கிக் கொண்டு கொட்டாவி விட்டது.

அந்தக் கடைக்காரன் எப்படி மனசு வந்து கொடுத்தான்? எப்படியோ பையனுக்கு விளையாட்டு பொம்மை!

குருவம்மா நீராகாரத்தைத் தூக்கில் ஊற்றிக் கொண்டு வயல் வேலைக்குக் கிளம்பினாள்.

வழக்கமாய் அவள் கிளம்பும்போது நானும் வரேம்மா என்று நச்சரிக்கும் பாஸ்கரதாஸ் இன்று "அம்மா, நீ போயிட்டு வாம்மா, நான் பூனையோட வெளையாண்டுகிட்டு இருக்கேன்" என்றான்.

பாஸ்கரதாஸ் ஸ்கூலுக்குப் போய்க்கொண்டுதான் இருந்தான். இரண்டாம் வகுப்பு. ஏதோ நோட்டு இல்லையென்று மாரி சார் சுருக்கென அடித்துவிட்டார். அன்றிலிருந்து பள்ளிக்கூடமே போக மாட்டேன் என்று ஒரே ஆர்ப்பாட்டம். சரி வசதியாய் போய்விட்டது என குருவம்மாளும் அவனைப் பள்ளிவிட்டு நிறுத்தினாள். உடனடியாக மில்லுக்கோ, பட்டறைக்கோ அனுப்ப அவளுக்கு மனம் வரவில்லை. பாவம் சின்னப்புள்ள, இன்னும் ஒரு ஆறு மாசம்தான் போகட்டுமே.

வெய்யில் சுட்டெடுத்தது. போன வாரம் பெய்த மழையில் கடலைக் காட்டில் களைகள் துளிர்த்திருந்தன. இன்றைக்கு வயலில் களை எடுக்கும் வேலை.

ஒரு நேரத்து வேலைதான். மதியம் உச்சிப்பொழுதில் களைத்துப் போய் வீடு திரும்பினாள். காலையில் நீராகாரம் குடித்தது வயிற்றைப் புரட்டிக் கொண்டு பசித்தது. இனிமேல் போய் ஆக்கித் தின்ன வேண்டும்.

வீட்டுக்குப் போனதும் பாஸ்கரதாஸ் அம்மாவை கட்டிக் கொண்டான். "அம்மா, பூனை பாரம்மா சோறு குடிக்க மாட்டேங்குது" என்றான்.

இடுப்பிலிருந்த சுருக்குப் பையைத் திறந்தாள். நாலு ரூபாய் கிடந்தது. காலையில் தனக்கும், பையனுக்கும் டீயும், பொறையும் வாங்க வைத்திருந்த காசு. சரி நாளைக்குப் பொற இல்லாட்டி போகுது என முடிவு கட்டியவளாய், "இந்தாடா, தாசு, டீ கடையில போயி பூனைக்குன்னு சொல்லி பாலு வாங்கிட்டு வா" என்று சொல்லி கையில் அலுமினிய டம்ளரையும் ஒரு ரூபா காசையும் கொடுத்துவிட்டாள்.

குடிசைக்கு வெளியே கிடந்த அடுப்பில் விவசாய முட்களைத் திணித்து காகிதத்தைக் கொளுத்தி நடுவில் செருகித் தீ மூட்டினாள். பாத்திரத்தைக் கழுவி உலை ஊற்றி வைத்தாள். அரைப்படி இருந்த குருனையைத் தண்ணீரில் ஊறப் போட்டாள்.

பாஸ்கரதாஸ் டம்ளரோடு ஓடி வந்தான். "அம்மா இன்னைக்கு மட்டும் பூனைகோசரம் ஒரு ரூவாய்க்கி ஊத்தறாங்களாம். நாளைக்கெல்லாம் ஒரு ரூவாய்க்கி ஊத்தமாட்டாங்களாம்."

அவன் சொல்லிக் கொண்டிருக்கும்போதே மோப்பம் தெரிந்த பூனை துள்ளி எழுந்து கொண்டு, 'மியாவ் மியாவ்' என இடைவிடாமல் கத்தித் தவித்தது. அதன் தவிப்பு குருவம்மாளுக்கே பதறியது. ஓடிப்போய் ஒரு கொட்டாங்குச்சியை எடுத்து வந்து பாலை ஊற்றி வைத்தாள்.

அரிசிக் குருணையை கழுவி உலையில் போட்டுவிட்டு, எரவானத்தில் கீற்றை விலக்கித் தேடினாள். நேற்று கிடைத்த கூலிப்பணத்தில் ஒரு இருபது ரூபாயை அங்கே வைத்திருந்தாள். காய் ஏதாவது வாங்கிவர நினைத்து அதைத் தேடினாள். ஆனால் பணம் இல்லை. பகீர் என்றது.

"டேய் உங்கப்பன் வந்தானாடா?" குருவம்மாளின் அலறலில் பூனையையே பார்த்துக் கொண்டிருந்த பாஸ்கரதாஸ் விலுக்கென நிமிர்ந்து "ஆமாம்மா" என்றான்.

"நாசமாப் போச்சி இந்தக் கட்டையில போறவன் எங்க பணத்த வச்சாலும் மோப்பம் பிடிச்சிடறானே நினைக்கும்போதே மூக்கு

வெடவெடத்தது. கண்கள் கலங்கியது. முந்தானையால் மூக்கைப் பொத்தி, வந்துவிட்ட அழுகையை ஒரே உறிஞ்சாக உறிஞ்சிக்கொண்டு வெளியே வந்தாள்.

அடுப்பில் குருணை கொதித்துக் கொண்டிருந்தது. இன்னைக்கும் கஞ்சி சோறுதான் நினைக்கும்போதே எல்லையற்ற ஆத்திரம் பீறிட்டது. வேகும் சோற்றை ஒரு எத்து எத்தி அப்படியே வேலிப்பக்கம் தள்ளலாமா என ஒரு கனம் யோசித்தாள். கண கணவென்று எரியும் இந்த நெருப்பை என்ன செய்வது அள்ளிக் கூரைமேல் போடலாமா? கட்டுக்கடங்கமல் எழுந்த ஆத்திரத்தைக் கஷ்டப்பட்டு அடக்கினாள்.

சோற்றை வடித்து ஆறவைத்துக் கஞ்சி ஊற்றிக் கரைத்தாள். குடிக்கவே முடியவில்லை. மருந்து மாதிரி இருந்தது. பாஸ்கரதாஸ் பாயாஸம் மாதிரி வயிறு முட்ட முட்ட ஆனந்தமாய் குடித்தான்.

பாதி எடுத்து வைத்திருந்த பாலில் கொஞ்சம் சோற்றைக் கரைத்துப் பூனைக்கு வைத்தாள். வயிறு முட்டத் தின்றுவிட்டுப் படுத்துவிட்டது.

ராத்திரி எட்டு மணிக்கு சத்தியப்பன் தலைகால் புரியாத போதையில் தள்ளாடிக்கொண்டு வந்தான். அவனைப் பார்த்ததும் உடலே தீயில் மாட்டிக்கொண்டது மாதிரி எரிந்தது குருவம்மாவுக்கு மூலையில் கிடந்த விளக்குமாறை எடுத்தாள். கண்ணை மூடிக்கொண்டு விளாசினாள். "எடுப்பியா காச எடுப்பியா?" சத்தியப்பன் போதையில் ஒன்றும் புரியாமல் உளறினான். பாஸ்கரதாஸ் படுக்கையிலிருந்தவாறே அமைதியாய் பார்த்துக் கொண்டிருந்தான். வாரத்தில் மூன்று நாள் வழக்கமாய் நடப்பதுதான் இது.

விடியக்கருக்கலிலேயே எழுந்த குருவம்மா புரண்டு படுத்த பாஸ்கரதாஸை எழுப்பினாள். "டேய் வாடா டீ குடிக்கப் போலாம்."

பாஸ்கரதாஸ் தூக்கக் கலக்கம் மாறாதவனாய் எழுந்து நடக்கத் தயாரானான், "அம்மா பூனையையும் தூக்கிட்டு வரட்டா?" கேட்டுக்கொண்டே சுருண்டு படுத்திருந்த பூனையைத் தூக்கினான்.

ஒரு முறைமுறைத்தாள். "டேய் அதை விட்டுட்டு வாடா.' அம்மாவின் அதட்டலில் சட்டெனப் பூனையை விட்டான்.

"செட்டியாரே ரெண்டு டீ போடுங்க" சொல்லிக் கொண்டே சில்லறையைக் கொடுத்தாள். "அம்மா... பொற வேணும்" காலைக் கட்டிக்கொண்டு சிணுங்கினான் பாஸ்கரதாஸ்.

"செட்டியாரே ரெண்டு பொற கொடுங்க. நாளைக்கு காசு தர்றேன்."

"அட போம்மா கடன் சொல்லிட்டா அப்படியே அதைக்கொடுத்துட்டுதான் வேற வேல பாப்ப." செட்டியாரின் வசவைப் பையனுக்கு வேடிக்கைக் காட்டினாள். பாஸ்கரதாஸ் மௌனமாக டீயை மட்டும் வாங்கிக் கொண்டான்.

திரும்பி வரும்போது பூனை 'வாள் வாள்' என்று கத்திக் கொண்டிருந்தது. இதுக்குப் பால் வேணுமே என்ன செய்யறது? யோசனையோடே வேலைகளைச் செய்து நீராகரத்தைக் குடித்தான்.

பூனை விடாமல் கத்திக் கொண்டே இருந்தது. முதலாக.. இன்னைக்கு எப்படியும் கூலிப்பணம் தருவார் வாங்கி வந்து அதற்கு அப்புறம் பால் வாங்கி ஊற்றலாம். அது வரைக்கும் இப்படியே கத்திக்கிட்டு இருக்கட்டும்.

நல்லவேளை முதலாளி ஏமாற்றவில்லை. ஐம்பது ரூபாயை வாங்கிக் கொண்டு திரும்பும்பொழுது, சத்தியப்பன் எதிரில் வந்தான். அவன் கண்கள் செக்கச் சிவந்திருந்தது.

எடுத்ததும் கூந்தலைப் பற்றினான். "ஏண்டி சிறுக்கி முண்ட. போதையில வந்தா வெளக்கமாத்துல அடிக்கிறியா. இப்ப அடிடி பார்க்கலாம்." எகத்தாளமாய் சொல்லிக்கொண்டே வளைத்துப்பிடித்து முதுகில் குத்த ஆரம்பித்தான். எட்டி இடுப்பில் ஒரு உதை விட்டான். சுருண்டு போய் தூர விழுந்தாள்,

"என்னடி அது சுருக்குப் பையில?" குருவம்மா மின்னலென எழுந்து சுருக்குப் பையை எடுத்து கைகளுக்குள் பொத்திக் கொண்டாள் திரும்பவும் அடியும் அறைகளும் விழுந்தன. 'அப்படித் தாண்டி பணத்தை எடுப்பேன். ஆனதப் பாத்துக்க." சுருக்குப் பையைப் பிடுங்கி பணத்தை உருவிக்கொண்டு எறிந்தான்.

காறித் துப்பினாள். "சண்டாளா உன்னக் கட்டையில ஏத்துனாதான்டா எனக்கு நிம்மதி. நாசமாப் போடா." அலறிக்கொண்டு மண்ணை வாரி வாரி இரைத்தாள். அலட்சியமாய் போய்க்கொண்டிருந்தான் சத்தியப்பன்,

உடைந்த உப்புக்குளமாய் ஆன கண்களில் கண்ணீர் கசிய வீட்டுக்கு வந்தபோது, பூனைக்குட்டித் தாவி ஓடிவந்து அவள் காலில் முகத்தைத் தேய்த்தது.

'சனியனே ஒழிஞ்சு போ' என எட்டி ஒரு உதை விட்டாள். குடிசைக்கு வெளியே ரோட்டில் போய் சொத்தென விழுந்த பூனைக்குட்டி கிறுகிறுத்துப்போய் எழுந்தது. தலையை உதறிக்கொண்டு மீண்டும் உள்ளே ஓடி வந்து முகத்தை அவள் காலில் தேய்த்தது.

குருவம்மாவுக்கு ஆத்திரம் வெடித்தது. இன்னும் சில நொடிகளில் தீப்பொறி பறக்குமோ என நினைக்கும் வண்ணம் அவள் கண்கள் வெப்பத்தை கக்கின.

பாஸ்கரதாஸ் அழுதுகொண்டே அவள் கால்களைக் கட்டிக்கொண்டான். அம்மா, என்னவோ செய்யப்போகிறாள் என்பதை யூகித்தவனாய் "அம்மா வேண்டாம்மா" என்று பரிதாபமாய் அலறினான். குருவம்மா ஆவேசமாய் கால்களை உதறினாள். பிடி தளர்ந்து மூலையில் போய் விழுந்தான்.

பூனைக்குட்டியைப் பற்றித் தூக்கினாள். விடுவிடுவென்று நடந்தாள். மேட்டுக்காட்டு மொட்டைக் கிணற்றில் ஒரு குப்பையை எறிவது போல் பூனையை எறிந்து விட்டு வந்தாள்.

பாஸ்கரதாஸ் கேவிக்கேவி அழுதான். "அம்மா எனக்கும் சோறு இல்லையானா இப்படித்தான் தூக்கிப் போய் மொட்டைக் கிணத்துல எறிவியா?" எனக் கேட்ட அவன் கேள்வியில் எல்லையில்லா பீதி உறைந்து கிடந்தது.

✿

மருத்துவச்சி மரம்

சிவபிரசாத்

பத்து வருடங்களாகக் குழந்தையில்லாத ஊர்வசிக்குப் பிரசவ வலி வந்தபோது நள்ளிரவு இரண்டு மணி. அவள் போட்ட சத்தத்தில் தெருவே விழித்துக்கொண்டது. கயிற்றுக் கட்டிலில் படுத்திருந்தவளை எழுப்பி வீட்டுக்கும் வாசலுக்கும் நடக்கும்படி பழனியம்மாள் சொல்லிக்கொண்டிருந்தாள். அப்போது தூக்கக்கலக்கத்தில் எழுந்து வந்த எதிர்வீட்டு ரஞ்சிதம் செடி கொடி மறைவில் போய் நின்ற வாக்கிலேயே மூத்திரம் மண்டு தலைமுடியை அள்ளிக் முடிந்தபடியே வந்தாள். அவள் வந்தது பழனியம்மாளுக்குக் கொஞ்சம் தைரியத்தைத் தந்தது. ‘அட பிள்ள பெக்கணுன்னா வலியெல்லாம் தாங்கித்தாண்டி ஆகணும்’ என்று ரஞ்சிதம் சொல்லியவாறே ஊர்வசியைக் கைத்தாங்கலாய்ப் பிடித்து முற்றத்தில் நடக்கவைத்தாள். பழனியம்மாள் வீட்டுக்குள் சென்று மகளுக்கு மாத்துச் சேலையும் பீத்துணிக்கு இரண்டு மூன்று வெள்ளை வேட்டிகளைக் கிழித்தும் துண்டு, டம்ளர், தட்டம், பிளாஸ்கு என எல்லாவற்றையும் பெரிய ஓயர் பையில் எடுத்துவைத்தாள். பின் ஏதோ ஞாபகம் வந்தவளாகத் தொட்டிப் பக்கம் சென்று கை கால் மூஞ்சி கழுவி வந்தவள் சாமி அறைக்குப் போய் முருகன் படத்திற்கு முன்னால் மனமுருகி வேண்டிக்கொண்டாள். தட்டிலிருந்த திருநீறைத் தானும் இட்டுக்கொண்டு ஊர்வசிக்கும் பூசினாள். இதற்குள் தெருப் பெண்கள் கூடிவிட்டார்கள். ஊர்வசியோ வலி தாங்கவும் முடியாமல் கூட்டத்திற்கு முன்னால் வாய்விட்டு அழவும் முடியாமல் அடக்கிக்கொண்டு நடந்தாள்.

வாடகைக் கார் கூட்டிவரப் போன ஊர்வசியின் அப்பா ராமசாமி இன்னும் வரவேயில்லை. மருத்துவர் சொன்ன தேதிப்படி இன்னும் பத்து நாட்கள் இருந்ததால் கொஞ்சம் அசட்டையாக இருந்து விட்டார். இன்று பார்த்து ஊர்வசியின் புருசன் குமாரும் அவள் தம்பி ராஜாவும் ஊரில் இல்லை. இருவரும் சொந்தக்காரர் வீட்டுத் திருமணம் என்று வெளியூருக்குச் சென்றுவிட்டார்கள். முதலில் ராமசாமியும் ராஜாவும்தான் போவதாக இருந்தது.

மாப்பிள்ளை தன்னுடைய நெருங்கிய நண்பன், தான் போகவில்லை என்றால் கோவித்துக்கொள்வான் என்று சொல்லிக் குமாரும் கிளம்பிவிட்டான். இருவரில் யாராவது ஒருவர் தங்கியிருந்தால் நன்றாக இருந்திருக்கும் என நினைத்தபடியே ஊர்வசி வலியோடு நடந்தாள்.

நிலா வெளிச்சம் வழக்கத்தைவிடக் கொஞ்சம் மந்தமாகவே இருந்தது. வீட்டு நாய் கூட்டத்தைப் பார்த்துக் குரைப்பதா வேண்டாமா என நினைத்ததோ என்னவோ அரைத் தூக்கத்தில் படுத்திருந்தது. தூரத்து மரங்களில் ஆந்தைகளின் சத்தம் அந்த நள்ளிரவின் அமைதியைக் குலைத்தது. எல்லோருடைய கவனமும் கார் எப்போது வரும் என்பதிலேயே இருந்ததால் எல்லோரும் அமைதியாய் இருந்தார்கள். நேரமாக ஆக வலி பொறுக்க முடியாமல் கூச்சத்தை விட்டு ஊர்வசி அழ ஆரம்பித்தாள். இனி ஒரு அடிகூட எடுத்து வைக்க முடியாது என்று சொல்லி வாசல் திண்ணையில் அமர்ந்துவிட்டாள். மகளின் அழுகையைப் பார்த்ததும் பழனியம்மாளும் அழ ஆரம்பித்து விட்டாள். ‘அக்கா நீயே அழுதா அவளுக்கு யாரு தைரியம் சொல்றது’ என்று ரஞ்சிதம் பழனியம்மாளைத் தேற்றினாள்.

போனவர் என்ன ஆனார் என அறிந்து வரத் தன் வண்டியை எடுத்துக்கொண்டு ரஞ்சிதத்தின் வீட்டுக்காரர் பெருமாள் மாமா சென்றார். அவர் போன கால் மணி நேரத்தில் நீண்ட வெளிச்சத்தோடும் சத்தத்தோடும் அம்பாசிட்டர் கார் ஒன்று வந்தது. அதிலிருந்து இறங்கிய ராமசாமி ‘கொஞ்சம் நேரமாயிருச்சு. எல்லாம் தயாரா! வாங்க வண்டியில் ஏறுங்க’ என்று அவசரப்படுத்திக்கொண்டே இறங்கினார். ஊர்வசியை நடுவில் அமர வைத்துப் பழனியம்மாள் ஒரு புறமும் ராஜாத்தியக்காள் மறுபுறமும் அமர்ந்துகொள்ள முன்னிருக்கையில் ராமசாமி அமரக் கார் புறப்பட்டது.

கார் தெருவைக் கடந்து தார் ரோட்டை அடைந்தபோது இருபுறங்களிலும் மாமரங்கள் ஒழுங்கற்ற வரிசையில் வழி நெடுக இருந்தன. பலா மரங்களும் தேக்கு மரங்களும் மலையின் பள்ளத்தாக்குகளில் கம்பீரமாக நின்றிருந்தன. மலையின் மேட்டுப் பகுதி வயல்களில் கிழங்குக் குச்சிகள் தளதளவென நீண்டு வளர்ந்திருந்தன. இந்தப் பட்டம் கிழங்கின் விளைச்சல் அமோகமாக இருக்கும் என ஊரே பேசிக்கொண்டது. தன் இரண்டு ஏக்கர் நிலத்தில் ராமசாமியும் கிழங்குக் குச்சிதான் நட்டிருந்தார். அதன் பேரில்தான் அக்காவின் பிரசவச் செலவுக்குக் கிழங்கு புரோக்கர் சின்னாண்டியிடம் பத்தாயிரம் முன்பணம் கேட்டிருந்தார். அவனும் ஒருவாரத்தில் தருவதாகச் சொல்லியிருந்தான். நாளைக்குப் போய்ப்

புடிச்சடியாய் வாங்கி வர வேண்டும் என நினைத்துக்கொண்டிருந்த சமயத்தில் ஊர்வசிக்கு இந்த இரவே வலி வந்தது ராமசாமிக்குக் கொஞ்சம் சங்கடமாகவே தோன்றியது.

வண்டி கரிய ராமர் கோயில் பக்கமாய்ப் போனபோது பழனியம்மாளுக்கு மருத்தூச்சி மரம் ஞாபகத்திற்கு வந்தது. 'அதெப்பிடி மறந்தேன்' என்று நினைத்தபடி டிரைவரிடம் கோயிலுக்கு முன்னால் நிறுத்தச் சொன்னாள்.

கரிய ராமர் கோயிலுக்கு வடக்குப் பக்கமாய் இருக்கும் மருத்தூச்சி மரம் சால்வராயன் மலையின் மேல்நாடு, கீழ்நாடு என்னும் பிரிவில் வரும் ஐம்பது கிராமங்களிலும் பிரபலம். மருத்துவச்சி ராமாயிக் கிழவி குடிகொண்டிருக்கும் அந்தப் பலாமரத்திற்குப் படையல் போடாவிட்டால் வம்சம் தழைக்காது என்பது ஐதீகம். அதனாலேயே கல்யாணமான முதல் மாதத்திலேயே தம்பதியை அழைத்து வந்து பொங்கல் வைத்துப் படையல் போட்டு வணங்கிச் செல்வது ஊர் வழக்கம். மலையில் இருக்கும் மற்ற மரங்களைப் போல இது வருடம் தவறாமல் காய்க்காது. சீசனில் ஒன்றிரண்டு பழங்கள் காய்த்தாலே அபூர்வம். பழம் திரண்டு வரும் சமயத்தில் அதை அறுத்துக் கோயில் பூசாரி படையல் போட வரும் புதுமணத் தம்பதிகளுக்குப் பிரசாதமாகத் தருவார். அதில் சுளை வந்தால் பெண் குழந்தையும் கொட்டை கிடைத்தால் ஆண் குழந்தையும் பிறக்கும் என்பது நம்பிக்கை. பழனியம்மாள் அறிந்தவரை அது பொய்த்ததேயில்லை. நாற்பது வருடங்களுக்கு முன்னால் திருமணமான புதுசில் படையல் போட வந்த போது பூசாரி சின்னாண்டி கொடுத்த பிரசாதத்தில் சுளை வந்தது. 'ஒனக்குப் பெண் குழந்தை தாண்டி பொறக்கும்' என்று அப்போதே அவளுடைய அம்மா சொன்னாள். பழனியம்மாளுக்குத் தலைப்பிள்ளையாக ஊர்வசி பிறந்தாள். அந்தப் பகுதி மக்களைப் பொருத்தளவில் கரிய ராமர் அளவுக்கே ராமாயிக் கிழவியும் சக்தி வாய்ந்தவள். அவள் சீதையின் அவதாரம் என்ற பேச்சும் உண்டு. பழனியம்மாள் சின்னவளாய் இருந்தபோது அவள் அப்பா சொன்ன கதை இன்னும் ஞாபகத்தில் இருக்கிறது.

ஐம்பது அல்லது அறுபது வருடங்களுக்கு முன்பு கல்வராயன் மலை ஊர்க் கவுண்டரின் மகளுக்குப் பிரசவ வலி வந்து துடியாய்த் துடித்தாளாம். ஊர் மருத்துவச்சி வந்து என்னென்னவோ செய்து பார்த்தும் குழந்தை பிறக்காததால், இனித் தாயும் பிள்ளையும் பொழைக்காது என்று கைவிரித்து விட்டாளாம். ஊர்க் கவுண்டரும் அவர் மனைவியும் வாயிலும் வயிற்றிலும் அடித்துக்கொண்டு அழுதபோது வீட்டு வாசலில் ஒரு கிழவி பிச்சை கேட்டு வந்தாளாம்.

வந்தவள் விஷயத்தை அறிந்து தான் பிரசவம் பார்ப்பதாகச் சொன்னாளாம். அவளை அனுமதிப்பதா வேண்டாமா என்னும் யோசனையில் ஊர்க் கவுண்டர் இருந்தபோதே கிழவி வீட்டிற்குள் புகுந்து பிரசவம் பார்த்தாளாம். சிக்கலான பிரசவத்தைக் கிழவி சாதாரணமாகச் செய்து முடித்தாளாம். பிறந்த குழந்தையைக் கையில் எடுத்து வந்து ஊர்க் கவுண்டரிடம் அவள் காட்டியபோது அவர் கிழவியின் காலில் விழுந்து கும்பிட்டாராம். பிச்சைக்கு வந்த கிழவி பிரசவம் பார்த்த அதிசயம் கல்வராயன் மலை முழுக்கப் பரவியது.

ஊர்க் கவுண்டர் தன் தோட்டத்தில் குடிசை போட்டுக் கிழவியை அங்கேயே தங்க வைத்தாராம். தன் பெயர் ராமாயி என்பதைத் தவிர வேறு எந்தத் தகவலையும் அவள் சொல்லவில்லை. ஐம்பது கிராமங்களிலும் யாருக்கும் அவளைத் தெரியவில்லை என்பதும் அதிசயம்தான். ஆனாலும் ஊராரெல்லாம் மருத்தூச்சி ராமாயிக் கிழவி என்றே கூப்பிட்டார்கள். கிழவியும் அதை மெல்லிய சிரிப்போடு ஏற்றுக்கொண்டாளாம். இரவு பகல் எனப் பார்க்காமல் வந்து கூப்பிட்ட வீட்டிற்கெல்லாம் சென்று பிரசவம் பார்த்தாளாம். அவர்கள் எது கொடுத்தாலும் வாங்கமாட்டாளாம். ஒரு கவுளி வெற்றிலையும் சீவல் பாக்கும் மட்டும் வேண்டும் என்று வாங்கிக்கொள்வாளாம். அவள் வந்ததற்குப் பிறகு அந்தப் பிராந்தியத்தில் பிரசவ மரணம் என்பதே இல்லாமல் போய்விட்டதாம்.

ஊர்க் கவுண்டரின் ஏழாம் மருமகள் கர்ப்பந் தரித்திருந்த போது, ஊர்க் கவுண்டர் போய்ச் சேர்ந்திருந்தார். அவருடைய மூத்த மகன்தான் ஊர்க் கவுண்டர். அவர் அப்பாவைப் போலப் பழைய ஊர்க்கவுண்டரின் ஏழாம் மகன் தன் மனைவிக்குப் பிரசவம் பார்க்க மலையடிவார நகரத்திலிருந்து மருத்துவச்சி ஒருத்தியை அழைத்து வந்து விட்டானாம். 'ராமாயிக் கிழவிக்கு வயசாயிடுச்சி. கண்ணும் சரியாத் தெரியல. கைகாலெல்லாம் வேற நடுங்குது' என்று காரணம் சொன்னானாம்.

ஊருக்குள் புது மருத்துவச்சி வந்துவிட்டாள் என்ற சேதி கிடைத்ததும் ஒன்றும் பேசாமல் கரிய ராமர் கோயிலுக்குச் சென்ற ராமாயிக் கிழவி சற்று நேரம் சாமியையே பார்த்துக்கொண்டிருந்தாளாம். அங்கே வடக்குப் பக்கமாக இருந்த பலாமரத்தின் அருகே சென்றாளாம். மரம் இரண்டாய்ப் பிளக்க ராமாயிக் கிழவி விடுவிடென்று அதற்குள் சென்று மறைந்து போனாளாம். அன்று முதல் அதை மருத்தூச்சி மரம் என ஊரே தெய்வமாக வணங்குகிறதாம்.

காரிலிருந்து இறங்கிய பழனியம்மாள் அந்த இருட்டிலும் யாரையும் துணைக்கு எதிர்பார்க்காமல் கரிய ராமர் கோயிலை நோக்கி

ஓடினாள். வழியில் உதிர்ந்து காய்ந்து கிடந்த இலைகளை மிதித்தபடியே ஓடியதால் எழுந்த சத்தத்தில் மரத்தில் தூங்கிக்கொண்டிருந்த குரங்குகளும் பறவைகளும் திடுக்கிட்டு விழித்துக்கொண்டன. கோயில் வெளிக்கதவைத் திறந்து வடக்குப் பக்கமாகப் போய் மருத்தூச்சி மரத்தின் முன்னால் நின்றாள். 'எம் மவளுக்கு நல்லபடியா பிரசவம் ஆகணும்மா தாயே' எனக் கும்பிட்டபோதே பழனியம்மாளுக்குக் கண்ணீராய் வந்தது. மரத்தின் அடியில் இருந்த மண்ணை அள்ளித் தானும் பூசிக்கொண்டு மகளுக்கும் எடுத்துவந்து பூசிவிட்டாள். இதற்குள் பழனியம்மாளின் கணவர் ராமசாமியும் வந்து விட அவரும் கும்பிட்டுக்கொண்டார்.

கார் முதல் வளைவில் திரும்பியபோது தூரத்தில் தெரிந்த கரிய ராமர் கோவில் பக்கமாகத் திரும்பித் தன் மகளுக்கு எந்தப் பிரச்சினையும் வராமல் குழந்தை பிறந்துவிட்டால் கன்றுக்குட்டி ஒன்றைக் கோவிலுக்கு நேர்ந்து விடுவதாகப் பழனியம்மாள் மனத்திற்குள்ளாகவே வேண்டிக்கொண்டாள்.

குண்டும் குழியுமான சாலையில் காரை வேகமாக ஓட்டிய டிரைவரின் மது ஊர்வசிக்குக் கோவம் கோவமாய் வந்தது. அவளால் வலியோடு அந்தக் குறுகலான இடத்தில் உட்காரவே முடியவில்லை. வண்டி குலுங்கியபோதெல்லாம் வலி இருமடங்கு அதிகரித்தது. பீறிட்டுவந்த கண்ணீரைத் துடைக்கும் எத்தனமில்லாமல் அம்மாவின் தோள் மீது சாய்ந்துகொண்டாள்.

ராஜாத்தியக்காவுக்கோ காரின் மஞ்சள் வெளிச்சத்தில் ஊர்வசி தங்க விக்கிரகத்தைப் போல ஜொலித்ததாகப் பட்டது. வலியில் அவள் முகம் நிறையவே வாடியிருந்தாலும் அதையும் மீறித் தான் தாயாவதால் பெருமிதம் தெரிந்ததாகத் தோன்றியது. கலைந்து கிடந்த கூந்தலும் நெற்றியில் வைக்கப்பட்டிருந்த திருநீறும் ஊர்வசிக்கு சோபையைக் கொடுத்தன. ராஜாத்தியக்காள் தன் தலைப் பிரசவத்தை நினைத்துக்கொண்டாள். ஒன்பதாம் மாதத்தின்போது அவள் உடம்பு வண்டி மை அப்பியதுபோல் கறுத்துவிட்டது. பார்த்தவர்கள் எல்லோரும் விசாரிக்க ஆரம்பித்துவிட்டார்கள். ஆனால் ஊர்வசியோ மாதம் கூடக் கூட இன்னும் சிவந்து கொண்டே வந்ததை நினைத்தபோது ராஜாத்தியக்காவிற்குக் கொஞ்சம் பொறாமையாய் இருந்தது.

கார் கருமந்துறை அரசு மருத்துவமனையை அடைந்தபோது விடியற்காலை மூன்றரை மணிக்கு மேல் ஆகியிருந்தது. கேட்டைப் பூட்டிவிட்டுப் பக்கத்துக் கட்டடத்தில் தூங்கிக்கொண்டிருந்த இரவுக் காவலரை எழுப்ப டிரைவர் பலமுறை ஹாரன் அடித்தான். ஆனால் அவர் எழுந்து வரவில்லை. பொறுமை இழந்தவராகக் காரை

நிறுத்திவிட்டு இறங்கிச் சென்று இரும்புக் கேட்டைத் தட்டிச் சத்தம் செய்தான். கால் மணிநேரப் போராட்டத்திற்குப் பிறகு காவலர் எழுந்து வந்து கதவைத் திறந்துவிட்டார். கார் மருத்துவமனையின் வாசல் அருகில் நின்றது. ஊர்வசியைக் கைத்தாங்கலாய்ப் பிடித்துச் சென்று திண்ணையில் உட்கார வைத்தார்கள். அதில் அமர்ந்த ஊர்வசிக்கு மருந்துவாடையும் பினாயில் நாற்றமும் சேர்ந்து குமட்டிக்கொண்டு வாந்தி வருவதைப் போல் தோன்றியது.

கேட்டைப் பூட்டிய இரவுக் காவலர் மருத்துவமனைக்குள் நுழைத்து 'பாக்கியம்... பாக்கியம்' எனக் கத்தியவாறு உள்ளறைக்குள் சென்றார். சற்று நேரத்தில் நாற்பது வயதிற்கு மேல் இருக்கும் ஆயாம்மாள் ஒருத்தியோடு அவர் திரும்பினார். நள்ளிரவுத் தூக்கம் கெட்டுப்போன எரிச்சல் அவள் முகத்தில் தெரிந்தது. வேண்டா வெறுப்பாகப் பழனியம்மாளைப் பார்த்து 'பொண்ணை அந்தப் பிரசவ ரூமுக்குக் கூட்டிப் போம்மா' என்று சொல்லியபடியே அந்த அறையிருந்த திசையில் கைகாட்டினாள். கொண்டுவந்திருந்த பையை ராஜாத்தியக்காள் எடுத்துக்கொள்ள, ஊர்வசி அம்மாவைப் பிடித்துக்கொண்டு பிரசவ அறைக்குச் சென்றாள்.

வெள்ளைச் சேலை உடுத்திய நர்ஸ் ஒருத்தி அந்தச் சூழலுக்கே பொருந்தாத நிதானத்தோடு கொட்டாவி விட்டவாறே வந்தாள். ராமசாமியையும் டிரைவரையும் ஏறயிறங்கப் பார்த்தவள். அலட்சியமான பார்வையோடு 'எந்த ஊரு?" என விசாரித்தாள். பதிலைக்கூடக் காதில் வாங்காதவளாய் 'ஆயா எல்லாம் ரெடியா?' என்று கேட்டபடியே பிரசவ அறையை நோக்கிச் சென்றாள். அந்த அமைதியான சூழலில் ஊர்வசியின் அலறல் மட்டும் கேட்டுக்கொண்டேயிருந்தது. கால் மணிநேரம் கழித்து வெளியில் வந்த நர்ஸின் முகத்தில் கவலை ரேகைகள் பளிச்செனத் தெரிந்தன. தன் இருக்கையில் அமரச் சென்றவளை நெருங்கி 'எப்போது குழந்தை பிறக்கும்' என்று ராமசாமி கேட்டார்.

பனிக்குடம் உடைஞ்சிருச்சி, கொளந்தை இன்னேரம் பொறந்திருக்கணும். ஆனா பொறக்கல. ஒருவேளை கொளந்தை தலை திரும்பிக்கிச்சோ என்னமோ. நீங்க வேற பிரவேட் ஆஸ்பெட்டல்ல பாத்துக்குங்களேன். நம்ம ஆஸ்பத்திரியில் சுகப்பிரசவம் மட்டும்தான் பாக்கறோம். சிசேரியன்னா வெளியிலதான் போகணும்' என்றாள்.

அவள் சொல்லச் சொல்ல ராமசாமிக்குத் தலைசுற்றுவது போலிருந்தது. மகளுக்கும் குழந்தைக்கும் ஒன்றும் நடந்துவிடக் கூடாது என வேண்டிக்கொண்டார். பத்து வருடங்களாகக் குழந்தையில்லாமல் இருந்து இப்போது குழந்தை பிறக்கும்போது

இவ்வளவு சோதனையா என்று நினைத்த மாத்திரத்தில் அவருக்குக் கண்ணீர் தளும்பியது. முதுமையின் தள்ளாட்டாம் அவரை நிலைகுலைய வைத்தது.

‘அழுவாதிங்க பெரியவரே தும்பல்ல ஒரு டாக்டர் அம்மா இருக்காங்க. அங்கப் போனா எல்லாம் சுலபமா முடிஞ்சிரும். என் வண்டியிலே நானே இந்த மாதிரி நெறைய பேரக் கட்டிப் போயிருக்கிறேன்’ என்றான் டிரைவர்.

‘இங்கக் கருமந்துறையிலேயே வேற டாக்டர் இல்லையா?’ ராஜாத்தியக்காள் பிரசவ அறையிலிருந்து வந்தபடியே கேட்டாள்

‘இந்த மாதிரி நேரத்தில் பிரசவம் பார்க்கும் அளவிற்கு எந்த டாக்டருமில்லை. நம்ம ஊரில் இருக்கிறதே மூனு டாக்டருங்கதான் அதுல இரண்டு பேரு சித்தா டாக்டருங்க. அனாலும் ஊசி மருந்து மாத்திரையின்னு இவுனுகளும் இங்கிலிஸ் மருந்துதான் குடுக்குறானுக. இதுல மருந்துக் கடை வஞ்சிருக்குறவனே பெரிய டாக்டர் மாதிரி ஊசிகீசியெல்லாம் போடுறான்’ என்று தனக்குத் தெறிந்ததையெல்லாம் சொல்லத் தொடங்கினான் டிரைவர். ஆனால் அவன் சொன்ன தகவல்களையெல்லாம் கேட்கும் மனநிலையில் யாருமிருக்கவில்லை. ஆனாலும் அவன் தளராமல் ‘இங்கருந்து தும்பலுக்குப் பதினைந்து கிலோ மீட்டர். இந்த நேரத்தில் எந்த வண்டியும் வராது. நல்லா வேகமாப் போனா முக்கால் மணிநேரத்தில் போயிடலாம். பயப்படாமல் நம்பி வாங்க நான் கூட்டிப்போறேன்’ என்று டிரைவர் தொடர்ந்து சொன்னான்.

ராமசாமிக்கோ என்ன செய்வதெனத் தெரியவில்லை. அந்த நேரத்தில் மாப்பிள்ளை இருந்திருந்தால் நன்றாக இருந்திருக்கும் என நினைத்துக்கொண்டார். மாதம் மாதம் ஆத்தூரில் இருக்கும் மருத்துவமனைக்குச் சென்றுதான் பரிசோதித்துக்கொண்டு வந்தார்கள். பிரசவம்கூட அங்குதான் பார்க்க வேண்டும் என்று மாப்பிள்ளை சொல்லிக்கொண்டிருந்தது குடும்பத்திற்கே தெரியும். இந்த நிலைமையில் அவசரம் என்பதால் கவர்மெண்ட்டு ஆஸ்பத்திரிக்கு வரும்படி ஆகிவிட்டது. இப்போது ஆத்தூர் செல்லும்வரை தாங்குமா, ஏதாவது ஆகிவிட்டால் என்ன செய்வது என்றெல்லாம் யோசித்தார்.

மனைவி பழனியம்மாளைக் கூப்பிட்டார். நர்ஸ் சொன்னதைச் சொல்லி யோசனை கேட்டார். ஏற்கனவே என்னவோ ஏதோ எனப் பயந்து போயிருந்தவளுக்குக் கணவன் சொன்ன தகவல்கள் மேலும் பீதியைக் கிளப்ப அழுதபடியே ‘உங்களுக்குத் தோனுன மாதிரி செய்யுங்க’ என்றாள்.

கரிய ராமரின் மேல் பாரத்தைப் போட்டபடி டிரைவரைத் தும்பல் ஆஸ்பத்திரிக்கே கூட்டிப்போகச் சொன்னார் ராமசாமி. அவசர அவசரமாய் ஊர்வசியைத் தூக்கி வந்து வண்டியில் வைத்த டிரைவர் மற்றவர்களையும் சீக்கிரம் ஏறச் சொன்னான். ஆனால் அரசு மருத்துவமனையின் நர்ஸ் இவர்களை அவ்வளவு லேசில் விடவில்லை. ஊர்வசியின் பெயர், கணவனின் பெயர், தொழில், முகவரி எனப் பல தகவல்களைக் கேட்டு எழுதிக்கொண்டு ராமசாமியிடம் கையெழுத்தும் வாங்கிக்கொண்ட பிறகுதான் இவர்களைப் போகவிட்டாள்.

வெள்ளை அம்பாஸிட்டர் கருமந்துறையை விட்டுக் கிளம்பிய போது மணி நான்காகியிருந்தது. ஊர்வசி முன்னைக்காட்டிலும் அதிக வலியால் துடித்தாள். அவள் அழுகை அந்த மலைப் பாதையில் ஓநாயின் ஊளையைப் போல இருந்தது. காட்டுப் பாதையில் இரவு நேரத்தில் காட்டெருமைகளின் நடமாட்டம் அதிகம் என்பது வேறு டிரைவரின் மனத்தில் ரகசியமாக ஓடிக்கொண்டேயிருந்தது. கடந்த ஒரு வாரமாக ஆறேழு யானைக் கூட்டங்கள் கருமந்துறை மலைக்குள் நடமாடியதாகப் பரபரப்பு வேறு நிலவியது. எந்த அசம்பாவிதமும் நடந்துவிடக் கூடாது என்ற பயத்துடனேயே டிரைவர் வண்டியை ஓட்டினான்.

ஏரவளவு என்னும் ஊரைத் தாண்டி வண்டி மூங்கில் தோப்புக்குள் சென்றுகொண்டிருந்தது. இரவு நேரத்தில் பதினோரு மணிக்கு மேல் எந்த வண்டியும் மலையில் செல்ல வனத் துறையினர் அனுமதிப்பதில்லை என்பதால், காரிருள் சூழ்ந்த வானத்தில் ஒற்றையாய் நிலா பயணிப்பதைப் போல அந்த மூங்கில் தோப்பின் இருட்டில் தன்னந்தனியாக அந்த வண்டி சென்றுகொண்டிருந்தது.

அருணாவைத் தாண்டி அரை மைல்தூரத்தில் உள்ள கொண்டை ஊசி வளைவுக்கு வண்டி வந்தபோது கரும்பு லாரி ஒன்று கவிழ்ந்து கிடந்தது. அந்த வளைவு அபாயகரமானது என்பதால் இதுபோல் லாரி கவிழ்வது அடிக்கடி நடக்கும். சிறிய ரோட்டில் வழியை மறைத்தவாறு லாரி கிடந்ததால் கார் போவதற்கான இடமில்லாமல் இருந்தது. என்ன செய்வது எனத் தெரியாமல் டிரைவர் வண்டியைவிட்டு இறங்கி லாரிக்கு அருகில் சென்றான். இரண்டு பேர் வண்டிக்குப் பக்கத்தில் வெறும் தரையில் படுத்திருந்தார்கள். டிரைவரின் செருப்புச் சத்தம் கேட்டு ஒருவன் திடுக்கிட்டு எழுந்தான்.

'எப்படி ஆச்சு?' எனக் கேட்டபடியே டிரைவர் அவர்களை நெருங்கினான். இவன் குரல் கேட்டு இன்னொருவனும் விழித்துக்கொண்டான். அவன் டிரைவரிடம் 'அண்ணே ஒரு பீடி கிடைக்குமா?' என்று உரிமையோடு கேட்டான்.

பீடியை அவர்கள் இருவருக்கும் எடுத்துக்கொடுத்தவன் தானும் ஒன்றைப் பற்றவைத்துக்கொண்டான். ஊர்வசியின் அலறல் கேட்டபடியே இருந்ததால் "பிரசவ கேஸ் அவசரமா தும்பல் போகணும். வண்டி போக முடியாதுபோல இருக்கே?" என்றான்.

"ஆமாண்ணே இந்த வழியில் வண்டி போக முடியாது. நீங்க அருணாவைத் தாண்டி ஊருக்குள்ளே போயி சுத்திக்கிட்டுத்தான் போகணும்" என்றான் பீடி கேட்டவன்.

டிரைவர் அவசரமாகப் பீடியை இரண்டு இழுப்பு இழுத்துவிட்டு அவர்களிடம் சொல்லிக்கொண்டு வண்டியை ரிவர்ஸ் எடுத்தான். 'என்ன பெரியவரே நமக்கு நேரமே செரியில்ல போல இருக்கே? இப்படி அலைய வேண்டியிருக்கே' என்றான்.

டிரைவரின் வார்த்தைகளால் பழனியம்மாள் அடைத்து வைத்த மடையைத் திறந்தது போலக் கண்ணீராய்க் கொட்டித் தீர்த்தாள். அவளை என்ன சொல்லித் தேற்றுவது எனத் தெறியாமல் எல்லோருமே வெறுமையோடு அமைதி காத்தார்கள். அப்படி ஏன் சொன்னோமோ என்று தனக்குள்ளேயே நொந்து கொண்ட டிரைவர், 'அழுவாதம்மா கடவுள் கைவிடமாட்டார். உம் பொண்ணுக்கு ஒன்னும் ஆகாது. நான் வேகமாப் போறேன். சீக்கிரம் போயிடலாம்' என்று ஆறுதல் சொன்னான்.

வண்டி அருணா என்ற ஊருக்குள் நுழைந்தபோது, தூங்கிக்கொண்டிருந்த தெரு நாய்களெல்லாம் குரைக்க ஆரம்பித்தன. சில நாய்கள் குரைத்தவாறே வண்டியைத் துரத்திக்கொண்டு ஓடிவந்தன. ஊர் எல்லைவரை தொடர்ந்த நாய்களைப் பின்னுக்குத் தள்ளி வண்டி டீ எஸ்டேட் வழியில் சென்றது.

அந்தத் தடத்தில் அதிகமாய் வண்டிகள் வருவதில்லை என்பதால் ரோடு அரித்துக் கல்லாக இருந்தது. மேடு பள்ளங்கள், ஆபத்தான வளைவுகள் என்று வண்டி தன் சக்திக்கும் மீறி ஓடிக்கொண்டிருந்தது. சாதாரண நாளாக இருந்திருந்தால் என்ன தலைபோகிற காரணமாக இருந்திருந்தாலும் அந்த வழியில் வண்டியை ஓட்டியே இருக்கமாட்டோம் என்ற நினைப்புடனேயே டிரைவர் வண்டியை ஓட்டினான்,

வழியில் வண்டி பஞ்சர் ஆகிவிடக் கூடாதே என்ற பயம் டிரைவரைவிட ராஜாத்தியக்காளுக்குத்தான் அதிகமாக இருந்தது. ஊர்வசிக்கு நல்லபடியாகக் குழந்தை பிறக்க வேண்டும் என வேண்டிக்கொண்டிருந்தவளுக்கு வண்டி ஆடிய ஆட்டத்தைக் கண்டு பயம் வந்திருந்தது. இருபது வருடங்களாக இந்த மலையில்தான் வசிக்கிறாள் என்றாலும், ஒரு நாள் கூட இந்த வழியில் வந்ததில்லை என்பதால் அந்தப் பயம்,

ஊர்வசியோ மயங்கிப்போய்ப் பழனியம்மாளின் தோளில் கிடந்தாள். தாயும் குழந்தையுமாய் இந்த ரண்டு ஜீவன்களில் ஏதாவது ஒன்றைப் பறிகொடுத்துவிடுவோமோ என்னும் பதைபதைப்பு பழனியம்மாளை இருப்புக்கொள்ள விடவில்லை. ஏதேனும் சக்தி தன் மகளைத் தூக்கிக்கொண்டு போகாதா என்றெல்லாம் நினைத்தாள்.

தன் தோளில் மயங்கிக்கிடந்த மகளின் களைத்துப்போன முகத்தில் விழுந்திருந்த முடியை வாஞ்சையோடு கோதிவிட்டாள். ஏதோ சந்தேகம் வந்தவளாய் முகத்தைத் துடைப்பதுபோல மூக்கின் அருகில் கைவைத்து மூச்சுக் காற்று வருகிறதா என பார்த்தாள். பிறகு அப்படி நினைத்த குற்றவுணர்வில் தவித்தாள். மயங்கிய மகளை எழுப்புவதா வேண்டாமா என்னும் குழப்பத்துடனேயே ராஜாத்தியைப் பார்த்தாள் அவளும் பழனியம்மாளின் எண்ணத்தை அறிந்தவளாய் வேண்டாம் எனக் கையை ஆட்டிச் சைகை செய்தாள்.

வண்டி ஐந்து மைலுக்கும் மேல் குறுக்கு வழியில் பயணித்து மெயின் ரோட்டிற்கு வந்தது. மெயின் ரோடு வந்ததுமே வண்டியிலிருந்த எல்லோருக்குமே நிம்மதியாய் இருந்தது. டிரைவர் வண்டியின் வேகத்தை இன்னும் கூட்டினார். கரிய கோவில் டேமைக் கடந்து அடிவாரத்திலிருக்கும் பாப்பநாயக்கம்பட்டி செக் போஸ்டில் வண்டி நின்ற போது மணி ஐந்துக்கு மேல் ஆகியிருந்தது. டிரைவர் இறங்கிக் கையெழுத்து போட்டுவிட்டு வந்தபோதே 'தலபோற அவசரன்னாலும் வக்கால ஓளிங்க கையெழுத்துப் போட்டாத்தான் உடுவேங்கிறாங்க' எனத் திட்டியபடியே வண்டியை எடுத்தான்.

இனி எந்தத் தொல்லையும் இருக்காது என்னும் நம்பிக்கையில் வண்டி மெயின் ரோட்டில் சீராக ஓடிக்கொண்டிருந்தது. வண்டி குலுங்காததால் ஊர்வசி முனகலில்லாமல் தூக்கத்தில் ஆழ்ந்திருந்தாள். மற்றவர்களும் சற்று நிம்மதிப் பெருமூச்சு விட்டுக் கண்ணயர்ந்தார்கள். ஆளில்லாத பிரதேசத்தின் இருட்டு மட்டுமே வண்டியைத் துரத்திக்கொண்டிருந்தது. அப்போதுதான் எதிர்பாராமல் டிரைவரும் சற்றுக் கண்ணசந்து விட்டான். வழக்கமாக அப்படி நேராது. வண்டியிலிருந்த மற்றவர்கள் எல்லோரும் தூங்கியதால் அவனுக்கும் தூக்கம் வந்திருக்கலாம். ஆனால் ஒன்றிரண்டு நிமிடங்களுக்குள் சுதாரித்துக்கொண்ட டிரைவர் திடீரென பிரேக் போடாமல் வண்டி குலுங்கி யாரும் பதற்றமடைந்து கத்திவிடக் கூடாது என்னும் முன்னெச்சரிக்கையோடு மெதுவாக ஓரங்கட்டி நிறுத்தினான். முதலில் தன் பதற்றத்தைத் தணித்துக்கொள்ள இறங்கி வண்டிக்கு முன்னால் போய் நின்றான். சற்றுத் தள்ளிப் போய்ப் பீடியைப் பற்றவைத்து இழுக்க ஆரம்பித்தான். கடைசி இழுப்புக்குப் பிறகு அவனுக்கே தான் நிதானத்துக்கு வந்துவிட்டதாக நம்பிக்கை

வந்தது. வண்டியை நோக்கி நடந்தான். அப்போதுதான் அந்தக் காட்சி அவன் கண்ணில் பட்டது. ஏதோ உருவம் காரின் பின் கதவைத் திறந்து தலையை உள்ளே நுழைத்திருந்தது. அதன் கைகளும் வண்டிக்குள் இருந்தன. டிரைவர் வண்டியை நெருங்க நெருங்க அந்த உருவம் தலையையும் கைகளையும் வெளியே இழுத்துக்கொண்டு கதவைச் சத்தமில்லாமல் மூடிவிட்டு நெடுநெடுவென அருகிலிருந்த பலாமரத்தை நோக்கிச் சென்றது. அது கிழவியென்பது வண்டியின் முன்விளக்குகளின் வெளிச்சத்தால் தெரிந்தது. டிரைவர் அது வெறும் பிரமை என நினைத்தான். ஆனால் அது அவனுக்கு உறுதிப்படவுமில்லை. சில வினாடிகள் தயங்கிய பின், வண்டிக்குள் எல்லோரும் இருக்கிறார்களா எனப் பார்த்தான். எல்லோரும் தூங்கிக்கொண்டிருந்தார்கள்.

டிரைவர் ராமசாமியைக்கூட எழுப்பாமல் வண்டியைக் கிளப்பினான். தன் சின்ன வயதில் 'ஒங்கம்மாவுக்கு மருத்தூச்சி ராமாயிக் கிழவி பிரசவம் பாத்து நீ பொறந்த என் மவராசா. நீ தீர்க்காயுசா இருப்ப' எனத் தன் பாட்டி அடிக்கடி சொன்னது டிரைவருக்கு ஏனோ ஞாபகம் வந்தது. வலது கையை நெஞ்சின் மேல் வைத்து நீண்ட மூச்சிழுத்தான்.

வண்டி பாப்பநாயக்கன்பட்டிச் சுடுகாட்டைத் தாண்டிப் பாக்குத் தோப்புக்குள் புகுந்து ஒரு சிறிய ஓடைப் பாலத்தின் மேல் சென்று கொண்டிருந்தபோதே ஊர்வசி தூக்கம் தெளிந்து எழுந்து மீண்டும் முனக ஆரம்பித்தாள். அவள் முனகல் சத்தம் கேட்டு ராமசாமி விழித்தெழுந்து மகளைப் பார்த்தார்.

'கொஞ்சம் பொறுத்துக்கம்மா. தா ஆச்சு இன்னும் கொஞ்ச நேரத்தில் தும்பல் வந்துரும்' என்றார் சற்றே நம்பிக்கையோடு.

தும்பல் நெருங்க நெருங்க ஒவ்வொரு வீட்டிலும் பெண்கள் வாசலைப் பெருக்கித் தண்ணீர் தெளித்துக் கோலம் போட்டுக்கொண்டிருந்தது தெரிந்தது. ஒரு டீக்கடையில் 'சிவாயா நமஹ - ஓம் சிவாய நமஹ' எனப் பக்திப் பாடல் உன்னி கிருஷ்ணன் குரலில் ஒலித்துக்கொண்டிருந்தது.

வண்டி மாரியம்மன் கோவிலைக் கடந்து ஒரு சந்தில் வளைந்து 'மல்லிகை மருத்துவமனை' எனப் பெயர் எழுதப்பட்ட கட்டடத்தின் முன்னால் நின்றது. அதுவரை அடைத்து வைத்திருந்த உணர்வை எல்லாம் வெளிப்படுத்தும் பரபரப்போடு எல்லோரும் இறங்கி ஊர்வசியைக் கைத்தாங்கலாய் இறக்க, டிரைவர் அவளைத் தூக்கிக்கொண்டு மருத்துவமனைக்குள் ஓடினான். எல்லோரும் அவனைப் பின்தொடர்ந்தார்கள்.

இவர்களைப் பார்த்து மருத்துவமனை ஊழியர்கள் இரண்டு பேர் உதவிக்கு வர ஊர்வசியை நேராகப் பிரசவ வார்டுக்குக் கொண்டு சென்றார்கள்.

"ஒன்னும் பயப்பட வேண்டாம். டாக்டர் அம்மா இன்னொரு கேஸ் விஷயமா வந்தவங்க இன்னும் போகாம இங்கதான் இருக்காங்க' என்று நர்ஸ் எல்லோர் வயிற்றிலும் பால் வார்த்தாள்.

எல்லோரையும் உள்ளேயே இருக்கவைத்து விட்டு வண்டியை ஓரமாக நிறுத்துவதற்காக டிரைவர் வெளியே வந்தான். காலை நேரச் சூரியன் அதுவரையிருந்த இருளையெல்லாம் விலக்கிப் பிரகாசமாய்த் தெரிந்தது. வண்டியை ஒதுக்குப்புறமாக நிறுத்திவிட்டு, டீக்கடையை நோக்கி நடந்தான்.

தந்தைமை

பா.ராஜா

அந்தக் காத்திருப்போர் கூடத்தில் நிறையபேர் அமர்ந்திருந்தனர். வினோத் உள்ளே அழைக்கப்பட்டான். உடன் அவனுக்குத் துணையாய் அவனது தந்தையையும் சென்றார். பிளாஸ்டிக் உருகும் நெடியடிக்கும் அந்த அறையினுள் மையமாய் இருந்த மர மேஜையின் மீது நீட்டியவாக்கில் வைத்திருந்தனர் அந்தச் செயற்கைக் காலை. பாதத்தில் விரல்கள் தனித்தனியே இல்லாமல் ஒன்றோடு ஒன்று இணைந்தபடி விரைத்து விட்டம் பார்த்தன. திரும்பி மகனைப் பார்த்தார். வினோத் ஊன்று கோல்களால் நின்று கொண்டிருந்தான்.

நோய்மையின் வீரியம் அவனது காலை எடுக்கும் சூழ்நிலைக்குத் தள்ளியுள்ளது என்று மருத்துவர் அவரை அழைத்துச் சொன்னபோது சகலமும் அதிர்ந்தார். வேறு வழியில்லை. காலந்தாழ்த்தினால் உயிருக்கே ஆபத்தாய் முடியும் என்றும் எச்சரித்தார் மருத்துவர். தன்னாலேயே தாளவியலா இச்சொற்களை, கொடுந்தகவலை, மனைவியிடம் சொல்ல வேண்டிய நிர்பந்தம் அவருக்கு. மருத்துவரின் அறையிலிருந்து வெளியே வந்து சில நிமிட தாமதத்திற்குப்பின் மெல்ல திக்கித்திணறி விஷயத்தை மருத்துவர் கூறிய அதே தொனியில் கூறியிருந்தார். மனைவியிடமிருந்து பலத்த வீறிடலில்லை. அழுகையோ அல்லது ஆர்ப்பாட்டமோ இல்லை. மயங்கி விழவில்லை. சொத்தென தரையில் விழுந்தமர்ந்து எதிர்புற சுவரை வெறிக்கத் தொடங்கினாள். நெடுநேரம் அப்படியே பிரமை பிடித்தது போல அமர்ந்திருந்தாள். அவருக்கு சிறிது அச்சம் சூழ்ந்தது. அருகினில் சென்று தோளைத் தொட்டார். கையை வெடுக்கென தட்டிவிட்டாள். மனைவியின் முகத்தில் இதுநாள்வரை இப்படியொரு பார்வையை அவர் கண்டிருக்கவில்லை.

உள்நோயாளியாக அனுமதிக்கப்பட்டிருந்தான் வினோத். வலதுகால் தொடைவரை அகற்றப்படவிருக்கும் செய்தியை அவனிடம் யாரும் சொல்லவில்லை. இருந்தாலும் நடப்பதை ஓரளவு யூகித்திருந்தான். காலில் வலி தெரியாதபடி மயக்கத்திலேயே வைத்திருந்தனர் அவனை. மருத்துவமனை ஒப்புதல் படிவத்தில் கணவன் மனைவி

இருவரும் கையொப்பமிட்டனர். வரும் புதன்கிழமை ஆபரேஷன் என மருத்துவர் குழுவால் தீர்மானிக்கப்பட்டு அவர்களிடம் அறிவிக்கப்பட்டது.

செவ்வாய்க்கிழமை மதியம் வார்டிற்கு வந்த உதவி மருத்துவர், இனி ஆகாரம் எதுவும் கொடுக்க வேண்டாம் இரவு இனிமா கொடுத்து வயிற்றைக் கழுவ வேண்டும் என்றார். இரவு எட்டு மணிக்கு காக்கி அரைக்கைச்சட்டையும் அதே நிறத்தில் பேண்டும் அணிந்திருந்த ஊழியர் வினோத்திடம் பெயரைக்கேட்டு உறுதிப்படுத்திக் கொண்டு, ரெடியா என்றார். என்ன சொல்வதெனத் தெரியாமல் இருவரும் திக்பிரமை பிடித்தபடி இருந்தனர். பிறகு அவர்தான் மெல்ல சுதாரித்துக் கொண்டு போலாம் என தலையசைத்தார். மருத்துவமனையின் மருந்து நெடியையும் மீறி ஊழியரிடமிருந்து மதுநெடி வீசியது.

கம்பவுண்டர்கள் யாரும் அந்நேரத்தில் இருக்கவில்லை. வார்டின் கடைக்கோடியில் நிறுத்தி வைக்கப்பட்டிருந்த சக்கர நாற்காலியை அவரே தள்ளிக்கொண்டு வந்தார். வினோத்தை படுக்கையிலிருந்து சக்கர நாற்காலிக்கு மாற்றினார். வார்டிலேயே இருக்கும் நோயாளிகளுக்கான கழிப்பிடத்திற்குள் சக்கர நாற்காலியோடு மூவரும் நுழைந்தனர். தனித்தனியாக ஆறு கழிப்பறைகள். சுத்தம் சுகாதாரம் என்பதை பெயரளவிற்கும் காணாமல் திட்டுத் திட்டாய் விரவியிருந்தது மலம். உள்ளே நடக்கும் தடத்தின் சுவரோரமாகவே வினோத்தை ஒருக்களித்து படுக்கச் சொன்னார் ஊழியர். மிகவும் சிரமப்பட்டு நாற்காலியிலிருந்து எம்பியபடி தரையில் அமர்ந்து பின் ஊழியர் சொன்னது போல் சுவரின் பக்கமாய் ஒருக்களித்துப் படுத்துக்கொண்டான். கைலி, உள்ளாடை இரண்டையும் நீக்கச் சொல்லி இடுப்பிற்குக் கீழ் நிர்வாணப்படுத்தினார். கையோடு கொண்டு போயிருந்த 'ப' வடிவ பித்தளைப் பாத்திரத்தை சுவரில் மாட்டி அருகில் பாசி படர்ந்து போயிருந்த, தொட்டியிலிருந்த தண்ணீரைக் கொண்டு அதனை நிரப்பினார். இரண்டு லிட்டர் அளவு தண்ணீர் பிடிக்கும் பாத்திரமாய் அது இருந்தது. முழுவதும் நிரப்பினார். பேண்ட் பாக்கெட்டிலிருந்து சிறிய மருந்து பாட்டிலை எடுத்து தண்ணீரில் விட்டு கலந்தார். பாத்திரத்திலிருந்து அதன் வால் போல தொங்கிக் கொண்டிருந்த டியூப்பை எடுத்து அதன் முனையின் அடைப்பைத் திறந்து பெருவிரலால் அடைத்துக் கொண்டார். வினோத்தை கால்களை நன்றாக அகட்டி ஒருக்களிக்கச் சொல்லி டியூப்பின் முனையை ஆசனவாயில் சொருகினார்.

பாத்திரத்திலிருந்த தண்ணீர் கொஞ்சம் கொஞ்சமாக குறையத் தொடங்கியது. மூச்சை நன்றாக இழுக்கச் சொன்னார். வினோத்தும்

அப்படியே செய்தான். தண்ணீர் இப்போது இன்னும் சற்று வேகமாய் குறையத் தொடங்கியது. தண்ணீர் முழுதாய் தீர்ந்ததும் ஆசனவாயிலிருந்து டியூப்பை உருவினார். உருவியதுதான் தாமதம் மலச்சாந்து பீறிட்டடித்தது. "ச்சை எவண்டா இவன்" எனச் சலித்துக் கொண்டு வெளியேறினார் ஊழியர். கழிப்பறையின் தரை முழுக்க மலம். ஆண்கள் கழிப்பறை என்பதால் மனைவியையும் அழைக்க முடியாது. அவரே அருகிலிருந்த தொட்டியிலிருந்து நீரை மொண்டு மொண்டு தரையில் ஊற்றி விட்டார். வினோத்தை சக்கர நாற்காலியில் அமர்த்தி படுக்கைக்கு அழைத்து வந்தார். இனிமா கொடுத்த ஊழியர், அவரின் மனைவியிடம் கனிவோடும் அனுசரணையோடும் பேசிக் கொண்டிருந்தார். "உன்னப் பாக்கத்தான் நிக்கறேன் பெருசு" எனச் சொல்லி நூறு ரூபாய்க்கு குறையாமல் வாங்கிக் கொண்டு சென்றார்.

பொழுது விடிவதற்குள் மீண்டும் மகனுக்கு மலம் கழிக்க நேர்ந்தால் என்ன செய்வது, எப்படி சமாளிப்பது என யோசித்தபடியே பெட்டின் கீழே தரையில் அமர்ந்து கொண்டார். மனைவி ஒரு ஓரமாய் சுருங்கிப்போய் கிடந்தாள். அவருக்கு இந்த நோய்மையும், நோய்மையில் அவதியுறும் மற்ற நோயாளிகளை நினைத்தும் வேதனையாகவும் விரக்தியாகவும் இருந்தது. ஆரோக்கியம் தப்பிப் போய் வார்டிலிருந்த அனைவரும் இறுமிக் கொண்டும் வலி பொறுக்க முடியாமல் அரற்றிக் கொண்டும் இருந்தனர். வாழ்வை நினைத்து விசித்திரம் ஏற்பட்டது அவருக்கு.

பக்கத்து பெட்டில் ஓர் இளைஞன், சிறுநீர் வருகிறது சிறுநீர் வருகிறது எனக் கத்துகிறான். உடனிருப்பவர்கள் அழைத்துச் சென்றால் கழிப்பறையில் நின்ற வாக்கில் பாவனையாய் குறியை கையிலெடுப்பதைப்போல் எடுத்து, சிறுநீர் கழிப்பதைப்போல நெடுநேரம் நின்று கொண்டேயிருக்கிறான். பிறகு பெட்டிற்கு அழைத்து வந்து விட்டால் உடனே மீண்டும் கத்துகிறான். இம்முறை நிஜமாலுமே வருகின்றது போலிருக்கிறது என கழிப்பறைக்கு அழைத்துச் சென்றால் மீண்டும் அதே கதைதான். தூங்குவதற்கு ஊசி போட்டும் அவனால் தூங்க முடியவில்லை.

சிறுநீர் வருகிறது சிறுநீர் வருகிறது எனக் கத்தி கூப்பாடு போடுகிறான். அய்யோ பேண்டிலேயே போய் விடுவேன் போலிருக்கின்றதே என அலறுகிறான. விடியற்காலை வரை அவனது கத்தல் ஓயவில்லை. அவன் கத்தியது போலோ, அஞ்சியது போலோ, பேண்டிலேயோ அல்லது பெட்டிலேயோ சிறுநீர் கழிக்கவுமில்லை.

இரவெல்லாம் விழித்தே கிடந்தார். மனைவியின் சோக முகத்தை பார்க்கவே முடியவில்லை அவரால். ஆபரேஷனுக்கான ஏற்பாடுகளில்

இன்னும் என்னென்ன செய்வார்கள், தாம் என்னென்ன செய்ய வேண்டும் என ஏதும் புரியவில்லை. வினோத் அசந்து தூங்கி விட்டிருந்தான். இருபது வயது இந்தச் சிறு வயதில் காலை நீக்குமளவிற்கான நோய்மையை அனுபவித்துக் கொண்டிருக்கிறான்.

இரவு இனிமா கொடுத்ததில் முதல்முறை மலம் கழித்ததோடு சரி. விடியற்காலை மீண்டும் அதே நிறச்சீருடையில் வேறு ஒரு ஊழியர் வந்தார். மறுபடியும் இனிமா. இப்போது முந்தைய அளவில் இல்லை. வினோத்தால் கழிப்பறையில் உட்கார முடியவில்லை. அதனால் ஒருக்களித்து படுத்திருந்த நிலையிலேயே மலம் கழித்தான்.

பொழுது விடியத் தொடங்கியது. வார்டுக்கு வெளிவாயிலில் இருந்த மரத்தினடியில் நின்று கொண்டிருந்தார் அவர். ஏராளமான பறவைகள் கீச் சீச்சென்று கத்தி கூப்பாடு போடத் தொடங்கியிருந்தன. உடல் சோர்வை விடவும் மனச்சோர்வு மிகவும் அதிகமாக இருந்தது. அருகிலிருந்த கடைக்குச் சென்று சூடாக ஒரு தேநீர் பருகினார். புதன் மிகவும் பளபளவென முகம் காட்டத தொடங்கிவிட்டிருந்தது.

வினோத் ட்ரஸ்ஸிங் ரூமிற்கு அழைத்து செல்லப்பட்டிருந்தான். உடல் முழுவதையும் ஒரு வித மருந்தால் துடைத்தார்கள் ஊழியர்கள். அக்குள் ரோமம், அடிவயிற்றில் மற்றும் குறியிலிருந்த ரோமங்களை பார்பர் மழித்தார். பின் அவரே கை நகங்கள், கால் நகங்களையும் வெட்டினார். சிறுவயதில் பார்த்தது தான் என்றாலும் இருபது வயது மகனை முழு நிர்வாணமாகக் காண்பது அவருக்கே சிறிது கூச்சத்தை உண்டாக்கியது. வலது காலில் திட்டுத்திட்டாய் கறுப்பு. ரத்த ஓட்டங்கள் அடைபட்டு வாடி வதங்கியிருந்தது. அதன்மீது பேண்டேஜ் துணியை கொண்டு தொடைவரை நீளமாய் சுற்றினார்கள். ஒரு காலுக்கு மட்டும் வெள்ளைத்துணியில் பேண்ட் தைத்து போட்டதைப்போல புடைத்திருந்தது. வினோத் அழத்தொடங்கிவிட்டிருந்தான். அவனது அழுகையை காணச் சகியாமல் முகத்தை வேறு பக்கமாய் திருப்பிக் கொண்டவரின் கண்களும் கலங்கி விட்டிருந்தது.

ஆபரேஷன் தியேட்டருக்கு அழைத்துச் செல்வதற்கான அத்தனை வேலைகளையும் முடித்து விட்டிருந்தனர் மருத்துவமனை ஊழியர்கள். சூரியன் பளபளவென சுட்டெரிக்கத் தொடங்கி விட்டிருந்தான். கழுத்திலிருந்து பைஜாமா போலான பச்சை நிற உடையில், தலையிலும் அதே போன்ற துணியுடன் வார்டிலிருந்து சக்கர நாற்காலியில் அழைத்து வரப்பட்டான் வினோத் அவருக்கு மனது இருப்பு கொள்ளவில்லை. மருத்துவமனை ஊழியர் தள்ளும் சக்கர நாற்காலியின் வேகத்திற்கு ஈடு கொடுக்க முடியாமல் ஓட்டமும் நடையுமாய் உடன் வருகிறார். ஆபரேஷன் தியேட்டருக்குள்

சக்கர நாற்காலி நுழையுமுன் ஒரு கணம் நிறுத்தினார் ஊழியர். வினோத்தின் முன்பாக முதல்முறை அவர் அழுதுவிட்டார். பயிற்சி மருத்துவப் பெண்மணி அவரைத் தேற்றி தைரியம் கூறி சக்கர நாற்காலியை உள்ளே இழுத்துக் கொண்டாள்.

ஆபரேஷன் தியேட்டர் முன்பு கிடந்து தவிக்கிறார். இங்கும் அங்குமாய் உலாத்துகிறார். மணமாகி காலதாமதமாய் பிறந்த ஒரே மகன். ஒரு இடத்தில் நிலை கொள்ள முடியவில்லை அவரால். மணி பனிரெண்டாகியிருந்தது. வினோத் கூட யாரு இருக்கிறது, என்று உள்ளிருந்து எட்டிப் பார்த்த பச்சை நிற சீருடையில் இருந்த ஒரு ஊழியர் கேட்டார். அவர் விழுந்தோடினார். உடன் மனைவியும் இன்னும் சில உறவினர்களும் வரவே அவரை மட்டுமே அழைத்து, பிளாஸ்டிக் பக்கெட்டில் போட்டு வைத்து எடுத்து வந்திருந்த வினோத்தின் வலது காலை காண்பித்தனர். சட்டென்று உடைந்து ஓவென அழுதார். மருத்துவ ஆராய்ச்சிக்காக அந்தக் காலை பயன்படுத்தப் போவதாக தெரிவித்தனர். கொண்டு வந்து காட்டியதற்கு கையூட்டு ஐநூறு ரூபாய். மதியம் இரண்டு மணி.

நீண்டு படுத்திருக்கும் வினோத்தை உள்ளிருந்து கொண்டு வருகின்றனர். வலது காலிருந்த இடத்தில் தற்போது சூழ்ந்திருக்கும் வெறுமை எதனைக் கொண்டும் நிரப்ப முடியாதபடி பரந்து விரிந்திருந்தது. வினோத் மயக்கத்திலிருந்தான்.

ஆபரேஷன் முடிந்து இருபது நாளில் வீடு திரும்பியிருந்தான். புண் ஆறும் வரை கவனமாக இருக்கும்படியும் மருந்துகள் தவறாமல் எடுத்துக் கொள்ளும்படியும் மாதம் இருமுறை வந்து காட்டிவிட்டு போகும்படியும் அறிவுறுத்தப்பட்டான். படுக்கையில்தான் எல்லாமே. அவனுக்கே இந்த வாழ்க்கை பிடிக்கவில்லை. காயம் மெல்ல ஆறத் தொடங்கியதும் ஒற்றைக்காலிலேயே எம்பி எம்பி கழிப்பறை வரை சென்று வரத் தயாரானான். அப்படியே சில மாதங்கள் நகர்ந்தன.

அவர்தான் யார் யாரையோ கேட்டு முகவரி கண்டுபிடித்து செயற்கை உடல் உபகரணங்கள் செய்யும் அந்த இடத்தை அடைந்து அந்த ஊன்றுகோல்களை வாங்கி வந்தார். முதலில் அதை அக்குளில் வைத்துக் கொண்டு நிற்கவே வினோத்தால் முடியவில்லை. அவர்தான் உடனிருந்து பயிற்சி கொடுத்தார். அவனை அமர வைத்துவிட்டு தானே ஒரு காலை மடக்கி வைத்துக் கொண்டு ஊன்று கோலால் நடந்து காட்டினார். அதனை வைத்துக் கொள்ளவும் வைத்துக் கொண்டு நடக்கவும் மிகவும் மனக்கூச்சப்பட்டான் வினோத். அவர்தான் கொஞ்சம் கொஞ்சமாக அவனது அகக்கூச்சத்தைப் போக்கினார். சில மாதங்கள் கடந்தன. ஊன்றுகோல்களால் சரளமாய் நடக்கத் தயாராகியிருந்தான். தாங்கு கட்டைகள்தான்

தன் உலகம் என்றானது அவனுக்கு. அவனது நிலப்பரப்பு மிகவும் சுருங்கிப் போனது.

செயற்கை உடல் உபகரணங்கள் செய்து விற்கும் மருத்துவமனை போலான அந்தக் கடைக்கு மறுபடியும் வந்தார். காலணிகள் ஒன்று உயரமாகவும் மற்றொன்று தாழ்ந்ததாகவும் மற்றும் வாக்கிங் ஸ்டிக், வீல் சேர் என சகலமும் தயாரித்துக் கொண்டிருந்தனர். மருத்துவர் தோற்றத்தை ஏறத்தாழ கொண்டிருந்தவரிடம் மகனின் நிலையைச் சொல்லி செயற்கைக்கால் தயாரிப்பிற்கான செலவுத் தொகையை கேட்டு அதிர்ந்தார். ஜெய்ப்பூரில் மாத்திரமே தயாரிக்கப்படும் அட்வான்ஸ் மாடல் என்றும் தாம் அத்தகைய உயர்தரமான ரகங்களை மாத்திரமே தயாரித்து விற்பதாகவும் கூறினார். அந்தளவிற்கு பொருளாதார வசதியற்ற தனது நிலைப்பாட்டை கூறி அங்கிருந்து திரும்பினார்.

பிறகு எங்கெங்கோ அலைந்து திரிந்து இந்த அறக்கட்டளை முகவரியை கண்டுபிடித்து முதலில் அஞ்சலட்டை எழுதி அனுப்பினார். அவர்களும் பதிவு செய்து கொள்வதாகவும் செயற்கை உடல் உபகரணப் பொருட்கள் வழங்கும் முகாம் நிகழும்போது தவறாமல் தகவல் தருவதாகவும் பதில் அனுப்பியிருந்தார்கள்.

நெடுநாட்களாய் ஏதும் தகவல் வரவில்லை. நம்பிக்கையற்றவராய் இருந்த போதுதான் அந்த அஞ்சலட்டை வந்தது. இரண்டு மாதங்கள் கழித்து ஒரு தேதியைக் குறிப்பிட்டு அன்று ஈரோட்டில் செயற்கை உடல் உபகரணங்கள் வழங்கும் முகாம் நடைபெற உள்ளது. இக்கடிதம் கண்டவுடன் உடனே நேரில் வரவும். முதலில் அளவு எடுக்கப்பட்டு உங்களுக்கான செயற்கை உபகரணம் தயாரிக்கப்படும், பிறகு முகாம் நிகழும் நாளில் நன்கொடையாளர்களால் வழங்கப்படும். முதலில் வருபவர்களுக்கே முன்னுரிமை என்று பதில் வந்திருந்தது. அஞ்சலட்டையை கையோடு எடுத்துக்கொண்டு அடுத்த நாளே வினோத்தோடு ஈரோட்டிற்கு பஸ் ஏறினார்.

ஈரோடு அவர் அடிக்கடி வந்து போன ஊர் இல்லை. எப்போதோ ஒரு திருமணத்திற்கு வந்ததாய் நினைவு. அதுவும் கும்பலோடு கும்பலாய் வந்து போனதால் எந்த இடம், எந்த ஏரியா என ஏதும் தற்போது அவருக்கு நினைவில் இல்லை. பஸ் இறங்கியதும் நடத்துனரிடமே இடம் கேட்டார். பின் வினோத்தை அங்கேயே ஒரு தேநீர்க்கடையில் அமரச் சொல்லிவிட்டு அஞ்சலட்டையில் சீல் வைக்கப்பட்டிருந்த அந்த கருங்கல்பாளையம் முகவரியைத் தேடி நடந்தார். ஈரோடு பேருந்து நிலையத்திலிருந்து இரண்டு கிலோமீட்டர் தொலைவில் இருந்தது அந்த முகவரி. வாடகை ஆட்டோ பேசிக் கொண்டு சென்றிறங்கினர் இருவரும். பெரிய இரும்பு கேட்டில்

ஆள் நுழையுமளவு சிறிய வழிக்கதவு திறந்திருக்க உள்நுழைந்து அஞ்சலட்டையை ஒருவரிடம் காண்பித்தார். இந்த இடம்தான். நானும் பயனாளர் ஒருவரின் உடன் வந்தவந்தான். வருவார்கள், உள்ளே உட்காரச் சொன்னார்கள் என்றார் எதிர்ப்பட்டவர். குடோன் போன்ற கட்டிடம். ஆடைகளின் இருப்புக்கிடங்காகவும் மற்றும் மஞ்சள் மூட்டைகளின் இருப்புக்கிடங்காகவும் முன்பு பயன்படுத்தப்பட்டிருப்பதற்கான சுவடுகள் துல்லியமாகத் தெரிந்தது. செயற்கை உடல் உபகரணங்கள் செய்வதற்காகவே இந்த இடத்தை தற்காலிக வாடகைக்கு எடுத்திருப்பாரகள் போலத் தெரிந்தது. விஸ்தாரமான மைதானம் போலான மேற்கூரை வேயப்பட்ட காலி இடத்தில் அறுபது எழுபது நபர்களுக்கு மேலாக தரையில் அமர்ந்திருந்தனர். அதில் பாதிப்பேர் உடல் ஊனமுற்றோர். மீதிப்பேர் அவர்களுக்கு துணையாய் வந்திருப்பவர்கள். கணக்கு பார்த்தால் முப்பது பேர் இருப்பார்கள். முப்பதில் இருவர் மத்திம வயது பெண்கள். ஒருவர் நீங்கலாக மற்ற அனைவரும் கால்களை இழந்தவர்களாகவே இருந்தனர். பாதம் வரை சிலர், முழங்கால் வரை சிலர், தொடை வரை மூன்று பேர், அதில் வினோத்தும் ஒருவன். வந்திருந்த பயனாளர்களில் மிகவும் வயது குறைந்தவனும் அவனே. ஒருவர் மட்டும் செயற்கை கைக்காக வந்திருந்தார். கை மணிக்கட்டுக்கு மேலே முட்டிவரை துண்டிக்கப்பட்டிருந்தது. முழுக்கைச்சட்டை அணிந்திருந்தார். சட்டையின் கை காற்றில் அசைந்து அசைந்து கவனமீர்த்தது.

அருகிலிருந்தத அறைக்குள் அழைத்து தொடையின் சுற்றளவு, எஞ்சியிருக்கும் காலின் நீளம், அவனது உயரம் என அனைத்தையும் குறித்துக் கொண்டு அவர்களை போகலாம் தயாரானதும் கடிதம் வரும் என்று சொல்லி அனுப்பியபோது மாலை நான்கு மணிக்குமேல் ஆகிவிட்டிருந்தது. இருவருக்குமே நல்ல பசி. அது மிகவும் உள்தங்கிய கட்டிடம் என்பதால் அருகாமையில் கடைகள் ஏதுமில்லை. ஒரு கிலோமீட்டர் தூரமாவது வந்தால்தான் கடை ஏதாவது இருக்கும். அங்கிருந்து வர ஆட்டோ ஏதும் வருவதாகவும் தெரியவில்லை .

சிறிது தூரத்தை நடந்தே கடந்தனர் இருவரும். பின்னால் ஏதோ வண்டி வரும் ஓசை கேட்கவே அவர் திரும்பினார். இருசக்கர வாகனத்தில் நாற்பது வயது மதிக்கத்தக்க ஒருவர் அவர்களை நெருங்கினார். வண்டியை கைக்காட்டி நிறுத்தியவர் வினோத்தை மாத்திரம் சுட்டிக்காட்டி ஈரோடு பஸ் ஸ்டாண்டில் விட்டுவிடும் படியும் தான் நடந்தே வந்து விடுவதாகவும் கூறினார். வண்டிக்காரரும் வினோத்தை ஏற்றிக்கொண்டு கிளம்பினார். அவர் பசி மயக்கத்தில் மெல்ல நடக்கத் தொடங்கினார். வினோத்தை ஏற்றிக்கொண்டு

போன அதே நபர் சில நிமிடங்களில் எதிர்ப்பட்டு வண்டியைத் திருப்பி அவர் ஏறிக் கொள்ளத் தோதாய் நிறுத்தினார். அவருக்கு என்ன சொல்வதென்றே தெரியவில்லை. மிகுந்த நெகிழ்ச்சியோடு ஏறி அமர்ந்தார். வண்டி வினோத்தை இறக்கி விட்டிருந்த இடத்திலேயே அவரையும் இறக்கிவிட்டார். கை கூப்பி வணங்கி நன்றி தெரிவித்தார். வண்டிக்காரர் இப்படியொரு கணத்தை எதிர்பார்க்க வில்லை, அவரை பார்க்கக்கூட முடியாதவராய் ஒருவித கூச்சத்தோடு தலையசைத்து விட்டு சட்டென விரைந்து மறைந்தார். தாமும் ஒருவருக்கும் இதுவரையிலும் இப்படியாக உதவியதில்லையே என்று நினைத்தார். பேருந்து நிலையத்தினருகிலேயே ஒரு உணவகத்தில் சாப்பிட்டு விட்டு ஊருக்கு பஸ் ஏறினர். பொழுது இருள் கவியத் தொடங்கி விட்டிருந்தது.

ஈரோடு சென்று ஒரு பொழுது தங்கியிருந்து அளவு கொடுத்துவிட்டு வந்த நாற்பதாவது நாள் அஞ்சலட்டை வந்தது. வரும் ஞாயிறன்று காலை பத்து மணிக்கு உடல் ஊனமுற்றோருக்கான செயற்கை உபகரணங்கள் மற்றும் கருவிகள் வழங்கும் விழாவில் உங்களுக்கு செயற்கைக் கால் வழங்கப்பட உள்ளது. சனிக்கிழமை காலையிலேயே வந்திருந்து உங்களுடைய செயற்கைக் காலை பொருத்திப் பார்த்து சரியாக உள்ளதா என தெரிந்து கொள்ளவும் சிறு சிறு குறைபாடோ மிகவும் இறுக்கமாகவோ அல்லது தளர்வாகவோ இருந்தால் உடனே அங்கேயே சரி செய்து கொள்ளவும் அங்கேயே நடப்பதற்கு பயிற்சி அளிக்கப்படும். தவறாமல் கலந்து கொள்க என்றிருந்தது கடிதத்தில்.

சென்ற முறை ஒரு பகல் பொழுது மட்டும்தான் ஆனது. இம்முறை இரண்டு நாட்கள் ஆகும் போலிருக்கிறதே என யோசித்தார். சனிக்கிழமை சென்று அவர்கள் குறிப்பிட்டிருக்கும்படி சரிபார்ப்பு வேலையை முடித்து விட்டு வீட்டிற்கே வந்துவிட்டு காலையில்கூட போகலாம்தான். ஆனால் வினோத்தை வைத்துக் கொண்டு அது சாத்தியமில்லை எனத் தோன்றியது. அப்புறம்தான் சனிக்கிழமை இரவு பேசாமல் அங்கேயே தங்கிவிடலாம். அவ்வளவு பெரிய வராண்டாவில் இருவர் தங்க முடிவெடுத்தார். சனிக்கிழமை காலை நேரமாகவே கிளம்பினர். அருகாமையில் கடைகள் ஏதும் இல்லையென்பதாலும் வெளியில் சாப்பிட்டால் கூடுதல் செலவு என்பதாலும் மதியத்திற்கான உணவை தயார் செய்யச் சொல்லி எடுத்துக் கொண்டார். வினோத்திற்கு அது சிறிதும் பிடிக்கவில்லை. அதென்ன போகுமிடத்தில் இப்படி சோற்று மூட்டையை தூக்கிக் கொண்டு என அதிருப்தி காட்டினான். ஆனால் அவர் அதை சிரித்தபடி மழுப்பிக் கடந்தார்.

ஈரோடு போய்ச்சேர்ந்து அங்கிருந்து ஆட்டோ பிடித்து முகாம் நடைபெறும் இடத்திற்கு வந்தனர். ஏற்கனவே வந்து போனதால் இம்முறை தடுமாற்றமில்லாமல் இருந்தது. தூரமும் அதிகமில்லை பஸ் நிலையத்திலிருந்து பக்கம் தான் போல எனத் தோன்றியது இருவருக்கும்.

வராண்டாவில் இவர்களுக்கு முன்பாகவே நிறைய பேர் வந்து அமர்ந்திருந்தனர். பக்கத்து ஊர்களாய் இருக்கலாம். தோளில் கிடந்த துண்டை எடுத்து சிமெண்ட் தரையை ஒரு தட்டு தட்டிவிட்டு அமர்ந்தார். சற்றுத்தள்ளி சுவரோரமாய் சாய்ந்து வினோத் அமர்ந்தான். பக்கத்தில் சுவற்றில் சாய்த்தபடி ஊன்றுகோல்களை வைத்தான்.

சிறிது நேரத்திலேயே வினோத் உள்ளே அழைக்கப்பட்டான். உடன் அவரும் சென்றார். அப்போதுதான் அங்கிருக்கும் மரமேஜை மீது அவனுக்கான செயற்கைக் காலை நீட்டியபடி வைத்திருந்தனர். அவருக்கு சட்டென்று மருத்துவமனையில் பிளாஸ்டிக் பக்கெட்டில் போட்டு நீக்கப்பட்ட அவனது காலை கொண்டு வந்து காண்பித்த காட்சி நினைவிலாடியது. குரல்வளையை எதுவோ அடைத்தது. அருகில் சென்று அதனைத் தொட்டுப் பார்த்தார். விரைத்து விண்ணென இருந்தது. பாதத்தை மெல்லத் தடவினார். விரல்களில் அசைவில்லை. எவ்வித உணர்ச்சியுமில்லை. அதுபாட்டிற்கு கிடந்தது. அவரால்தான் அப்படி இருக்க முடியவில்லை. இருக்க முயற்சி செய்தால் மேலும் விசும்பல் கூடுகிறது. கண்ணிலிருந்து ஒரு சொட்டு நீர் அந்த செயற்கைக் காலின் மீது விழுந்து நழுவிச் சரிந்தது.

விழாவிற்கான மேடை அமைத்திருந்தனர். அதனருகிலேயே தற்காலிகமான நடைப்பயிற்சி மேடை ஒன்றும் அமைத்திருந்தனர். இரு ஓரத்திலும் இரும்பு பைப்புகள் நடப்பட்டு செயற்கைக் கால் அணிந்து நடப்பவர்கள் பிடித்துக் கொண்டு நடக்கத் தோதாய் இருந்தது. செயற்கைக் காலை அங்கு எடுத்துச்சென்று பொருத்தி நடந்து பழகச் சொன்னார்கள். பொருத்தும் முறையையும் பெல்டுகளை இணைக்கும் விதத்தையும் அவரிடம் சொல்லிக் கொடுத்தார்கள். வினோத் நடைப்பயிற்சி மேடையை நோக்கி நடந்தான். அவர் அந்த செயற்கை உறுப்பை இரு கைகளால் தொட்டுத் தூக்கினார். வினோத்தை தூக்குவது போலவே இருந்ததவருக்கு. கைகள் லேசாக நடுங்கின. பத்து கிலோவிற்கு குறையாமலிருக்கும் போலிருந்தது அதன் எடை. அதைச் சுமந்து கொண்டு வினோத்தால் நடக்க முடியுமா என சந்தேகம் உண்டானது. ஊரில் கடையில் பார்த்த

உயர் ரக ஜெய்ப்பூர் மாடல் இத்தனை எடை இருக்காது எனத் தோன்றியது அவருக்கு.

நடைப்பயிற்சி மேடைக்கருகினில் வந்து மகனுக்கு அதைப் பொருத்தினார். வினோத் பக்கவாட்டு பைப்பை பிடித்துக் கொண்டு நிற்க செயற்கை காலை அவனுக்கு பொருத்தும் காட்சி, அவர் அவனுக்கு பாதபூஜை செய்வதைப் போலிருந்தது. பேனாவில் மூடியைப் போடுவதுபோல, வினோத்தின் இடுப்பிற்குக் கீழாக எஞ்சியிருந்த வலது துண்டுக்காலை செயற்கைக் காலின் வெற்றிடத்தினுள் நுழைத்துப் பொருத்தி அதிலிருந்த பெல்டுகளை இடது தோள்பட்டையில் பெருக்கல் குறியைப்போல் பொருத்தினார்.

வினோத் அடியெடுத்து வைத்தான். ஊன்றுகோல்கள் இல்லாமல் நெடுநாட்கள் கழித்து வைத்த முதல் அடி. அப்படியே பைப்பை பிடித்துக் கொண்டு ஒவ்வொரு அடியாய் எடுத்து வைத்தான். மனிதப்பாதங்கள் நடக்கும் போது அகண்டு கொடுத்து இரு பாதங்களும் இடித்துக் கொள்ளாதபடியான அமைப்பினைக் கொண்டது. செயற்கைக் காலின் பாதமோ விரைத்தபடி நீண்டிருந்ததால் அது இடதுகாலின் பாதத்தை அடிக்கொருதரம் பதம் பார்த்தது. காலை நேராக எடுத்து வைக்காமல் அகட்டியபடி எடுத்து வைக்கச் சொன்னார்கள். மதியம் வரை மெல்ல மெல்ல நடந்து பயிற்சி எடுத்து ஓய்ந்தான்.

மதிய உணவு சாப்பிட்டனர். மற்ற பயனாளர்கள் கால்களை மாட்டிக்கொண்டு 'நடைப்பயிற்சி செய்வதுமாய், சிறு குறைபாடுகள் இருப்பின் அதனைச் சரிசெய்ய அருகிலிருக்கும் அறைக்கு உடன் வந்தவர்கள் தூக்கிச் செல்வதுமாய், எடுத்து வருவதுமாய் இருந்தனர். 'இன்னும் கொஞ்சம் நடந்து பழகுறீயா?' எனக் கேட்டார். வேணாம் வீட்டுக்குப் போயிப் பாத்துக்கலாம் என்றான் வினோத். வந்திருந்தவர்களில் பெரும்பாலானவர்கள் இரவு அங்கேயே தங்கவிருப்பதை அறிந்தார்.

வடமாநிலத்திலிருந்து யாரோ தொழிலதிபர் சிறப்பு அழைப்பாளராய் வருகை புரிந்து செயற்கை உடல் உபகரணங்களை பயனாளர்களுக்கு அளிக்கவிருப்பதாகவும், எவ்விதம் பெற்றுக் கொள்வது என்று சில விதிமுறைகளை அங்கிருந்த அனைவருக்கும் விளக்கிக் கொண்டிருந்தார் அதிகாரி போலிருந்த ஒருவர். விழா மேடை தொழிலதிபர் மற்றும் சிறப்பு அழைப்பாளர்களின் படம் பொறிக்கப்பட்டு, அறக்கட்டளையின் பெயரைத் தாங்கிய விளம்பரப்பதாகை ஒட்டப்பட்டு, ஜிகினாக்காகிதங்கள் தொங்க தயாராகிக் கொண்டிருந்தது.

இரவு அங்கேயே தங்கும் முடிவில் வந்திருப்பவர்களுக்கான எவ்வித ஏற்பாட்டையும் அறக்கட்டளை செய்திருக்கவில்லை. அவர் மாலை நேரம் சிறிது தாரம் நடக்கலாம் என வினோத்திடம் சொல்லிவிட்டு கிளம்பினார். வரும்போது இரவு உணவாக இட்லியோ, பணியாரமோ, கிடைத்தால் வாங்கிக் கொண்டு வந்துவிடலாம் என்று எண்ணம். கிளம்பும்போது அங்கிருந்த ஒருவர், 'வெளியேவா போறீங்க? இருங்க நானும் வருகிறேன்' என்று இணைந்தார். உடன் வருவதாய் கூறியவரும் செயற்கைக் கால் வாங்க வந்த பயனாளிதான். ஐம்பது வயதிருக்கும் ஒல்லியான தேகம். ஈரோட்டிற்குப் பக்கம் சென்னிமலைதான் ஊர் என்றார். அங்கிருந்து தனியாக சைக்கிளிலேயே வந்திருக்கிறார், பின்புற கேரியரில் அமர்ந்து கொண்டு ஒற்றைக்காலிலேயே பெடல் போட்டபடி. அவரை வியந்து போய்ப்பார்த்தார். ஊரிலேயும் ஒரு நாளைக்கி பத்து பதினஞ்சு கிலோமீட்டர் இப்படியேதான் சுத்துவேன் என்றார். வண்டி வாகனங்கள் ஏதுமற்ற அந்த மண்சாலையில் அவர் நடக்க, அவருக்கிணையாய் சைக்கிளில் பெடல் போட்டும் சிலமுறை மண்சாலையில் காலால் ஒரு உஞ்சு உஞ்சியும் அவரோடு பேசிக் கொண்டே வந்தார். பத்து வருடங்களுக்குமுன் விபத்தானதாகவும் அப்போதிருந்தே எல்லோரும் இந்த கட்டைக்காலை வாங்கி போட்டுக் கொள்ளும்படி சொன்னார்களாம். அவருக்கு இந்த சைக்கிளே போதும் என்று விட்டுவிட்டாராம். இப்போது கூட சரி வாங்கிப்பார்க்கலாம் சரிவந்தால் இருக்கட்டும் இல்லாவிட்டால் தூக்கி கடாசிவிடலாம் என்றுதான் வந்திருக்கிறாராம். அவரது உடல்வாகும் சைக்கிளில் அப்படி பெடல் போட்டுக் கடப்பதற்கு தோதாய்த்தானிருந்தது.

இருவரும் ஈரோடு பேருந்து நிலையத்திற்கே வந்து விட்டிருந்தனர். ஒன்றாகவே இரவு உணவைச் சாப்பிட்டனர். அவர் வினோத்திற்கு நான்கு இட்லிகளை பொட்டலமாய் கட்டிக்கொண்டார். காலையில் தேவைப்படும் என்று ஒரு சிறிய ஹமாம் சோப்பும் கோபால் பல்பொடி சிறிய பொட்டலமும் வாங்கிக் கொண்டார். உடன் வந்தவர் கொசு ஜாஸ்தியாயிருக்கும் போலிருக்கு என்று கொசுவர்த்திச்சுருள் ஒன்றை வாங்கினார். சரியென அவரும் ஒன்று வாங்கினார். பேருந்து நிலையத்தை ஒட்டியிருந்த பழக்கடையில் நான்கு வாழைப்பழம் வாங்கிக் கொண்டபடி இருவரும் நடந்தனர்.

இரவுநேரம் நிலா வெளிச்சம் பிரகாசமாயிருந்தது. மண்சாலையில் விளக்குகள் ஏதுமற்றிருந்ததில் நிலவொளி நன்கு புலப்பட்டது. உடன் வந்தவர் வாய் ஓயாமல் பேசிக்கொண்டே வந்தார். இப்படி ஓர் இரவை அவரது வாழ்வில் இதுவரை சந்தித்திருக்கவில்லை. உடன் வந்தவர் தனது நிலையையோ, வறுமைச் சூழ்நிலையையோ,

குடும்பம் குறித்தோ ஏதும் பேசவில்லை. விபத்தில் இழந்த தனது உறுப்பையும், அதனால் உண்டாகும் இடர்பாடுகள் குறித்தும் கூட ஏதும் பேசவில்லை. அவர் பாட்டிற்கு உற்சாகமாகவும், வேடிக்கையாகவும், பேசிக்கொண்டே உடன் வந்தார். கழிவிரக்கப் பேச்சின் வாடை துளியும் அவரிடமிருந்து வீசாதது கண்டு அவருக்கு வியப்பாயிருந்தது.

பொட்டலத்து இட்லிகளிடம் வயிற்றை கொஞ்சம் கொஞ்சமாய் பிட்டு வைத்துக் கொண்டிருக்கிறான் வினோத். வானில் ஏராளமான நட்சத்திரங்கள். மகனின் வலது தொடைக்குக் கீழான வெற்றிடத்தை செயற்கையாய் நிரப்புவதற்கு தந்தையும் உடன் வந்து வராண்டாவில் கால் நீட்டி அமர்ந்திருக்கிறார். கொசுக்களின் ரீங்காரம் காதருகில் ரொய்யென ஒலிக்கிறது.

கொடையாளர்கள் ஏதோ ஒரு வடமாநிலத்தவர்கள். அவர்கள் அங்கிருந்து கிளம்பும் முன்னரே பயனாளர்களை நிகழ்விடத்தில் ஒருங்கிணைத்து விட்டிருக்கிறது அறக்கட்டளை நிர்வாகம். இங்கு அவர் கொசுவர்த்திச்சுருள் கொளுத்த தீக்குச்சி உரசியதும் எங்கோ வடமாநிலத்தில் ஸ்டார்ட் ஆகும் வண்டி வந்து சேரும்வரை தாங்குமோ சுருள்.

☙❧

முடிவில்லா கருணை

பூங்காற்று தனசேகர்

திடீரென்று வீட்டிற்குள் நுழைந்தார்கள். மனைவி மைனாவதி நெஞ்சில் கைவைத்துக் கொண்டாள். நான் கனவிலிருந்து விடுபட்டு விழித்தெழ முயற்சி செய்து.... தோல்வியடைந்தேன். நிஜம்தான்.

நான்கு காவலர்கள், பேசாமல் பின்னால் போனேன். நான் செய்த குற்றம் என்னவென்று தெரியாத குழப்ப பூதங்கள் பிறாண்டின. வெயியே ஜீப் நின்று கொண்டிருந்தது. பெரிய குற்றம்தான் செய்துவிட்டேன் போலிருக்கிறது.

ஜீப்பில் ஏறும் போது துணிந்து கேட்டே விட்டேன்.

"நான் என்ன தப்பு பண்ணினேன்னு இப்படி..."

"எங்களுக்கென்ன தெரியும். நீதானே காளிகாம்பாள் கோவில் தெரு நெம்பர் 7-இல் வசிக்கிற சுகுமார்?"

மௌனமாயிருந்தேன். நான், நான்தான் என்று எப்படி கூறுவது?

"உன்னைத்தான் அய்யா, அள்ளிட்டு வர்றச் சொன்னார். பெரிய தப்புதான் பண்ணியிருப்பே..."

மௌனமானேன். பிறாண்டிய பூதங்கள் கன்னத்தில் கைவைத்துத் தெருவை வேடிக்கை பார்க்கத் தொடங்கி விட்டன.

சினிமாவிலும், தொலைக்காட்சியிலுமாக பார்த்த போலீஸ் ஜீப்புகளின் பரிணாமம், இப்போது கற்பனைக்கெட்டாத அளவு விஸ்வரூபம் எடுக்கத் தொடங்கியிருந்தது.

மைனாவதி பற்றி கவலையாயிருந்தது. இரு வருடங்களிற்கு முன்பு வீட்டை பகைத்துக்கொண்டு கட்டிய சேலையுடன் பின்னால் வந்த காதல்காரி. கவிதை, கதை எழுதும் மெல்லிய மனசுக்காரன் என்று நம்பியிருப்பாள். யாரைப் பார்ப்பாள்... யார் தோளில் சாய்ந்து அழுவாள்... இருவீட்டாரையும் பகைத்து, எழுத்தை மட்டுமே நம்பி வாழும் எளிய எழுத்தாளன், காவலர்கள் ஜீப்பில் கூட்டிப்போய் விசாரிக்கும் அளவுக்கு என்ன குற்றம் செய்து விடமுடியும்?

'ஏன் இரண்டு வருடமாக எந்த வேலைக்கும் போகாமல், நம்பி வந்தவளை பல வேளை பட்டினிப்போட்டு, பயந்து பயந்து இரண்டு முறை அபார்ஷன் நடத்தி, வாழத் தெரியாமல் ஏன் வாழ்ந்து கொண்டிருக்கிறாய்?' என்று காவல் நிலையத்தில் விசாரிப்பார்களா?

அபார்ஷன் செய்த இரு உயிர்கள் போய் புகார் தொடுத்திருக்குமோ? இருந்தாலும் இருக்கும், இரண்டாவது அபார்ஷன் முடிந்து பத்து நாள்தான் இருக்கும். அந்த ஒரு வாரம் என்னை மைனாவதி பார்த்தப் பார்வையில் அந்த புகாருக்கான மூலாதாரங்கள் நிறையவே இருந்தன.

அந்த பகுதியிலிருந்த தலைமைக் காவல் நிலையத்தினுள் ஜீப் நுழைந்தது.

'அய்யா' இன்னும் வரவில்லை. நீண்ட திண்ணையில் குற்றாவாளிகள் என்று முகத்தில் எழுதி, ஒட்டி, அதையே படித்து மனப்பாடம் செய்து கொண்டு ஓரிருவர் அமர்ந்திருந்தார்கள். அமர வைக்கப்பட்டிருந்தார்கள். என்னையும் ஒரு காவலர் அதில் உட்காரச் சொன்னார். "பரவாயில்லை, நிற்கிறேன்" என்றேன். "யோவ்... பெரிய இவரு. உட்காருயா.... அய்யா வர்ற நேரமாச்சு!"

உட்கார்ந்தேன்.

என் பூதங்கள் சுற்றிலும் வந்து நின்று ஒப்பாரி வைக்கத் தொடங்கின.

'எப்பேர்பட்ட இலக்கியவாதி... இப்படி விதியழிஞ்சு போய் குற்றவாளிகளோடவா....?' 'நீ ஒழுங்கா வேலைக்குப் போய் பொண்டாட்டியை காப்பாத்தியிருக்கணும்!' 'மனைவிக்கு அபார்ஷன் செஞ்சிருக்கக்கூடாது. ரெண்டாவது அபார்ஷன் அநியாயம்!, அந்தளவு வறுமையை நீயே ஏன் உருவாக்கிக்கொண்டாய்!, பூதங்களான நாங்களே அவமானப் படும்படி இப்ப குற்றத்திண்ணையில் அமர்ந்திருக்கிறாய்.'

"இன்னா கேசுயா?" பக்கத்தில் குற்றமொன்று என்னிடம் கேள்வி கேட்க பேசாமலிருந்தேன்.

"கம்முனுக்கீறியா... உள்ள போட்டு ஜட்டிய அவுத்துட்டு லட்டி வெளையாடறப்பவும் இப்படியே இரு பார்ப்போம்."

இன்னொரு குற்றம் செய்த எச்சரிக்கையில் உள்ளுக்குள் பூதங்கள் மனிதாகரமாய் அலறின. ஜட்டியிலிருந்த கிழிசல் குறித்து வேறு தனிப்பட்ட முறையில் ஒரு பூதம் ஒப்பாரி வைத்ததுதான் கவலையாய் இருந்தது.

ஒரு எழுத்தாளன் எழுத்தை நம்பி வாழ்வது அத்தனைப் பெரிய குற்றமா?

'ஆம், ஆம், ஆமெ'ன்றன பூதங்கள்.

அபார்ஷன், ஊர் உலகில் நடக்காத அபார்ஷன்?

அதெல்லாம் வேறு. உன்னை நம்பி வந்தவளுக்கு ஒரு குழந்தை, அது சார்ந்த தாய்மை என்ற உணர்வை அளிக்கக்கூட முடியாத நீ செய்து கொண்டிருப்பது.. வாழ்ந்து கொண்டிருப்பது... எழுதிக் கொண்டிருப்பது... குற்றமே.

"அய்யா வர்றார், அய்யா வர்றார் நன்கு துடைக்கப்பட்ட ஜீப்பிலிருந்து அய்யா வந்து இறங்கினார். குற்றத் திண்ணை குற்றங்கள் அவசரமாக எழுந்து நின்றன. பூதங்களின் தொல்லையினால் உட்கார்ந்தே இருந்தேன். அருகில் வந்த அய்யா மிக அலட்சியமான, பலமான ஒரு அறை அறைந்ததில் கண்களில் தானாக நீர் தெறித்தது. இழவெடுத்த பூதங்கள் இப்போது போய் பதுங்கிக் கொண்டன. எழுந்து நின்றேன்.

"இவன் யாருய்யா....? மகாராஜா மாதிரி உட்கார்ந்திருக்கான்.....?" அய்யா கேட்க, என் பூர்வாசிரமம் தெரிவிக்கப்பட்டது.

பதிலேதும் சொல்லாமல் அய்யா அறைக்குள் நுழைந்து கொண்டார். எதிர் மரத்திலிருந்த காக்கைகளும், அணில்களும் கூட அதற்கு பிறகுதான் உட்கார்ந்ததைப் பார்த்தேன். காகங்களின் குரல்நிலை மாறி 'அய்யா... அய்யா' என்றே அவை கரையத்தொடங்கின.

திண்ணையிலிருந்து ஒரு குற்றம் உள்ளே அழைத்துச் செல்லப்பட்டது. 'பளார்' என்ற அறைச்சத்தத்துடன் விசாரணை துவங்கியது. என் ஜட்டியிலிருக்கும் ஓட்டைகள் அதிகமாகிக் கொண்டே போவதாக பிரமை எழுந்தது.

உள்ளே, வெளியே மௌனமாயிருந்த போது, தூரத்திலிருந்து நான்கைந்து பேர் வருவதைப் பார்த்து என் பக்கத்தில் அமர்ந்திருந்த சற்றே குண்டான குற்றமொன்று பயந்து அலறி என் முதுகுக்குப் பின் மறைந்து கொண்டது.

வந்த ஐந்து பேரில் இருவர் பெண்கள். குற்றத் திண்ணைக்கு எதிரில் நின்று கொண்டு என்னருகில் அமர்ந்திருந்த குண்டு குற்றத்தைப் பார்த்தபடி வசை பாடத் தொடங்கினார்கள். அவர்கள்தான் புகார் கொடுத்திருப்பார்கள் போலிருந்தது. குண்டு குற்றத்தைப் பார்த்து ஐவர். குழுவிலிருக்கும் ஒரு கிழவி காதுக்கு இனிமையில்லாத வார்த்தைகளைக் கொண்டு ஏறக்குறைய ஒப்பாரி போல பாடத் தொடங்கினாள்.

ஒவ்வொரு குற்றமாக அய்யா அறையின் உள்ளே போய், அப்புறம் 'உள்ளே' போய்க் கொண்டிருந்தனர். சற்றே அசந்த நேரத்தில் அந்த ஒப்பாரிக் கிழவி எனக்கருகில் அமர்ந்திருந்த குற்றத்தை திட்டிக்கொண்டே அதற்கு உதவியாளன் நான்தான் என்பது போல புதுக்கதையினைச் சித்திரித்து, என்னையும் திட்டத் தொடங்கியிருந்தாள். சற்று விட்டால் அய்யாவையும் திட்டுவாள் போலிருந்தது.

குண்டு குற்றம் உள்ளே போனது, அடிச்சத்தம் பலமாக இருந்தது. ஐவர் குழு உள்ளே எட்டி எட்டிப் பார்த்து அந்த கண்ணுக்கினிய காட்சியை ரசித்துக் கொண்டிருந்தது.

என் பூதங்கள் மெல்ல நடுங்கத் தொடங்கிய நேரம், ஒரு காவலர் என்னை உள்ளே அழைத்தார்.

'அய்யா' பலரையும் விசாரித்த சோர்வில் கைகளில் சொடக்கெடுத்துக்கொண்டே கேட்டார்.

"நீதான் சுகுமாரா?"

"ஆமாம் சார்"

"அய்யாவை அய்யா சொல்லு.... அய்யா சொல்லு" மரத்திலிருந்து ஒரு காக்கை இறங்கி வந்து பக்கத்தில் நின்று மெல்ல மெல்லக் கரைந்தது.

"எவ்ளோ பெரிய வேலையை செஞ்சிட்டு ஒண்ணும் தெரியாத பாப்பா மாதிரி நின்னுட்டிருக்கே இல்ல.."

தோப்பு தோப்பாய் புளிய பழங்களை கரைத்து குடித்துவிட்டு பூதங்கள் மயங்கிபோய் சரிந்தன.

"இந்தா இதிலே கையெழுத்து போட்டுவிட்டு நீ வீட்டுக்கு போ"

ஜட்டி தப்பித்தது. அவர் கொடுத்த அரசுத் தாளை வாங்கினேன். அதில் எழுதியிருந்ததைப் படித்தேன்.

"காளிகாம்பாள் கோவில் தெரு, நெம்பர் ஏழில் வசிக்கும் சுகுமாராகிய நான் எழுத்தையே நம்பி வாழ முடிவெடுத்து விட்டதாலும், இரண்டாவது முறையாக மனைவியை அபார்ஷன் வரை இட்டுச் சென்றதை முன்னிட்டு, இறந்து போய் விட்டேன் என்று உறுதியளிக்கிறேன். இப்படிக்கு..."

நான் இறந்து போய் விட்டதாக கையெழுத்தா? அதெப்படி முடியும்? குழப்பம் அதிகமானது.

"அய்யா, இதிலே... நான் செத்து..." என்று தட்டுத் தடுமாறினேன்.

அய்யா கோபமாக எழுந்தார். ஜட்டி தொடையுடன் ஒட்டிக்கொண்டது. அதன் பயம் அதற்கு...

“யோவ், காளிகாம்பாள் கோவில் தெரு நெம்பர் ஏழுல வசிக்கிற சுகுமார் நீதான்யா?

ஜட்டிய பற்றி நினைவுடனே “ஆமாம். ஆமாம்" என்றேன் அவசர அவசரமாக.

"நீ செத்துப் போனது உண்மையா இல்லையா?

“ஆமாமாம்!"

"அப்போ கையெழுத்து போடு"

அய்யா சொல்லிவிட்ட பிறகு சந்தேகமெதற்கு? நான் செத்துவிட்ட விவகாரம் இதுவரை தெரியாதே தவிர இப்போது அய்யாத் தெளிவாக விளக்கிவிட்டப் பிறகு.... ‘சுகுமார்’ கையெழுத்திட்டேன்.

எழுத்துவடிவில் என் இறப்பு உறுதி செய்யப்பட்டது.

“சரி நீ போகலாம். கூப்புட்டப்ப வரணும்” அய்யா கட்டளை.

“எப்படி செத்துப்போன நான்...”

“யோவ் அய்யா சொல்றாரு... வரணும்னா வரணும்” காக்கை கரைந்தது.

‘சரி’ என்று தலையாட்டிவிட்டு வெளியே வந்தேன்; உலகம் வெகுவாக மாறிப்போயிருந்தது. என் கண்பார்வை எது மீதும் பதியாமல் ஒரு புதுவித வியாதி என்னைப் பிடித்துக் கொண்டது.

வேகமாகச் செல்லும் ரயிலின் ஜன்னலோர பயணியின் பார்வையில் உலக இயக்கம் தறிகெட்டோடியது. எதனெதன் மீதெல்லாமோ இடித்துக்கொண்டு, எப்படியோ நான் வசிக்கும் பகுதி செல்லும் பஸ்ஸிலேறி அமர்ந்து கண்களை மூடிக்கொண்டேன். பூதங்களும் செத்துப் போய் விட்டிருக்க வேண்டும்.

எங்கோ ஒரு குழந்தை வீறிடும் சத்தத்துடன் என் சர்வநாடியும் கதற உள்ளுக்குள் சுழன்று சென்றது ஒரு காற்று. குழந்தை ஒரு வரம். மைனாவதி எனைப்பார்த்த பார்வை.... ஐயோ! குழந்தை அழுது கொண்டேயிருந்தது.

காளிகாம்பாள் கோவில் தெரு, பாடையில் செல்லும் பிணத்தைப் பார்க்கும் சொந்தத்தெரு மனிதர்கள் போலவே என்

தெரு மனிதர்களும் என்னையே வாசலோரம் நின்று வேடிக்கைப் பார்த்தனர். அய்யாவுக்கு எழுதி கொடுத்தது இவர்களுக்கும் தெரிந்திருக்கிறது.

வீடு திறந்தேயிருந்தது. உள்ளே நுழைந்தேன். என்னை பேயைப் பார்ப்பது போல் பார்த்தாள் மைனாவதி.

அவளும் எதுவும் கேட்கவில்லை . நான் இறந்தது முதல் வேறு எதையும் நானும் சொல்லவில்லை.

முகம் கழுவினேன். பூதங்கள் மெல்ல கண்விழிக்கத் தொடங்கின. 'அதுதானே... அவையா விட்டுப்போகும்?'

பாத்ரூமிலிருந்து வெளியே வந்தவுடன் மைனர் துண்டை நீட்டினாள். வாங்கி முகம் துடைத்துக்கொண்டிருந்தபோது நெஞ்சில் கை வைத்துக்கொண்டு, கண்களை விரித்தபடி "என்ன பண்றதுன்னே தெரியலை... எனக்கு உயிரே போயிருச்சுங்க" என்றாள் மைனா. நான் "எனக்கும்தான்" என்றேன்.

தாயம்
கிருஷ்ணமூர்த்தி

மேகத்தின் நிழல்கள் நடுகற்களின் மேல் தவழ்ந்து வெம்மையை குறைத்துக்கொண்டிருந்தன. வாகனங்களின் மிகுதியால் சாலையில் உருவாகும் நெரிசலைக் கவனித்துக்கொண்டு பேருந்திலிருந்து கீழிறங்கினாள். நந்தம்பாக்கத்திலிருந்த வார் சிமெட்ரியின் மீது பார்வை படிந்தது. கைக்கடிகாரத்தைப் பார்த்தாள். ஆறு மணி நெருங்குவதற்கு பத்து நிமிடங்கள் காத்திருப்பில் இருந்தன. பாம்புகளின் நடமாட்டம் இருப்பதால் ஆறு மணிக்கு மேல் கண்காணிப்பாளன் நுழையவிட மாட்டான் என்னும் பொறி நினைவில் தட்டியது. பேருந்து நிறுத்தத்திலேயே சிந்தனையில் ஆழ்ந்தாள். இரண்டொரு நிமிடங்கள் கடந்த பின் வீடு நோக்கி நடக்கத் துவங்கினாள்.

நீலப்புடவையின் கீழிருந்த ஜரிகையை அசிரத்தையுடன் பார்த்தவாறு நடந்தாள். செவிகள் பின்னால் கடந்து சென்று கொண்டிருக்கும் சப்தங்களுக்கு இரையாகிக் கொண்டிருந்தன. தெருமுனைக் கடையின் வாசலில் தொங்கிக் கொண்டிருந்த ஷவர்மாவின் மாமிச வாடையை நுகர மனமில்லாமல் கடந்து சென்றாள். அருகாமையில் ஓடும் சாக்கடையின் மணமும் மூக்கினுள் நுழையப் பார்த்துக் கொண்டிருந்தது. கண்கள் மூன்று கட்டிடங்களுக்கு பின் மறைந்து கொண்டிருக்கும் மென்பச்சை வண்ணத்திலான வீட்டை ஊடுருவிப் பார்க்க முனைந்தது.

முன்பக்க ஜன்னல்களில் பாதி மூடியும் பாதி திறந்தும் இருந்தன. புழுக்கம் காரணமாக பாதி திறந்து வைக்கப்பட்டிருக்கக்கூடும் என்றெண்ணியவாறு கேட்டைத் திறந்து கொண்டு நுழைந்தாள். வாசலில் காத்திருந்த பூனைகளை வெளியே விரட்டிவிட்டு ஜன்னலின் கதவுகளைத் தாழிட ஆரம்பித்தாள். செருப்பைக் கழற்றும் போது எப்போதும் வீட்டிற்குள் நுழைய யத்தனிக்காத பூனை ஏன் நுழைவதற்கான தோரணையில் வெளியே காத்திருக்கிறது என சந்தேகக் கண்கொண்டு பூனை செல்லும் தடத்தை நோட்டம் விட்டாள்.

கதவு திறந்தே இருந்தது. ஹாலில் இருந்த மேஜைகளும் நாற்காலிகளும் காலையில் வைத்தவாறே இருந்தன. தான் வாசித்து வைத்துவிட்டுப் போன பக்கத்திலேயே திறந்திருந்த செய்தித்தாளை மூடி வைத்தாள். கொண்டு வந்திருந்த பையைக் கீழே வைத்துவிட்டு தண்ணீருக்காக அறை முழுக்க நோட்டம் விட்டாள். சோம்பேறித்தனம் அதிகமாக அருகிலிருந்த பாட்டிலில் இருந்த மிடறுத் தண்ணீரைப் பருகிவிட்டு மின்விசிறிக் காற்றின் கீழ் அமர்ந்துகொண்டாள்.

வீட்டிற்குள் நுழைந்து ஆறு நிமிடங்கள் ஆன பிறகே அவனுடைய நினைவுகள் எழுந்தன. எங்கேனும் வெளியே சென்றிருக்கக்கூடும் எனும் சுயதீர்மானத்தில் எழுந்து சமையலறைக்கு சென்றாள். காலையில் துவைத்துப் போட்டிருந்த துணிகளை மடித்து வைக்க வேண்டும் எனும் ஞாபகம் வர சமையலறைக்கு அருகில் இருந்த பின்பக்கக் கதவைத் திறந்தாள். காயப்போட்டிருந்த துணியின் மேல் படர்ந்திருந்த காக்கையின் எச்சம் வெறுப்பை ஏற்படுத்தியது. அவனுடைய உள்ளாடையை கொடியிலிருந்து எடுக்கும் போது மாறுப்பட்டதாய் தென்பட்ட பின்பக்க அறையின் மீது பார்வை கவிழ்ந்தது.

அந்த வீட்டை வாடகைக்கு தரும் போது பின்பக்க அறையைப் பற்றி வீட்டின் உரிமையாளர் சொல்லியிருந்தார். அனைத்துப் பொருட்களையும் எடுத்து செல்லவில்லை என்பதால் சில மரச்சாமான்களையும், தங்க நேர்பவர்களுக்கு தேவையற்றது என நினைத்தவற்றையும் இந்தக் காலி அறையில் போட்டு வைக்கிறோம் என்று. இவர்களும் சம்மதித்ததால் வாடகையில் சொற்பத்தை கழித்து இருசாராரும் சரிகட்டினர். ஆயுத பூஜையன்று மட்டும் அந்த அறையை சுத்தம் செய்ய உரிமையாளர் அருகிலிருக்கும் வேலைக்காரன் ஒருவனை அழைத்து வருவார். பின் மீண்டும் அந்த அறை பூட்டியே இருக்கும். அவளும் அவனும் அந்த அறையின் அருகில் கூட செல்வதில்லை. நண்பர்களோ உறவினர்களோ இருசக்கர வாகனத்தில் வந்தால் வீட்டின் இடதுபுறம் இருக்கும் வழியால் துணிக்காயப்போடும் கொடிக்கு கீழ் நிறுத்தச் சொல்வர். அப்படி நிறுத்துபவர்கள் பார்ப்பது முதலில் அந்த அறையைத் தான், தவறாமல் கேள்வி கேட்கும் அனைவருக்கும் அவள் சொல்லும் பதில் அது ஸ்டோர் ரூம்ங்க. ஒரே டஞ்ஜனா இருக்கும்.

அந்தச் சொலவடையை அப்போதும் அவள் மறக்கவில்லை. ஆனாலும் அதன் தாழ் திறந்திருந்தது. ஒருவேளை பூனையோ நாயோ உள்ளே சென்றிருக்கக்கூடும் என சந்தேகமும், புரிந்துணரமுடியாத அச்சமும் கொண்டாள். பூனைகள் குட்டியிட அந்த இடத்தை

தேர்வு செய்யுமோ, எலிகள் நிறைய இருக்குமோ என எண்ணங்கள் விரிவடைந்தன. வேறாடை உடுத்திக் கொண்டு வரலாம் என்றெண்ணினாள். மீண்டும் தொற்றிய சோம்பலில் தாழைப் போட்டு வீட்டிற்குள் சென்றுவிடலாம் என முடிவெடுத்தாள். கதவருகில் வந்து தாழைத் தொட்டு இரு கதவையும் இணைக்கச் செல்லும் போது தரையில் கிடந்த இரண்டு உலோகத் துண்டுகளையும் கண்கள் கண்டன. அறையின் உள்ளிருந்த இருட்டில் சந்தேகமாகவே அதை ஊகித்தாள். மூடவிருந்த கதவைத் திறக்கும் போது அறையின் நடுவில் தொங்கிக் கொண்டிருந்த அவனுடைய சடலத்தைக் காண நேர்ந்தது. அவனைப் பார்த்தவாறே நிலையின் அருகில் அழுதுகொண்டே அமர்ந்தாள். கைகள் நெற்றியைப் பற்றிக் கொண்டன. குரல் ஏற இறங்க வெளி வந்துகொண்டிருந்தது. கண்களில் கோபமும் சோகமும் ஒருசேர நிறைந்திருந்ததால் சிவந்து மட்டுமே இருந்தன.

சுயநினைவுடன் கையிலிருந்த அலைபேசியில் போலீசை அழைத்து தேம்பும் குரலிலும், சற்று நிதானமாகவும் விஷயத்தைச் சொன்னாள். அழைத்த பதினைந்து நிமிடத்தில் அருகில் இருந்த காவல் நிலையத்திலிருந்து மூவர் வந்திருந்தனர். எதையும் தொடவில்லைதானே என்பதை விசாரித்துக்கொண்டு அறையை சோதனையிடத் துவங்கினர். அந்த அறைக்கு விளக்குகள் இல்லை. அலைபேசி ஒளிகளின் வழியேவும் அக்கம்பக்கத்தில் வாங்கிய டார்ச்சுகளின் வெளிச்சத்திலும் சோதனை நடத்தினர்.

அறையை பார்த்த அனைவரின் கண்களுக்கும் கீழிருந்த உலோகத் துண்டுகளே முதலில் தென்பட்டன. வெளிச்சம் அதன் மீது படும் போது தொங்கிக் கொண்டிருந்தவனின் எச்சில் அதன் மீதிருப்பதை அறிந்தாள். பத்திரமாக எடுத்து கண்ணாடிப் பையினுள் போட்டுக்கொள்ளும் போது அவளுள் எச்சில் உலோகத்துண்டின் எந்தப்பக்கம் இருந்தது என்பதை அறிய ஆசை எழும்பியது. கண்ணாடிப்பையினுள் போட்டு அறையை விட்டு வெளி வரும் போது குழுமியிருந்த தெருக்காரர்களுக்கு அது தாயக்கட்டை என்பது தெரிந்தது. அதைக் கையில் வைத்திருந்த கான்ஸ்டபிள் அவளிடம் சில சம்பிரதாயக் கேள்விகளைத் தொடங்கினார்.

உங்க ஹஸ்பண்ட் பேர் என்னங்க?

வயசு?

ரூம்ல சந்தேகப்பட்றா மாதிரி எதுவும் இல்லை. உங்களுக்குள்ள ஏதாவது சண்டை சச்சரவு இருக்கா?

நீங்க எங்கிருந்து வர்றீங்க?

அவரின் தொடர் கேள்விகள் அவளைத் துன்புறுத்தியது. இவ்வளவு வேகமாக கேள்விகள் கேட்டு என்ன பயன் என்றெண்ணும் பொழுது கண்களில் கண்ணீர் கசியத் துவங்கியது.

குழுமியிருந்த ஒவ்வொருவரிடமும் அவளுடைய அழுகுரல் பரவத் துவங்கியது. அனைவரின் மனதிலும் சோகம் ஒட்டிக் கொண்டது. தெருக்காரர்களின் துணையில் நண்பர்கள் வரவைக்கப்பட்டனர். அவனுடைய உடல் போலீஸிடமிருந்து பேசி சாதாரண மரணமாக மாற்றப்பட்டது. அனைத்தையும் செய்து கொண்டிருந்த அவனுடைய தம்பியை ஓரக்கண்ணால் பார்த்தாள். வாசலில் கான்ஸ்டபிள் அவனிடம் பை ஒன்றைக் கொடுத்து எச்சரிக்கையும் நக்கலும் கலந்து கூறினார். இத நல்லா கழுவிடு. இல்லை பொதச்சிரு. நல்ல வேளை உங்க அண்ணன் செத்துட்டான். தப்பிச்சு உயிரோட மட்டும் இருந்திருந்தா சூசைடு அட்டெம்ப்ட் ஏன் பண்ணனு கேட்டே வாழ்க்கைய அழிச்சிருப்போம்.

அந்தப் பை தன் அருகில் வரும் போது எச்சில் எப்பக்கம் இருந்தது என்பதைப் பார்க்கும் ஆர்வம் எழுந்தது. அவனுடைய தலைமாட்டருகில் அமர்ந்திருந்தாள். தம்பி தன்னைக் கடந்து போகும் போது கண்கள் கண்ணாடித் தாளின் வழி ஊடுருவியது. தாயக்கட்டையின் ஒற்றைப் புள்ளியின் மேல் அவனுடைய எச்சில் குமிழ் கொண்டிருந்தது.

2

அவனது கண்கள் உறக்கமற்று சிவந்திருந்தன. கடிகாரத்தின் முட்களை வெறித்து பார்த்துக்கொண்டிருந்தான். எதிர்பார்ப்புகள் எட்டு மணிக்காக காத்திருந்தன. ஒல்லியான திரேகம். லுங்கியில் தொடையும் காலும் இணைந்து ஒற்றை குச்சியாக ஒளிந்துகொண்டிருந்தது. கைகளில் நரம்புகள் புடைத்தவாறு இருந்தன. சிந்தனையின் ஓட்டத்தில் கைகளால் உதட்டின் மேல் தோலினை பிய்த்தபடி இருந்தான். அவ்வப்போது இரத்தமும் வருவதுண்டு. அடிக்கடி அப்படிச் செய்வதால் புகைப்பழக்கம் உள்ளவன் போன்றதொரு உதட்டைப் பெற்றிருந்தான். சில நேரம் அவள் அதற்காக கண்டித்ததும் உண்டு. இருந்தும் பழக்கத்தை கைவிட முடியவில்லை. சில நேரங்களில் விளையாட்டாய் அவள் அவனிடம் கண்டிப்புடன் கடிந்து கொள்வதுமுண்டு.

குழந்தை மாதிரி விரல்ல வேப்பெண்ணை தான் தடவி விடணும்.

அவர்கள் இருவரிடையேயான பேச்சுகள் சமீபகாலத்தில் குறைந்திருந்தன. எட்டு மணி வரையில் அவள் கல்லூரி கிளம்புவதற்கான ஆயத்தச் செயல்பாடுகள் மும்முரமாக நிகழும்.

லுங்கியினுள்ளே குத்துகாலிட்டு நாற்காலியில் அமர்ந்திருப்பான். எட்டு மணி வரை அவள் ஆயத்தமாவதை வேடிக்கைப் பார்த்த வண்ணம் எட்டு மணிக்காக காத்திருப்பான். ஒவ்வொரு நாளும் அவள் கட்டியிருக்கும் புடவையின் லாவகத்தை மனதளவில் கொஞ்சவும் செய்வான். சில நேரம் இவ்வகையில் கட்டியிருப்பதால் யாரேனும் அவளைப் பார்த்து சபலம் கொள்ளக்கூடுமோ எனும் கெட்ட எண்ணங்களும் எழுந்தபடி இருக்கும். கட்டிய புடவையின் வழி இடுப்பு தெரிகிறதா எனக் கூர்ந்து கவனிப்பான். தெரியாமலிருப்பது அவனுக்கான ஆசுவாசமாக மாறிவிடும்.

எட்டு மணிக்கு சலிப்பு குறையாமல் தன்னுடன் சேர்த்து அவனுக்காகவும் சமைத்ததை மேஜையின் மேல் வைத்துவிட்டு சொல்லிக்கொள்ளாமல் வெளிக்கிளம்புவாள். வாசற் கேட்டினை மூடும் சப்தம் அவனுக்கான விடுதலை. மூடிய சில நிமிடங்கள் கழித்து எழுந்து கொள்வான். அவள் வைத்துச் செல்லும் அனைத்தையும் தின்று முடிப்பான். பின் சமையலறை வழியே வீட்டின் பின் பக்கம் சென்று உடல் நெளிய சோம்பலை விட்டு முடிப்பான். கண்கள் எதிர்ப்பார்ப்பில் திளைத்துக் கொண்டிருக்கும். துணி காயப்போடும் இரும்புக் கம்பிக்கு அருகில் பெரிய தங்கரளிச் செடி பூக்களால் நிறைந்திருக்கும். அதன் கீழ் கையை வைத்து தோண்டத் துவங்குவான். இரண்டு கைகளிலும் இரண்டு முறை அள்ளினால் வருமளவில் மண்ணை எடுத்து குமித்தவுடன் கண்களில் பரவசம் பொங்கும். மண்ணுக்கடியிலிருந்து கண்ணாடிப் பையை வெளியில் எடுப்பான். அதனுள்ளே இரும்பாலான இரண்டு தாயக்கட்டைகள் மாசற்று துலக்கமாய் காட்சியளிக்கும்.

அருகிலிருக்கும் அறையைத் திறந்து தாயக்கட்டைகளுடன் நுழைவான். இருள் நிரம்பிய அறையில் பொருட்கள் காலில் இடறாதவாறு நடக்கப் பழகிக் கொண்டான். அறையின் நடுவில் அமர்வதே அவனது வாடிக்கை. அறை முழுக்க நிரம்பியிருந்த சாமான்களைக் களைந்து நடுவில் ஓரிடத்தை உருவாக்கியிருந்தான். இருவர் அமர்வதற்கொப்ப ஓர் இடம். இடத்தை அடைந்தவுடன் பையில் இருந்த தாயக்கட்டைகளை கையிலெடுத்து உள்ளங்கைகளினுள் உருட்டத் துவங்குவான். இரண்டு தாயக்கட்டைகளும் சேர்த்து வரும் எட்டு பக்கங்களின் ஸ்பரிசத்தையும் அவனது உள்ளங்கை உணரத் துவங்கும். ஒவ்வொரு எண்ணையும் மனதில் பதிய வைத்துக்கொள்வான். இரண்டு தாயக்கட்டைகளும் உரசும் ஒலி அவனது இசை. அதன் அணைத்து பக்கங்களையும் உணர்ந்த திருப்தியில் அறையின் மூலையில் இருக்கும் ஜன்னலை சிறிதாக திறந்து வைப்பான்.

முன் வெயில் பொழுதில் ஜன்னலின் வழியாக வரும் கதிர்களில் அவனது நிழல் எதிர்ப்புறத்தில் விழும். சிறிது நேரம் நிழலை ரசிப்பான். பின் தன் நிழலின் மீது தாயக்கட்டைகளை உருட்டத் துவங்குவான். எதிர்பார்த்த இலக்கம் ஒருபோதும் வருவதில்லை. ஆனாலும் உருட்டிக் கொண்டே இருப்பான். தரையில் இரண்டு தாயக்கட்டைகளும் உருவாக்கும் சப்தங்களே அவனுக்கான பொழுதென மாறியிருந்தது. தன் நிழல் மற்றும் இரண்டு இரும்பு உலோகங்களைத் தவிர்த்து சுற்றியிருந்த எதையும் கண்கள் நோட்டமிட மறுத்தன. நிழலின் இருண்மையில் இருந்த கண்கள் நிழல் கரைந்து போவதையும் அறிய மறுத்தன. பின்மதியப் பொழுதுகளில் வெளிச்சம் குறைவாகவே உள் நுழையும். கொண்டியிடாத ஜன்னல் ஆதலால் காற்றில் சில நேரம் மூடிக் கொள்ளவும் செய்யும். நிழலைப் பார்த்து தாயக்கட்டைகளை உருட்டிக் கொண்டிருக்கும் அவனுக்கு சில நேரங்களில் குரல்களும் கேட்கத் துவங்கும். புலன்கள் அதனதன் வேலையைப் பார்த்துக் கொண்டாலும் கைகள் தாயக்கட்டைகளை உருட்டுவதையே சித்தமாகக் கொண்டிருந்தன.

வெறுமென தாயக்கட்டைகளை உருட்டி என்ன பயன்? உருட்டுவதில் ஓர் அர்த்தம் வேண்டாமா?

நிர்ணயத்திற்கு அப்பால் தான் இந்த உருட்டல் இருக்கிறது. எல்லோரும் எதிர்பார்ப்பது தாயம். ஆனால் அதைத் தவிர்த்து எல்லாமும் கிடைக்கிறது. எண்கள் சுழன்று கொண்டே இருக்கின்றன. தாயத்தை என் வயப்படுத்துவது அல்ல என் நோக்கம். எண்களை நிர்ணயித்து உருட்டுவதற்கே இந்தப் பயிற்சி.

அப்படியானாலும் என் கேள்வி சரிதானே? எண்களைப் பயிற்சி செய்தாலும் அதை வைத்து எதை அறுவடைச் செய்யப்போகிறாய்?

நீ என்னை சூதாடச் சொல்கிறாய். தாயம் சூதைக் கற்றுக்கொடுப்பதில்லை. உலகின் விசித்திரங்களைக் கற்றுக் கொடுக்கிறது. நினைத்துப்பார். எண்களின் அளவில் தாயக்கட்டைகளில் இருக்கும் அதிகபட்ச எண் வந்தால் கூட ஆடுபவன் தாயத்தையே எதிர்பார்க்கிறான். ஒன்றில் பூஜ்ஜியம். மற்றொன்றில் ஒன்று.

தேவையான நேரத்தில் அந்த ஒன்று கிடைத்தால் இழந்தவை மீட்கப்படும் என்பது அவன் நம்பிக்கை. எனக்கோ அதன் மீது நம்பிக்கையே இல்லை. இவற்றின் ஓசையும் எண்களுமே என் போதம். இதோ பார் இப்போது ஒன்பது. இப்போது இரண்டு இப்போது ஐந்து. மீண்டும் ஐந்து. இப்போது நான்கு. இப்போது ஏழு. கண்கள் சுயபிரமிப்பில் விரிந்தன. செவிகள் தாயக்கட்டைகளின் ஓசைகளை அளவிடத் துவங்கின. வாய்விட்டு கூறிய எண்களின்

சொற்களை விரைவில் முடித்துக் கொண்டு அதன் அசைவுகளை மௌனமாக வேடிக்கைப் பார்க்கத் துவங்கினான். தரையோடு உரசிக் கொடுக்கும் சப்தமே அறையை ஒலியளவில் நிரப்பி இருந்தது.

அறையின் இருண்மையை வைத்து வெளியேறும் நேரத்தை மனதளவில் கணக்கிடுவான். அவள் வந்துவிட்டால் விபரீதமாகக்கூடும் என வருவதற்கு முன்னமே அறையினை விட்டு வெளியேறிவிடுவான். மீண்டும் தாயக்கட்டைகளை புதைத்துவிட்டு வீட்டிற்குள் புகுந்து கொள்வான். என்றைக்கும் போலவே அன்றும் அக்கேள்வி அவனுடைய உருட்டலை நிறுத்தியது. என்றும் அக்கேள்விக்கு பயந்து எழுந்து செல்பவன் அன்று தாயக்கட்டைகளின் மீதான பிடியை இறுக்கிக் கொண்டான்.

அனைத்து எண்களையும் உன் வயப்படுத்திய உன்னால் ஒரு தாயத்தை இட முடியாதா என்ன?

கேள்விக்குப் பின்னால் இருக்கும் சூட்சுமத்தை உணர்ந்தானே அன்றி வார்த்தைப்படுத்திக் கொள்ள முடியவில்லை. கேள்வி பயத்தை கொடுத்தது. கேள்வி மட்டுமே அவன் மீது ஊரும் வியர்வைத் துளிகளை உணர்த்தச் செய்வது. அன்று அக்கேள்வி கேட்கப்பட்டவுடன் உள்ளங்கைகளுக்குள் உருண்ட தாயக்கட்டைகளின் ஓசை பதிலானது. மீண்டும் அக்குரல் கெக்கலியிட்டது.

அவசரப்பட்டு உருட்டிவிடாதே. தாயம் விலைமதிப்பற்றது. அதை நீ உணரவில்லை. ஆகையால், உன் தாயம் விலையுடனேயே இருக்க வேண்டும். உன் விலையை நீயே கூறு?

கைகளுக்குள்ளேயே உருட்டினான். கண்களில் பயம் மெதுவாக மேலேறத் துவங்கியது.

இதுகாறும் நீ தாயம் இட்டதில்லை. தாயத்தை உன்வழி அறியாததனாலேயே அதன் மதிப்பை அறியாமல் இருக்கிறாய். நீ சொல்லி உருட்டும் எண்களின் நிகழ்தகவுகள் அதிகம். ஆனால் தாயத்திற்கோ சொற்பம். விழாது என்று உனக்குள்ளிருக்கும் நம்பிக்கையே உள்ளங்கைக்குள் உருளும் தாயக்கட்டைகளின் சப்தம்.

கண்களில் கோபமும் கனன்றது. இரையைப் பார்க்கும் மிருகத்தின் கண்கள்.

தாயம் விலைமதிப்பற்றதெனில் என் உயிரும் விலைமதிப்பற்றது. நீ விரும்பும் தாயத்திற்கு என் உயிரையே விலையென வைக்கிறேன்.

தாயக்கட்டைகள் தரையில் உருண்டன. செவிகளுக்கு அதன் சப்தம் கூர்மையாகக் கேட்டது. வீட்டைச் சுற்றிலும் அடித்த இதமான

காற்றில் மெதுவாக அசைந்து ஜன்னல் கதவுகள் மூடிக் கொண்டன. இருளில் தாயக்கட்டைகள் தங்களது கடைசி அசைவினை நிகழ்த்தி முடிந்து தரையில் அமர்ந்தன.

3

அவளுடைய அம்மாவும் அப்பாவும் வந்து சென்றதிலிருந்து அமைதியாகக் காணப்பட்டாள். அவளுடைய மௌனம் அவனிடம் பெரும் மன உளைச்சலை ஏற்படுத்தியது. அவர்கள் சென்று ஒரு பொழுது விடிந்த பின்னும் படுக்கையிலேயே புரண்டு கொண்டிருந்தாள். காலை நேரத்திற்கான சமையல் வேலைகளில் சோம்பேறித்தனமும், தாமதமும் தெரிந்தது. எட்டு மணிக்கு கல்லூரி கிளம்புபவள் அன்று கிளம்பும் போது மணி ஒன்பதை தீண்டக் காத்திருந்தது. அவள் சென்றபின்னும் அவனிடம் கற்பனைகளில் காரணங்கள் முளைக்கத் துவங்கின. வந்தவர்கள் அவளிடம் எதைப் பற்றி பேசியிருக்கக்கூடும் எனும் சங்கடத்தில் பொழுதை நகர்த்தத் துவங்கியிருந்தான்.

மாலை துவங்கும் நேரத்தில் வீட்டின் வாசலில் கேட்டைத் திறக்கும் சப்தம் கேட்டது. யாராக இருக்கக்கூடும் எனும் சந்தேகத்தில் ஜன்னல் திரைகளை விலக்கிப் பார்த்தான். முகத்தில் அப்பியிருந்த சோகம் காலையிலிருந்து சிறிதும் களையாமல் வீட்டிற்குள் நுழைந்து கொண்டிருந்தாள். அவளுடைய வருகைக்குபின் வீட்டில் இருந்த மௌனம் அதிகரிக்கத் துவங்கியது. வீட்டினுள் இருக்கும் ஒவ்வொரு அறைக்கும் சென்று தண்ணீர் பருகுதல், முகம் கழுவுதல் என்று இயல்பில் இருந்த அவள் சட்டென நாற்காலியில் குத்துகாலிட்டு அமர்ந்து அழத் துவங்கினாள். கால் முட்டிகளின் மேல் கைகளை சேர்த்து கட்டிப்பிடித்துக் கொண்டு முகத்தை கவிழ்த்துக் கொண்டாள். நேரெதிராக அமர்ந்திருந்த அவன் தயக்கத்துடன் அருகில் வந்தான். அவனுடைய அருகாமையை உணர்ந்தவள் போல அருகில் நெருங்கியவுடன் தலையைத் திருப்பிப் பார்த்தாள். என்ன எனும் கேள்விக்கு அழுகையில் சிவந்திருந்த பார்வை கோபம் என்பதை உணர்த்திற்று.

ஏன் என்ன ஆச்சு மா?

பற்களைக் கடித்துக் கொண்டிருக்கிறாள் என்பதை கன்னச் சதைகளின் இறுக்கத்தில் கண்டுணர்ந்தான். கைகள் இறுக்கமாக ஒன்றை மற்றொன்று பிடித்துக் கொண்டிருந்தன. சில நொடி மௌனத்திற்கு பிறகு எச்சிலை விழுங்கிக் கொண்டாள்.

இன்னமும் என்ன ஆகணும். கேட்கக் கூடாததெல்லாம் கேட்க வேண்டிதா இருக்கு. அம்மாவும் அப்பாவும் கேட்ட கேள்வி எல்லாம்

உங்கிட்ட கேட்டிருந்தா அப்ப என்ன பதில் சொல்லியிருப்பன்னு தெரியல.

அவளின் கேள்வியை புரிந்துகொள்ளமுடியாமல் விழித்தான். அவனுடைய முகப்பாவனைகளில் அதை உணர்ந்தவள் எழுந்து படுக்கையறை நோக்கி நடந்தாள். அந்த நடை தன்னை பின்தொடருமாறு அவனுக்கு கட்டளையிட்டது. பின் தொடர்ந்தான். படுக்கையறையில் அவளுக்கான முக அலங்காரச் சாமான்கள் வைக்கப்பட்டிருந்த திண்டை அடைந்தாள். அதன் கதவைத் திறந்து அவனுடைய கண்களை எதிர்நோக்கினாள்.

என்னன்னு இப்பவாவது புரியுதா? காலைலருந்து ஒரு வேல செய்ய முடியல. உன்னால மட்டும் எப்படி இயல்பா இருக்க முடியுது. இல்ல இயல்பா இருக்குற மாதிரி நடிக்கிறியா?

அவன் முகம் உண்மை வெளிப்பட்டதால் கூனிக் குறுகியது. இருந்தும் மௌனம் காத்தான்.

இன்னமும் புரியலை தானே? இங்க பார்....

கதவிற்கு பின் பொருட்கள் இரண்டு வகையாக பிரித்து அடுக்கப்பட்டிருந்தன. அவளுக்கான சாமான்களும் அவனுக்கான பொருட்களும் தனித்தனியான இடங்களில் இருந்தன. மாட்டப்பட்டிருந்த சாமிப் புகைப்படங்களுக்கு கீழ் இரண்டு டப்பாக்களில் விபூதி நிறைந்திருந்தது. அதைத் திறந்தவுடன் பன்னீரின் வாசம் இருவரின் மூக்கையும் வந்தடைந்தது. அவன் பதற்றமடைந்தான். சிறிதும் யோசிக்காமல் இரண்டு டப்பாக்களையும் ஒருசேர கவிழ்த்தினாள். ஒன்றிலிருந்து விபூதி நொடிப்பொழுதில் காற்றில் அலைய ஆரம்பித்தது. அருகிலிருந்த படுக்கையிலும் அதன் துகள்கள் படரத் துவங்கின. மற்றொரு டப்பாவிலும் இதே நிகழும்போது அதிலிருந்து விபூதியுடன் சேர்த்தியாய் இரண்டு உலோகத் துண்டுகள் தரையில் சிந்தப்பட்டிருந்த விபூதியின் மேல் விழுந்தன. அதைப் பார்த்தவாறு தலைகுனிந்து நின்று கொண்டிருந்தான்.

தலையில் கைவத்தவாறு அருகிலிருந்த மெத்தையின் மேல் அமர்ந்தாள். அவனுடைய தலைகுனிவைக் கண்டு கோபம் குமுறலாக மாறியது. கல்யாணம் ஆகி ரெண்டு வருஷம் ஆகுது. இன்னமும் ஏன் கொழந்தை இல்லைனு கேக்குறாங்க. என்ன பதில் சொல்றது? உங்கிட்டதான் பதில் இருக்கா? இல்லை நீ பெருசா நம்பறியே அந்த தாயக்கட்டைல தான் பதில் இருக்கா?

அவனுடைய கண்கள் லேசாக மேலெழுந்து அவளைக் காணமுயற்சித்தன. இதற்கும் விபூதி டப்பாவைக் கொட்டியதற்கும்

காரணம் என்ன என்பதை அப் பார்வையில் திணிக்க முயன்றான்.

அப்பா விபூதி எடுக்க வந்தப்ப இதையும் பாத்திருக்காரு? மாப்பிள்ள சூதாடுவாரானு கேக்குறாரு. அவருக்கு அவ்ளோ பயம். இல்லைனு நானும் சமாளிச்சு பாத்தேன். தாயக்கட்டைனா பிடிக்கும். அப்பப்ப நாங்க பரமபதம் இல்லைனா லூடோ ஆடுவோம்னு சொன்னேன். ஆனாலும் அதுக்கப்பறம் அவர் கேட்ட கேள்விக்கு மறுபடியும் எங்கிட்ட பதில் இல்லாம போச்சு. மீண்டும் மெல்ல கண்கள் தலைகுனிவிலிருந்து எழ முயற்சித்தன. ரெண்டு பேரும் சேந்து வெளையாடுவீங்கன்னா தாயக்கட்டைய ஏம்மா மறைச்சு வைக்கனும்னு கேட்டாரு. என்ன சொல்ல நான்? அவர் வாழ்க்கையே அத நம்பித்தான் இருக்குனு சொல்லட்டா? ஃபர்ஸ்ட் நைட்லருந்து நாம அந்நியோன்யமா இருக்குற ஒவ்வொரு நேரத்துலயும் அந்த தாயக்கட்டை நம்மளோடயே இருக்குனு தான் சொல்லட்டுமா?

அமைதியை முழுதாகக் களைத்தான். கீழ்கிடந்த தாயக்கட்டைகளிலிருந்து கண்களை விடுவித்துக்கொண்டு அவளைப் பார்த்து பேசத் துவங்கினான். உனக்கு நல்லா தெரிந்த மனநல மருத்துவர்கிட்டயாவது என்னை கூட்டிகிட்டு போ. என்னால அந்த தாயக்கட்டைய விட முடியல. இதத் தாண்டி என் பிரச்சினைய எனக்கு சொல்லவும் தெரியல. கண்களிலிருந்து கண்ணீர் வரத் துவங்கின. அவனுக்கு ஆறுதல் சொல்ல மனம் நினைத்தாலும் கோபத்தில் அறையை விட்டு வெளியேறினாள். கீழிருந்த தாயக்கட்டையை கைகளில் எடுத்துக்கொண்டிருப்பதை வெளி செல்லும் முன் பார்த்தவுடன் மறைந்திருந்த கோபம் மேலெழ கத்த ஆரம்பித்தாள்.

இதனால் என்ன யூஸ்னு உனக்கும் தெரியல. ஆனாலும் கைலயே வச்சிகிட்டு இருக்க.. இந்தக் கருமத்துவால நெறையா விஷயத்த எழந்துட்ட. எழந்துட்டோம்னும் தெரியாம இருக்கப் பாரு அது தான் கேவலமா இருக்கு. ஒரு நாள் உன்னை விட்டு எல்லாம் போயிடும். அப்படிப் போறதுக்கு இது தான் காரணமா இருக்கும். வயிறெரிஞ்சு சொல்றேன். இரண்டில் ஒன்று என்னும் நிலையை அவளுடைய சொற்களின் வழியே உணரும் போது மனதளவில் ரசிக்கவே செய்தான். கீழிருந்து எடுத்த தாயக்கட்டைகளை அவளிடம் சென்று கொடுத்தான். உன் இஷ்டம்போல் செய்துகொள் என்று புன்சிரித்தான். அவளால் நிகழும் விஷயங்கள் எதையும் நம்பமுடியவில்லை . ஆனாலும் கைகளில் அவற்றை வாங்கிக் கொண்டு தெருமுனையில் இருக்கும் குப்பைத் தொட்டியில் தூக்கியெறிந்தாள். இரும்பினாலான குப்பைத் தொட்டியில் அவை

தீண்டி ஏற்படுத்திய சப்தம் கணீரென ஒலித்தது. நல்லதே நிகழும் எனும் நம்பிக்கையில் வீடு திரும்பினாள்.

அடுத்த சில நாட்களில் வேலைத் தேடிச் செல்கிறேன் என்று அவள் சென்ற அரை மணி நேரத்தில் கிளம்பியிருந்தான். வீடு திரும்பும் போது சோகத்திலும் சீக்கிரத்தில் சந்தோஷத்திற்கும் மாறும் அவனைப் பார்க்க ஆறுதலாய் இருந்தது. திருமணம் ஆன புதிதில் இருந்ததைப் போன்று இருவரும் இயல்பாகப் பேசினர். வேலை தேடி சென்ற இடங்களில் தனக்கு ஏற்பட்ட அவமானங்களையும் புறக்கணிப்புகளையும் கூறி அவளிடம் ஆறுதல் தேடினான்.

வாரங்கள் ஓடின. வீடு இயல்பு நிலைக்கு திரும்பியது எனும் சந்தோஷத்தில் கல்லூரியிலிருந்து திரும்பிக் கொண்டிருந்தாள். நந்தம்பாக்கம் பேருந்து நிறுத்தத்தில் அவளுடன் இறங்கியவர்களில் நாற்பதை கடந்திருந்த வயதினள் அவளிடம் பேச முற்பட்டாள். முகமன் கூறி பேச்சைத் துவங்கினாள். இருவரும் பிறிதொருவரை தகவல்களின் வழி அறிந்து கொண்டனர். பக்கத்து வீட்டுக்காரரர். என்பதால் அழைப்பு எண்ணையும் பதிவு செய்துகொண்டாள். பின் முக்கியமான விஷயத்தை அவளிடம் பகிரத் துவங்கினாள்.

உங்க வீட்ல எலி அதிகமா இருக்கா?

இல்லையே ஏன் கேக்குறீங்க?

பின்பக்கம் ஒரு ரூம் இருக்குல்லியா அங்க டெய்லி சத்தம் வருது. எதாவது எலிதான் மாட்டிருக்கும்னு நெனைக்கறேன். இரும்ப போட்டு நோண்டிகிட்டே இருக்கு. ஒண்ணு எலி மாட்டிருக்கணும். இல்லைனா குட்டி போட்ருக்கணும். எடம் பத்தாம உருட்டிகிட்டு கெடக்கு.

நான் பாக்கறேங்க. டஸ்டுனாலே அலர்ஜி. அந்த ஸ்டோர் ரூம் பககமே போறதில்லை. இருந்தாலும் நான் பாக்கறேன். தேங்க்ஸ்.

பரஸ்பரம் சிரித்துக் கொண்டு பிரிந்து சென்றனர். பக்கத்து வீட்டுக்காரியின் வார்த்தைகள் அவளுள் பெரும் குழப்பத்தை விளைவித்தது. இரவு முழுக்க உறக்கமின்றி தவித்தாள். அவனுடைய கேள்விகளுக்கும் கல்லூரியில் வேலை அதிகம் என சமாளித்தாள். அடுத்த விடியலுக்காக இரவு முழுக்க காத்திருந்தாள்.

எப்போதும் போல் எட்டு மணிக்கு கிளம்பி பேருந்து நிறுத்தம் நோக்கி நடக்கத் துவங்கினாள். சுங்குவார்சத்திரம், ஸ்ரீபெரும்புதூர் பேருந்துகளுக்காக பலரையும் போல் அவளும் காத்திருந்தாள். ஆனாலும் மீண்டும் வீடு செல்ல வேண்டும் என்பது போல் மனதும் ஏங்கியது. பக்கத்து வீட்டுக்காரியின் வார்த்தைகள் உருவாக்கிய

கற்பனைகள் மீண்டெழுந்தன. பேருந்து வந்தும் சாலையைக் குறுக்காகக் கடந்து வீடு நோக்கி நடந்தாள். தெருவில் கல்லூரிக்கு செல்பவர்களும் அலுவலகங்களுக்கு கிளம்புபவர்களும் மும்முரமாக சென்று கொண்டிருந்தனர். வீட்டின் முன்பக்கத்தைக் கடந்து இடதுபுறத்தை சாலையிலிருந்து பார்த்தாள். தங்கரளிச் செடியும் துணி உலர்த்தும் கொடிகளும் தெரிந்தன. அத்துடன் தங்கரளியின் கீழ் குழி நோண்டிக் கொண்டிருந்த அவனுடைய பக்கவாட்டு முகமும் தெரிந்தது. சிறிது நேரத்திலேயே அதிலிருந்து தாயக்கட்டைகளை எடுத்துக்கொண்டு ஸ்டோர் ரூமிற்குள் நுழைவதையும் கண்டாள். கோபத்தில் வந்த கண்ணீருடன் மீண்டும் பேருந்து நிறுத்தத்தை நோக்கி நடக்கத் துவங்கினாள்.

அன்று மாலையிலிருந்து அவள் காத்த மௌனத்திற்கான காரணத்தைக் குறித்து அவன் கேள்வி எழுப்பவேயில்லை.

மதிய இடைவேளைக்கான மணி ஒலித்தது. ஒவ்வொரு துறையில் இருக்கும் மாணவர்களும் மதிய உணவிற்காக விடுதிக்கும் கல்லூரியின் பின்னிருக்கும் உணவகத்திற்கும் செல்லத் துவங்கினர். அவர்களுடன் பேசிக்கொண்டு சில ஆசிரியர்களும் உணவகத்திற்கு செல்ல ஆரம்பித்தனர். மெக்கானிக்கல் துறையின் ஆசிரியர்களுக்கான அறையில் இருப்பவர்கள் மட்டும் அவர்களுக்குள்ளேயே குழும ஆரம்பித்தனர். துறைத்தலைவருக்கென ஒதுக்கப்பட்டிருக்கும் தனியறையில் அவர்கள் கூட ஆரம்பித்தனர். ஒவ்வொருவரும் அருகிலிருப்பவர்களிடம் ரகசியம் பேசுவதைப் போன்று புகார்களை தெரிவிக்கத் துவங்கினர். மொத்தம் பதிமூன்று ஆசிரியர்கள் கூடியிருந்தனர். அதில் சிலர் மதிய நேர பசிக்கு மரியாதை கொடுத்து எப்போது மீட்டிங் முடியும் என அருகிலிருப்பவர்களிடம் கேட்டுக் கொண்டிருந்தனர். இரண்டு பேருக்கு மட்டும் ஏன் அந்த கூட்டம் என்பதே தெரியாமல் இருந்தது.

துறைத்தலைவர் வந்தவுடன் கூட்டத்தைப் பார்த்து திகைக்க ஆரம்பித்தார். காரணம் புரியாமல் அவர்களில் மூத்தவராக தென்பட்டவரிடம் கேட்கவும் செய்தார்.

எங்களுக்கு ஒருத்தர் மேல கம்ப்ளைன்ட் இருக்கு. அத சொல்லத் தான் வெயிட் பண்ணிகிட்டு இருக்கோம்.

யார் மீது என்று கேட்டவாறு குழுமியிருந்தவர்களை நோட்டம் விட்டார். யாரேனும் காணாமல் போயிருக்கிறார்களா என்பதையும் ஊடுருவிப் பார்த்தார். அவனை மட்டும் காணவில்லை. நுழைவதற்கு முன்பு இரண்டாம் ஆண்டின் ஒரு வகுப்பு மட்டும் உணவு இடைவேளைக்கு செல்லாமல் வகுப்பில் இருந்ததன் நினைவு

மேலெழுந்தது. நினைவுகளிலிருந்து வெளிவந்து தனக்கு முன்னமர்ந்து பேசிக்கொண்டிருந்தவரின் சொற்களுக்கு காது கொடுத்தார்.

யூனிவர்ஸிட்டி ரிசல்ட் வந்து ஒரு மாசம் ஆச்சு. அதுலயே நம்ம கிட்ட நெறையா அரியர் ஸ்டூடண்ட்ஸ் வந்துட்டாங்க. அத சரிகட்ட ஸ்பெஷல் க்ளாஸ் வைக்கலாம்னு கொஞ்ச நாள் முன்னாடி தான் பேசிகிட்டு இருந்தோம். இப்ப வந்திருக்குற இன்டர்னல் எக்ஸாம் ரிசல்ட் அத விட கேவலமா இருக்கு. நெறையா பேர் பாஸ் ஆகல. அதுலயும் குறிப்பா அவனோட சப்ஜெக்ட்ல.

துறைத் தலைவருக்கு விஷயம் முழுதாக உணர்ந்தாலும் முன்னிருப்பவர் கூறுவதும் அதேதானா எனும் சந்தேகத்தில் முழுதாக சொல்லி முடிப்பதற்காகக் காத்திருந்தார். அவருக்கு உறுதுணையாய் உடனிருந்த ஆசிரியர் பேசத்துவங்கினார்.

சில ஸ்டூடண்ட்ஸ்கிட்ட நாங்களும் பேசினோம். க்ளாஸ் எடுக்கறதே வாரத்துல எப்பயாவது தான். அதுலயும் கொஞ்சம் ஸ்டுடண்ட்ஸே எடுக்குற செமினாரா இருக்குனு கேள்விபட்டோம். எவ்ளோ ஈஸியான சப்ஜெக்டா இருந்தாலும் அத டீச்சர் எடுத்தே ஆகணும். செமினாருக்குனு ரொம்ப கொறஞ்ச பகுதிய குடுக்கலாம்னு பொதுவான திட்டம் இருக்கு. ஆனா முக்கால்வாசிக்கும் மேல ஸ்டுடண்ஸே எடுக்கறதா இருந்தா அப்பறம் அந்த சம்பளம் எதுக்கு சார்?

கடைசி வரியில் தெரிந்த வன்மம் அவரைத் துணுக்குற வைத்தது. புதிதாய் ஒரு குரல், வேறொரு விஷயத்தை பதிவு செய்யத் துவங்கியது. புகாருக்கு உள்ளாகும் வாத்தியாருக்கு மரியாதை கொடுக்கத் தெரிந்த குரலாக இருந்ததால் துறைத் தலைவரின் செவிகள் கூர்மையடைந்தன.

அவர இண்டர்வியூ எடுக்கும் போது டிபார்ட்மெண்ட்டுக்குள்ள விவாதமே நடந்துச்சு. பி.ஈ முடிச்சவங்க உடனே வந்து பி.ஈ க்கு க்ளாஸ் எடுக்கறது வேண்டாம்னு. இன்னம் கொஞ்ச நாள்ல யூனிவர்ஸிட்டில இத ஸ்ட்ரிக்ட் ஆக்க போறாங்க. இது உங்களுக்கே தெரிஞ்ச விஷயம். அப்படி ஆக்குனா நம்ம டிபார்ட்மெண்ட்ல இருக்குற ஒரே ஆள் அவர் மட்டும் தான். இவங்க சொன்ன காரணத்த விட அவர எதிர்த்து ஆட்டிட்யூட் சம்மந்தமா ஒரு காரணமும் இருக்கு.

துறைத் தலைவருடன் இணைந்து அனைவரும் ஒருசேர புருவத்தை உயர்த்தினர். சிலர் தான் சொன்ன காரணத்தையே திரித்துக் கூறப்போகிறான் என கர்வம் கொண்டனர். அனைவருள்ளும்

இருந்த ஆர்வம் மட்டும் குன்றாமல் இருந்தது. விவரிக்க முடியாமல் திணறிய ஆசிரியர் குறுகிய வார்த்தைகளில் சொல்லி முடித்தார்.

ஸ்டூடண்ட்ஸோட சூதாடுறார் சார். கேம்ப்ளிங்.

அனைவருக்கும் புதிய விஷயமாகிப் போனது. அனைவரின் முகபாவனைகளிலும் தெரிந்த அதிர்ச்சியைக் கண்டு அக்குறிப்பிட்ட ஆசிரியருக்கு மட்டும் எப்படித் தெரியும் என சந்தேகம் கொண்டார். தானே இதைத் தீர விசாரிக்கிறேன் என முடிவு செய்து அனைவரையும் சாப்பிடச் செல்ல அனுமதித்தார். துறைத் தலைவரின் மூளைக்குள் சிந்தனைகள் ஓடத் துவங்கின. கடைசிக் காரணத்தைக் கூறியவரை மட்டும் அழைத்துப் பேச விரும்பினார்.

உங்களுக்கு லஞ்சுக்கு அப்பறம் எப்ப க்ளாஸ் இருக்கு?

லஞ்சுக்கு அடுத்து ரெண்டாவது ஹவர் தான்.

ஓ.. அப்ப கொஞ்சம் பேசலாமா?

இந்த வார்த்தை ஆசிரியர்களுக்கான அறையிலேயே சாப்பிடவிருப்பவர்களின் செவிகளிலும் விழுந்தது. உள்ளே பேசவிருக்கும் விஷயங்களை எப்படியாவது கேட்டுவிட வேண்டும் எனும் முனைப்பில் மிக மெதுவாக ஓசை எழுப்பாமல் சாப்பிடத் துவங்கினர்.

நான் எச்.ஓ.டியா சேந்து ஆறு மாசம் தான் ஆகுது. அவரோ ஒன்றரை வருஷமா ஒர்க் பண்றாரு. ஆனா சேரும் போது விவாதம் நடந்துச்சுனு சொன்னாங்களே அது உங்களுக்கு தெரியுமா?

அவர் சேரும் போது வேலைக்கு போகாத க்ராட்சுவேட்டா தான் இருந்தாரு. ஒரு வருசம் எந்த வேலைக்கும் போகல. ஆனா பி.ஈ க்ளாஸ் எடுக்க குடுத்த எல்லா தேர்வுலையும் பாஸ் ஆனாரு. ஆனாலும் டிபார்ட்மெண்ட் அதுக்கு ஒத்துக்கல. ஒரு வாரம் க்ளாஸ் எடுத்த பெறகு தான் ஏத்துப்போம்னு முடிவு செஞ்சோம். அதுக்கும் ஒத்துகிட்டு க்ளாஸ் எடுத்தாரு. அதுக்கப்பறம்தான் ஜாயினிங் நடந்துச்சு.

இவளோ க்ளீனா ரெக்கார்ட்ஸ் இருக்கறப்ப அவர எந்தக் காரணத்துல நாம வெளிய அனுப்பனும்னு சொல்றாங்க? வெறும் ரிசல்ட்ஸ் வச்சி மட்டும் சொல்ல முடியுமா? சில பெர்சனல் ப்ராப்ளம்ஸ் கூட இருக்கலாம் இல்லையா? வெளியிலிருந்து சில குரல்களும் அவருக்கு கேட்டன. இவர்கள் இருவரும் நெருங்கிய நண்பர்கள் அதனால் அவன் வெளி செல்லாமல் காப்பாற்றிவிட முடியுமெனவும் கற்பனையில் எண்ணியிருந்தனர். அதன் முணுமுணுப்புகளும் துறைத்தலைவரின் காதுகளுக்கு எட்டவே செய்தன.

இவங்க எல்லாரும் சொன்ன ரிசல்ட் விஷயங்கள நான் பெருசா நெனைக்கல. நீங்க குறிப்பிட்ட மாதிரி பெர்சனல் ப்ராப்ளம்ஸ்னால ரிசல்ட்ஸ் குடுக்க முடியாம கூட போயிருக்கும். ஆனா நான் சொன்னது ஆட்டிட்யூட் பிரச்சினை. ஒரு லெக்சரரோட ஆட்டிட்யூட் சரியில்லைனா அது காலேஜோட பிரச்சினை சார். ஆனா ஆதாரம்? துறைத்தலைவரின் கண்கள் எதிரிலிருந்த துணைப் பேராசிரியரிடமிருந்து விலகாமல் இருந்தது. எதிரில் அமர்ந்திருந்தவர் தன்வசம் உள்ள ஒன்றை மறைக்கும் உடல்மொழியில் கைகளைப் பிசைந்து கொண்டிருந்தார். அவசரகதியில் பாக்கெட்டில் இருந்த அலைபேசியை எடுத்து விரல்கள் தொடுதிரையில் உலவ ஆரம்பித்தன. அதன் திரையை துறைத் தலைவரின் பக்கம் திருப்பினார். பேச்சின் மையப்புள்ளியான அவன் வகுப்பு முடிந்து ஆசிரியர்களுக்கான அறைக்கு திரும்பியிருந்தான் என்பதை பேச்சுக்குரலை வைத்து இருவரும் உணர்ந்தனர்.

கேமிரா பெஞ்சின் மீது நிலைகுத்தி வைக்கப்பட்டிருந்தது. அசையவில்லை. நகரவும் இல்லை. வகுப்பின் கடைசி பெஞ்சில் பரிச்சயமான முகம் கொண்ட மனிதன் அமர்ந்தான். பாக்கெட்டில் இருந்த அலைபேசியை எடுத்து மேஜையின் கீழ் வைத்தான். தோளின் மீதிருந்த கனமான துன்டை மூன்றாக மடித்து மேஜையின் மேல் விரித்துக்கொண்டான். கால்சாரயினுள் கையை நுழைத்து இரண்டு உலோகத் துண்டுகளை எடுத்து அதன் மீது உருட்டிவிடத் துவங்கினான். காணொலி முழுக்க இதே செய்கை திரும்பத் திரும்ப அரங்கேற்றப்பட்டுக் கொண்டிருந்தது.

பிரமிப்பில் வியந்தவராய் காணொலி முடிந்தவுடன் காண்பித்த ஆசிரியரைப் பார்க்க ஆரம்பித்தார்.

இத வேற யார்கிட்டயாவது காமிச்சிருக்கீங்களா?

இல்ல சார்.

ஸ்டூடண்ட்ஸ், அதாவது இத ஷேர் பண்ணவங்க வேற ஏதாவது சொன்னாங்களா?

அவங்க ஏன் உருட்டுரீங்கனு சில நேரம் கேட்ருக்காங்க. தாயக்கட்டை சம்மந்தமா எதை எதையோ சொல்ல எல்லாரும் குழம்பிப் போயிருக்காங்க. கொஞ்ச நாள்ல கேக்கறதயே விட்டுட்டாங்க.

எதை எதையோனா?

அவனுக்கு அதுல வர்ற நம்பர்ஸ் மேல ஒரு பித்து. தான் நெனச்ச நம்பர அதுல வரவைக்கணும்னு ஆசபட்டான். அவனுக்கு இட்ஸ்

எ கைண்ட் ஆஃப் மேஜிக். துணைப்பேராசிரியருக்கும் அவனிடம் அது சார்ந்த சூட்சுமத்தை அறிய வேண்டும் எனும் ஆசை பிறந்தது. சிந்தனையிலிருந்து வெளிவந்து சுமூகமாக அவனுடைய தனிப்பட்ட வாழ்க்கையைப் பற்றி விசாரித்தார். இந்த காலத்துப்படி சின்ன வயசிலயே கல்யாணம். அதாவது இங்க சேந்து ஆறு மாசத்துலயே. அப்பா இல்லை. அம்மாவும் கல்யாணம் ஆன கொஞ்ச மாசத்துல எறந்துட்டாங்க. அவங்களுக்கு ஆஸ்துமா இருந்திருக்கு. அம்மாவோட அவசரத்துல தான் அவனுக்கு மேரேஜ் நடந்துச்சு.

மதிய இடைவேளை முடிவதற்கான அறிகுறியாக மணி ஒலித்தது. இருவரும் பரஸ்பர புன்னகையுடன் விடைபெற்றுக்கொண்டனர். துறைத்தலைவருக்கான அறைக்கதவை திறந்துகொண்டு துணைப் பேராசிரியர் வெளியில் சென்றார். துறைத்தலைவர் தன் முன்னிருந்த கோப்புகளை ஆர்வமின்றி நோட்டம் விட்டுக்கொண்டிருந்தார். மாலை வரை இதர ஆசிரியர்களிடமும் அவனைப் பற்றிய அத்தனை அபிப்பிராயங்களையும் கேட்டறியத் துவங்கினார். ஆசிரியர்களிடமிருந்து கிடைத்ததைக் காட்டிலும் மாணவர்களிடமிருந்து கிடைத்தவை துணைப்பேராசிரியர் கூறியதை ஊர்ஜிதப்படுத்தின. வகுப்பிலிருந்து குறிப்பிட்ட மாணவர்களை அழைத்து வந்து தனியாக நேர்காணல் நிகழ்த்தி அதன் வழி குறிப்புகளை எடுக்கத் துவங்கினார். எடுத்தவற்றிலிருந்து முடிவுகளை எழுதவும் செய்தார். குறிப்பில்

பணம் வைத்து சூதாடியதற்கான சாட்சியங்கள் இல்லையெனினும் அதற்கான எதிர்கால சாத்தியங்கள் தென்படுகின்றன என முடித்திருந்தார்.

கல்லூரி முடியும் நேரத்தில் இவ்விஷயத்தில் சார்பில்லாத ஒன்றிரண்டு ஆசிரியர்கள் ஊதிய உயர்வு அதிகம் பெற ஆளினை வெளியேற்ற கூட்டு சேர்ந்து செய்யும் சதி. இன்று அவன் நாளை எவனோ என்று தங்களுக்குள்ளாக அங்கலாய்த்துக்கொண்டு உணவகத்திற்கு நடந்து சென்றனர். கடைசி வகுப்பை முடித்துக்கொண்டு மாணவர்கள் விடுதிக்கும், வீடுகளுக்கும் செல்லத் துவங்கினர். ஆசிரியர்களும் அவரவர்களது இல்லங்களுக்கு செல்ல கொண்டு வந்திருந்த பைகளை எடுத்து வைக்க ஆரம்பித்தனர். அவனும் தன் சாப்பாட்டுப் பையை எடுத்துக்கொண்டு துறைத்தலைவரிடம் சமர்ப்பிக்க வேண்டிய வகுப்பு சார்ந்த கோப்புகளுடன் அறைக்குள் நுழைந்தான். கோப்புகளை எப்போதும் வைக்கும் இடத்தில் வைத்துவிட்டுசென்று வருகிறேன் என்று சொல்லி துறைத்தலைவரிடமிருந்து விடைபெற்றான். நிலையைக் கடக்கும் போது துறைத் தலைவரின் குரல் எழும்பியது.

உங்ககிட்ட கொஞ்ச பேசணும். இஸ் இட் பாஸிபிள் நவ்?

5

வீடு சிறியதாக இருந்தது. உள்ளறையின் பரண்கள் முழுக்கப் பிதுங்கி வெளித் தெரியும் அளவு பொருட்கள் சேகரமாகி இருந்தன. அம்மா மற்றும் தம்பியுடன் அவனும் அமர்ந்திருந்தான். கண்கள் அமர்ந்திருந்த ஹாலைச் சுற்றி துழாவிக் கொண்டே இருந்தது. எதை இந்தக் கண்கள் தேடுகின்றன என்பதை அறியாமல் அமர்ந்திருந்தான். தரகர் அம்மாவின் வழி காண்பித்திருந்த தகவல்களின் மூலமாக அவளைப் பார்த்திருந்தான். பெண் பார்க்கும் படலத்தில் இருவருக்கும் அதுவே முதல்முறையாக இருந்தது. சம்பிரதாயமான உணவுப் பொருட்களும் அம்மாக்களின் பேச்சுகளும் அரங்கேறிக் கொண்டிருந்தன. அவனும் அவளும் சற்று நேரம் தனியாக பேசட்டும் என்பதை அவர்களே துவக்கி வைத்தனர்.

பேச்சை எப்படித் துவங்க எனத் தெரியாமல் இருவரும் தனியறையில் விழித்தனர். பெரியவர்களின் பேச்சிடையில் அவ்வப்போது அந்த அறையை பார்த்தவண்ணம் இருந்தனர். பணிக்கான நேர்காணலைப் போன்று அவன் தன்னைப் பற்றிய அறிமுகத்தை வேகமாகக் கூற ஆரம்பித்தான். அவனிடம் தென்பட்ட படபடப்பை ரசித்தவளாய் அவனைப் பற்றிய அறிமுகத்தை தன்னுள் பதிய வைத்துக் கொண்டாள். அவளுடைய பகுதியைப் பேச ஆரம்பிக்கும் போது குறுகிய கால அளவில் தன்னைப் பற்றிய அனைத்தையும் சொல்லி முடித்தாள். இருவரின் அறிமுகமும் முடியும் போது அவள் மனதிற்குள் திருப்தி உண்டானது.

அவனுக்கும் அவளுக்குமான வயது வித்தியாசம் நான்கு மாதங்களாக மட்டுமே இருந்தது. மேலும் இருவரும் கல்லூரியில் விரிவுரையாளர்களாக இருப்பதிலும் ஆச்சர்யம் கொண்டாள். சிறிது நேர உரையாடலிலேயே தனக்கு அவனைப் பிடித்திருக்கிறது என்பதை தெரிவித்தாள். அன்றிலிருந்து ஒரு மாதத்திற்கு பிறகு திருமணம் நிகழ முடிவு செய்யப்பட்டது. அந்த ஒரு மாதத்திற்குள் அலைபேசியின் வழியேவும் அவ்வப்போது உணவகங்களின் வழியேவும் இருவரும் சந்திக்கத் துவங்கினர். திருமணத்திற்கு ஒருவார காலம் இடைவெளி இருக்கும் போது அவளைப் பற்றியதொரு விஷயம் அவனுக்குத் தெரிய வந்தது. பள்ளிக்காலத்திலிருந்து அவள் சதுரங்க விளையாட்டில் தேர்ச்சி பெற்றவளாய் இருந்திருக்கிறாள். பள்ளிகளுக்குள் நடக்கும் போட்டிகளைத் தொடர்ந்து மாவட்ட வாரியான போட்டி வரை சென்றிருக்கிறாள். கல்லூரிகளிலும் இந்தப் பழக்கத்தை விடாமல் தொடர்ந்து அடுத்தடுத்த சுற்றுகளில் வெற்றிபெற்று கல்லூரிகளுக்கு இடையில் நிகழும் போட்டிகளில்

கலந்து பரிசினை வென்றிருக்கிறாள். இதைச் சொல்லும் தருணத்தில் அவனுக்குப் பிடித்தமான விளையாட்டுகளையும் கேட்டிருக்கிறாள். அவனும் விளையாட்டாய் தனக்குப் பிடித்தது பரமபதம் மட்டும் தான். அதை யாரும் பள்ளிக் கல்லூரி போட்டிகளில் வைப்பதில்லை என்று சொல்லியிருக்கிறான். அன்று முழுக்க அவளுடைய பேச்சுகள் சதுரங்கத்தைப் பற்றியதாகவே இருந்தது.

எனக்கு மேக்ஸ் நல்லா வரும். அப்பாவும் அம்மாவும் ஆச்சர்யப்படுவாங்க. அதுக்கு காரணம் எதுன்னு கேக்கும் போதெல்லாம் செஸ்ஸத் தான் சொல்லுவேன். 64 கட்டத்துல ஒரு போர். போர நிர்வாகம் பண்றோம். அதுல ஒவ்வொருத்தருக்கு ஒவ்வொரு தெறமை. ஒருத்தரோட தெறமைய ஒரு கேமோட மறந்துட்டா அப்பறம் அடுத்த கேம்ல ஜெயிக்க முடியாது, அத நியாபகம் வச்சிக்க நெறையா வெளையாடனும். பெர்முட்டேஷன் காம்பினேஷன்ல நியாபகம் வச்சிக்க வேண்டியது அவசியம். பெருசாயிட்டே போகும். தொடர்ந்து வெளையாடனும். நான் பெட்டெல்லாம் வச்சி ஜெயிச்சிருக்கேன் தெரியுமா?

அவளுடைய குழந்தைத் தனத்தை ரசிக்கும் அதே நேரம் அவள் பிரயோகித்த வார்த்தைகளின் கூர்மை மனதில் பதியத் துவங்கியது.

அவள் தன்னைப் பற்றித் தான் பேசுகிறாள் எனும் பயமும் இடையில் வந்து சென்றது. சிறிய இடைவேளையில் இருவரும் அவரவர்களின் நினைவுகளில் மூழ்கி இருந்தனர்.

செஸ்ஸையே புரிஞ்சிகிட்ட எனக்கு புக்ஸ் பெரிய விஷயா தெரியலை. ஆமா நீ ஏன் எதுவும் பேசாம இருக்க?

இதுக்கு முன்னாடி செஸ் வெளையாடுன யார்கிட்டயும் நான் பேசுனது இல்லை. அதான் ஆச்சர்யமா பாத்து கிட்டும் யோசிச்சிக்கிட்டும் இருக்கேன். உனக்கு என்னிக்காவது செஸ் போரடிச்சிருக்கா? இல்லை. நான் தான் சொன்னேனே. ஒவ்வொரு மூவையும் ஞாபகத்துலயே வச்சிருக்கணும். எக்ஸாம் டைம்ல வெளையாட நேரம் கெடைக்கல. ஆனாலும் மூளைல அந்த மூவ்ஸ் உயிரோடயே இருந்திருக்கு. நான் அத மறக்க நெனச்சாலும் என் பயிற்சி அத என்னை விட்டு போகாம பாத்துகிட்டு இருக்கு. ஒரு நாள் உங்கூடயும் பெட் வச்சி வெளையாடணும். பயப்படாம வெளையாடுவீங்களா?

பதிலைக் கூறாமல் அமைதியாக கழிந்தது பொழுது. இருவரும் கிளம்புவதற்கு தயாராயினர். முன்கூறிய கூற்றின் நினைவில் தொடர்ந்து முடியாத ஆட்டம் ஆடணும். நாம ரெண்டு பேரும் ஆடணும். நீயும் ஜெயிக்கக்கூடாது நானும் ஜெயிக்கக்கூடாது. ரெண்டு

பேருக்கும் தோல்வினு பயமும் இருக்கக்கூடாது. வெளையாடறதுல கெடைக்குற சந்தோஷம் தான் முக்கியம். அதுல இருக்குற தேடல் தான் வேணும். உனக்கு நான் செஸ் கத்துத் தர்றேன்.

திருமணத்திற்கு இரண்டு நாட்கள் முன்பு அலைபேசியில் அவளுக்காக பரிசொன்றை வாங்கி வைத்திருப்பதாகக் கூறினான். வீட்டருகில் இருக்கும் உணவகத்திற்கு அழைத்து சென்றான். உள்ளங்கை அளவிலான பெட்டியை அவளிடம் அன்பளிப்பாக, புன்சிரிப்புடன் அளித்தான். பிரிக்கும் போது அவளது முகத்தில் மகிழ்ச்சியின் கிரணங்கள் பரவத் தொடங்கின. மெதுவாக கையிலெடுத்தாள். வெள்ளியில் செய்யப்பட்ட சதுரங்கத்தின் ராணிக்காய் உதட்டை குவித்து மென்மையாக ராணியை முத்தமிட்டாள்.

திருமணத்தன்று கிடைத்த அனைத்து பரிசுகளைக் காட்டிலும் அந்த ராணி பிடித்து போயிருந்தது. முதலிரவன்று அந்தப் பரிசை இருவருக்கிடையிலும் வைத்துக்கொண்டு இருவரும் எதிரெதிரே அமர்ந்திருந்தனர். அவளுடைய பார்வையில் இருந்த அறிந்துகொள்ள முடியாத மகிழ்ச்சியை அளக்க முயற்சி செய்தான். எதிர்பாராத தருணத்தில் கட்டிலடியில் இருந்து வளையல் வைக்ககூடிய அளவிலான சின்னப் பெட்டியை எடுத்தாள். இது யார் கொடுத்ததாக இருக்கக்கூடும் எனும் சவாலை முன் வைத்தாள். அவனும் யோசிக்கலானான். திருமண தினத்தன்று வந்திருந்தவர்களின் முகங்கள் நினைவில் வந்து சென்றன. அவனது யூகங்களை முழுதாக கேட்ட பின் பதிலளித்தாள்.

இத பிரிச்சவுடன உனக்கே தெரியும் யாராக இருக்கும்னு..

ஆர்வத்தில் பிரித்து உள்ளிருந்த வெல்வட் துணியால் சுற்றப்பட்டிருந்த டப்பாவைத் திறக்க ஆரம்பித்தான். உள்ளே இரண்டு உலோகங்கள் இருந்தன. ஒன்று எந்தவித அலங்காரம் இன்றியும், மற்றொன்றில் ஒரு புள்ளி மைய இடத்திலும் இடம்பெற்று இருந்தது.

அதைப் பார்க்கும் போது அவனிடம் ஏற்பட்ட முக மலர்ச்சி அவள் வசம் பயத்தை கொடுக்கத் துவங்கியது.

6

தவழும் வயதில் தம்பியும், அவனை விடச் சற்று பெரிதாக அவனும் இருக்கும் போது அப்பா இறந்திருந்தார். அப்பாவைப் பற்றிய வாழ்க்கை முழுதும் அம்மாவின் வாய்மொழிக் கதைகளின் வழி மட்டும் அறியப்பட்டதாய் இருந்தது. அவர்களின் சிறுவயதிலேயே அப்பா இறந்தது அம்மாவிற்கு மெலிதான சந்தோஷத்தையும் கொடுத்தது.

அப்பா பெரும் சீட்டாட்டக்காரர். சொந்தமாக இருந்த நிலத்தையும் அடமானம் வைத்து ஆடியிருக்கிறார். அம்மா வழி அப்பாவிற்கும் இந்தப் பழக்கம் இருந்தது. சீட்டாட்டக் கூடத்திலேயே அம்மா வழி தாத்தா அப்பாவை சந்திருத்திருக்கிறார். மகளை சீட்டடாட்டக்காரனுக்கு திருமணம் செய்து வைக்கக்கூடாது என்பதில் கண்டிப்பாய் இருத்தார். அப்பா ஆரம்பத்தில் வேடிக்கை பார்க்க மட்டுமே வருவாராம். முதல்முறை தாத்தாவை சந்திக்கும் போது அவர் அப்பாவிடம் அனைவருமே வேடிக்கைப் பார்க்கத்தான் வருகிறார்கள் என்றாராம். அது அப்பாவிற்கு புரியவில்லை. வேடிக்கைப் படலத்திலேயே அப்பாவைப் பற்றிய நல்ல அபிப்பிராயம் ஏற்பட்டதால் அம்மாவுடனான திருமண ஏற்பாடு செய்யப்பட்டது.

திருமணத்திற்கு பிறகு சீட்டாட்டம் ஆடுவதற்கான ஆசை மீண்டும் அவருள் முளைத்தது. அம்மாவிற்கும் சீட்டு விளையாடத் தெரியும். சீட்டாட்டத்தில் எப்படியேனும் வெற்றி பெற வேண்டும் எனும் முனைப்பில் அம்மாவிற்கும் அவளுடைய அப்பா சீட்டாட்டத்தை கற்றுக் கொடுத்திருக்கிறார். வீட்டில் மகளுடன் பயிற்சியாட்டங்களை ஆடி அதன் நம்பிக்கையில் பொதுவெளியில் சீட்டாட்டங்களை ஆடத் துவங்கினார். அப்பாவிற்கு சீட்டுகளின் மேல் இருந்த தேவையற்ற ஆசைகளை முழுதாக வெறுத்தாள். திருமணமான பிறகு அவளால் தன் அப்பாவுடன் சீட்டாட முடியாமல் போனது. அதனாலேயே அவரும் வீட்டை விட்டு வெளியெங்கும் செல்லாமல் சீட்டாடாமலும் இருந்தார்.

திருமணமான நான்கைந்து மாதங்கள் கழித்து கணவரும் சீட்டாடக் கூடியவர் என்பதை அறித்து கொண்டாள். வெற்றியின் ருசி ஏற ஏற மென்மேலும் பொருளீட்ட முனைவதும், தோற்க தோற்க இழந்ததை மீட்டெடுத்துவிடலாம் எனும் வேட்கையும் கணவரிடம் பெருகுவதை உணர்ந்தாள். தோற்ற ஆட்டங்களின் கசப்புகளையும், வெற்றி கொண்ட போட்டிகளின் களிப்புகளையும் உறக்கத்திலும் உளற ஆரம்பித்தார். சில சம்பள நாட்களில் வீட்டின் நிலைமையைக் கூறி சீட்டாட செல்ல வேண்டாம் எனும் அறிவுரையை மௌனமாகக் கூறிப்பார்த்தாள். வெற்றி பெற்றால் கிடைக்கக்கூடிய பொருட்களும் அதன் வழி வீட்டில் பெருகப் போகும் செல்வம் சார்ந்த கற்பனைகளும் அவன் பக்க சார்பாக அவளை மாற்றியிருந்தது. சில தருணங்களில் கோபமாகவும் சொல்லிப் பார்த்தாள். தோல்வி கொடுத்த வேட்கையில் பொருட்கள் அனைத்தையும் இழந்திருந்தார். உணவு சரியாக உட்கொள்ளாமல் குடற்புண் வந்து படுத்த படுக்கையானார். எதிர்பார்த்திராத நாளொன்றில் மரணமும் அடைந்தார்.

அம்மாவின் ஆதரவற்ற நிலையிலேயே மாமனாரின் உதவியில் சிறியதான கடையொன்றை எடுத்து நடத்த துவங்கினாள். அருகிலேயே வாடகை வீடொன்றையும் பார்த்துக் குடிபுகுந்தான். கிடைத்த வருமானத்தில் அனைத்து செலவுகளையும் சமாளிக்க முயன்றாள். இரண்டு மகன்களும் அவளுக்கு பெரும் பாராமாய் இருந்தனர். சில மாதங்களிலேயே அவ்விருவர்களின் வளர்ச்சி சார்ந்த பொறுப்பை உணர்ந்தவளாய் வளர்க்கத் துவங்கினான். கணவனுக்கு இருந்த நண்பர்கள் எப்போதேனும் கடைவழி செல்ல நேர்ந்தால் மூத்த மகனிடம் அப்பா சார்ந்த கதையை கூறத் தொடங்குவர். சிறிதும் யோசிக்காமல் அம்மா அதட்டி மகன்களை கூட்டிச் செல்ல ஆரம்பித்தாள்.

ஊரார் கூறும் கட்டுக் கதைகளை நம்பும் முன் அப்பாவின் முழுக்கதையை தானே சொல்லிவிடலாம் எனப் பல நாட்கள் எண்ணியிருந்தாள். மூத்த மகன் ஒரு நாள் சீட்டாடும் இடத்தருகில் இருப்பதை பார்த்துவிட்டாள். பள்ளியிலிருந்து அவ்வப்போது வெளியேறி அங்கு வந்துவிடுவதாக அங்கிருந்த சில சிறு வணிக வியாபாரிகள் கூறினர். கோபம் வந்தவளாய் வீட்டுக்கு வந்தவனை அடிக்க ஆரம்பித்தாள். வாங்கிய அடியில் காய்ச்சல் கண்டு இரண்டு வாரங்களுக்கு படுத்தே கிடந்தான். அவனை கவனிக்கும் வகையில் அப்பாவின் கதையை முழுக்க சொல்லி முடித்தாள். கணவனின் பாதி அவனுள்ளும் ஓடுவதால் என்றேனும் சூதின் சாயல்பட்டு ஒருநாள் பிரிந்து சென்றுவிடுவானோ எனும் பயம் அவளுள் உயிர்ப்பாக இருந்தது. காய்ச்சல் கண்டு படுத்திருக்கும் போது அவனின் பொழுதுகளை ஓட்ட அவளுக்கு தெரிந்த விளையாட்டுகளையெல்லாம் அவனுடன் விளையாடினாள். அனைத்து விளையாட்டுகளிலும் விரைவிலேயே சோர்வடையத் துவங்கினான். அவனுடைய தேடல் சீட்டுகளை நோக்கி செல்கிறதோ எனும் பிரமை அவளை மேலும் பயமுறச் செய்தது. காய்ச்சல் சரியாகி இயல்பு நிலைக்கு திரும்பிய நாளொன்றில் பரமபதத்தின் தாளை எடுத்து அவன் முன் தரையில் விரித்தாள். முதன் முதலாக அதைப் பார்த்த அவனுடைய கண்கள் அனைத்து கட்டங்களுக்குள்ளும் நுழைந்து வெளியேறத் தொடங்கியது. ஆங்காங்கே தென்பட்ட பாம்புகளும் ஏணிகளும் கண்களை வசீகரமாய் நிறைத்தன. விளையாட்டின் விதிகளை கூறிக் கொண்டிருந்த அம்மாவின் வார்த்தைகளை செவிகள் கேட்டுக் கொண்டிருந்தாலும் பார்வை கீழிருந்த தாளிலிருந்து அசையவில்லை.

முழுதாகக் கூறி முடித்த அம்மா இரண்டு உலோகத் துண்டுகளை எடுத்து அவன் கையில் கொடுத்து அதன் விதிகளைக் கூற ஆரம்பித்தாள். தாயத்தை போட்டே விளையாட்டை ஆரம்பிக்க

வேண்டும் என்று கூறியது மனதில் ஆழமாக படிந்தது. அன்று விளையாடிய பொழுது முழுக்க அவனுக்கு தாயம் விழவில்லை. ஆனாலும் சோர்வடையாமல் உருட்டிக் கொண்டிருந்தான். கடையை கவனிக்கச் செல்கிறேன் என அம்மா எழுந்து சென்றாலும் இமைகளை சிமிட்டாமல் தாயக்கட்டைகளை உருட்டினான்.

இரண்டு மூன்று நாட்கள் ஆடியும் அவனுக்கு தாயம் விழவில்லை . பள்ளி சென்று திரும்பி வந்த பின் உறங்குவதற்கு முன் அம்மாவுடன் விளையாடுவான். சமாதானமாய் அம்மா தாயம் வேண்டாம் என இரு காய்களையும் ஒன்றாம் எண் கட்டத்தில் வைத்தாள். இருவரின் காய்களும் ஒவ்வொரு கட்டமாக நகரத் துவங்கின. ஏணியில் ஏறியும் பாம்பின் வாயில் சிக்கியும் தாள்களுள்ளேயே இரு காய்களும் பயணித்தன. அம்மா சிறு வயதிலிருந்து விளையாடிய ஆட்டமாக இருக்கக்கூடும் என முகமலர்ச்சியிலிருந்து யூகித்துக் கொண்டான். ஒன்றரை மணி நேரம் கணிப்புகளுக்குள் சிக்காமல் காய்கள் தாளின் மேல் ஊர்ந்து கொண்டிருந்தன. இருவருக்கும் ஆட்டம் சுவராஸ்யமாக இருந்தது. கடைசி கட்டத்தில் முதலில் அவனுடைய காய் சென்றமர்ந்தது. அப்போது அம்மாவின் குரல் சிறிய நகைப்புடன் பேசத் துவங்கியது. தாயம் போட்டா தான் ஜெயிக்க முடியும். ஆரம்பிக்கறதுக்கும் முடிக்கறதுக்கும் எப்பவும் தாயம் தேவை.

கீழிருந்த தாளிலிருந்து முகத்தை எழுப்பியவனாய் அம்மாவிடம் பதில் கூறினான்.

தாயம் போட்டா விளையாட்டு முடிஞ்சிறுமே? இவ்ளோ நேரம் நாம வெளையாடுனது எல்லாம் வீணாயிடுமே. வெகு நேரம் விளையாடியதால் ஏற்பட்ட அயர்ச்சியில் அவனுடைய வாதத்தை புரிந்து கொள்ளாதவளாய் கொட்டாவி விட்டாள். இருவரும் வெகுநேரம் அமைதியாய் இருந்தனர். ஆட்டம் முடிவுறாமலேயே காய்களை தாளிலிருந்து எடுத்து வைத்து தாளைச் சுருட்டத் துவங்கினர். பரமபதத் தாளையும் அதில் ஊறிய காய்களையும் விட தாயக்கட்டைகளே அவனுக்கு பெரிதாகத் தெரிந்தன.

வயது ஏற ஏற புதுப்புது அர்த்தங்களை தாயக்கட்டைகளுக்கு கொடுக்க ஆரம்பித்தான். தம்பிக்கு இவை எதிலும் நாட்டமில்லாமல் போனது. ஒன்பதாம் வகுப்பில் சக மாணவனுடன் பரமபதம் விளையாடிக் கொண்டிருந்தான். அது ப்ளாஸ்டிக் டைஸில் விளையாடியது. ஈடுபாடின்றி ஆடினாலும் அவனால் கடைசி கட்டம் வரை வர முடிந்தது. விளையாட்டை முடிக்க முடியாமல் இருவரும் திணறினர். நண்பனுக்கு தாயம் விழ போட்டியில் வெற்றிக்

கொண்டான். அட்டைகளை மடித்து பைக்குள் வைக்கும் போது அவனிடம் ஏளனக் குரலில் கேட்க ஆரம்பித்தான்.

நாம நெறையா வாட்டி வெளையாடிட்டோம். ஆனாலும் நீ ஒரு தடவ கூட ஜெயிக்க மாட்டேங்குறயே ஏன்? உனக்கு தாயம் விழ லக் இல்லைனு நெனைக்குறேன்.

அவன் சிரித்தான்.

கைல வச்சிருக்குற டைஸ் எனக்கு பிடிக்கல. தாயக்கட்டை தான் எனக்கு பிடிச்சிருக்க்கு. அதுல எந்த நம்பர் வரும்னு உனக்கு உருட்டும் போதே தெரியுமா? இல்லை என்று தலையாட்டினான்.

யாருக்குமே தெரியாத நம்பர் தான் வருது. மாறி மாறி வருது. வெற்றியையும் தோல்வியையும், ஏணியையும் பாம்பையும் அந்த கட்டை தான் தீர்மானிக்குது. ஆனா எங்க ஏணி இருக்கு எங்க பாம்பு இருக்குனு நமக்கு மட்டும் தான் தெரியும். அந்த தாயக்கட்டைக்கு தெரியாது. இப்ப சொல்லு வெளையாட்டு கீழ இருக்குற பரமபதத்துல இருக்கா தாயக்கட்டைல இருக்கா?

வயதிற்கு மீறி பேச்சுடன் விளையாடியவனை குழப்பத்தில் ஆழ்த்தியது.

கடைசி வரைக்கும் போய் ஜெயிக்கறது தான கேமே?

வெற்றியும் தோல்வியும் கேம மறக்கடிச்சிரும்.

எனக்கு கேம் தான் வேணும். வெற்றியும் வேணாம் தோல்வியும் வேணாம்.

நண்பனுக்கு ஒன்றுமே புரியவில்லை. சிறிது நேரம் கழித்து வேறொருவனிடம் பேசச் சென்றுவிட்டான். சொன்னவற்றிற்கு வேறு வேறு அர்த்தங்கள் வழங்க யத்தனித்தான். சில வருடங்களில் பரமபதம் அவனை விட்டு கழன்று சென்று தாயக்கட்டை மட்டும் ஒட்டிக் கொண்டிருந்தது.

தெருக்காரர்கள் அனைவருக்கும் அமைதியான பையனாக மட்டும் தென்பட்டான். வீட்டில் அவ்வப்போது அம்மாவுடன் பரமபதம் விளையாடினாலும் ஜெயித்ததில்லை. ஆட்டத்தை ஆரம்பிக்கவும் தாயத்தை இருவரும் வைத்ததில்லை. பள்ளி முடிந்து கல்லூரி சேருவதற்கான காலம் நெருங்கியது. வெளியூரிலிருந்த கல்லூரியொன்றில் அவனுக்கு பொறியியல் படிப்பிற்கான இடம் கிடைத்தது. அம்மாவைப் பிரிந்து செல்கிறோம் எனப் பெரிதாக வருத்தப்பட்டான். அதிகமான சுட்டித்தனம் இல்லை. பள்ளி மதிப்பெண்களிலும் சோடை இல்லை. கணவனிடமிருந்து கிடைத்த

அனைத்து மன உளைச்சல்களுக்கும் அவனுடைய அமைதி ஆறுதலாய் அமைந்தது. அந்த அமைதியும் தன்னை விட்டு பிரிந்து இருக்கப் போகிறதே எனும் வருத்தத்தில் ஆழ்ந்தாள். பேருந்து நிலையத்தில் ஏறும் முன் அவன் கைகளில் அன்பளிப்பாகவும், ஞாபகார்த்தமாகவும் தாயக்கட்டைகளை ஒப்படைத்தாள். இருவரும் மௌனமாக பார்த்துக் கொண்டனர். மென்சிரிப்புடன் பேருந்தில் ஏறிக் கொண்டான். அன்றுமுதல் தாயக்கட்டைகளின் உருட்டல் அம்மாவின் குரலாகவே ஒலித்தது.

புதுப் பாதையிலே

எஸ். லட்சுமி காந்தன்

ஜோசப் நிதானமாக எழுந்து வீட்டிற்கு வெளியே வந்தான். ஒரு சிகரெட் புகைக்க வேண்டும் என்கிற ஆசையை கட்டுப்படுத்திக் கொண்டான்.

ஏதேனும் பாட்டு வாசிப்பதற்கு கையும் மனசும் பரபரப்பாக இருந்தது. இருந்தாலும் மதியம் மூன்று மணியான இந்நேரத்தில் வாசித்தால் மனைவி மெர்ஸியின் சின்னத்தூக்கம் கலைந்துவிடும். வாசலில் திண்ணை மாதிரியான காம்பவுண்ட் திட்டில் உட்கார்ந்து மனசுக்குள் புதுப்பாடல் ஒன்றினை ஹம் செய்தான். ஐந்தாம் வகுப்பு படிக்கும் சாம்சன் நான்கரை மணிக்குத்தான் வருவான். இன்னும் ஒருநாள்தான், நாளைக்கு ஒன்றாம் தேதி டால்மியா கம்பெனியில் வேலைக்குப் போய் சேரவேண்டும்.

இந்த நாற்பது வயதில் முதல்முதலாக வேலைக்கு போவது என்பது மனசுக்கு மகிழ்ச்சி தருகிறதா? சலிப்பா, எரிச்சலா, அல்லது வேறு ஏதோ ஒன்றா? எனத் தெரியாமல் இருந்தான்.

ஆனால் இந்த வேலை கிடைத்ததில் மெர்ஸிக் மிகுந்த மகிழ்ச்சியடைந்திருக்கிறாள். அவளும்தான் எத்தனை காலம் இவனுடன் போராடுவாள்? இப்போது ஒரு விடியலும், நம்பிக்கையும் வந்திருக்கிறது.

ஜோசப் அடிப்படையில் இசைக்கலைஞன். கிடாரிஸ்ட். தேவைப்படின் பாங்கூஸ், காங்கோ கூட வாசிப்பான். பதினைந்து இருபது வருடங்களுக்கு முன்பு ஆர்க்கெஸ்ட்ராக்கள் கொடிகட்டிப் பறந்த காலத்தில் இருந்து கொஞ்சம் கொஞ்சமாக இறங்கத் தொடங்கிய பொழுதில் ஜோஸப் நுழைந்தான். இருபத்து ஐந்து வயது இளைஞனுக்கு, அம்மன் கோயிலில் திருவிழாக்களின் மது வாசனை கலந்த கைதட்டல்களும், கல்யாண வீடுகளின் பளபளக்கும் ஆட்டங்களும், நெருங்கி வந்து பேசும் யுவதிகளும் போதையாகவே இருந்தது.

இவனது ஆர்வம் காரணமாக முக்கிய கலைஞனாக ஆகிவிட்டான். தன் பணியை ரசித்தும், பிடித்தும் செய்தான்.

"ஜோசப். கோழி கூவுது படத்ுல 'ஏதோ மோகம் 'பாட்டில வர்ற தாம்பா சவுண்ட் பண்ண முடியுமாடா? ராஜா எப்படியோ போட்டுட்டாரு. இந்த ஒரு பாட்டுக்காக, தாம்பா விலைக்கு வாங்க முடியுமா? ஏதாவது செய்யேன்" என்றான் கென்னடி. ஆர்க்கெஸ்ட்ரா வைத்திருப்பவன். செய்தான். அதே மாதிரி சப்தம் உருவாக்கினான். பாராட்டுகள் பெற்றான்.

அதிலிருந்து எப்போதெல்லாம் ஏதாவது சிறப்புச் சப்தங்கள் தேவை இருக்கின்ற சமயத்தில் இருக்கும் வாத்தியக் கருவிகளை கொண்டு செய்தான். இம்மாதிரி சமயங்களில் எல்லோருக்கும் முதலில் நினைவு வருவது ஜோஸப்தான். ஒரு சீசனில் ஒரேநாளில் மூன்று கச்சேரிகளுக்குக் கூட நேரப்படி சென்று வந்திருக்கிறான். எல்லாமே சந்தோஷமான நாட்களாக இருந்திருக்கிறது.

"என்னங்க யோசனை? நாளைக்கு வேலைக்கு போகப் போறீங்க... அங்கெல்லாம் இப்படி சும்மா உட்கார முடியாது. சம்பளத்துக்கு வேலை செய்யணும்... தெரியுங்களா?" என்றாள் ஜோஸப்பின் மனைவி.

"சரி... சரி... விடு" என்றபடியே எழுந்து உள்ளே சென்றான். சுவற்றில் மாட்டியிருந்த கிடார்களையும் ஒரு மூலையில் வைத்திருந்த காங்கோ, பாங்கூஸ் மற்றும் யமாஹா கீபோர்டையும் பார்த்தான். இவைகள் வாசிப்பதற்காக கை விரல்களா? விரல்கள் இருப்பதால் கருவிகளா? இவைகள் என் உயிர்போல. காசு பணம் சம்பாதித்துக் கொடுத்ததைவிட, சந்தோஷத்தையும் மனநிறைவு மகிழ்ச்சியையும் தந்தவைகள் இவை.

எத்தனை நிகழ்வுகள் சம்பவங்கள்... மெர்ஸியின் அப்பா கல்யாணத்திற்கு சமமதம் தெரிவித்த பின்கூட, அவளிடம் கேட்டோமே?

"மெர்ஸி... நான் ஒரு இசை வாசிப்பவன். சொல்லப்போனா கூத்தாடி மாதிரிதான். அவங்க தெருவில் ஆடுவாங்க. நாங்க மேடையில் பாடுவோம். இதில் பெரிசா காசு சம்பாதிக்க முடியாது. ஆனா கை கைவிடாது. என்னோடு இந்தக் கஷ்டத்தையும் ஏத்துக்கணும் சரிதானா!"

அப்போது சம்மதம் சொன்னாள். ஓரளவிற்கு வருமானமும் வந்தது. கிறிஸ்துமஸ் உட்பட பல பண்டிகைகள் மகிழ்ச்சியுடன்தான் கடந்தது. ஆனால் காலதேவனின் கணக்கு வேறுமாதிரியாகிவிட்டது.

கொஞ்சம் கொஞ்சமாக ஆர்க்கெஸ்ட்ரா எனும் கவிதை கலையத் தொடங்கியது. கல்யாணம், விழாக்களில் எல்லாம் இவைகள் வெளியேற ஆரம்பித்தன. ஒரு நிகழ்ச்சிக்கு மூவாயிரம், இரண்டாயிரம் வந்து கொண்டிருந்தது மாறிப்போய், ஐநூறு, முந்நூறுகளில் வந்து நின்றது. அதுவும் கொஞ்சம் கொஞ்சமாய் காணாமல் போய் ஏதோ மாதத்திற்கு ஒன்றிரண்டு கச்சேரிகள் வருவதே அபூர்வமாக இருந்தது.

தொழிற் போட்டிகளும், தொழில்நுட்ப வளர்ச்சியும் இக்கலையை முடக்கின.

ஜோஸப் தன் காப்புக் காய்த்த கைகளை பார்த்துக் கொண்டிருந்தான்.

நேரம் காலம் பார்க்காமல் எத்தனை எத்தனை கருவிகளை இக்கைகள் இசைத்திருக்கும்? சமயங்களில் கல்யாண வீடுகளில் நல்ல சாப்பாடு கூட கிடைக்காது. பல சமயங்களில் கடைசி நேரத்தில் எல்லாம் தீர்ந்த பிறகு பாத்திரத்தில் இருப்பதை வழித்து போட்டதையும் சாப்பிட வேண்டியிருக்கும். கோயில் திருவிழாக்களில் அகாலமாக சால்னாவில் உப்பி ஊறிய பரோட்டாக்களை இரவு இரண்டு மணிக்கு உண்ண மனமின்றி தெரு நாய்களுக்கு போட்டுவிடுவதும் உண்டு.

வெளியூர்களில் கச்சேரி முடிந்தபின் திரும்பி பஸ்நிலையம் வரை கூட கொண்டு வந்து விடமாட்டார்கள். கோயில் தூண்களில் சாய்ந்து தூங்கிவிட்டு காலையில் ஊரே வேலைக்குப் போகும் போது நாம் வேலை முடித்து திரும்ப நேரும்.

எல்லாமே போயிற்று. இனி வேலைதான். மாதம் வருகிற சம்பளத்தை வைத்துக் கொண்டு சமாளிக்க வேண்டும். முன்னேறவும் வேண்டும்.

ஜோஸப் இசைக்கருவிகளை மெல்லத் தொட்டுப் பார்த்தான். படிந்திருந்த தூசிகளைத் துடைத்தான். ஒரு நல்ல நண்பனைப் பிரியும் போதான கடைசி அணைப்பு போல உணர்ந்தான். மனசுக்குள் சோகம் அப்பியது. கடைசியில் இவைகள் என்னைக் காப்பாற்றாமலே விட்டுவிட்டது.

கொஞ்சம் நாட்கள் இசைக்கருவிகள் கற்றுத்தரும் பணியையும் செய்து பார்த்தான். அதிலுள்ள ஆயிரத்து பிரச்சனைகளில் அதுவும் சரிவரவில்லை . சரியான நேரத்திற்கு போனால் அப்போதுதான் தூங்கிக் கொண்டும், சாப்பிட்டுக் கொண்டும் இருக்க அனாதை மாதிரி உட்கார்ந்திருக்க வேண்டும். சம்பளம் சரியாக வராது.

இதெல்லாம் கற்றுக் கொண்டாக வேண்டும் என்பதற்கு நீட் தேர்வு மாதிரி கட்டாயம் உள்ளதா என்ன? எனவே கற்றுக் கொள்பவர்களும் காலப்போக்கில் குறைந்து போயிற்று.

"இந்தாங்க டீ....."

வாங்கிக் கொண்டான்

"இனிமேலாவது இந்த ஆர்க்கெஸ்ட்ரா வாழ்க்கையை விட்டுத் தள்ளுங்க. இது, நல்ல வேலையாம்... ஏதோ கர்த்தர் கிருபையினால் வந்திருக்கு. விட்டுடாதீங்க. ப்ரமோஷன் எல்லாம் சீக்கிரம் வருமாம்"

"என்ன மாதிரியான வேலைன்னு ஏதாவது தெரியுமா?"

"சேரும்போது சொல்லுவாங்களாம் .எல்லாம். ஏதோ கம்பெனி கணக்கு எழுதற வேலை மாதிரிதான் இருக்கும்."

ஜோஸப்புக்கு டீயை குடிக்கவே சலிப்பாக இருந்தது.

அன்று பழக்கத்தை மீறி சீக்கிரமாகவே எழுப்பி விட்டாள்.

"சீக்கிரம் ரெடியாகுங்க. சரியான நேரத்திற்கு போகவேண்டாமா?"

ஒன்பது மணிக்கு புறப்படத் தயாரானான். மனசுக்குள் ஏதோ ஒரு துக்கமும் ஏக்கமும் ஓடிக்கொண்டு இருந்தது. இயந்திரத்தனமாக இருக்கின்ற மாதிரி தெரிந்தது.

இது சிறையா? விடுதலையா என்று குழப்பமாகவே இருந்தது.

"சரி கிளம்பறேன்..."

"பத்திரமா போய்ட்டு வாங்க. பார்த்து பொறுப்பா வேலையை பார்த்துக்குங்க... ஏதோ நல்லகாலம் பொறந்திருக்குன்று நெனைச்சுக்குங்க..."

தன் பழைய இருசக்கர வாகனத்தில் கிளம்பினான்.

போய்க் கொண்டிருக்கும்போது பாக்கெட்டில் இருந்து அலைபேசி, 'ஒரு இனிய மனது....' என்றது.

"ஜோஸப்..... எங்க இருக்க?..." என்றான் அவனது நண்பன் கென்னடி. ஆர்க்கெஸ்ட்ரா வைத்து நடத்தியவன். இன்னமும் வைத்திருப்பவன்.

சொன்னான்.

"அது கிடக்கட்டும். இப்போ புதுசா ப்ரொக்ராம் ரெண்டு புக் ஆயிருக்கு. ஓமலூர்லயும், சேலத்திலும் அடுத்த வாரம் நடக்குது. நீ

ரிகர்சல்க்கு பத்தரை மணிக்கு வீட்டிற்கு வந்திடு... மத்த நாலுபேரும் வராங்க..."

"டேய். நான் இன்னிக்குத்தான்...." - " என்பதற்குள் கென்னடி இணைப்பைத் துண்டித்தான்.

மணியைப் பார்த்தான் ஜோஸப். ஒன்பதரை. பத்து மணிக்கு அலுவலகத்தில் சேர வேண்டும். பத்தரை மணிக்கு ரிகர்சல்.

மனசுக்குள் பரபரவென்று இருந்தது. வேலைக்கு இப்போது போய் சேராவிட்டால் பிறகு எப்பவுமே கிடைக்காது. மனைவியின் சொற்கள் நெஞ்சுக்குள் அலையடித்தது. வருங்காலம் திட்டுத்திட்டான கருப்பு மேகங்கள் போல தெரிந்தது. என்ன செய்யலாம்?

அலுவலகத்திற்கு போய் சேர்ந்து விடலாம் என்ற போது மறுபடி அலைபேசியில் இனிய மனது இசையை அழைத்தது. கென்னடிதான்.

எடுக்காமல் விட்டுவிடலாமா? இணைப்பைத் துண்டித்தான். மறுபடியும் மறுபடியும் அலைபேசி துடித்துக்கொண்டே இருந்தது. எடுத்துப் பேசினான்.

'கென்னடி நான் இன்னைக்குத்தான்..." என்பதற்குள் பேசவிடாமல் கென்னடி தடுத்தான். "கௌம்பிட்டியா? இங்க டிரம்மர்களும் சிங்கர்ஸ்சும் வந்தாச்சு... சீக்கிரம் வா..." என்றான். ஜோஸப் சட்டென இணைப்பை துண்டித்தான்.

ஒரேஒரு நிமிடம் யோசித்தான். வீடு மனைவி குடும்பம் வேலை. சம்பளம். போன் அழைப்பு.

மணியைப் பார்த்தான்.

வண்டியை கென்னடி வீட்டிற்கு போகும் வழிக்குத் திருப்பினான்.

*

மிருக மனம்

சக்தி அருளானந்தம்

"வீட்ட காலி பண்ணனுமாம்"

சரசு சொன்னபோது என்னடா இது சள்ளை என சலிப்பாக இருந்தது. எத்தனை முறைதான் சட்டிப்பானைகளைத் தூக்குவது "திடீர்னு என்னவாம்" எரிச்சலுடன் கேட்டேன்.

"திடீர்னு ஒண்ணுமில்ல. அந்த அம்மா செத்ததிலிருந்து பேச்சு அடிபட்டுக்கிட்டுதான் இருந்திச்சி. பழகுன மனுசங்களாச்சேன்னு அந்த அம்மா பாவம் பாத்து நம்மளயெல்லாம் விட்டுவச்சிருந்தது. இந்தப் பையனுக்கு நாம ஒட்டா ஒறவா அதான் வெட்டிவிடப் பார்க்கிறான்" பேச்சு பேச்சாக இருக்க சரசு வைத்த இட்லிகள் வயிற்றுக்குள் போய்க்கொண்டிருந்தன.

"சரி..சரி! வேலைக்குப்போய்விட்டு வந்ததும் பேசிக்கலாம். புள்ளைங்க சத்தத்தையே காணோம்"

"ஞாயித்துக்கிழமதான ரெண்டும் தூங்குதுங்க"

"ஒனக்கு வேலைக்கு எடஞ்சல் இல்லாத இருந்தாப் போதும். மணி என்னா ஆவுது. அதுங்கள எழுப்பிப் பாலக் கீலக் கொடு" கை அனிச்சையாக டிபன் பாக்சுக்கு நீண்டு பின்வாங்கியது. இன்று கடை அரை நாள்தான் என்பது நினைவுக்குவர சைக்கிளைத் தள்ளிக்கொண்டு கிளம்பினேன்.

சாலையில் கூட்டம் அதிகமில்லை. கால்கள் சீராக அழுத்தத் கண்கள் சாலையில் பதிய மனம் சரசு சொன்னதிலேயே சுழன்று கொண்டிருந்தது.

இப்போதிருக்கும் வீட்டில் தான் அதிக நாள் இருந்தது. வேலைக்குச் செல்லும் கடைக்கு பிள்ளைகளின் பள்ளிக்கூடத்திற்கு பஸ் ஸ்டாப்பிற்கு என எல்லாவற்றுக்கும் பக்கம். கட்டினவனுக்கு ஒரு வீடு குடியிருக்கிறவனுக்கு பல வீடென்று கெத்தாக சொல்லிக்கொண்டாலும் ஒவ்வொரு முறையும் வீடு மாற்றுவதற்குள்

உயிர் போய் விடும். எந்த வீட்டிலும் முழுசாக அட்வான்ஸ் திரும்ப வராது. பெயின்ட் அடிக்க, கரன்ட் பில், அது ஒடஞ்சிப்போச்சி, இதக் காணோம்னு அதையும் இதையும் சொல்லி அட்வான்சை அரைவாசியாக்கிவிடுவார்கள். புது வீட்டுக்கு அட்வான்ஸ், புரோக்கர் கமிஷன் என்று பணம் ரெடி செய்யவேண்டும். கடை முதலாளியிடம் பல்லைக்காட்டித் தலையை சொரிந்துகொண்டு நிற்கவேண்டும். பெருமூச்சு எழுந்தது.

வீட்டுக்காரம்மாவை நினைக்க ஆச்சரியமாக இருந்தது. எழுபது வயது இருக்கும். ஒரே பையன் வெளியூரில் இருக்கிறார். புருஷன் செத்ததும் பையனுடன் போய்விடும் என்று நினைத்தால் தனியாகவே இருந்துவிட்டது. ஒரே காம்பவுண்டுக்குள் எட்டு சிறுசிறு வீடுகள். அதற்கு அடையாளமே எட்டூட்டம்மா தான் கணவனும் மனைவியும் ஒரு வீட்டில் இருந்து கொண்டு மற்ற வீடுகளை வாடகைக்கு விட்டிருந்தார்கள். கணவன் மனைவி ஓரிரண்டு குழந்தைகளுக்கு மட்டுமே போதும். மாமனார், மாமியார், அப்பா, அம்மா என்று யாரையும் உடன் வைத்துக்கொள்ள முடியாது. அதில் மருமகள்களை விட வீட்டுக்காரர்கள் தெளிவாக இருந்தார்கள்.

ஒரு வீட்டில் துபாய்க்கு கணவன் போய்விட தாயும் மகனுமாய் இருவர். இன்னொருவர் வீட்டில் இரண்டு பெண்குழந்தைகளுடன் கணவன் மனைவி. ஒரு வீட்டில் பெரியவர் ஒருவர் மட்டும். அவரை அபுல் தாத்தா என்றே வயசு வித்தியாசம் இல்லாமல் எல்லோரும் கூப்பிடுவார்கள். அவரைத்தேடி உறவென்று யாரும் வந்ததில்லை. பள்ளிக்கூடம் இல்லாத நாள்களில் எட்டுவீட்டுக் குழந்தைகளும் அவர் வீட்டில் தான் இருப்பார்கள்.

பெரும்பாலும் குறைந்த உறுப்பினர்கள் கொண்ட குடும்பங்களே அந்தக் காம்பவுண்டில் குடியிருந்தனர். குறைந்த வாடகை என்பதால் நீண்டகாலமாக நிலைத்து இருப்பவர்கள். உறவுமுறை வைத்து அழைத்துக் கொள்பவர்கள்.

பண்டிகைக் காலங்களில் மொட்டைமாடி அதகளப்படும். மற்ற சமயங்களில் பெண்கள் துணி துவைத்துக் காயப்போடுவது, வற்றல், வடகம் காயப்போடுவது என்று இருப்பார்கள்.

நான் காலையில் ஒன்பது மணிக்குக் கடைக்குப் போனால் வீடு திரும்ப இரவு ஒன்பது ஆகிவிடும். ஞாயிறு அரைநாள் மட்டும் லீவு. நம் தேவைக்கு லீவ் எடுத்தால் சம்பளம் பிடித்துக் கொள்வார் முதலாளி. நல்லது கெட்டதற்கெல்லாம் சரசே போய்விடுவாள். அவளும் துணி தைப்பதால் வரும் வருமானம் பிழைப்பு ஓடுகிறது. இரண்டு பிள்ளைகள். அகிலன் ஏழு வயது, முகிலழகி ஐந்து வயது.

ரெண்டு பேரும் பள்ளிக்கூடம் போகிறார்கள். பக்கம் என்பதால் சைக்கிளிலேயே அவர்களைக் கொண்டுவிட்டுவிட்டுக் கடைக்கு வந்துவிடுவேன். வீடு மாற்றினால் அவர்களுக்கு ஆட்டோ, வேன் பார்க்க வேண்டும். இனிமேல் அதுவேறு கூடுதல் செலவு. செலவுதான் வகைவகையாக கூடுகிறதே தவிர வருமானம் கூடுவதாக இல்லை. திடீரென சைக்கிள் நின்றுவிட்டது. யோசித்தபடி வந்ததில் கடை வந்தது கூட தெரியவில்லை.

ஒரோர் சமயம் இந்த சைக்கிளுக்கு உயிர் இருக்கிறதா என்று கூடத் தோன்றும்.

******

அப்பா, அப்பா.. பிள்ளைகள் இருவரும் ஓடிவந்தனர். தீனி பொட்டலங்களை அவர்களிடம் கொடுத்துவிட்டு துண்டை எடுத்துக்கொண்டு குளியலறைக்குச் சென்றேன்.

"அப்பாடா."

நாற்காலியில் சரிந்ததும் டீயை நீட்டினாள் சரசு.

“ஏன் சரசு நாம காலி செஞ்சா புதுசா யாருக்காச்சும் வாடகைக்குத்தானே அந்தம்மா பையன் விடப்போறான். என்ன வாடகை சொன்னான்.

“ஏதும் சொன்னானா?"

வீடு மாறுவதிலிருந்து தப்பிக்க ஏதேனும் வழி சிக்காதா என்கிற நப்பாசையோடு கேட்டேன்

"இடிச்சித் தள்ளிப்புட்டு ஒரே வீடா கட்டப் போறானாம்" என்றாள் சரசு.

முதலாளியிடம் அட்வான்ஸ் சொல்லிவிட்டு பார்க்கும் எல்லோரிடமும் வீட்டுக்குச் சொல்லிக் கொண்டிருந்தேன் அவ்வப்போது எதிர்பார்ப்புக்கு இணக்கமாக இருக்கும் வீடுகளைப்போய் பார்த்துக் கொண்டும், ஏதோ காரணத்தால் தட்டிப் போய்க்கொண்டும்.

"போறதுன்னு முடிவாச்சு. சட்டுபுட்டுன்னு பாருங்க” சரசு.

சலித்துக்கொண்டாள்.

முல்லை நகரில் வீடு ஒண்ணு இருக்கு. உங்களுக்குத் தோது படறாப்ல வந்து பாக்கறீங்களா? புரோக்கரின் குரல் தேன் பாய்ச்சியது. மதியவேளை என்பதால் வாடிக்கையாளர்கள் அதிகம் வரமாட்டார்கள். முதலாளி பெரும் மனதுடன் அனுமதி அளித்தார்.

சரசுவும் நானும் இந்த வீடாவது அமையவேண்டும் என்று நினைத்தபடி புரோக்கரைத் தொடர்ந்தோம்.

புற நகருக்கே உரித்தான அமைதியுடன் சிமெண்ட் சாலையும் இருபுறம் மரங்களுடன் பார்க்க அழகாகவே இருந்தது. அதற்குத் திருஷ்டி பரிகாரம் போல இன்னும் கட்டப்படாத காலி மனையொன்றில் குப்பைகள் குவிந்து கிடந்தன.

வெயிலுக்கு ஒதுங்கிக் கிடந்த நாய்கள் புதிய ஆள்களின் வருகையை உணர்ந்து 'வள்,வள்' என்று குரைத்தபடி ஓடிவந்தன. அவைகளைப் பார்த்ததுமே எனக்கு குலைநடுங்கிவிட்டது. புரோக்கரின் முதுகின் பின்னால் ஒட்டிக்கொண்டேன். அவரின் அதட்டலுக்குக் கட்டுப்பட்டது போலப் பின்வாங்கின. கடையிலிருந்து முன்பின் திரும்பவேண்டிய நிலையில் இருந்த எனக்கு அந்த நாய்ப் பட்டாளத்தைப் பார்த்து திகில் கூடியது.

அதற்குள் நாய்களின் சத்தம் கேட்டு அருகிலிருந்த வீட்டிலிருந்து ஒரு பெரியவர் வந்தார்.

"என்ன நாராயணா வீட்டப் பார்க்க கூட்டிட்டு வந்தியா" என்றபடியே சாவியுடன் வந்தார் வீட்டுக்காரரர். இப்போதிருக்கும் வீட்டைவிட சற்றே பெரிதான வீடு. பிஸ்தா வண்ணத்தில் வீடு பளிச்சென்று இருந்தது. வாடகைதான் சற்றுக் கூடுதல். நான் தடுமாறுவதைப் பார்த்துப் பெரியவர் சரசிடம் பேச ஆரம்பித்து விட்டார். ஒதுக்குப்புறமாக இருந்தாலும் அரைமணிக்கொருதரம் மினி பஸ், கைத்தட்டினா ஆட்டோ, தண்ணிப் பிரச்சினை இல்லை. பக்கத்திலேயே கோயில் என்று வேப்பிலையடிக்க சரசு முடிவு செய்துவிட்டாள் என்பது அவளது முகத்தில் தெரிந்தது.

"என்னம்மா நீதான் கேக்குற உங்க வீட்டுக்காரருக்கு புடிக்கலப் போலியே" என்றார் என்னைப் பார்த்தபடி.

"அது ஒண்ணுமில்லீங்க, அவருக்கு நாய்னா கொஞ்சம் பயம் நேரங்கெட்ட வேளையில் வந்து கடிச்சித் தொலைச்சிடிச்சினா.. அதான் யோசிக்கிறார்."

"அட, இதொரு பிரச்சினையா, கையளவு சோறு வச்சா....ஏதோ புள்ளைங்களுக்கு வாங்கற பிஸ்கட்டு வருக்கின்னு போட்டா. ஆமா எத்தினிப் புள்ளங்க" என்றார்.

"ஓராம்பளப்புள்ள ஒரு பொம்பளப்புள்ள..."

"பொம்பளப்புள்ள வயசென்ன" அவர் கேட்டது கொஞ்சம் விசித்திரமாகப்பட அவரை உற்றுப்பார்த்தேன்.

"அதெல்லாம் இல்ல தம்பி, பொம்பளப் புள்ளிங்கள வச்சிருக்கிறது அதும் வயசுப்புள்ளிங்கன்னா.. என்று இழுத்தார்." சின்னப்புள்ள தான். அஞ்சி வயசு ஆவுது" என்றாள் சரசு. அதைக் கேட்டு அவர் முகம் மலர்ந்தது என்னவோ போலிருந்தது எனக்கு.

*****

பெரியவருக்கு பிள்ளைகள் இல்லையாம். மனைவி பக்கவாதம் தாக்கிப் படுக்கையில் வேலைக்காரிதான் சமையல் பராமரிப்பு எல்லாம். வீடு திரும்புகையில் சரசு அதற்குள் தான் சேகரித்த தகவல்களைக் கொட்டினாள்.

ஓ குழந்தைகள் இல்லாததால் சிறு குழந்தைகள் வரப்போகிறார்கள் என்று மகிழ்ச்சி அடைந்தார் போல என சமாதானம் செய்து கொண்டேன். பால் காய்ச்சி குடி புகுந்தாகிவிட்டது. பெரியவர் முகிலை அள்ளி எடுத்துக் கொண்டார்.

வேற்று முகம் பார்த்து அழ ஆரம்பித்த அவளுக்குப் பெரிதான சாக்லேட் ஒன்றைக் கொடுத்து அவள் அழுகையை நிறுத்தியபோது ஏனோ நாய்க்கு நான் பயந்தபோது அவர் பிஸ்கட் போடச் சொன்னது ஞாபகம் வந்தது.

சரசு அவரை அப்பா என்று அழைக்க ஆரம்பித்து விட்டாள். அவள் குணமே அப்படி எளிதில் அக்கம்பக்கம் நெருங்கி விடுவாள். அகிலன் முகிலழகி இருவரும் கூட தங்களுக்கு விளையாட்டுத் தோழர்களைப் பிடித்து விட்டார்கள். பெரியவர் சொன்னதுபோல நாய்களைச் சிநேகமாக்கிக் கொண்டேன். கொஞ்சம் கொஞ்சமாக இயல்பான வாழ்க்கைக்குத் திரும்பி விட்டது போன்ற உணர்வு. அப்படி இல்லை என்பது போல முகில் குட்டிக்கு அடிக்கடி காய்ச்சல் உறக்கத்தில் பிதற்றல் என்றாக ஏதோ பயந்த கோளாறு காத்துக் கருப்பு, மந்திரம் தாயத்து என்றெல்லாம் சரசு அலைந்தாள்.

பெரியவரைப் பார்த்தாலே முகில் மிரண்டு மிரண்டு அழ ஆரம்பித்தாள்.

"தாத்தாடா தாத்தாடா" என்று அவள் சொல்லியும் முகில் அழுவதை நிறுத்தவில்லை.

அது பெரியவருக்கு வருத்தம் தந்ததோ என்னவோ வீட்டுக்கு வருவது குழந்தைகளைத் தூக்குவது எல்லாவற்றையும் விட்டு விட்டார்.

வாடகையை நானே அவர் வீட்டில் கொடுத்து விட்டு என் வருத்தத்தைச் சொல்ல முயன்றபோது "விடுங்க. சின்ன புள்ள தான" என்று தடுத்து விட்டார்.

போன் அழைப்பு ஒலிக் கேட்க அலைபேசியை பாக்கெட்டிலிருந்து எடுக்க. சரசு.. என்ன இந்நேரத்தில் போன் பண்றா.. வியாபார நேரம். மொதலாளி கடுப்பாவார். காரணமில்லாமல் சரசு போன் செய்ய மாட்டாள். போனைக் காதில் வைத்ததும், "என்னங்க... என்னங்க" சரசுவின் அழுகைக் குரல் "என்ன சரசு.. எதுக்குப் போன் பண்ணுன? எதுக்கு அழுவுற? சொல்லிப்புட்டு அழு "கடுகடுத்தேன்.

"பாப்பாவக் காணோங்க" என்ன எப்படி வீடு வந்து சேர்ந்தேன் என்றே தெரியாமல் வந்த என்னைப் பாத்து செவலை ஊளையிட்டது.

"பாப்பா, பாப்பா" எனக் கத்தியபடி ஓடினேன்.

"புள்ளயப் பாக்காம என்னடி பண்ணிக்கிட்டு இருந்த" சரசை எட்டி உதைக்க அகிலன் அழ ஆரம்பித்தான். அக்கம் பக்கம் ஒவ்வொருவராக கூட ஆரம்பித்து ஆளுக்கொரு ஆலோசனை சொல்ல கடைசியாகப் போலீசுக்குப் போவது என்று கிளம்பினார்கள். கூட்டமாக நாங்கள் நகர ஆரம்பித்ததும் ஓடிவந்த செவலை என் காலைக் கவ்வியது. கடிக்கத்தான் வருகிறதோ என்று பயந்து கல்லை எடுத்துப்போட வலியால் வீல் வீல் என்று கத்தியதே தவிர என்னை நகரவிடவில்லை

கூட்டத்திலிருந்து யாரோ ஒருவர் "நாய்க்கு ஏதோ தெரிஞ்சிருக்கு. வாங்க அதோட போகலாம்" என்றதும் செவலையைத் தொடர்ந்தோம் நாய் பெரியவர் வீட்டுக்குள் ஓடியது. இவ்வளவு களேபரத்தில் பெரியவர் எட்டிக்கூடப் பார்க்காதது உறைக்க வேகமாக ஓடினேன்

கொல்லைப்புறத்தில் கிழிந்த துணிமூட்டை ஒன்றின் அருகே நின்று செவலை ஊளையிட "பாப்பா" என்று அலறியபடி சரசு கீழே விழுந்ததை பார்த்தபடியே நின்றேன்.

"சார்,சார்." யாரோ என்னை உலுக்கினார்கள்.

துணி துவைக்கும் கல்லருகே அமர்ந்திருந்தவனை கும்பல் அடித்துத் துவைக்க அடிவிழாமல் உயர்ந்த கைகளுக்கிடையே தெரிந்தது பெரியவர் முகம்.

வைதேகி காத்திருந்தாள்

எம்.ஜி.கன்னியப்பன்

"சார் போஸ்ட்" கையில் வெள்ளை நிறக் கவரைக் கொடுத்தார் தபால்காரர்.

பிரித்துப் படித்தேன். "அன்புள்ள மனோகருக்கு! வணக்கத்துடன் பாண்டியன்... என தொடங்கியிருந்தது. "அடுத்த வாரம் இந்தியா வருகிறேன். உன்னை வந்து சந்திக்கிறேன்". சிக்கனமா முடித்திருந்தான்.

பாண்டியன், பத்தாண்டுகளுக்கு முன்னால்..... (கொசுபத்தி சுருளை முகத்துக்கு முன் சுற்றிவிட்டு ஃப்ளாஷ்பேக்குக்கு வாருங்கள்) காஞ்சிபுரத்தில் என்னோடு பத்து, பதினொன்று, பன்னிரண்டு என மூன்றாண்டுகள் படித்தவன். என்னைப் போல் இல்லாமல் நன்றாகப் படிக்கக் கூடியவன். அழகானவன், சற்று வசதியானவனும் கூட. இருபாலர் பள்ளிக்கூடம் என்பதால் அழகான பாண்டியனுக்கு உடனே காதலி கிடைத்தாள். அவள் பெயர் வைதேகி. ஒல்லியும் குண்டுமில்லாத சராசரி. சிகப்பான தேகம், செதுக்கினது போன்ற முக அமைப்பு.

முதலில் அவர்கள் காதல் எனக்குத்தான் தெரிய வந்தது.

பள்ளிக்கு என்னுடன் சேர்ந்து வந்து கொண்டிருந்த பாண்டியன், ஆற்றுப் பாலம் அருகில் வந்ததும் சட்டெனப் பின்வாங்கி, எதையோ மறந்து வீட்டில் வைத்துவிட்டு வந்ததாகத் திரும்பி நடந்தான். அப்படி நடந்த பலமுறையில், ஒரு முறை அவனுக்குத் தெரியாமல் நான் தொடர, பாலத்தின் கீழே வைதேகியும் பாண்டியனும் பேசிக் கொண்டிருந்ததைக் கண்டு பிடித்தேன். உண்மையான காதல் என்பதால் உதவியும் செய்தேன். ஒரு முறை அம்மா-அப்பா இல்லாத சமயம் என் வீட்டில் இருவரும் சந்திக்க ஏற்பாடு செய்தேன்.

பின் சினிமா, பார்க் என எச்சரிக்கையுடன் சுற்ற ஆரம்பித்தார்கள். படம் பார்க்கச் செல்லும்போது கண்காணிப்புக்காக என்னையும் அழைத்துப் போவார்கள்.

பாண்டியன் காதல் செய்கிற ஜோரில் ஹீரோ போன்ற தோரணையில் வலம் வர ஆரம்பித்தான். கபடி என்றால் அறவே பிடிக்காத பாண்டியன் +2 தேர்வுக்கு முன் நடந்த ஆண்டு விழாவில் கபடி டீமில் பெயர் கொடுத்தான். ஒப்புக்குச் சேர்த்துக் கொண்டோம். ஆனால், வைதேகி பார்த்துக் கொண்டு இருக்கிறாள் என்பதற்காக ஓடி ஓடி... எதிரணியினரை அவுட் ஆக்கினான். எகிறிக் கழுத்துக்குப் பிடிபோட்டுக் கீழே தள்ளினான். வைதேகி கண்களால் கை தட்டினாள். பறக்கும் முத்தம் அனுப்பினாள். பையன் மேலும் உற்சாகமானான். அவனது உற்சாகம் எங்கள் அணிக்கு ஷீல்டு பெற்றுக் கொடுத்தது.

இப்படி அவர்கள் காதல் வேர், பூ, காய், கனி விட்டு வளர்ந்தது. ப்ளஸ்டூ தேர்வும் முடிந்தது. மேற்கொண்டு நான் உள்ளூர் காலேஜில் சேர முடிவெடுத்திருந்தேன். வைதேகி, அதோடு படிப்புக்கு முழுக்குப் போட வீட்டில் சொல்லிவிட்டதாகச் சொன்னாள்.

பாண்டியன் கம்ப்யூட்டர் சயின்ஸ் சென்னையில் படிக்கப் போவதாகச் சொன்னதோடு, அவனது அப்பாவுக்குச் சென்னைக்கு மாற்றலான விஷயத்தையும் சொல்லி எனக்கு அதிர்ச்சியையும், வைதேகிக்குக் கண்ணீரையும் கொடுத்தான். இருவருக்கும் ஆறுதல் சொன்னான். அடிக்கடி வைதேகியைப் பார்க்க வருவதாகச் சத்தியம் செய்தான். ஊருக்குக் கிளம்பும் போது வைதேகிக்கு மறக்காமல் இருக்க ஏதேதோ கிஃப்ட் வாங்கிக் கொடுத்தான்.

சொன்னது போல் இரண்டொரு மாதங்கள் வந்தான்.

அதன்பிறகு எந்தத் தொடர்புமில்லை. வைதேகி மிகவும் கவலைப்பட்டாள்.

மூன்றாண்டுகள் கழித்து ஒரு நாள் தனக்கு லண்டனில் மாதம் ஒரு லட்ச ரூபாய் சம்பளத்தில் வேலை கிடைத்தாகத் தகவல் சொன்னான். அவனைப் பார்க்காமல் இருக்க முடியவில்லை என்று முந்தானை நனையும்வரை அழுதாள். மூன்றாண்டு காண்ட்ராக்ட் முடிந்ததும்தான் இந்தியா வரமுடியும். வந்ததும் அப்பாவிடம் பேசிக் கல்யாணத்துக்கு ஏற்பாடு செய்யப் போவதாக வைதேகிக்கு நம்பிக்கை அளித்தான்.

அதன்பின் அவனைப்பற்றி எந்தத் தகவலும் இல்லை. வைதேகி உடலாலும் மனதாலும் சோர்ந்து போனாள். சொந்தம் அசலார் என்று தேடி வந்த நான்கைந்து வரன்களை ஏதேதோ காரணம் சொல்லித் திருமணத்தைத் தள்ளிப் போட்டுக் கொண்டு வந்தாள். பொறுத்திருந்து பார்த்துவிட்டு....

"இங்க பார் வைதேகி, பாண்டியன் எப்போ வருவான்? இல்லை வரவே மாட்டானான்னும் தெரியலை. எந்த நாட்டுல இருக்கான்? எந்தத் தகவலும் இல்லை. சும்மா அவனையே நினைச்சுக்கிட்டு நீ உன்னோட வாழ்க்கையை சீரழிச்சுக்கிட்டு இருக்காதே" என்றேன் ஒரு நாள்.

"என்ன மனோ, என் காதலைப் புரிஞ்சுகிட்ட நீயே இப்படிப் பேசுறே! அவனுக்காக இன்னும் எத்தனை வருஷம் காத்திருந்தாலும் அதிலே எனக்குச் சுகம்தான். நீயும் எங்கப்பா அம்மா சொல்ற மாதிரி சுப்பனையோ குப்பனையோ நான் கட்டிக்கிட்ட பின்னாடி, அவர் தாலியோட வந்து நின்னு கழுத்தை நீட்டுன்னு சொன்னார்னா நானில்ல செத்துப்போவேன்..."

காலங்கள் உருண்டோடின. எனக்கு ஐ.டி.யில் வேலை. திருமணம்; மூன்று, இரண்டு வயதில் பிள்ளைகள்.

வைதேகி வீட்டில் இருக்கப் பிடிக்காமல் பக்கத்துத் தெரு நர்சரியில் இரண்டாம் வகுப்பு மிஸ் ஆனாள். கிட்டத்தட்ட பத்தாண்டுகளுக்குப் பின்னும் பாண்டியன் வருவான் என்று உறுதியுடன் இருந்தாள்.

இந்த நிலையில்தான் பாண்டியனிடமிருந்து ரத்தினச் சுருக்கமான இந்தக் கடிதம்.

சட்டையும், செருப்பும் அணிந்து கொண்டு வைதேகி வீடு சென்றேன். அவள் சக ஆசிரியர்களோடு ஒரு வாரம் ஆக்ரா டூர் போயிருப்பதாக அவள் அப்பா சொன்னார். செல்ஃபோனில் தொடர்பு கொள்ள.... 'நீங்கள் தொடர்பு கொள்ளும் வாடிக்கையாளர் தொடர்பு எல்லைக்கு வெளியே...' என்று திரும்பத் திரும்ப பதிவுப் பெண் ஒப்பித்தாள்.

வைதேகி சந்தோஷப்படுவாள். காத்திருந்தது வீண் போகவில்லை; இனி கண்ணீர் சிந்தமாட்டாள். நல்ல வாழ்க்கை அமையப்போகிறது.

கடிதம் வந்த ஐந்தாவது நாள் பாண்டியன் வந்தான். வரவேற்று உட்கார வைத்தேன்.

"மனோகர் எப்படி இருக்கீங்க?" முன்பிருந்த மனோ இல்லை; 'டா' இல்லை .

'நீ எப்படிடா இருக்கே?' என்று கேட்க பழைய சிநேகிதன் முறையில் பேசமுடியாமல் "நல்லா இருக்கேங்க" என்றேன்.

"வீடு கண்டுபிடிக்க ரொம்ப சிரமப் பட்டுட்டேன். தெரு ரொம்ப மாறிப் போயிடுச்சுங்க..."

இதையெல்லாம் அவனிடம் எதிர்பார்க்கவில்லை. வந்ததும் வைதேகி பற்றிக் கேட்பான் என்று பார்த்தால் ஊரைப் பற்றி விசாரித்தான்.

"இப்பவும் லண்டன்லதான் இருக்கீங்களா?"

"இல்லை அமெரிக்காவுல. அமெரிக்காக்காரனுக்கு இந்திய மூளைன்னா ரொம்பப் பிடிக்கும். தமிழ் ஆளுங்க கம்ப்யூட்டர்ல கிங். அதனால அங்க நல்ல மதிப்பு." தொடர்ந்து நுனி நாக்கில் ஆங்கிலம்.... என ஏதேதோ பேசினான்; வைதேகியைத் தவிர.

மதிய உணவு வீட்டில் சாப்பிடச் சொன்னேன். மறுத்தான். சென்னை லீ மெரிடியன் ஹோட்டலில் நடக்கும் கான்பரன்ஸுக்கு வந்ததாகவும், லன்ச் அங்கேயே சாப்பிடப்போவதாகவும் சொன்னான், அடிக்கடி மணி பார்த்துக் கொண்டு, "சரிங்க, நான் கிளம்பறேன்" எழுந்தான்.

"வந்ததும் கிளம்பறீங்க?"

"நிறைய கமிட்மெண்ட் வெச்சிருக்கேன்" என்றான்.

எனக்கு என்ன சொல்வதென்று தெரியவில்லை. வைதேகியை எப்படி மறந்து போனான்? அல்லது மறந்து போனதாக நடிக்கிறானா? என்னால் கேட்காமல் இருக்க முடியவில்லை.

"வந்ததே வந்தீங்க வைதேகியைப் பாத்துப் பேசிட்டுப் போங்களேன்."

"வைதேகி" கண்களைச் சுருக்கி யோசித்தான்.

"ஓ..... அந்தப் பொண்ணா ! எப்படி இருக்காங்க? கல்யாணம் பண்ணிக்கிட்டாங்களா? கேட்டேன்னு சொல்லுங்க" மீண்டும் மணி பார்த்து "வர்றேங்க மனோகர் பை" என்றான்.

எனக்குப் 'பொளேர்' என்று அறைய வேண்டும் போல் இருந்தது. அடக்கிக் கொண்டேன். அவன் காரில் ஏறிச்சென்று, கார் மறையும் வரை பார்த்துக் கொண்டு நின்றேன்.

இரண்டு நாட்கள் கழித்து வைதேகி வந்தாள்.

"என்ன மனோ, வீட்டுக்கு வந்தீங்களாமே... அப்பா சொன்னார் டூர் போயிட்டு இன்னைக்குக் காலைலதான் வந்தேன்.. என்ன விஷயம் சொல்லுங்க?"

"அது வந்து..." தயங்கினேன்.

"என்ன தயக்கம்.. சும்மா சொல்லுங்க..."

"ரெண்டு நாளைக்கு முன்னாடிதான் தெரியும், பாண்டியன் ஏதோ விபத்துல இறந்துட்டானாம். அதைச் சொல்லத்தான் வீட்டுக்கு வந்தேன்." திக்கித் திணறி உண்மை போல சொல்லி முடித்தேன்.

அவள் விக்கித்துச் சுவற்றில் சரிந்தாள். ஓங்கிக் குரலெடுத்து அழ ஆரம்பித்தாள். அழுவதைப் பார்க்க முடியாமல் தெருவில் இறங்கி நடந்தேன். என் மனைவி அவளுக்கு ஆறுதல் சொல்லிக் கொண்டிருந்தாள். இனி வைதேகி பாண்டியனுக்காகக் காத்திருக்கப் போவது இல்லை.

பலி

சந்தியூர் கோவிந்தன்

“ஜமீன் சோழங்கன் உத்தரவு பிறப்பித்தார். அவர் சொன்ன தகவலை ஊர் மக்களுக்கு தோட்டி மூலம் துடும்புப் போட்டு தெரிவித்தனர். தோட்டியும் "நாளைக்கு நம்ம ஊர் ஜமீன் மூக்குத்திப்பாளையம் ஊர் பக்கம் ஒரு நாணயச் சாலை கட்டிவித்து அதன் பணியாளர்களுக்கு சகல வசதிகளையம் செஞ்சிக் கொடுத்து விழா நடத்தறாரு!... அந்த விழாவுல கலந்துக்க வூட்டுக்கு ஒருத்தரு தவறாம வந்திருனும் சாமீயோவ்! இது ஜமீனோட உத்தரவு சாமீயோவ்"...ன்னு துடும்பு போட்டபடி போனான்.

சேலம் கீழ்நாட்டின் சார்பாக ஜமீன் சோழங்கன், கொங்கு நாட்டிலுள்ள 24 கிளை நாடுகளை ஆட்சி செய்யும் ஆட்சியாளர்களுக்கு ஓலை எழுதி அனுப்பினான். ஓலை அனுப்பிய நாடுகளை வரிசையாக படிக்குமாறு ஜமீன் காரியதரிசியிடம் கேட்டார். காரியதரிசி ’உத்தரவு அய்யா’ என்று கூறிவிட்டு படிக்க ஆரம்பித்தார்.

தென் கரை நாடு, காங்கேய நாடு, பூந்துறைநாடு, அரையநாடு, மணல் நாடு, வேங்கலநாடு, அண்டநாடு, வைகளவூர் நாடு, நல்லுரக்க நாடு, ஆணைமலைநாடு, பொன்கொழிக்கும் நாடு, நமரயனூர் நாடு, வாரக்க நாடு, ஓடுவங்கநாடு, காஞ்சிகோயில் நாடு, பருத்திப்பள்ளிநாடு, குருப்பநாடு, பூவாணிய நாடு, இராசிபுரநாடு, வடகரைநாடு, வாழவந்தி நாடு[1] - என இந்த 24 நாடுகளிலுள்ள 30 நாட்டாமைக்காரர்களுக்கும் ஓலை அனுப்பியாச்சு அய்யா என்றான்.

ஊரே திருவிழாக் கோலம் பூண்டிருந்தது. நாணயச் சாலை பற்றிய கல்வெட்டை வெட்ட பருத்திப்பள்ளி நாட்டிலிருந்து கல்தச்சன் தொட்டுக்குட்டான் வரவழைக்கப்பட்டான். ஜமீனின் காரியதரிசி மோழிப்பாறையின் மேற்குபக்க சரிவில் கல்வெட்ட இடம் தேர்வு செய்துக் கொடுத்தான். இரண்டு நாட்களாய் கல்வெட்டு எழுத்துகள் செதுக்கும் பணி மும்மரமாய் நடந்தது. அதிக வெய்யில் நேரங்களில் அருகேயிருந்த பாழியில் முகம் அலம்பி பனைமர நிழலில் ஒய்வெடுத்துக் கொண்டு பணியை செய்து முடித்தான்.

இடையே ஜமீன் விசாரித்தார் , "என்னப்பா! வேலையெல்லாம் முடிச்சாச்சா?"

"அய்யா!.... சமூகம் சொன்னபடி எழுத்து வேலைகளை முடிச்சிட்டேன் - பிழைகள் சொன்னால் திருத்தி விடுவேன்" நாணயசாலை கல்வெட்டையும், அதனை அடுத்துள்ள குளம் வெட்டி வைத்தற்கான கல்வெட்டையும் படித்தான்.

'ஸ்வஸ்தஸ்ரீ எழுகரை நாட்டு அக்கை சாலை கங்கை என்று பேரிட்டு இக்குளம் அட்டினேன் பிரிய விலங்கிய ஊராளியாகிய சுண்டை வேட்டுவன் சிலம்பன் சிறியர் ஆன எழுகரை நாட்டு அக்கை சாலை மாத்தன் ஆராத பிள்ளையோன்.[2]

விழா சிறப்பாக அரங்கேறியது. விழாவிற்கு வந்திருந்த நாட்டாமை, மிட்டா, மிராசு, ஜமீன்தார்கள் எல்லோரையும் வணங்கி அவரவர் ஊருக்கு அனுப்பி வைத்தான்.

பருத்திப்பள்ளி நாட்டு கல்தச்சனுக்கு 100 காணம்[3] பொன் கொடுத்து சிறப்பு செய்தான்.

அடுத்த நாள் பொழுது விடிஞ்சி, ஜமீன் அரண்மனையில் அவரை ஆளாளுக்கு புகழ்ந்து பேசினார்கள். ஜாமீனின் ஆட்சிக்குட்பட்ட இராசிபுர நாடு ஆலவாய்ப்பட்டிலிருந்து ஒருத்தன் வந்திருந்தான. காவலாளி ஜமீனின் உத்தரவை பெற்று உள்ளே அனுப்பினான்.

அவன் சவரம் செய்யப்படாத முகம், கரடுமுரடாக கலைந்திருந்த முடி, இடுப்பில் அழுக்கேறிய நாலுமொலவேட்டி கட்டியிருந்தான். ஜமீன் முன்னாடி நெடுஞ்சாண் கிடையாக விழுந்து வணங்கினான்.

வந்த காரியத்தை விசாரித்தார் ஜமீன்.

'சாமீ..... நான் ஒரு சொப்பனம் கண்டேன். அது உங்களுக்கு ஆகாது. உங்களோட ஜமீன் பதவி நீடிக்கறது கஷ்டமுங்க..... நாமக்கல் பக்கமுள்ள ஒரு குறுநில அரசன் கிட்ட நீங்க சண்டையில தோத்து போனதா சொப்பனம் கண்டேன் சாமீ...' என்றான் வெடவெடன்னு உடல் நடுங்க.

அவன் சொன்ன தகவலால் ஜமீன் கோபமடைந்தாலும், இப்படிப்பட்ட ஒரு அப்பாவி பொய் சொல்ல வேண்டிய அவசியம் இல்லை எனக் கருதி ஒன்றும் செய்யாமல் விட்டு விட்டார்.

“இங்கிருந்து உன் ஊருக்கு எவ்வளவு தொலைவு” என்று கேட்டார் ஜமீன்.

"எட்டு காதம் " என்றான்.

" போறவழியில இந்தாளையும் கூட்டிக்கிட்டு போயி எறக்கி விட்டுவுடுங்க" என்றார் காவலர்களிடம். அவர்களும், "உத்தரவு எஜமான்" என்று கூறி விடை பெற்றனர். இரண்டு நாட்களாய் ஜமீனுக்கு தூக்கம் வரவில்லை. மன உலைச்சலோடு காணப்பட்டார்.

**

பொன்பரப்பி சொரியமலையை ஒட்டிய கரம்பு நிலத்தில் செம்பிலியாடுகளை மேய்த்துக் கொண்டிருந்தான் குப்பன். ஜமீனின் காவலர்கள் ரெண்டு பேர் தூரத்தே இவனை நோக்கி வருவது தெரிந்தது. கிட்டே வரவர தோலில் கிடந்த துண்டை இடுப்பில் கட்டிக் கொண்டான்.

"பூவாணிய நாட்டிலிருந்து புதிதாய் குடி வந்திருக்கும் குப்பன் நீ தானே?"

"ஆமாங்கய்யா?"

"நாளைக்கு நீ காலங்காத்தால ஜமீன் அரண்மனைக்கு வரவேண்டியது. இது ஜமீனோட உத்தரவு" என்று சொல்லி விட்டு வந்த திசையிலே மீண்டும் திரும்பினார்கள் காவலர்கள். அடுத்த நாள் குப்பன் ஜமீனோட காரியதரிசி தொட்டண்ணனை சந்தித்து விபரம் கேட்டான்.

'போன வாரம் நாங்க பிடாரி தெய்வத்துக்கு படையல் போட்டு பூசை செய்யும் போது பூசாரிக்கு மிரள் வந்து குறி சொன்னார். ஜமீன் மீது ரெண்டொரு மாசத்துள்ள சண்டை நடக்கப் போவுது... பக்கத்து நாட்டுல இருக்கிற குறுநில மன்னர்கள் சந்தர்ப்பம் பாத்துக்கிட்டு இருக்காங்க. ஜமீன் இப்போ உஷாரா இருக்கணும்னு குறி சொன்னான். அதனால ஜமீன் சண்டையில வெற்றிப் பெறவும், ஊருக்கு தீமைகள் நடக்காமல் இருக்கவும், நல்லவைகள் நடக்கவும் யாராச்சும் 'நவகண்டம்' கொடுக்கணும்.

நவகண்டம் (தலைப்பலி) கொடுப்பதற்கான எல்லா தகுதிகளும் உன்னோட பையனுக்கு இருக்கு. அதுக்குத்தான் உன்னோட ஒப்புதலைப் பெற ஜமீன் உன்னை கூப்பிட்டு இருக்காரு. ஒண்ணும் பயப்பட வேண்டாம். பழைய காலத்திலே உள்ளதுதாம் இது..... "கலிங்கத்துப்பரணி"யில கூட நவகண்டம் கொடுக்கறதை பெருமையா சொல்லியிருக்காங்க..

'சலியாத தணியாண்மைத் தருகண் வீரர்

தருக வரம் வரத்தினுக்குத் தக்கதாகப்

பலியாக உறுப்பரிந்து தருவதும் என்று

பரவுமொலி கட்டொலிபோல் பரக்குமாலே"

'அடிக்கழுத்தின் நெடுஞ்சிரத்தை அரிவராலோ

அரிந்த சிரம் அணங்கின்னதுக் கொடுப்பராலோ

கொடுத்த சிரம் கொற்றவையைப் பரவுமாலோ

குறையுடலும் கும்பிட்டு நிற்குமாமோ'

அப்படின்னு பாடி வச்சிருக்காங்க. உள்ளே போய் ஜமீனைப் பார்த்துட்டு வந்திடு" என்றான்.

உள்ளே போய் ஜமீனை வணங்கி நின்றான் குப்பன். கண்ணீர் தாரை தாரையாய் வடிந்தது... "சாமீ! .... நான் பூவாணிய நாட்டிலிருந்து ஓங்க நாட்டுக்கு பஞ்சம் பொழைக்க வந்தவன். எம்பையன் கொழந்தையா இருக்கும் போதே எம் பொண்டாட்டி செத்துப் போயிட்டாங்க..... அதுக்கப்புறம் இந்த பையன ஆளாக்கி... எம்பொழப்ப ஓட்டிக்கிட்டு இருக்கேங்க. நான் எப்படிங்க சாமி எம்பையன நவகண்டம் தர ஒத்துக்கறது... பையன் உசுரு போனதுக்கு அப்புறம் நான் ஒண்டிக்கட்டையா எப்படிங்க பொழைக்கிறது?" என்று தேம்பி தேம்பி அழுதான்.

"உன்னோட கடைசி காலம் வரை ஜமீனோட அரண்மனையில் தங்கிக்கலாம். உனக்கு ஜமீனோட எல்லா மரியாதையும் கிடைக்கும் - உன்னோட தற்போதைய செலவினங்களுக்காக 400 கழஞ்சு பொன் காரியதரிசியிடம் பெற்றுக் கொள். இது ஜமீன் உத்தரவு. இதை ஏற்பதும், ஏற்காததும் உன் விருப்பம்" என்று ஜமீன் முடித்துக் கொண்டார்.

வேறு வழியின்றி குப்பன் ஒத்துக் கொண்டான்.

நவகண்டம் என்பது மன்னனோ அல்லது ஜமீனோ போரில் வெற்றி பெறவும், அவர்களின் முக்கிய காரியங்கள் எவ்வித தடங்களின்றி நடைபெறவும் ஒருவன் தன்னை , கொற்றவை பிடாரி தெய்வத்தின் முன் தனது உடலுறுப்புகளை எட்டு இடங்களில் அரிந்தப்பின் ஒன்பதாவதாக உயிரைப் போக்கிக் கொள்ளுவது.

ஜமீனுக்கு சற்று வருத்தம் தான். குப்பன் வெளியூரிலிருந்து வந்தவன். அவனது மகனை தலைப்பலி கொடுக்க சொல்வது சங்கடமாயிருப்பதாய் சொன்னார். காரியதரிசி, "அதில் மாற்றம் எதுவும் வேண்டாம். நாம் தான் அவர்களுக்கு சேர வேண்டிய சலுகைகள், மரியாதைகள் எல்லாம் செய்து விடுகிறோமே?" என்றான். "சரி! அப்படியென்றால் நாளைக்கு சோதிடனை கூப்பிட்டு நல்ல நாள் பார்த்து தலைப்பலி' கொடுக்க ஏற்பாடு செய்யுங்கள்.

'உத்தரவு' என்று விடைபெற்றான் காரியதரிசி, தலைப்பலி கொடுப்பதற்கான ஏற்பாடுகள் மும்முரமாய் நடந்தன. குப்பனின் மகனை அழைத்து வந்தார்கள். சோழன் பூர்வ பட்டயத்தில் கூறப்பட்டிருப்பதை போல அலங்கரித்தார்கள்.

'பாலகுமரனை அழைத்து திருமஞ்சன மாடுவித்து திருநீற்றுக் காப்புமிட்டு ஆடையுடுத்தி ஆபரணங்கள் பூட்டி அலங்கரித்துப் பாலசனமிடுவித்துப் பரிமள களப கஸ்தூரிகள் பூசி வீரசந்தனம் இடுவித்துப் பாக்கு. பெற்றிலை கையில் கொடுத்து வீரகொம்பு. வீரகாளம், வீரமல்லாரி, வீரசிகண்டி, வலம்புரிச்சங்குடனே வீரமேளவாத்தியம் முழங்க பஞ்ச வண்ணக் கடைய பஞ்சமுகத் தீவட்டிகை விருது ரண வீரவளை வேங்கைப் புலிக் கொடியுடனே நடை பாவாடையுடனே நடை பாவாடை மேல் நடந்து நடன சங்கீதராக மேள வாத்தியம் சூழ்ந்து வர சென்னிமா நாகரில் நாலுவீதி பெறமனையும் விருவித்துச் சென்னி மாகாளிக்கு எதிர் நிறுத்தி அந்தப் பாலகுமரனைச சமய முதலியாகிறவர் நாம் முன்பு சொன்ன நற்பலியும் உனக்கு வந்ததென்று அந்தப் பாலகுமரனை வெப் பலியூட்டி வைத்து... பின்பு அந்தச் சென்னிமாகாளி பலிக்கு நின்ற பாலகுமரனை சாவாரகோல் முகத்தேகியாய் ஒரு கல்சிலை விக்கிரகமும் அவனைப் பார்த்தாற் போல் பார்க்கிற முகமாய் அடிப்பித்து அந்த சிலையை சென்னியங்கிரி ஆலயத்தில் நிறுத்தி வைத்து குமார சுப்பிரமணிய பண்டிதரைக் கொண்டு அந்த சிலைக்குப் புண்யாங்க அண்டமந்திரப் பிரதிஷ்டையும் செய்வித்து அபிஷேக தூப ஆராதனை முடிப்பித்து எல்லோரும் தரிசித்துக் கொண்டு அதன் பின்பு அந்த சாவாரப் பலிக்கல் சிலைக்கு...."

உடம்பில் எட்டு இடங்களில் சிறு சிறு காயங்களை ஏற்படுத்திக் கொண்டு ஒன்பதாவதாக தன் தலையை கத்தியால் அறுத்துக் கொண்டான் குப்பனின் மகன். நெஞ்சிலும், தலையிலும் அடித்துக் கொண்டான் குப்பன். கண்களில் வழிந்த கண்ணீரை துடைத்துக் கொண்டான். அடுத்தபடியாக தலைப்பலி கொடுத்தவனைப் போல நவகண்டம் சிற்பம் செதுக்கினார்கள். மகனை நவகண்ட பலியிட்ட பிறகு குப்பன் பைத்தியம் போல திரிந்தான். ஊரிலிருப்பவர்கள் தனக்குத்தானே பேசித் திரிவதாக பேசிக் கொண்டார்கள்.

மகன் பிரிந்த துயரம், தனிமையின் கொடூரம் இவனை இப்படி செய்திருக்க வேண்டும். அடிக்கடி ஜமீன் அரண்மனை பக்கம் தென்படுவான். அப்புறம் காணாமல் போய் விடுவான். ஜமீன் அறிவித்த சலுகைகளை மறுத்து விட்டான். அரண்மனையிலே தங்கும்படி பணித்தார்கள். இவன் ஏற்கவில்லை .

வாழவந்தி நாட்டு ஜமீனுக்கும், சோழங்கனுக்கும் ஏற்கனவே பகை இருந்து வந்தது. சந்தர்ப்பம் பார்த்து போரிட காத்திருந்தவன் திடீரென்று ஒரு நாள் சோழங்கனுடன் சண்டையிடத் துவங்கினான். வீரர்கள் இரு தரப்பிலும் குவிந்தார்கள். கொடுக்கமங்கலத்தில் இரு தரப்பு வீரர்களும் கலந்து சண்டையிட்டனர். முடிவில் வாழவந்தி ஜமீனால் சோழங்கன் தோற்கடிக்கப்பட்டான். சோழங்கன் தோல்விக்கு பல காரணங்களை பேசினர். அவனது ஆட்சி மக்களுக்கு பயனுள்ளதாய் இல்லை. நாட்டு மக்களின் குறைகளை ஒரு போதும் கலைய முற்பட்டதில்லை. அளவுக்கு அதிகமான ஆடம்பர வாழ்க்கை என பல்வேறு விதமான கருத்துக்களை முன் வைத்து பேசினர். ஊர் ஏகாலி ஒரு சமாசாரம் சொன்னான். ஜமீன் சண்டையில ஜெயிக்கணும்னா ஊர்ல இருக்கறவங்கள்ல யாராவது ஒருத்தரு முழுமனசோட ஜமீன் போர்ல வெற்றி பெறுவதற்காக நாட்டு மக்களின் நலனுக்காக தானே முழு மனசோட முன் வந்து எந்த ஒரு முகாந்திரமும் இல்லாம தலைப்பலி கொடுக்கணும். அதில்லாம குப்பமுட்டு பையன வலுக்கட்டாயமா 'தலைப்பலி கொடுக்க வச்சுட்டாங்க....... அது சரியானதாப்படல. ஒரு அப்பாவிய மெரட்டி பணியவக்கிறதுல என்ன நாயம் இருக்கு..... அதனால தான் ஜமீன் சண்டையில தோத்துட்டாரு"ன்னான். ஊர் ஜனங்களும், வீரர்களும் கோசம் எழுப்ப, சேலம் கீழ்நாட்டு எல்லையைத் தாண்டி சோழங்கனை அடிமையாய் இழுத்துச் சென்றனர்.

பைத்தியம் போல சுற்றித் திரிந்த குப்பன் முகத்தில் சந்தோச ரேகை படர்ந்திருந்தது. பிடாரி கோயில் முன் வைக்கப்பட்டிருக்கும் தன் மகனின் நவகண்ட (தலைப்பலி) சிற்பத்தை பார்க்க ஓடினான் மகிழ்ச்சி பொங்க.

பின்குறிப்பு

கதையில் கூறப்பட்டிருக்கும் வரலாற்றுக் குறிப்புகள் கல்வெட்டு, செப்பேடு, கற்பனை, மசிப்படி, கல்வெட்டு ஆண்டறிக்கை போன்றவற்றை ஆதாரமாக கொண்டவை. கதை அடிக்குறிப்புகள்: 1.மதுக்கரை பட்டயம், பக்க எண்: 34, தேனோலை பதிப்பகம், சென்னை, கொடுமுடி சண்முகம் 2. சேலம், நாமக்கல் மாவட்ட கல்வெட்டுகள், தஞ்சை தமிழ் பல்கலை வெளியீடு. 3. பழங்காசு இதழ் எண் - 8, ப.எண்.7. பேரா.திருஞானசம்பந்தம். (ஒரு காணம் என்பது ஏறக்குறைய 400 மில்லி கிராம் எடையுள்ள பொற்காசை குறிப்பதாகும். 10 காணம் ஒரு கழஞ்சு (அ)4கிராம் எடையுள்ள பொற்காசு எனக் கொள்ளலாம்) 4. அதியமான்களின் வரலாறு, ப.எண்.108, சேலம் பா. அன்பரசு (ஒரு காதம் எண்பது சுமார்

4 மைல்கள் ஆகும்) 5. கலிங்கத்துப்பரணி, உரையாசிரியர் பேரா.ஆ.முத்துசிவன் செய்யுள் 12. ப.எண்.15 6. மேலது.செய்யுள் எண்.15. 7.கொங்கு ஆய்விதழ், சோழன் பூர்வபட்டயம் ஆசிரியர் செ.இராசு.

ஃஃ

கருப்பு நிறக் காலணிகளும் பச்சை நிறத் தொப்பிகளும்

கி.சரவணகுமார்

நீங்கள் கறுப்பு நிற தடித்த காலணிகள் அணிபவரா? நீங்கள் பச்சைநிற உடையும் அதே நிறத்தில் தொப்பியும் அணிபவரா? கையில் ஏதேனும் ஆயுதம் வைத்திருப்பவரா? வினோத ஒலியெழுப்பும் ஊர்திகளில் பயணிப்பவரா? இவையெதுவும் இல்லையெனில் உங்களிடம் என்னைப் பற்றிச் சொல்வதில் தயக்கம் ஏதுமில்லை.

இப்போதைய என் மனநிலையிலும், உடல்நிலையிலும் என்னால் கோர்வையாகச் சொல்லமுடியுமா என்பது ஐயத்திற்கிடமானதே. இருந்தாலும் உங்கள் புரிதலின் மீது நான் மிகுந்த நம்பிக்கை கொண்டிருக்கிறேன். நான் சொல்லப்போகும் நிகழ்வுகள் நடந்த ஆண்டுகள் பற்றியோ நாட்கள் குறித்தோ சரியான குறிப்புகள் என்னிடமில்லை . ஆனால் மருந்து வாடையடிக்கும் வெள்ளைநிறத் துணி விரிக்கப்பட்டுள்ள இந்தப் படுக்கையிலேயே நீண்ட நாட்களாகக் கிடக்கிறேன். என்பதை மட்டும் உணர்ந்திருக்கிறேன்.

கறுப்புநிறக் காலணிகளுக்கும் எனக்குமான முதல் சந்திப்பு நள்ளிரவொன்றில் நிகழ்ந்தது. நானும் எனது அக்காவும் மட்டும் அயர்ந்து உறங்கிக் கொண்டிருந்த அன்றைய இரவில் என் உறக்கத்தை மிதித்தபடி அறிமுகமாகின அந்தக் காலணிகள். என் சிறு குடிசையின் பலவீனமான கதவை ஒற்றை உதையில் வீழ்த்தியதை நினைத்து விகாரமாய்ச் சிரித்து கொண்டிருந்தன அந்தக் காலணிகள்.

செவ்வண்ணம் பூசப்பட்ட அந்தக் கட்டிடத்தின், சுவரெங்கும் கரப்பான்கள் அலையும் அறையொன்றில் விடியத் தொடங்கியது அந்த இரவு. குடிசையில் என் தலைமயிரைக் கொத்தாகப் பிடித்துத் தூக்கியபோது ஆரம்பித்த நடுக்கம் எனக்குச் சற்றும் குறையவில்லை . அக்காவின் அழுகைச் சத்தம் மட்டும் தொடர்ந்து கேட்டுக் கொண்டிருந்தது. சிகரெட்டுப் புகையும், சாராய நெடியும் சுழன்று கொண்டிருக்கும் யாருமற்ற அறையில், கண்கள் மிரட்சியில் விரிய, அச்சத்தில் உடல் நடுங்க, உயிர் மிரள கை கால்களைக் குறுக்கியபடி தன்னையும் அறியாமல் அக்கா... அக்கா ..... என்று

முனகிக் கொண்டிருந்த சிறுவனுடைய மனநிலையை உங்களால் உணரமுடிகிறதா?

நிலைகுத்திய பார்வையோடு குடிசையின் மூலையில் ஒரு சிலைபோல் அமர்ந்திருந்தாள் அக்கா. உதட்டோரத்தில் ரத்தம் உறைந்து திட்டாகப் படிந்திருந்தது. குரல்வளை மேலும் கீழுமாக மெல்ல ஏறி இறங்கியது. மடியில் தலைவைத்துப் படுத்திருந்த என்னால் அவள் கால்களின் மெல்லிய நடுக்கத்தை உணர முடிந்தது. அக்காவின் விரல்கள் தன்னிச்சையாக என் தலையைக் கோதி விட்டுக் கொண்டிருந்தன.

ஊரே கூடி நிற்க, செவ்வண்ணக் கட்டிடத்தின் வாசலில் வெகுநேரம் அழுதுபுரண்டு அம்மா தூற்றிய மண் துகள் என் கண்களில் உறுத்திக் கொண்டிருந்தது. கதவருகில் கிடந்த எங்களுக்கான உணவுப் பொட்டலத்தின் மீது ஊர்ந்து சென்று. மறைந்தது வெயில். ஒப்பந்தக் கூலியாக வெளியூர் வேலைக்குச் சென்றிருந்த அப்பாவின் வருகையை எதிர்பார்த்து அடுத்த சில நாட்கள் நகர்ந்தன. நான் மீண்டும் பள்ளி சென்று திரும்பிய ஒரு மாலையில் என் குடிசையின் வாசலில் ஊர்க்காரர்கள் சிறு கூட்டமாக கூடியிருந்தனர். வெறித்த பார்வையுடன் திண்ணையில் இடிந்துபோய் உட்கார்ந்திருந்தாள் அம்மா. வீட்டினுள் கயிற்றுக் கட்டிலில் அப்பா படுக்க வைக்கப் பட்டிருந்தார். அநேகமாக அவர் அரைமயக்கத்தில் இருக்கலாம். அப்பாவின் சட்டை ரத்தக்கறையுடன் கிழிந்து போய் ஒரு மூலையில் கிடந்தது. அப்பாவின் கன்னங்கள் வீங்கிப் போயிருந்தன. காதோரம் சிகப்பு கோடாக வழிந்திருந்தது. மூடிய இமைகளுக்குள் அங்குமிங்கும் அலைந்து கொண்டிருந்தன அவரது கருவிழிகள். நடந்ததைச் சரியாகவே யூகிக்க முடிந்ததென்னால்.

ஊரின் மொத்த இருளும் அன்று எங்கள் குடிசையில் குவிந்திருந்தது. இரவு முழுவதும் அம்மா தூங்கியதாகத் தெரியவில்லை. விடியலுக்கு முன்பே என்னையும் கட்டிலின் கால்மாட்டில் சாய்ந்தபடி உறங்கிப் போன அக்காவையும் எழுப்பிக் கிளம்பச் சொன்னாள். சிவந்திருந்த அம்மாவின் கண்களில், ஒரு போதும் மாற்றிவிட முடியாத தீர்க்கமான முடிவின் உறுதி நிரம்பி வழிந்தது.

செருப்பணியாத எங்களது கால்களுக்குச் சவால் விட்டு நீண்டிருந்தது செம்மண் சாலை. "எங்கம்மா போறோம்?- பேருந்தில் ஏறி அமர்ந்த பிறகுதான் கேட்கத் தோன்றியது. எனக்கு. மடியோடு என்னைச் சேர்த்தணைத்துக் கொண்டாள் அம்மா. அதுவே என் கேள்விக்கு பதிலாகவும் இருந்தது.

நகரத்தின் குறுகலான சந்தொன்றில் தாழ்வாக ஓடுகள் வேயப்பட்ட வீட்டினுள், எங்களுக்கு அறிமுகமாகியிராத இருவரை அத்தையென்றும், மாமாவென்றும் அம்மா அறிமுகப்படுத்தி வைத்தாள். பிறந்து சில மாதங்களே ஆன வெளிர் பழுப்புநிற நாய்க்குட்டி கட்டி வைக்கப்பட்டிருந்த அந்த வீட்டிலிருந்து வயிறு நிறைய தண்ணீர் மட்டும் குடித்து விட்டு அம்மா விடைபெறும் முன் அங்கு நிலவிய சூழலின் உணர்வை இப்போது உங்களுடன் பகிர்ந்து கொள்ளப் போகிறேன் என்று நீங்கள் எதிர்பார்த்திருந்தால் அந்த எதிர்பார்ப்பை நிறைவேற்ற முடியாமல் போவதற்காக நான் மன்னிப்பு கேட்டுக் கொள்கிறேன்.

மேலும் இப்போது உங்களால் எனக்கொரு உதவி ஆகவேண்டுமே! இதோ என் கண்கள் தாண்டி வழிய எத்தனிக்கும் இந்தக் கண்ணீர் துளிகளை கைக்குட்டை கொண்டு மெல்ல துடைத்துவிட முடியுமா? உங்கள் உதவிக்கு நன்றி நண்பரே.

அன்றும் இப்படித்தான் உச்சிமுகர்ந்து நெற்றியில் முத்தமிட்டவுடன் பெருகிவழிந்த என் கண்ணீரைத் தன் கைகளால் ஒற்றியெடுத்தாள் அம்மா. எங்களுக்காக உழைத்து, உழைத்து காய்ப்பேறி போயிருந்த என் அம்மாவின் கைகள், சிறு வயதில் உங்கள் கைக்குட்டையை விட மென்மையாகவே இருந்திருக்கக் கூடும்.

நகரத்தில் புதிய பள்ளி, புதிய உறவுகள், தார்ச்சாலைகள் என என் உலகம் பெரிதாய் மாற்றமடைந்திருந்தது. வளர்ச்சிகள், தாழ்வுகள், இன்பங்கள், துன்பங்கள் என எல்லாவற்றையுமே நிகழ்வுகளாக்கி விட்டு ஓடிக் கொண்டேயிருக்கிறது காலக்கடிகாரம்.

அக்காவிற்கு உடல்நிலை சற்று தேறிவிட்டது. ஓ!... இதைப்பற்றி உங்களிடம் சொல்லாமல் விட்டுவிட்டேன் அல்லவா? கேளுங்கள்... அந்த கொடூரமான இரவிற்குப் பின் அக்காவிற்கு உறக்கத்தில் அடிக்கடி உடம்பு வெட்டி வெட்டி இழுக்கும், வாயில் நுரைத்துக் கொண்டு வரும். கழுத்தறுபட்ட கோழிபோல் அவள் துடிக்கும் போது அத்தையும், மாமாவும், நானும் அக்காவின் கை, கால்களை அழுத்திப் பிடித்தபடி நாங்கள் அடைந்த வேதனைகளை நினைத்துப் பார்க்கும் இந்தப் பொழுதிலும் நரம்புகளெங்கும் வலிகள் துளைக்கின்றன நண்பரே.

சில ஆண்டுகளுக்குப் பின் ஒரு மரணத் துயரத்தை நண்பனிடத்தில் பகிர்ந்து கொள்வதற்காக என் ஊருக்குச் சென்றிருந்தேன். வசந்தியக்காவை அப்போதுதான் அவசர அவசரமாக எரியூட்டி முடித்திருந்தார்கள். இருட்டைக் கண்டாலே பயத்தில் வியர்க்கும் வசந்தியக்கா, ஒரு துளி ரத்தம் பார்த்தாலே மயங்கி விழும்

அதே வசந்தியக்கா, அடிவார அய்யனார் கோயில் ஆலமரத்தில் நள்ளிரவில் தூக்கிட்டுக் கொண்டாள் எனச் சொல்லப்பட்டதை அந்தக்காவைப் பற்றி முழுமையாகத் தெரியாதவர்கள் நம்பி விடக்கூடும். விசாரித்ததில் உண்மை வேறாக இருந்தது.

வினோதமான ஒலியெழுப்பும் புதிய ஊர்திகளில், கறுப்பு நிற முரட்டுக் காலணிகளோடு பச்சை நிறத்தொப்பிகளும் இணைந்து இரவு முழுவதும் ஆயுதங்களுடன் சுற்றித் திரிவதாகவும், அவை மான்கறியை விட மனிதக் கறிகள் சுவைக்கத்தான் அலைகின்றன என்றும், எங்கள் ஊரில் மட்டும் இது மூன்றாவது பலியென்றும் தெரியவந்தது.

நீண்ட நாட்களுக்குப் பிறகு அம்மாவின் கையால் பரிமாறப்பட்ட உணவைக்கூட உண்ண முடியாமல் என் தொண்டை அடைத்துக் கொண்டது. இரவெல்லாம் உயிரின் சுமை கூடிக்கொண்டே போனது. வசந்தியக்கா வேறு என் அக்கா வேறு என்று என்னால பிரித்துப் பார்க்க முடியவில்லை. ஒரு வேளை உங்களால் அப்படி நினைக்க முடியுமெனில் அது எவ்வளவு பெரிய அறிவீனம் என்பதை விரைவில் உணர்ந்து கொள்வீர்கள்.

அன்றைய இரவின் இருள் மிகவும் அடர்த்தியானதாகத் தெரிந்தது. படுக்கை விரிப்புக்குக் கீழே கொஞ்சம் கொஞ்சமாக சூடேறிக்கொண்டிருந்தது எனது மண். சீரான என் மூச்சுக்காற்றில் வெளியேறிய வெப்பம், நிலவற்ற வானமெங்கும் பரவி வழிந்தது. அருகருகே மின்னிக் கொண்டிருந்த விண்மீன்கள் அக்காவின் கண்களாக உருமாறிய ஒரு நொடியில் என்னையுமறியாமல் என் உடல் நடுங்கத் தொடங்கியது. பெருத்துக் கொண்டே வந்த அந்தக் கண்கள் திடுமென வெடித்துச் சிதறி ஒளித்துண்டுகளாய் என் மீது விழுந்து எரித்தன. துடித்து எழுந்தேன். மேகங்களில்லாத வானம் மிகத் தெளிவாக இருந்தது. பார்வைக்கு எட்டிய எல்லாவற்றின் மீதும் கதிரவன் வெளிச்சமாய் நிரம்பியிருந்தான்.

பகலில் நெடுநேரம் அப்பாவிடம் பேசிக் கொண்டிருந்தேன். இறுதியில் தயங்கித் தயங்கிச் சொன்னேன், அப்பா பேசாமல் எல்லாரும் நகரத்திற்கே... "நான் முடிக்கும் முன்பே தலையாட்டி மறுத்தார். அவ்வளவு நேரமும் அமைதியாக என் பேச்சைக் கேட்டுக் கொண்டிருந்த அப்பா கண்களைத் திறந்து என்னைக் கூர்ந்து பார்த்தார். என் உடல், உயிர், எண்ணம் என சகலத்தையும் ஊடுருவிப் பாய்ந்தது அந்தப் பார்வை. அவர் விழிகள் பெருமிதத்தில் மின்னிக் கொண்டிருந்தன. நீண்டதொரு விளக்கத்திற்குத் தயாராவது போல அவரின் உதடுகள் துடித்தன. நெடிய பெருமூச்சிற்குப்பின்,

"எல்லாருக்கும் உசுரு ஓடம்புக்குள்ள... எங்களுக்கு இந்த மண்ணுக்குள்ள" என்று ஒற்றை வரியோடு நிறுத்திக் கொண்டார். அவரின் உணர்வுகள் எனக்குள் முழுமையாக இறங்கியிருந்தன. இம்மண்ணுக்கும் அவருக்குமான உறவின் உயிரிழையை எதற்காகவும் யாருக்காகவும் அப்பாவால் அறுத்தெறிய முடியாது என்பதைப் புரிந்து கொண்டேன்.

நெற்றியில் முத்தமிட்டு அம்மா என்னை வழியனுப்பி வைத்தாள். இந்த முறை சற்றே என் தலையைத் தாழ்த்தி அவள் முத்தத்தைப் பெற்றுக் கொள்ள வேண்டியிருந்தது. அம்மாவின் உதடுகள் முன்பைவிட இறுகிப்போயிருந்தன. மிச்சமிருந்த அவளது சில கண்ணீர்த் துளிகளும் வழிந்து ஆவியானது. ஒருவேளை அவை என் மரணத்தின் மீது விழவேண்டிய துளிகளாக இருக்கலாம்.

நண்பர்களைத் திரட்டிக் கொண்டு சுற்றுப் பகுதியிலுள்ள பாதிக்கப்பட்ட ஊர்களுக்குப் பயணமானேன். நண்பர்களின் பட்டியல் நீண்டு கொண்டே சென்றது. நாங்கள் நினைத்திருந்ததை விடக் கொடூரமான வெறிச்செயல்களை முரட்டுக் காலணிகளும், பச்சைநிறத் தொப்பிகளும் மக்களின் மீது நிகழ்த்தியிருந்தன. ஆங்காங்கே உருவாகியிருந்த சிறுசிறு அமைப்புகளை ஒன்றிணைத்து வன்கொடுமைக்கெதிரான வலுவான இயக்கத்தைக் கட்டமைத்துக் களம் இறங்கிப் போராடினோம். எங்கள் போராட்டங்கள் வீரியமடைந்தன. நகரம் வரை எங்கள் இயக்கம் விரிவடைந்தது. சமூகத்தின் மீது அக்கறையும், மனிதத்தின் மீதான நம்பிக்கையும் கொண்ட சிலரின் ஆதரவு எங்களுக்கு மேலும் வலு சேர்த்தது. எங்களது தொடர் முயற்சியின் விளைவாக, எப்போதும் அதிகாரத்தின் தத்துப் பிள்ளையாகச் செயல்பட்டு வந்த பெரும்பாலான ஊடகங்களின் பார்வை, இருண்ட எங்கள் மலைக்கிராமங்களின் மீதும் விழத் தொடங்கியது. எங்கள் மண்ணுக்குள்ளேயே கரைந்து போன மரணங்கள் அடையாளம் காணப்பட்டன.

முரட்டுக் காலணிகளுக்கு வியர்த்து வியர்த்து நாற்றமெடுக்கத் தொடங்கிய ஒரு வெறிப் பொழுதில், பச்சைநிறத் தொப்பிகளுக்குள் கூடுகட்டியிருந்த கழுகுகள் ஆத்துப் பாலத்தில் சிதைந்து கிடந்த என் அப்பாவின் உடலுக்கு மேலே பறந்து கொண்டிருந்தன. உயிர் பதைபதைக்க வைக்கும் அந்தக் காட்சியை நீங்கள் பார்த்திருக்க வேண்டுமே! ஐயோ! -..போதும் நண்பரே என்னால் முடியவில்லை... என நாக்கு வறண்டு விட்டது... என் கண்களை இருள் சூழ்ந்துவிட்டது... என வாய் குளறுகின்றது கொஞ்சம் தண்ணீர் தாருங்கள்..!

இன்னும் சற்று நேரத்தில் நான் நினைவிழந்து விடலாம். அதற்குள் இறுதியாய்ச் சில தகவல்களைச் சொல்லிவிட முயற்சிக்கிறேன்.

என் குரல் கம்மிவிட்டது..... என் உதடுகள் ஒட்டிக் கொள்கின்றன. இனியென்னால் உரத்துப் பேச முடியாது... இன்னும் கொஞ்சம் என் அருகில் வந்து அமருங்கள்.

வலிகளைத் தாங்கித் தாங்கி நாங்கள் மரத்துப் போயிருந்தோம். அப்பாவின் மரணம் எங்களை இன்னும் வேகப்படுத்தியிருந்தது. எப்போதும் சாக்கடைகள் நாறும் நகரத்தின் சந்தொன்றில், மிகப்பெரிய முற்றுகைப் போராட்டத்திற்கான சுவரொட்டி அறிவிப்பை அச்சேற்றிக்கொண்டிருந்த போதுதான், "ஊரில் விரிவுபடுத்தப்பட்டிருந்த அந்தக் கட்டிடத்தின் செவ்வண்ணமே செந்தீயாக மாறி எரிந்து போனதும். அதில் கறுப்பு நிறக் காலணிகள் பலவும், பச்சை நிறத் தொப்பிகளும் கருகிக் கிடக்கின்றன என்ற தகவலும் எங்களுக்குத் தெரிய வந்தது.

போராட்டம் துவங்குவதற்குச் சற்று முன்பு கறுப்பு நிற முரட்டுக் காலணிகளை மிக அருகில் மீண்டும் ஒருமுறை பார்க்க நேர்ந்தது. இம்முறை நான் பார்த்த காலணிகள் என் மீதான நெடுநாள் வன்மங்களைத் தேக்கித் தேக்கி அளவில் பெருத்திருந்தன. தன் எண்ணம் கைகூடி வந்ததை அறிந்து பூரிப்பில் பளபளப்பேறியிருந்தன. கடைசியாக நான் அந்தக் காலணிகளைப் பார்த்தபோது, தன் ஆற்றல் முழுவதும் திரட்டித் தாக்கும் வெறியுடன் என் விரைக்கு நேரே அவை உயர்ந்திருந்தன.

இனியும் உங்களுக்கு விளக்கத் தேவையில்லை. நீங்கள் உணர்ந்து கொண்டு விட்டீர்கள். வியர்த்துப் போயிருக்கும் என் நெற்றியின் மீதான உங்கள் தொடுகையை என்னால் உணரமுடிகிறது. அது, என் அம்மாவின் கைகளைப்போல மென்மையாக இருக்கிறது.... என் அம்மாவின் உதடுகளைப்போல இறுகிப் போயிருக்கிறது.... முத்தமிட்டு உதிர்த்த என் அம்மாவின் கண்ணீர்த் துளிகளைப் போல வெப்பமாகவும் இருக்கிறது.

ஊ௫

சம்பவம்

பொன். குமார்

சன் டி.வி. தலைப்புச் செய்திகள் சொல்லிக்கிட்டிருந்திச்சு.

'யாழ் முற்றுகை. விடுதலைப் புலிகள் முன்னேற்றம்.'

'காவல் துறைக்குச் சலுகைகள். முதலமைச்சர் அறிவிப்பு'.

தலைப்புச் செய்திகள் முடியறதுக்குள்ளே போன் பெல் அடித்தது. எழுந்தரிச்சு போறதுக்குள் மூனு தடவை அடித்தது. டி.வி.யில் சவுண்ட் குறச்சுட்டு ரிசீவரை எடுத்தேன். யாரா இருக்கும்.

'ஹலோ 'சொன்னேன்.

'வணக்கங்க ' என்றது மறுமுனை.

குரல் பழக்கப்பட்ட மாதிரியும் இருந்தது. பழக்கப்படாத மாதிரியும் இருந்தது.

'சொல்லுங்கன்னு செய்திய எதிர் பார்த்தேன்.'

'செங்கோடம்பாளையம் மாரப்பன் இருக்காங்கல்ல' என்று முடிக்கறதுக்குள் முகத்தை நினைச்சுப் பார்த்து சுதாரிச்சுக்கிட்டு

'ஆமா, என்ன?' என்றேன்.

'அவரு இறந்துட்டாருங்க' இந்த இரண்டு வார்த்தைகள் சொல்லி முடிச்சவுடன் மலையிலிருந்து உருண்டு வரும் கல்லாய் பழைய சம்பவம் நெஞ்சில் திரண்டு உருண்டது.

ரிஸீவரை வைச்சுட்டு நாலெட்டு தள்ளியிருந்த சேரில் எப்படி அமர்ந்தேனென்றே தெரியவில்லை. மனம் பிசைய ஆரம்பிச்சது. போலாமா, வேண்டாமா? மனத்துக்குள் ஒரு போராட்டம்.

மாரப்பன் எனக்கு பங்காளி முறை. இருந்தாலும் சம்பவத்தை நினைச்சாப் போக மறுக்குது மனம். எதிரியாய் இருந்தாலும் இறந்துட்டா விசாரிப்பது தானே இங்கு வழக்கு. போனால்

என்னென்ன விளைவுகள் ஏற்படும்? போகா விட்டாலும் நம் பேச்சு இல்லாமலா இருக்கும்? ஊருக்கென்ன எப்படி இருந்ததாலும் பேசும். மாரப்பனுக்கு ஓரிரண்டு வயசு கூடுதலா இருக்கும் என்னை விட. நல்லவன்தான். ஏன் நமக்கு துரோகம் செஞ்சான்னு எனக்கும் தெரியல?.

அவனை ஒரு பத்து பனிரெண்டு வருசத்திற்கு முன் சொந்தக்காரங்க கல்யானத்துல பார்த்தேன். என்னைப் பார்த்ததும் லேசா சிரிச்ச மாதிரி தலைய தொங்கப் போட்டுக்கிட்டு போய்ட்டான். குற்றம் அவன குனிய வைச்சிருக்கும். ஹாரன் சத்தத்துடன் என் நெம்பர் பஸ் வந்து நின்னது. கொண்டாலாம்பட்டி பைபாஸ் டிக்கெட் வாங்கிக்கிட்டேன். ரெண்டு ரூபா கொடுத்து டிக்கட் வாங்கினன். மீதி சில்லரையை கண்டக்டர் தரல்ல. சண்டை போடற நெலமையில் நானில்லை.

மாரப்பனுக்கு ஒரேயொரு மகன்னு கேள்விப்பட்டேன். எப்படியோ கொள்ளிப் போட ஒரு வாரிசு உருவாக்கிட்டான்.

கண்டக்டர் குரல் கேட்டு கொண்டலாம்பட்டி பைபாஸ் இறங்கி நின்னேன். பத்து நிமிசமா திருச்செங்கோட்டுக்கு பஸ் வல்ல. எஸ். எம். பி. எஸ். என்று ஒரு தனியார் பஸ்தான் வந்தது.

உட்கார இடமில்லை. முன்னாடி பின்னாடி பார்த்து கம்பியில் சாஞ்சு கொஞ்சம் வசதியா நின்னுக்கிட்டேன்.

வாழ்க்கையில் அப்படியொரு சம்பவம் நடக்கலன்னா இப்ப நம்ம வாழ்க்கை எப்படியிருக்கும்? இப்ப விட நல்லாயிருக்கலாம். மோசமாகவும் போயிருக்கலாம். ஊரிலேயே இருந்திருக்கலாம். நடந்தது நடந்ததுதான். விதிய நெனச்சு விட்டுடலாம்னு நினைச்சா நடந்தது சரியான்னு சந்தேகப்பட வேண்டியிருக்கு.

பங்காளிங்க முறைல மாரப்பன் அடிக்கடி வந்து போவான். எனக்கும் கல்யாணமாகி ஒரு வருசமாகியிருந்தது. மனைவிகிட்ட பேசும் போதெல்லாம் எதார்த்தமாத்தான் நெனச்சேன்.

பஸ் ஆட்டையாம்பட்டியில் நின்றது. வயதானவர் ஏற முடியாமல் தடுமாறினார்.

கண்டக்டர் “சாவு கிராக்கி ஏன்யா கழுத்தறுக்கற?. டைம்க்கு எடுக்க முடியாதய்யா. வீட்லயே இருக்க வேண்டியதுதானே?” என்று திட்டினான். சங்கடமாக இருந்தது. வயதாவதே பாவமா? வயதாகி விட்டால் வாழ்க்கை முடிஞ்சிடுமா?

எங்கும் பயணிக்க கூடாதா?

பஸ் திருச்செங்கோட்டை நோக்கி ஓடியது. என் மனசு முப்பதாண்டுகளுக்கு பின்னால் ஓடியது. மாரப்பன் செஞ்ச செயலுக்கு மன்னிக்க முடியாதுதான், தண்டனைய ஆண்டவன் கொடுப்பான்னு விட்டுட்டு வந்துட்டோம். அவன் என்ன நல்லாத்தானே வாழ்ந்தான், எல்லோரும் போல சராசரி வாழ்க்கை. இப்ப செத்துப் போய்ட்டான். சாவது இயற்கைதானே. தண்டனையாகுமா?

கைலாசம்பாளையத்தில் இறங்கி ரோட்டைக் கடந்து செட்கோடம்பாளையம் நடந்து போய்க்கிட்டிருந்தேன். ஊர் முன்ன மாதிரி இல்ல மாறி போச்சு.

முன்ன ஒன்னு ரெண்டுதான் மாடி வீடு. இப்ப எல்லாமே மாடி வீடா இருக்கு.

எழவு வீட்டை நெருங்க நெருங்க நெஞ்சு இறுகிக்கிட்டே வந்தது. எழவுக்கு வந்தவங்க அங்கொன்னு இங்கொன்னுமாக நின்னு பேசிக்கிட்டிருந்தாங்க. சில மூஞ்சே பழசாயிருந்தது.

மாரப்பன் மகனுக்கு என்னை யார்னு தெரிஞ்சிருக்கும்னு நெனச்சேன. கைய கொடுத்தான். கண் கலங்கினான். எதுவும் சொல்ல முடியாம எனக்கும் தடுமாற்றம். உட்கார்திருந்தவங்க என் மூஞ்சியவே பார்த்தாங்க. சில மூஞ்சிலே வியப்பு தெரிஞ்சது. சிலதிலே அனுதாபம் தெரிஞ்சது. சிலதிலே குழப்பம் தெரிஞ்சது. சிலபேர் கையெடுத்து கும்பிட்டாங்க.

சடலத்தைப் பார்த்துவிட்டு அஞ்சலி செலுத்திவிட்டு வந்துட்டேன். காலியா இருந்த சேர்ல உட்கார்ந்தேன். எப்ப எடுப்பாங்கன்னு தெரியல. எப்ப எடுத்தா என்ன? கொஞ்ச நேரம் இருந்துட்டு கௌம்பலாம்.

கூட்டத்தில் பஸ்ஸப் பத்தி, பைனான்ச பத்தி அவங்கவங்க வியாபாரத்தைப் பத்தியெல்லாம் பேசிக்கிட்டிருந்தாங்க. எதுவுமே சரியா காதில் விழல. இல்ல நமக்கு தேவையில்லைன்னு நாம் கவனம் செலுத்தாமலிருக்கலாம், யாரோ ரெண்டு பேர் பேச்சு மட்டும் காதில் கேட்டது.

'சாங்கியமெல்லாம் உண்டா ...?"

"கன்யாணமாகதவனுக்கு என்ன சாங்கியமோ அதத்தானே பண்ணுவாங்க"

"சரி அந்த அக்கா தாலி வாங்கறது உண்டா?"

"எப்பவும் போல தாலியோட இருக்க வேண்டியதுதான்."

“அட என்னப்பா இது"

"பின்ன புருசனா செத்து போய்ட்டான்?"

ஓராயிரம் ஊசிகள் ஒன்னா தைத்தது போலிருந்தது. சுதாரித்து எழுந்தேன். வந்தது தவறோ என வருத்தப்பட்டது மனம். இன்னும் ஒரு மணி நேரத்திலோ இரண்டு மணி நேரத்திலோ மாரப்பன் உடலை புதைச்சிருவாங்க. இல்லை எரிச்சிடுவாங்க. என் மனசில் மட்டும் அந்த சம்பவம் புதைக்க முடியாமலும் எரிக்க இயலாமலும் இருந்து கொண்டே இருக்குது.

வாசு மலர்கள்

சேலம் சுபா

'இந்த அக்கிரமம் எங்கயாவது நடக்குமாம்மா' வாயில் கை வைத்தபடி என் வீட்டில் வேலை செய்யும் வள்ளி ஆரம்பிக்க இன்று கேட்க ஒரு சுவாரஸ்யமான விஷயம் கிடைத்துவிட்டது என்று அல்பத்தனத்துடன் மனதில் மகிழ்ந்தவளாக நான் 'என்ன வள்ளி' என்று கேட்டேன்

"உங்களுக்கு அந்த கோடிவீட்டு லதாவைத் தெரியும்தானே"

"ஆமா எனக்கும் நல்ல பிரெண்ட்தான் அக்கா அக்கான்னு உரிமையா நம்ம வீட்டுக்கு வந்தா எடுத்துக்கட்டி செய்வா... நல்ல மாதிரி ...என்ன அவ பொண்ணு சினேகாவப் பாக்கறப்பதான் மனசெல்லாம் என்னமோ பண்ணும். பொறக்கறப்பவே மன வளர்ச்சி இல்லாம ஒரு சிறப்புக் குழந்தையாத்தான் பொறந்தா ஆனா நம்ம லதா கொஞ்சம் கூட வேதனை படலையே லதாவோட தைரியமும் பொறுமையும்தான் சினேகாவை நல்லா வெச்சிருக்கு பதினெட்டு வயசானாலும் இன்னும் அஞ்சு வயசுக் குழந்தையாட்டம் மனசும் அந்தப் பொண்ணோட கள்ளமில்லாத சிரிப்பும் வெள்ளந்தியான அழகும் தெருவே அவள தெய்வக்குழந்தையாகத்தான் பார்க்கறோம்.. சரி சரி என்ன ஆச்சு ஏன் கேட்கறே?"

"அதையேன்மா கேட்கறீங்க வயித்துல பிள்ளைய தாங்கியிருக்கு அந்தப் பொண்ணு"

கேட்டதும் மனசு திக்கென்று அதிர்ந்து விதிர் விதிர்த்துப் போனது. வெட்டிக்கொண்டிருந்த வெண்டைக்காய்கள் கை நழுவி கீழே சிதறின. நாக்கு மேலண்ணத்தில் ஒட்டிக்கொண்டது...

"என்ன சொல்றே வள்ளி பார்த்துப் பேசு நீ பாட்டுக்கு வாய்க்கு வந்தத பேசாதே"

அந்த விசயத்தை ஒப்புக்கொள்ள மறுத்த மனது வள்ளியை அவசரமாக சாடியது

“எனக்கென்னமா வந்தது பாவம் அந்தப் பச்சப்புள்ள மேல பழி போட.. அவ்வளவு தரம் தாழ்ந்தவ இல்ல நான். நேத்து அந்தப் பொண்ணக் கூட்டிக்கிட்டு நான் அடுத்த தெருவுல வேல செய்யும் டாக்டரம்மா கிட்ட வந்தாங்க. பாவம் லதாம்மா அழுது அழுது முகமெல்லாம் வீங்கியிருந்துச்சு அந்தம்மா புருஷன் முகத்த கடுகடுன்னு வெச்சுகிட்டு வெறப்பா நின்னாரு. நான் கண்டுக்காம போய்ட்டேன் அப்புறம்தான் டாக்டரம்மா எங்கிட்ட இந்த விஷயத்த சொன்னாங்க பொதுவா அவங்க யார்கிட்டயும் அவங்ககிட்ட வரவங்களப்பத்தி சொல்ல மாட்டாங்க ஆனா இந்தப் பொண்ணு மேல நாம பிரியமா இருக்கோமனு விசயத்த சொன்னாங்க... படுபாவி எவனோ ஒருத்தன் ஒண்ணும் அறியாத பச்ச மண்ணை சீரழிச்சுருக்கான். நல்லா இருப்பானா?” வள்ளியின் வாயிலிருந்து அடுத்து வந்த வசவு சொற்களின் ஒலி கூட என் காதுகளில் ஏறவில்லை.

எப்படி சாத்தியமாகும் இது காமப்பேய் பிடித்து ஆட்டும்போது எதிரில் பெண்ணுருவில் கடவுள் இருந்தால் கூட விடமாட்டார்களா இந்த காமக்கொடூரன்கள்? தினம் தினம் எங்கோ நடக்கும் பாலியல் வன்கொடுமை செய்திகளை சற்றே வருத்தத்துடன் உச் கொட்டிக் கடந்து போகும் என்னால் ஏன் தோழியின் விசயத்தில் அப்படி நடந்துகொள்ள முடியுமா?

இந்த விஷயம் தெரிந்த தோழி நானாகத்தான் இருப்பேன். நான் ஆறுதல் தருவேன் என்பதற்காகவே வள்ளி இதை என்னிடம் முதலில் கூறியுள்ளாள். இனி என்ன செய்வது இது கேட்கக் கூடியதோ அல்லது ஆறுதல் தரக்கூடிய விஷயம் இல்லையே. மனம் குழம்பினாலும் வள்ளியிடம் மட்டும் தீர்க்கமாக சொன்னேன்

“வள்ளி இந்த விசயத்தை நீ என்கிட்டே சொன்ன மாதிரி வெளியே எல்லோர்கிட்டயும் உளறிகிட்டு இருக்காதே நம்மால நல்லது பண்ண முடிஞ்சா பண்ணுவோம் இல்லைனா ஒதுங்கி விடுவோம்”

“ஆமாமா நீங்க இங்க இருக்கறவங்க மேல எல்லாம் அக்கறையோட உதவி செய்யறிங்க. அதனாலதான் உங்ககிட்ட மட்டும் இந்த விசயத்த சொன்னேன். பாவம் லதாம்மாவுக்கு நீங்களாவது நாலு ஆறுதல் வார்த்த சொல்லி தைரியம் தாங்க.... அந்த நாசமாப் போனவன் மேல கோபம்தான். கையில கிடைச்சானா செத்தான். கோபப்பட்டவள் வேலைகளை முடித்துக்கொண்டு சென்றுவிட்டாள். அவள் கடமை முடிந்தது.

நீண்ட நேரமாகியும் என் கொந்தளிப்பு அடங்கவில்லை. முடிவெடுத்தேன் பிரச்சினைக்கு. தோள் தருபவளே நல்ல நட்புக்கு அடையாளம். நேராக லதாவின் வீட்டுக்குச் சென்றேன் கதவைத்திறந்த லதா என்னைக் கண்டதும் எனக்கு விஷயம் தெரிந்தே வந்துள்ளதை பரிந்து "அக்கா.." எனக் கதறியபடியே ஓடி வந்து கட்டிக்கொண்டாள்.

“எப்படி நடந்தது இது உன் கண்பார்வையை விட்டு அவள் இருக்க மாட்டாளே”

‘‘ஆமாக்கா பொண்ணாப் பொறந்த அழகுச்சிலைன்னு பூப்போல பொத்திப் பொத்தி வெச்சேனே” இப்ப வாடிப்போய் நிக்கறாளே வெறும் சதைப் பிண்டமா இருந்தவள எவ்வளவோ மருத்துவம் பயிற்சின்னு தந்து உலவ வெச்சேனே எல்லாம் இதுக்கா ஐயோ....” எனப் புலம்பியவள்" கொஞ்ச நேரம் இவள பார்த்துக்க சொல்லி நம்பி விட்டுட்டு போன தோஷம் அவன் தன் நாய் புத்தியக் காட்டிட்டானே. அவனுக்கும் கல்யாணம் ஆகப்போற பொண்ணு இருக்காளே. அறிவு கெட்ட அரக்கனா எம்பொண்ண சீரழிச்சுட்டானே.. இவன் இப்படி பண்ணுவான்னு கொஞ்சம் கூட நினைக்கலையே.

யார் லதா.

என் ஒண்ணுவிட்ட தூரத்து அண்ணன் முறை பாவி அவன் அண்ணன் சொல்ல நாக்கு கூசுது வெளியே சொல்ல முடியாதுன்ற தைரியத்துலதான் அவன் இப்படி பண்ணியிருக்கான் நான் அன்னைக்கு வீட்டுக்குள்ளே வந்ததுமே வரேன் லதான்னு என் முகத்தைக் கூட பாக்காம அவசரமா அவன் போனதுமே எனக்கு சந்தேகம் வந்துச்சு நேரா ஸ்னேஹா கிட்டப் போனேன் என்னிக்கும் அழாத என் பொண்ணு அன்னிக்கு கண்ணுல தண்ணி மிதங்க தனக்கு என்ன நடந்துச்சுன்னு சொல்லக் கூடத் தெரியாம வலியில் சிரிச்சாப் பாருங்கக்கா ஒரு சிரிப்பு... என் உசிரே போய்டுச்சு பாவி.. இப்படி சீரழிச்சுட்டானே எம்பொண்ண... கதறினாள் அம்மாவின் அழுகையைப் பார்த்து மிரண்டு நின்ற சினேகாவைப் பார்க்கையில் என் கண்களிலும் நீர் முட்டியது ஆண்டவனுக்கு மனசு என்பதே இல்லையோ எனத் தோன்றியது.

நிச்சயம் அவன் தண்டிக்கப்பட வேண்டியவன் லதா நீ சொன்னால் அவன் மேல் புகார் தர நான் உதவி செய்யறேன்.

வேணாம்க்கா இந்த விஷயம் வெளியே போய் என் பொண்ணு மேல ஆயிரக்கணக்கான கேடு கெட்ட காமப் பார்வைகள் விழறதை என்னால் சகிக்க முடியாது ஒரு தடவை அவ கெட்டுப்போனது

போதும் அந்தக் கடன்காரன் பொண்டாட்டியும் பிள்ளைகளும் ரொம்ப நல்லவங்க அவங்களால் இந்த விஷயத்தை தாங்க முடியாது கண்டிப்பா குடும்பம் சிதறிப்போகும்... கடவுள் என்ன முடிவெடுக்கிறோனோ அப்படியே நடக்கட்டும் ஒண்ணு இனி எம்பொண்ணுதான் என் வாழ்க்கை... எம் புருஷனுக்கு இதை தாங்கிக்கிற சக்தி இல்லை பரவாயில்லை அவர் எங்கள விட்டுட்டுப் போனாலும் போகட்டும் ஒரு பொண்ணா என் மகளின் வேதனையை பங்கு போட்டுக்கற வலிமை என்கிட்டே இன்னும் அதிகமாகிருச்சு ஆவேசத்துடன் அதே சமயம் உறுதியுடன் சொன்ன லதாவின் மனதைரியத்தை மனதுக்குள்ளேயே பாராட்டிவிட்டு எந்த உதவின்னாலும் கேளு லதா நான் உடனே வரேன் என்றேன் ரொம்ப நன்றிக்கா பக்கத்து வீட்டுல ஒரு உசிர் போச்சுனாலே நமக்கென்னனு ஒதுங்கிப்போற இந்தக் காலத்துல வீட்டுப் படியேறி வந்து ஆறுதல் சொல்றீங்க... கண்டிப்பா ஏதாவது உதவி வேணும்னா வரேன் அக்கா. சிறிது நேரம் இருந்து அவளுக்குத் தைரியமும் ஆறுதலும் ஆலோசனையும் தந்துவிட்டு என் வீட்டுக்கு வந்தேன்.

இது நடந்து கிட்டத்தட்ட இரண்டு மாதங்கள் ஓடிவிட்டது. சினேகாவின் கருவைக் கலைத்துவிட்டதாக லதா போனில் தகவல் தந்தாள் போய் பார்த்து வந்தேன் அதோடு சரி தினம் சினேகாவைக் கூட்டிக்கொண்டு வாக்கிங் செல்லும் லதாவைக் காணவில்லை வேலைப்பளுவில் எனக்கும் அவளிடம் பேச முடியவில்லை.

இதோ இன்று லதா என் முன் நிற்கிறாள் சினேகாவோடு கூடவே மீசையில்லாமல் பழைய ஹிந்திப்பட ஹீரோ சாயலில் இளைஞன் ஒருவன்.

“அக்கா இவன் பேரு ஜீவா எனக்கு நல்லாத் தெரிந்த பையன்தான் என் வீட்டுக்காராரோட அக்கா முறை உறவினரோட மகன் சின்ன வயசுல இருந்தே தெரியும் போனமாசம் வந்தப்ப சிநேகா பத்தி எப்படியோ தெரிஞ்சுக்கிட்டான் இப்ப இவளை நானே கல்யாணம் பண்ணிக் காப்பாத்தறேன்னு ஒத்தக்காலில் நிக்கறான் நான் என்ன செய்யறது அவங்க வீட்டுல யாரும் இவனுக்கு ஆதரவில்லை நாளைக்கு எனக்கப்புறம் என் பொண்ண யார் பாத்துப்பா அதான் சரின்னு சொல்லிட்டேன் நாளைக்கு ரெண்டு பேருக்கும் ரிஜிஸ்டர் மேரேஜ் நீங்கதான் வந்து சாட்சிக் கையெழுத்துப் போடனும்.

மனசெங்கும் மத்தாப்பூப் பூத்தது ஜீவாவின் கைகளைப் பற்றி விளையாடிக் கொண்டு இருந்த சினேகாவின் முகத்தில் புதுப்பொலிவை பார்த்தேன் நிச்சயம் வருகிறேன் சொல்லி அவர்களை அனுப்பி விட்டாலும் பாழாப்போன மனுஷ மனசில் எப்படி இந்த இளைஞன் ஒண்ணும் தெரியாமல் சிறப்புக் குழந்தையா இருக்கும்

சினகோவை மனைவியா ஏத்துக்கிறேன் எனும் குடைச்சல் வந்தது. என் எண்ணம் எனக்கே வெட்கத்தைத் தந்தது. ஆனால் அதற்கான விடை அடுத்த நாள் கிடைத்தது.

எங்கள் பகுதி சார்பதிவாளர் அலுவலகம் காலையிலேயே வந்து விட்டோம் ஜீவாவும், என்னுடன் அம்மாவென்று நெருக்கமாகி விட்டான் கூர்ந்து கவனித்ததில் அவனின் நடவடிக்கைகளிலும் குரலிலும் ஏதோ ஒன்று நெருடியது ஆனாலும் அதை கண்டுகொள்ளாமல் என்ன ஜீவா உங்க அப்பா அம்மா வரவே மாட்டாங்களா? எனக் கேட்டேன் "அடப் போங்கம்மா என் குடும்பம் என்ன வெறுத்து ஒதுக்கி எவ்வளவோ வருஷமாயிடுச்சு இந்த லதா அத்தைத்தான் இந்த உலகத்துல என் நிலைமைய புருஞ்சுகிட்டு எனக்கு ஆறுதல் தந்தார்".

நான் புரியாமல் விழிக்க அப்போது அங்கு வந்த லதா ஜீவா உன்னப் பத்தி அக்காகிட்ட இன்னும் ஏதும் சொல்லல என சொல்ல

ஓ அப்படியா அப்ப நானே சொல்றேன் அம்மா நான் பிறப்பால் ஆண்தாம்மா ஆனால் சமயத்தில் என்னை அறியாமலே பொண்ணு மாதிரியும் நடந்துப்பேன் எனக்கே என் மாற்றம் தெரிய ரொம்ப நாள் ஆனது ஆனா என் மாற்றத்தைப் பார்த்தே என் அப்பா என்ன வீட்டுல வெச்சுருக்க பயப்பட்டு நாலு பேரு நாலு விதமா பேசுவாங்கன்னு என்ன ஹாஸ்டல்ல சேர்த்திட்டார் ஆணுமில்லாத பொண்ணுமில்லாத என்னோட இயற்கையான சுபாவம் என்னன்னு புரியாத நிலைதான் என்னால ஹாஸ்டல்லயும் இருக்க முடியாம ஆந்திராவுக்கு யார்கிட்டயும் சொல்லாம போய்ட்டேன் அங்க என்ன மாதிரி இருக்கறவங்களப் பார்த்தும் தான் எனக்கு வாழனும்ன்னு ஆசையே வந்தது.

நம்ம சமூகத்துல திருநங்கை திருநம்பின்னு எங்கள மாதிரி பாலின வேறுபாடு கொண்டவர்களை இன்னும் சகமனுசனா பார்க்க மாட்டேங்கறாங்க எங்கள மாதிரி ஒதுக்கப்பட்ட உயிர்கள் எங்கதான் போறது சொல்லுங்க ஒரு உயிர் படைக்கடறது வாழவா அல்லது சாகவா நான் தினம் விழிக்கறப்ப ஒரு ஆணாகவும் பெண்ணாகவும் தான் விழிக்கிறேன் இந்த மாறுதலான மனநிலையும் உடல்நிலையும் நாங்களா விரும்பி கேட்டு வாங்கினோம் பெண்ணும் ஆணும் சேர்ந்த அர்த்தநாரீஸ்வரரா கருவறையில வெச்சு ஆராதனை பண்றவங்க எங்களைப் போன்றோருக்கு வீதியில கூட இடம் தர நினைப்பதில்லை கிண்டல்களும் ஏளனப்பார்வைகளும்... வருத்தமாயிருக்குமா எங்களுக்கும் மனசு இருக்குங்குறத யாரும் புரிஞ்சுக்கிறதே இல்லை.

என்னையும் ஒரு உயிரா நினைச்ச லதா அத்தைதான் என் தெய்வம் அவங்க பொண்ண நான் கல்யாணம் செயஞ்சு அந்த தெய்வ மகளுக்கு என மனைவியா வாழ்க்கை முழுவதும் பாதுகாப்புத் தரணும்னு நினைச்சேன் அத்தை கிட்ட சொன்னன் அவங்களும் ஒத்துக்கிட்டாங்கம்மா அவன் முடித்தான் என் கண்களில் வழிந்த நீரைத் துடைத்தேன்.

இதோ, சினேகா திருமதி ஜீவா ஆகிவிட்டாள் எத்தனையோ தெய்வங்களின் திருமணக்கதைகளை வாசித்து மகிழ்ந்துள்ளேன் உண்மையான தெய்வங்களின் திருமணத்துக்கு சாட்சியாக இருந்து நேரில் கண்டு வாழ்த்தும் வாய்ப்பைத் தந்த லதாவை அணைத்து பெருமையுடனும் நன்றியுடனும் என் அன்பைக் காட்டினேன்.

என் வீட்டில் இன்று ஒரே கலகலப்புதான் வள்ளிதான் புதுமணத் தம்பதிகளுக்கு விருந்துக்கான ஏற்பாடுகளை கவனித்தாள். மனங்கள் இணைந்த மணம் அங்கு நிறைந்திருந்தது. தன் கழுத்தில் கிடந்த புது தாலியைத் தொட்டு விளையாடிக்கொண்டு இருந்தாள் எங்கள் தெருவின் தேவதை தன் ராஜகுமாரனுடன்.

ೞஐ

எருதாட்டம்

கார்த்தி டாவின்சி

அந்த நெடிதுயர்ந்த அரசமரம் தன் கிளைகளை அகலமாக பரப்பி கீழே நிற்கும் தன் மக்களுக்கு நிழலை வழங்கிக்கொண்டிருந்தது. அருகிலேயே வீரன் கோயில், மதிய வெயிலில் பளபளத்தது. உள்ளே வீரனுக்கும் அவரது இரு மனைவியருக்கும் ஆடையலங்காரம் செய்யப்பட்டிருந்தது. கற்சிலைகளுக்கு முன் தாம்பூலத்தில் தலையில் கட்ட பரிவட்டம் பூசைக்காகத் தயாராய் இருந்தது. அது தன் தலைக்காகக் காத்துக் கொண்டிருந்தது. பொங்கல் விழாவின் கடைசிநாள் கறிநாள் என்பவர் இங்கு குறைவு. அது இவர்களின் எருதாட்ட நாள். அப்படி மட்டுமே அந்த நாளை குறிப்பிடத் தெரிந்தவர்கள். அன்றும் சின்னக் குழந்தைகள் முதல் பெரியவர்கள் வரை அனைவரும் எருதாட்டத்திற்காகத்தான் காத்துக் கொண்டிருந்தனர்.

அந்த மக்கள் எல்லோரும் பொங்கல் கொண்டாட்டத்தில் இருந்தனர். ஒருபுறம் இளைஞர் பட்டாளமும் மறுபுறம் இளம் பெண்கள் கூட்டமும் மக்கள் கூட்டமுமாக சிரிப்பொலிகள் மிகுந்து எதிரொலிக்க நின்றுக் கொண்டிருந்தனர். இளம் பெண்களுக்கு இடையில் ஒரு ஆடைக் கண்காட்சியே நடந்து கொண்டிருந்தது.

'அண்ணாச்சி வேட்டிக் கட்டும் ஆம்பளயா நீங்க
யாராச்சும் ரோசமிருந்தா மாட்டுப்பக்கம் போங்க...'

சினிமாப் பாட்டு அவர்களையெல்லாம் எருதாட்ட விழாவிற்கு உற்சாகமூட்டியது. அனைவரும் செல்லப் பெருமாளின் வருகைக்காகக் காத்திருந்தனர். அறுபது வயது மனிதரான அவர் காளைகளை வளர்ப்பதில் அனுபவமிக்கவர். அவருக்காகத்தான் கோயில் சார்பாக எருதாட்டப் பரிவட்டம் கட்டப்படும். அதுவே அவருக்கான ஒரே கௌரவம். அவருக்கு முன்பிருந்த காளியனின் காளையை வென்றது முதல் அவரது காளைகளே எருதாட்டப் படுகின்றன. அவரது தலையே எருதாட்டப் பரிவட்டத்தைத் தாங்கி வருகிறது. அவரது வருகையைத் தூரத்தில் கண்டதுமே மக்களிடம் குதூகலம்

அதிகரித்தது. அவர் இரண்டு காளைகளுடன் கோயிலருகில் வந்து நின்றார்.

கீ... கீ.. கீக்கலக்கா.. கீ... கீ..

அஞ்சிமாமா சந்தனம் பூசிய முகத்தோடும் மாலையோடும் உறி பொம்மையை வைத்துக் கொண்டு ஆடியபடியே பாடினார். சில பிஞ்சுகளும் அவரோடு சேர்ந்தாடின. அவரருகினில் வடங்கயிறு இருந்தது. நீளமான அந்தக் கயிறுதான் அம்மக்களுடையக் கொண்டாட்டத்தின் மதிப்புறு குறியீடு, எருதாட்டம் அதன்றி கிடையாது. மக்களுக்கும், காளைகளுக்கும் கூட அதுதான் காப்பு. வடங்கயிற்றைக் காளையின் கழுத்தில் கோர்த்து, அதன் இருபுறமும் பத்துப் பத்து பேர் பிடித்துக் கொண்டால் உறி பொம்மையைக் காளையின் முன்பு காட்டிக் காட்டி கோபமூட்டுவார் அஞ்சிமாமா. காளை பொம்மையை முட்ட முற்படும் போது அதை முன்னே பாய விடாமல் கயிற்றை இறுக்கிப் பிடித்து கொள்வர் வடம் பிடிப்பவர்கள். ஒரு காளையை சிறிது நேரத்திற்கு மட்டுமே எருதாட்ட முடியும். இப்படியொரு பாதுகாப்பு முறையை அவர்கள் பின்பற்றி வந்திருக்கின்றனர். வடங்கயிற்றைத் தொடாமல் வரும் ஆண்களை வீட்டில் பெண்கள் கிண்டலடிப்பர். அதனால் எப்போதும் வடங்கயிற்றைப் பிடிக்க இடம் கிராக்கி.

வரனுக்கு பூசாரி கற்பூர ஆரத்தி காட்டினார். ஊர் மக்கள் பூசைக்காக இறங்கி செல்லப்பெருமாள் அருகில் வந்து நின்று கத்தினர்.

"எய், நிறுத்துங்கடா டேய், பாட்ட ஆஃப் பண்ணு. பெரியதாய் ஒலித்த ஒலிப்பெருக்கி ஓய்ந்தது. பூசாரி பரிவட்டத் தாம்பூலத்தைக் கொண்டு வந்து செல்லப்பெருமாள் அருகில் நிற்க, சப்-இன்ஸ்பெக்டர் பூசாரியைப் பார்த்து முறைத்து மிரட்டலாகச் சொன்னார்

"பூசாரி, பரிவட்டமெல்லாம் ஒன்னும் தேவையில்ல. உள்ள கொண்டு போங்க. யோவ்.. நீதான் அந்த செல்லப்பெருமாளா? உனக்கு தான் பரிவட்டமா? உன்னோட காளை தான் முதல்ல எருதோட்டுமா?. இனி எதுவும் கிடையாது. தெரியும்மில்ல, கோர்ட் ஆர்டரு" எத்தனப் பேச்சில் செல்லப்பெருமாளுக்கு கோபம் உள்ளே கனன்றது.

"என்ன ஆர்டரு" என்றார் அழுத்தமாக.

"ம். எங்கும் எருதாட்டம் இருக்கக் கூடாதுன்னு கோர்ட்டு ஆர்டர் போட்டிருக்கு. அது தெரியாம நீ இங்க காளையை இழுத்துகிட்டு வந்திட்ட? போயா, போ.. மாட்டுக்கு தீனி வக்கிற

வேலைய பாரு", என அவமானப்படுத்தும் தொனியில் கூறினார் சப்-இன்ஸ்பெக்டர்.

"ஏதுமில்லாவனுங்களுக்கு எருதாட்டம் ஒரு கொற"

சுற்றியிருந்த இளைஞர்களைப் பார்த்து தடியைக்காட்டி சுழற்றியவாறே, "டேய், எருதாட்டமெல்லாம் கிடையாது எல்லாம் கலஞ்சி போங்கடா" என்றார். கூட்டத்தினிடையே சலசலப்பு ஏற்பட்டது. நடப்பதையெல்லாம் இளைஞர் பட்டாளம் கவனித்துக் கொண்டு இருந்த போது தனக்கேற்பட்ட அவமானம் தாளாமல் செல்லப்பெருமாள் தன் காளைகளை இழுத்துக் கொண்டு கிளம்ப முற்பட, இளைஞர்களிலிருந்து ரஞ்சித்தும் பிரபுவும் அவரைத் தடுக்க முயன்றனர். ஆனால் அவர் கடந்து சென்றார். ஒவ்வொரு வருடமும் மற்ற சாதியினர் எருதாட்டம் நடத்தியப் பின்பே மாலையில் இந்த மக்கள் எருதாட்டத்தைத் தொடங்க வேண்டியிருந்தது. ஏன் இதை மாலையில் தொடங்குகிறோம் என்பதன் காரணத்தை யாருமே அறிந்தவரில்லை. அவர்களுக்கு எருதாட்டம் நடந்தால் போதும்.

மக்களிடம் பரபரப்பு அதிகரித்தது. சில இளைஞர்கள் சப் இன்ஸ்பெக்டரிடம் கேட்டுக்கொண்டு நின்றனர்.

"சார், ஒரு மணி நேரம் விடுங்க சார். ஒரே மணிநேரம் விடுங்க போதும்" என்று கெஞ்சினர். ஆனால் போலீசார் மசியவில்லை.

"வேணும்னா உள்ள வந்து ஒக்காந்துக்க அப்ப விடுறேன்."

"வருசா வருசம் நடக்குறது சார். தடையாவ கூடாது சார் தடங்கலானா நல்லதில்ல சார். நோம்பி சமயத்துல இப்படி தடுக்காதிங்க சார்" பூசாரி கூறினார்.

"சார், சாமிப்பூவு மட்டும் ரெண்டாயிரத்துக்கு வாங்கியிருக்கேன் சார். எருதாட்டத்துக்காக. இப்ப வந்து இப்படி சொன்னா எப்படி சார்" என்றார் ரஞ்சித். யாருடைய சொல்லுக்கும் மதிப்பில்லை.

காளைங்கள இழுத்துக்கிட்டு போறது சரியில்ல, ஏதாவது தப்பா நடக்கும், செல்லப்பெருமாளுக்கு அவமானமா போச்சே, அங்கல்லாம் நடத்துறாங்களே, போயி கேக்க வேண்டியதுதானே, இங்கதான் மாட்டுக்கூட சண்ட போடுறாங்களாம், தடுக்க வந்துட்டாங்க இங்க, வரிஞ்சி கட்டிகிட்டு என்றெல்லாம் மக்கள் பேசத் தொடங்கினர்.

"சார் வருசத்துக்கு ஒருமொற நடக்குறது சார். வடங்கயிறு போட்டுட்டாவது எடுத்துடறோம் சார். விடுங்க சார். இல்லன்னா நல்லதில்ல சார். விடுங்க சார்..." ரஞ்சித் உள்பட பல இளைஞர்கள்

சப்இன்ஸ்பெக்டரிடம் கெஞ்சிக் கேட்டனர். ஆனால் பிடித்த பிடியாக நின்றார் சப்-இன்ஸ்பெக்டர்.

அப்போது அங்கே ஊர்த்தலைவரும் சிலரும் வந்தனர். உடனே இளைஞர்கள் அவரிடம் ஓடிச்சென்று முறையிட்டு எருதாட்டத்தை நடக்க விடுமாறு கேட்கச் சொல்லி கோரிக்கை வைத்தனர். ஊர்த் தலைவர் அதிகாரியுடன் தனியே பேசினார். ஆனால் நிறம் மாறியவராக திரும்பி வந்து "கோர்ட்டு ஆர்டருப்பா, ஒன்னும் பண்ண முடியாது" என்ற போது அவரது நிறமாற்றத்தை உணர்ந்த இளைஞர்களின் முகங்களும், மனங்களும் இறுகிப்போயின. அப்போது இன்ஸ்பெக்டரும் அங்கு வந்து சேர்ந்தார். ஊர்த் தலைவரிடம் வந்து நின்றார்.

அதே நேரம் செல்லப்பெருமாள் மீண்டும் தன் காளைகளை அழைத்துக் கொண்டு வந்தார். இன்ஸ்பெக்டர், "யோ.. என்னய்யா.... உள்ளப்போக ஆசையா?" என்றார் அதட்டலாக. போலீஸ் அவரைப் பிடித்துக் கொல்லுமோ என்ற பயத்தில் சிலர் அவரைத் தடுக்க முயன்றனர். அவர்கள் அவரது கையைப் பிடித்தபோது உதறிவிட்டு கூறினார்.

"டேய் உடுங்கடா என்ன.. காலைல அந்த சாதிக்காரங்க எருதாட்டத்தைத் தடுக்காத இவுங்க என்னத்துக்கு இங்க வந்து தடுக்குறாங்க?. பாக்கலாம் என்ன பண்றாங்கன்னு" என்ற படியே கடந்து சென்றார். தலைவர் அவரை அழைக்க, பட்டென "அய்யா வேணாம்!" என்று அழுத்தமாகக் கூறினார். அதற்கு மேல் தலைவரால் ஒன்றும் பேச முடியவில்லை.

"வருசக் கடசிலதான் நோம்பி போடனும். மத்தவங்களுக்கு பின்னதான் எருதோட்டனும். இவுங்காளுங்கதான் எல்லாம் முன்னாடி செய்யனும். நாமமுட்டும் கடைசிதான். அதையும் தடுக்க வந்துட்டாரு இங்க" என்று சத்தமாகக் கூறியபடியே கோயில் வாசலுக்கு முன் வந்து நின்றார் "நம்மள கெடுக்குறதே இவுனுங்க பொழப்பா போச்சே. விரா" என்று கத்தினார்.

அதுவரை எருதாட்டம் தடைப் பட்டதில்லை. ஒவ்வொரு தை மாதமும் எருதாட்டமில்லாமல் பொங்கல் பொங்கலில்லை. இம்முறை தடைப்பட்டதை செல்லப்பெருமாளால் தாங்க முடியவில்லை. பரிவட்டத்திற்கு அவர் மனம் பதறியது. இருப்பினும் விரைப்பாக நின்றார். அவரது காளைகள் மிரட்சியாயிருந்தன. வடங்கயிறு கோயிலுக்குள் கொண்டு செல்லப்பட்டது. பரிவட்டத்திற்கும் வடங்கயிற்றிற்கும் பூசை செய்யப்பட்டது. ஒருபுறம் பறைகள் ஒலித்தன. ஒலி பெருக்கியும் தன் பங்குக்கு குரலோங்கியது. மக்களின்

பரபரப்பு பேச்சு இன்னும் குறையவில்லை . சிலரின் ஆதிக்கக் கண்கள் இதைக் கவனித்தன. பூசாரி இரண்டு தேங்காய்களைக் கொண்டு வந்து பிரபு கையில் ஒன்று செல்லப்பெருமாள் கையில் ஒன்று கொடுத்தார். இரண்டிலும் கற்பூரங்கள் ஏற்றி இருவரும் காளைகளுக்கு சுற்றிய பின் தரையில் அடித்தனர். காளைகள் அச்சூழலுக்கு மேலும் மிரண்டன.

இதை எதிர்ப் பார்த்திருந்த ஆதிக்கக் கரங்கள் இரண்டு நாசுக்காக ஒரு பட்டாசு வெடியைக் கொளுத்தி காளைகள் பக்கம் எறிந்தன. மிரண்ட காளைகள் வெடி சத்தத்திற்கு வெகுண்டு பாய்ந்து ஓட, அதே நேரம் கட்டி விடுவதற்காக எடுத்து வரப்பட்ட பரிவட்டத் தாம்பூலத்தை இன்ஸ்பெக்டர் தட்டி எறிந்தார். பரிவட்டம் பறந்து தரையில் பட்டு உருண்டு சாக்கடையில் விழுந்தது. அதே நேரம் மக்களும் காளைகள் மீதான பயத்தில் சிதறி ஓடினர். ஆனால் அப்படி ஓடும் மக்களின் கவனத்திலிருந்து இன்ஸ்பெக்டர் தாம்பூலத்தைத் தட்டிவிட்டது பின் தள்ளப்பட்டது. ஒரு காளையை பிரபு கயிற்றால் இழுத்து பிடித்துக் கொண்டார். இன்னொரு காளையை செல்லப்பெருமாள் பிடிக்க முயற்சி செய்ய, சட்டென அந்நிகழ்வு நடந்து விட்டது. காளை செல்லப் பெருமாளைத் திரும்பி முட்டித் தள்ளியது. அவரது மார்புப் பகுதியிலும் அள்ளையிலும் கொம்புகள் குத்தி ரத்தம் வழியத் தொடங்கியது. அவர் தரையில் கிடந்தார். எல்லாம் சில நொடிகளில் நடந்து விட்டன.

செல்லப்பெருமாள் கீழே கிடப்பதைக் கண்டு சில இளைஞர்கள் பறந்து சென்று அவரைத் தூக்கிக் கொண்டு அருகிலிருந்த வீட்டிற்கு ஓடினர். இவற்றை வேடிக்கைப் பார்த்த போலீசார் "ம்.. அப்படிதான் வேணும், அப்படிதான் வேணும்!" என்று பரிகசித்தனர்

பிறகு அரச மரம் மட்டும் அங்கு சலசலத்துக் கொண்டிருந்தது.

ஃஃ

காடு

சுபாகர்

ஊரின் தெற்கு மூலையில் இருந்த சிறு கரட்டின் மீது புதருக்குள் சாம்பனும் வேலுவும் குந்தி அமர்ந்திருந்தார்கள்.

வைகாசி நிலா மேகங்களுக்கிடையே புகுந்தவாறு பொழுது புலர நேரம் இருப்பதைச் சுட்டியது.

இருவரும் கரட்டை ஒட்டிய சரிவில் வெள்ளை பென்சிலால் கோடு இழுத்தது போல் நீண்டு கிடந்த ஒற்றையடிப்பாதையில் பார்வையைப் பதித்திருந்தார்கள்.

இரு மஞ்சள் நிற வெளிச்சப் பொட்டுக்கள் முன்னேறி வருவது தெரிந்தது.

வனத்துறை காவலர்களின் இருசக்கர வாகனங்கள்.

ஓரிடத்தில் நின்று தயங்கிய மஞ்சள் பொட்டுகள் திரும்பி சிகப்பு புள்ளிகளாக மாறி தேய்ந்து மறைந்தன.

"பாரா படி அவனுங்க இன்னும் ரெண்டு கிலோமீட்டர் உள்ளே வரணும். கடமையை கடமைக்கு செய்யறானுங்க." என்றபடி எழுந்த வேலு பையை எடுத்து முதுகில் மாட்டிக்கொண்டான்.

சாம்பனும், வேலுவும் ஆளுயர கவைக்கம்பை தரையில் தட்டியவாறு நாணல் புதர்களையும், குத்துச் செடிகளையும் கடந்து காட்டை அடைந்தார்கள்.

காற்றின் திசையோட்டம் மாறுவதை உடல் உணர்ந்தது.

“சிங்கா கேட்டியா... சாம்பன் நாளைக்கு காட்டுக்கு போறானாம்..” என்றான் வேலு.

“காதல் படுத்தும் பாடு” என்றான் சிங்கன்.

நுனியை கடித்து துப்பி விட்டு பீடியை பற்ற வைத்துக்கொண்டு," என்னப்பா சொல்ற " என்றான் மாது.

சாம்பன் மூவரின் பேச்சையும் கேட்டும் கேளாதது போல் வெய்யிலை தாண்டி தெரிந்த காட்டை பார்த்துக்கொண்டிருந்தான்.

“பின்னே நாளை மறுநாள் மாதுரிக்கு பிறந்த நாளாச்சே. அதான் பையனுக்கு நாம ஆறு மாசத்துக்கு முன்னாடி மிச்சம் வெச்சி வந்த அந்த நாலு தேன் தட்டு ஞாபகம் வந்துடுச்சு. காதல் பரிசாக பத்து கிலோ மலைத் தேனைக் கொடுத்தா இனிப்பாயிருக்கும்னு ஆசைப்படறாப்ல..."

சின்னதாய் சிரித்த மாது அணைந்த பீடியை எறிந்து விட்டு விட்ட ஏப்பத்தில் சாராய வாடை மரநிழல் முழுக்க பரவியது. சாம்பனின் தோளைத் தொட்டுச் சொன்னான்.

’நானும் ரொம்ப நாளா இதைப் பத்தி பேசணும்னு இருந்தேன். உன் மாமன் மகளுங்க செல்வியும், கோதையும் உன் மேல பைத்தியம் புடிச்சித் திரியறாளுங்க. நீ என்னடான்னா அந்த கருவாச்சி மேல பைத்தியமா இருக்க..

“வேப்பிலை ஊரே ஒரு மாதிரி பேசுதப்பா..”

“விடு மாது. நானும் வேலுவும் அவன் கிட்ட நிறைய பேசிட்டோம். இருபது வயசு உடம்பு சூடுதான் இந்தப் பாடு படுத்துதோன்னு வேதி வீட்டுக்கு கூப்பிட்டு போனோம். அவதான் ஒரு பாட்டில் சாராயத்துக்கு ஒரு ராத்திரி முழுக்க படுத்திருப்பாளே. திமிரி ஓடிய சாம்பனை பிடிக்க எங்களுக்கு நாலு நாளாச்சு..”

"அப்புறம் என்னாச்சு.."

"அப்புறம் என்ன. நானும் வேலுவும்தான் தங்கிட்டு வந்தோம்."

மாது வெடித்து சிரித்தான்..

சாம்பன் உட்கார்ந்திருந்த கவிழ்ந்த கூடை மீதிருந்து விருட்டென எழுந்தான். முகம் கோபத்தில் சிவந்து இருந்தது.

"புளி போட்டு விளக்கினாலும் என்னையும் என் காதலையும் உங்களால புரிஞ்சுக்க முடியாது.." என்றான்.

“எழவு. இந்தக் காதல் சினிமாவுல காட்டுற லவ்வ விட பெருசா இருக்கும் போல”

"கிண்டல் போதும்.. நான் கிளம்பறேன். " என்ற சாம்பனை தடுத்தான் சிங்கன்.

"காதல் உன்னோட சொந்த விஷயம். அதை விடு நாளைக்கு காட்டுக்கு போறேங்கறியே..ஞாயித்துக்கிழமை பூஜை அன்னைக்கி

தாத்தன் சொன்னதை கேட்டியா.. இல்ல போதையில மட்டையாயிட்டியா.."

வேலு குறுக்கிட்டு சிங்கன் முதுகில் தட்டினான்.

"விடுப்பா அந்தக் கிழவன் பினாத்தலை சொல்லி வீரமுள்ள விடல புள்ளய பயமுறுத்தாதே தாத்தன் இந்த வருஷம்தான் புதுசா சொல்றாரா... காலங்காலமாத்தான் அளந்திட்டிருக்காரு ஏதோ அன்னைக்கு ஊர் சார்பாக சாராயமும் கறியும் ஓசியில கிடைக்குதுன்னுதான் நாமளே பூஜைக்குப் போனோம்.. சாம்பா.. சிங்கன்கிற இந்த கோழையை மன்னிச்சிடு. உன் காதல் பரிசுக்கு துணையா ஒரு மூப்பனா நாளைக்கு நானும் உன்கூட வரேன்.." என்றான் வேலு.

வெப்ப மண்டல அகன்ற இலைக்காடு என்று அரசாங்க பதிவேட்டில் பதிவாகியிருந்த, மேற்குத் தொடர்ச்சி மலையின் கிழக்குச் சரிவில், அடிவார சமவெளியில் இருந்தது அறுபது குடிசைகள் கொண்ட அந்த மலைக் கிராமம்

குடிசைகளை தாண்டி தொடங்கிய குறுங்காட்டின் முதல் வரிசையில் விழுதுகளுடன் ஓங்கி உயர்ந்திருந்த ஆலமரத்தின் அடியில் திரண்டிருந்தது ஜனத்திரள்.

ஆண்கள் பெண்கள் குழந்தைகள் என நூற்று அறுபது பேர்.

சிறு மண் மேட்டின் மீது மேனி முழுக்க மஞ்சள் குங்குமம் பூசி இடையில் மஞ்சள் ஆடை உடுத்தி இரு முழங்கை உயர கருங்கல்லாய் நின்றிருந்தார்கள் நீலியும் காளியும்.

கொன்றை, துவிரை, சுள்ளி மலர்களால் தொடுக்கப்பட்ட ஒற்றை பெருமாலை இருவருக்கும் பொதுவாய் அணிவிக்கப்பட்டிருந்தது.

அவர்கள் முன் வாயகன்ற சட்டியில் ஆடு, பன்றி, கோழி மூன்றின் ரத்தத்தாலும் பிசையப்பட்ட சோற்றுருண்டைகள் படைக்கப்பட்டிருந்தன.

முப்பூசை முடிந்திருந்தது.

சற்று தூரத்தில் ஆண்களுக்கு தனியாக, பெண்களுக்கும் குழந்தைகளுக்கும் தனியாக பந்தி நடந்துகொண்டிருந்தது.

அளவாய் அருந்திய சாராயத்திற்கு காரம் மிகுந்த ஊன் குழம்பும் சோறும்.

ஆலமரத்தின் வலப்பக்க மேடையில் அமர்ந்திருந்த தாத்தன் தண்ணீர் தெளித்த கரும்பாறை போல் வியர்த்திருந்த முகத்தை

துண்டால் துடைத்துக் கொண்டார். காய்ந்த அருகம் புதராய் வெளுத்துப் போயிருந்த மீசையை நீவி விட்டவாறு, நாவால் துழாவி பல்லிடுக்கில் சிக்கியிருந்த பன்றி ஊனை வெளியில் துப்பினார். சிவந்த கண்களை சாராயம் மேலும் சிவக்க வைத்திருந்தது.

எதிரில் தரையில் அமர்ந்திருந்த ஊர் பெருந்தலைகள் பதினாறு பேரும் எந்த சலனமுமில்லாமல் அவர் முகத்தையே பார்த்துக் கொண்டிருந்தார்கள்.

அவர்களுக்குப் பின்னால் ஒரு இளவட்ட கூட்டம் பொறுமையின்றி நெளிந்தபடி அமர்ந்திருந்தது.

தாத்தானின் பார்வை அவர்களைத் தாண்டி விரிந்த காட்டின் மீது நிலைத்திருந்தது. சட்டென்று விரைத்து சன்னதம் வந்தது போல் சிலித்துக்கொண்டார்.

"நம் பூமி நம் காடு." என்றார். விழிகளிலிருந்து கரகரவென்று கண்ணீர் வழிந்தது.

"நம் குல மூதாதைகள் பிறந்து வளர்ந்து கலந்து பல்கிப் பெருகிய நிலம். எப்போது அரசு என்கிற வல்லாதிக்கம் உள் நுழைந்ததோ அப்போது முதலில் வேட்டைக்கு தடுக்கப்பட்டோம். பிறகு விறகெடுக்க தடுக்கப்பட்டோம். நாளை வெறுமே பார்க்கவும் தடுக்கப்படுவோமோ என்னவோ. மலரும், கள்ளும், ஊனும், உணவுமாய் கொண்டாடி வளர்ந்த நம் மக்கள் மரமில்லில் அறுப்பு கூலிகளாகவும் கொத்து வேலைகளுக்கும் சென்று ஜீவிக்கிறார்கள். பலர் புலம் பெயர்ந்து போய் பரிதவிக்கிறார்கள்...

ம்... பழங்கதை பேசிப் பலனில்லை. விஷயத்திற்கு வருகிறேன். இளவேனிற் காலத்தின் இரண்டாம் மாதமான வைகாசியின் கடைசி ஒன்பது நாட்களும், முதுவேனிற் காலத்தின் முதல் மாதமான ஆனியின் முதல் ஒன்பது நாட்களும் சேர்த்து பதினெட்டு நாட்கள் நாளையிலிருந்து தொடங்குகிறது. அதனால்தான் இன்று நம் காட்டின் குல தெய்வங்களாக நின்று நம்மை காக்கும் நீலிக்கும் காளிக்கும் முப்பூசைக் கொடுத்து வணங்கிக் கொண்டிருக்கிறோம். பூசை முடித்த மறுநாளிலிருந்து பதினெட்டு நாட்களுக்கு நாம் காட்டிற்குள் நுழையக்கூடாது என்பது நம் முன்னோர்கள் ஐதீகமாக்கிய உத்தரவு..

அரசாங்கம் ஆயிரம் விதிகளைப் போட்டு நாம் காட்டுக்குள் நுழைவதை தடுத்து வைத்திருக்கிறது. விறகுக்கு சுள்ளி பொறுக்கவும் அனுமதி கேட்டு கையேந்திக் கொண்டிருக்கிறோம். ஆனால் நம் கூட்ட இளவட்டங்கள் சிலர் அவ்வப்போது சிறு ஊன்

வேட்டைக்கும், தேனடை பறிப்புக்கும் காட்டிற்குள் சென்று வருகிறார்கள். அவர்களுக்காகத்தான் இந்த வேண்டுகோள்.

இயற்கை வளைந்து கொடுக்காமல் மனிதனால் அவற்றை ஆள முடியாது. இயற்கையின் அங்கமான காடும் அதுபோலத்தான். நாம் உள்நுழைந்து மீள்வது காட்டின் அனுமதியில்லாமல் நடவாது. காட்டின் அந்த சூட்சமத்தை பல பலிகளுக்குப் பிறகு கண்டுணர்ந்த நம் மூதாதைகள் வகுத்ததுதான் இந்த பதினெட்டு நாட்கள்.

ஏன் இந்த பதினெட்டு நாட்கள் மட்டும்?. அப்போது காட்டினுள் என்ன நடக்கும்?. என்ற கேள்விகளுக்கு என்னிடம் பதில் இல்லை.

அந்த நாட்களை பரீட்சிக்க எண்ணி வீம்புக்காக காட்டிற்குள் போய் தேனோ, ஊனோ கொண்டு வந்து கொக்கரித்தவர்களை இந்த ஊர் பார்த்திருக்கிறது. கொடூரமான முறையில் நார்நாராகக் கிழிக்கப்பட்டும், காணாததை கண்டது போல் சிரித்தபடி செத்துக் கிடந்தவர்களையும் இந்த ஊர் பார்த்திருக்கிறது.

இந்த முரணும் அந்த சூட்சுமத்தின் ஒரு புதிர்தான்..

தப்பித்தவர்களும், காட்டிலேயே செத்தவர்களும் பேச்சில்லை. மன மயக்கமும், பித்தும் பிடித்து ஊருக்குள் மீண்டவர்கள்தான் பேசுபொருள்.. அவர்கள் அத்தனைப் பேரும் ஆறாம் அறிவை இழந்திருந்தார்கள். ஒருவன் தன்னை நரி என்று நம்பி ஊளையிட்டுக் கொண்டேயிருந்தான். ஒருவன் தன்னை காட்டுப்பூனை என்று நம்பி சீறியபடியே இருந்தான். மேலும் பலர் கரடி, புலி, காட்டுப்பன்றி என்று அந்தந்த மிருக குணங்களுடன் கத்தி கதறி இரையெடுக்காமல் இருபது நாட்களில் இறந்து போனார்கள்..

கிராமசபை கூட்டங்களில் கூடிக் கூடி விவாதித்தார்கள்.. 'நம்மால் இனம் காண முடியாத ஒப்பற்ற அபூர்வ மூலிகைகள் கொண்டது இந்தக் காடு அட்டமா சித்திகளை செய்த சித்தர்கள் அந்த மூலிகைகளின் துணை கொண்டுதான் உடம்பை அழிவில்லாத காயகற்பமாக மாற்றினார்கள்... ஆகாயத்தில் பறந்தார்கள், மாயமாய் மறைந்து திரிந்தார்கள், அது போன்ற அரிய மூலிகைகளின் சக்திகள் உச்சம் பெறும் நாட்களாக இந்த பதினெட்டு நாட்களும் இருக்கலாம். அந்த சக்திகள் இடையூறாக நுழைந்த நம் மக்களை பித்தாக்கி கொன்றிருக்கலாம்' என்றார் ஒரு மூப்பன்.

'மூதாதையர்களின் சொல் என்பது நம் கடவுளின் வாக்கல்லவா. அதை மதியாமல் காடு புகுந்தவர்கள் சித்தத்தை அந்த நீலியும் காளியும்தான் கலைத்து பலி கொண்டிருக்கிறார்கள் என்றார் ஒரு மூப்பன்.

தீர்க்கமான பதில் யாரிடமும் இல்லை.

மூன்று வருடங்களுக்கு முன்பு கழுதை புலி மாதிரி இளித்தே செத்த மாதையன்தான் கடைசி பலி.

"ஆகவே மக்களே இந்த பதினெட்டு நாட்களும் காட்டில் அடிவைத்து அந்த சூட்சுமத்தை பரிசோதிக்க வேண்டாமென்று உங்கள் மூப்பனாகிய நான் அச்சத்துடன் கேட்டுக்கொள்கிறேன்". என்றார் தாத்தன்.

"எதிரிலிருந்த பதினாறு பேரின் உடலும் அசைவு கண்டது.

சாம்பனும் வேலுவும் அடர் காட்டினுள் நுழையும்போது புலரியின் முதல் வெளிச்சம் மீனவன் வீசிய பெரும் வலை போல் காட்டின் மீது கவிவதை கண்டார்கள்.

பறவைகளின் இரைச்சலுடன் காடு விழித்துக் கொண்டுவிட்டது.

சூரிய ஒளி கிளைகளாலும், இலைகளாலும் அறுபட்டு வெளிச்சச் சில்லுகளாய், திரை போல் வழிந்த பசுமை மேல் சிதறிக் கொண்டிருந்தது.

இருவரும் வழிமறித்த கிளைகளையும், கொடிகளையும் கவையால் ஒதுக்கியவாறு நடந்து கொண்டிருந்தார்கள்.

காட்டின் அடர்த்தி கூடிக்கொண்டே வந்தது.

விருகம்பூக்களின் வரிசையை கடந்த வேலு, சில பிலாத்தி மரங்களுக்கும், ஒரு நொச்சி மரத்துக்கும் இடைப்பட்ட பாதையை கைகாட்டியவாறு முன்னேறினான்.

சாம்பன் தலையசைத்த படி பின்தொடர்ந்தான்.

காட்டினுள் நுழைந்து மீள மரங்கள்தான் அடையாளம்.

காய்ந்த ஓடை சரிவை அடையும்போது முற்பகலாகியிருந்தது. இலுப்பை மரத்தடியில் அமர்ந்து கொண்டு வந்திருந்த கொய்யா, வாழைப் பழங்களை தின்று தண்ணீர் குடித்தார்கள்.

"கூப்பிடு தூரம்தான்" என்றான் சாம்பன்.

இருவரும் நடக்க ஆரம்பித்தார்கள். சரிவை கடந்து மேடேறியதும் ஊஞ்ச மரத்திற்கும் கருவாகை மரத்திற்கும் இடையில் புகுந்து முன்னேறினார்கள்.

"அதோ" என்றான் வேலு.

கண்ணுக்கெட்டிய தூரத்தில் நூன்மலி மரத்தின் கிளைகளில் தொங்கிக்கொண்டிருந்த தேனடைகள் தெரிந்தன.

"நல்லா பெருகிருச்சப்பா.. மெழுகோட சேர்த்து அறுத்திடலாம். நாலு தோல் பை இருக்கு. மூணாளுக்கு பத்தறாப்ல தைலம் இருக்கும்"

ஆமோதித்து தலையசைத்த சாம்பனின் உற்சாகத்தில் காதல் இருந்தது.

முன்னால் நடந்த வேலு, சட்டென்று நின்று "ஷ்ஷ்ஷ்ஷ் .." என்று இடது ஆட்காட்டி விரலால் உதட்டை அழுத்தியவாறு, வலது கையை மெல்ல அமர்த்தினான்.

விரைத்த சாம்பன் சிலையாய் நின்று நாலாபுறமும் பார்வையை ஓட்டினான்.

ஓசை, வாசனை, காட்சி மூன்றிலும் வித்தியாசம் தெரிகிறதா என்று கூர்ந்தான்.

சலசலக்கும் மெல்லிய சருகோசை கேட்டது.

வேலுவின் பார்வை பதிந்த இடத்திலிருந்துதான் அந்த சத்தம் வந்தது.

சாம்பன் உற்றுப் பார்த்தான். அவன் கண்களுக்கு எதுவும் புலப்படவில்லை.

வேலுவின் தோளைத் தொட்டான்.

"நாகம்.." என்றான் அவன்.

இப்போது சத்தம் கேட்கவில்லை.

"இடையளவு எழுந்து நின்ற படம் என் கண்களை சந்தித்ததும் நகர்ந்து விட்டது.." என்ற வேலு தலையை சிலுப்பிக் கொண்டு சொன்னான்.

"பெரிய ஜீவன்.."

இருவரும் நடந்து நூன்மலி மரத்தடிக்கு வந்தார்கள். சாம்பன் தேனடைகளை அண்ணாந்து பார்த்துவிட்டு திரும்பினான்.

வேலு நெற்றிப்பொட்டை நீவியபடி பக்கத்திலிருந்த பாறை மீது அமர்ந்தான். அவன் உடல் அசாதாரணமான முறையில் கோணலாய் ஒருமுறை நெளிந்து இயல்பானதை சாம்பன் கவனிக்கவில்லை.

"சரி.. நீ தைலத்தை ரெடி பண்ணு.. நான் மரமேற வாட்டம் பார்த்துட்டு வந்துடறேன்.." என்ற சாம்பன் நூன்மலியை சுற்றிக் கொண்டு மறு பக்கம் போனான்.

பிழிந்தெடுத்தால் எத்தனை கிலோ தேன் தேறும் என்று கணக்கிடும் போதுதான் இடப்பக்க புதருக்குள்ளிருந்த அசைவைக் கண்டான்.

அனிச்சை செயலாய் இடுப்பிலிருந்த கத்தியை உருவியபடி பின்னகர்ந்து பார்த்தான்.

அது ஒரு மான்குட்டி. மான்மறி.

அதன் உடல் நடுங்கிக்கொண்டிருந்தது. குறிப்பாக வலது கால் உதறிக் கொண்டிருந்தது.

வலது பின்னங்கால் சப்பையில் ஆழமான சில கீறல்கள் தெரிந்தன. ஓடும்போது பெரு முட்களோ, காய்ந்து முறிந்து விழுந்த மரத்தின் சிலாம்புகளோ, கீறியிருக்கக்கூடும். ஒருவேளை விலங்கின் பிடியிலிருந்து தப்பித்த போது ஏற்பட்ட நகக்கீறல்களாக கூட இருக்கலாம்.

மான்குட்டி அவன் பார்வையை சந்தித்து விட்டு நொண்டியபடி நகர்ந்தது. காயத்திலிருந்து ரத்தம் வழிந்து கொண்டிருந்தது. அதனால் ஓட முடியாது என்பதை புரிந்து கொண்ட சாம்பன் அதை மெல்ல நெருங்கினான்.

மாதுரி பிறந்த நாள் பரிசாக மலைத்தேனோடு, மான் கறியையும் சேர்த்துக் கொண்டான்.

அவள் முகமும், அகமும் மலரும் தருணத்தை கற்பனை செய்தவாறு சட்டென்று பாய்ந்து பிடிக்க முயன்றான்.

மான் குட்டி துள்ளி விலகியது. மிகவும் பலவீனமான விலகல், எளிதில் பிடித்து விடலாம் என்று தோன்றியது.

பிடித்தால் பத்து நிமிடத்தில் கறிகளாக வெட்டி பையில் அடைத்துக் கொண்டு தலையையும், தோலையும் புதைத்து விடலாம்.

பின் தொடர்ந்து அவ்வப்போது தாவிப் பிடிக்க முயல்கையில், அதுவும் நொண்டியபடி சமார்த்தியமாய் விலகி ஓடியது.

கடந்த தூரம் தெரியவில்லை .

அடுப்பு போல் மூன்று பெரிய பாறைகள் இடைவெளியில்லாமல் ஒட்டிக் கிடந்தன.

மான்குட்டி உள்ளே ஓடியது.

இனி தப்ப முடியாது. கத்தியுடன் கைகளை விரித்துக்கொண்டு உள்ளே நுழைந்தான்.

மூன்று பக்கம் பாறைகள். ஒரு பக்கம் சாம்பன்.

மான்குட்டி மூச்சிரைத்தபடி அவன் முன்னேறுவதை பார்த்துக் கொண்டிருந்தது.

“உர்ர்ர்ர்” ரென்று உறுமல் சத்தம் கேட்டு திடுக்கிட்ட சாம்பன் திரும்பிப் பார்த்தான்.

வழியை அடைத்தபடி அந்த புலி நின்றிருந்தது.

நன்கு வளர்ந்த புலி.

பாறை சூழ்ந்த நீள் முக்கோண வடிவின் உச்சியில் மானும், கிடை மட்டத்தில் புலியும், நடுவில் சாம்பனும் நேர்கோடாய் நின்றிருந்தார்கள்.

மான்குட்டி மெல்ல நொண்டியபடி சாம்பனை கடந்து போய் புலியின் முன் நின்றது.

இரண்டு மிருகங்களின் பார்வையும் சந்தித்துக்கொண்டன.

புலி நகர்ந்து வழி விட்டது.

மான்குட்டி திரும்பி அவனைப் பார்த்து விட்டு புலியை கடந்து வெளியேறியது.

அது ஒரு புதருக்குள் சென்று மறையும் வரை பார்வையால் தொடர்ந்த புலி, இவன் பக்கம் திரும்பியது

தன் மீது பாய்ந்த புலியின் வலது முன்னங்கால் விரல் நக இடுக்குகளில், மானின் தோல் பிசிரும், சதைத் துணுக்குகளும் ஒட்டியிருப்பதைக் கண்ட சாமபன் தன்னை ஒரு மான்குட்டியென உணர்ந்தான்.

சாமியாடிகள்
ந.செந்தில் குமார்

நாக்கை மடக்கி கடித்துக்கொண்டு கைகளை முறுக்கி தலைக்கு மேல் உயர்த்திப் பிடித்துக் கொண்டு, கண்களை அகல விரித்து விழிகள் பிதுங்க காலை முன்னும் பின்னும் லாவகமாய் வைத்து உடை குலைந்து நடுத்தெருவில் வெட்கமின்றி சாமியாடுபவர்களைப்பார்க்கும் போது வெகு ஆச்சர்யமாயிருக்கிறது. எப்படி இது?

சாமியாடிகளை இரண்டு வகையாகப் பிரிக்கலாம். ஒன்று பரம்பரை சாமியாடிகள் அதாவது நினைத்த நேரங்களில் அவர்கள் விருப்பப்பட்ட நேரங்களில் எல்லாம் சாமியைத் தன் மீது வரவழைத்து, குறி சொல்லி அதன் மூலமாகத் தனக்கு ஒரு சமூக அந்தஸ்தையும் ஜீவனோபயத்தையும் கைக்கொண்டிருப்பவர்கள்.

இரண்டாவது வகை மாசி மாதம் ஆச்சார அனுஷ்டானங்களுடனான வழிபாட்டு முறையினைக் கொண்ட சிவன் உள்ளிட்ட பெருந்தெய்வங்களை நிர்க்கதியாய் விட்டுவிட்டு ஒவ்வொரு குடும்பமும் தத்தம் குலதெய்வங்கள் நோக்கி கடைக்கண் அருளும் மாதத்தில் தெவம் செய்கிறவர்களால் ஆடப்படும் சாமியாடிகள். இவர்கள் தற்காலிக சாமியாடிகள். தெவம் முடிந்த பிறகு இவர்களுக்கும் சாமியாடுதலுக்குமான உறவில் சர்வ முடிவு ஏற்பட்டுவிடும்.

மாசி மாதம், சிவன் உள்ளிட்ட பெருந்தெய்வங்கள் எல்லோரையும் அம்போவென்று அனாதையாய் விட்டு விட்டு குலதெய்வங்களுக்கு தெவம் செய்யும் அந்த மாதம் தெருவெங்கும் சாமியாடிகளுக்குப் பஞ்சமிருக்காது.

பங்காளிகள் ஒன்று கூடி நாள் குறித்து தெவம் செய்யும் அந்த நாட்களில் சாமியாடாத ஆட்களை விரல் விட்டு எண்ணிவிடலாம்.

பெண்கள் வெள்ளைச்சீலை ஜாக்கெட்டோடு கைகளில் கன்னங்களில் சந்தனம் பூசி தலைநிறைய பூவைத்து, கழுத்தில் துலுக்கமல்லி மாலையணிந்து புத்தம் புதுக்கூடையில் வட்டமாய் மஞ்சள் அப்பி நடுவில் சிகப்பு வைத்து கூடையின் உள்ளே

புத்தம் புதிதாக வெடித்த தென்னம்பாளை, தேங்காய் பழத்தோடு சாமியாடியபடி வருவார்கள். சாமியாடுவது பெண்களின் ஏகபோக உரிமை!

ஆண்கள் மஞ்சள் நீரில் முக்கியெடுக்கப்பட்ட புத்தம்புது நூல் வேட்டி அணிந்து, மஞ்சள் துண்டை அதன்மேல் வரிந்துகட்டி முண்டாபனியன் அணிந்து தேவகளையோடு வருவார்கள். தலையில் கூடை இருக்கும் அல்லது கையில் கொடிப்பூ சுற்றப்பட்ட கரிய நிற பன்றியைக் குத்திப் பலி கொடுக்கும் வேல் அல்லது ஆடு வெட்டப்போகும் நீண்ட பெரிய கரிய கொடுவாளைச் சுமந்தோ வருவார்கள். சிலருக்கு 'மெரல்' வந்து சாமியாடுவதுண்டு. மொட்டையடிக்கப்பட வேண்டிய விடலைகள் கழுத்தில் மாலையும் புத்தம் புது ஆடையும் அணிந்து கையில் மணி அல்லது அறுக்கப்பட இருக்கும் சேவலை ஏந்தி சந்தோசமாய் வருவார்கள்.

சிறு குழந்தைகளாயிருந்தால் மாமன்மார்கள் அல்லது சித்தப்பாமார்கள் தூக்கி வருவார்கள்.

வளர்ந்த வாண்டுகள் மஞ்சள் சிவப்பு தூவப்பட்டு கழுத்தில் கொடிப்பூ சுற்றப்பட்ட ஆடுகளைத் தரதரவென்று இழுத்துக்கொண்டு போவார்கள். நகராத ஆடுகளைப் பின்னால் பிடித்துத் தள்ளிக்கொண்டு வருவதற்கென்றே சில பழைய சட்டையணிந்த தெவம் செய்யாத வீட்டுப்பையன்கள் ஒழுகும் மூக்கை உரிஞ்சியபடி வருவான்கள்.

ஆடுகள் கழுத்தில் சுற்றித் தொங்கும் கொடிப்பூவைக் குனிந்து பற்றியிழுத்துத் தின்றபடியே நடக்கும். கூடைகளின் எண்ணிக்கை வெகுவாக இருக்கும்.

பூசைக்கூடை வரிசைகளுக்குப் பின்னால் பொங்கல் கூடைகள் வரும். அவையெல்லாம் பழைய பூசைக்கூடைகள். முன்னொரு காலத்தில் பூசைக்கூடை என்னும் மரியாதையோடு முன்வரிசையில் வந்துகொண்டிருந்தவைகள்தாம். அதைச சுமந்து வரும் பங்காளி வீட்டுப்பெண்கள், மகள்களுக்கு யூனிபார்ம் என்று ஒன்றும் கிடையாது. அந்த மக்கி பழுத்துப்போன கூடைக்குள் பொங்கலுக்கான அரிசி, வெல்லம், விறகு, பொங்கல் பாத்திரம் போன்றவை இருக்கும்.

இதில் ஆச்சர்யம் என்னவென்றால் பொங்கல் கூடை எடுத்துவரும் பெண்களில் ஒரு சிலருக்கு மட்டுமே சாமி வரும். அப்படியே வந்தாலும் கூடைக்குள்ளிருக்கும் அரிசி, வெல்லம் போன்ற எந்தப் பொருளும் கொஞ்சம் கூட சிந்தாது.... சிதறாது....

நீண்ட ஊர்வலத்தில் பின்னால் டயர் மாட்டு வண்டிகளில் கால்கள் கட்டப்பட்ட பன்றிகள், கொழுத்த பெரிய, சிங்கப்பல் முளைத்த பன்றிகள் கிடத்தப்பட்டிருக்கும்.

டயர் வண்டிகள் வருவதற்கு முன்னால் தெவம் செய்யும் நாளில் விடியற்காலைப் பொழுதிலேயே மாமன் மச்சான்கள் பன்றியைப் பிடித்துக் கட்டிபோட்டு விடுவார்கள். வாழைப்பழத்தில் சோற்றைப் பிசைந்து வைக்க, இவர்கள் பன்றியின் பின்புறம் அலுங்காமல் நலுங்காமல் வந்து பன்றியின் பின்னங்கால்களைப் பிடித்துக் கட்டிபோட்டுவிடுவார்கள். சில வலுவான பன்றிகள் பிடிப்பவர்களை உதறித் தள்ளிவிட்டு சிட்டாய் பறந்து விடும். அதைப் பிடிப்பதற்குள் வீடு அல்லோலா கல்லோலா பட்டுவிடும் பன்றியின் கால்கள் இரண்டிரண்டாக கோத்துக் கட்டப்படும். பிறகு பெரிய மூங்கில் கழியை இடையில் விட்டு மாமன் மச்சான்கள் கோயில் வரை தூக்கிக் கொண்டு வருவார்கள்.

ஊர்வலத்தின் முன்னால் பம்பைக்காரர்கள் அடித்துக்கொண்டு போகிறார்கள். இதோ இவன் தலை மீதும் கூடையைத் தூக்கி வைத்துவிட்டார்கள். சட்டையில்லாமல், பனியன் வேட்டியோடும், தலையில் கூடையோடும் நிற்கிறவனைப் பார்த்து நக்கலாய்ச் சிரிக்கிறார்கள் நண்பர்கள்.

இவனுக்கு அருகிலேயே அம்மாவும், அக்காவும் சாமியாடிக் கொண்டிருந்தார்கள். அம்மாவுக்கு அடிக்கடி சாமி வரும். அதோ ஆவேசமாய் ஆடிக்கொண்டிருக்கிறார். அவரிடம் குறைகேட்டு அதை நிவர்த்தி செய்வதற்கென்றே சின்ன பூசாரி , அம்மா முன் நின்று தாளம் போட்டுக்கொண்டிருக்கிறார். குலதெய்வங்களுக்கென்று தனிப்பட்ட பூசாரிகள் எவருமில்லை.

பங்காளிகளுக்குள் ஒரு குடும்பம் பூசை வேலையைக்கவனித்துக் கொள்ளும் மற்ற நாட்களில் மற்றவர்களைப் போல அவர்களும் சாதாரணமானவர்கள்தான். அந்த பூசாரிகளுக்கும் பல பக்க பூசாரிகளும் உண்டு. அவர்கள் கல்குத்து அதுதான் 'சாமிகள்' அவற்றை தண்ணீர்விட்டுக் கழுவுவது திருநீறு குங்குமம் வைப்பது. இலை வைத்து தாவு கட்டுவது போன்ற கார்களுக்கு ஒத்தாசை செய்வார்கள்.

சிலர் லேசாய் தலையிலிருக்கும் கூடையை வட்டமாக ஆட்டிக்கொண்டிருக்கிறார்கள் அதாவது சாமி வந்து கொண்டேயிருக்கிறது. இன்னும் உக்கிரமாய் வந்து சேரவில்லையாம்!

நகர்ந்து கொண்டிருந்த சாமியாடிக் கூட்டத்தை இரு கைகளையும் முன்னால் நீட்டி நிறுத்தினார். ஃபுல் ஸ்டெடியில் இருந்த பெரியப்பா நிறுத்திவிட்டு பம்பைக்காரர்களிடம் திரும்பி,

"என்னய்யா பம்ப அடிக்கிறீங்க... மசுரு பம்ப... அடிக்கிற அடியில அத்தனபேத்துக்கும் மெரலு வந்து ஆட்றதுல்ல..." என்றார்

தள்ளாடிக்கொண்டே. பெரியப்பாவின் வேட்டி அவிழ்ந்து விழுந்து விடும் போல அபாயகரமான நிலையிலிருந்தத் தோளில் முழங்காலைத் தாண்டி நீண்டு இரண்டு புறமும் தொங்கும்படியான பெரிய துண்டு. அது அடிக்கடி நழுவி விழ அனிச்சையாய் கையை உயர்த்தி குலுக்கி அதை விரல்களால் தொட்டு சரி செய்யாமலே தோளில் போட்டுக் கொண்டிருந்தார். கால்கள் ஒரு நிலையில்லாமல் ஆடிக்கொண்டிருந்தது. பம்பையில்லாமலும் ஆடக்கூடிய சாமியாடி இவர். இருக்கிறது ஒரு சாமி. அது எப்படி அத்தன பேத்துக்கு வரும். இவன் மனதுக்குள் நினைத்துக்கொண்டான்.

அமரான்னு ஒரு அம்மா எங்க மேளம் அடிச்சாலும் சாமி வந்துடும் அவங்களுக்கு. காளியா கோயில்ல மணி ஆட்ற சத்தம் கேட்டாலும் போதும் 'டேய்ய்.....ஸ்ஸ்....ஸ்ஸ்...' என்று கைகளை முறுக்கி பின்னால் கட்டிக்கொண்டு ஓடிவந்துவிடுவார். அந்த டேய்ய்.....ஸ்ஸ்...க்கு மேல ஒரு வார்த்தை பேச மாட்டாங்க.....

மாரியம்மன் பண்டிகையில் அலகு குத்திக்கொண்டு ஆடிக்கொண்டிருக்கும் போது, அமராம்மா சாமி வந்து ஆடிக்கொண்டே வந்தார். இவனுங்க செட்டு ஆளு ஒருத்தன் இடுப்பில் தொங்கிக்கொண்டிருந்த சுருக்குப்பையைப் பிடித்து இழுத்தான் அவ்வளவுதான். பின்னால் முறுக்கிக்கொண்டு கிடந்த கைகள் சட்டென்று விடுபட்டு வெகு வேகமாக பையை கெட்டியாகப் பிடித்துக் கொண்டது.

“....... கண்ணா.... யாரு பையடா புடுங்க வந்த திருட்டுக்... நக்கி” அவர் வாயிலிருந்து வார்த்தைகள் இப்படித்தானென்றில்லாமல் கொச்சை கொச்சையாய் தெறித்தன.

இப்படித்தான் மாரியம்மன் பண்டிகையின் போது, காத்தமுத்துவோட அம்மா மாவெளக்கு தூக்கிக் கொண்டு சாமியாடிக்கொண்டே போனார். காத்தமுத்து அவரிடம் போய், "எம்மோவ் மாவெளக்கு எல்லாத்தியும் எங்க எடுத்து வச்சிக்கற ...... திங்கறதுக்கு எதையும் காணம்" என்றான். அவர் சாமியாடிக் கொண்டே சொன்னார்,

"பான அடுக்குல மூனாவது பானக்குள்ள வச்சிருக்கன். எல்லாத்தையும் எடுத்து சேக்காளிங்களுக்கு சூரமுட்டறாத, ஒனக்கு மாத்ரம் எடுத்துக்க...." என்று முடித்துவிட்டு 'ஸ்ஸ் ஓஓஓ...' என்று ஆட ஆரம்பித்தார். இதெல்லாம் பார்க்கும் போது வேடிக்கையாகவும், வினோதமாகவும் இருக்கும்.

இவனுக்கு சாமி மேலெல்லாம் சுத்தமா நம்பிக்கைக் கெடையாது. உலகமே அதற்கு சாட்சி என்று உறுதியாக நம்புகிறவன் இவன்.

அதர்மம் தலை எடுக்கறப்பல்லாம் அதை அழிக்க அவதாரம் எடுப்பேன்னு கடவுள் சொல்லியிருக்கார். ஆனா அவரு அதர்மத்த அளக்க என்ன மாதிரி அளவுகோல் வச்சிருக்காருன்னு தெரியல. சண்டைல சாவறது, பட்டினில் சாவறது, கலவரத்துல சாகறது, சோத்துக்கே வழியில்லாம அல்லாடறது, ஒன்னுந் தெரியாத அப்பாவிக் கொழந்தைங்க உடல் நசுங்கி சாகறது... இப்படி கணக்கு வழக்கில்லாம பொழுது போயி வந்தா அட்டூழியமா நடக்குது. ஆனாலும் அவதார புருஷன் வந்தபாடில்ல... அப்புறம் எப்படி இவனுக்கு சாமிமேல நம்பிக்கை வரும்.

வெயில் மெல்ல மெல்ல சுர்ரென்று உறைக்க ஆரம்பித்தது. தெவம் செய்ய வரும் எவரும் செருப்பு போட்டுவர அனுமதியில்லை . சூடு காலைப் பொசுக்க ஆரம்பித்துவிட்டது. பாதத்தில் சுர்ரென்று ஏறும் சூடு மண்டை வரை வளர்ந்தது. “லேய் மாமா... நவருய்யா... வெய்ய ஏறதுக்குள்ள போனாத்தான் ஆச்சி. பொண்டும் பொடுசுமாப் போவுது... நின்னு வேடிக்க காட்டிட்டிருக்கீரு” பின்னாலிருந்து குரல் ஒலிக்க

"யார்ராவன் சாமி செய்றதுன்னா ... சும்மா வெளாட்டாருக்கா ஒங்களுக்கு... புடுங்கி...! சாமி இருக்கும் போது பொடி சுடுதாம் பொடி, எப்பட்றா பொடி சுடும்.....? தாபாரு பம்பக்கார்ரே...., எல்லாருக்கும் மெரலு வராம இங்கரந்து நவரப்படாது ஆமா....” என்று நின்றுவிட்டார். பம்பைக்காரர்களுக்கு கோபம் வந்துவிட்டது.

பம்பைக்காரர்கள், ஒவ்வொரு கடைக்காரர்களாய் உருவேற்ற ஆரம்பித்துவிட்டார்கள். பம்பைக்காரர்கள் இரண்டு பேர்தான். இருவருமே ஒற்றைநாடி ஆட்கள். விலுவிலுன்னு நல்லா துகுதுகுன்னு மஞ்சள் நெற வேட்டியும் முண்டா பனியனும் இடையில் பட்டுத் துணி, செக்கச்செவலென்ற சிவந்த நிறத்தில், நெற்றிநிறைய சந்தனம் குங்குமமாக பம்பையைக் குறுக்கு வெட்டாக தோளில் மாட்டிக் கொண்டு வலது காலைத் தூக்கி ஊன்றி அதன்மீது பம்பையை வைத்துக் கொண்டு உக்கிரமாக ஒலிக்க ஆரம்பித்தனர்.

இருவருடைய முகமும் இவனுக்கு வெகு நெருக்கமாய் வந்து விட்டிருந்தது. வெற்றிலைக் காவியேறிய பற்களும் அம்மை வடு நிரம்பிய ஒரு முகமும் அண்மையில் நின்றது. அவர்களது கண்கள் இவன் கண்களை நிலைக்குத்தி நின்றன. இவனால் கண்களை அங்கிருந்து நகர்த்த முடியவில்லை .

பம்பை ஒலி வெகு நெருக்கத்தில் ஒலித்தது. அதன் ஒலியில் குருதி கொதிப்படைவதைப் போலிருந்தது. நரம்புகளில் ஒருவிதமான

போதை முறுக்கேற்றியது. அடிவயிற்றுக்குள் நேராக சென்று தாக்கியது பம்பை ஒலி,

டணக்குன் டக்கடி...... ட ண க் கு ன் டக்கடி...டண்...டண்... டணக்குன் டக்கடி... டக்கடி...டக்.!

டண்ட னக்கடி.... டண்ட னக்கடி...டணக்கு னக்கடி... டணக்கு டணக்கு டணக்கு னக்கடி... டணக்கு டணக்கு..... டணக்க னக்கடி....

மூளைக்குள் கொதிப்பேறியது. கால்கள் தானாகக் கட்டளையின்றி பம்பை அடிக்குத் தக்கபடி முன்னும் பின்னும் அசைய ஆரம்பித்துவிட்டது.

"அய்யா ... துடிக்கலையா...

ரோசம் பொறக்கலையா..."

டணக்குன் டக்கடி... டணக்குன் டக்கடி....

"அய்யா கறுப்புத் தொர சாமி

குதர மேல வாராரு.. டணக்குன் டக்கம்

டணக்குன் டக்கடி

"அய்யா வேட்ட தேடிகிட்டு

வேகமாக வாராரு...."

டணக்குன் டக்கடி... டணக்குன் டக்கடி..

"அய்யா மீச துடிக்கிதய்யா

ரோசம் பொறக்குதய்யா..."

டணக்குன் டக்கடி... டணக்குன் டக்கடி......

பம்பைக்காரருக்கும் இவனுக்குமான இடைவெளி இன்னும் குறைந்தது. முகத்தோடு முகம் ஒட்டுமளவுக்கு வந்துவிட்டது. அவரது கண்கள் இவன் கண்களை ஆழ ஊடுருவியது. வெற்றிலைக் காவியேறிய வாய் மந்திர உச்சாடனத்தைப்போல பாட்டை உச்சாடனம் செய்தது.

மெலிந்த தேகத்துள்ளிருந்த கொஞ்ச நஞ்ச தசைகளிலும் வெகு வேகமாய் இரத்தம் உணர்ச்சியோடு கொந்தளித்தோடியது. மேலும் வெறி கொண்டு பம்பையை அடிக்கிறார் பம்பைக்காரர். பின் மண்டையில் சுருசுரு வென்று என்னவோ ஊர்கிறது. புரிந்து விட்டது... இவனுக்கு. இவர் வசியம் செய்கிறார்...... நன்றாகத் தெரிந்துவிட்டது...! கூடாது, அனுமதிக்கவே கூடாது....

"அய்யா மீச துடிக்கிதய்யா

ரோசம் பொறக்குதய்யா...."

டணக்குன் டக்கடி.... டணக்குன் டக்கடி....

கைகள் இவன் அனுமதியின்றி கூடையின் விளிம்பை இறுக்கமாகப் பற்றி நெளித்தது. உதடுகள் கோணிக் கொண்டது. தொண்டைக்குழி விக்குவது போல மேலும் கீழும் ஏறி இறங்கி "க்கும்.... க்ஹூம்...க்கும்" என்று தொண்டைக்குழியிலிருந்து வினோத சத்தம் வர கண்களில் மடமடவென்று கண்ணீர் கொட்ட ஆரம்பித்தது. பற்கள் நறநற வென்று கடித்துக்கொண்டது. இவ்வளவும் இவன் அனுமதியின்றி..... இவன் பார்த்துக் கொண்டிருக்கவே நிகழ்ந்து விட்டது... "டோய் எலுமிச்சம்பழம் கொண்டாங்கடா புள்ள மேல அய்னாரப்பன் வந்துட்டான்..." பெரியப்பா குடிகாரச் சிரிப்போடு கூக்குரலிட்டார். நழுவி விழும் துண்டைத் தூக்கி தோளில் போட்டுக் கொண்டே.

பழம் ஒன்று வாயில் திணிக்கப்பட்டது. நற நறவென்று பழத்தை கடித்தான். ஒரு துண்டு மண்ணில் விழ இரண்டாவது துண்டு பற்களுக்கிடையே நசுங்கி அரைபட்டது. வெகு வேகமாய்... கடுமையான புளிப்பு நீர் எச்சிலோடு சேர்ந்து தாடை வழியே தொண்டையில் இறங்கி பனியனை நனைத்தது.

இவனுக்குச் சாமி வந்துவிட்டது...!

இவனுக்குச் சாமி வந்துவிட்டதைக் கேள்விப்பட்டு ஆயா பின்னாலிருந்து ஓடி வந்தவள். இவன் அழுவதை பார்த்து, "என்னா கொற சாமி ஒனக்கு... எதுல கொற... ஏஞ்சாமி இப்படி பூத்து பூத்துனு அழுவற...முப்பூசையும் ஒனக்குத்தான... நெறஞ்ச மனசோட ஏத்துக்க.... எல்லாம் ஓம்புள்ளங்கைதா. தப்ப தவற செஞ்சிருந்தா மன்னிச்சிக்க சாமி கருப்புத்தொர...." கீழே விழுந்து கும்பிட்டாள்.

ஏன் அழுகிறான்? வெட்கமாகவும் இருக்கிறது. அழுவதை நிறுத்தவும் முடியவில்லை . அழுதுகொண்டே தலையைத் திருப்பினால் சேக்காளிகள் இருவரும் நம்பமுடியாத பார்வையோடு, அதில் அளவுகடந்த கேலி தொனிக்க ஒருவன் மீது மற்றவன் தோள்மீது கைபோட்டுக் கொண்டு பார்த்துக்கொண்டிருந்தனர். இவனுக்கு அவமானமாய் இருந்தது.

சுற்றி நிற்பவர்களை அடையாளம் தெரிகிறது. அதோ, அப்பா அவிழ்த்து விடப்பட்ட வேட்டியின் ஒற்றை முனையைக் கையில் பிடித்துக்கொண்டு நடுவீட்டுப் பங்காளியோடு பேசிக்கொண்டிருக்கிறார். பெரியப்பா வெற்றிலைக் காவியேறிய பற்களைக் காட்டிக் குடிகாரச் சிரிப்பு சிரித்தபடி பம்பைக்காரனிடம் அடுத்த ஆளை உருவேற்ற

நச்சரித்துக்கொண்டிருக்கிறார். அதோ அம்மா, ஆயா..... வீட்டில் வளர்த்த ஆடு, காலையில் பிடித்து வந்த கோழி... என எல்லாம் தெரிகிறது.

ஆனால், தலை ஆடுவதையும், கண்ணீர் வழிவதையும் பல்லைக் கடித்துக்கொள்வதையும் நிறுத்த முடியவில்லை.

வழக்கமாய் சாமியாடிகள் போடும் உத்தரவுகளோ, ஆர்ப்பாட்டங்களோ ஒன்றுமில்லை. இவனிடம் அழுகையும் ஆட்டமும் தான்.

பம்பைக்காரர் ஒருவர் பின் ஒருவராக உருவேற்றிக்கொண்டிருந்தார். அரைமணி நேரத்திற்குள்ளாக பூசைக் கூடை வைத்திருந்த அத்தனை பேரும் ஆடிக்கொண்டிருந்தார்கள். எலுமிச்சம்பழங்கள் பற்களில் கிழிபட்டு புழுதியில் உருண்டோடின. இவர்களில் ஒன்றிரண்டு பேரைத் தவிர வேறு யாரும் இதற்கு முன்பாக சாமி வந்து ஆடியதில்லை.

தார்ச்சாலை வெயிலில் குழைந்து கொதித்துக் கொண்டிருந்தது. அதெல்லாம் ஒரு பொருட்டாய்த் தெரியவில்லை இவர்களுக்கு. எலுமிச்சம் பழங்களைக் கடித்துக் கடித்து உதடுகள் பிளந்துவிட்டதைப்போல கபகபவென்று எரிந்தது.

அதோ கோயில் தெரிகிறது. சாலையின் ஓரமாய் இறக்கத்தில் முள் வேலியை ஒட்டி, இரண்டு நாட்களுக்கு முன்புதான் இவனும் பங்காளி வீட்டுப்பசங்களும் முட்களை வெட்டி அப்புறப்படுத்திக் கீழே முளைத்திருந்த புதர்மண்டிக்கிடந்த புல் பூண்டுகளையும் நெருஞ்சிக் கொடிகளையும் சுத்தப்படுத்திவிட்டிருந்தனர்.

சாலையில் போகும் வாகனங்களின் வேகம் மட்டுப்பட்டுப் போனது. பஸ்ஸிலிருந்தவர்கள் தலை நீட்டி ஜன்னல் வழியாக வேடிக்கை பார்த்தபடி போனார்கள். இவனைத் தாண்டி ஆங்காரத்தோடு உறுமியபடி சிலர் ஓடுவது நிழலுருவாய்த் தெரிந்தது இவனுக்கு. இவனும் ஓடமுற்பட இதை எதிர்பார்த்தோ என்னவோ கூடவே வந்த மூலவீட்டு பெரியப்பாவும், டால்மியாபுரம் சித்தப்பாவும் கப்பென்று கெட்டியாக பிடித்துக்கொண்டனர். இவன் படுபயங்கரமாத் திமிறினான். கூடையைக் கெட்டியாகப் பிடித்துக்கொண்டு ஏறத்தாழ தரையில் படுத்துவிட்டான். அவர்கள் பிடியைத் தளர்த்தவேயில்லை. "எலும்பாத்தானிருக்கான் என்னா வலுவு பாரேன்" டால்மியாபுரம் சித்தப்பா சொல்வது கேட்டது. அவர்களையும் இழுத்துக்கொண்டே ஓடி மண் தரையில் கோயிலின் முன் குப்புற விழுந்தான்.

சதுரவடிவில் வரிசையாக நடப்பட்டிருந்த கற்களைத் தண்ணீர் ஊற்றிக்கழுவி திருநீறும் குங்குமமும் வைத்துக் கொண்டிருந்தார்கள் பூசாரியும் பக்கப் பூசாரிகளும்.

தெவம் செய்ய வந்திருந்த ஆட்கள் நிழல் தேடிப் பக்கதிலிருந்த தென்னந்தோப்பு, சப்போட்டாத் தோட்டங்களின் நிழலில் அமர்ந்து விட்டிருந்தனர். பங்காளி வீட்டுப் பெண்களும் பொறந்த பெண்களும் கோவிலைச் சுற்றிக் கற்களை உருட்டி அடுப்பு செய்து பொங்கல் வைக்கத் தயாராகி விட்டிருந்தனர்.

தார் ரோட்டிற்கும் சற்றுத் தள்ளி, இறக்கத்தில் புளியமர நிழலில் ஐஸ் வண்டிகளும், இளநீர் சைக்கிள்களும் வந்துவிட்டிருந்தன. வியாபாரம் கனஜோராய் நடக்க ஆரம்பித்து விட்டது . வெட்டப்படவிருக்கும் ஆட்டுக்கிடாய்கள் வேலியோரம் கட்டப்பட்டிருந்தன. அவை வேலியிலிருந்த செடிக் கொடிகளைப் பற்றியிழுத்துத் தின்றபடியிருந்தன.

பன்றிகள் கால்கள் கட்டப்பட்டு இடையில் நீண்ட மூங்கில் கழிகள் சொருகப்பட்டுக் கிடந்தன. வெய்யில் தாளாமல் மேல்மூச்சு கீழ்மூச்சு வாங்கிக் கொண்டிருந்தன. மாமா குடத்தில் தண்ணீரைக் கொண்டுபோய் அவற்றின் மீது தெளிக்க முற்பட்ட போது, சித்தப்பா புளிய மரத்தில் சாய்ந்து நின்று ஐஸ் ஒன்றைக் கடித்தபடி,

"வே...யார்ராவன் தண்ணி ஊத்தப்போறவன். பன்னிங்கள இளுத்து நெவுல்ல போடு. தண்ணி ஊத்துனீன்னா அப்புறம் தீர்த்தம் போடறப்ப துளுக்காது" என்றார்.

இவன் கொய்யாமர நிழலடியில் அமர்ந்திருந்தான். அம்மா,ஆயா ,அக்கா, சின்னம்மாக்கள் எல்லோரும் இவனைச் சுற்றி உட்கார்ந்து கொண்டு இவன் சாமியாடிய அழகை வியந்து பேசிக்கொண்டிருந்தார்கள்.

இவனுடைய சேக்காளிகள் நக்கலாய் சிரித்தபடி வந்து இவனருகே அமர்ந்தார்கள். ஒருவன் கேட்டான்.

"சாமியே நம்பமாட்ட... இந்த ஆட்டம் ஆடற...". இவன் பதிலொன்றும் சொல்லாமல் அர்த்தம் நிறைந்த சிரிப்பொன்றை உதிர்த்தான்.

பிழைப்பு

பழ.புகழேந்தி

கதிரேசன் கெட்டிக்காரன். நல்லா படிப்பான். எனக்கு ரொம்ப நெருக்கமான சினேகிதன். பள்ளிக்கூடத்திலயும் சரி வெளிலயும் சரி, எங்க ஓவியப் போட்டி நடந்தாலும் அவன்தான் மொத பரிசு வாங்கிட்டு வருவான். எனக்கு ரொம்ப பெருமையா இருக்கும்.

நான் ஆறாவது பாஸாகி ஏழாவது போனப்ப புதுசா வந்து எங்கிளாஸ்ல சேந்தான் அவன். மொத நாள் எனக்கும் ரெண்டு பெஞ்சு முன்னாடி உக்கார்ந்திருந்தான். கிளாஸ்ல நுழைஞ்ச குப்புசாமி வாத்தியார் அட்டென்டென்ஸ் எடுக்கறதுக்கு முன்னாடி, புதுசா சேர்ந்தவங்களாம் யார் யாருன்னு கேட்டப்ப மூணு பேர்ல ஒருத்தனா இவனும் எந்திரிச்சு நின்னான்.

‘மூணு பேரும் உங்க ஊரு, பேரு, அப்பாவோட வேலை எல்லாத்தையும் சொல்லிட்டு உக்காருங்க’ வாத்தியார் கேட்க, ஒவ்வொருத்தனா சொல்ல ஆரம்பிச்சான்.

“எம் பேரு முருகன். சூரமங்கலத்துல இருந்து வர்றேன்...

அப்பா எலக்ட்ரீஷியனா இருக்காரு”

“எம்பேரு ராகவன்... பள்ளிக்கூடத்து பின்னாடிதான் வீடு.

அப்பா கார்ப்பரேஷன்ல இருக்காரு’

“என்னவா இருக்காரு” வாத்தியர் கேட்க

“தெரியல, ஸ்வீப்பர்ன்னு சொல்லுவாங்க"

“சரி உக்கார்" அவனும் உக்காந்தான்.

மூணாவதா இவன்.

“எம் பேரு கதிரேசன்,

புது ரோட்டுக்குப் பக்கத்துல வீடு,

அப்பா படம் வரையராரு"

"எங்க வரையரார்?" கேட்ட வாத்தியாருக்கு

பதில் சொல்லாம தல குனிஞ்சு நின்னான்.

"எங்க வரையரார்னு கேட்டேன்ல ?"

"ரோட்ல வரையராரு" அவன் சொன்ன பதில் ரெண்டு பெஞ்சு பின்னாடி இருந்த எங்காதுலேயே சரியா விழலை.

அப்பவே கதிரவன எனக்கு புடிச்சுப் போச்சு. காரணம் படம் போடறது எனக்கு இருக்கிற ஆர்வம் மட்டுமில்ல. ஆறாங்கிளாஸ் படிக்கும்போது நடந்த ஒரு சம்பவமும் அதுக்குக் காரணம்.

ஆறாவது படிக்கும் போது, அரையாண்டுப் பரீட்சை நடக்க ஒரு வாரம்தான் இருந்தது. அப்பதான் அதப் பாத்தேன். பள்ளிக்கூடம் வர்ற வழியில இருக்கற வேப்ப மரத்தடியில திடீர்னு ஒரு நாள், கிருஷ்ணர் படம் பெரிசா வரைஞ்சு கெடந்தது. நாலணா, எட்டணா, ஒரு ரூபான்னு சில்லறை காசுங்க மேலே சிதறிக் கெடக்க, அதுக்குப் பக்கத்துல நாலு சக்கரம் வச்ச பலகை மேல தாடி வச்சிக்கிட்டு ஒல்லியா ஒருத்தர் உக்கார்ந்திருந்தார். ரெண்டு காலும் மெலிஞ்சு போய் கெடந்தது. கொஞ்ச நேரம் பக்கத்துலயே நின்னு பாத்துட்டு இருந்தேன். ரோட்ல போறவங்கல்ல ஒருத்தர் ரெண்டு பேர் பிச்சை போடற மாதிரி வீசியெறிஞ்ச காசுங்களால சின்னச் சின்னதா காயம்பட்டுக் கெடந்துச்சு கிருஷ்ணன் உடம்பு.

அப்ப பாத்து மரத்துல இருந்த ஒரு காக்கா படத்து மேலே அசிங்கம் பண்ணுச்சு. பொறுக்கமாட்டாம ஒரு கல்லெடுத்து காக்கா மேலே உட்டெறிஞ்சேன். இதப் பாத்துட்டே இருந்த தாடிக்காரருக்கு என்ன தோணுச்சோ, என்ன பாசமா கூப்புட்டார்.

"என்ன கண்ணா , படிக்கறயா ?"

'ம்'

"எத்தனாவது?"

"ஆறாவது"

"சரி, நல்லா படிக்கணும். பள்ளிக்கூடத்துக்கு நேரமாகலியா போ.. போ ..."

"இந்தப் படம் நீங்க போட்டதா?"

"ஆமா கண்ணா"

"நாளைக்கும் இங்க இருப்பீங்களா?"

"ம். நாலு அஞ்சு நாள் இந்தத் தெருவுலதான் இருப்பேன்."

"அப்புறம்?"

"வேற ஏதாவது தெருவுக்குப் போய்டுவேன்'

அதுக்கப்புறம் ஒரு நாலு நாள் அவர் அங்கதான் இருந்தார். ரொம்ப பாசமாப் பேசுவார். எனக்கு ஆச்சரியமா இருந்துச்சு. காசு போட்டவங்க மேல வராத பாசம் என் மேலே எதுக்கு? ஒரு நாள் அவர் கிட்டயே கேட்டப்ப அவர் சொன்னார்.

"எல்லோரும் பிச்சைக்காசா எம் படத்து மேலே சில்லறையத்தான் போட்டாங்க. நீ மட்டும் தான் எம்படத்து மேல அக்கற காட்ன. அதான் எனக்கொன்றும் புரியல"

"உங்க பையன் நேரா ஸ்கூலுக்கு போவாம அங்க இங்க நின்னு வேடிக்கை பாத்துட்டு இருக்கான்னு யாரோ எங்கப்பா கிட்ட கோள்மூட்டி வைக்க அன்னயில இருந்து ஆட்டோவுல ஸ்கூலுக்கு போக வேண்டியதாய் போச்சு"

அதுக்கப்புறம் ஒரு ரெண்டு மாசம் கழிச்சு அதே தெருவுல அவர பார்த்தேன். ஆட்டோவுல இருந்து எட்டிப் பாக்கத்தான் முடிஞ்சதே ஒழிய பேச முடியல.

கதிரேசன் படம் வரையவரோட மகன்னு தெரிஞ்சதும் அவன் மேல் பாசம் வந்ததுக்கு அந்த தாடிக்காரரர் ஞாபகம் வந்ததும் ஒரு காரணம்.

"அன்னக்கி மதியம் கதிரேசனை எங்கூட சாப்பிடக் கூப்புட்டேன். வரமாட்டேன்னான். ஏன்னு கேட்டதுக்கு சாப்பாடு கொண்டு வரலேன்னான்"

"சரி வா. என் சாப்பாட்ட ஆளுக்கு கொஞ்சமா சாப்புடலாம்" பேசாம வந்தான். சாப்புட்டுகிட்டே அவனப் பத்தியும் அவன் குடும்பத்தப் பத்தியும் விசாரிச்சுதுல அந்த தாடிக்காரரோட பையன்தான் அவன்னு தெரிஞ்சது.

அதுக்கப்புறம் கதிரேசன் மேலே இருந்த பாசம் இன்னும் கூடிப் போச்சு. அதிலயும் அவன் குடும்பத்துக் கதையக் கேட்கப் பரிதாபமா இருந்துச்சு.

ரெண்டு காலும் ஊனம்னு தெரிஞ்சும் பெரிய மனசு பண்ணி அவங்க அப்பாவ கல்யாணம் பண்ணிக்கிட்டாங்களாம் அவங்க அம்மா. இவன் மூணாவது படிச்சப்ப, ஏதோ ஒரு வியாதி வந்து அவன் அம்மாவ கூட்டிட்டுப் போய்டுச்சாம். "காசு இருந்திருந்தா

உன் அம்மாவ காப்பாத்தி இருக்கலாண்டா"ன்னு அவன் அப்பா இப்பவும் இவன்கிட்ட புலம்பிக்கிட்டே இருப்பாராம். ரெண்டு காலும் இல்லாம, பொண்டாட்டி இல்லாம, கையை மட்டுமே வச்சிக்கிட்டு பெத்த புள்ளய ஏழாங்கிளாஸ் வரைக்கும் கொண்டு வந்திருக்கிற அவங்க அப்பாவ நெனைச்சா பெருமையா இருக்கும்.

ஒரு புதன்கிழமை காலைல மூணாவது பீரியட் நடக்கும் போது வானம் இருட்டிக்கிட்டு வந்தது. காத்து வேகமா வீச வானம் கிழிஞ்சு போற மாதிரி இடி இடிச்சது. மழை வர்ற அறிகுறி தெரிஞ்சதும் எல்லா பசங்களுக்கும் ஒரே சந்தோஷம். மழை வந்தா பள்ளிக்கூடத்த பாதியிலேயே விட்டுருவாங்க இல்லியா? எல்லாப் பசங்களும் சந்தோஷத்துல இருக்க, கதிரேசன் சோகமா இருந்தான்.

"ஏங் கதிரேசா, ஏன் கவலையா இருக்க?"

"மழை வர்ற மாதிரி இருக்கே. அதான்"

"வந்தா என்ன? நல்லதுதானே"

"அது மத்தவங்களுக்கு, எங்கப்பாவுக்கு?

அவரு இருக்கிற தெருவுல மட்டும் இன்னிக்கி மழை வரக்கூடாதுடா வந்துச்சுனா நாளைக்கு சாப்பாட்டுக்கு வழியில்லாமல் போயிடும்."

சே! என்ன ஒரு வாழ்க்க? கதிரேசனோட அப்பாவ பாத்தா ஒரு தடவயாவது இந்த கேள்வியக் கேக்கணும்.

"வெறும் சாமி படமாதான போடறீங்க. ஒரு தடவ கூட இந்த சாமிங்க மேல உங்களுக்கு கோவம் வரலியா?"

ஆனா, எனக்கு கதிரேசன் மேலே மட்டும் பெரிய நம்பிக்கை இருந்துச்சு. அவன் படிக்கற படிப்புக்கும் அவனோட அறிவுக்கும் பெரிய ஆளா வருவான்னு.

"நல்ல வேலைக்கு போய் எங்கப்பாவ வீட்ல உக்கார வச்சி சாப்பாடு போடனுன்டா"ன்னு. 'கண்டிப்பா நடக்குன்டா'ன்னு நானும் நம்பிக்கையா பேசுவேன்.

ரொம்ப நாளைக்கப்புறம் எங்க பள்ளிக்கூடத்தெருவுல படம் வரைஞ்சு உக்காந்திருந்தார் கதிரேசனோட அப்பா. எந்த சாமிய வரைஞ்சிருக்கார்னு பாக்கறதுக்குள்ளே ஆட்டோ வேகமா தாண்டிப் போயிடுச்சு.

பள்ளிக்கூடத்துல எல்லாம் அவர் ஞாபகமாகவே இருந்திச்சு. என்னவோ அவரப்பாத்து பேசணும் போல தோணுச்சு. "உங்க பையனும் நானும் ஃபிரெண்ட்ஸ் தெரியுமா?"ன்னு கேட்டு

சந்தோஷப்படணும் போல இருந்துச்சு. கதிரேசன கூப்புட்டுச் சொன்னேன்.

“டேய்... உங்கப்பாவ இன்னக்கி பார்த்தனே.”

"ஆமாண்டா, மூணு நாளா அவருக்கு ஒண்ணுமே முடியல. சொன்னா கேக்க மாட்டேங்கறார். நான் ஒரு நாள் ஓஞ்சு போய்ட்டாக்கூட உன் வயிறு காஞ்சு போயிடுமே கண்ணான்னு நம்ம பள்ளிக்கூடத் தெருவுல படம் வரைஞ்சு உக்காந்திருக்கார்.

“உங்க அப்பாவ பாத்து பேசணும் போல இருக்குடா. எங்க இந்த ஆட்டோக்காரன் ஸ்கூல்ல ஏறுனா நேரா வூட்லதான் கொண்டு போய் எறக்கி வுடுறான்”

"இன்னும் நாலு நாளைக்கி இதே தெருவுலதான் எங்கப்பா இருப்பாரு. நாளை மதியம் லஞ்ச் டைம்ல ரெண்டு பேரும் போய் பாத்துட்டு வரலாமா?"

கதிரவன் சொன்னதுக்கு ரொம்ப சந்தோஷமா தலையாட்டுனேன்.

சாயந்திரம் ஸ்கூல் விட்டதும் ஆட்டோவுல ஏறும்போதே மனசுக்குள்ள சொல்லிக்கிட்டேன். ‘தவறாம இன்னக்கி என்னா படம் போட்ருக்கார்னு பாத்துடணும்’. டிரைவர் எம் பேச்ச கேக்க மாட்டான்னு தெரியும். இருந்தாலும் சொல்லி வச்சேன். ”அந்த வேப்ப மரத்தை தாண்டிப் போவும் போது ஸ்லோவா போங்களேன்" அந்த மரம் கண்ணுக்குத் தெரிய ஆரம்பிச்சப்பவே தலைய வெளியே நீட்டிக்கிட்டேன். டிரைவர் சத்தம் போட்டான்.

'தலையை உள்ள வைடா, எதுலயாவது அடிபட்டுச் சாவப் போற’

அவன் சொல்லி முடிக்கிறதுக்குள் அந்த இடம் வந்துடுச்சு. கண்ல பட்ட காட்சிய பாக்கும் போது பகீர்னுச்சு. கதிரேசனோட அப்பா தான் வரைஞ்ச படத்து மேலே விழுந்து கெடந்தார். அவர் மொகத்த நாய் ஒண்ணு மோந்து பாத்துட்டு இருந்துச்சு. எந்த அசைவும் அவர் உடம்பில இல்ல. சாக்பீஸ் துண்டுகளும் கோலப் பொடியும் சிதறிக் கெடந்துச்சு. அப்பாடா, சுமை எறங்கிடுச்சின்ற மாதிரி அமைதியா ஒதுங்கிக் கெடந்தது அவரோட சக்கர வண்டி. அவர் ஒடம்புல உசுர் இல்லேன்னு நல்லா புரிஞ்சது. இத்தனையும் புத்தியில ஒரச்ச அந்த ரெண்டு விநாடிக்குள்ள ஆட்டோ இடத்த தாண்டிடுச்சு.

டிரைவர்ட்ட கத்துனேன். ‘டிரைவர் வண்டிய கொஞ்சம் நிறுத்தேன்’ அவன் திருப்பி கத்துனான். ’தலய மொதல்ல உள்ள இழுடா. ஏதாவது ஆச்சுன்னா ஒங்கப்பாவுக்கு யார் பதில் சொல்றது . ஒங்க ஏழு பேத்தையும் அவன் அவன் வூட்ல சேக்கறதுக்குள்ள

போதும் போதும்னு ஆயிடுது'- டிரைவர் பேசிக்கிட்டே வண்டிய ஓட்டினான். எனக்கோ மனசு தாங்கல. "டிரைவர் அத்தப் படம் போடறவர்க்கு என்னமோ ஆச்சு போல, நான் பாத்துட்டு வந்துர்றேன்" "அதப் பத்தி நீ ஒண்ணும் கவலப்படாத. எல்லாம் கார்ப்பரேசன்காரன் தூக்கிப் போட்டுட்டு போய்டுவான். நீ பொத்திக்கிட்டு பேசாம வா" இதுக்குள்ள அந்த தெரு முனைல ஆட்டோ திரும்பிடுச்சு. எவ்ளோ கேட்டாலும் ஆட்டோக்காரன் நிறுத்த மாட்டான்னு தெரிஞ்சு போச்சு. கோவம், அழுகை எல்லாம் ஒண்ணா வந்தது. டிரைவர் சொன்ன மாதிரியே பொத்திக்கிட்டு பேசாம உக்காந்துட்டேன்.

ராத்திரியெல்லாம் தூக்கமே இல்ல. கதிரேசன் நடந்து வர்றவன். என் ஆட்டோவுக்கு பின்னாடியே வந்திருப்பான். அவங்க அப்பாவ பாத்ததும் எப்படி துடிச்சுப் போய் இருப்பானோ, ஆட்டோக்காரன் சொன்ன மாதிரி அவன் அப்பாவ கார்ப்பரேஷன்காரங்க தூக்கிக்கிட்டு போய் இருப்பாங்களோ! தனியாளா கதிரேசன் என்ன பண்ணானோ! இப்படியே தூக்கம் இல்லாம விடிஞ்சது அந்த ராத்திரி.

அடுத்த நாள் பள்ளிக்கூடம் போவும் போது அந்த வேப்ப மரத்தடியில 'கிருஷ்ணர்' மட்டும் அனாதையாக் கெடந்தார். மறுபடியும் அவர் கிருஷ்ணர் படம்தான் போட்ருக்கார்ங்கறதயே அப்பதான் கவனிச்சேன்.

கிளாஸ் ரூமுக்கு போனப்ப கதிரேசன் இல்ல. அதுக்கப்புறம் ஒரு வாரமா அவன் பள்ளிக்கூடத்துக்கே வரலை. திடீர்னு ஒரு நாள் அந்த வேப்பமரத்தடியில ஒரு சாமி படம் ஆர்வமா எட்டிப் பாத்தா கைல சாக்பீஸோட இருந்தான் கதிரேசன்.

ஸ்கூலுக்குப் போனதும் லேசா தூறல் விழுந்துச்சு. எல்லோருக்கும் கொண்டாட்டம். நான் மட்டும் கண்ண மூடி சாமிகிட்ட வேண்டிக்கிட்டேன்,

"கதிரேசன் இருக்கற தெருவுல மட்டும் எப்பவும் மழை பெய்யக்கூடாது சாமி"...

ஆரம்பம்

நிறைமதி

விடியற்காலை நேரம். புகை மூட்டம் போல் வெளியே பனிப் படலம் படர்ந்து இருந்தது. குளிர் அதிகம் இருந்ததால் சாலையில் மக்கள் நடமாட்டம் குறைந்திருந்தது. அங்கங்கே சிறுவர்கள் குளிரை விரட்ட குப்பை கூளங்களை ஒன்று கூட்டி நெருப்பு மூட்டி இருந்தார்கள்.

காயத்திரிக்கு விழிப்பு தட்டிவிட்ட போதிலும் படுக்கையில் இருந்து எழ மனமில்லாமல் புரண்டு கொண்டிருந்தாள். படுக்கை அருகே வைத்திருந்த கைக் கடிகாரத்தை எடுத்து மணி பார்த்தாள். அது 5.50 எனக் காட்டியது. சரியாக 6.00 மணிக்கு எழுந்து கொள்ளலாம் என போர்வையை நன்கு கழுத்துவரை இழுத்து மூடிக் கொண்டாள்.

காயத்திரி அருகே ரஞ்சனியும், ஹரிணியும் படுத்து இருந்தார்கள். அடுத்த அறையில் சுந்தரேசன். சுந்தரேசனின் குறட்டை ஒலி லேசாக காற்றில் மிதந்து வந்தது.

காயத்திரிக்கு அவள் குடும்பம் பற்றியும், அவளது இன்றைய வாழ்க்கை நிலைமை குறித்தும் ரொம்பப் பெருமை உண்டு. மதுரையில் காயத்திரியின பிறந்த வீட்டில் வாழ்ந்த வாழ்க்கைக்கும் தற்பொழுது வாழும் வாழ்க்கைக்கும்தான எவ்வளவு வேறுபாடு. மதுரையில் காக்கா தோப்பு பகுதியில் ஒரு ஒண்டி குடித்தனம் தான் காயத்திரியின் பிறந்த வீடு. காயத்திரியின் அப்பா நடராஜ் அய்யர் ஒரு சாதாரண புரோகிதர்.

சுந்தரேசன் அரசு மேல்நிலைப்பள்ளியில் முதுகலை ஆசிரியர். காயத்திரிக்கு ஒரு வங்கியில் வேலை. ரஞ்சனி பி.காம் இரண்டாம் ஆண்டும் ஹரிணி பிளஸ் ஒன்னும் படிக்கும் மாணவிகள்.

சுந்தரேசனின் சொந்த ஊர் திருச்சிக்கு அருகே இருந்த போதிலும் கல்யாணத்தின் போது காயத்திரி சேலத்தில் வேலையில் இருந்ததால் சேலத்திலேயே தங்கிவிட்டனர். திருமணத்தின்போது திருச்சி அருகே

ஒரு பள்ளியில் வேலையில் இருந்த சுந்தரேசன் மிகுந்த சிரமம் எடுத்து சேலத்திற்கு அருகே உள்ள இளம் பிள்ளைக்கு மாற்றல் வாங்கிக் கொண்டான். காயத்திரி வங்கியில் கடன் வாங்கி நியூ பேர்லேன்ட்ஸில் வீடு கட்டி குடியேறிவிட்டனர்.

காயத்திரி மீண்டும் மணி பார்த்தாள் 5.55 ஆகிவிட்டது. இன்றைக்கு வெள்ளிக்கிழமை. பூஜை செய்துவிட்டு கிளம்ப வேண்டும் என்ற நினைப்பு வந்ததும் குளிரையும் பொருட்படுத்தாது எழுந்து கொண்டாள். போர்வையையும் ஜமக்காளத்தையும் மடித்து எடுத்து சுந்தரேசன் படுத்திருந்த அறைக்குள் நுழைந்து அலமாரியில் வைத்தாள். எழுந்தவுடனேயே படுத்த படுக்கையை மடித்து வைத்து விடுவது காயத்திரியின் பழக்கம். எத்தனை முறை சொன்னாலும் ரஞ்சனிக்கும் ஹரிணிக்கும் அந்த பழக்கம் வரமாட்டேன் என்கிறது.

முதலில் ஹீட்டரை ஆன் செய்து விட்டு பல் தேய்த்து காலை கடன்களை முடித்தாள். மற்ற நாட்களாக இருந்தால் குக்கரில் சாதமும் காயும் வைத்துவிட்டு குளிப்பாள். இன்று வெள்ளி என்பதால் முதலில் குளியல் - பிறகுதான் சமையல்.

ஆறு மணியில் இருந்து பம்பரமாய் சுழன்று காலைக்கும், மதியத்திற்கும் சமையல் செய்து அவரவர் கொண்டு செல்லும் டிபன் பாக்ஸில் எடுத்து வைத்து சமையல் அறையை விட்டு வெளியே வரும் போது 8.20 ஆகிவிட்டது.

ரஞ்சனியும், ஹரிணியும் எழுந்து குளித்து முடித்து ஆடைகள் அணிந்து கொண்டிருந்தனர். காயத்திரி நினைத்த மாதிரியே அவர்கள் படுத்து இருந்த படுக்கை விரித்தபடியே இருந்தது. காயத்திரி அவைகளை மடித்து உரிய இடத்தில் வைத்தாள். சுந்தரேசன் குளித்து கொண்டு இருந்தான். அவன் குளித்து முடித்து வருவதற்குள் காயத்திரி சேலை மாற்றி தலையை பின்னி ஆயத்தமானாள்.

சுந்தரேசன் வந்ததும், எல்லோரையும் அழைத்து பூஜைக்கான ஏற்பாட்டை செய்து முடித்தாள். ஒவ்வொரு வெள்ளியும் ஒரு மஞ்சளை அம்மனாக பாவித்து பூஜை செய்து 5 அல்லது 7 சுமங்கலிகளுக்கு பூ, பழம், மஞ்சள் வைத்து கொடுத்தால் மாங்கல்ய பலம் உண்டாகும் என ஏதோ ஒரு மகளிர் பத்திரிக்கையில் படித்தது முதல் காயத்திரி வாராவாரம் இந்த பூஜை செய்து வருகிறாள்.

பூஜை முடிந்ததும் சுந்தரேசன் அவசர அவசரமாய் சாப்பிட்டுவிட்டு ஸ்கூட்டரில் கிளம்பி போனான். ஸ்கூட்டரை ஆர்.டி.ஓ. அலுவலகம் அருகில் ஷெட்டில் போட்டு விட்டு இளம்பிள்ளை பஸ்ஸில் ஏறி போவான். ஹரிணி ஆட்டோவிலும், ரஞ்சனி கல்லூரி பேருந்திலும்

செல்வார்கள். மூவரும் சென்ற பிறகு பாத்திரங்களை வழித்து போட்டு விட்டு சமையல் அறையை வேகமாக பெருக்கிவிட்டு சாப்பாட்டு மேசையை சுத்தம் செய்தாள்.

கிளம்புவதற்கு முன்னாள் ஹேண்ட்பேகில் வாழைப்பழங்கள், வெற்றிலை, பூ, குங்குமம் போன்ற சமாச்சாரங்களை வைத்துக் கொண்டாள். கொஞ்சம் பூ எடுத்து தலையில் சூடிக்கொண்டாள். வீட்டை பூட்டிவிட்டு கிளம்பும் போது சரியாக 9.05. பேருந்து 9.20க்கு! வேகமாக எட்டி நடை போட ஆரம்பித்தாள். போகும் வழியில் இருக்கும் பிள்ளையார் கோவிலில் ஒரு கும்பிடு போட்டு விட்டு போவது வழக்கம். நடராஜ அய்யர் புரோகிதராக இருந்த போதிலும், கோவிலுக்கு செல்வது அரிது. வீட்டில் மட்டுமே பூஜை செய்வார். 'பகவான் எல்லா இடத்திலும் இருக்கையில ஏன் கோயிலுக்கு போகனும். ஆத்துல கும்பிட்டாலே போதும்' என்பார். மதுரையிலேயே இருந்தபோதிலும் மீனாட்சியம்மன் கோவிலுக்கே 7 அல்லது 8 முறைதான் போயிருப்பார். வேறு ஏதாவது ஊருக்கு போக நேர்ந்தாலும் தேடித்தேடி கோவிலுக்குப் போக மாட்டார்.

காயத்திரி அப்படி இல்லை. சின்னச்சின்ன கோயிலைக்கூட விடமாட்டாள். சுந்தரேசனுடன் ஸ்கூட்டரில் செல்லும் போதுகூட ஒரு கோயிலைப் பார்த்துவிட்டால் கைகள் இரண்டையும் இரண்டு தாவா கட்டையில் அடித்து, கண்களை மூடி மரியாதையைக் காட்டி விடுவாள்.

பிள்ளையார் கோயிலுக்குள் போய் தீபாராதனை பார்த்து விபூதி வாங்கி விறுவிறுவென நடந்து அழகாபுரம் பேருந்து நிறுத்தம் வந்தாள்.

இடுப்பில் ஒரு குழந்தையுடனும், ஒட்டிய வயிறுடனும் ஒரு பெண் காயத்திரியின் அருகில் வந்து 'அக்கா சாப்பிட்டு இரண்டு நாள் ஆச்சுக்கா, அக்கா அக்கா' என கெஞ்ச ஆரம்பித்தாள். இடுப்பு குழந்தையும் அழுது கொண்டிருந்தது. காயத்திரி கைப்பையில் இருந்து இரண்டு ரூபாய் நாணயத்தை எடுத்து போட்டாள். 'ஐயோ பாவம், சாப்பிட்டு எத்தனை நாள் ஆச்சோ' என நினைக்க நினைக்க ஆற்றாமையாய் வந்தது.

காயத்திரி வழக்கமாய் செல்லும் பேருந்து வந்தது. எப்பொழுதும் போல் நெரிசல். காயத்திரி உள்ளே நுழைந்து சாரதா கல்லூரி மாணவி ஒருத்தி உட்கார்ந்திருந்த இருக்கை அருகே நின்று கொண்டாள். இன்னும் மூன்று நிறுத்தம் தாண்டி கல்லூரி பெண்கள் இறங்குவார்கள். அநேகமாய் நின்று கொண்டிருந்த பெண்கள் அனைவருமே அமர்ந்து கொண்டனர். சாரதா கல்லூரியில் ஏறிய

சில பெண்கள் நின்று கொண்டு வந்தனர். அடுத்த நிறுத்தம் இராமகிருஷ்ணா ரோட்டில் சில பெண்கள் ஏறினார்கள். அதில் ஒருவர் மூதாட்டி நிற்க முடியாமல் தள்ளாடினாள்.

சேலத்து பேருந்துகளில் ஆண்கள் பெண்களுக்காக எழுந்து இடம் கொடுப்பது நடப்பதில்லை. அனேகமாய் சென்னையில் மட்டுமே ஆண்களுக்கும் பெண்களுக்கும் தனித்தனி இருக்கைகள் இருக்கின்றன. காயத்திரியால் தாள முடியவில்லை . வேகமாய் எழுந்து அந்த மூதாட்டியை உட்கார வைத்தாள். இனி பழைய பஸ் ஸ்டான்ட் போகும் வரை இடம் கிடைக்காது. தெரிந்து இருந்தும் காயத்திரி நின்று கொண்டே வந்தாள்.

பழைய பஸ் ஸ்டான்டில் இறங்கி நடந்தே காயத்திரி பணிபுரியும் வங்கிக்கு சென்று விடலாம். இன்று வெள்ளிக்கிழமை ஆதலால் வங்கியில் வேலை அதிகம். எப்பொழுதும் வங்கிகளில் திங்கள், வெள்ளி, சனிக்கிழமைகளில் வேலைப்பளு அதிகமாக இருக்கும்.

மதிய உணவு இடைவேளை. காலையில் இருந்து இரண்டு மணி வரை பரபரப்பாய் வீட்டிலும், அலுவலகத்திலும் வேலைப் பார்த்த அனைவருக்கும் ஒரு அரைமணி நேரம் சற்று இளைப்பார முடியும். சாப்பாட்டு மேஜைகளில் தாம் கொண்டு வந்த சாப்பாட்டையும், தாம் படித்த விஷயங்களையும், தாம் அனுபவித்த அனுபவங்களையும் பகிர்ந்து கொள்வார்கள்.

பெண்களுக்கு தனியான அறை. பெரும்பாலும் பெண்கள் முதல் நாள் இரவு பார்த்த தொலைக்காட்சி தொடரைத்தான் விவாதித்து கொண்டிருப்பார்கள். இல்லையெனில் யாராவது ஒருவர் வீட்டுக் குட்டிகளைப் பற்றி பேச்சு ஓடும்.

இரண்டு சாப்பாட்டு மேஜைகள் அந்த அறையில் இருந்தன. காயத்திரியும் மற்றவர்களும் ஒரு மேஜையில் குழுமி இருக்க, இந்திரா மட்டும் தனியாக வேறு மேஜையில் அமர்ந்து சாப்பிட்டாள்.

இந்திரா அவள் கணவன் மறைவிற்குப்பின் சலுகை அடிப்படையில் வேலைக்கு வந்தவள். கிட்டத்தட்ட 40 வயதில் தான் வேலைக்கு வந்துள்ளாள். அவள் படித்திருந்த படிப்பிற்கு கடைநிலை ஊழியர் வேலைதான் கிடைத்தது. வந்த புதிதில் வேலையை கற்றுக் கொள்ள மிக சிரமப்பட்டாள். வேலையை ஏற்று 5 வருடங்கள் ஆகி விட்டன. தற்பொழுது வேலை எல்லாம் நன்கு கற்றுக் கொண்டாலும் கணவனை இழந்த சோகமோ, வீட்டில் உள்ள 4 குழந்தைகளின் தொல்லையோ தெரியவில்லை, எப்பொழுதும் அமைதியாகத்தான் இருப்பாள். எல்லோருடன் கலகலவென பழகத் தெரியாது.

வங்கியில் இருந்த இன்னொரு பெண் கடை நிலை ஊழியர் ஆராயி. ஆராயி எப்பொழுதும் கலகலவென பேசி கலக்கி விடுவாள். ஆராயி காயத்திரியுடனும் மற்ற பெண்களுடனும் அமர்ந்திருக்க இந்திரா மட்டுமே தனியாய் அமர்ந்து சாப்பிட்டு கொண்டிருக்கிறாள்.

சாப்பிட்டு முடிந்ததும் காயத்திரி பைக்குள் வைத்திருந்த சின்ன தாம்பாளத்தை எடுத்து காலையில் பூஜை முடித்து எடுத்து வைத்திருந்த பூ, பழம் போன்ற சமாச்சாரங்களை வைத்து ஒவ்வொரு பெண் ஊழியர்க்கும் கொடுக்க ஆரம்பித்தாள்.

அப்பொழுது பெண்கள் அறையை எட்டிப்பார்த்த சீனிவாசன் "என்ன மேடம், என்ன விசேஷம்" என்றான். காயத்திரி "கௌரி பூஜை பண்ணினேன். சுமங்கலிகளுக்கு வைத்து கொடுத்தா நல்லது" என்றாள்.

சீனிவாசன் கண்களில் இந்திரா தட்டுப்பட்டாள். சும்மாவே சோகமாய் இருக்கும் இந்திரா முகம் மேலும் கறுத்துப் போயிருந்தது. அல்ப ஆயிசில் செத்து போன அவளது கணவனையும், அவன் தந்த வேலையும் அவள் மனதிற்குள் சபிப்பது அப்பட்டமாய் புலப்பட்டது. சீனிவாசன் "மேடம் இந்திராவுக்குத் தரலையா?" என்று கேட்டான்.

சீனிவாசனின் கேள்வி எல்லோரையும் ஒரு நொடி உறைய வைத்தது. காயத்திரிக்கு அவளுடைய தவறு புரிந்தது. குற்ற உணர்ச்சி தலை தூக்கியது. கைப் பைக்குள்ளிருந்து வெற்றிலை, பழம் எடுத்து "இந்தாங்க, இந்திரா, எடுத்துக்கோங்க " என தட்டை நீட்டினாள்.

குணக்கேடு

சேகு

பூபதியிடத்தில் திருமணப் புகைப்பட ஆல்பத்தையும், சி.டி.யையும் கொடுத்து விட்டு, மீதி பணத்தை வாங்கிக் கொண்டு, எல்லாம் பிரமாதமாக வந்திருக்கிறது என்று எங்க வேல்முருகன் சார் சொன்னார் சார் என்று சொல்லி விட்டுக் கிளம்பினார் போட்டோகிராபர்.

அவர் கொடுத்த பெரிய அழகான பையில் இரண்டு ஆல்பங்களும், இரண்டு சி.டி.க்களும் அழகான கவர்களுடன் இருந்தன. உற்சாகத்துடன் பூபதி வீட்டிற்குள் பையை எடுத்துச் சென்றான். ஆல்பத்தைக் கண்டவுடன் குடும்பத்தினர் அனைவருக்கும் உற்சாகம் தொற்றிக்கொண்டது.

ஆல்பத்தைப் பிரித்து பூபதி மனைவி சங்கீதாவும், பூபதியின் அம்மா சுந்தரவள்ளியும், பூபதியின் எட்டு வயது மகள் சுபிக்ஷாவும் ஒன்றாக உட்கார்ந்து பார்க்க ஆரம்பித்தார்கள். கூடவே பூபதி அப்பா நவநீதமும் சேர்ந்துகொண்டார். அவரது செல்வ மகள் ராதிகாவுடைய திருமணத்தின் அழகிய நிகழ்வுகள், மேலும் அழகாகப் புகைப் படங்களில் காட்சியளித்தது. மணமக்கள் தனித்தனியாகவும், இருவருமாகவும், உறவினர்களுடனும் என வண்ண மயமாகக் காட்சியளித்தது ஆல்பம். அன்று ஞாயிற்றுக்கிழமை ஆதலால் எல்லோரும் சேர்ந்திருக்கும் வாய்ப்புக் கிடைக்கப்பெற்றது. கூடுதல் சந்தோசமாக இருந்தது. புன்னகையும், மகிழ்ச்சியும், உற்சாகச் சிரிப்புமாக வீடு களை கட்டியது. பூபதி சிடியை பிளேயரில் போட்டு ஹாலில் உள்ள பெரிய எல்சிடி டிவியில் பார்க்க ஆரம்பித்தான். சிடி ஓட ஆரம்பித்தபோது பூபதியின் மனமும் திருமண வைபவத்தை நோக்கிப் பயணித்தது.

பூபதியின் அப்பா நவநீதம் திருப்பத்தூரில் சிறிய அளவில் நகை ஆசாரியாகக் கடை ஒன்றை ஆரம்பித்தபோது அவர் திருமணம் ஆகாத இளைஞராக இருந்தார். அவருடைய சிறிய கடையில் அவர் செய்யும் அழகிய டிசைன், தரம் இவற்றிற்காகப் படிப்படியாகச்

சுற்று வட்டாரம் எங்கும் அவருக்கு நகைத்தொழில் புகழ் சேர்த்துக் கொடுத்தது. அவருக்குத் திருமணமாகியவுடன் சிறிது காலத்திலேயே பூபதி பிறந்தான். நவநீதம், அவனுக்குத் தனது தந்தை முத்துச்சாமி நினைவாக முத்துசாமி பூபதி என்று பெயர் வைத்தார். அவருடைய சிறிய கடை, ஊரின் பிரதான கடைவீதிக்கு இடம் பெயர்ந்தது.

அவருக்கு அன்று பெரிய தொகை என்றாலும், சகாய விலைக்குக் கிடைத்த சிறிய தார்சு கடையை விலைக்கு வாங்கி, முத்து ஜுவல்லர்ஸ் என்று சொந்தமாகத் துவங்கினார். பூபதிக்குப் பிறகு, 11 வருடங்கள் கடந்துதான் ராதிகா பிறந்தாள். எனவே ராதிகா வீட்டில் எல்லோருக்கும் செல்லம். அண்ணன் பூபதிக்கு ராதிகாவின் மீது அதிக பிரியம். ராதிகாவைக் குழந்தையாக இருந்தபோது தோளிலும், பிறகு மனதிலும் தூக்கி வைத்துக் கொண்டாடுவான். அப்பா, அம்மாவிற்குச் சொல்லவே வேண்டியதில்லை. ராதிகா செல்ல மகளில்லை, செல்வமகள், அவர்களுக்கு லெஷ்மியின் மறு உருவம். பூபதி டிகிரி படித்தவுடன், அப்பாவுடைய கடைக்கு வந்து எல்லாப் பொறுப்புகளையும் கவனித்துக் கொண்டான். அவன் பொறுப்பாகக் கடையைக் கவனிக்க ஆரம்பித்தபோது, சில வருடங்களிலேயே தொழில் அமோகமாக வளர்ந்தது. கடையும் இரண்டடுக்கு மாடியாகப் புதுப்பிக்கப்பட்டு கடையின் முன்பகுதியை அழகிய ஷோரூமாக மாற்றி அமைத்தனர். நவநீதத்தின் செல்வ வளம் அவருடைய கடை அழகிலும், கடந்த ஐந்து வருடங்களுக்கு முன்பு புதிதாகக் கட்டிய, அவருடைய அழகிய பங்களா வீட்டிலும் பளபளத்தது.

பூபதிக்குச் சிறப்பான வகையில் திருமணம் நடத்தி வைத்தார் நவநீதம். மருமகள் நல்ல படித்த பெண்ணாக, வசதியான குடும்பத்திலிருந்து எடுத்திருந்தார். மருமகள் சங்கீதாவும் கெட்டிக்காரி. ஆதலால், பெரும்பாலும் பாதி நேரமாவது நகைக் கடைக்குப் போய் ஒத்தாசை செய்வாள்.

பூபதிக்குத் தங்கை ராதிகா எப்படியோ அதேபோல், ராதிகாவிற்கு அண்ணன் மகள் சுபிக்ஷா செல்லம். ராதிகா படிப்பில் நல்ல கெட்டிக்காரி. அவள் நல்ல மதிப்பெண்கள் எடுத்து, பி.இ.யிலும் சிறப்பான மதிப்பெண்ணில் தேர்ச்சி அடைந்தபோது, அவளுடைய அழகுக்கு, படிப்புக்கு ஏற்ற வகையில் மாப்பிள்ளையைத் தேர்வு செய்து வைக்க வேண்டுமென்ற முயற்சிக்கு ஒரு சில மாதங்களிலேயே பலன் கிடைத்தது. பெரிய சம்பளத்தில் நல்ல மாப்பிள்ளை சேலத்து சம்பத்தப்புரம் என அமைந்தது. மகளுடைய திருமணத்தை நவநீதம் பிரம்மாண்டமாக நடத்தினார். பூபதிக்கு அவனுடைய திருமணத்தைவிட தங்கை திருமணத்தை, ஒரு படி மேலாகப்

பெரும் விழாவாகக் கொண்டாடும் ஆசை இருந்தது. திருமணத்தின் ஒவ்வொரு நிகழ்ச்சியையும் சிறப்பான முறையில் திட்டமிட்டு, மணமகன் வீட்டார் மெச்சும் வண்ணம் செய்திருந்தான். நவநீதம் தனது ஒவ்வொரு பெரிய வாடிக்கையாளரையும், விட்டுப் போகாமல் அழைப்பு வைத்திருந்தார். இந்துக்களில் எல்லாத் தரப்பினரையும் ஏராளமான அவருடைய இஸ்லாமிய வாடிக்கையாளர்களையும், சுற்றியிருக்கும் எல்லா ஊர்களிலும் உள்ள அனைத்துத் தரப்பினரையும் அழைத்திருந்தார்.

திருமண விழாவை அப்பா எதிர்பார்த்ததைவிட பூபதி பிரமாதப்படுத்தி இருந்தான். காரைக்குடி பேமஸ் சமையல்காரர் மூர்த்தியினுடைய குரூப் அறுசுவை விருந்து, ஸ்வீட், ஐஸ்கிரீம், பாயாசம் என புக் பண்ணி முப்பது வெரைட்டி உள்ள சைவ உணவுகள் எனச் சாப்பிட்டவர்களைத் திக்குமுக்காட வைத்திருந்தான். மேடை அலங்காரம் வீடியோ கவரேஜ் சிறப்பாக இருந்தது.

திருமண நிகழ்ச்சியின் பிரமாதத்தில் ராதிகாவின் முகத்திலும் குடும்பத்தினர் அனைவர் முகத்திலும் மகிழ்ச்சி முழுமையாக மின்னியது.

அன்று புகைப்படங்களையும், ஹாலில் ஓடிய சிடியைப் பார்க்கும் போதும், மீண்டும் அந்த மகிழ்ச்சி வந்து ஒட்டிக்கொண்டது. நாளை வரப்போகும் ராதிகாவும், மாப்பிள்ளை ரவியும் மாப்பிள்ளை வீட்டாரும் ஆல்பத்தைப் பார்த்தால் ஆனந்தப்படுவார்கள் என்று நினைக்கும்போது பூபதி மனம் மலர்ந்தது.

பூபதியின் கல்லூரி நண்பன் வேல்முருகன் திருமண வீடியோகிராபி செய்திருந்தான். புகைப்படமும் அவன் கம்பெனியே செய்திருந்தது. வேல்முருகன் ஸ்டுடியோ காரைக்குடியில் புகழ் பெற்றிருந்தது. அவனே நேரில் தனது குரூப்புடன் திருமண கவரேஜை செய்திருந்தான். ராதிகாவின் மாப்பிள்ளை வீட்டார் ஆல்பம் சி.டி.யை விட, நிச்சயம் நம் ஆல்பம் சி.டி. சிறப்பாகவே இருக்கும் என்று பூபதிக்கு நம்பிக்கை இருந்தது. பூபதியின் மன ஓட்டத்தைத் தடை செய்தது சுபிக்ஷாவின் குரல். சுபிக்ஷா திடீரென்று 'தாத்தா இந்த போட்டோவில் காணாமல் போன பட்டுப்புடவை' என்று சத்தமாகச் சொல்லி, தாத்தாவிடம் காண்பித்தாள். சீர்வரிசையை எடுத்த போட்டோவில் அந்தப் பட்டுப்புடவை பளபளத்தது. நல்ல இளம் ஊதா கலர் பட்டுப்புடவை. ராதிகாவிற்கு வாங்கிய மூன்று பட்டுப்புடவைகளில் திருமணப் பட்டுக்கு அடுத்தபடியாக ராதிகா பிரியப்பட்டு வாங்கிய புடவை அது. தங்கச்சரிகை வேலைப்பாடுடன் புது டிசைனாக வந்திருந்தது. திருப்புவனத்தில் வாங்கியது. தள்ளுபடி போக விலை 24000 ரூபாய். திருமண வரவேற்பில் சீர்வரிசையை

மாப்பிள்ளை வீட்டார் பார்வையிடவும், உறவினர் பார்க்கவும் தனி அறையில் சீர்வரிசையுடன் பட்டுப்புடவைகளைத் தட்டில் தனித்தனியாகப் பிரித்து வைத்திருந்தார்கள். கொஞ்ச நேரத்தில் இள ஊதா பட்டுப்புடவை திருட்டு போயிருந்தது. அது எப்படி திருடு போனது என்ற கவலையிலும், அதை நவநீதம் குடும்பத்தார் அந்த விசேச நிகழ்வில், வெளியே தெரியாமல் பார்த்துக்கொள்ள வேண்டி இருந்தது. திருமணத்தில் ஒரு கரும்புள்ளியாக அதை யாராலும் மறக்க முடியவில்லை. குடும்பத்தினருக்கு மட்டுமே ஏற்பட்ட மனக் கஷ்டமாகவும், அந்த சம்பவம் அமைந்தது.

அன்றே வேறு ஒரு பட்டுப்புடவையை அவசரமாக உள்ளூரில் வாங்கி வந்து பூபதி மறுநாளே சீர் வரிசையில் வைத்திருந்தான், பூபதி சிரமப்பட்டு அச்சம்பவத்தை மறக்கவே நினைத்திருந்தான்.

சுபிக்ஷாவின் நினைவூட்டலால் நவநீதத்தின் முகம் வாடியது. பூபதியின் முகமும்தான். அழகிய முகத்தில் உள்ள கரும்புள்ளி மாதிரியான அந்த நிகழ்வை அனைவரும் மறக்கத்தான் நினைத்திருந்தார்கள். நவநீதத்தின் முக வாட்டத்தைக் கண்ட பிறகு ஆல்பத்தைப் பார்ப்பவர்களின் குரல் சற்று சுருதி குறைந்திருந்தது. பூபதியும் ஏறக்குறைய அதே மன நிலையில் சிடியைப் பார்க்க ஆரம்பித்தான். கொஞ்ச நேரத்தில் சீர்வரிசைக் காட்சி வீடியோவில் உன்னிப்பாக அந்தப் பட்டுப்புடவைத் தட்டை உற்றுப் பார்த்தான். அப்படியே அந்த அறையிலிருந்து வீடியோ நகர்ந்தபோது சீர்வரிசையைப் பார்த்தவர்கள் அனைவரும் வெளியே போனதையும் கவனித்தான். கேமரா வெளியே நகர்ந்தபோது கடைசியாக ஒரு புர்கா போட்ட நடுத்தர வயதுள்ள முஸ்லீம் பெண் சீர்வரிசையைப் பார்க்க உள்ளே வந்தவள் எல்லோரும் வெளியேறிய பின் நிற்கும் காட்சியோடு, கேமரா சிறிது சிறிதாக நகர்ந்து, அந்த அறைக்கு வெளிப்புறம் வந்து பார்வையாளர்களை நோக்கியபோது வீடியோவின் ஒரு மூலையில் அந்த அறையின் கதவு திறப்பு மட்டும் தெரிந்தது. உற்றுப் பார்த்தால் கதவு திறப்பின் வழியாகச் சீர்வரிசையில் வைத்திருந்த டிரஸ்ஸிங் டேபிள் கண்ணாடி தெரிந்தது. அதில் சில விநாடி சலனம் தெரிந்தது. பிறகு கேமரா வேறு வேறு திசையில் திருமணத்தைக் கவர் செய்து கொண்டே போனது. பூபதிக்கு ஏதோ எச்சரிக்கை உணர்வு தோன்ற வீடியோவின் நேரத்தைக் கவனித்தான். சட்டென்று பொறி தட்டியது போல், அந்த மூன்று நிமிடக் காட்சியைப் பார்க்க ரிவைண்ட் செய்தான். திரும்பவும் அதே காட்சிகள் இந்த முறை கதவிடுக்கில் தெரிந்த டிரஸ்சிங் டேபிள் கண்ணாடியின் சலனத்தை மறுபடி பார்த்தான். ஒன்றும் தெளிவாக மட்டுப்படவில்லை.

மறுபடியும் ரீவைண்ட் செய்து ஸ்லோமோசனில் பார்த்தான். டிரஸ்ஸிங் டேபிள் கண்ணாடியை மட்டும் ஜூம் செய்து பார்த்தான். ஒரே விநாடியில் தெரிந்த அந்தக் காட்சியில் அந்த புர்கா பெண் குனிவதும், பட்டுப் புடவையை மடித்து லாவகமாக புர்க்காவிற்குள் மறைப்பதும் பிறகு வெளியே வருவதும் தெரிந்தது. அந்தப் பெண் முகத்தை ஜூம் செய்து பார்த்தபோது தெரிந்தது அவள் யாரென்று. நிறைய நகைகளுடன் காட்சி அளித்தாள் அவள். அவனுக்கு அவளை யார் என்று தெரிந்து விட்டது. அவர்கள் கடைக்கு அடிக்கடி நகைகள் செய்ய வரும் சவுதி வாப்பாவின் மனைவிதான் அவள்.

பூபதி படபடப்புடன், ‘அப்பா இங்கே வந்து பாருங்க’ என்று உரத்த குரலில் நவநீதத்தை அழைத்தான். நவநீதம் புகைப் படங்களைப் பார்த்துக் கொண்டிருந்தவர், பூபதியின் பரபரக்கும் குரலால் எழுந்து வந்தார். திரும்ப அந்தக் காட்சிகளை, அவன் பார்த்த முறையிலேயே ஜூம் செய்து அவளுடைய புடவைத் திருட்டை ஸ்லோமோசனில் காண்பித்தான். நவநீதம் கவனித்துப் பார்த்தவுடன் துணுக்குற்றார். பூபதி சற்று கோபமாக நவநீதத்தைப் பார்த்து ‘பாருங்கப்பா, அந்தப் பணக்காரியின் சின்ன புத்தியை’ என்று சினத்துடன் சொன்னான். ‘இவளை போலீசில் பிடித்துக் கொடுக்கனும்ப்பா’ என்று சீறினான்.

நவநீதம் சலனமற்று சில விநாடிகள் நின்றார். பிறகு பூபதி பக்கம் திரும்பி ‘அவளைத் தெரியுமப்பா, சவுதி வாப்பா சம்சாரம் சுலையா பீவிதான் அவள்’ என்றவர். சற்று நிதானித்து கண்களை மூடித் திறந்து விட்டுச் சொன்னார், "அந்த சுலையா பீவி. நல்ல பணக்காரப் பெண். அவளுடைய இரண்டு மகள்களுக்கும் நூற்றுக்கணக்கான பவுன் நகைகள் செய்து வாங்கியிருக்கிறாள். இப்போது சவுதியில் வேலை செய்யும் அவளுடைய இரண்டு மகன்களும் இஞ்சினியர்களாகப் பெரிய வசதியுடன் இருக்கிறார்கள். அவர்களுடைய மனைவிக்கும் இவள்தான் ஏராளமான நகைகள் செய்து நம்மிடம் வாங்கியிருக்கிறாள். அவளுடைய சொந்தக்காரர்கள் பலரை நம்மிடம் அழைத்து வந்து நிறைய நகைகள் செய்திருக்கிறாள். இந்தப் பட்டுப்புடவை தொகையைவிட பலமடங்கு லாபம் நமக்கு சுலையா பீவி மூலம் வந்துள்ளது. அதுமட்டுமல்ல, ஊரில் பெருவாரியான முஸ்லீம் மக்களும் நம்முடைய வாடிக்கையாளர்கள் என்று சொன்னவர், சற்று உறுதியான குரலில் ‘அவளுடைய தரத்திற்கு உள்ள செயலை அவள் செய்யவில்லையப்பா, ஆனால் அவளுடைய இந்தப் பட்டுப்புடவை திருட்டு அவளது சில்லறை திருட்டுப் புத்தியைக் காட்டினாலும் இதைக் காட்டிக் கொடுப்பதால், அவள் சார்ந்த இஸ்லாமிய சமூகத்தைச் சேர்ந்தவர்களுக்கும் அவமானம்தான்.

அதனால், இந்த விசயத்தை யாருக்கும் தெரியாமல் விடுவதே நமக்கும், நம் வியாபாரத்திற்கும் அழகு. திருடுவது என்பது ஒரு குணக்கேடு, அது ஏழைகள் மட்டும் செய்வதாக நாம் நினைக்கிறோம். ஜாதி, மத, பேதமில்லாமல் பலருக்கும் இந்தக் குணக்கேடு இருக்கும். அந்த வியாதி வசதியானவர்களுக்கும் வரக்கூடியதே. அவர்கள் தானாக ஒரு சந்தர்ப்பத்தில் உணர்வார்கள். இதோடு இதை விட்டு விடு பூபதி" என்றார். குடும்பத்தினரும் அதைப் புரிந்து கொண்ட மௌனத்தில் இருந்தார்கள்.

பூபதி, நவநீதத்தின் வார்த்தையில் உள்ள பொருளைப் புரிந்து கொண்டபடியால் சில விநாடிகள் மௌனத்திற்குப் பிறகு, அப்பா சொல்வதே சரி என்று அவன் மனமும் சொன்னது, அமைதியாக நவநீதத்தைப் பார்த்து சரிப்பா' என்றான்.

ೞ

களவு

எஸ். நீலகண்ட சுப்ரமணியன்

செட்டிச்சாவடி எப்பொழுதும் இப்படியே இருந்ததில்லை. "காளியாயியும்" அதன் சனமும் வந்த பின்னால் தான் அங்கு வெள்ளாமையும் வெளச்சலும் வந்தது. வெள்ளாமையைப் பார்த்த பின்னால் வயல்காட்டில் வேலை செய்ய தேக்கம்பட்டியிலிருந்து சனங்களும் அவர்களின் "தங்காயி"யும் வந்தனர். தேக்கம்பட்டியிலிருந்து வந்தவர்கள் ஊருக்கு வெளியே கரட்டுக்குக் கீழே "காலனி" போட்டுக் கொண்டார்கள். ரெண்டு சனமும் அவிங்க அவிங்க சாமிக்குன்னு செட்டிச்சாவடி ஊர் மத்தியில் தனித்தனியே இடம் பிடித்தார்கள். "காளியாயி"க்கு அரச மரமும் 'தங்காயி'க்கு நெழல் தர வேப்பமரமும்... காளியாயிக்கு தைப்பூசமின்னா தங்காயிக்கு பங்குனி உத்தரமின்னு தனித்தனி நோம்பி. ஆடி நோம்பி மட்டும் ரெண்டு பேருக்கும் பொதுவுல. சித்தாயம்மாள் "காளியாயி" கூட்டத்தைச் சேர்ந்தவள். "காளியாயி"யும் "தங்காயியும்" தங்கள் ஊருக்கு வந்த கதையை "அறியாப்பிள்ளை" யாயிருந்த காலத்திலிருந்தே தெரிந்து வைத்திருந்தாள்.

சித்தாயம்மாள் காளியாயியின் "ஓசனை" இல்லாமல் எதுவும் செய்வதில்லை. அவிங்க கூட்டமே காளியாயி "ஓசனை" கேட்டுத்தான் இங்கு வந்தது. சித்தாயம்மாள் குடும்ப விசேசமெல்லாம் காளியாயி கோவிலில் தான் நடந்தது. சித்தாயம்மாள் கல்யாணம் முதல் அவள் பிள்ளைகளுக்கு மொட்டை போட்டு காது குத்தி மூத்தப் பொண்ணுக்கு மார்ச்சீலை போட்ட விசேசம் வரைக்கும் "காளியாயி" மேற்பார்வையில் தான் நடந்தது. விசேசத்துக்கு முன்னாலயே சித்தாயம்மாள் "கனா"வுலே காளியாயி வந்து கோழியோ ஆடோ கேட்டு அச்சாரம் வாங்கிக்கும். ஒரு சமயம் ஊர் பூரா "மொறக்காச்சல்" வந்து சித்தாயம்மாள் குடும்பத்தையும் பாதித்தது. சித்தாயம்மாள் புள்ளைகளுக்கெல்லாம் மேலெல்லாம் கொதிச்சு வாயெல்லாம் கசந்தது. சித்தாயம்மாள் காளியாயி கோவிலுக்கு ஓடிப்போய் கல்பூரம் கொளுத்தி துண்ணூறை வாயில் போட்டுக் கொண்டு, "என்ற புள்ளைங்களை ஒன்னும் செஞ்சிராத ஆயா"

ன்னு கேட்டுக்கிட்டா. அன்னைக்கு சித்தாயம்மாள் கனாவுல காளியாயி வந்து "ஆடி நோம்பிக்கு இன்னொரு கோழி சேத்துக் குடுத்துடு. நான் ஒன்ற புள்ளைங்களை வுட்டுர்றேன்னு" சொல்லுச்சு. மறுநாளே சேலத்துலேர்ந்து டாக்டரு நர்சு எல்லாம் வந்து ஊர் பூரா மருந்தடிச்சாங்க. தேக்கம்பட்டி சனங்க இருந்த காலனி "காவாயி"லும் கெணத்துலேயும் மருந்தடிச்சாங்க. எல்லோருக்கும் மாத்திரைக் கொடுத்து எப்படி சாப்பிடணுமின்னும் சொல்லிக் கொடுத்துவிட்டுப் போனாங்க. "மொறக்காச்சல்" ஊரைவிட்டே ஓடிப்போனது. சித்தாயம்மாள் மட்டும் "முண்டை" யாகிப் போய் வெள்ளைச்சீலை வாங்கிக்கிட்டா... அந்த மட்டும் கனாவுல வந்து சொன்ன மாதிரி புள்ளைங்கள காளியாயி வுட்டதை நினைத்து நிம்மதி அடைந்தாள். ஆடி நோம்பிக்குன்னு இன்னொரு கோழிக்குஞ்சை அப்பவே வாங்கி விட்டுவிட்டாள்.

அப்புறம்தான் சனங்கள் எல்லாரும் பேசிக்கொண்டார்கள். காளியாயிக்கு "நெழலு" போதலைன்னும் அதுக்கு உடம்பெல்லாம் உஷ்ணமாகி அதைத்தான் ஊருக்கு காட்டிவிட்டாள் என்றும் உடனடியாக காளியாயிக்கு சின்னதா கோயில் கட்டணமின்னும் எல்லோரும் பேசிக் கொண்டார்கள். "கமிட்டி" போட்டு எல்லோரிடமும் "பண்டு" வசூல் செய்து சின்னதா கோயில் ஒன்றும் கட்டிவிட்டார்கள். வேப்ப மரத்தடியில் இருந்த "தங்காயி"க்கு இதையெல்லாம் பார்த்து "பொசுக்குனு" போய்விட்டது. "நானும் என்னைய இந்த ஊருக்குக் காட்டுறேன்னு" உள்ளுக்குள்ளே கறுவிடுச்சி...

ஊரிலே எல்லோரும் இப்பபோ "சில்வர்" பாத்திரம் பொளங்க ஆரம்பிக்கிட்டாங்க. கலியாணம் விசேத்துக்கு மட்டும் பித்தள - செப்பு பாத்திரங்கள் செவ்வாய்பேட்டையில் வாங்கினார்கள். "சில்வர்" பாத்திரங்கள் "ஈயப்" பாத்திரங்களை விட நன்றாகப் பளப்பளத்தன. ஊரில் சிலர் வீட்டில் "சில்வர்" டம்ளர் குண்டான், டேக்சா போன்ற பாத்திரங்கள் காணாமல் போவதும் நடந்தது. சித்தாயம்மாள் தன் பேத்திக்கு சோறு பெனைய வைத்திருந்த புதுச்சில்வர் குண்டான் காணாமல் போனது. "காளியாயி" யிடம் கேட்டாள். அன்னைக்கு ராத்திரியே காளியாயி கனாவில் வந்து "தோ பாரு! அதக்காணோம் இதக்காணோம் அதுபோச்சி இது போச்சின்னு ஏங்கிட்ட வந்து ராவடி கட்டாதே! நீ போய் தங்காயியிடம் கேளு" என்று கண்டிசனா சொல்லியது. தங்காயி தேக்கம்பட்டி சனத்து சாமி அதனால அதுகிட்ட சித்தாயம்மாள் நேரடியாகக் கேட்க முடியாது. "காலனிக்கு போய் ஆராயியைக் கூட்டி வரவேண்டும். அவள் தான் தங்காயியிட்ட உடுக்கடுச்சு கேப்பா. அவளுக்கு ரெண்டு ரூபா தரணும். ஆராயி சாயங்காலம்

கோயிலுக்கு வந்தாள். சாமிக்கிட்ட உடுக்கடுச்சி கேட்டாள். "தங்காயி" ஆராயி மேல சாமியா வந்து சொல்லியது, "ஒன்ற வீட்டுக்கு நெதம் வந்துட்டு போறவதான் ஒன்ற சிலுவர் குண்டான எடுத்துக்கிட்டா. இன்னைக்கு ராத்திரியே சிலுவர் குண்டான் வந்துடும். வந்துடுச்சுன்னா ஆடி நோம்பிக்கு காளியாயி கோயிலுக்கு நீ படையல் போடுற கோழியில ஒரு தொடையை ஆராயிக்கு குடுத்துடணும்" வீட்டுக்கு வந்த சித்தாயம்மாள் ஆராயி உடுக்கடிச்சு சொன்னதை அக்கம் பக்கம் சொல்லி வைத்தாள். என்ன ஆச்சரியம்! விடிந்து பார்த்தால் காணாமல் போன சிலுவர் குண்டான் வீட்டு வாசலிலேயே இருந்தது. பாத்திரம் பண்டத்தை தொலைத்த ஊர்க்காரர்கள் இப்போ காலனிக்குப் போய் ஆராயியைப் பார்த்து தங்காயிக்கு உடுக்கடிக்கச் செய்தார்கள். பாத்திரங்கள் திரும்பக் கிடைத்தன. உடுக்கடிச்சு ஊருக்குள் வந்து சொல்லாதவர்கள் தொலைத்த பொருட்கள் திரும்பக் கிடைக்கவில்லை. இப்படியாக தங்காயிக்கு "மவுசு" கூடியது. இப்போது தங்காயிக்கும் காலனிக்காரர்களும் ஊர்காரர்களும் சேர்ந்து "பண்டு" போட்டு சின்னதா வேப்ப மரத்தடியிலேயே கோயில் ஒன்று கட்டி வைத்தார்கள்.

இப்போதெல்லாம் செட்டிச்சாவடியும் அதன் சனங்களும் ரொம்பவே மாறிப் போய்விட்டார்கள். தேக்கம்பட்டி சனங்கள் "காலனி" போட்டிருந்த இடம் முதல் அய்யனார் தோட்டம் வரை அகண்டு நீண்ட கிடந்த இடமெல்லாம் வீட்டு மனைகளாகப் பிரிக்கப்பட்டன. டவுனுக்குப் பக்கத்தில் என்பதால் மளமளவென்று விற்றுத் தீர்ந்தன. பள்ளிக்கூட வாத்தியார்களும் அரசு அதிகாரிகளும் அடிதடி போட்டுக் கொண்டு வீட்டு மனைகளை வாங்கினார்கள். நிலங்களை விற்ற செட்டிச்சாவடிக்காரர்கள் வேறு பிழைப்புப் பார்த்து போகத் துவங்கினார்கள். பளபளக்கும் புது வீடுகள் முளைத்தன. கொழிஞ்சி மரங்களும் கோணப்புளியாங்கா மரங்களுமாக குளுகுளுவென்று இருந்த காலி இடங்கள் எல்லாம் கட்டிடங்கள் ஆகின. பசுமை இழந்த பிரதேசம் வேனலும் வேக்காடுமாகியது. செட்டிச்சாவடியில் வெள்ளாமை நிலத்தை விற்றவர்களும் தங்களுக்கென்று "தார்சு" வீடுகள் கட்டி அந்தப் பகுதியே பளபளத்து கண் கூசியது. வெயிலுக்கு ஒதுங்கத் தான் போதுமான நிழலில்லை. தேக்கம்பட்டி சனங்கள் குடிசை போட்டு இருந்த இடம் காலி செய்யப்பட்டு அவர்களுக்கு அய்யனார் தோட்டம் அருகில் தொகுப்பு வீடுகள் கட்டித்தரப்பட்டு அங்கு குடியும் போய்விட்டார்கள். காளியாயியும் தங்காயியும் மட்டும் "தேமே" என்று அங்கேயே இருந்தார்கள். ஆபீசர்களுக்கும், ஆசிரியர்களுக்கும் ஆன்மீக தேவைகள் அண்மைக்காலமாக அதிகமாயின. வெள்ளாமை நிலத்தை விற்று தங்கள் வீடுகளை "தார்சு" கட்டிடம் ஆக்கிக்

கொண்டவர்களும் கூரைக் கொட்டாயை பிரித்து ஓடு வேய்ந்து உஷ்ணத்தில் புழுங்கியவர்களும் ஆபீசர்களும் ஆலோசனை செய்தார்கள். காளியாயி - தங்காயி கோயில்கள் எல்லோரும் வந்து போவது போல் இருக்க வேண்டும் என்ற முடிவெடுத்தனர். முதலாவதாக அங்கு எல்லோருடைய சாமிகளையும் வைத்து கோயிலை எடுத்துக் கட்ட வேண்டும் என்று தீர்மானித்தார்கள்.

சித்தாயம்மாள் சிறுவயதில் தன் சேத்தாளிகளுடன் காளியாயி கோயிலில் மண் தரையில் கட்டம் போட்டு பாண்டி விளையாடிய இடம் இப்பொழுது நவக்கிரகங்களுக்கென்று ஒதுக்கப்பட்டது. விநாயகரும் முருகனும் தங்களுக்கென்று இடம் பிடித்துக் கொண்டார்கள். காளியாயி முன்னால் சூலம் இருந்த இடத்தில் இப்பொழுது திருப்பணிக்காக உண்டியல் ஒன்று வைக்கப்பட்டு இருந்தது. சுற்றிலும் காம்பவுண்டு போடப்பட்டு மேலே கல்நார் பலகைக் கூரை போடப்பட்டு விட்டது. காளியாயிக்கும் தங்காயிக்கும் சேர்த்து உயர்த்தி எழுப்பப்பட்ட கர்ப்பகிரகம் உருவானது. மஞ்சள், குங்குமம் விபூதி என்று தங்கள் திருமேனி அலங்காரத்தை காட்டி வந்த காளியாயியும் தங்காயியும் இப்பொழுதும் பட்டும் நகையுமாக பளிச்சிட்டனர்.

யாரும் எளிதில் உள்ளே நுழைய முடியாதவாறு கர்ப்பகிரகத்திற்கு கனமான இரும்புக் கம்பியாலான கதவு பொருத்தப்பட்டது. சித்தாயம்மாளுக்கு திக்கென்று ஆகிவிட்டது. தான் தொட்டு ஸ்பரிசித்த காளியாயி இப்போது கூண்டில் அடைப்பட்ட மயில் போல.. இனி எப்பொழுது வேண்டுமானாலும் வந்த "ஓசனை" கேட்க முடியாது. குறிப்பிட்ட நேரத்தில் பூசை.. குறிப்பிட்ட விதத்தில் குறிப்பிட்ட மொழியில் காளியாயிக்கும் தங்காயிக்கும் அங்கு புதிதாக குடிவந்த சாமிகள் காரணமாக படையல்கள் இல்லை. வேண்டுமானால் ஆடு, கோழிகளை நேர்ந்து கோயில் கமிட்டியிடம் கொடுக்கலாம். அவர்கள் அதனை ஏலத்தில் விட்டு வரும் தொகையை கோயில் திருப்பணிக்கு வைத்துக் கொள்வார்கள். முன்பெல்லாம் படையல் போட்டால் தலை சாமிக்கு உடல் பகுதி நமக்கு இப்பொழுது படையல் மொத்தமும் கோயில் கமிட்டிக்கு...

தேக்கம்பட்டி சனங்கள் ஆடி நோம்பிக்கும் பங்குனி உத்தரத்துக்கும் கோயிலுக்கு வந்தார்கள். கோயில் கமிட்டி "கண்டிசனா" சொல்லி விட்டது. "ஓங்க எடம் வேறயாப்போச்சு... அதனால் ஒங்க சாமியையும் வேறயா வெச்சுக்கங்க. நாங்க வேணா அங்க கோயில் கட்ட பணம் தாறோம்" தேக்கம்பட்டி சனங்கள் வருவதும் நின்றது. நோம்பிக் காலத்திலும் கலியாணம் காட்சிகளுக்கும் மோளம் அடிக்கவோ ஊர் பஞ்சாயத்துக்காக "துடும்பு" அடிக்கவோ கூட தேக்கம்பட்டி

சனங்கள் வருவதில்லை. தங்காயியும் காளியாயியும் இருந்த கோயிலுக்கு கும்பாபிஷேகம் நடத்த முடிவானது. வெளியூரிலிருந்து வந்தவர்களும் உள்ளூரிலிருந்து வெளியூர் பார்த்து வந்தவர்களும் தங்கள் ரசனைகளை ஒன்று சேர்த்து பெரிய கோபுரமும், கல் மண்டபமும் எழுப்பி வண்ண வண்ணமாக பெயிண்டு அடித்து கோயிலைக் கட்டி முடித்து கும்பாபிஷேகம் நடத்தினார்கள். கோயிலைச் சுற்றி கடைகள் கட்டப்பட்டு வாடகைக்கு விடப்பட்ட கோயிலுக்கும் தங்களுக்கும் நிரந்தர வருமானம் தேடிக் கொண்டார்கள்.

கோயில் கும்பாபிஷேகத்திற்கு எங்கிருந்தெல்லாமோ கார்களிலும் வேன்களிலும் கூட்டம் கூட்டமாய் பளப்பளப்பான மனிதர்கள் வந்தார்கள். அன்னதானம் நடந்தது. பெரிய பெரிய மனிதர்கள் கூட வெட்கப்படாமல் கோயில் மண்டபத்தில் உட்கார்ந்து சாப்பிட்டார்கள். சித்தாயம்மாளுக்கும் செட்டிச்சாவடி சனங்களுக்கும் ஊராட்சி ஒன்றிய பள்ளிக்கூடத்தில் தனியாக அன்னதானம் வழங்கப்பட்டது. பாட்டு, கச்சேரி என்று அமர்க்களப்பட்டது. இவ்வாறாக தங்காயி - காளியாயி கோயில்" அருள்மிகு ஸ்வர்ண காளிஸ்வரி திருக்கோயில்" என்று மாவட்டம் முழுவதும் பிரபலமானது.

தள்ளி நின்று தன் காளியாயிக்கு நடக்கும் இத்தனை விசேசங்களையும் பார்த்த சித்தாயம்மாள் வீடு வந்து சேர்ந்த போது இரவு ஆகிவிட்டது. அப்படியே அசந்து உறங்கிப் போனாள். சித்தாயம்மாள் கனாவிலே காளியாயி வந்து "தோ பாரு இப்ப நான் அங்க இல்ல. என்ற எடத்துல வேற ஒருத்தி வந்துட்டா. அங்க வந்தது எல்லாம் அவசனம்" என்று கூறியது. சித்தாயம்மாள் விடிந்து எழுந்தவுடன் "பொாவையிலை" யை போடுவதற்காக இடுப்பில் இருக்கும் சுருக்குப்பையை எடுக்க அவள் கை தானாகவே போனது. சுருக்குப் பையைக் காணோம். பையில் வைத்திருந்த புகையிலையுடன் ஒரு சிவப்புக் காகிதத்தில் தன் பேத்திக்காக வாங்கி வைத்திருந்த வெள்ளிக் கொலுசும் பையோடு காணோம். நெஞ்சு படபடக்க தேக்கம்பட்டி சனங்கள் இருக்கும் அய்யனார் தோட்டத்துக்கு ஓடினாள். ஆராயியை அழைத்து தங்காயிக்கு உடுக்கடிச்சு கொலுசு காணாமல் போன இடத்தை காண்பித்துக் கொடுக்குமாறு சொன்னாள். ஆராயி "நாங்க வேறயா வந்துட்டோம். எங்க சாமியும் இப்ப வேற சனங்களுக்கு போயிடுச்சு. அங்க நான் வர மாட்டேன்" என்று சொல்லிவிட்டாள். விக்கித்துப் போனாள் சித்தாயம்மாள்.

குருவி சேர்ப்பது போல் பாடுபட்டு சேர்த்து வைத்த பணத்தில் தன் பேத்திக்காக வாங்கி வைத்த முன்னூறு ரூபாய் தொலைந்து போனது சித்தாயம்மாளுக்கு வெசனத்தைத் தந்தது. ஆனால்

காலங்காலமாக தனக்கும் செட்டிச்சாவடி சனங்களுக்கும் தேக்கம்பட்டி சனங்களுக்கும் "ஓசனையும்" "ஒத்தாசையும்" கொடுத்து வந்த காளியாயி - தங்காயி தொலைந்து போனது அவள் மனசை வெறுமையாக்க வேதனைப்படுத்தியது.

இப்பொழுதெல்லாம் "காளியாயி" சித்தாயம்மாள் கனாவில் வருவதில்லை...

கருப்புத் துண்டு

காவேரி துரை

'பங்காளிங்க யாரையாச்சம் கூட்டிட்டு வரச்சொல்றாங்கன்னா. அதான் உங்களை கூப்ட வந்தன்' னு சொன்ன கணேசனின் குரலில் ஒரு எதிர்பார்ப்பு இருந்தது.

கணேசனுக்கு ரெண்டாவது கல்யாணம் பண்ணி எட்டு வருசமாச்சு, இன்னும் கொழந்த இல்ல. மொத கல்யாணம் பண்ணி ரெண்டு வருசத்துல கொழந்தயும் இல்ல ஒண்ணுமில்லனு சொந்த பந்தம் பேசறதுக்கு முன்னயே அந்தப் பொண்ணு வேற ஒரு பையன கூட்டிக்கிட்டு போயிடிச்சி. விசாரிச்சப்போ ஏற்கனவே கல்யாணத்துக்கு முன்னயே அந்தப் பையனுக்கும் இந்தப் பிள்ளைக்கும் பழக்க வழக்கம் இருந்ததா பேசிக்கிட்டாங்க.

பெறகு தான் ரெண்டாவதா கல்யாணிய கல்யாணம் பண்ணிக்கிட்டு வந்தது. இதுக்கும் எட்டு வருசம் ஆச்சு, கொழந்தைங்க இல்ல, காசு பணம், சொத்து சொகம் ஆயிரம் இருந்தாலும், அம்மானு கூப்டுமா? அப்பானு கூப்டுமா? வாரிசுனு ஒண்ணு பொறந்தா எல்லோருக்கும் சந்தோஷந்தான். ஓல வாய மூடுனாலும் ஊரு வாய மூட முடியாதுங்கற மாதிரி நாலு பேரு நாலு விதமா பேசும் போது, மனசு சுண்டி, மொகம் வாட்டங்குறிக்கும், வீட்ல இருக்கற எல்லாருக்கும்.

கணேசனும் உள்ளூர் வைத்தியத்திலேர்ந்து உலக வைத்தியம் வரைக்கும் பாத்தான். டாக்டர்கிட்ட செக்கிங்கு போனாங்க. கொறை எல்லாம் ஒன்னுமில்லனு சொல்லிட்டாங்க, ஆனா இன்னும் நல்ல சேதி இல்ல.

கணேசனும் லேட்டா பொறந்தவந்தவந்தான். அவுங்க அப்பா அம்மாவுக்குக் கல்யாணமாகி எட்டு வருஷங் கழிச்சுத்தான் கணேசன் பொறந்தானாம். அதனால இவனுக்கும் பரம்பர காரணமா லேட்டாகூட கொழந்த பொறக்குமுனு நாலுபேர் ஆறுதலா பேசுனாங்க இவனும் உள்ளூர் கோயில்ல இருந்து உலக

பணக்கார கோயில்வரைக்கும் டூர் அடிச்சிப் பாத்தான். மண்டிப் போட்டு கும்புட்டான், பொண்டாட்டி மண்ணு சோறு தின்னுப் பாத்தா...ம்.... வேலைக்கு ஆகல. இப்பிடிருக்கும் போதுதான் வந்து சொன்னான்.

"கூடுதொற பவ்வாணீல போயி ஒரு கருப்பு கழிச்சா கொழந்த பொறக்குமுனு" ஜோசியக்காரன் சொல்றான். அதான் உன்னையும் கூட்டிட்டு போலாமுனு வந்தேன்" னு கணேசன் சொன்னதும், "பங்காளிங்க யாரையாச்சும் கூட்டிட்டு வரணும்னு ஏன் சொன்னானு நான் கேக்க, ஒரு நாலஞ்சு தலகட்டுக்கு முன்ன யாரோ ஒரு கன்னிப் பொன்ன நம்ம தாத்தாமாரு யாரோ கெடுத்ததாகவும், அது சாபம் போட்டுட்டு காவேரி ஆத்துல ஓடற தண்ணீல உழுந்து ஆத்தோட போயிட்டதாகவும் அதோட பாவந்தான் நம்மள புடிக்குதுன்னும், அதுக்குப் பரிகாரமாத்தான் கூடுதொறய்ல கருப்பு கட்டணுமாம். ஆனா அதுக்கு ஒரு ஆளா போகக் கூடாதாம். பங்காளிங்களாம் சேந்து கட்னா தான் கருப்பு நிக்குமாம்னு சொல்ல, எனக்கும் அந்தக் கருப்பு கட்ன கத ஞாபகத்துக்கு வந்திச்சி.

நான் சின்னப் பையனா இருக்கும் போது ஒரு முப்பத்தி மூனு பங்காளிங்கள ஒன்னு சேத்தி லாரீல ஏத்திக்கிட்டு போயி... ராத்திரீல பாலாத்துல சாங்கியம் சம்பிரதாயத்தோட சடங்குப்பன்னி "கருப்பு " கட்னாங்க. அதுக்கு எங்க அப்பன் பெத்த பாட்டிதான் தலம தாங்குனாங்க. ஆனாலும் கருப்பு நிக்கல. பங்காளிங்க குடும்பத்துல ஏதோ ஒரு எடஞ்சல குடுத்துக்கிட்டுத்தான் இருக்குதுனு, எங்க கெழவி சாவற வரைக்கும் சொல்லிக்கிட்டுத்தான் இருந்துச்சி. அடுத்த தல மொறைக்கும் அந்த கருப்பு கட்ன கதய பாட்டி சொல்லி வச்சுட்டுப் போனா... வெளாவரியா.

....இப்ப... ஒரு குடும்பம் முப்பது நாப்பது குடும்பமா.. மாறிப்போச்சி வெவ்வேறு திசை வழியில் கல்யாணம் காச்சுன்னு சம்பந்தமாகி வெவசாயம் மாறி, வேறு தொழிலாகி ஊரு பெருசாகிப் போனாலும்....., நல்லது கெட்டதுக்கு பங்காளிங்க சந்திக்கும் போது மட்டும். அந்த "கருப்பு" கதய மறக்காம வருசத்துல ரெண்டு தடவயாச்சம் பேசிப்பாங்க. மொறையா... எல்லோரும் போயி இன்னொரு தடவ கட்டணும்னு உறுதி எடுத்துக்குவாங்க... ஆனா காலப்போக்குல இந்தக் கருத்துக்கு ஆதரவு கொறஞ்சிப் போச்சு. அந்தக் "கருப்பு" த்தான் காரணமுன்னு எதுக்கும் யாரும் சொல்றதும் இல்ல.

.....இப்ப..... திடீர்னு கணேசன் கூப்புட்டதும். சடார்னு எதுத்துப் பேசி கருப்பு மாற்றா யோசின்னு சொல்லலாம். ஆனா, விசயம்

அவனுக்கு கொழந்த வேனுங்கறதுல நிக்குது. எந்த நோவுக்கு என்னா வைத்தியம் பண்ணுனாலும் கடைசியா போனபோவுதுனு பூசாரிக்கிட்டயும் ஒரு பாடம் போட்டுக்கறாப்ல செய்யுற வைத்தியத்த செஞ்சிக்கிட்டு இருந்தாலும் இதயுந்தான் செஞ்சிடலாமேனு கணேசனோட மாமனாரும், மாமியாளும் சொன்ன ஆலோசனப்படி கருப்பு கழிக்கணுங்கிற முடிவோட தான் எங்கிட்ட வந்து நிக்கிறான்.

ஒரு காலத்துல ஊருல இருக்கிற பங்காளிங்க எல்லாஞ் சேர்ந்து போயி கட்டியும் நிக்காத கருப்பு நாம ரெண்டு பேரும் போயி கட்டுனா நிக்குமானு கேட்டேன். ". இல்ல .... இல்ல அய்யர் ஒரு பங்காளிய கூட்டிட்டு வந்தா போதுமுனு சொல்லிட்டாரு ன்னான், மொதல்ல ஜோசியக்காரன்னான் இப்ப.. அய்யருங்கறான்....?!

"எங்க ஜாதகம் பாத்தே நீ"...னு கேட்டேன் “நம்ம பெருமாள் கோயில் அய்யர் வீட்லதான்" ...னு சொல்லவும் எனக்கு நல்லா புரிஞ்சிப் போச்சு. அந்த பெருமாள் கோயில்தான் எங்க குல தெய்வக் கோயில். அதுக்குப் புரட்டாசி கிழமை, வைகுண்ட ஏகாதசினு வந்தா, எங்க பங்காளிங்க எல்லாம் ஒன்னு சேர்ந்து அதுக்கு மட்டுந்தான் அங்க தான் இந்த கருப்பு தொடரும். மெகா சீரியலா மாறும். இப்ப இருக்கிற இந்த அய்யரோட தாத்தாக்களுக்கும் தெரியும், இந்த ’கருப்புக் கத’.

அவுங்க அப்போ பஞ்சாங்கம் மட்டுந்தான் பாப்பாங்க இந்த அய்யிரு எங்கயோ போயி ஜோசியம் கத்துக்கிட்டு முழுநேர ஜோசியராயிட்டாரு. வரும்படியும் அதிகமாகிப் போச்சு. "காவேரி ஆறு நம்ம ஊருல இருந்துதான போகுது. இங்கேயே கருப்பு கட்டலாமே.... பவானிக்கு ஏன் போவுனும்?’னு கேட்டதுக்கு "... இந்த அய்யிரு கட்ட மாட்டாரு. பவானீல இதுக்குனு இருக்குற ஆளுதான் கட்டுவாரு. இவரு ஏற்பாடு மட்டுந்தான் பன்னிக்குடுப்பாரு, ..னு சொன்னாங்.. கணேசன்”

.....ஓ... நெட் வொர்க் ரொம்ப பெரிசு போல.. இந்த ஜோசியக்காரங்களுக்கு எங்க அனுப்புனாலும் கமிஷன் இவங்களுக்கு வந்து சேந்துடுமுனு சொல்றாங்க.... இது அந்த வக போல இருக்குதுனு நெனச்சிக்கிட்டு, அதயும் இதயும் பேசி கணேசன் மனச மாத்த முடியாது, நம்ம குடும்பத்துல. உடம் பங்காளியே ஒதவலனா ஒன்னு உட்ட பங்காளியா வரப்போறானு நெனச்சிக்கிட்டு "சரி வர அமாவாச அன்னைக்கு எனக்கு எதும் வேல இல்லனா வர்ரேன், வேல இருந்தா பெரியப்பா வூட்லயோ சித்தப்பா வூட்லயோ ஒருத்தர கூட்டிக்கிட்டு போன்னேன்”

“அவுங்க யாரும் வரமாட்ங்கறாங்கண்ணா. கருப்பு கட்றதுனாலே பயந்துக்கறாங்க. சும்மா போயி ஆத்துல முழுகிப்புட்டு ஒரு பூச போட்டுட்டு வரதுதான். பழய மாறியெல்லாங் ராத்திரியோட ராத்திரியா போயி கட்றது இல்ல. இப்ப எல்லாம் இப்படி செஞ்சாவே போதுமுனு அய்யிரு சொல்லிட்டாருன்னான்”.

....ம்... பழய கதயில எல்லாம் அய்யர் இல்ல. பங்காளிங்க மட்டும் ராவோட ராவா போயி, காதோல கருகமணியொட தேங்கா பழம் ஒடச்சி வச்சி பூசய போட்டு கருப்பு நெறத்துல ஆடோ, கோழியோ வெட்டி பலி கொடுத்து அத அப்படியே பொதச்சிட்டு திரும்பிப் பாக்காம வந்ததுதான் நடமுற. இப்ப என்னடான்னா? அய்யர் கட்டுனா நிக்குமா? அதுவும் பகல்ல? பல ஜாதி-ஜனம் பல விதமான கழிச்சி கட்ட வர எடத்துல... இந்த அய்யிரு பன்றதே செரில்ல.

இதையெல்லாம் சொல்லி கணேசன் மனச மாத்தவா முடியும். பாவம் ஒரு கொழந்தய பெத்துக்க தானே இப்படி அலமோதுறான்னு நெனச்சி உறுதியா வர்ரன்னு சொல்லிப்புட்டேன். அதுக்கு வந்திச்சி... அப்பதான் இரண்டு அய்யர்களும் முழுசா பேசிமுடிச்சு வந்து, "கருப்பில்லாங் கட்டத் தேவையில்லையாம் பித்ருதோசங் கழிச்சா போதுமாம்னார்...’ அடுத்த கேள்வியோ, சந்தேகமோ எங்கிட்ட இருந்து வந்திடக்கூடாதுங்கறதல குறியா இருந்த அய்யர்... என்னையும், கணேசனையும் உடனே அமரும்படி கூறினார்.....

அவர் கொண்டு வந்திருந்த பையிலிருந்து ஒரு குடும்பத்துக்கு ஒரு மாசத்துக்கு தேவையான அளவுள்ள மளிகைப்பொருளல்லாம் பாக்கெட், பாக்கெட்டா இருந்திச்சி, ரெண்டு பட்டுப் பொடவ வேற எடுத்து வெளியவச்சாரு. சிறிது நேரத்தில் ஒருவர் எங்கிருந்தோ கொண்டுவந்து வதங்கிய காய்கறிகள ஒரு பை நெறைய கொட்டினார். பாவம் போக்கி அய்யர் அரிசி மாவில் பிண்டம் பிடித்து. சகல வேலைகளையும் முறையாக செய்ய ஆரம்பித்தார். எங்கள் விரல்களுக்கு தர்ப்பை மோதிரம், பூணலும் அணிவிக்கப்பட்டு அவர்களின் கட்டுப் பாட்டுக்குள் நாங்கள் வந்தோம்.

எல்லா மளிகை, காய்கறிகளையும் எங்கள் முன்னே அடுக்கி வைத்த அய்யர், "இதேல்லாம் உங்களுக்கில்ல செத்துப் போன உங்க தாத்தா மார்களுக்கு" என்று கூற- எங்க பாட்டன், முப்பாட்டன் கொள்ளுப்பாட்டன், எள்ளுப்பாட்டன் பேரெல்லாம் கேட்டு மெனக்கெட்டு மந்திரஞ் சொன்னார்.

ரெண்டு பேரும் எந்திரிச்சி “வஸ்திரத்த இடுப்புல கட்டிட்டு ஆத்துல எறங்குங்கோ. முழுகும் போது இதையெல்லாம் தண்ணீல

வுட்டுடுங்கோ”னு ஒரு இலை நிறைய பூ பொட்டு, சந்தனம், அரிசிமாவு பிண்டம் எல்லாத்தையும் கொடுத்தார்.

"கருப்பு”ஓடற தண்ணீல போகப் போவுதுனு எனக்கு உறுதியாகிப் போச்சு. தம்பி கணேனுக்கு இனியே கொழந்த பாக்யம் கெடைக்குமுனு நெனச்சிக்கிட்டு எந்திரிச்சதும்...கணேசன் பொண்டாட்டி இடுப்புல கட்டிக்க அவனுக்கு ஒரு துண்டு குடுத்தா. ஓ... இதுதான் வஸ்த்ரமா நானுந்தான் கொண்டாந்தேனு என் பெருமைக்குரிய அந்த துண்டின் அருமைய எல்லாரிடமும் கூறினாலும் எங்கள ஆத்துல முழுகச் சொல்றதுலயே குறியா இருந்தாங்க.

கரையிலிருந்து எங்களைப் பாத்துக்கிட்டு இருந்த உறவினர்கள் அய்யர் ஏதோ சொன்னதும் ஒட்டு மொத்தமாக ஏதோ சொல்லி கையசைத்தார். தண்ணீரின் சலசலப்பிலிருந்து காதைக் கூர்மையாக்கியபோது கணேசன் மனைவி கத்தினாள்.

"இடுப்புல இருக்கிற துண்டையும் கழட்டி விட்டுட்டுத்தான் வரணுமாம்" பகீரென்றது.

"என்னடா துண்ட கழட்டி விடச் சொல்றாரு அய்யிரு"

"என்னா பண்றது. சொல்றத செஞ்சித்தான் ஆவனும்”.

“கருப்பு கழிஞ்சா என்ன கழியாட்டி என்ன? எனக்குத் துண்டுதான் முக்கியம்னு... டேய் குளிச்சா போதுண்டா துண்டு வேணுண்டா”-ங்க. கணேசன் “வேற துண்டு கோட எடுத்து தந்துடறேன் அவுத்துவுடுனா தண்ணீல”ங்கறான்.. ‘துண்டு ஆத்தோட போனாத்தான் நான் தாயாக முடியும் என்பது போல் கணேசன் பொண்டாட்டி என்ன கரையிலிந்து பாக்க வேற வழியே இல்லாம இடுப்பிலிருந்த என் நினைவு-பொக்கிஷம் நீரோட்டத்தில் மெதுவாக மூழ்கிப் போய்க் கொண்டிருந்தது.

’ஜட்டி’ யோட மேலே ஏறி வேட்டி சட்டைக்கு மாறினதுக்கப்புறம் என்னவோ மறுபடி பூச நடந்திச்சி. எதுலயும் எனக்கு பிடிப்பில்லாமல் என் ஞாபகமெல்லாம் தண்ணீரில் மூழ்கிய என் துண்டிலேயே இருந்தது.

கொண்டு வந்திருந்த கட்டு சோத்த எல்லோருக்கும் தானம் பண்ணி எறநூறுவா சில்லறைய பிச்சக்காரங்களுக்கு போடுற சாக்குல எங்கள் ஏரியாவ விட்டே வெளியே கூட்டியாந்த அய்யிரு-- "நீங்க இப்படியே கெயம்புங்க நான் கொடுமுடி வரைக்கு ஒரு வேலையா போயிட்டு வரேன்”னார்...

கணேசனிடமிருந்து மூவாயிரம் ரூபாய் வாங்கிக்கிட்டு இதுல எனக்கு நூறோ, எரநூறோ தான் கெடைக்கும் னு ஒரு 'புலம்பல்' புலம்பிட்டு திரும்பினார். "வாங்க சாமி சாப்பிட்டு போகலாம் கடையில" ன்னோம். இன்றைக்கு அமாவாச மதியத்துக்கு மேல தான் சாப்பிடுவேன்னார் அதுவுமில்லாம "உங்க கூடவே நான் வரக்கூடாது. அதானால தான் உங்களை அனுப்பிட்டு கொடுமுடி போயிட்டு வரலானு இருக்கேனு" ஒரு 'பகீர்' காட்டினார்.

ஒரு கடைல சாப்புட்டு பஸ் ஏற்ர வரைக்கும் அய்யரின் பெருமைய பேசுனாங், கொஞ்சம் பணந்தான் அதிகமா வாங்கிட்டாருன்னாங்க. குடுத்த பணத்துக்கு எவ்வளவு பொருள் வாங்கியாந்தாரு, ரெண்டு பட்டுப் பொடவயும் வாங்கியாந்தாரு... அதெல்லாம் இனிமே கணக்குப் பார்க்க கூடாது.... இப்படி என்ன என்னவோ பேசுனது.... எல்லாம்.... என் சிவப்புத்துண்டைப் பத்துன ஞாபகத்துக்கிடையே கொஞ்சம் கொஞ்சம் கேட்டிச்சி. பஸ் நிலையத்தை நோக்கி போய் கொண்டிருந்த போது ஒரு சந்தின் திருப்பத்தில் அய்யர் தெரிந்தார். அதுவும் ஒரு ஓட்டலில் சாப்பிட்டு விட்டு பில் கொடுத்துக் கொண்டிருந்தார்.

அதற்குள் எப்படி இங்கே வந்தார். சாப்பிட நேரமாகுமின்னார், கொடுமுடி போகனுமின்னார். சாப்பிட்டு பஸ் ஏறுவாரோ? எப்படி போனா என்ன? ஏந்துண்ட ஆத்தோடவுட்டுட்டார் என்ற நினைப்பில் இன்னொரு காரணம் இருக்குது, எனக்கும் கூடுதொற ஆத்துக்கும் ஒரு பிரிக்க முடியாத சம்பந்தம் உண்டு. என் சின்ன வயசுல ரெண்டு மாசம் கூடுதொற ஆத்துல கழிக்சுருக்கேன்.

சின்ன வயசுல வீட்டவிட்டு ஓடிப்போயி பவானில ஒரு ஓட்டல் கடைல வேல செஞ்சப்ப பகல்ல மூனு மணிநேரம் ரெஸ்ட் குடுப்பாங்க அப்ப குளிக்கவும் துணி தொவைக்கவும்னு ௰ம் பொழுது கழிஞ்சது அந்த ஆத்துலதான். எத்தனையோ பேர் பாவந் தொலைக்க ஆத்துல முழுகுவதே பாத்துக்கிட்டு நானும் மூழ்கி வெளையாடிய காலம் ஞாபகத்துக்கு வந்திச்சு. அப்ப எல்லாம் கண்ணாடியாட்டம் இருக்கும். தண்ணீல இடுப்பளவு நின்று தண்ணிக்குள்ள கண்ண முழிச்சுப்பாத்தா... கிளிஞ்சலு, சங்குனு அழகா இருக்கும். துணிக்கு சோப்பு போட்டு அலசிப்புட்டு, தண்ணீலயே துணிய வுட்டுட்டு கொஞ்ச நேரங்கழிச்சு முழுகிக்கிட்டே போனா.... மேகக் கூட்டம் நகர்றாப்ல மெதுவா துணி தண்ணீல நகுந்து போவும் அத எடுத்துக்கிட்டு வருவன். அந்த மாதிரி, இப்பயும் ஒரு தடவ போயி சந்தோசமா குளிச்சிட்டு வரணுங்கறதும் ஒரு காரணம்.

"வரும் போது மறக்காம மாத்திக்க இன்னொரு செட் சட்ட வேட்டி கொண்டு வந்துருங்க. மறக்காம ஒரு துண்டு கொண்டு வந்துருங்க.. துண்டு கட்டிக்கிட்டுத்தான் கருப்பு கழிக்கணுமாம்". கணேசன் இப்படி சொன்னதும் நாயமாத்தான் பட்டிச்சி, ஜனங்க நெறைய இருக்கற எடத்துல எல்லாரும் துண்டு கட்டிக்கிட்டுதான் குளிப்பாங்க, ஒரு வேல துண்டு கட்டிக்கிட்டுத்தான் கருப்பு கழிக்கணுமோ என்னவோ?

என் வீட்டுக்காரி எல்லாத்தையும் எடுத்து ரெடியா வச்சிருந்தா, ஒரு வேட்டி, சட்டை, ஒரு பேண்டு, ஒரு துண்டு. ஆனா துண்டு மட்டும் எப்பவும் நான் ஞாபகமா பீரோவ விட்டு எடுக்காத பத்திரமா வச்சிருக்கற இந்தத் சிவப்புத்துண்டை எதுக்கு எடுத்து வச்சிருக்கறா? "ஏய்... இந்த துண்ட எதுக்கு எடுத்த ..வேற எடு.... ன்னேன்......" "ஏன் இத எத்ன நாளைக்குத்தான் பீரோவுலயே வச்சிருக்கிறது கட்டுனா தான இதோட அரும நாலு பேருக்குத் தெரியும்". னு பொண்டாட்டி சொன்னா.

ஆமா அதுவும் சரிதான் ஏன்னா இந்தத் துண்டோட பெரும எனக்குத்தான தெரியும். ஆயிரக்கணக்கான மக்கள் கூடியிருந்த மேடையில எனக்கான அங்கீகாரமா என் தலைவர் எனக்குப் போத்துன சிவப்புத்துண்டு. அது எத்தனையோ சால்வ, துண்டு, நினைவுப் பொருள் வீட்ல இருந்தாலும், அந்தத் தலைவரின் ஞாபகமாவும் அதோட நெறத்துக்காவும் பொக்கிஷமாகிப் போனதுண்டு அது. அதோட பெருமைய நாலு பேருக்கு சொல்ற நேரம் வந்திச்சினு நெனச்சி, எந்த மாதிரியெல்லாம் சொல்லலாமுனு மனசு அசைப்போட்டிச்சி.

பஸ் ஸ்டாண்டுக்கு வரச் சொல்லி ஒரு எடத்துல சேர்ந்து ... பஸ் ஏறுனம். கூடவே அய்யிரு ரண்டு கட்ட பையில பொருளோட ஏறுனார். என்னைப் பாத்து "வாங்க தொரசாமினு" ஒரு சிரிப்பு சிரிச்சு வச்சார். கணேசன், அவன் பொண்டாட்டி, மாமனார், மாமியார், அவிங்க அம்மா இப்படி ஒரு ஆறு பேருக்கு டிக்கிட்டு எடுத்தான் கணேசன். எனக்கு பக்கத்துல அய்யரு உக்காந்தாரு, கீழ வச்ச பையப் பாத்ததும் என் சந்தேகப் புத்தி என் வாயக் கௌரிச்சி.

"என்ன சாமி பூச சாமானத்த எல்லாம் இங்கியே வாங்கிட்டீங்களா?" "ஆமாமா. அங்க இருக்கிறனவ நம்ப முடியாது, குடுத்த காசுக்கு பாதிப் பொருளக்கோட வாங்க மாட்டாங்க, காசு மேல குறியா இருப்பானுங்க. அதனால நாம பேசி வுடற பார்ட்டிக்கெல்லாம் நானே பொருள வாங்கி குடுத்துடுவன்."

ஆஹா அய்யிரு வாங்குன காசுக்கு வஞ்சன இல்லாம வேல செய்யறாருனு நெனச்சி, அவரு மூஞ்ச பெருமயா ஒருதடவ பாத்தேன். அவரு பைய பத்திரமா வச்சிக்கறதுல குறியா இருந்தாரு. பவானீல எறங்கி கோயில சுத்திக்கிட்டு ஆத்தங்கர பக்கம் போனோம். நெறைய பேரு பாவம் போக்க முழுவிக்கிட்டு இருந்தாங்க. அங்கங்க திருடர்கள் ஜாக்கிரதைனு போர்டு.

திருப்பதி நாசுவருங்களாட்டம் வரிசையா ஒக்காந்து அய்யனுங்க வரவன் போறவனுக்கெல்லாம் அவசர அவசரமாக பாவத்த போக்கிக்கிட்டு இருந்தாங்க. பல மூஞ்சிங்க சந்தேகப்படும்படியாவே இருந்திச்சி. தொழிலுக்காகவே பூனூல் போட்டுப்பாங்களோ? னு மண்டை குடைந்தது. சந்தேகம், குடைச்சல், கேள்விகள் எல்லாத்தையும், இந்த எடத்தவுட்டு போற வரைக்கும் நிறுத்தி வைப்போமுனு முடிவுகட்டி கவனத்தை வேறுபக்கம் திருப்பினேன்.

அதற்குள் எங்களை ஓரமாக கும்பலாக சேர்ந்து நிற்கச்சொன்ன அய்யரு பூஜைகள் நடக்கும் பகுதிக்குச் சென்றார். மந்திரத்தை ஓதியபடியே உட்காந்திருந்த ஒருவர் நம்ம அய்யரைப் பார்வையாலேயே ஒரு கேள்வியை எழுப்பினார்.

நாங்க நின்னுக்கிட்டு இருந்த எடத்தக் காட்டி ஜாடை செய்தார். பதிலுக்கு அவரும் ஜாடை செய்தார். சொல்லியாச்சு வெயிட் பண்ணச் சொன்னார். "பொறுமையா இருந்தாத்தான் வந்த காரியம் நடக்கும்".

"அய்யிருங்க செட்டு சேந்தாவே அவிங்க சொல்றததான் நாம கேக்கனும். இல்லனா அவிங்க நம்பள கொற சொல்லுவாங்கனு" கணேசன் மாமனார் கிசுகிசுத்தார். அவரு சம்சாரம் அவர அடக்கி வாசிக்கச் சொன்னார். காத்திருந்தவங்க பட்டியல்ல எங்க வரிச பஸ் வந்ததும் முட்டி மோதி முன் பக்கத்தில் ஏறினோம். கடைசி சீட்டில் ஒரு இடம் காலியாக இருந்தது. உட்கார முயற்சித்தபோது பக்கத்தில் உட்கார்ந்திருந்தார் அய்யர்.

"என்ன கொடுமுடி போறின்னீங்க?"

என்னா... நெளியறாரு அய்யருனு அவரு பையப் பாத்தேன். அதே பட்டுப்புடவை, மளிகை சாமான், அப்படியே இருந்துச்சி. அடப்பாவி... கருப்பு கட்டனத வுட்டுட்டு வருவான்னு பாத்தா கையோட கொண்டு வரானே! னு அய்யர கேக்கறதுக்குள்ள... "இதுவா... உங்களுக்கு... கழிச்ச மாதிரியே நாளாண்ணிக்கி வேற ஒருத்தருக்கு கழிக்கணும் அதான் பவானீலயே எல்லாத்தையும்

வாங்கிட்டேனு" சொல்லவும், 'அட அய்யரெ... நீ ... கொண்டு வந்தது மட்டும் பத்திரமா எடுத்துக்குவ நான் கொண்டாந்த சிவப்புத்துண்ட மட்டும் வுட்டுட்டு வரணுமா?' னு கத்த நெனச்சேன். பஸ் ஒரு திருப்பத்துல மெதுவா திரும்பும்போது திடீரெனு எழுந்து "கணேசா இங்கொருத்தர பாக்கனும் நீங்க போங்க அப்புறம் வரேனு" சொல்லிட்டு பஸ்சிலிருந்து குதித்தேன்.

எங்கேயும் போயிக்காது என் சிவப்புத்துண்டு ஏதாவது பாறை இடுக்கிலயோ தடுப்பு கம்பி மேலேயோ மோதி தண்ணீல தான் கெடக்கும் - என் தலைவன் எனக்குப் போத்திய துண்ட எப்படியும் எடுத்துவிடலாம். சின்ன வயசுல மூழ்கித் தேடிய ஞாபகத்தோடு கூடு துறையை நோக்கி நடந்தேன்......

குருசாமி பாளையத்துக்காரி
ஜவஹர் பிரேமலதா

இராகவி அன்று வந்திருந்தாள். வீடே கலகலப்பாக இருந்தது. திருமணம் முடிந்து இப்போது மூன்றாவது முறையாக வந்திருக்கிறாள். முதல் முறையிலான இரண்டு அழைப்பின் போதும் வீடு நிறையச் சொந்தங்கள் நிறைந்திருந்தனர். திருமணத்திற்கு வராதவர்கள், நெருங்கிய சொந்தங்கள் புதுப் பெண் மாப்பிள்ளையைப் பார்க்க தொடர்ந்து வந்து கொண்டிருந்ததால், இராசம்மாவால் அவளிடம் சரிவரப் பேச முடியவில்லை

வந்தவர்களைக் கவனிக்கவும், அடுப்படியில் அல்லாடவுமே சரியாக இருந்தது. மகளிடம் அவள் புகுந்த வீட்டைப் பற்றியும், அவளுக்கான அங்கு இருத்தல் பற்றிய புரிதலும் குறித்துத் தெரிந்து கொள்ள இராசம்மாவின் மனம் தவியாய் தவித்துக் கிடந்தது.

முதல் முறை வந்திருந்தபோது திருமணமாகி மூன்று நாள் தான் ஆகியிருந்தது. திங்கட் கிழமை கல்யாணம். புதன் கிழமை மறு வீடு. ஒரு நாளில் இராகவிக்குப் புகுந்த வீடு பற்றி என்ன புரிந்திருக்கும் என எதையும் கேட்கவில்லை. இரண்டாம் முறை ஒரு வாரம் கழித்து அழைத்து வந்த போது, மாப்பிள்ளைக்குப் பிடித்ததை, வேண்டியதை அவளிடம் கேட்டுக் கேட்டு செய்யவே சரியாய் போய் விட்டது. மூன்று நாள் இருந்தார்கள் என்று தான் பேர். ஆனால், அதற்குள் மூன்று வீட்டின் மதிய விருந்துக்கு அழைப்பு வந்து விட்டதால், உடன் செல்ல வேண்டி வந்து விட்டது. ஒவ்வொரு வீட்டிலிருந்தும் மாலை காப்பி வேலை முடிந்து கிளம்பி வந்து இரவு சமைக்கவே சரியாய் போய் விட்டது.

இந்த முறையாவது கேட்டுவிட வேண்டுமென முடிவு செய்து கொண்டாள். நல்ல இடம் தான். இராகவியின் படிப்பிற்கேற்ற மாப்பிள்ளை தான். இராகவியின் அப்பாவின் நண்பர் பிள்ளை தான் சிறிய குடும்பம் தான்.

சொந்த வீடு, பண்ணையம், கார் என வசதிகளுக்கு ஒரு குறைவும் இல்லை. ஆனால்? இராகவி ஈரோட்டில் வளர்ந்தவள். சென்னையில் படித்தவள். புனேயில் வேலை பார்த்தவள். சென்னைக்குப் படிக்க அனுப்பும் போதே இராசம்மாள் மிகவும் பயந்து போனாள்.

"புள்ளைய அம்புட்டுத் தொலைவு அனுப்பனுமா, கொஞ்சம் யோசிச்சி செய்யுங்க' என்றாள் கணவனிடம். ஆனால் முருகேசனோ, "உன்னை மாதிரி பட்டிக் காடா புள்ளய ஆக்கலாம்னு பார்க்கறியா. அவ நல்லா படிச்சி பாரின்லாம் போகணும்னு நான் நினைக்கறேன். மோகனோட புள்ள இப்ப சிங்கப்பூர்ல இருக்குதாம். கை நிறையச் சம்பளம். கம்யூட்டர் தான் படிச்சதாம். அப்பாவுக்கு ஒரு கார் வாங்கிக் குடுத்திருக்கிறா போன தடவ வந்தப்ப. அவளைக் கைல பிடிக்க முடியல. சும்மாவே அலப்பற பண்ணுவான். இப்பக் கேக்கவா வேணும்" என்றாள்.

"அப்ப அவள நீங்க படிக்க அனுப்பறது அவ உங்களுக்குக் காரு வாங்கிக் குடுப்பானுதான? இப்ப புரிஞ்சிடுச்சி" என்றாள் இராசம்மாள் நக்கலாக.

“இவ ஒருத்தி. நக்கல் புடிச்சவ. கடையாம்பட்டிக் காரிக்கு இந்த குசும்புதான வேணாங்கறது. நானு இந்த வயசுக்கு மேல கார கத்துக்கிட்டு ஓட்டப் போறனா? நான் சொல்ல வந்ததே வேற. அவ புள்ள மாதிரி நம்ம புள்ளையும் வெளிநாடு போகணும்ல்ல இம்புட்டு பாடுபடறேன்" என்றான்

"வெளிநாடு போனா, எங்க மாப்பிள்ளை பாப்பீங்க. அமெரிக்காலாயா? இலண்டன்லயா?"

"எங்கயோ பாக்குறன். அதுக்கென்ன வந்தது இப்ப. அதெல்லாம் பெறகு பாத்துக்கலாம். இப்ப புள்ளைக்கு என்னென்ன வேணும்னு பாரு முதல்ல"

முருகேசன் மேற்கொண்டு பேச்சை வளர்க்காமல், துண்டை உதறி தோளில் போட்டுக் கொண்டு கிளம்பி விட்டான்.

இராசம்மாளுக்கு மகளை வெளியூருக்கு அனுப்பிப் படிக்க வைப்பதில் துளியும் விருப்பமில்லை. போகும் போது போற புள்ள வரும் போதும் அப்படியே வந்தா சரிதான். ஆனால் பட்டணம் அப்படி இருக்க விடாதுல்ல. அதுவும் பெரிய காலேஜ். ஆம்புள பொம்பள சேர்ந்து படிக்கற காலேஜ் வேற. அப்பனும் மகளும் முடிவு பண்ணிட்டாங்க. சொல்றதுக்கு ஒண்ணுமில்ல.

ஒரு பெருமூச்சு விட்டபடி மகளுக்கு வேண்டியதை எடுத்து வைப்பதைப் பற்றி யோசிக்க ஆரம்பித்தாள். வேறு வழி?

இராசம்மாள் பயந்ததைப் போலத் தான் நடந்தது. கல்லூரியில் சேர்ந்து ஒரு மாதம் கழித்து மகள் வந்த போது அது இராகவியா என்று சந்தேகமாக இருந்தது. முடிவைப் பாதியாக வெட்டியிருந்தாள். பின் பக்கம் பாதிக்கு மேல் தூக்கி கட்டியிருந்தாள். நதியா ஸ்டைல் என்றாள். சடைக்கு டாட்டா காட்டி விட்டதாகக் கூறினாள். மெட்ராஸ்ல எல்லாப் பொண்ணுங்களும் தன்னைப் பட்டிக்காடு என்று சாடை பேசுவதாகக் கூறினாள்.

இராசம்மாள் எதுவும் சொல்லவில்லை . முருகேசனுக்குத் தான் முகம் செத்து விட்டது. சுரத்தில்லாமல் வளைய வந்தான். அவளைக் கல்லூரிக்குச் சென்று அழைத்து வந்தது முதலே அவன் சரியாக இல்லை.

இராசம்மாள் தான் அவனைத் தேற்ற வேண்டி வந்தது. "எதுக்கு இப்ப மூஞ்சிய தூக்கி வச்சிக்கிட்டு இருக்கீங்க. அவ படிக்கிற இடம் அப்படி நாளு பேர் கூடச் சமமா இருந்தாதான சரியா பழக முடியும். ஊரோடு ஒத்து வாழ்னு பெரியவங்க சும்மாவா சொல்லுவாங்க. அவ நம்ம புள்ளங்க. நாம அப்படி அவள வளக்கல. முடிய கொஞ்சமா குறைச்சிருக்கா அவ்வளவு தான். முதல்ல இருந்ததை விடப் புள்ள இப்பத்தான் பாக்க அழகா இருக்கா. பக்குவமா எடுத்துச் சொல்லலாம். போகப் போகச் சரியாயிடும் விடுங்க" என்றாள்.

முருகேசனோ கமுறலான குரலில் சொன்னான். "இல்ல எங்க தாத்தா சொல்வாங்க. அந்தக் காலத்துல குடும்பத்துக்குக் கேடு வந்த பொம்பளங்கல தண்டிக்கறதுக்காகத் தலை முடிய பாதியா வெட்டி தண்டனை குடுப்பாங்கன்னு" அதற்கு மேல் அவனால பேச முடியல.

இராசம்மாள் அவனையே மௌனமாகப் பார்த்தாள். இந்த விசயத்தை அவளும் கேள்விப் பட்டிருக்கிறாள். கள்ளப் புருசன வைச்சிருக்கிற பொம்புளகளுக்கு அந்தக் காலத்துல தலை முடியைப் பாதியாக வெட்டி அவமானப் படுத்தித் தண்டனைக் குடுப்பாங்கன்னு அவளுடைய பாட்டியும் எப்போதோ சொல்லியிருக்கிறாள்.

ஆனால், இந்தக் காலம் வேற நாகரிகம்னு பேரைச் சொல்லி தலை முடிய பட்டணத்துப் புள்ளங்க வெட்டிக்கிறது ஒரு பேசனாய் போச்சி.

இந்த ஈரோட்டுல, அதுவும் சூரம்பட்டி வலசுல இந்த மாதிரி திரிந்தா பாக்கறவங்க என்ன நினைப்பாங்க என்று தான் முருகேசன் அலமலந்து போகிறான்.

ஈரோட்டுல இருக்கிற ஏதோ ஒண்ணு, ரெண்டு காலேஜ் சேர்த்து, வீட்ல இருந்தே படிக்கச் சொன்ன இராசம்மாளிடம் எடுத்தெறிந்து பேசியதை இப்போது நினைத்துப் பார்க்கிறான்.

இராகவி ஒரு வாரம் இருந்ததில், வேற எந்த மாற்றமும் தெரியவில்லை . காலையில் எழுந்து வாசல் தெளிப்பதிலிருந்து பெரிய பெரிய கோலம் போட்டு இரசிப்பதிலிருந்து, தோட்டத்திலிருந்து மல்லிகைப் பூவைப் பறித்துக் கதை பேசிய படியே அழகாகக் கட்டுவதிலிருந்து அவள் பழையதை மறக்கவில்லை என்றே தோன்றியது.

சுக்கு காபியை இரசித்தே குடித்தாள். ஹாஸ்டலில் பெரிய பெரிய பீப்பாயில் டீயும், பாலும் சர்க்கரையும் தனித் தனியாக வைப்பதைப் பற்றிச் சொன்னாள். தோசைக்கு வரிசையில் நிற்பதையும், மிகப் பெரிய சப்பாதியை ஒன்று தான் சாப்பிட முடிந்ததையும், தயிர் சாதத்தில் திராட்சைப் பழம் போட்டுக் கொடுப்பதையும் கதை கதையாகச் சொன்னாள்

முருகேசனுக்குக் கூடத் தான் கவலைப்பட்டது வீணோ என்று தோன்றியது. இராசம்மாளும் அவள் முடி குறித்து எதுவும் அவள் கிளம்பும் வரை பேசவில்லை. இராகவியும் கண்டு கொண்டதாகத் தெரியவில்லை.

ஒவ்வொருமுறை வரும் போதும் இதுபோல ஏதாவது சிறு சிறு மாற்றங்கள் இருந்து கொண்டே தான் இருந்தன. என்றாலும் ஒரு பேப்பர் கூட பெயிலாகாமல் ஒரு வழியாகப் படிப்பை முடித்தாள். அவள் முடித்த கையோடு அவளுக்கு அவளுடன் படித்த சில பெண்களுக்கும் புனேயில் வேலை கிடைத்தது கல்லூரி மூலமாகக் கிடைத்தால் அதை இராகவி மிகப் பெரிய பெரிதாகப் பேசினாள். ஐநூறு பேர்ல முப்பது பேருக்குத் தான் இந்த வாய்ப்பு என்று அவளுடைய பேராசிரியர்களும் அவளை வேலைக்கு அனுப்பிச் சொல்லி, முருகேசனிடம் சொன்னார்கள்.

முருகேசனா எதுவும் சொல்லாமல் தலையை ஆட்டி மட்டும் வைத்தான். ஊருக்கு வரும் வரை எதுவும் பேகவில்லை மகளிடம்.

ஆனால் இராகவி வந்தவுடன் ஒரு வாரம் கழித்து மீண்டும் பெட்டியில் துணியை அடுக்க ஆரம்பித்தாள்.

"எதுக்கு அம்மிணி இப்ப துணிய அடுக்கற நீ வேலைக்கெல்லாம் ஒண்ணும் போக வேண்டாம். வீட்டியே இரு தாயி" என்றான்.

இராகவி "இந்த வேலைய கிடைக்கலனு எத்தனை பேரு கிடந்து தவிக்கிறாகன்னு தெரியுமா? நீங்க பாட்டுக்கு போக வேணாம்னு

சொல்லிட்டிங்க. அப்ப எதுக்கு இம்புட்டுக் கஷ்டப்பட்டுப் படிச்சது. அன்னக்கு எங்க புரொபசரு சொன்னப்பவே நீங்க மறுத்துச் சொல்லியிருக்கோணும்ல. ஏன் என்மேல நம்பிக்கையில்லயா? நான் எங்ஙன போனாலும் உங்க புள்ள தான். நான் சிங்கப்பூரு போயி வேலையைப் பாக்கணும்னு எத்தன தடவ சொல்லி இருக்கீங்க. இப்ப இங்க இந்தியாவுல இருக்கிற புனேக்கு வேணாம்கறீங்க? நீங்க ஒண்ணும் பயப்படாதீங்க அப்பு எங்ககூட படிச்ச பத்து பொம்பள புள்ளக கூடத்தான போறேன். இப்ப காலேஜ் படிச்சப்ப மாசம் ஒரு தடவ வந்த மாதிரி வந்திட்டுப் போறேன். அவ்வளவுதான் நீங்க அப்ப கம்னு இருந்ததைச் சம்மதம்னு நினைச்சி எங்க புரொபசரு எல்லா ஏற்பாடும் பண்ணிட்டாக. நானும் வந்திடுவேனு கையெழுத்துப் போட்டுட்டேன். இப்ப வர்லனா நல்ல இருக்குமா? நினைச்சுப் பாருங்க" என்றாள்."

"அதெல்லாம் கிடக்கட்டும் அம்மணி. நான் பாத்துக்கறேன். இப்ப உனக்கு எதுக்கு வேலை? நான் சாதகத்தை எடுக்கலாம்னு இருக்கிறேன்" என்றான்.

அப்பாவின் முகத்தை இராகவி பார்த்தாள். பின் ஏதோ நினைத்தவளாய் உறுதி சொன்னாள்.

"அப்பா, நீங்க சாதகத்தை எடுக்க வேணாம்னு சொல்லலை. நீங்க சொல்ற மாப்பிளய நான் கட்டிக்கிறேன். ஆனா அமைய வரைக்கும் நான் வேலைக்குப் போறேன். அமைஞ்சதுன்னா நான் வேலையை விட்டுர்றேன். சரியா?"" என்றாள்.

"இல்ல அம்மிணி. அது சரி வராது. நாளைக்குச் சாதகம் ஏதாவது ஒத்து வந்திச்சின்னா, புள்ளைய பாக்க வர்றம்னா எங்க வச்சி காட்டறது? போதும். நீ வேணும்னா தையலு, எம்பிராய்டரினு ஏதாவது கத்துக்க"

"தையலு, எம்பிராய்டரினு கத்துக்கறதுக்குத்தான் பி.இ. படிக்க வெச்சீங்களா. அதுக்கு மெட்ராசுக்கு அனுப்பாமயே இருந்துருக்கலாமே"" இராகவி உதட்டைக் கடித்துக கொண்டு அழுகையினூடே கேட்டாள்.

முருகேசன் எதுவும் சொல்லவில்லை . மகள் அழுவதைப் பார்க்க அவனுக்கு விருப்பமில்லை . ஆனாலும் தன் முடிவே சரி என்பது போலத் துண்டை உதறி தோளில் போட்டுக் கொண்டு சோலி இருப்பதைப் போல வெளியே கிளம்பி விட்டான்.

இராகவி உள்ளறைக்குள் சென்று விட்டாள். அதிலிருந்து யாரிடமும் சரியாகப் பேசுவதில்லை . சிரிப்பது இல்லை . சாப்பாடு

கூட ஏதாவது பேருக்குத்தான் சாப்பிட்டாள். ஒரு வாரத்தில் அவளுடைய தோழியரெல்லாம் அவள் வராதது கேட்டு, துக்கம் விசாரிப்பது போல விசாரித்து அவள் துயரத்தை அதிகப்படுத்தி விட்டார்கள்.

அப்பனுக்கும் மகளுக்கும் நடக்கும் போராட்டத்தை இராசாம்மாள் பார்த்துக கொண்டுதான் இருந்தாள்.

இராகவி குலதெய்வ கோவில் பூசைக்குக் கூட வர மறுத்துவிட்டாள். போருக்குச் சென்று புறமுதுகு பட்டு தோற்றவன் போல் இருந்தது இராகவியின் நிலை.

கோவிலுக்கு வந்தால் சொந்தங்களெல்லாம் விசாரிக்கத் தொடங்கி விடுவார்கள். பி.இ. முடித்து பல பெண்கள் அக் கிராமத்திலிருந்து ஏதாவது வேலைக்குப் போகத் தொடங்கியிருந்தார்கள். அப்படி போகாதவர்கள் ஒன்று பி.இ. படிப்பில் பெயிலாகி இருப்பார்கள். தகுதி இல்லை என வேலை கிடைக்காமலிருப்பார்கள்.

ஆனால், இராகவி கிடைத்தும் போகவில்லை என்பதை யாரும் ஒப்புக் கொள்ளமாட்டார்கள். அவள் பெயிலாகி இருப்பாள், இல்லையென்றால் தகுதி இல்லாததினால் நிராகரிக்கப்பட்டு இருப்பாள் என்று தான் பேசிக் கொள்வார்கள். இராகவி அதை நினைத்தே வர மறுத்துவிட்டாள். யார் கேள்விக்கும் பதில் சொல்லும் மனநிலையில் அவள் இல்லை

முருகேசனோ இராகவி ஓரிரு நாட்களில் சரியாகி விடுவாள் என நினைத்தான். ஆனால், அதற்கு ஒரு வாரம் கழித்து நடந்த அவன் அண்ணன் மகளான மஞ்சுளாவின் திருமணத்திற்குக் கூட வர மறுத்து, பிடிவாதம் பிடிக்கத் தொடங்கி விட்டதை அறிந்து பெருமூச்சு விட்டான்.

மஞ்சுளா, பள்ளி இறுதித் தேர்வில் குறைந்த மதிப்பெண் எடுத்ததால் உள்ளூரில் டைலரிங் கற்றுக் கொண்டாள். அதுவுமில்லாமல் படிக்கப் பிடிக்கவில்லை என்று உள்ளூர் கல்லூரியில் சேருவதற்கும் மறுத்துவிட்டாள்.

இராகவியை விட ஒரு வயது மூத்தவள். இந்த ஐந்து வருட காலத்திற்குள் டைலரிங்கில் நல்ல பெயர் பெற்று விட்டாள். வீட்டிலேயே இருந்தபடி சம்பாரிக்கவும் தொடங்கி விட்டாள். சிறுகச் சிறுகச் சேமித்து தனக்கானத் திருமணச் செலவிற்கான தொகையையும் சேர்த்து விட்டாள். ஆனால் அவள் தொகையையும் சேர்த்து விட்டாள். ஆனால் அவள் அப்பா அதைப் பெற மறுத்ததால், எங்குக் கட்டிக் கொடுக்கிறார்களோ, அங்கு அந்த ஊரில் டைலரிங் கடை வைக்கப் போவதாகச் சொல்லிக் கொண்டிருந்தாள்.

மஞ்சுளாவையும் இராகவியையும் நினைக்கும் போது முருகேசனுக்குத் தன் மகளை நினைத்து மிகப் பெருமையாக இருக்கும் ஐந்து வருடத்தில் மஞ்சுளா சம்பாதிச்சத தன் மகள் ஆறு மாதத்திலேயே சம்பாதித்து விடுவாள் என்றெல்லாம் நினைத்துக் கொண்டிருந்தார்.

ஆனால், இப்போது தானே அதற்குத் தடையாக இருக்கிறோமோ என்று தோன்றியது. பி.இ. படித்த புள்ளய டைலரிங் போன்னு சொல்ற மாதிரி ஆயிடுச்சேனு அவனும் மறுகிப் போனான்.

இராகவியின் தோழியரில் பல பேர் முன்பே புனே சென்று விட்டார்கள். ஒரு சிலர் தான் இறுதி தேதியில் போய் சேர்ந்து கொள்ளலாம் எனக் காத்திருந்தார்கள்.

சவரக் கடையில மோகனைத் தற்செயலாகச் சந்தித்தான் முருகேசன்.

"ஆளப் பாத்து ரொம்ப நாளாச்சே. என்னப்பா முருகேசா உள்ளூர்ல தான் இருக்கியா?""

"ஆமாம்பா உன்னயத்தான் பாக்க முடியல. அப்புறம் உன் பண்ணையமெல்லாம் எப்படியிருக்குது?""

"ஏதோ இருக்குதுங்க. உங்க புள்ள படிப்ப முடிச்சிருக்கா? இல்ல இன்னும் இருக்குதா?""

"முடிச்சிடுச்சிங்க. புனேல வேலை கிடைச்சிருக்கு. நாந்தான் போக வேண்டாம்னு சொல்லிட்டனுங்க"

"அட ஏம்பா. புனே நல்ல ஊருதான. நம்ம ஊரு மாதிரிதான். எம்மவ முதல்ல அங்கதான வேலை பார்த்தா. நல்ல பாதுகாப்பான ஊருதான். கம்பெனி பக்கத்திலேயே தங்கற இடம். மருத்துவ வசதி, கட கண்ணி எல்லாமிருக்குதப்பா. நானு சேர போனப்ப கூடப் போனான். நீ ஏம்பா வேணாம்னுட்ட புள்ளக்கு ஏதாவது அமைஞ்சிருக்கதா? எப்ப கல்யாணம்""

"அட அதெல்லாமில்லீங்க. நான்தான் எதுக்கு வேலன்னு வேண்டாமினுட்டேன்."

"அதுக்கு நீ படிக்க வைக்காமயே இருந்திருக்கலாமில்ல. அந்த புள்ள எம்புட்டு கஷ்டப்பட்டிருக்கும் படிக்கறதுக்கு. எதுக்கும் ஒருக்கா நல்லா நீ யோசனைப் பண்ணிப்பாரு. அதான நான் சொல்றது சரி வரட்டா" என்ற படி அவர் கிளம்பிப் போனார்.

மோகனை நினைத்து முருகேசனுக்கு வியப்பாக இருந்தது அவருடைய தைரியத்தை நினைத்து வியந்தான். சென்ற முறை வந்திருந்த அவர் மகள் நினைவுக்கு வந்தாள். ஜீன்ஸ் பேண்ட்டும். பாப் தலைமுடியும், கூலிங் கிளாஸ் கண்ணாடியும் ஆளே மாறிப் போயிருந்தாள். படிக்கிற காலத்திலேயே அவள் அப்படித்தான் மாறிப் போயிருந்தது போல நினைவுக்கு வந்தது

ஆனால், மோகனோ அதையெல்லாம் பெரிது படுத்தாதது போலத் தெரிந்தது. பெண்ணை முழுமையாக நம்பியிருந்ததால்தான் அவளைச் சிங்கப்பூர் வரை அனுப்பியிருக்கிறான். அவனுக்கும் உள்ளுக்குள் பயமிருந்திருக்கும். அவன் அதை எப்படி எதிர்கொண்டிருக்கிறான் என நினைத்துப் பார்க்க பார்க்க ஆச்சரியமாக இருந்தது அவன் மீதிருந்த மதிப்பு இன்னும் கூடியது.

இராகவியிடம் அவ்வளவு பெரிய மாற்றங்கள் இல்லை. ஏதோ முடியைக் கொஞ்சம் போல வெட்டிக் கொண்டாள். மருதாணிக்குப் பதில் நெயில் பாலிஷ் பூசிக் கொண்டாள். பாவாடை தாவணியிலிருந்து சுடிதாருக்கு மாறினாள். அவ்வளவு தானே மற்றபடி வேறெதுவும் மாறலயே

மகளைச் சிங்கப்பூருக்கு அனுப்பி வைப்பேன்னு பெருமை பேசிய தானே தான் அவளைப் புனேக்குக் கூட அனுப்ப மாட்டேனு பிடிவாதம் பிடிச்சிகிட்டு இருக்கறதுதான் ஏன் இப்படி மாறிப்போனேன். எது என்னை தயங்க வைச்சது இராகவி மேல நம்பிக்கையில்லாத மாதிரி தான இப்ப ஆயிப் போச்சு நான் வெளிப்படையா சொல்லலனாலும் இராகவி அப்படிதான நினைச்சிகிட்டு இருப்பா

சவரக்காரன் கூட்டம் கடையில கம்மியாக இருந்ததால், நிதானமாகத் தன் வேலையைச் செய்து கொண்டிருந்தார். டி.வி.யில் ஏதோ ஒரு படம் ஓடிக் கொண்டிருந்தது. டி.வி.யைப் பார்த்தபடியே வெட்டிக் கொண்டிருந்தார். சண்டைக் காட்சிகள் வரும் போது மட்டும், "அப்படித்தான் அடி அவனை, குத்து" என்று ரன்னிங் கமெண்டரி கொடுத்துக் கொண்டிருந்தார்.

சலூனில் இருந்த பெரிய கண்ணாடியில் தன்னைப் பார்த்தார். முருகேசன் கழுத்து வரைக்கும் இழுத்துப் போர்த்திய வெள்ளைத்துணி. .தாடை முழுவதும் வெள்ளை நுரை. சலூன்காரர் சிங்காரம் தலை முடியில் வீரத்தைக் காண்பித்து விட்டு, தாடிக்கு வந்திருந்தார். அவர் கண்கள் எதிர் கண்ணாடி வழியாக டி.வியைப் பார்த்துக் கொண்டிருந்தன. எந்தப்புறமிருந்தாலும் டி.வி. தெரியும்படி ரெண்டு பக்கமும் பெரிய பெரிய கண்ணாடிகள்.

அவன் டி.வி. பார்ப்பதும், அவர் மீசையைச் சரி பண்ணுவதுமாக மாறி மாறி கண்களை மேலும் கீழும் நகர்த்திக் கொண்டிருந்தான்.

"பாத்துப்பா, பாத்துப் பண்ணுப்பா. டி.வி.யை அப்புறம் பாக்கலாம்""

"அதெல்லாம் ஒண்ணும் ஆவாது சாரே. எத்தன வருசமா பழகறிங்க. ஒரு நாளாவது கை மாறியிருக்குதா. எல்லாம் ஒரு நம்பிக்கதான. தொழில் சுத்தமா இருக்கும்" என்றபடி சோலியை முடித்தான்.

அவன் சொன்னது சரிதான். முகத்தில இருந்த முடியெல்லாம் கச்சிதமாக நீக்கியிருந்தான். ஒரு குறை சொல்ல முடியாது. எப்போதும் போல் நம்பிக்கையை காப்பாற்றி விட்டான்.

முருகேசனுக்கோ எங்கோ பொறித் தட்டியது. வீடு வரும் வரை சிந்தனையில் ஆழ்ந்தபடி வந்தார்.

எப்போதும் முடி வெட்டிக் கொண்டு வரும்போது கறியோ, கோழியோ, மீனோ பிடித்து வருவது முருகேசனின் வழக்கம். அவன் முடி வெட்ட கிளம்பும் போதே, அதற்குரிய செலவையெல்லாம் செய்து வைத்து விடுவாள். அன்றும் நிறைய பூண்டும், இஞ்சியும் வெங்காயமும் உரித்து வைத்திருந்தாள்

அவன் வெறுங்கையோடு வந்ததும், வந்ததும் பின்பக்கம் செல்லாமல், முன் திண்ணையில் உட்கார்ந்ததும் யோசனையில் ஆழ்ந்திருப்பதையும் இராசாம்பாள் கவலையோடு பார்த்திருந்தாள். 'என்னங்க, ஏனுங்க, எனப் பல தடைவ கூப்பிட்ட பிறகுதான் முருகேசன் நிதானத்திற்கு வந்தான்.

"என்னங்க அப்படி ஒரு யோசனை. பின்பக்கம் போயிட்டு வாங்க கறி எடுத்துட்டு வர மறந்துட்டீங்களா" என்றாள்.

"அட ஆமா சரி சரி எற்பாடு பண்ணு. நான் போயி எடுத்திட்டு வாரேன்" என்றபடி பின்பக்கம் கிளம்பினான்.

குழம்பினைத் தட்டத்தில் ஊற்றியபடி, "அப்படியென்ன யோசனைங்க"" என்றாள்

"எல்லாம் நம்ம அம்மிணி பத்திதான் வேறென்ன?""

நன்றாக இரும்பு வட சட்டியில் அளவாக உப்பும் மிளகும் போட்டு, சாந்தினைப் போட்டு கருகருவென வறுத்த கறியை கொத்துமல்லி தூவி மணக்க மணக்க சூடாக அரைக் கிலோவிற்கு மேலே அவன் தனித் தட்டத்தில் வைத்தாள்.

அவிச்ச முட்டையை நாலாக்கி வெங்காயம், தக்காளி போட்டு வணக்கிய பொரியலை இன்னொரு தட்டத்தில் வைத்தாள்.

"அம்மிணி எங்கே"" என்றான்.

"அவ சின்னவ கூடத் தோட்டத்துக்கு மருதாணி பறிச்சிட்டு வாரேனு போயிருக்கா மஞ்சுளா கல்யாணத்துக்கு வச்சிக்க. இப்ப வந்திருவாக. நீங்க சாப்பிடுக" என்றாள்.

இராசாம்மாள் கறிக் குழம்பும், வறுத்த கறியும் வைத்தால் அம்புட்டு ருசியாயிருக்கும். வடசட்டியில் கறி தீர்ந்த பின் அதில சுடுசோற்றைப் போட்டு பிசைந்து தந்தா, அத திங்க நானு நீயின்னு புள்ளைக போட்டி போடும். இன்னிக்கி ரெண்டும் மருதாணி பறிக்க என்ன அவசரம்னு நினைத்துக் கொண்டே சாப்பிட்டு முடித்தான்.

வாசலில் நிழலாடியது. ரெண்டு புள்ளைகளும் வந்திட்டாக போல. பழனியப்பன் சாலைக்குச் சென்றான். அங்க வேலயாளுக வந்திருப்பாக.

சாளையிலிருந்து திரும்பி வந்ததும், 'என்ன புள்ளக எல்லாம் சாப்பிட்டாச்சா' என்றான் எப்போதும் போல

"பெரியவளுக்கு வேணாமாமா" என்றாள்

"சரி, சரி அவள கூப்பிடு ஒரு சேதி சொல்லணும்"

இராகவி வந்து முன்னே நின்றாள். வாரத்தில் இளைத்திருந்தாள். சடை பின்னியிருந்தாள். பாவாடை சட்டை போட்டு சின்னவளைப் போலவே மாறியிருந்தாள் முகம் களையிழந்திருந்தது.

மருதாணியை அம்மியில் வைத்து அரைத்துக் கொண்டிருந்தாள் போல அவள் மீதெல்லாம் மருதாணி சாறு தெரித்திருந்தது கூப்பிட்டவுடன் கைவேலையை விட்டுவிட்டு வந்திருக்கிறாள்

"சரி அம்மிணி. புனேக்கு போக எல்லாம் எடுத்து வை நான் மோகன் மாமா கிட்ட காரை கேட்டுட்டு வாரேன்" என்றான்.

இராகவிக்கு முதலில் ஒன்றும் புரியவில்லை. புரிந்தபோது அவள் கண்களில் குபுக்கென்று கண்ணீர் வந்து விட்டது.

சந்தோசமாகச் சிரித்தபடி உள்ளுக்குள் ஓடி தங்கையைக் கட்டிக் கொண்டாள்.

அங்குச் சுவரில் சாய்ந்து தயிரைச்சிலுப்பிக் கொண்டிருந்த இராசாம்மாள், "என்னங்க இது திடுதிப்புனு" என்றாள் திடுக்கிட்டு

"இப்ப சாளைக்குப் போனைல்ல. அங்கு மாரியப்ப மாமா வந்திருந்தாரு. அவருதான் சோலி போட்டுப் பாப்பாருல்ல. இவ விசயத்தைச் சொல்லி கேட்டேன். சோலியப் போட்டு இராகவிக்கு இன்னும் குரு பலன் வரலன்னு சொன்னாரு. சரி பி.இ. படிச்சிட்டு வேலை கிடைச்சும் போகாம இருக்கறது நல்லாவா இருக்கும்னு தோணுச்சி. அதான் போகச் சொல்லிட்டன்"" என்றார்.

அப்படியும் இப்படியும் இரண்டு வருடங்கள் ஓடி விட்டன. இராகவியும் பொறுப்பாக வேலைக்குப் போய் வந்தாள்

சாதகமும் ஒரு பக்கம் பாக்க ஆரம்பிச்சதுல குருசாமிப்பாளையத்துல கம்யூட்டர் சென்டர் வைத்திருக்கிற குமரேசனின் நண்பர் இராமநாதனின் மகன் வெங்கடேசனின் சாதகம் பொருந்தி வந்தது.

குருசாமிப்பாளையமா என்று இராசம்மாளுக்கு முதலில் திகைப்பாக இருந்தது. "குருசாமிப்பாளையம் பட்டிக்காடாயிற்றே சென்னை, புனேனு பழகன புள்ளய பட்டிக்காட்டிலயா கட்டிக் குடுக்கறது"

குமரேசனுக்கும் தயக்கம்தான். இருந்தாலும் மாப்பிள்ளை பையனை ரொம்ப பிடிச்சிருச்சி. இராமநாதனின் மனைவியும் சொந்த தங்கச்சி போல காலம் பூரா பிள்ளை சந்தோசமா வாழணும்னா பட்டிக்காடு பட்டணம்னெல்லாம் பாக்கக் கூடாது என்று முடிவெடுத்தான்.

இராகவியை வரவழைத்தான். பெண்ணுக்கும் மாப்பிள்ளையைப் பிடிச்சிருக்குன்னு, தெரிஞ்சப்புறம் ஒரு மாதத்திற்குள் மளமளன்னு திருமணம் நடந்து விட்டது.

முருகேசனுக்கும் மன ஓரத்தில் நின்று பயம் எட்டிப் பார்த்துக் கொண்டுதான் இருந்தது.

இராசம்மாளிடம் கேட்கவும் தயக்கம். மறுவீடு முடிந்து இருமுறை வந்தாயிற்று. இராகவியின் முகத்தில் எதையும் கண்டுபிடிக்கமுடியவில்லை. மாப்பிள்ளை பிள்ளை ரொம்பச் சகசமாய்ப் பழகி வந்தான். அதே தெம்பை ஏற்படுத்தி தந்திருந்தது. எனினும், இராகவியின் உள் மனத்திற்கும் வெளி முகத்திற்குமான முரண்பாடு ஏதாவது இருக்கிறதா என்பதை அறிய மனம் தவியாய்த் தவித்தது. ஆனால் அதற்குள் இராகவி கிளம்பி விட்டாள். இந்த முறையும் கேட்க முடியவில்லை.

ஒருவாரம் கழித்து, அன்று இராசிபுரத்துக்காரி மீனாட்சி வந்திருந்தாள். முருகேசனின் பெரியப்பா பேத்தி இராசிபுரத்தில் கட்டிக் கொடுத்திருந்தார்கள். இராகவி கல்யாணத்தின்போது

அவளுடைய நாத்தனாருக்குத் திருமணம். அதனால் அவள் வர முடியாமல் போயிற்று. அதற்குப் பிறகு இப்போது தான் அவளுக்கு நேரம் கிடைத்திருக்கிறது. அவள் வந்தால் வீடு கலகலப்பாய் மாறி விடும். வாய் ஓயாமல் பேசிக் கொண்டிருப்பாள். மனதில் கள்ளமில்லாத பாசக்காரி.

இரண்டு நாளுக்கு முன்னால், குருசாமிபாளையம் போய், இராகவிக்குப் பட்டுப் புடவையும் மாப்பிள்ளை பையனுக்குப் பட்டு வேட்டி சட்டையும் கொடுக்கப் போவதாகச் சொல்லிக் கொண்டு இருந்தாள். இப்போது வந்திருந்தாள். அவள் கணவனும் அவளும் இராகவியை வாழ்த்திக் கொடுத்ததாகவும். இராகவியும் மாப்பிள்ளையும் அவர்கள் காலில் விழுந்து ஆசி பெற்றுக் கொண்டார்கள் என்றும் சொன்னாள். மாப்பிள்ளை வீட்டார் அவர்களை நன்றாக உபசரித்ததையும் பெருமையாகச் சொன்னார்கள். இராகவியை விட பதினைந்து வயது மூத்தவள். ஆனால் இராகவிக்கு இணையாக வாயாடுவாள்.

குருசாமிப்பாளையத்தில், அன்று இராகவிதான் மீனாட்சிக்கு விருந்து சமைத்திருக்கிறாள். "அட அட இராகவி சமைக்கறதைப் பாக்கணுமே. கண் கொள்ளா காட்சிதான். கல்யாணத்துக்குப் பின்னால தான புடவை கட்ட கத்துக்கிட்டா? கொஞ்சம் கூட கசங்காம , அதெ அப்படியே அள்ளி சொருவி, கோடாரிக் கொண்டைய போட்டுக்கிட்டு, அப்படியே இராசம்மாக்கா மாதிரியே மாறிப் போயிருந்தா. அவ வச்ச மோர்க்குழம்புக்கெல்லாம் யாரும் பக்கத்துலய வர முடியாது. வெண்டக்காய போட்டு வைச்சிருந்தா பாருங்க. மாப்பிள்ளை இரண்டு தடவை வாங்கிச் சாப்பிட்டாருன்னா பாரு. அவ மாப்பிள்ளைக்குப் பரிமாறுவதை பார்த்துக்கிட்டே இருக்கலாம்" என்றவளைக் குறிக்கிட்டு அவள் கணவன் "இரு மீனாட்சி. மோர்க்குழம்பைவிட அந்த இளநீர் பாயசம் இன்னும் அருமை. பாதாம்பாலை விட அம்புட்டு ருசி. நீ இளநீர் பாயசத்தைப் பத்தி கேள்வியாவது பட்டிருக்கியா" என்றான் நக்கலாக.

"நான்தான் நீங்க இரசத்தை டம்ளர்ல வாங்கிக் குடிச்சதைப் பார்த்தேனே"

"சரி சரி சாப்பிட்டுட்டு உங்க சண்டைய வச்சிக்கலாம் வாங்க" என்றாள் இராசம்மாள்.

அவர்கள் கடைக்குப் போனதைப் பற்றியும், அவர்களின் வீட்டுப் பெரிய முற்றம் பற்றியும், அவர்களின் மாமியார் பார்த்துக் பார்த்துக் கவனித்ததையும் பற்றிச் சொன்னாள். அவர்களை வாசல் வரை

வந்து அவர்களின் மாமனார் மரியாதையாக வழியனுப்பி வைத்தது பற்றியும், இன்னமும் அவர்கள், ஆட்டுரலில் அரைத்துத் தான் குழம்பு வைப்பதையும் சொன்னாள்.

இராகவியின் தங்கை சந்திரா மீனாட்சியைச் சாப்பிட்டவுடன் தாயம் விளையாட அழைத்தாள். சமையல் கட்டுக்கிடையிலிருந்த முற்றத்து திண்ணையில் அமர்ந்து தாயக் கட்டை விளையாடிக் கொண்டிருந்தார்கள். மீனாட்சியும், சந்திராவும் ஆட்டம் களை கட்டிக் கொண்டிருந்தது.

இராசம்மாளும் மீனாட்சியின் கணவனும் உள்ளுக்குள் ஊர் கதையை, அளந்து கொண்டிருந்தார்கள். முருகேசன் முற்றத்துத் திண்ணையில், தலையில் துண்டை சுருட்டி மேடாக்கி படுத்துக் கொண்டிருந்தான். இரவு கோழி அடிக்கணும், எந்த கோழியை அடிக்கலாம் என நினைத்துக் கொண்டிருந்தான்.

மீனாட்சி தான் தாயக்கட்டையோடு சேர்த்து சந்திராவையும் உருட்ட ஆரம்பித்திருந்தாள்.

"என்ன சந்திரா படிப்பெல்லாம் ஆரம்பிச்சாச்சா இன்னும் ரெண்டு மாசத்துல பரிச்சை வரப் போவுதே" என்றாள்.

"அது வருசா வருசம்தான் வருது" என்றாள் சலிப்பாக.

"அது வருதுதான் நீயும் இராகவி போல நல்லா படிச்சாதான புனே எல்லாம் போகலாம்?"

"என்ன பெரிய புனே? அப்புறம் குருசாமிப்பாளையமோ, குருவிபாளையமோ தானே?"

"அப்படியா சொல்றே அதுவும் சரிதான். ஆனா உங்கக்கா படிச்சது வீணாகலே அவ உங்க மாமாவோட கணினி மையத்துக்குப் போறா, ஒரு வருசம் கழிச்சி நீ போலாமில்ல, இப்பவே என்ன அவசரம்னு நான் கேட்டேன்? அதுக்கு அவ என்ன சொன்னா தெரியுமா? எங்க மாமியாரு நாலு மணிக்கே எழுந்து பரபரன்னு வேலைய ஆரம்பிச்சிடறாங்க. அவங்க சுறுசுறுப்புக்கு யாரும் ஈடு குடுக்க முடியாது. நான் ஆறு மணிக்குத்தான் சமையல் கட்டுக்கு வருவேன். அதுக்குள்ள பாதி சமையல் முடிச்சிருவாங்க. சட்னி மட்டும் ஆட்டச் சொல்வாங்க. ஏழு மணிக்கே சாப்பிட்டாயிரும். அப்புறம் என்ன வேலையிருக்குதுன்னு நானும் கிளம்பிடுவேன். அப்படிங்கறா"

"அதுசரி அங்க தண்ணிலாம் எப்படி கிணத்துத் தண்ணிதான் குடிக்கணுமாமே, ஒரே உப்பா இருக்கும்னு கேள்விப்பட்டேன்.

அங்க இருந்தவங்கலாம் நல்ல தண்ணிக்காக டவுனுப் பக்கம் குடி போறாங்கலாம். போர் போட்டுத்தான் தண்ணி எடுக்கறீங்களாமாம்.. நாம அவங்க வீட்டுக்கு விருந்துக்குப் போனப்ப கேன் தண்ணில வைச்சாங்க. அதனால அவங்க தண்ணி குடிக்க முடியல அவ எப்படி குடிக்கிறாளாம்"

மீனாட்சி சிறிது நேரம் ஒன்றும் பேசவில்லை இத நானும் கேட்டேன் அதுக்கு அவ, அக்கா, உங்க ஊரு தண்ணிக்கு எங்க ஊரு தண்ணி எவ்வளவோ மேல. சுத்தமான தண்ணி, சுத்தமான பால் மாதிரி கொஞ்சம் உப்பு தான் கலங்கலாத்தான் இருக்கும். ஆனால் உங்க ஊரு தண்ணி போல கெமிக்கல் போட்ட தண்ணியில்ல எங்க ஊரு தண்ணிக்கு மிஞ்சின தண்ணி எங்கயுமில்ல, பாத்துக்க அப்படிங்கறாளே என்றாள்.

கேட்டுக் கொண்டிருந்த முருகேசனுக்கு, உச்சி குளிர்ந்து போனது.

ம(னி)த விலங்கு

சேலம் துரைப்பாண்டியன்

வெயிலின் கோரப் பிடியிலிருந்து பூமி விடுபட்டிருந்த மாலை நேரம். ஊர் மக்கள் சுடுகாட்டில் கூடியிருந்தனர். சக்கரை தேவர் சோகமாக உட்கார்ந்திருந்தார். மின்சாரக் கம்பியில் தூக்கு போட்ட காகத்திற்காக அதன் இனங்கள் சோக கானம் கரைந்து கொண்டிருந்தன. கூடியிருந்தவர்கள் அதன் ஒற்றுமையை பார்த்து வியந்தனர். பேசத் தெரியாத ஜீவனுக்குள்ள ஒற்றுமை இரக்க உணர்வு சிரித்துப் பேசும் மனிதனுக்கேனில்லை ? அவைகளுக்குள், இன, மொழி, மதச் சண்டை ஏற்பட்டதுண்டா ? மனிதன் மட்டும் ஏன் இந்த மூன்றுக்கும் அடிமையாகின்றான் ?

ஈமச் சடங்கு முடிந்தது. கந்தசாமி பிள்ளை யாரையோ எதிர்பார்த்துக் கொண்டிருந்தார். இமாம் ராவுத்தர் கைகளை உயர்த்தி, 'அல்லாஹு அக்பர் - இவர்கள் செய்த தவறுகளை மன்னித்து இருவரையும் சொர்க்கத்திற்கு அனுப்பி வையுங்கள். அடுத்த பிறவியிலாவது இருவரையும் சேர்ந்து வாழ விடுங்கள்' என்று தொழுகை செய்து முடித்ததும் போலீஸ் ஜீப் வந்து நின்றது.

அனைவருக்கும் குழப்பம். அடுத்து என்ன நடக்குமோவென எதிர்பார்ப்பு. சக்கரை தேவருக்கு கை விலங்கு போட போலீசார் வந்தனர்.

“ஐயா, கொஞ்சம் பொறுங்க!" தேவர் இமாம் ராவுத்தர் கைகளை பற்றி கண்ணில் ஒற்றி, "ராவுத்தரே, என்னெ மன்னுச்சிருங்க !" என்றதும் அவரைக் கட்டிப் பிடித்தார். பிடித்தபிடி விடவேயில்லை. தேவருக்கு விலங்கு போட முடியாமல் போலீசார் திகைத்து நின்றனர்.

பிரசித்தி பெற்ற வீர காளியம்மன் கோயில் திருவிழா என்றால், துலுக்கன் குளம் கிராம மக்களுக்கு தேவர் என்ன சொல்கிறாரோ, அது, அவர்களுக்கு வேதவாக்கு! எந்த பிரச்சனையாக இருந்தாலும் நியாயத்தோடு பேசுவார். அவர் கோயில் தர்மகர்த்தா பொறுப்பேற்ற பிறகு தான் இருபது வருஷமாக நிர்வாகமும் திருவிழாவும் சிறப்புடன் நடப்பதாக ஊர் மக்கள் நம்புகின்றனர். யாரையும் கடிந்து பேச

மாட்டார். தர்ம சிந்தனையுள்ளவர். திருநீரும் குங்குமமுமாய் காட்சி தரும் தேவர் மதத்தின்மீது மிகுந்த நம்பிக்கையுடையவர்.

நன்செய் புன்செய் நூறு ஏக்கருக்கு மேல் தேறும். தேவர் தாத்தா சீனிசாமி தேவர் பர்மாவில் சம்பாதித்த சொத்துகளை அழிக்காமல் மேலும் சம்பாதித்தார். வங்கியில் பல லட்சம் சேமிப்பு. ஊரின் ஒதுக்கு புறத்தில் அரண்மனை போல வீடு. பால் பண்ணை . வேலையாட்கள். ஜமீன்தார் போல வசதி வாய்ப்புகள்!

தேவர் மனைவி காளியம்மாள் இறந்து பத்து வருஷமாகிறது. வீர காளியம்மன் தான் தனக்கு துணையென்று நினைத்து மறுமணம் செய்து கொள்ளவில்லை. ஒரே மகன் செல்வேந்திரனை பட்டதாரியாக்கினார். சொத்துகளை அவன் பொறுப்பில் விட்டு விட்டு கோயில் குளம் என்றானார். மகனுக்கு பல பெரிய எடத்து சம்மந்தம் வந்தும் கொடுப்பினை இல்லை. மகன் ஜாதகம் திருமணத்திற்கு தடை. எத்தனையோ கோயில்களுக்கெல்லாம் வேண்டுதலை வைத்தார். வைத்தும் ஒவ்வொரு வெள்ளிக்கிழமையும் அம்மனுக்கு பூஜை செய்து, மஞ்சள் குங்குமத்தை பசு மாடுகளுக்கு பூசுவது வழக்கம். அன்று தேவர் வந்தார். தலையீத்து பசுமாடு ஈன முடியாமல் துடித்துக் கொண்டிருக்க, சோலை கோனார் அருகிலிருந்தார்.

"என்ன கோனாரய்யா, ஈன்றுமா?"

"ராத்திரி பன்னண்டு மணியிலிருந்து இப்படித் தானிருக்கு!".

"நா, வேற ஜோலியா வந்தேன். என் சந்தேகம் தீந்துச்சி. இப்ப மனசு சரியில்ல!" என்றார் கோனார்.

"என்ன சந்தேகம்? ஏம் மனசு சரியில்ல?" தேவர் கேட்டார்.

"இன்னிக்கி ராத்திரி பதினோரு மணிக்கு மேல வாங்க!"

சோலை கோனார் சொன்னது போல தேவர் வந்தார். மாட்டுத் தொழுவத்திலிருந்து முப்பதடி தூரத்தில் செல்வேந்திரன் பால் கணக்கு பார்க்க ஓய்வெடுக்க வீடு இருந்தது. மங்கலான வெளிச்சம். ஜன்னல் மூடியிருக்க மகனோடு பெண் பேசும் குரல் தேவர் காதில் விழுந்தது. யாரென்று அறிய ஆவலானார். சாவி துவாரத்தின் வழியாக பார்த்தார். சல்மா மடியில் செல்வேந்திரன் தலை வைத்து படுத்திருந்தான்.

"இதோ பாருங்க செல்வா, உங்கள நம்பித்தான் என்னையே நான் ஒப்படச்சிருக்கேன். இப்ப நான் ரெண்டு மாசம். என் வாழ்க்கை அனார்கலி கதையா போயிடுமோனு பயமாயிருக்கு!" சல்மா.

"சல்மா, ஒண்ணும் கவலைப்படாதே! விடிஞ்சதும் அப்பா கிட்ட ஜாட மாடையா சொல்றேன்! நாளை ராத்திரி வா! நம்ம வாழ்க்கைய நாமளே முடிவு செய்வோம்!" செல்வேந்திரன் சொல்ல, தேவர் தூண்டில் மீனானார்.

அவர் ஆசைக் கனவுகள் செப்டம்பர் 11 கட்டிடமாய் தகர்ந்தது. சத்தம் போட வாய் திறந்தார். கோனார் அவர் வாயை பொத்தி வெளியே அழைத்துச் சென்றார்.

"யோவ் கோனாரே! இதென்னய்யா கேவலமாயிருக்கு! எம் மானம் மரியாத போயிருமேய்யா! ஊரு ஒலகத்துல எத்தனையோ பொண்ணுங்க இருக்க, இவளப் போயி புடிச்சிருக்கானே! நாம என்ன மதம்? அவுங்க என்ன மதம்?" அங்கலாய்த்தார் தேவர்.

"தேவரே! மதம் பெருசில்ல, மனுசந்தான் பெருசுனு, அன்னக்கி எம்மகள், கிருஸ்தவ மதப் பையன விரும்ப, நீங்க தான கல்யாணம் செஞ்சி வைச்சிங்க! அவுக என்ன செத்தா போயிட்டாங்க! இந்தாரும்யா, வெசயம் வேற மாறி போயிடாம, அன்னிக்கி ஓம் பேச்ச கேட்டேன். இன்னிக்கி எம் பேச்ச கேளும்! ஒரே புள்ள, நல்லா யோசனை செய்யும்!"

ஐ.நா.விற்கு அடங்க மறுத்த அமெரிக்காவின் மீது பொருளாதார தடை விதித்து, தலை நிமிர்ந்து நின்ற ஜப்பானைப் போல தேவர் பெருமூச்சு விட்டார். பின் வாங்காத ஈராக்கியர்களைப் போல, தேவர் தன்மானம் இழக்கத் தயாராகயில்லை.

மாலை நேரத்தில் வெளியே செல்ல தயாரானான் செல்வேந்திரன்.

'செல்வா, நாள மறுநாள் ஆடி அமாவாசை! நேரமும் நல்லாயிருக்கு! உனக்காக நம்ம வீர காளியம்மனுக்கு வைர மூக்குத்தி போடுறதா வேண்டியிருக்கேன்! மூக்குத்தி தயார்னு போன் வந்திருக்கு! நீ இப்பவே திருச்சி புறப்படு!" என்றார் அய்யா.

"அப்பா, இன்னிக்கே போகணுமா? நாள போறனே!" என்றான்.

"இன்னிக்கு போனாத்தாம்ப்பா நாள வர முடியும்!" என்று தேவர் மகனை வற்புறுத்தினார்.

சல்மாவிடம் சொல்ல முடியாமல் குழப்பத்தை சுமந்து கொண்டு செல்வேந்திரன் திருச்சி புறப்பட்டான்.

நோயாளி இமாம் ராவுத்தர் தாழ்வாரத்தில் தூங்கிக் கொண்டிருந்தார். தெரு மின் விளக்குகள் கண்ணொளியிழந்து கிடந்தன. நாலு தெரு கடந்து மாட்டுத் தொழுவம் வந்தாள் சல்மா.

மங்கலான சிமினி விளக்கு வெளிச்சம். கட்டிலருகே நின்றாள்.

"செல்வா, செல்வா !" என மெல்லிய குரலில் அழைத்தாள். பதிலில்லை. காலை தொட்டு தட்டியெழுப்பினாள். போர்வையை விலக்கி எழுந்து உட்கார்ந்த உருவத்தைப் பார்த்து பேயறைந்தவளானாள். தப்பியோட முயற்சி செய்ய, அவள் சேலையைப் பிடித்திழுத்து, "எங்கடி ஓடப் பாக்குற! எம் மகன கூட்டிக்கிட்டு ஓடிப் போகலாம்னா திட்டம் போடுற! பணக்கார புருஷன் ஒனக்கு வேணுமாக்கும்! ஆளு அழகாத்தான் இருக்க, ஊர்ல எத்தன பயக இருக்கான்! என்ன சாதி, என்ன மதம்? ஊர விட்டு வந்தமா, ஒழுங்கா டீச்சர் வேலை பார்த்தமானு இல்லாம காதலாம் கல்யாணமாம்! வயித்துல வளருதோ? ஒன்ன உயிரோட விட்டாத்தாண்டி! மானங் கெட்ட நாயே !" என்றவர் சல்மா வயிற்றில் எட்டி மிதித்தார்.

தரையில் விழுந்த சல்மா வயிற்றை அழுத்திப் பிடித்தாள். மறைத்து வைத்திருந்த கத்தியினால் சல்மாவின் வயிற்றை கிழித்தார்.

காலை நேரம். ஊர் பொதுக் கிணற்றில் சல்மா இறந்து கிடந்தாள். தண்ணீர் எடுக்கச் சென்றவர்கள் வெளியே தூக்கிப் போட்டிருந்தனர்.

இமாம் ராவுத்தர் புலம்பிக் கொண்டிருக்க, தேவர் பதறி அடித்துக் கொண்டு ஓடி வந்தார்.

'தேவரைய்யா, என் மகள யாரோ குத்திக் கொன்னுட்டாங்கைய்யா!"

அணைத்தவாறு, "சரி, ராவுத்தரே, நடந்தது நடந்து போச்சி! இனிமே நடக்க வேண்டியதப் பாருங்க! போலீசுக்கெல்லாம் போக வேணாம்! சட்டுப் புட்டுனு ஜோலிய முடிக்கப் பாருங்க! காரியம் முடிஞ்சதும் யாருனு வெசாரிப்போம் !"

இமாம் ராவுத்தர் கையில் இரண்டாயிரத்தை திணித்தார். கூடியிருந்தவர்கள் தேவர் பெருந்தன்மையை பார்த்து வியந்தனர்.

செல்வேந்திரன் ஊர் திரும்பினான். தேவர் வீட்டில் இல்லை. மாட்டுத் தொழுவத்திற்கு வந்தான். தான் தங்கியிருக்கும் கூட்டுத் தரையில் மல்லிகை மலர் சிவப்பு மலர்களாகக் கிடந்தன. ஏதோ விபரீதம் நடந்திருப்பதாக உணர்ந்தான். அப்போது தேவர் வந்தார்.

"வந்துட்டீயாப்பா! எங்க வைர மூக்குத்தி? நாளை அம்மனுக்கு போட்டு ஆசை தீர அழகு பார்க்கணும் என்ற அவன் பேசவில்லை. விசயம் தெரிஞ்சிருக்குமோ? மகன் மௌனம், தேவருக்கு மனக் கலக்கத்தை ஏற்படுத்தியது.

"மொதலாளி, நாலு மணி வாக்ல எடுக்குறாங்களாம் ! சொல்லச் சொன்னாங்க!" என்றான் தோட்டி கருப்பன்.

"என்ன எடுக்குறாங்களாம் !" செல்வேந்திரன் கேட்டான்.

"சின்ன மொதலாளி ஒங்களுக்கு தெரியாதுங்களா? நம்ம சல்மா டீச்சர யாரோ குத்தி கொன்னுட்டாங்க!" என்றான்.

பூத்து மணம் வீசிய செல்வேந்திரனின் பொன் மாலைக் கனவுகள் பூகம்பத்தில் புதையுண்டு போனது. சல்மாவின் சவப் பெட்டியை சுமந்து கொண்டு தேவரும் நடந்தார். குழி வெட்டச் சென்றிருந்த குப்பன் பதறியடித்துக் கொண்டு ஓடி வந்தான்.

"என்னடா, பேயறைஞ்சவனாட்டம் ஓடியாறே!" தேவர்.

“ஐயோ மொதலாளி, நம்ம சின்ன மொதலாளி சுடுகாட்டு வேப்ப மரத்துல நாண்டுக் கிட்டாருங்க!" என்று அவன் சொன்னதும், சவப் பெட்டியை வேறொருவரிடம் மாற்றி விட்டு ஓடினார். சோலை கோனாரும் மற்றவர்களும் ஓடினார்கள். மகனை தரையில் கிடத்தி தேவர் அழுது புலம்பினார். கந்தசாமி பிள்ளையும் கூடவே இருந்தார். சல்மா சாவிற்கும், செல்வேந்திரன் சாவிற்கும் என்ன சம்பந்தம்? செல்வேந்திரன் ஏன் நாண்டு கொண்டான் ? எவருக்கும் எதுவும் புரியவில்லை . போலீஸார் வருவதற்குள் இருவரையும் ஈமச் சடங்கு முடித்தனர். கந்தசாமி பிள்ளை எதிர்பாத்திருந்த போலீஸார் வந்தனர்.

“இங்க யாருங்க கந்தசாமி பிள்ளை?"

"ஐயா, நாந் தாங்க!"

“சல்மா டீச்சர யாரு கொலை செஞ்சானு தெரியுமா?"

"ஐயா, எனக்கு எல்லாந் தெரியும்க!"

கந்தசாமி பிள்ளையை முந்திக் கொண்டு, தான் பார்த்தது, தேவரோடு பேசியது, எல்லாவற்றையும் ஒன்று விடாமல் சோலைக் கோனார் சொன்னார்.

"அடப்பாவி மனுசா, மதம் மதம்னு ரெண்டு உசுர கொன்னுட்டீங்களே !" ஜனங்கள் திட்டினார்கள்.

"யோவ், சக்கரை தேவரே! இருபது வருஷத்துக்கு முந்தி நா கோயில் தர்மகர்த்தாவா இருந்தப்ப ஏதோ பொய் கணக்கு எழுதிட்டேன். நீர் வந்ததும் என்ன போலீஸ்ல மாட்டி விட்டுட்ட! என்ன விலங்கு போட்டு கூட்டிட்டுப் போறப்போ எம் பொஞ்சாதி புள்ளங்கெல்லாம் அழுதாங்க! ஆனா நீ அனாதை! அப்பவே

சொன்னேன். ஓங்கையிலயும் விலங்கு மாட்டாம விட மாட்டேன்னு! இப்ப பாத்தீயா?" என்றார் கந்தசாமி பிள்ளை .

தேவரை கைது செய்ய போலீஸார் அருகில் சென்றனர்.

"ஐயா, கொஞ்சம் பொறுங்க! நா ஊருக்கும் கோயிலுக்கும் எவ்வளவோ செஞ்சேன்! சாதி வேத்துமப் பார்க்கல. ஆனா, மதம் எங்கண்ண மறைச்சி எம் மனசை கெடுத்துருச்சி! என்ன மிருகமாக்கியிடுச்சி! மத வெறியில சல்மாவ நான்தான் குத்தி கொன்னேன்! எம் மகனும் போயிட்டான்! மத விலங்குக்கு அடிமையான நான் மனித விலங்கு! யோவ், கந்தசாமி பிள்ளை , மதம் எம் மனசுக்குத் தான்யா விலங்கு போட்டுச்சி! எங்கையில விலங்கு போட முடியாதுய்யா!" என்ற தேவர் இமாம் ராவுத்தர் கையைப் பிடித்து தன் கண்ணில் ஒற்றி,

"ராவுத்தரே! என்ன மன்னிச்சிருங்க!" என்றதும், அவரைக் கட்டிப் பிடித்தார். பிடித்தபிடி விடவே இல்லை.

சக்கரை தேவர் கையில் விலங்கு மாட்ட முடியாமல் போலீஸார் திகைத்து நின்றனர். தேவர் உயிர் போயிருந்தது!

ஃப்ரண்ட்

தாரை.செ.ஆசைத்தம்பி

அதிகாலை விடிந்தும் விடியாத அந்த லேசான வெளிச்சத்தில் வாசலைக் கூட்டி சுத்தம் செய்து நீரைத் தெளித்து தாமரைக் கோலம் போட்டு விட்டு வாசற்படி மீது ஏறி நின்று கோலம் அழகாக இருக்கிறதா என்று திரும்பிப் பார்த்த சுவர்ணாவின் முகம் தாமரை போலானது!

உள்ளே வந்தவள். "நாளை ஞாயிற்றுக்கிழமை காலையில் காபி குடித்ததும் வீட்டை ஒட்டடை அடித்து விடுங்கள்' என்று சொன்னதை மறந்து இழுத்துப் போர்த்து தூங்கிக் கொண்டிருந்த ஆனந்தனைப் பார்த்துக் களுக்கென சிரித்துக் கொண்டாள்.

ஞாயிறு என்றாலே கொஞ்சம் சோம்பல் சூழ்ந்து விடும் என்பது இயற்கைதானே. அதுவும் ஆனந்தன் அந்த சோம்பலில் கொஞ்சம் அதிகமாகவே ஆர்வமாக இருப்பான்! காபி பெட்டுக்கே வந்து விட வேண்டும். டிபனுக்கு பின்தான் குளியல்! அப்புறம் கொஞ்சம் தூக்கம். அவன் அகராதியில் கொஞ்சம் தூக்கம் என்பது காலை 10.10 இலிருந்து மதியம் 1.30 வரை. அதற்குப் பிறகு மதியம் சாப்பிட்டுக் கொண்டே டிவியை தஞ்சமடைந்து விட்டால், மாலை ஆறு மணி வரை ரிமோட் பட்டன் தேயும் வரை எல்லாச் சேனல்களும் நாட்டியமாடிக் கொண்டேயிருக்கும். அதன் பின்பு புறப்பட்டு விட்டானென்றால் ராத்திரி படுக்கும் வரை நண்பர்களோடு அரட்டை கச்சேரிதான். எது மாறினாலும் ஞாயிறு டைம்டேபிளை மட்டும் இதுவரை அவன் மாற்றியதில்லை

காபியுடன் சுவர்னா படுக்கையருகே வந்தவள், “என்னங்க” என்றாள். அவனிடம் எந்த அசைவும் இல்லை. அடுத்து, என்ன என்று அவன் தோளைத் தொட்டு கூப்பிட்டாள். அப்பவும் அசைவில்லை. கடைசியாக போர்வையை வெடுக்கென இழுத்தபடி "ஏ' என்றாள்.

மிரட்சியோடு எழுந்து உட்கார்ந்தவன், சுவர்ணாவைப் பார்த்து புன்னகைத்து கொட்டாவி விட்ட படி "குட்மார்னிங் டியர்” என்றான். அவன் முன்னே காபியை நீட்டினாள்.

"என்ன சுவர்ணா காபியா'' என்றவன் மறுபடியும் ஒரு கொட்டாவியை விட்டான்.

"ஆமாங்க காபியேதான்! ஒட்டடை அடிக்கிறதுக்கு முன்னாடி இதக் குடிச்சிடுங்க." என்றாள்.

"ஒட்டடை!" முகத்தில் கேள்விக்குறியையும், ஆச்சரியக் குறியையும் மிக்ஸ் செய்தபடி வாங்கிக் கொண்டான்.

'ஆமா ஒட்டடையேதான். இன்னைக்கு உங்கள ஒட்டடை அடிக்கச் சொன்னது ஞாபகம் இல்லாத மாதிரி இழுத்து போர்த்தி தூங்கினா நான் விட்டுடுவேனா! குடிச்சிட்டு சீக்கிரம் வாங்க" என்றவளைப் பரிதாபமாகப் பார்த்தான்.

என்ன சுவர்ணா, இன்னைக்கு ஞாயித்துக்கிழமை தானே! எட்டுமணி வரைக்கும் தூங்க விட்டிருக்கலாம்ல? சாயங்காலம் வரைக்கும் எவ்வளவு நேரமிருக்கு?

காபியை குடித்துவிட்டு மறுபடியும் அவன் படுக்க எத்தனித்த போது,

"படுங்க... நல்லா நிமிர்ந்து படுங்க, ஒரே ஒரு குடம் குளிர்ந்த நீரை கொண்டுவந்து அய்யாவுக்கு அபிஷேகம் பண்ணிடறேன்" என்றவுடன் சட்டென படுக்கையை விட்டு எழுந்தான்.

"வேண்டாம்மா உனக்கு - அந்த கஷ்டமே வேண்டாம். எனக்கு சுறுசுறுப்பு வந்திடுச்சி! ஒட்டடைக்குச்சி எங்கே? துண்டு எங்கே? ஒட்டடை எங்கே!" என்றபடி பாத்ரூம் நோக்கி ஓடினான்.

"சற்று நேரத்தில் துண்டு தலைப்பாகையாக மாறியிருக்க கைலியை மடித்துக் கட்டிக் கொண்டு 'பொன் மகள் வந்தாள்.... ஒட்டடை அடிக்க சொன்னாள்' என்று பாடியபடி வேலையைத் தொடங்க, சுவர்ணா சிரித்தபடி சமையலறைக்குள் போனாள்.

"நீங்கள் அத்தனை பேரும் உத்தமர்தானா சொல்லுங்கள்..." செல்போன் ரிங்கியது.

ஒட்டடை அடிப்பதை தற்காலிகமாக நிறுத்திவிட்டு செல்லை உயிர்ப்பித்து காதில் வைத்து "ஹலோ" என்றான்.

"ஹலோ பிரபா.... ஏய் பிரபா...என்னடி போனே பண்ண மாட்டேங்கிறே?"

ஓர் இளம்பெண்ணின் கொஞ்சல் குரல் கேட்டது. "பிரபா! எந்த பிரபா?" என்றான் ஆனந்தன்.

"சார் இது என் ஃபிரண்ட் பிரபா போன் நம்பர்?"

"நீங்க யாரு இந்த போன் எப்படி உங்க கையில!" எதிர்முனை பெண்ணின் சுருதி குறைந்தது.

"என்னம்மா இது ... என் செல்லுக்கு நீ கால் பண்ணிட்டு பிரபாவா நீங்க யாருன்னு கேள்வி எழுப்பினா, உடனே என்பேர் ஆனந்தன்னு சொல்லிடுவேனா!" என்று புத்திசாலித்தனமாகக் கேட்டான்.

'ஓ... ஸாரி ஆனந்தன் சார்... என் ஃபிரண்ட் பிரபா நம்பருக்குப் போட்டேன்! அது எப்படி உங்களுக்கு மாறி வந்திச்சுன்னு புரியல? சார் இது 9942313443 தானே?"

"இல்லியேம்மா இது 9942323442ம்மா!"

"ப்ளீஸ்.. ப்ளீ ஸ்...சாரி... சாரி... சார்...."

"அதென்ன சார் மட்டும் ஒருதரம்? அதையும் ரெண்டு தடவை சொல்லிடும்மா!"

"தெரியாம 3க்குப்பதிலா 2-ஐ தட்டிட்டேன் போலருக்கு சார்? அதான் இடம் மாறி உங்க போனுக்கு வந்திடுச்சி. மறுபடியும் ஸாரி கேட்டுக்கிறேன் சார்" குரலில் பணிவு தெரிந்தது.

"ஸாரியை நிறைய ஸ்டாக் வச்சிருப்பே போலருக்கு! விடும்மா... இனியாவது பதட்டப்படாம பொறுமையா பட்டனைப் பாத்து நம்பரை சரியா தட்டி, எதிர்முனையில பேசறது யார்ன்னு தெரிஞ்சிக்கிட்டு... அது சாரா மேடமான்னு புரிஞ்சிக்கிட்டு ... பேசும்மா!சரியா"

"கண்டிப்பா சார். உண்மையிலே நான் ஒரு வக்கி பொண்ணு சார்."

கையிலே வைத்திருந்த ஒட்டடைக்கொம்பை சுவரில் சாய்த்து வைத்துவிட்டு புரியாமல்... என்னம்மா சொல்றே என்றான்.

"ஆமாங்க சார், ஏதாவது தப்பான நம்பருக்கு கால் பண்ணிட்டா, எதிர்முனையில் இருக்கிறவங்க கோபமா பேசிடுவாங்கன்னு கேள்விப்பட்டிருக்கேன்? ஆனா நீங்க நாகரீகமா நாசூக்கா... கண்டிக்கிற மாதிரி கண்டிச்சி, அறிவுரை சொல்ற மாதிரியும் சொல்லி நீங்க ஒரு ஜென்டில்மேன்னு நிரூபிச்சிட்டீங்க! அதனால உங்ககிட்ட நான் ஒரு விண்ணப்பம் போடலாம்னு நினைக்கிறேன். இடது காதில் வைத்திருந்த போனை வலது காதுக்கு மாற்றினான்."
"விண்ணப்பமா என்ன விண்ணப்பம்.?"

"ஏன் நீங்களும் நானும் ஃப்ரண்ட்டா இருக்க கூடாது?"

"அடப்போம்மா... நீ வேற? எனக்கு 52 வயசாகுது! ஒரு பெண்டாட்டி வேற கட்டியிருக்கேன்! ரெண்டு பொம்பள புள்ளைங்க காலேஜ் போயிட்டிருக்காங்க! இந்த வயகல லேடி ஃப்ரண்ட்.. டூ மச்சா தெரியல!" சிரித்துக் கொண்டான்.

எதிர்முனைப் பெண் விடுவதாக தெரியவில்லை. "சார் பிரண்ட்ஷிப்புக்கு வயசு தேவையில்லை. நல்ல மனசு இருந்தா போதும்! உங்ககிட்ட பேசின இந்த ரெண்டு நிமிஷத்தல, என் மனசுக்குள்ளே ஒரு சின்ன நிம்மதி! ரிலாக்ஸா இருக்கு. மை நேம் இஸ் காயத்ரி. எனக்கு 23 வயசுதான் ஆகுது. அதுக்காக ஃப்ரண்ட்டா இருக்க முடியாதுன்னு ஏன் நினைக்கிறீங்க?"

"இல்லேம்மா... நான் என்ன சொல்ல வரேன்னா.. வார்த்தையை இழுத்தான்.

"சார் உங்க மேல உங்களுக்கு நம்பிக்கை இல்லையா?"

"வாட்... என்ன சொன்னே? ஏகப்பட்ட பத்தினி விரதர்கள் இருக்கிற இந்த நாட்டிலே... என் மனைவி சுவர்ணாவுக்காகவே வாழற ஏகபத்தினி விரதன் நான்! எனக்கு எல்லாமே என் மனைவி சுவர்ணாதான்!

"அக்கா பக்கத்துல இருக்காங்களா?' "இல்லே... ஆனா வந்துக்கிட்டிருக்கா?" அவன் பக்கத்தில் வந்து நின்ற சுவர்ணா 'யாரு போன்ல?' என்பது போல பெரு விரலை தூக்கிக்காட்டி கேட்டாள்,

"ஃப்ரண்ட்" என்றான் செல்லின் வாயை மூடியபடி.

"ஃப்ரண்ட்டா?" சுவர்ணா முகத்தில் கேள்விக்குறியோடு பார்த்தாள்.

"ஆமா சாதாரண ஃபிரண்டில்லே.... கேர்ள் ஃபிரண்ட்"

"என்ன?" சுவர்ணாவின் பார்வையில் திடுக்கிடல் தெரிந்தது.

"நீயே பேசிப்பாரேன்" போனை அவளிடம் கொடுத்தான்.

வாங்கி காதுக்கு கொடுத்தாள்.

"ஹலோ' "ஹலோ...'

"அக்கா நான் காயத்ரி".

"தெரியாமல் ராங் கால் பண்ணிட்ட காயத்ரி உனக்கு என்னம்மா வேணும்?"

"உங்க புருஷன்"

"என்ன!" சுவர்ணா அதிர...

"அய்யோ அக்கா முழுசா கேட்காம அதிர்ச்சியடையாதீங்க? என் ஃபிரண்டுக்கு போட்ட கால் உங்க வீட்டு போனுக்கு தப்பா வந்திடுச்சி? உங்க கணவர் எனக்கு சொன்ன அறிவுரை அவர் மேல் ஒரு மதிப்பை உண்டாக்கிடுச்சி! அதனாலதான் அவரை எனக்கு ஃபிரண்டா இருக்க சொல்லி ஒரு அப்ளிகேஷன் போட்டேன். அவர் என்னடான்னா என் அன்பு மனைவியைக் கேட்காம எந்த ஒரு காரியத்தையும் நான் பண்ண மாட்டேன்னு சொல்லிட்டாரு ப்ளீஸ்,.. ப்ளீஸ்க்கா... அவரை எனக்கு ஃபிரண்டா இருக்கச் சொல்லுங்கக்கா தப்பா ஒரு வார்த்தை கூட பேச மாட்டேன். குறிப்பா உங்களுக்குஅ போட்டியா வந்திடமாட்டேன்! ப்ளீஸ்க்கா... உங்க கணவரை நீங்க நம்பமாட்டீங்களா? என்னை உங்க மகளா நினைக்கமாட்டீங்களா?

குழந்தைத்தனமாக அந்த பெண் பேசியது சுவர்ணாவை நெகிழ வைத்தது.

"இங்க பாரு காயத்ரி, என் கணவரை பத்தி எனக்கு நல்லா தெரியும். அவரை நான் எப்போதும் சந்தேகப்பட்டதுமில்லே. சந்தேகப்படற மாதிரி அவர் நடத்துக்கிட்டதுமில்லே! நீ தாராளமா அவரை ஃபிரண்ட்டாக்கிக்கோ. போன் பண்ணி பேசிக்கோ. இந்த அக்காகிட்டேயும் அப்பப்போ பேசிக்கோ" என்றாள் உள்ளன்போடு.

"ரொம்ப தேங்க்ஸ் அக்கா! போனை ஃபிரண்டுக் கிட்ட கொடுங்க". ஆனந்தனிடம் கொடுத்தாள். பிரண்ட் அக்கா கிட்டே அனுமதி வாங்கிட்டேன்! இனிமே தினமும் உங்ககிட்டே போன் பண்ணி பேசுவேன். நான் காயத்ரி, நீங்க ஃபிரண்ட் நீங்க எங்கே இருக்கீங்க, நான் எங்கே இருக்கிறேன், நீங்க என்ன பண்றீங்க நான் என்ன பண்றேன்... இந்த ஆராய்ச்சியெல்லாம் பண்ணாம ஒன்லி ஃபிரண்ட்டாயிருப்போம்! ஓகே ஃபிரண்ட்.... மீண்டும் நாளை போன் தாக்குதலுக்கு தயாராகும் வரை, உங்களிடமிருந்து விடைபெறுவது காயத்ரி" அவள் குரலில் மகிழ்வு தெரிந்தபோது போன் கட்டானது.

போனை அணைத்துவிட்டு சுவர்ணாவைப் பார்த்தான்.

"என்னங்க அந்த பொண்ணு பேசறத பாத்தா தப்பாவும் தெரியல! பொண்ணுங்கிறதால பயமாவும் இருக்கு."

"யார் மேல? என் மேலேயா?" கேட்டுவிட்டு குறும்பாக அவளைப் பார்த்தான்.

“சே..சே.... என் புருஷன் உத்தம புருஷன் என் புருஷன் எனக்கு மட்டும் தான் புருஷன் எனக்கு அரசன்.”

“சுவர்ணா நீ இந்த ஒட்டடையை விட ரொம்பப்படுத்தற“ அவன் கையிலெடுத்த ஒட்டடைக்கொம்பை பயன்படுத்த தொடங்க, சிரித்துக் கொண்டே மீண்டும் சமையலறைக்குள் சென்றாள்.

அந்த சம்பவத்திற்குப் பிறகு காயத்ரி அடிக்கடி போனில் பேச ஆரம்பித்தாள். கள்ளம் கபடம் இல்லாத அவள் பேச்சு ஆனந்தனை மட்டுமல்ல, கவர்ணாவையும் கவர்ந்து விட்டது. சினிமா முதல் பொதுத் தேர்தல் வரை தான் தெரிந்து கொண்டவற்றை இவர்களோடு பகிர்ந்து கொள்ளும்போது, அவள் அளிக்கும் விளக்கத்தைக் கேட்டு ஆச்சரியபட்டுப் போயினர். அவள் சொல்லும் புதுப்புது விளக்கங்களை கேட்பதற்காக ஆனந்தனிடமிருந்து போனைப்பிடுங்கி சுவர்ணாவும் பேசத் தவறுவதில்லை.

மூன்று மாதங்கள் முழுமையாக ஓடி விட்ட நிலையில் காயத்ரியிடமிருந்து போன் கால் வருவது நின்று விட்டது. ஒரு வாரம் பொறுத்துப் பார்த்து ஆனந்தனே போன் செய்த போது ‘ஸ்விட்ச் ஆப்’ என்றது.

“இந்த பொண்ணுக்கு என்னாச்சி சுவர்ணா! திடீர்ன்னு பேசறத நிறுத்திட்டா?”

“மூணு மாசமா அவகிட்டே பேசிப் பேசி இப்போ அவ பேசாதது கஷ்டமா இருக்குங்க? ஏன்தான் இந்தப் பொண்ணு இப்படி பண்ணுதோ!”

வருத்தமான சுவர்ணாவின் முகம் ஆனந்தனை என்னமோ செய்தது.

அன்று மாலையே அதற்கு முற்றுப்புள்ளி வைப்பது போல காயத்ரியின் அழைப்பு வந்தது. அவசரமாக ஆனந்தன் எடுத்தான். “ஏய் கழுதை... ஒரு வாரமா செல்லை ஆப்ல வச்சிட்டு எங்கே போயிருந்தே.? உரிமையுடன் கோபித்தான்.

“ஸாரி ஃபிரண்ட் முதல்ல நீங்களும் அக்காவும் என்னை மன்னிக்கணும். நான் எக்ஸாமுக்கு படிக்க தடையாயிருக்க கூடாதுன்னு அப்பாதான் என் செல்லை ஆப் பண்ணி பீரோவுல வச்சிப்புட்டிட்டாரு” என்றாள்.

“என்ன எக்ஸாமா?”

“எஸ்... நான் பி.லிட் பண்றேன்”

“பி.லிட் பண்றியா சொல்லவேயில்லா ‘தமிழ்மேதை’ - ஆன பின்னாடி, தூய தமிழ்ல பேசி அறுக்கும்போது தெரிஞ்சிடப் போவுதுன்னு சஸ்பென்ஸா வச்சிருந்தேன். நான் ஒரு வாரமா பேசாததால ரொம்ப கலங்கிட்டீங்களோ”

"கலக்கமா எனக்கா நோ... நோ... இந்த ஆனந்தன் எதுக்கும் எப்பவும் கலங்கமாட்டான். தெரியுமா?”

சுவர்ணா போனை பிடுங்கினாள்.

"இங்க பாருடி இப்படி எங்களை காயவிடுறதுக்குதான் ரொம்ப நாளா திட்டம் போட்டியா? எதுக்கு ராங்கால் பண்ணி எங்க வீட்ல ஒருத்தியா நீ நுழையணும், நீ பேசாததால நாங்க ஏன் வருத்தப்படனும்?”

"இப்பதான் ஃபிரண்ட் கலங்கலேன்னு சொன்னாரு

“நான் மட்டும் கலங்கினதா சொன்னேனா, வருத்தப்பட்டோம்னுதான் சொன்னேன்”

“வந்துக்கா... வந்து...”

“பி.லிட் பண்றே அதனால பேச தடை. உன்னோட ஃபிரண்ட் போன்ல மைக்கை ஆன் பண்ணியிருந்தாரு நீ பேசினதை நானும் கேட்டேன்.”

“ஆமாக்கா அதான் காரணம்” தொடர்ந்த பேச்சுகள் ஒரு வாரத்து உள்ளக்கிடங்கையெல்லாம் கொட்டிக் கொண்டிருந்தன.

குழந்தைத்தனமான அவள் குதூகலப் பேச்சு தொடர்ந்தது... அடுத்து வந்த ஐந்து மாதங்கள்தான்.

மீண்டும் போன் கட்

“ஏங்க மறுபடியும் ஏதாவது எக்ஸாமா இருக்குமா!”

“இருக்காது சுவர்ணா? அப்படி இருந்திருந்தா கண்டிப்பா சொல்லியிருப்பா, என்ன பொண்ணு இவ? கருப்பா... சிவப்பா ... எந்த ஊருன்னு கூட கேட்டதில்லே? நம்ம பொண்ணுங்க மாதிரி அவமேல பாசம் வச்சிடது தப்போ” ஆனந்தன் ஆதங்கத்தோடு பேசினான்.

“என்னங்க இப்படிப் பேசறீங்க? போன தடவை மாதிரி திடீன்னு பேசப் போறா பாருங்கா!”

பதினைந்தாம் நாள் வந்தது அந்த போன் கால் காயத்ரியின் நம்பரை பார்த்ததும் சுவர்ணா முகம் மலர்ந்தாள்.

"என்னங்க, என்னங்க காயத்ரி போன் பண்றா?

உள்ளறையிலிருந்து ஆனந்தன் ஓடி வந்தான். போனை உயிர்ப்பித்து மைக்கை ஆன் செய்து காதில் வைத்து, அவளைத் திட்ட வாயெடுத்த போது எதிர்முனையில் ஆண் குரல் கேட்டது.

“சார் உங்க பேர் ஆனந்தனா.”

"ஆ.... ஆமா நீங்க”

"நான் காயத்ரியோட அப்பா பேசறேன்”.

ஆனந்தன் முகம் கேள்விக்குறியானது.

"காயத்ரியோட அப்பாவா?”

"ஆமாங்க. எட்டு மாசமா உங்ககிட்ட பேசிக்கிட்டிருந்த காயத்ரியோட அப்பாதான் பேசறேன்"

குரலில் ஒரு தழுதழுப்பு தெரிந்தது.

“சார்... என்னாச்சி?’ ஏன் ஒரு மாதிரியா பேசறீங்க?’

“எம்பொண்ணு.... எம்பொண்ணு.... ரொம்ப சீரியஸா இருக்காங்க”

“வாட் என்ன சொல்றீங்க? காயத்ரிக்கு என்ன?”

பக்கத்தில் நின்றிருந்த சுவர்ணா பதைபதைப்புடன் பார்த்துக் கொண்டிருந்தாள்.

“காயத்ரிக்கு ரத்த புற்று நோய் சார்”

காயத்ரியின் அப்பா விம்மலுக்கிடையே சொன்னபோது இருவரும் அதிர்ந்து போயினர்.

“என்ன சார்... என்ன சொல்றீங்க? காயத்ரிக்கு ரத்த புற்றா?”

அதிர்ந்து போய் கேட்டான்.

கிட்டத்தட்ட சுவர்னா முகம் அழுகைக்குப் போயிருந்தது.

“நாளை எண்ணிக்கிட்டிருக்கிற அவ மனசு வருத்தப்படக் கூடாதுன்னுதான். இத்தனை மாசமா உங்ககிட்ட பேசவே அனுமதிச்சோம்? உங்ககிட்ட பேசும்போது அவ முகத்தல ஒரு சந்தோஷம் தெரியும் பாருங்க. அதுக்காகவே உங்களோட பேசவிட்டோம். அதுதான் என்னைக்கோ போக வேண்டிய என் மகளோட உயிரை இதுவரைக்கும் தக்க வச்சிருந்தது. கேட்ட ஆனந்தன் ஒருகணம் திகைத்துப் போனான்.

“இப்போ காயத்ரி எங்கே சார்”.

“பக்கத்திலதான் இருக்கா உங்ககிட்ட பேசணும்னு சொன்னா... தரேன். பேசுங்க”.

கொஞ்சநேர அமைதிக்குப் பிறகு....

"ஹலோ.... ஃபிரண்ட்...” காயத்ரியின் குரல் சற்று ஒடிந்திருந்தது.

“என்னம்மா என்ன இது?” அப்பா சொன்னது கொஞ்சநேரம் மௌனமாக கரைந்தது.

“ஆமாம் பிரண்ட்.... உணர்ச்சிவசப்படாதீங்க. அ..அப்பா... சொ.. சொன்னது உண்மைதான்... என் முடிவு எ...எனக்கு எப்பவோ தெ... தெரிஞ்சிடுச்சி ஃபிரண்ட். ஆறு மாசத்துக்கு முன்ன கூட ஆஸ்பத்திரியில அட்மிட் ஆகியிருந்தப்போ, உங்ககிட்ட போலே! பி.லிட் பண்றதா பொய் சொல்லிட்டேன். ஸாரி ஃபிரண்ட். உங்ககிட்டேயும் அக்காகிட்டேயும் பேச ஆரம்பித்ததற்கு அப்புறம் எனக்கு வாழணும்னு ஆசை வந்திடுச்சி ஃபிரண்ட். ஆனா கடவுள் போட்ட முடிவை மாத்த முடியுமா?”

போன் அமைதியானது.

“காயத்ரி.... அம்மாடி பேசுமா”....

அவளோட அப்பாதான் பேசினார்.

“சார் அவ மயக்கமாயிட்டா. உங்ககிட்ட ஒரு சின்ன வேண்டுகோள். நீங்க இங்கே வர முடியுமா?

முகவரியைக் குறித்துக் கொண்டான்.

அலுவலகத்திற்கு லீவு சொல்லிவிட்டு டிராவல்லைத் தொடர்பு கொண்டான். அடுத்த பத்தாவது நிமிடம் வாசலில் வந்து நின்ற காரில் இருவரும் ஏறிக் கொண்டதும் கார் சேலம் நோக்கி விரைந்தது.

திருச்சியிலிருந்து இரண்டரை மணி நேரத்தில் சேலம் வந்து, பேர்லண்ட்ஸ் உட்புறம் இருந்த வீட்டை சரியாகக் கண்டுபிடித்து உள்ளே போனபோது.... அழகிய மலர் சற்று வாடியதைப் போல படுக்கையில் அந்தப் பெண். இவர்களைப்பார்த்ததும் சுற்றி நின்றிருந் தவர்கள் நகர்ந்து நின்றனர். அருகே போன ஆனந்தனும் சுவர்ணாவும் உதடுகள் துடி துடிக்க ஒரே குரலில், "காயத்ரி” என்றனர்.

மூடியிருந்த கண்ணை சிரமத்துடன் திறந்தவள், புதிதாக நின்றிருந்த இவர்களைப் பார்த்ததும்....

"ஃபிரண்ட்... சுவர்ணாக்கா..." என்றாள் ஆவல் ததும்பிய முகத்துடன்.

’ஆமா’ என்பது போல தலையசைத்துவிட்டு அவளருகே சென்றனர்.

ஆனந்தன் கையை ஒரு கையாலும், சுவர்ணாவின் கையை ஒருகையாலும் பிடித்துக்கொண்டாள்.

“ஸாரி ஃபிரண்ட்... உண்மையை உங்ககிட்ட மறைச்சிட்டேன். இப்போ கடைசி நேரத்தில சொல்ல வச்சிட்டேன். அந்த நேரத்திலும் புன்னகையை முகத்தில் காட்டினாள்.

“இல்லம்மா அப்படிச் சொல்லாதே. உனக்கு ஒண்ணும் ஆகாது”

“இல்ல ஃபிரண்ட்... எனக்கு தெரிஞ்சு போச்சி. பிரண்ட் இந்த எட்டு மாசத்தல முகம் தெரியாத என்கிட்டே - எவ்வளவு கண்ணியமா பேசனீங்க... எங்க அப்பா மாதிரி”.

“காயத்ரி” ஆனந்தன் குரல் தழுதழுக்க... சுவர்ணா கண்ணீருக்குப் போனாள்.

“ஃபிரண்ட் நீங்களும் சுவர்ணா அக்காவும் எனக்கு இன்னொரு அப்பா அம்மா மாதிரிதானே!” அவள் முகத்தில் பாச உணர்வு தெரிந்தது.

‘ஆமாம்மா’ என்றான்.

“அப்போ உங்க மடிமேல நான் கொஞ்சநேரம் தலை வச்சி படுத்துக்கிறேனே”... ஒரு குழந்தையைப் போல கேட்டாள்.

“கண்டிப்பாம்மா...கண்டிப்பா... படுக்கைமீது ஏறி அமர்ந்து காயத்ரியின் தலையைத் தூக்கி தன் மடிமீது வைத்துக் கொண்டான்.

“இப்போ எனக்கு ரொம்ப சந்தோஷமா இருக்கு ஃபிரண்ட்” சோகம் மேலிட காயத்ரியின் ஒரு கையை பற்றிக் கொண்டு, இன்னொரு கையால் அவள் தலையைத் தடவிக் கொடுத்தான்.

“இந்த முகம் எனக்கு பிடிக்கல ஃபிரண்ட் போன்ல பேசும்போது சிரிச்சி சிரிச்சி நீங்களும் சுவர்ணா அக்காவும் பேசுவீங்களே... அப்படி சிரிச்ச முகமா இருங்க ஃபிரண்ட்....”

இருவரும் முயற்சித்தார்கள். முடியவில்லை.

“உங்கள நான் அப்பா அம்மான்னு கூப்பிடலாமா?”

ஆர்வம் அவள் முகத்தில் தெரிந்தது.

“என்னம்மா இப்படி கேட்டுட்டே.... தாராளமா கூப்பிடும்மா. உனக்கில்லாத உரிமையா? நீதாம்மா எங்க மூத்த மகவ கண்ணீருக்கிடையே விம்மலுடன் கூறினாள்.

'அப்பா... அம்மா... என்றபடி இருவர் கைகளையும் இறுக பற்றிக் கொண்டாள்.

கட்டிலுக்கருகே அழுது அழுது முகம் வீங்கிப் போயிருந்த காயத்ரியின் அம்மா, கண்ணீரைக் கட்டுப்படுத்த முடியாமல் அருகே நின்றிருந்த அவளின் அப்பா ஆனந்தன், சுவர்ணா என நால்வரையும் மாறி மாறிப்பார்த்தாள்.

'எனக்கு ரெண்டு அப்பா, அம்மா' என்றவள் ஆனந்தன் கையை இறுக்கமாகப் பிடித்தபடி 'ஃபிரண்ட்...' என்றாள்.

அதுதான் அவள் பேசிய கடைசி வார்த்தை, சோதித்த டாக்டர் உயிர் போய்விட்டதை உறுதிப்படுத்த... எதற்குமே கலங்காத ஆனந்தன் குலுங்கி குலுங்கி அழ ஆரம்பித்தான்.

ஆதலினால் காதல் செய்யாதீர்

தேவிகா குலசேகரன் (பாண்டியன்மாதேவி)

"**கா**ய்வா! கொனி வேளா ஃபோனும் கடைலிகின்!" (என்னடி! என்னேரமும் போனிலேயே புதைந்துகிட்டு!) அம்மா கத்தினாள். "ந்ஹீ மா! ஏலா அவ்டிஸ்! (இல்லம்மா! இதோ வந்துட்டேன்!) ரம்யா துள்ளிக் குதித்தபடி சென்றாள்.

பெரிய சௌராஷ்டிரா தெருவில், அது ஒரு ரகசியம்! யாரோ அவளுக்கு அழகான படங்களையும் வீடியோக்களையும் கைபேசியில் அனுப்பிக் கொண்டிருந்தனர். முதலில் அதை 'பிளாக்' செய்து தான் வைத்திருந்தாள் . பிறகு எதேச்சையாக 'அன் பிளாக்" செய்யப்பட முன்பை விட அருமையாக நாளொன்றுக்கு நான்கு ஐந்து பதிவுகள் வந்தன. இப்படி அனுப்ப வேண்டாம் என குறுஞ்செய்தி,வாய்ஸ் மெயில் கூட அனுப்பினாள். 'என்னை உன் நண்பனாக ஏற்றுக் கொள்ள மாட்டாயா?' என பதில் வந்தது. 'எனக்கு ஏற்கெனவே நிறைய நண்பர்கள் இருக்கிறார்கள்'. 'நான் உன்னை சந்தித்து தொல்லை எல்லாம் தர மாட்டேன். சும்மா நீ என்னைக் கடந்து சென்றாலே போதும். நேற்று மல்லிகைப் பூச்சூடி மஞ்சள் சுடிதாரில் தென்றலாகப் போனமாதிரி!' என உரையாடல் நீண்டது.

ரம்யா யோசித்தாள். யாராக இருக்கும்? இரண்டு நாள் குறுஞ் செய்தி, படம், பாடல் ஏதுமில்லை. அப்பாடா! தப்பித்தோம்! என்று இருக்கையில் மூன்றாம் நாள் 'மன்னிக்கவும் ஊரில் இல்லை' என்று வந்தது. 'நீ படிப்பில் கெட்டிக்காரியாமே! உனது படிப்பிற்கு உதவும்' என அருமையான வலைத்தள முகவரிகள் வந்தன.

ஒருநாள் ஒரு குறுஞ்செய்தி "கர்ப்பிணிப் பெண்ணுக்கு பேருந்தில் இருக்கை ஈந்த ஈர உள்ள இறைவிக்கு சல்யூட்!" சிரிப்பு வந்தது ரம்யாவுக்கு. எனினும் பதில் தராமல் மௌனமாகத்தான் இருந்தாள்.

ஆனால் இப்போதெல்லாம் ரம்யாவுக்கு குறுகுறுப்பாக இருந்தது. அந்த எண்ணிற்காக காத்திருக்கலானாள். ஒருநாள் அவள் பாடம் சார்ந்த கருத்தரங்கம், அருகிலுள்ள கல்லூரியில் நடக்க போவதன்

அழைப்பிதழ் கைபேசியில் வந்தது. ரம்யாவுக்கு கோபம் கோபமாய் வந்தது. இவன் யார் எனக்கு அழைப்பிதழ் அனுப்ப? நான் ஏன் ஆய்வுக் கட்டுரை எழுதி கருத்தரங்கில் கலந்து கொள்ள வேண்டும்? பத்தாவது வினாடியில் குறுஞ்செய்தி 'இது உன் திறமைக்கு சவால்! வேலை தேடும்போது கல்லூரி வளாக நேர்காணலில் இதற்கெல்லாம் தனி மதிப்பெண் உண்டு'. ரம்யா யோசித்தாள்.

'அம்மா த்ஹீன் ஸோ த்தே!' (300 ரூபாய் கொடு!)" ஒண்ட்டி மாநாடும் பேபர் பிரசெண்டேஷன் கெர்னோ !' (ஒரு மாநாட்டில் பேபர் பிரசெண்டேஷன் செய்யணும்!)

'நொக்கோ நொக்கோ!' (வேண்டாம் வேண்டாம்!) 'எதுக்கு தண்ட செலவு!' என்றாள் அம்மா.

அப்பா "பசங்க படிக்கும் காலேஜிற்கு பெண் பிள்ளைகள் ஏன் போக வேண்டும்!" என்றார்.

ரம்யாவுக்கு எரிச்சலாக வந்தது. நமது சௌராட்டிர சமூகமே இப்படித்தான்! குண்டுச் சட்டிக்குள்ளே குதிரை ஓட்டிக்கொண்டு, என்னையும் அவ்வாறே வளர்க்க வேண்டும் என நினைக்கிறார்கள். தன் அம்மா அப்பாவை நினைத்தால் வெறுப்பாக இருந்தது ரம்யாவிற்கு. முன்னூறு ரூபாய் கொடுக்க மாட்டார்களாம்! பிற்போக்கு சமுதாயம் நம் சமுதாயம்! இந்த ஐந்து ஆறு தெருவுக்கு உள்ளேதான் இவர்கள் உலகம்! கண்ணில் நீர் தளும்பத் தளும்ப பேருந்தில் ஏறினாள் ரம்யா....

அடுத்த ஐந்து நிமிடத்தில் குறுஞ்செய்தி 'என் இதயப்பூ ஏன் அழுகிறது? ஏன் கண்ணில் ரத்தம் கசிகிறது!'

நெகிழ்ந்து போனாள் ரம்யா! அடுத்த முறை கைபேசியை பார்க்கையில் அந்த மாநாட்டுக்கு அவள் பெயரில் ஆய்வுக்கட்டுரை சமர்ப்பிப்பதற்கான பதிவு கட்டணம் செலுத்தப்பட்டு ரசீதின் ஒளி நகலும் அனுப்பப்பட்டிருந்தது. ரம்யா ஒரு முடிவுடன் மாநாட்டிற்கு ஆய்வுக்கட்டுரை தயாரித்தாள். இது தொடர்பான பல இணையதள குறிப்புகள் அந்த நம்பரில் இருந்து அவளுக்கு வந்தன.

குறிப்பிட்ட நாளும் வந்தது. ரம்யாவிற்கு முதல் பரிசு கிடைத்திருந்தது! ரூபாய் 1000! ரம்யாவிற்கு சந்தோஷமாக இருந்தது. முதலில் அவன் யாரோ அவனுக்கு, செய்த உதவிக்கு எல்லாம் சேர்த்து 500 ரூபாயாக கூட கொடுத்து விடலாம்தான்! மறு நாள் வாழ்த்துச் செய்தி வந்தது. வெற்றிவாகை சூடிய வெண்ணிலவுக்கு தோழனின் வாழ்த்துக்கள்!

'இத்தனை மாதங்களாக பதில் செய்தி அனுப்பாமல் இருந்த ரம்யா பதிவிட்டாள்.' நீங்கள் கட்டிய பணத்திற்கும் செய்த உதவிகளுக்கும் சேர்த்து ரூபாய் 500 எனும் தொகையை உங்களை எங்கே சந்தித்துக் கொடுப்பது?"

மூன்று நாட்களுக்கு அந்த எண்ணிலிருந்து எந்த எதிர்வினையும் இல்லை . நீல நிறக் குறியீடு அவளது பதிவை அவன் பார்த்துவிட்டான் என தெரிவித்தது. ஏன் மறுபதிவு இல்லை? 19 வயதான ரம்யா பதறிப்போனாள்! ஏன்? ஏன்? மனம் தாளாமல் மூன்று கேள்விகளைப் பதிவிட்டாள். பதில் இல்லை. போகும் வரும் வழியெல்லாம் பார்த்தாள். இரண்டு நாள் கழித்து கோபமா என்று இவள் கேட்க அவன் ஆமாம் என்று பதில் போட இவள் ஏன் என்று வினவ அவன் ஏன் என்று சொல்ல இப்போதெல்லாம் ரம்யா தன் அம்மா, அப்பா அறியாமல் 'ரகசியமானது காதல் மிக மிக ரகசியமானது' காதல் என்ற பாடலை முனக ஆரம்பித்திருந்தாள்.

நாட்கள் வாரங்களாகி மாதங்கள் ஆயின. அவன் ஜீவா. ரம்யா இப்போது அவனை தீவிரமாக காதலித்து வந்தாள். ஒரு நாள் இருவரும் பஸ் ஏறி ஒகேனக்கலுக்கு சென்றனர். தன் வீட்டில் கிடைக்காத அன்பு ஜீவாவிடம் கிடைத்தது. விதவிதமாக படம் எடுத்து மகிழ்ந்தனர்.

திடீரென ஒருநாள் ஜீவா காணாமல் போனான். கைபேசியும் அணைக்கப்பட்டது. ரம்யாவுக்கு வாழ்க்கையே வெறுத்துப்போனது. ஒரு ஞாயிற்றுக்கிழமை மதியம் நான்கு ஐந்து பேர் ரம்யாவின் வீட்டுக் கதவை தட்டினார்கள். வெள்ளை வேட்டி சட்டை போட்டு பைக்கில் கும்பலாக வந்தார்கள். அப்பா, அம்மா, ரம்யா எல்லோருமே வெலவெலத்துப் போனார்கள். அவர்கள் பேசியதன் சாராம்சம் இதுதான். உங்கள் பெண் எங்கள் சமூக பையனை விரும்புகிறாள் போல் இருக்கிறது. ஆனால் எங்களுக்கு விருப்பமில்லை. ஒரு லட்ச ரூபாய் கொடுத்தால் சுமுகமாக முடித்துக் கொள்ளலாம். வேண்டாத புகைப்படங்களை இருவருமாய் எடுத்துக் கொண்டிருக்கிறார்கள்.. அவை வெளியே வராதவாறு தடுத்து விடுகிறோம். பணத்தைத் தயாராக வைத்திருங்கள்.

பேசிவிட்டு, வந்த சுவடு தெரியாமல் அவர்கள் சென்றுவிட்டனர். வீடு ரணகளம் ஆகி, இழவு வீடு ஆனது. அடி, உதை, சூடு, திராவக பேச்சுகள், அழுகை, அலறல், உறுமல், பொருமல், துக்கம், கழிவிரக்கம் என குடும்பமே சிதைந்து போனது. இதுகாறும் எட்டிப் பார்க்காத, சொந்தம் என நான்குபேர் நுழைந்து ஆளுக்கு ஒரு யோசனை சொன்னதில், ரம்யாவின் அப்பா செத்த பிணம் போல் ஆனார். அம்மா கொட்டித் தீர்த்தாள். கடைசியில் இந்த

பிரச்சினையை சமூக பெரியவர் ஒருவரிடம் கொண்டு போக அவர் சில திடுக்கிடும் தகவல்களைக் கூறினார்.

காதல்வலையில் சிக்க வைத்து பணம் பறிக்க ஒரு கும்பலே அலைகிறதாம்! பையன்களுக்கு செல்ஃபோனும், பைக்கும், கைக்காசும் கொடுத்து பள்ளி, கல்லூரி மாணவிகளை சிக்கவைத்து, புகைப்படம் எடுத்து மிரட்டி பணம் கறப்பார்களாம்! ரம்யாவிற்கு நெஞ்சில் கத்தியை சொருகினாற் போல் இருந்தது! எவ்வளவு முட்டாளாக இருந்திருக்கிறோம்!

அன்று ஆரம்பமாகியது! விதவிதமான எண்களில் இருந்து பலமுறை மிரட்டல் வந்தது. அப்பா அந்த குடும்பத்தின் ஜீவாதாரமான, பட்டு நெய்யும் தறியில் ஏறி, உத்திரத்தில் கயிறு கட்டி தொங்கப் போனார். ரம்யாவும் சேர்ந்து தனக்கு ஒரு கயிறு கட்ட, அம்மா இருவரையும் அழுதவாறே சமாதானப்படுத்தினாள். கடைசியில் கண்ணைத் துடைத்துக் கொண்டு பல நாட்களுக்குப் பிறகு வெளியே புறப்பட்ட அப்பா இரண்டு நாட்களுக்கு பிறகு வந்தார். 'இனி அவர்கள் தொல்லை இருக்காது, பெரிய இடத்தில் ஒருவரை பிடித்து சரி செய்து விட்டேன்' என்றார்.

ஆனால் மறுநாளே ஜீவா வந்தான், அடி வாங்கிய உடம்புடன்! 'பணம் ஏதும் கிடைக்காததால் என்னை அடி அடியென்று அடித்து நொறுக்கி பைக்கையும், துணிமணிகளையும், கைப்பேசியையும் பிடுங்கிக்கொண்டு என்னை தெருவில் போட்டுவிட்டார்கள். நான் செஞ்ச தப்புக்கு மன்னிப்பே இல்லைதான். இருந்தாலும் நான் உன்னை ஏமாற்றும் எண்ணத்தோடு செயல்படவில்லை. நிர்ப்பந்திக்கப்பட்டேன்! இதனை சொல்லிட்டுப் போக வந்தேன்' என்று ஜன்னலைப் பிடித்து பேசிக்கொண்டிருக்கும்போதே, இரண்டு பைக்குகளில் உருட்டுக் கட்டையோடு சிலர் வந்தனர். ஜீவாவின் மண்டையிலும், இடுப்பிலும் சரமாரியாக அடிக்க, ஜீவா ரத்த வெள்ளத்தில் கிடந்தான். தலையில் ஒரு பகுதி பிளவுபட்டு சரசரவென ரத்தம் பரவியது. அடித்தவர் ஓடிவிட்டனர். ரம்யா பயத்தில் ஓலமிட அப்பா கதவைத்திறந்து ரத்தவெள்ளத்தில் கிடந்த அவனை பார்த்துப் பதறி விட்டார். சௌராஷ்டிரா பெரிய தெருவில் மக்கள் கூடிவிட்டனரே தவிர ஒருவரும் எதுவும் செய்யவில்லை.

ஜீவாவின் இடுப்பிலிருந்து எலும்பு உடைந்து துருத்திக் கொண்டிருந்தது. அவனுக்கு வலிப்பு வந்தது. அப்பா சட்டென 'ரம்யா! 108க்கு போன் போடு' என்றதும் ரம்யா அயர்ந்து போனாள். 'சொன்னதைச் செய்!' அதட்டினார் அப்பா. ஆம்புலன்ஸ் வந்ததும் அப்பா ஒரு பையை எடுத்துக் கொண்டு போனவர் ஒரு வாரம் கழித்து வந்தார்.

'ப்பா! ப்பா!' (அப்பா! அப்பா!) என்று அவர் காலைக் கட்டிக்கொண்டு, கதறினாள் ரம்யா.' இதெல்லாம் நமக்கு ஒரு புத்தி கொள்முதல் ரம்யா! அழாதே அம்மா!"அந்தப் படுபாவிய ஏன் காப்பாத்துனீங்க? செத்துப் போகட்டும்!' காளியாய் சீறினாள் ரம்யா. 'இல்லம்மா!. இந்த ஒரு வாரமும் ஆஸ்பத்திரியிலேயே கூட இருந்ததில் அவன பத்தி முழுசா தெரிஞ்சுகிட்டேன். காதல் மதப் போர் என்று பணத்தின் பெயராலும், மதத்தின் பெயராலும் இப்படி பசங்கள தயார் செஞ்சு பொண்ணுங்கள பிடிக்க ஒரு இயக்கமே இருக்குதாம்! அப்படி மாட்டி ஒரு சமூக விரோதியா மாறினவன்தான் ஜீவா. அவனை தஞ்சாவூர்ல ஒரு ஆஸ்பத்திரியில் கொண்டு போய்ச் சேர்த்து இருக்கேன். அவன் என்ன சொன்னான் தெரியுமா?'

'ஐயா எனக்கும் உங்க மாதிரி ஒரு அப்பாவோ அம்மாவோ இருந்திருந்தால் நானும் ஒழுக்கமா இருந்திருப்பேனோ என்னவோ! சாப்பாட்டுக்கு இல்லாமலும் ஏதோ ஒரு தப்பான லட்சியத்தை மறுபடியும் மறுபடியும் எங்க மண்டையில் ஏற்றி மூளைச்சலவை செய்து ஒரு நாச வெறியையும், ஆத்திரத்தையும் தூண்டித் தூண்டி வளர்த்தாங்க. ஆனா எப்ப நீங்க என்ன சாகட்டும்னு விட்டுடாம ஆம்புலன்சை கூப்பிட்டு காப்பாத்துனீங்களோ அப்பவே என் கண்ணு திறந்திடுச்சு. இனி சமுதாயத்தில் ஒரு உண்மையான இளைஞனா, புது வாழ்க்கையை ஆரம்பிப்பேன்!'

இதோ இதை ரம்யா உங்களுக்கு கதையாக எழுதி முடித்துவிட்டாள். ஜீயவுஸ் அம்மா! ஜீயவுஸ் ப்பா!'(போயிட்டு வரேன் அம்மா! போயிட்டு வரேன் அப்பா!) என்று மீண்டும் கல்லூரிக்குச் செல்ல ஆரம்பித்தாள்.

ꕥ

அச்சம் தவிர்! ஆண்மை தவறேல்!

தமிழினியா

அழகான இளங்காலைப் பொழுது, வசந்தம் வீசும் காலம், ஏனோ அதை இரசிக்க மனமில்லாமல் பாவையவள் வதனத்தில் அத்தனை சோகம், 'சாதிக்கத் துடிக்கும் வாழ்க்கை இன்று தறிகெட்டு ஓடியது என்ன விந்தையோ.?' என்று தன் நிலையை எண்ணி வருத்தம் நிறைந்த முறுவலை விடுத்தாள் பதினாறு வயது வயது நிரம்பிய ஆதர்ஷினி.

வயது பதினாறு.! ஆனால் குணமோ குழந்தை குணம். பயந்த சுபாவம். எந்த கஷ்டத்தினையும் தன் மனத்தில் பூட்டி வைத்து கொள்வாள்.

அழைப்பு மணிச் சத்தம் கேட்கக், கண்களை மீறி வெளிவந்த கண்ணீரை அவசர அவசரமாகத் துடைத்துக்கொண்டு வாயிலை நோக்கி ஓடும் முன்பு தன் தம்பியின் அறையில் ஒரு பார்வையைப் பதித்து விட்டு சென்றாள். கதவின் அருகில் சென்றவள், யாரென்று அறிந்தும் அவனாக இருக்கக்கூடாது என்று நினைத்துக் கொண்டே திறக்க, ஏனோ அவளின் எண்ணம் பொய்யாய்த்தான் போனது.

கதவு திறக்கும் முன்னே முழுப் போதையில் விரைந்து அவளை நெருங்கினான் மூர்க்கத்தனம் கொண்ட மனித உருவில் இருக்கும் மிருகம். அவன் மேல் வீசிய மதுவின் வாடை, பெண்ணவளுக்குக் குமட்டலைக் கொடுக்க அவனிடம் இருந்து வலுக்கட்டாயமாக விலகினாள். ஆனால் அவளின் விலகலை ஏற்காதவன் கூடம் என்றும் பாராமல் தன் காம வெறியைத் தீர்த்துக் கொண்டான் பஞ்சு போன்ற அவள் மேனியில், பின் அவன் அங்கேயே படுத்து விடத் தன் கிழிந்த ஆடையை பார்த்துக் கொண்டு விம்மி விம்மி அழுதாள். அவனால் ஏற்பட்ட துயரத்தில் உடலில் வலி மிகுந்த காயங்கள், ஏற்பட, வேறுவழியின்றித் தன் வலியைக் கண்ணீரால் கரைக்க முற்பட்டாள். கண்ணீரில் இவள் கரையக் காலம் எனும்

கடிகாரமோ தன் கடமையைச் சரியாய்ச் செய்திட, மீண்டும் அவன் எழுவதற்குள் விரைந்து தன் அறைக்குச் சென்று உடை மாற்றினாள் ஆதர்ஷினி.

துயில் கலைந்த தம்பி பத்து வயது பாலா தன் அக்காவைத் தேடி வந்தான். பாலா, அக்கா.! அக்கா.! இன்னைக்கும் அப்பா வாமிட் பண்ணிட்டாரு, வா அக்கா என்று கூடத்தில் கிடந்த தந்தையின் நிலையை அவன் கூச்சலிட, சென்ற வேகத்தில் விரைந்து கூடத்திற்கு வந்தாள்.

ஆதர்ஷினி, "பாலா நீ சித்தப்பாவைக் கூட்டிப்போய், பாத்ரூம்ல விட்டுடுடா. நான் இதை கிளீன் பன்றேன்" என்றிட, தமக்கையின் கட்டளைப்படி அறுபது கிலோ கொண்ட மனித மிருகத்தைப் பாலா இழுத்துக் கொண்டு சென்றான்.

அவனோ போதையில் பிணாத்திக் கொண்டு இருக்க, இங்கு கூடத்தில் சுத்தம் செய்து கொண்டு இருந்தவள் அடிவயிற்றைப் பிடித்துக்கொண்டு "அம்மா" என்ற சத்தத்துடன் அமர்ந்துவிட்டாள்.

தமக்கையின் குரலில் பதறியடித்துக் கொண்டு வந்த பாலா, அவளைச் சுற்றி இரத்தமாக இருப்பதைப் பார்த்துப் பயந்து போனான்.

பாலா, "ஐயோ.! அக்கா.. என்ன ஆச்சு.? எங்கேயாவது கிழிச்சிகிட்டியா? அக்கா இவ்ளோ இரத்தம் அக்கா... பயமா இருக்கு அக்கா. வா அக்கா, டாக்டர் கிட்ட போலாம்!" என்று தேம்ப, ஆதர்ஷினிக்கே என்னவென்று புரியாத நிலையில் அவனுக்கு என்ன ஆறுதல் சொல்வது என்று தெரியாமல் இவளும் அழுது கொண்டு தான் இருந்தாள்.

பாலா அவளின் அழுகையைப் பார்த்து, "ரொம்ப வலிக்குதாக்கா.?" என்று கேட்க, பதில் அளிக்க இயலாது மேலும் விசும்பினாள் ஆது. எவ்வளவு நேரம் அழுதார்கள் என்று தெரியவில்லை, பள்ளிக்கு நேரமாவதை வெளியில் கேட்கும் தனியார் பள்ளி வாகனங்களின் சப்தத்தால் உணர்ந்து, தங்களது பள்ளிக்குக் கிளம்ப ஆயுத்தமானார்கள்.

தந்தை, தாய் மற்றும் ஆதர்ஷினி சிறிய அழகான குடும்பம். மூன்று வயதிலேயே தந்தையைப் பறிகொடுத்தவள் தாயின் அரவணைப்பில்தான் வளர்ந்தாள். சுற்றமும் உறவினரும் அவளது தாயை மறுமணத்திற்கு வற்புறுத்த, ஆதர்ஷினியின் எதிர்கால வாழ்வையெண்ணி அவரும் ஒப்புக்கொண்டார். முதல் இரண்டு வருடங்கள் நன்றாகவே சென்றன. புதிதாகத் தம்பி எனும் உறவைப்

பெற்றாள். விவரம் அறியாத குழந்தையைக் கொஞ்சுகிறேன் என்ற பெயரில் முத்தம் கொடுப்பதும், தவறான தொடுகையும் பெண்ணவளைப் பயம் கொள்ள வைத்தது தன் புதிய தந்தையிடம்.

எப்போதும் தாயுடனே இருப்பவள். அவள் அன்னை இல்லையெனில் அறைக்குள் முடங்கி விடுவாள். இவ்வாறு காலங்கள் செல்ல, அவளின் வாழ்வில் அடுத்த இடியாகப் புற்று நோயால் தன் அன்னையை இழந்தாள். வேறு வழியின்றித் தம்பிக்குத் தாயாய் மாறினாள்.

சிறுவயதில் இருந்தே அவளின் அமைதியான குணம், தந்தை எனும் காமுகனுக்குச் சாதகமாகிவிட, அனுதினமும் அவளை நெருங்கினான்.

உறவினர்கள் இவனைக் குடிக்க வேண்டாம் என்று கூறினால் “என் பொண்டாட்டிய இழந்த சோகத்தை மறக்க எனக்கு வேற வழி தெரியல. ரெண்டு பேரையும் என்கிட்ட விட்டுட்டுப் புண்ணியவதி போய்ச் சேர்ந்துட்டா..! குடிச்சாதான் அவ இழப்பு மறந்து கொஞ்சம் புள்ளைங்க ஞாபகம் வருது” என்று தன் பொய்ப்புலம் பலை முன் வைப்பான்.

நேரம் ஆக ஆக ஆதர்ஷிணியின் வயிற்று வலி அதிகமாகியது. பள்ளிக்குச் சென்றதும் உடன் பயிலும் மாணவர்களின் மூலம் ஆசிரியருக்கு விஷயம் தெரிவிக்கப்பட்டது. ஆசிரியர் அவளின் தந்தையான மிருகத்திற்குத் தகவல் அளிக்க, அவனின் ஆசை வெறி அளவு மீறியது.

ஆசிரியர் ஆதர்ஷினியின் தாய் இறந்ததை அறிந்து இருந்ததால், ஆதர்ஷினியிடம் “இங்க பாரு மா..! இப்போ நீ பெரிய பொண்ணாயிட்ட... மந்திலி பீரியட் டைம்ல ரொம்ப க்ளீன்னா இருக்கணும். முதல்ல தன் சுத்தம் ரொம்ப முக்கியம். அப்புறம் உன்னோட உடம்புல சில குறிப்பிட்ட இடங்களை யாரையும் தொடவிடக்கூடாது. முத்தம் கொடுக்க விடக்கூடாது சரியா.?”

ஆதர்ஷினி திருத்திருவென விழிக்கப் பெண்களின் அந்தரங்க உறுப்புகளைச் சுட்டிக்காட்டி, “இங்க மட்டும் இல்ல. உன் கன்னம் உதட்டுல கூட புரியுதா? அப்படி யாராவது உன்கிட்ட தவறா நடந்துகிட்டா வீட்ல அப்பா கிட்ட சொல்லணும். இல்லன்னா என்கிட்ட சொல்லனும் சரியா.?” என்று குட் டச், பேட் டச் என்ன என்பதையும் சொல்லிக் கொடுத்தார்.

அவளை வீட்டிற்கு அழைத்து வந்தவன், உறவுகள் சூழ இருந்ததால் “தர்ஸுமா, அத்தை சொல்ற மாதிரி நடந்துக்கணும். சரியா.,?”

என்று அவளின் கன்னத்தைக் கிள்ள, இதுவரை வலியைத் தவிர வேற எதுவும் உணராது இருந்த பெண்ணவளின் எச்சரிக்கைக் குணம் படக்கென விழித்துக் கொண்டது.

ஆதர்ஷினியின் அத்தை சக்தி. கணவனை இழந்த இளம் வயது கைம்பெண். “தர்ஸு மா, இனிமே எதுவா இருந்தாலும் அத்தை கிட்ட சொல்லு, கொஞ்ச நாள் நான் இங்கே தான் இருப்பேன்.” என்று சொல்ல, அப்போது தான் அவளுக்கு இனம் புரியாத தைரியம் ஏற்பட்டது.

ஆனால் இதை ஏற்காதவன், “அதுலாம் வேணாம் சக்தி. அவளுக்குப் புதுசா யாராவது கூட இருந்த அசௌகரியமா ஃபீல் பண்ணுவா!” என்றிட, ஆதர்ஷினி எங்கே இவள் சென்று விடுவாளோ என்று பயந்து “அப்படியெல்லாம் இல்ல அத்தை நீங்க இங்கேயே இருங்க!” என்றாள் வேகமாக.. அதில் அவனுக்கு இயலாமையுடன் கோபமும் வர எதுவும் கூறாமல் இருந்து விட்டான்.

அவளைக் குளியறைக்கு அழைத்து சென்ற சக்தி, "இங்க பாருமா. இது தான் நாப்கின். நீ பீரியட்ஸ் டைம்ல கண்டிப்பா இதை யூஸ் பண்ணனும். ஆனா 4 மணி நேரத்துக்கு மேல ஒரே பேட் (பஞ்சை) யூஸ் பண்ணக் கூடாது புரியுதா.? அத ரொம்ப நேரம் யூஸ் பண்ணா பின்னாடி கர்ப்பப்பைல பிரச்சனை வர வாய்ப்பு இருக்கு. எப்போவும் யூரின் போனா அந்த இடத்தை வெதுவெதுப்பான தண்ணி யூஸ் பண்ணிக் கிளீனா வச்சுக்கணும். எப்போவும் உடம்புக்குச் சரியா இருக்கிற துணியத் தான் போடணும். ரொம்ப இறுக்கமான துணி போடக் கூடாது." என்று அறிவுரைகளைக் கூறி, மேலும் குட் டச், பேட் டச் என்பதையும் சொல்லி கொடுத்தாள்.

பாலா, "அப்பா இனிமே, அக்கா என் கூட விளையாட வர மாட்டாளா.?" என்று கேட்க,

"அதுலாம் வருவாடா. அப்டி இல்லைனாலும் நான் அவளை இழுத்துட்டு வரேன்" என்றான். சடங்குகள் முடிந்திட, ஒரு வாரத்திற்குப் பிறகு பள்ளி சென்றாள் ஆதர்ஷினி.

சில நாட்களுக்குப் பிறகு...

மாலை நேரம் பாடம் சொல்லிக் கொடுக்கச் சக்தி, பாலாவையும் ஆதர்ஷினியையும் அமர வைத்தாள்,

சக்தி, 'டேய் பாலா.! உன் டைரிய காட்டு, என்ன ஹோம்வொர்க்.?"

பாலா, "அத்தை, எனக்குக் கணக்குல ஹோம்வொர்க்."

சக்தி, "சரிடா நீ அதைச் செய். சந்தேகம்னா கேளு.! ஆது உனக்கு மா.?"

ஆதர்ஷினி, "அத்தை ஸ்கூல்ல ஒரு போட்டி சொல்லிருக்காங்க அத்தை. தலைப்புக் "குழந்தைகள் பாலியல் வன்புணர்வு." என்று தடுமாறியவளை ஆதரவாக பார்த்தவள், "இதுக்கு ஏன் தடுமாறுற ஆது. எல்லாக் குழந்தைகளும் தெரிஞ்சிக்க வேண்டியது தான். நிறைய இடத்துல பெண் குழந்தைகளும், ஆண் குழந்தைகளும் உடலாலும் மனத்தாலும் காயப்படுத்தப்படுறாங்க. அம்மா அப்பா இல்லாத குழந்தைங்க தான் இதுல அதிகமா பாதிக்கப்படுறாங்க."

ஆதர்ஷினி, "உடலாலன்னு சொல்றது எனக்கு ஓரளவு புரியுது அத்தை. மனத்தால் எப்படி.?"

சக்தி, "நம்மளக் கொடுமைப்படுத்துறது, தகாத வார்த்தைகள் பேசி மெண்டலா நோகடிக்குறது கூட வன்முறைல தான் சேரும். முதல் குழந்தைங்க புரிஞ்சிக்கணும், இது அவங்க தப்பு இல்லை. எதுவா இருந்தாலும் தைரியமா எதிர்க்கணும். அப்புறம் சைல்டு ஹெல்ப் லைன்க்கு தகவல் சொன்னா கண்டிப்பா அந்தக் குழந்தைங்க காப்பாற்ற படுவாங்க. சைல்டு ஹெல்ப் லைன் நம்பர் 1098" என்று விளக்கம் கூறினாள்.

இது முழுக்க முழுக்கப் பாலா மற்றும் ஆதர்ஷினி மனத்தில் ஆழமாக பதிந்தது.

சக்தி ஆறுமாதம் கழித்துச் சென்றுவிட, அதுவரை அமைதி காத்து நல்லவன் போல வேடமிட்டவன், மீண்டும் தன் வேலையைக் காட்ட ஆரம்பித்தான்.

இன்றும் அதே போல் குடித்து விட்டு வீட்டிற்கு வர, தினமும் தமக்கைக்கு உதவி புரிபவன், இன்றும் உதவி புரிந்து கொண்டு இருந்தான் பாலா.

மீண்டும் ஆதர்ஷினியிடம் தவறாக நடக்க முயல்கையில் பாலா இதைப் பார்த்து விடத் தந்தை செய்யும் தவறு அவனுக்குப் புரியக் காய் நறுக்கிக் கொண்டு இருந்த கத்தியைக் கொண்டு அவன் கையில் வெட்டினான்.

வலியில் அவன் கத்த, "யோ, ஒழுங்கா வெளிய போ.! அக்கா மேல கைய வச்ச குத்திடுவேன்." என்று கத்தினான் பாலா. தம்பியின் இத்தைரியத்தைப் பார்த்து ஆது பிரமித்துப் போனாள்.

"டேய், நான் உன் அப்பன்டா.! அவ உனக்கு அக்கா இல்ல. வா நீ வா. அப்பா சொல்ற மாதிரி அவளச் செய்!" என்று பிஞ்சு மனத்தில் நஞ்சை விதைக்க முயல, "நீ பொய் சொல்ற... நீ... நீ

தப்பு பண்ற.... நான்... நான் போலீஸ் கிட்ட போவேன். நீ போ... இங்க நிக்காத.... குத்திடுவேன்." என்றான் தன் பயத்தை வெளியில் காட்டாதபடி. இப்போதைக்கு இதை ஆறப் போடுவோம் என்று எண்ணி அவ்விடம் விட்டு நகர்ந்தான் அவன்.

பாலா, "அக்கா.. அக்கா.. அப்போ அப்பா தினமும் குடிச்சிட்டு உன்கிட்ட இப்டி தான் பண்ணுவாறா.?" என்று விசும்பிட,

ஆதர்ஷினி அழுது கொண்டே "ஆம்" என்று தலையசைத்தாள். "அப்போ ஏன் கா இவ்ளோ நாளா யார்கிட்டயும் சொல்லல.?" என்று பாலா அழுது கொண்டே கேட்க, ஆது, "அவர் நம்ம அப்பாடா..! எப்டிடா நம்ம அப்பாவே இப்டின்னு வெளிய சொல்ல..?"

பாலா, "அதுக்குன்னு.? அத்தை தான் சொல்லி இருக்காங்கள, இப்டி நடந்தா இது நம்ம தப்பு இல்ல. வெளிய சொல்லணும்னு?" என்று அவளை அதட்டியவனுக்கு ஏதோ யோசனை தோன்றியதில் மேலும் தொடர்ந்தான்.

"அக்கா, அழாத.! இந்தா, இந்தக் கத்தியைக் கையிலேயே வச்சிக்க.. நான் இதோ வரேன்" என்று வெளியேற, "எங்கடா போற.? இங்கேயே இரு பாலா" என்றாள். "இருக்கா வரேன்" என்று வெளியேறியவன், விரைந்து தன் அறைக்கு சென்று சக்திக்குத் தெரியாமல் எடுத்து வைத்திருந்த அவளின் அலைபேசியை எடுத்து வந்தான்.

சிறு குழந்தைகள், சிறு வயதிலேயே மன ரீதியாக வளர்ந்து இருப்பார்கள். சிலர் வளர்ந்தாலும் அந்தக் குழந்தைத்தனம் அகலாது. இதற்குச் சான்றே நம் ஆது, பாலா தான்.

ஆது அதிர்ச்சியுடன், "பாலா... யார் போன் இது.?"

பாலா, "சக்தி அத்தையோடது. அவங்க 2 போன் வச்சிருந்தாங்களா, நான் அன்னைக்கு இதுல விளையாண்டுட்டு இருந்தேன். என்கிட்ட போன் இருக்குறது தெரியாம அத்தை கிளம்பிட்டாங்க!" என்று சில எண்களை அழுத்த, இருவரின் உரையாடல் தொடர்ந்தது.

"என்னடா பண்ற..?" என்று பதட்டத்துடன் ஆது வினவ,

"அக்கா, அத்தை அன்னைக்கு ஒரு நம்பர் சொன்னாங்கல்ல. நீ போட்டிக்குக் கேட்டப்போ. அந்த நம்பர் தான்கா... யாராவது உதவி பண்ணுவாங்கள்ல..?" என்று மீண்டும் அழுத்தினான்.

"டேய் வேணாம்டா.! போலீஸ் வரும். சித்தப்பாவப் பிடிச்சிட்டுப் போயிடு வாங்க.! எனக்கு ரொம்ப பயமா இருக்கு" என்றாள் கேவலுடன்.

"பரவாயில்லைக்கா. அவர் தப்புச் செய்றாருக்கா. நம்மலாள அவரை ஒன்னும் செய்ய முடியாது. போலீஸ் வரட்டும்.!"

"அப்பா ஏதோ தெரியாம செய்றாருடா. வேணாம் பாலா... அவரும் இல்லைன்னா நம்ம நிலைமை.? வேண்டாம்டா!" என்று எதிர்கால வாழ்வை நினைத்துப் பதற,

"எனக்கு எப்போவும் தைரியம் சொல்றது நீ. நீயே இப்டி பயப்படுற.? பாருக்கா... உன்னை எப்டி அடிச்சு இருக்கான் அந்த மனுஷன்.?"

பாலாவின் கைப்பட்டுக் குழந்தைகள் தொலைப்பேசி உதவி எண்ணிற்கு (சைல்டு லைன்) அழைப்புச் சென்று இருப்பதையும் தகுந்த ஆட்களோடு காவல் துறையினர் அங்கு வர இருப்பதையும் இருவரும் அறியவில்லை .

ஆது, "என்னடா, அப்பாவ அவன் இவன்னு பேசுற..? பாலா. எனக்குப் பயமா இருக்குடா.!" என்று கதற, இத்தனை நாள் தாயாக இருந்த தமக்கைக்குத் தம்பியவன் இன்று மடி தந்து தாயாகிப் போனான்.

அந்த மிருகமோ இதையெல்லாம் அறியாது, தன் மகனும் தன் பேச்சைக் கேட்கவில்லை என்ற ஆத்திரத்தில் குடியில் மூழ்கினான். "இவளை இப்போவே தயார் செய்தா தானே தொழிலுக்கு அனுப்ப முடியும். இவ அம்மாக்காரிய அனுப்பின அடுத்த நாளே செத்துப்போய்ட்டா. இப்போ இவளை ரெடி பண்ணலாம்னு பாத்தா, நம்ம ரத்தமே நமக்கு எதிரா இருக்கே.?" என்று கடும் கோவத்தில் இருந்தான் அந்த அறிவிலி.

சிறிது நேரத்தில் வீட்டின் அழைப்பு மணி அடிக்க, இருவரும் ஒருவரை ஒருவர் பார்த்துக் கொண்டனர்,

ஆது, "நீ தான் யாருக்கும் போன் பண்ணலல.... யாரு வந்துருப்பா?"

பாலா, "தெரியலக்கா.! நீ இரு நான் போய் பாக்கறேன்." என்று எழும்ப, இவர்களை நோக்கி அவன் வர, பாலா தான் அவனை அருவருப்பாக நோக்கினான்.

"இங்க பாருங்க, யாரோ ரெண்டு பேர் உங்களத் தேடிட்டுத் தான் வந்து இருக்காங்க. ஒழுங்கா முகத்த கழுவிட்டு வரீங்க.! அங்க வந்து ஏதாவது சொன்னீங்க அப்ரோம் பிள்ளைங்கனு பார்க்க மாட்டேன் கொன்னுடுவேன்" என்று மிரட்டினான்.

இருவரும் வெளியில் வர இரு பெண்களும் ஒரு ஆணும் கம்பீரத்துடன் நின்று கொண்டிருந்தனர்.

“இங்க ஆதர்ஷினி, பாலா நீங்க தானா?’

பாலா, "ம்ம்.! ஆமா” ஆதர்ஷினி,

“நீங்க?" "நாங்க டிரஸ்டுல இருந்து வரோம்.

நீங்க ரெண்டு பேரும் நல்லாப் படிக்கிற ஸ்டுடண்ஸ்னு உங்க ஸ்கூல்ல சொன்னாங்க. எங்க டிரஸ்டு சார்பா உங்களுக்குப் புக்ஸ் கொண்டு வந்து இருக்கோம் வந்து வாங்கிக்கோங்க” என்றார்.

பாலா, ’எப்படியாவது இவர்களோடு சென்று உண்மையைக் கூறி உதவி கேட்கலாம்’ என்று எண்ணி “ம்ம் வரோம்” என்றவாறே நகர,

"பிள்ளைகளயெல்லாம் அனுப்ப முடியாது. நீங்க இங்கயே கொண்டு வந்து கொடுங்க!" என்றான் அவன்.

அவர்கள், "இல்லைங்க கண்டிப்பா பிள்ளைங்க வரணும்” என அப்படி, இப்படிப் பேசி இருவரையும் அழைத்து சென்றனர்.

இருவரும் உடன் செல்ல, இவன் தன் அறைக்குச் சென்று அங்குச் சுவற்றில் மாட்டப்பட்டிருந்த ஆதுவின் நிழற்படத்தைத் தவறான கண்ணோட்டத்தில் கண்டு கொண்டே மதுவில் மூழ்கினான். "தம்பி, நீங்க தானே சைல்டு லைன்கு கால் பண்ணீங்க?" என்று கேட்க,

அதில் இருவரும் அதிர, ஆதர்ஷினி, ’இல்லை ’ என்றும், பாலா, ’ஆம்’ என்றும் தலையாட்டினர்.

காவல்துறை அதிகாரி, "எதுவா இருந்தாலும் பயப்படாம சொன்னாதான் உங்கள மாதிரி இன்னும் நிறைய குழந்தைகள் கண்டுபிடிக்க முடியும். யாருக்கும் இனிமே இந்த நிலைமை வரக்கூடாது இல்லையா?" என்றதில், ’தன்னிலை யாருக்கும் வரக்கூடாது’ என எண்ணியவள் அனைத்தையும் அவரிடம் கூறினாள்.

இவளின் கூற்றில் பாலாக்குத் தான் அத்தனை கோபம். அவன் தீர்க்கமான முடிவொன்றை எடுத்தான். குழந்தைப் பாதுகாப்புத் துறையினர் தகப்பன் எனும் கொடூரனைக் கைது செய்து சிறைத் தண்டனை பெற்றுக் கொடுத்தனர். இருவரும். ஆசிரமத்தில் சேர்க்கப்பட்டனர். ஆனால் சக்தியோ அதனை மறுத்துத் தன் சகோதரன் செய்த தவறுக்கு பிராயசித்தம் செய்வதாகக் கூறி இருவரையும் அழைத்து வந்து தன்னோடு வைத்துக் கொண்டாள். தன் கணவன் இறந்த நிலையில் தனித்து நின்ற சக்திக்கு ஆதரவாக இருவரும் இருந்தனர்.

பத்து வருடங்களுக்குப் பின்.....

ஒருவனைத் தர்ம அடி அடித்துக் கொண்டே, "ஏன்டா பொண்ணுங்கன்னா உனக்கு அவ்ளோ இளக்காரமா போச்சா? வெறும் உடம்புக்கு மட்டும்தான் பொண்ணுங்க இல்ல.? தண்ணி அடிச்சா பெத்த அம்மாக்கும், கூடப் பொறந்த பொறப்புக்கும், கட்டுன பொண்டாட்டிக்கும், பெத்த பொண்ணுக்கும் கூட உங்களுக்கு வித்தியாசம் தெரியாதுல.? பணம் இருக்குன்ற திமிருல ஆடுறீங்க. உனக்கு அப்படிச் சுகம் கேட்குதோ? அதுவும் நாலு வயசு குழந்தை. ச்சே.!" அப்போது அவனுக்கு அழைப்பு வர, "த்ரீ நாட் ஒன், இவன செல்ல போடுங்க.! நான் போன் பேசிட்டு வரேன்" என்று சென்றான் காவல்துறை ஆய்வாளர் பாலா.

மேலதிகாரி, "பாலா, அந்தப் பையன் மேல கேஸ் எல்லாம் போட வேண்டாம். இன்னும் கொஞ்ச நேரத்துல அவன் வக்கீல் வருவாங்க அனுப்பி வைங்க.!" என்றதில் ஆத்திரமடைந்தவன், "சார் அவன் நாலு வயசு குழந்தைய..." என்று வார்த்தைகளை முடிக்காமல் ஆத்திரத்தில் கை முஷ்டியை இறுக்கினான்.

"டூ வாட் ஐ சே! (நான் சொல்றதைச் செய்)" என்றார்.

"சார், அந்த குழந்தையோட பேரன்ட்ஸ் கேட்டா, என்ன பதில் சொல்றது.?"

"தனிப்படை அமைச்சு தேடிட்டு இருக்கோம்.! சீக்கிரமே கண்டுபிடிப்போம்னு சொல்லு." என்றதுடன் இணைப்பைத் துண்டித்தார். பாலா தன் அலைப்பேசியைக் கோபத்தில் தூக்கி எறிய, உள்ளிருந்தவனோ எக்களத்திக் கொண்டே, தன் வழக்குரைஞருடன் வெளியே சென்றான்.

பாலா கடும் கோபத்தில் இருந்தான். 'எம்மாதிரியான சமூகம் இது. இதுவரைத் தான் கையாண்ட அனைத்து வழக்குகளில் பாதிக்கு மேல் குழந்தை வன்புணர்வு வழக்குதான். பிறந்த குழந்தை முதல் முதிர்ச்சி அடைந்த தாயையும், அவ்வளவு ஏன் அனாதை விடுதிகளில் இருக்கும் ஆண் குழந்தைகள் கூட வன்புணரப்பட்ட வழக்கும் வந்தது. அத்தனைக்கும் தண்டனை கிடைத்ததா? என்பது அவனுக்கே கேள்விக்குறி. கைது செய்யப்படும் நபர்கள் நீதிமன்றத்திற்குச் செல்லாமலேயே விடுதலையாகின்றனர். சிலரோ வழக்குப் பதியவே அஞ்சுகின்றனர். இன்றும் தன் கையாளாகாத தனத்தை எண்ணி வெகுவாக எரிச்சலானான், பாலா.

குழந்தைகள் காப்பகத்தில், தான் பெற்ற வேதனை இனி யாருக்கும் வரக்கூடாது என்ற எண்ணத்தில் அனைத்துக் குழந்தைகளுக்கும் பாலியல் பற்றிய விழிப்புணர்வு மற்றும் தற்காப்பு நடவடிக்கைகள் கற்றுக் கொடுத்துக் கொண்டிருந்தாள் ஆதர்ஷினி.

"எப்போவும் தைரியமா இருக்கனும். இதுல உங்க தப்பு இல்லேங்குறதப் புரிஞ்சுக்கோங்க.! நீங்க பயப்பட பயப்படதான் குற்றங்கள் அதிகமாகிட்டே போகும். கொட்டக் கொட்டக் குனியக் கூடாது. ஒருநாள் நிமிர்ந்து பார்த்தாத் தான் அவங்க பயப்படுவாங்க. ! உங்களக் காப்பத்திக்க நீங்க கொலை செய்றது கூட தப்பில்ல.!" என அறிவுரை கூறியவள், "இப்போ பாலா அண்ணா வந்து டிஃப்பென்ஸ் கிளாஸ் எடுப்பாங்க.! அதுவரைக்கும் கண்ண மூடி மனச ஒருநிலைப்படுத்துங்க.!" என்று கூறி தன் பழைய நினைவுகளிலிருந்து மீண்டு வந்தாள் ஆதர்ஷினி.

த்ரீ நாட் ஒன் வேகமாக ஓடி வந்து, 'சார்... சார்... இரண்டு நாளுக்கு முன்னாடி நாம அரெஸ்ட் பண்ணோம்ல, அதான் சார் அந்த நாலு வயசு பொண்ணு கேசு. அந்த நாயி அந்தக் குழந்தையக் கடத்துன இடத்துல கந்தர்வ கோலமா செத்துக் கிடக்கிறான் சார்.!" என்று கத்த,

பாலா, "ஓ... சரி ஜீப்ப எடுங்க" என்று சாவகாசமாகக் கிளம்பினான்.

அவன் வந்ததும் உடலானது உடற்கூறு ஆய்விற்கு அனுப்பி வைக்கப்பட, அதில் வந்த தீர்வு கண்டு அனைவரும் அதிர்ந்தனர். உடற்கூறாய்வு முடிவின் படி, 'அவனிற்குத் தொடர்ந்து போதை மருந்து தரப்பட்டு, ஆடைகள் களைந்த நிலையில், அவன் கழிவுகளிலேயே அவன் படுத்து இருந்தவன், தனிமையின் கொடுமை ரணமாக்கிடத் தற்கொலை செய்துகொள்ளும் அளவிற்கு கொடுமைப்படுத்தப்பட்டு இருக்கிறான். பின் அவனின் ஆணுறுப்பு வெட்டி எடுக்கப்பட்டு உள்ளது உயிரோடு இருந்த நிலையில். பின் ஐந்து கொடிய நஞ்சு அவனுக்குச் செலுத்தப்பட்டு கட்டவிழ்க்கப்பட்டுள்ளது. உயிருக்குப் பேராடி நிர்வாணமான நிலையில் சாலையில் மடிந்து கிடந்தான் அக்காமுக மிருகம்.' என்று கூற பாலாவை தவிர அனைவரும் அதிர்ந்தனர். ஏனெனில் செய்ததே அவன் தானே.

உண்மையில் நடந்தது என்ன?

3 நாட்களுக்கு முன்....

ஐந்து நட்சத்திர விடுதியில் உல்லாசமாய் ஒரு கையில் மதுக் குடுவையுடனும், மறுகையில் நவநாகரிக யுவதியின் இடையிலும் இருத்திக் கொண்டு ஆடிக்கொண்டு இருந்தான் அவன்.

நள்ளிரவு 1 மணி,

முழுப் போதையில் தன் மகிழுந்திடம் வந்தவன், கண் விழிக்கையில் அழுகிய பிணங்களுக்கு நடுவில் கட்டப்பட்டு இருந்தான்.

பாலா, “அக்கா, இந்த இன்ஜக்ஷனைப் போடு!"

ஆது, "பாலா, இவன் என்ன பண்ணான்?”

பாலா, "அவசியம் சொல்லணுமா?”

ஆது, "சொல்லுடா, இப்போலாம் நான் பயப்படுறது இல்ல.!”

பாலா, ”நாலு வயசு குழந்தையை இந்த மிருகம் சீரழிச்சு இருக்கு!”

ஆது, "என்ன?"

பாலா, "ம்ம்... அவனோட ப்ரெண்டோட குழந்தை, அதுவும் ஆண் குழந்தையை!"

ஆது, “வாட்? ஆ... ஆண் குழந்தையா?"

பாலா, "ம்ம்.... இதை சொன்னா எவனும் நம்ப மாட்டான். அதான் கேஸ் ஃபைல் எழுதறப்போ பெண் குழந்தைன்னு போட்டேன்!”

ஆது கோபம் கொண்டு அவன் கழுத்திலேயே ஓங்கிக் குத்தி அந்த ஊசியைச் செலுத்தினாள்... அவன் வலியில் துடிக்க, ஆது, "உன்னை நம்பித்தானே வீட்டுக்குள்ள விடுறாங்க? அந்தக் குழந்தை உன்னையும் அவங்க அப்பா ஸ்தானத்துல வச்சித் தானே உன்கிட்ட வந்துருப்பான். அந்த பிஞ்சைப் போய்.. ச்சே!” என்று ஆக்ரோஷமாய்க் கத்தினாள்.

ஆம். இங்குப் பல வன்கொடுமைகள் பெற்றோர்களும், பிள்ளைகளும் யார் மீது நம்பிக்கை வைக்கின்றனரோ அவர்களால்தான் ஏற்படுகின்றன, என்பது மறுக்க முடியாத உண்மை.

ஆது, அவனுக்குச் செலுத்திய ஊசியின் விளைவால், 2 நாட்களாக அவன் அனுபவித்த தண்டனை முடிவுக்கு வந்தது. பின் நடந்தது தான் நாம் அறிவோமே. உலகத்தின் கொடிய நகரத்தில் அவனுக்குத் தண்டனை, பாலாவின் கையால் வழங்கப்பட்டது. மேலதிகாரியிடம் இருந்து இணைப்பு வர ’த்ரீ நாட் ஒன், பாடியை போஸ்ட்மாடர்ம்க்கு அனுப்பிட்டு அவன் வீட்ல சொல்லிடுங்க.” என்றவன், வாகாய் ஜீப் ஷீட்டில் சாய்ந்து கொண்டே, "சொல்லுங்க சார்.!" என்றான்.

"என்ன பாலா, உங்க ஏரியாவுல இப்படி ஒரு மர்டர்.? என்ன பண்ணீட்டு இருக்கீங்க?" என்று காய்ச்சத் தன் ஒற்றை விரலை காதில் விட்டு ஆட்டிக்கொண்டே, "சார், அவங்க பேரண்ட்ஸ் எனக்கு மிஸ்ஸிங் கம்ப்ளைன்ட் கூடத் தரல. இப்போ இப்படி ஆகிடுச்சு. தனிப்படை அமைச்சு தேடிட்டு இருக்கோம் சார். சீக்கிரம் கண்டுபிடிப்போம். இப்போ நான் என் டியூட்டிய பாக்குறேன் சார்"

என்று விட்டு இணைப்பைத் துண்டித்தான். பாவம் அவர்தான் ஆடிப்போனார்.

இணைப்பைத் துண்டித்துவிட்டுக் காப்பகத்திற்குப் பயணத்தைத் தொடர்ந்தவனின் கண்ணில் பட்டது பாரதியின் வாசகம்.

அச்சம் தவிர்.! ஆண்மை தவறேல்!

நுழைவு

அ. கார்த்திகேயன்

இன்று நான் 'அங்கே' செல்ல வேண்டியது முடியாது. தப்பிக்கவும் முடியாது.

கட்டாயம் சென்றே ஆக வேண்டும். உடம்பின் அத்தனை உறுப்புகளும் கூனிக் குறுக 'அங்கே' நிற்க வேண்டும்.

அநேகமாக அணு அணுவாய் வதைபட நேரிடலாம். ஒட்டு மொத்தக் கண்களும் என்னைத் தான் உற்றுக் கவனித்துக் கொண்டிருக்கும். ஊசியை விட மிகவும் கூர்மையானப் பார்வை வெறிப்புகள் என்னைப் பிடுங்கித் தின்னும். உடம்பின் மீது ஒட்டிக் கொண்டிருக்கும் ஆடைகள் நழுவ, ஒட்டுத் துணி கூட இல்லாமல் நிர்வாணமாய் நிற்கும்படியாகிவிடும். சிநேகமாய் ஒரு பார்வை கூட என் மீது படாது. அத்தனை கண்களுக்கும் நான் மட்டும் தான் இலக்கு. அவமானத்திற்கு உள்ளாக்கிக் கொத்திக் குதறி விடுவார்கள்.

மயான அமைதியைக் காட்டிலும் ஆழ்ந்த அமைதி நிலவும் 'அங்கே'. யாவரும் கண்ணசைவுகளாலேயே பேசிக் கொள்வர். வார்த்தைகளற்ற வார்த்தைகளுக்கு மட்டுமே 'அங்கே' அனுமதி. அவ்வப்போது கொடூரமான, கேவலப்படுத்தும் சிரிப்பு காற்றில் கலக்கும். ஒரு போதும் நான் பேசுவதற்கும், என் தரப்பு நியாயங்களை எடுத்துக் கூறுவதற்கும் உரிமை இல்லை.

பதில்களே சொல்ல முடியாத அளவுக்குக் கேள்விகளால் என்னைத் துளைத்து எடுப்பார்கள்.

உயிரின் மையத்தின் மீது நெருப்பைக் கொட்டுவது போல் ஒரு கெக்கலிப்பு....

ஆசன வாய்க்குள் கூரிய இரும்பைத் திணிப்பது போல் ஒரு நக்கல்... கழுத்தைத் திருகி இடமாற்றம் செய்வது போல் ஒரு கேலிப் பார்வை....

எங்கும் தப்பிவிட முடியாதபடிக்கு கொடூரமான கண்காணிப்பு வளையம்.......

உச்சி மயிரைப் பிடித்து இழுத்து மண்டியிட வைத்திருப்பது போன்ற பாவனை...

பழி எடுப்பதற்கென்றே பிறந்த ஜீவன் நான் என்பது மாதிரியான தோற்ற மயக்கம்...

‘உதிர்ந்து விழ வைக்கும் படியான குரூர சீண்டல்....

●

இன்றைக்கு என்ன மாதிரியான கொடுமைகளைச் சந்திக்க வேண்டியிருக்குமோ என்கிற பேரச்சத்துடன் ’உள்ளே’ நுழைகிறேன்.

மெல்ல மெல்ல ஊர்ந்து சென்று நடுமையத்தில் நின்று கவனிக்கிறேன்.

யாரும் என்னைக் கண்டு கொள்ளவேயில்லை.....

மாட்டுக்கறிச் சில்லியும் வெங்காயமும்

இலட்சுமண பிரகாசம்

செல்வத்திற்கு எப்படியும் முப்பத்தஞ்சு வயசு இருக்கும். இன்னும் கல்யாணம் ஆகல. பொண்ணு வரன்கள் எல்லாம் வந்துகொண்டிருக்கின்றன. ஏனோ செல்வத்திற்கு அதில் வந்த எந்த வரனும் ஜாதகமும் பொருந்தி வரவில்லை.

ஜாதகப் பொருத்தம் பொருந்தி வந்தாலும் பொண்ணுக்கோ, அல்லது செல்வத்துக்கோ பிடிக்காமல் தள்ளிப் போய்க் கொண்டேதான் இருந்தது. இல்லை என்றால் செல்வத்தின் குடும்பத்தாருக்கோ அல்லது பெண்ணோட குடும்பத்தாருக்கோ ஒத்து வராமல் பாதியிலேயே கல்யாண பேச்சுகள் நின்றிருக்கின்றன. அப்படிப்பட்ட சம்பவம் கல்லாநத்துல ஒரு முறை நடந்தது.

அதற்கு காரணம் செல்வத்திற்கு 'செவ்வாய் தோஷம்' என்று சொல்லிக் கொண்டார்கள்.

ஆத்தூர் டவுனில் உள்ள எல்லா புரோக்கரிடமும் செல்வத்தின் போட்டோவும், ஜாதகமும் கொடுத்திருந்தார்கள். முத்தன் தம்மம்பட்டியில் இருக்கிற இருசனிடம் செல்வத்தின் ஜாதகத்தை கொடுத்து வைத்திருந்தார். இருசன் கல்யாண புரோக்கரில் தம்மம்பட்டி சுற்று வட்டாரத்தில் பிரபலமும் கூட. முத்தனுக்கு தூரத்து உறவுக்காரர் ஒருவர் மூலமாக இருசன் பழக்கம். இருசனிடம் தான் "எம் மூத்த மவனுக்கு இன்னும் பொண்ணு எதுவும் செட்டாவுல, நீ தான் எப்படியாவது எம்மவனுக்கு ஒரு நல்ல பொண்ணா பார்த்து கல்யாணத்துக்கு ஏற்பாடு பண்டு' என்று சொல்லி போட்டோவையும் ஜாதகத்தையும் கொடுத்தார்.

செல்வம் கருப்புன்னாலும் நல்ல உயரம். ஆளு வாட்டசாட்டமான ஆளு. காட்டு வேலை, கட்டிட வேலை என்று செய்து வலுத்த உடம்பு. முரட்டு ஆளாட்டம் தோற்றம் இருந்தாலும், ஊருல ஒருத்தன் வம்பு சண்டைக்கும் போனதில்ல. கட்டிட வேலை

முடிஞ்சா வார கடசி வேலை நாளு அன்னிக்கு நண்பர்களோடு டாஸ்மாக் சரக்கு மட்டும் எப்பவாவது போடுவது உண்டு,

'ஹலோ! மாப்பிள்ளை நாந்தான்டா மச்சான் பேசுறேன். இன்னிக்கு நாயித்துக் கெழம படையல போட்டாத் தேவலாம். ஒடம்பெல்லாம் வலியா இருக்கு. வாரியா? நா வூட்டுல இருக்கேன்."

சதீஷை போனில் அழைத்துப் பேசினான். அடுத்த இருவது நிமிடங்களில் சதீஷ், செல்வதை அழைத்துக் கொண்டு ஞாயிற்றுக் கிழமைக்கான படையலை வாங்கச் சென்றான். போகும் முன் அவனிடம்,

“மாப்ள ஒனக்கு என்ன வேணும் பீரா? இல்ல ஹாட்டா?”

“எனக்கு ஹாட்டு வேணாம். பீரே வாங்கியாந்திடு. இந்தா காசு” ஐந்நூறு ரூபாயை சதீஷிடம் கொடுத்தான்.

சதீஷ் டாஸ்மாக்கின் முன்னால் வண்டியை நிறுத்திவிட்டு கடையின் முன்னால் நின்றிருந்த கூட்டத்தை மீறி உள்நுழைந்து,

“அண்ணே! எனக்கு ரெண்டு பீரு கூலிங்கா கொடுங்கண்ணே” காசை நீட்டி டாஸ்மாக் கடைக்காரனிடம் நீட்டினான். “நல்லா கூலிங்கா இருக்கறத கொடுங்கண்ணே.” சத்தம் போட்டுச் சொன்னான்.

சற்று நேரத்தில் குளிர்சாதன பெட்டியில் அடுக்கி வைக்கப்பட்டிருந்த பீரில் இரண்டு எடுத்து வந்து சேல்ஸ்மேன் தந்தார். ஜிலு ஜிலுவென்று இருந்தது. கையில் இரண்டு பீரையும் எடுத்துக் கொண்டுவந்து வண்டியின் முன்கவரில் வைத்துவிட்டு அருகில் இருந்த பொட்டிக் கடையில் சிகரெட்டு அரை பாக்கெட்டு, நொறுக்குத் தீனி முறுக்கு ஒரு பாக்கெட்டு, மிளகுத்தூள் தூவிய அவிச்ச முட்டை, சுண்டல், மாட்டுக்கறி சில்லி காக் கிலோ, என்று எல்லாத்தையும் கட்டி வாங்கிக் கொண்டான்.

செல்வமும், சதீசும் எப்போது சரக்கு போடுவது என்றாலும் மலையடிவாரத்தை ஒட்டிய முட்டலுக்குத் தான் செல்வார்கள். முட்டல் செல்லும் வழியில் ஓடையில் தண்ணீர் சலசலத்து ஓடிக் கொண்டிருந்தது. மழைகாலம் என்பதால் முட்டல் அருவிக்குச் செல்லும் பாதை எல்லாம் ஓடையாக மாறியிருந்தது. அருகில் எந்த இடத்தில் அமர்ந்தாலும் ஒரு குளியல் போடலாம் என்று தோன்றும். வழிப்பாதையில் ஓடையின் அருகில் ஒரு பாறையில் இருவரும் அமர்ந்து கொண்டனர்.

சதீஷ் கறிப்பொட்டலத்தை, சுண்டல் பொட்டலத்தைப் பிரித்து "இந்தா மாப்ள எடுத்து சாப்புடு" என்று சொல்லிக் கொண்டே தானும் ஒரு துண்டு வாயில் போட்டுக் கொண்டான். பின்னர்

பீர் நுரை பொங்கி வழியாத அளவுக்கு 'டெக்னிக்காக' இரண்டு பாட்டில்களின் மூடியையும் பல்லைக் கொண்டு திறந்தான். செல்வம் வழக்கத்திற்கு மாறாக அமைதியாகவே இருந்தான். ஒரு சோக பாவத்துடன் தான் இருந்தான். கடந்த சில நாட்களாகவே அவனுடைய முகம் அப்படித்தான் இருந்தது.

'ஏம் மாப்ள சோகமா இருக்க? என்ன காரணம்?' என்று செல்வத்திடம் கேட்டான். அவனுடைய சோகத்திற்கான காரணம் என்னவென்பது சதீசுக்குத் தெரியும். என்றாலும் சாவதானமாக ஆரம்பித்தான். பாட்டிலில் பீரை கொஞ்சம் பருகிய சதீசு பின்னர் பேச்சைத் தொடர்ந்தான்.

"நீ எதுக்கும் கவலபடாத மாப்பள. எல்லாம் நல்ல படியா நடக்கும். நம்பு" என்று சொன்னான். இந்த முறையும் முழுக்கு பீரையும், கொஞ்சம் மாட்டுக் கறித்துண்டையும் வாயில் போட்டுக்கொண்டான்.

'இல்ல மச்சான்! என்னா பண்றதுன்னே தெரியல. வாழ்க்க முழுசும் இப்பிடியே போயிடுமான்னு தெரியல. ஊருல நடமாடவே கேவலமா இருக்கு. சொந்தக்காரங்க, பங்காளிங்க எல்லாம் பாக்குற பார்வையே ஆளக் கொண்ணுடும் போல இருக்கு. முப்பத்தஞ்சு வயசாயியும் இன்னம் கல்யாணம் பண்டாம இருக்காம் பாரு. ஒடம்புல இவனுக்கு ஏதோ கொறையிருக்கு, அதானலதான் இன்னும் கல்யாணம் ஆவலன்னு இப்ப எல்லாரும் காதுபடவே பேச ஆரம்பிச்சிட்டாங்க." என்று செல்வம் தன்னோட கவலையை எடுத்துச் சொல்ல ஆரம்பித்து 'கூலிங்' கொஞ்சம் கம்மியாகிருந்த பீரை எடுத்து ஒரு முழுக்கு குடித்தான். மிளகு பொடி தூவிய அவிச்ச முட்டையை எடுத்து வாயில் போட்டுக் கொண்டான் செல்வம்.

"மாப்ள! ஊருகாரனுங்கள பத்தித் தெரியாதா நமக்கு. எவன் எவவூட்டுல எவன் பூந்து என்னென்ன செய்யிறான்னு தெரியாதா? ஊருகாரன், ஒறவுக்காரன், சொந்தக்காரன் எல்லா நாயிங்களும் இப்பிடித்தான். எவனாவது வாயில வந்து விழுந்தா போதும் மென்னு முழுங்கிடுவானுங்க. கல்யாணம் பண்ணி எல்லாரும் நல்லாவா இருக்காங்க.

சிலது வேற ஒருத்தனோட ஓடிப்போயிடுதுங்க. சிலது கட்டுன புருஷனையே கள்ளக்காதலனோட சேந்து கொன்னுபுட்டு நாடகம் நடத்துதுறாளுங்க. இதெல்லாம் இப்போ சாதாரணமாயிடுச்சி மாப்ள. சிலதுக மட்டும் தான் புருஷனோட சேர்ந்து வாழுதுங்க. ஒலகம் நாசாமா இருக்கறப்ப நீ என்னாத்துக்கு கவலபடுற. எல்லாம்

நல்லபடியா நடக்கும்." என்று சொல்லிவிட்டு தானும் பீரை முழுக்கு குடித்தான். கொஞ்சம் கூலிங் குறைந்ததால் அதிகம் புளிப்பது போல் இருந்தது அவனுக்கு. மாட்டுக்கறி சில்லி கொஞ்சம் எடுத்து வாயில் போட்டுக் கொண்டான் சதீசு.

“ஏம் மாப்ள! நீ ரெண்டு வருசத்துக்கு முன்னாடி கள்ளக்குறிச்சியில் ஒருத்திய காதலிச்சியே அது என்னாச்சி.?” என்று கேட்டான். சதீசு பெங்களூருவில் வேலை பார்ப்பதால் அந்த ரெண்டு வருசம் நடந்த விசயம் எதுவும் அவனுக்கு தெரியாது. ஒரு பெண்ணை காதலித்ததைத் தவிர அதிகம் தெரியாமல் இருந்தது. அவ்வப்போது போனில் இருவரும் பேசிக் கொண்டாலும் இதுகுறித்து எதுவும் செல்வம், சதீசிடம் பேசியதில்லை.

“அதெ ஏம்மச்சான் கேக்குற. பழகுற வரைக்கும் நல்லாத்தாம் பழகுனா. கள்ளக்குறிச்சிக்கு டைல்ஸ் வேலைக்குப் போனபோது தான் அவளோட பழக்கம் ஏற்பட்டுச்சு. அவங்க ஊட்டுல தான் டைல்ஸ் ஒட்டுற வேலை பார்த்தேன். ஆளு நல்லா செவசெவன்னு கொய்யாப் பழம்மாதிரி இருந்தா. என்னோட போன் நெம்பர அவளோட அப்பங்காரங்கிட்ட கொடுத்தேன். ஒருநா அவதான் எனக்கு போன் பண்ணி இன்னிக்கு வேலை இருக்கு கொஞ்சம் சீக்கிரமா வாங்கன்னு கூப்புட்டா. அப்பிடித்தான் பழக்கம் ஆனது. நானும் ஒன்னும் மொதல்ல பெருசா ஒன்னும் கண்டுக்கல்ல. அப்புறம் ஒருநா அவளேதான் போன் பண்ணி பேச ஆரம்பிச்சா. நீங்க நல்லா வேல செய்யிறீங்க. நல்லா பேசுறீங்கன்னு. நானும் அப்பறம் தான் அவகூட பேச ஆரம்பிச்சேன். அவ காலேஜ் பொண்ணுன்னு தெரியவந்ததும் நானும் கொஞ்சம் விலக ஆரம்பிச்சேன்.”

அப்புறமா ஒருநா அவளேதான் எங்கிட்ட கேட்டா "என்ன கலியாணம் பண்ணிக்கிறியா?"

“நெசமா கேக்குறியா இல்லாட்டி விளையாட்டுக்கு கேக்குறியா?”

“ஒன்னெ எனக்குப் புடிச்சிருக்கு. நெசமாத்தான் கேக்குறேன். நீ என்ன லவ் பண்றியா? ன்னு கேட்டா. நானும் ஒன்னெ எனக்குப் புடிச்சிருக்குன்னு சொன்னன். கொஞ்ச நாள் ஓடுனது. போன்ல தான் அதிகம் நேரம் பேசுனா. வெள்ளிமல போலாம், அங்கயிங்க போலாம் அப்பிடியிப்பிடின்னு பேசுனா. நானும் ஒரு நா அவள வெள்ளி மலைக்கு கூட்டிட்டு போனேன். அங்க ஒரு எடத்துக்கு சுத்திப் பார்க்க போனப்போதான் ‘மேட்டரு’ நடந்து போயிடிச்சி. அப்போதான் சொன்னா இனிமே என்ன பார்க்க வரத. எனக்கு வூட்டுல மாப்ள பாக்குறாங்க” ன்னு சொன்னா.

"ஏன்டி அப்பறம் என்ன மயிருக்கு என்னைய லவ் பண்ணியாம்.? இப்போ எதுக்கு எங்கூட படுத்தியாம்?

"நீயி கூலி வேல பாக்குற. ஒன்ன காதலிச்சிட்டேன். என்னால எங்கப்பா அம்மாவ மீறி எங்க சாதிக்காரங்கள மீறி ஒன்னைய கல்யாணம் பண்ண முடியாது. அதான் ஒன்ன ஏமாத்தக் கூடாதுன்னு நீய்யி பண்ணதுக்கு சும்மா இருந்தேன்."

"தேவிடியா முண்ட! நீய்யி தான எனக்குப் போன் பண்ணி ஒன்ன புடிச்சிருக்கு, லவ் பண்றேன் கல்யாணம் அது இதுன்னு எல்லாம் சொன்ன."

"சொன்னன். இல்லன்னு மறுக்கல. எங்க சாதிக்காரங்க ஒன்ன கொன்னுப்புடுவாங்க. ஒன்ன காதலிச்சித் தொலைச்சிட்டேன். காதலிச்சவனுக்குத்தான் ஒடம்ப குடுத்தன் அந்த திருப்தி எனக்குப் போதும். ஒனக்கு வேணும்னா நா தேவிடியாளா இருந்துட்டுப் போறேன்' ன்னு சொன்னா. எல்லாதையும் பாத்துக்குறேன் நீ வந்துருன்னு கேட்டேன். அவ முடியாது"ன்னு சொல்லிட்டா. அதோட சரி அவளும் போன் பண்றதில்ல. நானும் போன் பண்றதில்ல. அந்த விசயம் அதோட முடிஞ்சி போச்சி. என்று சொல்லி விட்டு அருகில் இருந்த பீரை கையில் எடுத்தான். அது சுத்தமாக 'கூலிங்' இல்லாமல் இருந்தது. எடுத்து மடக்கு மடக்கு என்று குடித்தான். புளியேப்பம் வந்தது. பொட்டலத்தில் இருந்த மாட்டுக்கறி சில்லியில் ரெண்டு துண்டு எடுத்து வாயில் போட்டுக் கொண்டு மென்றான்.

"சரி வுடு மாப்ள. அவதான் ஒன்ன வேணான்னுட்டால்ல வுடு. இப்ப காலேஜ் பொட்டச்சிவ எல்லாம் கொழுப்பெடுத்துதான் திரியுறாளுவ. மேக்கப் அது இதுன்னு எல்லாம் போட்டுகிட்டும் ஆட்டிக்கிட்டும் தான் திரியுறாளுவ. காதலிக்குறாளுவ, அப்புறம் வூட்டுல அப்பன் ஆத்தா மாப்ள பாக்குறாங்க. அவங்க பாக்குற பையனத்தான் கட்டுவன்னு காதலிக்கிறவன கழட்டி வுட்டுறாளுங்க. இப்ப எல்லாம் காதலிக்கிறதுன்னா பொண்ணுக்கு போன் ரீச்சார்ஜ் பண்ணவும், வெளிய கூட்டிப் போனா செலவு செய்யறதா மாறிப் போயிருச்சு. இல்லாட்டி இருக்குற வரைக்கும் சொகத்த அனுபவிச்சுட்டு போயிடுறாளுங்க. ஆம்பிள பசங்களும் அப்பிடித்தான் அலையிறானுங்க. யார என்ன பண்ட முடியுஞ் சொல்லு. ஒழுங்கா ஒங்கொப்பன் பாக்குற பொண்ணுல எவளையாவது நல்ல பொண்ணா பார்த்து சீக்கிரம் கல்யாணம் பண்ணிக்கிற வழியப் பாரு. பொண்ணு நெட்ட குட்ட, மூக்கு சரியில்ல அது சரியில்ல, இது சரியில்லன்னுட்டு ஆயிரம் நொட்டம் சொல்வானுங்க அதை எல்லாம் கண்டுக்காத." என்று சொல்லிக் கொண்டு தன்னுடைய பாட்டிலில் இருந்த மீதி

பீரை எடுத்து வாயக்குள் கவிழ்த்தி உறிஞ்சினான். பீர் முழுவதும் காலியானது. பாட்டிலை குடித்து முடித்ததும் சதீஷ் அருகில் இருந்த புதரில் தூக்கி எறிந்தான். பொட்டலத்தில் இருந்த மாட்டுக்கறித் துண்டையும், வெங்காயத் துண்டையும் மென்று சுவைத்தான்.

"எங்க வூட்டுல இருக்குற எங்கப்பங்காரன் பொண்ணு வூட்டுல பவுனு பண்டம், ரொக்கம், புது மோட்டாரு பைக்குன்னு கேக்குறான். கொரொனாவுல எவங்கிட்ட காசு இருக்கு. சீர்செனத்தி எல்லாம் செஞ்சி அனுப்புறதுக்கு. இதுதான் நேரம்னு அத்துகளுக்கு செலவு அதிகம் ஆகாம 'சிம்பிளா' வூட்டுலியே கல்யாணத்தை முடிச்சிக்கிறாங்க. அதுவும் ஒரு நல்லதுதான். மண்டபம் அந்தச் செலவு, இந்தச் செலவுன்னு இல்லாம நாலு பேர கூப்புட்டு கலியாணத்த முடிச்சிடறாங்க" என்று சொல்லிவிட்டு தன்னுடைய பாட்டிலில் மீதி பீரை உறிஞ்சிக் குடித்து அருகில் இருந்த புதரில் வீசி எறிந்தான் செல்வம். மீதம் இருந்த அவிச்ச முட்டையை எடுத்து வாயில் போட்டுக் கொண்டான்.

"சரி மச்சான். நாளைக்கு தம்மம்பட்டியில பொண்ணு பாக்கப் போறன். அந்த பொண்ணுக்கும் ஜாதகத்துல செவ்வாய் தோஷமாம். எல்லாம் சரியாயிருக்குன்னு சொல்றாங்க. இதாவது செட்டாவுதான்னு பாப்பம். இல்லாட்டி ஒரு பாட்டிலு மருந்து குடிச்சி சாவலாம். இந்த ஊருக்காரனுங்க பேச்ச காது குடுத்து கேட்க முடியல" என்று கவலையோடும், விரக்தியோடும் சொன்னான். ஒரு வித மரண பயத்துடன்தான் செல்வம் இருந்தான்.

"அட போடா முட்டாப் பயலே. ஊருல எத்தனையோ பொட்டப் பயலுக்கெல்லாம் கல்யாணம் நடக்குது. எவனுக்கெல்லாமோ நடக்கும் போது. ஒனக்கு நடக்காதா? மனச உட்டுடாத. நல்லபடியா நடக்கும். பொருத்தம் சரியாயிருக்குல்ல. சீர்செனத்திய எல்லாம் பாத்து கல்யாணம் இந்த காலத்துல பண்ண முடியாது. அமையுற அப்பவோ முடிச்சிக்க வேண்டியது தான்.

எல்லாம் செட்டாயி ஒத்துப் போச்சின்னா அப்பறம் என்ன சீக்கிரம் நாளு கிழம கடத்தாம ஆக வேண்டடியத பண்ணுங்க" என்று சதீசு சொன்னான். அவனுடைய பேச்சைக் கேட்டதும் செல்வத்துக்கு தைரியம் வந்தது போல் இருந்தான். ஒரு நம்பிக்கையான அமைதி செல்வத்திடம் தோன்றியிருந்தது. அப்போது நேரம் மதியத்தைக் கடந்து போயிருந்தது. போதை கொஞ்சம் தெளிந்த நிலையில் இருவரும் வீட்டை நோக்கி நடக்க ஆரம்பித்தனர்.

கொலுசு

ஏ,பிரபாத்

சுத்தமாய் வீடு. இருண்டு கிடந்தது.

சூர்யாவின் இதயமும் அப்படித் தான் இருந்தது.

விழிவெள்ளம் வற்றும் வரை அழுததில் முகம் வறண்டு வீங்கி இருந்தது.

சாப்பிடக் கூடப் பிடிக்காமல் மன வேதனையில் துடித்தான்.

சூர்யாவின் ஏழு வருட மணவாழ்வில் சுதாகருடன் இன்பமாய் வாழ்ந்தாலும், மடியில் தவழ ஒரு மழலை இல்லாது விரக்தி அடைந்திருந்தான்.

இருவரும் போகாத கோயிலில்லை. வேண்டாத சாமியுமில்லை. இருந்தும் பயனில்லை.

வெறுமையாய் வாழ்க்கையை நகர்த்தி வந்தவளுக்கு, பக்கத்து வீட்டு தோழி புவனாவின் குழந்தை ரம்யாவை பார்த்து ஆறுதல் அடைந்து வந்தாள்.

ரோஜா இதழ்களின் குவியலை அள்ளும் ஸ்பரிசத்தை மொழியில் மயங்கி லயித்துப் போவாள். சுதாகரும் குழந்தையிடம் பாச மழை பொழிவதில் சளைத்தவன் அல்ல. அந்த பிஞ்சுவிடம் கொஞ்சி மகிழ்ந்தார்க்ள். சூர்யாவிடம்தான் அதிக நேரம் ஒட்டியிருக்கும். இரவில் படுப்பதற்கு மட்டும் அழைத்துச் கொள்வார்கள்.

அன்றும் அப்படிதான் காலையில் தன் வீட்டு சமையலை முடித்துவிட்டு, சுதாகர் ஆபிஸ் சென்றதும். குழந்தை சூர்யாவை பார்க்க நினைக்கும் போதே புவனா வந்து நின்றாள்.

“வா... புவனா வேலையெல்லாம் முடிச்சுட்டியா? என வினவினாள்.

ஆனால், அவள் முகம் கலவரமாயிருந்தது.

“வேலையெல்லாம் முடிச்சுட்டேன். குழந்தையை குளிக்க வைக்கும்போது தான் கவனிச்சேன். அவ கால்ல இருந்த கொலுச காணோம். எங்க வீட்ல எல்லா இடத்திலும் தேடிப்பார்த்துட்டேன் கிடைக்கலை. ஒரு வேளை இங்க இருக்கும்னு நான் வந்தேன்.”

“அட அப்படியா? நான் கூட சரியா கவனிக்கலையே”, சொல்லி விட்டு வீடு முழுக்க தேடினாள் இல்லை.

நேற்று முழுவதும் சூர்யாவிடம் தான் குழந்தை இருந்தாள். ரம்யா மீதியிருந்த பாச மிகுதியில் அவள் அணியும் நகை, உடைகளில் சூர்யாவின் கவனம் இருக்கவில்லை.

“நேத்து பூராவும் உங்க கூட இருந்ததாலத்தான் இங்க வந்து கேட்கறேன். இங்க விட்டா வேற எங்க போய் கொலுசு மாயமாய் மறையும்?”

உஷ்ணமாய் வார்த்தைகள் வந்தது.

இங்கு இல்லை என்று சொன்னதை புவனா நம்பவில்லை. கேள்வியின்... விபரீதம் புரிந்த சூர்யா கூனிக்குறுகினாள்.

“இத்தனை நாள் குழந்தை மேல பாசம் காட்டுவது போல் பாசாங்கு செஞ்சது இதுக்குதானே, நான் அப்பவே நெனைச்சேன். சரி ஏதோ பிள்ளை இல்லாதவங்க தானே? இந்த ஐநூறு ரூபாய் கொலுசுக்கே இப்படி பொய் சொல்ற நீ குழந்தைய என்ன வேணும்னாலும் செய்வ.... பிள்ளை பாசத்த பற்றி மலடியான உனக்கா தெரிய போகுது” பொரிந்து தள்ளினாள் புவனா.

சூர்யா இதயத்தில் இடி, வாங்கியவளாய் நொறுங்கிப் போனாள்.

“புவனா.... குழந்தை எங்கிட்ட இருந்ததுதான். அதுக்காக காக்காவுக்கு போடுற பருக்கைப் போல வார்த்தையை வாரி இரைச்சுட்ட உனக்கு கொஞ்சங்கூட மனதாபிமானமே இல்லையா?”

தழுதழுத்தப்படி கேட்டாள்.

“அதெல்லாம் இருக்குது... கொலுசு தான் இல்லை...” நறுக்கென்று பேசி விட்டு போனாள் புவனா.

தன் நிலையை நினைத்து குலுங்கி குமுறிக் கொண்டிருந்தான் சூர்யா.

மாலை மறைந்த நேரம்.

காலிங் பெல் ஒலித்தது.,

...திடுக்கிட்டு எழுந்த சூர்யா, விரலால் விளக்கை உயிர்ப்பித்தாள். கதவை திறந்தாள்.

சுதாகர் நின்றிருந்தான்.

அவனிடம் விவரம் சொன்னள். அதிர்ந்தான். உடனே அவனை அழைத்துக் கொண்டு புவனா வீட்டிற்கு சென்றான்.

"ஏம்மா! புவனா உன் குழந்தையின் கொலுசுக்காக சூர்யாவிடம் வார்த்தைய விட்டுட்ட எங்களுக்கு குழந்தை இல்லையே தவிர, அன்பு பாசத்திற்கெல்லாம் அர்த்தம் தெரியும்.

நீதான் மனசு தெரியாம பேசிட்ட இதோ... கொலுசு எங்கிட்டதான் இருக்குது.

"நாளைக்கு...." எங்களுக்கு கல்யாண நாள். நாங்க மகளா நினைக்கிற உங்க குழந்தை ரம்யாவுக்கு பரிசா ஒரு பவுன்ல தங்க சங்கிலியும், புதுசா ஒரு கொலுசு ஒரு ஜோடியும் செய்ய கால் அளவு எடுக்கத்தான் உங்ககிட்ட சொல்லாம எடுத்துட்டுப் போய்ட்டேன். சஸ்பென்ஸா இருக்குமேன்னு சூர்யாவிடம் கூட சொல்லல. இவ்வளவு விபரீத விளைவு இதனால் வரும்னு நான் நினைக்கல. மன்னிச்சுடுமா".

என்றபடி தன் கையிலிருந்த ஒரு பவுன் தங்க சங்கிலியையும் கொலுசுகளையும் புவனாவின் கையில் திணித்தான் சுதாகர்.

அவர்கள் சொல்வதை சிலையாய் பார்த்து வக்கித்து நின்றாள் புவனா.

ௐ

பெஞ்சில் பேசலாமே

வெ. தெவிட்டாமணி

'என்ன அபர்ணா... எப்படி இருக்கே?.. பாத்து ரொம்ப நாளாச்சு

'ஹலோ சுகிர்... மொபைல், வாட்ஸ் அப் வந்த பிறகு நேரில் பார்க்க முடிலையே என்ற ஏக்கமெல்லாம் வர்றதில்லே... ஆனாலும் நேரில் பார்த்து பேசிக்கொள்ளும் சந்தோசம் தனி தானே...' என்று கூறிக் கொண்டே கல்லூரி கேண்டீனுக்குள் நுழைந்தனர் நண்பர்கள் இருவரும்.

அப்புறம் சொல்லுப்பா... எப்படி இருக்கே ... எப்படி போகுது படிப்பெல்லாம்? என்று பல எப்படிகளை அபர்ணா போட சுகிர்தா, இரு இரு வழக்கம் போல ஒரு செய்தியோட ஆரம்பிக்கலாம் என்றாள்.

'சரி.. சரி. .உன்னோட சிறப்பே.. அது தானே சொல் சொல்' என்று ஆவலில் இரண்டு பேருக்கும் காபிக்குச் சொல்லி விட்டு கேட்டாள் அபர்ணா .

இன்றைக்கு வண்டியில் வரும் போது ஒரு சுவாரஸ்யம்... தனியாய் வந்த நானே தாங்க முடியாம எனக்குள்ளே சிரிச்சேன்னா.... பாரேன்'

'சரி சரி .. தூண்டாம சொல்லு' அபர்ணா என் பக்கத்து வீட்டு அங்கிள் ஒரு நாள் 'டூவீலர்ல போகும் போது லேடீஸ் ஓட்டுற டூவீலர் பின்னாலேயும், ஆட்டோ பின்னாலேயும் தவறிக்கூட போயிடக் கூடாது. எந்நேரம் எப்படி திரும்புவாங்கன்னே தெரியாது' என்றார். இப்பொழுது இங்கே வரும்போது ஒரு டூவீலர்ல இரண்டு பேர்.... இத்தனைக்கும் வயது கூட 30க்குள் தான் இருக்கும். பேசிக் கொண்டே பைக்ல வந்தாங்க. திடீர்னு பின்னால உட்கார்ந்திருந்தவர் கையை ரைட்டுல காட்டினார். திரும்பறதுக்குத் தான் காட்றாங்க போலன்னு நினைச்சுட்டு நான் ஸ்லோ பண்றேன். அதற்குள்ள வண்டியை ஓட்டியவர் ஒரு கையைத் தூக்கி ஒரு ரவுண்டு செஞ்சார் பார் எனக்கு ஒன்னுமே புரியலே அப்புறம் பார்த்தா பின்னால இருந்தவர் தலையை ஒரு ஆட்டு ஆட்டி மறுபடியும் கையை

அப்படி, இப்படி லெப்ட், ரைட், ரவுண்டு-ன்னு திருப்பினார் பாரு... அப்புறம் தான் தெரிந்தது.

அவுங்க பேச்சு ஆர்வத்திலே திசையெல்லாம் காட்டுறது மாதிரி கையை அசைக்கிறாங்கன்னு...

நானும் இதனால வண்டியை ஒரு முறை ஸ்லோ பண்ணிட்டு பின்னால வந்தவுங்களோட பேச்சுக்கு ஆளாயிட்டேன்.

வண்டியில் போறவுங்க பேசட்டும்.. சரிதான்... அதென்ன... புல்லா... தன்னை மறந்து கைகாட்டி பின்னால வர்றவுங்களுக்கு குழப்பம் வர்ற மாதிரியா பண்ணுவாங்க... இதையும் பாத்துட்டு அந்த அங்கிள் சொன்னதையும்... நினைச்சுட்டு சிரிச்சுட்டே வந்தேன்' என சுகிர்தா முடிக்க.

'அட ஏம்ப்பா ரொம்பவும் பீல் பண்றே வண்டி ஓட்டும்போது தான் உலக நடப்பெல்லாம் அவுங்களுக்கு. இதுல கேர்ல்ஸ் என்ன பாய்ஸ் என்ன? பேச்சு சுவாரஸ்யம் தான் அப்படி'

'இது ஒரு பக்கம் இன்னொன்று... நாம் ரொம்ப எச்சரிக்கையா இருக்க வேண்டியது.'

'பெண்கள் வண்டி ஓட்டிச் சென்றாலே அவங்களை முந்தி செல்லனும் என வேகத்தோட சில ஆண்கள் வண்டி ஓட்டறதையும், நம்ம வண்டிக்கு பக்கமா வந்து சர்னு... வேகத்தை அதிகப்படுத்துறதையும் நாம தினமும் தானே பார்க்கிறோம் ரோட்டில் என்ன போட்டியா நடக்குது...' சுகிர்தா

பொதுவா ஆண்கள் மத்தியில் உள்ள எண்ணம் தான் காரணம். இதேதான் நான்கு சக்கர வாகனத்தைத் தனியாக ஓட்டும் பெண்களுக்கும் என நமது கல்லூரி ஆசிரியர் அன்று சொன்னதையும் சேர்த்தே பார்க்கனும் என்றாள்' அபர்ணா.

ஒன்னே ஒன்னுதாம்ப.... இதுல.. வண்டி ஓட்டுறோம்னு நினைப்போட நாம எப்படி பத்திரமா இறங்கறோமோ அதே மாதிரி மத்தவுங்களும் இருக்கணும்'. சொல்லிவிட்டு காபியைக் குடித்து விட்டு லைப்ரரிக்குக் கிளம்பினர் தோழிகள் இருவரும்.

வினையின் முடிவில்

அ. இராதா கிருஷ்ணன்

வெளியே தலைகாட்டினால், பற்றி எரிந்துவிடுவதைப் போல வெயில் கொளுத்திக் கொண்டிருந்தது. நீண்ட நேரமாக மொட்டை வெயிலில் நடந்து வந்ததில் தலை பாரமாக இருந்தது. காலில் செருப்பு சூடேறிக் கொதித்து பாதங்களை எரித்தது. வழியில் நிழல் பரப்பி நின்ற ஆலமரத்தினடியில் காலார கொஞ்சம் உட்காரலாமே என்று உட்கார்ந்தேன்.

பக்கத்து மரத்திலிருந்து சரசரவென்று ஓடி இறங்கி, தாவிய அணில் ஒன்று கிளையிலிருந்த பழங்களில் ருசியான பழத்தைத் தேடி, கண்டு முன்னங்கால்களில் பழத்தைப் பற்றியிழுத்து தின்னத் தொடங்கியது. எங்கிருந்தோ ஓடிவந்த, அதன் இணை இதனை துரத்த, இரண்டும் அசுர வேகத்தில் ஓடி, பக்கத்து மரத்திற்கத் தாவி, ஒன்றினையொன்று முத்தமிடுவதைப் போல முகங்களை ஒட்டி உராசிவிட்டி மீண்டும் ஓடிப்பிடித்து விளையாட ஆரம்பித்தன.

எங்கிருந்தோ பறந்து வந்த காகம், மரத்திலமர்ந்து பழங்களைக் கொத்த பழங்களும் காய்களும் கிளையிலிருந்து உதிர்ந்து சிதறின.

கூடவே, மரத்திலிருந்து சிறு உருண்டையொன்று காலருகே விழுந்தது. மூன்று முசல் எறும்புகள்! மரங்களில் இலைத்தழைகளைப் பிசினால் சேர்த்து உருண்டையாகக் கூடுகட்டி சிவந்த ஆரஞ்சு நிறத்திலிருக்குமே அந்த எறும்புகள். மூன்று எறும்புகளும் ஒரு கட்டெறும்பின் கால்களைக் கடித்து முன்னும் பின்னும் இழுத்துக் கொண்டிருந்தன.

கட்டெறும்பு வலியால் துடித்து, அவைகளிடமிருந்து தன்னை விடுவித்துக் கொள்ளப் போராடிக் கொண்டிருந்தது.

ஆனால், அந்த மூன்று எறும்புகளும், கட்டெறும்பை விடுவதாக இல்லை. கட்டெறும்பு அளவில் சற்றே பெரியதாக இருந்ததால், மூன்று எறும்புகளையும் நொடியில் உதறிவிடும் என்று நினைத்தேன். இல்லை! முசல் எறும்புகள் கட்டெறும்பை விடவும் பலமுடையவையாக

இருந்தன.

வலியினால் துடிக்கும் கட்டெறும்பைக் காப்பாற்றி விட வேண்டும் என்ற எண்ணம், என்னையறியாமலே எழுந்தது.

மனிதர்கள், கண்ணில் படும் ஜீவராசிகளையெல்லாம் கபளீகரம் செய்து, அவற்றின் உடல்களைப் புதைக்கும் சுடுகாடுகளாக தன்னுடைய வயிறுகளை உருமாற்றிக் கொண்டலையும் வேளையில், இந்த அற்பஜீவன்களை ஏன் தொந்தரவு செய்யவேண்டும் என்று மௌனமாக வேடிக்கைப் பார்த்தேன்.

நேரம் ஓடிக் கொண்டிருந்தது.

போராட்டம் ஓய்ந்தபடியில்லை!

ஒரு கட்டத்தில் நான்கு எறும்புகளையும் கொன்று விடலாமா என்ற எண்ணம் எழுந்தது. பார்க்கலாமே!

சற்று நேரம் கழித்து பக்கத்திலிருந்த தொட்டியிலிருந்து கையால் தண்ணீரை அள்ளிவந்து எறும்புகளின் மீது ஊற்றினேன். மூச்சுத் திணறி அவை தனித்தனியே போய்விடும் என்றுதான் நினைத்தேன். நடக்கவில்லை! மூன்றும் தத்தளித்து தண்ணீர் பரப்பிலிருந்து வெளியே வந்து விட்டன. என்ன செய்வது? ஒரு குச்சியை எடுத்து ஒரு எறும்பின் உடலில் வைத்து அழுத்தி, கட்டெறும்பை விரலால் பிடித்து இழுத்தேன். கட்டெறும்பின் கவ்விய காலைப் பிய்த்துக் கொண்டே முசல் எறும்பு வந்துவிட்டது ச்சே என்று முசல் எறும்பைத் தரையோடு தேய்த்தேன் குச்சியால் மறுபடியும் இரண்டாவது எறும்பின் தலையில் வைத்து அழுத்தினேன். தலை நசங்குவது குச்சியின் வழியே உடல் உணர்ந்தது. இம்முறை கட்டெறும்பிற்கு ஒன்றும் ஆகவில்லை. அப்பாடி! இன்னும் ஒன்றுதான் பாக்கி எதிரியின் பலன் குறைந்துவிட்டதால், கட்டெறும்பு ஊனமான காலோடு முசலெறும்பை இழுத்துக் கொண்டு அங்குமிங்கும் அலைந்தது.

இம்முறை குச்சியை, முசல் எறும்பின் மணிபோன்ற, உப்பிய கண்களில் வைத்து அழுத்தினேன் மொத்த பகுதியும் மரமரவென சிதைவதன் உணர்வு மீண்டும் குச்சியின் வழியே உடலில் பாய்ந்தது. உடல் ஒரு முறை சிலிர்த்துக் கொண்டது. அருவறுப்பாய் உணர்ந்தேன். இப்போது முசல் எறும்புகளின் பிடியிலிருந்து கட்டெறும்பைக் காப்பற்றியாகிவிட்டது.

கட்டெறும்பைக் கையிலெடுத்துப் பார்த்தேன். வலியினாலோ, பயத்தினாலோ... கட்டெறும்பு துடித்து, விரல் வழியே கீழே விழுந்தது. எங்கே போயிற்று?

குனிந்து, சுற்றும் முற்றும் தேடிப்பார்த்தேன். காணவில்லை! கையிலிருந்து விழுந்தவுடன் எப்படி மாயமாய் மறைந்து போனது. மீண்டும் சற்று நகர்ந்து, தேட முற்பட்ட போது காலினடியில் ஏதோ மிதிப்பிடுவதை உணர்ந்து காலைத் தூக்கிப் பார்த்தேன். அங்கே, உடல் நசுங்கி செத்துக்கிடந்தது கட்டெறும்பு.

சட்டை

பசு. தனபாலன்

காமலாபுரத்திலிருந்து ஓமலூர்-சேலம் போற அந்த நகரப் பேருந்திலே கூட்டம் நெருக்கித் தள்ளிச்சு. கணேசன் முன்பக்கமாக அடிச்சுப்பிடிச்சு ஏறிட்டான். கூடை வச்சிருந்த பொம்பளைங்க இட நெருக்கடியை அதிகப்படுத்திகிட்டு இருந்தாங்க. நாலாபக்கங்களிலிருந்தும் ஆளுங்க அவன்மேலே இடிச்சுட்டிருந்தாங்க. வாய் பொக்கையான பாட்டி ஒருத்தி புகையிலையைக் குதப்பியபடி நின்னுகிட்டிருக்க, பதினெட்டு வயசு கிராமத்து பெண் ஒருத்தி எண்ணை வழியிற தலை, அவன் சட்டையிலே படற மாதிரி நின்னுகிட்டு இருந்தா. கணேசனுக்கு சேலம் வரைக்கும் தன்னோட சட்டை அழுக்கு படாம சேரணுமேங்கிற கவலை வந்துடுச்சு. கொஞ்சம் கொஞ்சமாய் நகர்ந்து போய் இருக்கைங்க ஓரமாய் ஒரு கம்பியிலே சாஞ்சு நிக்க இடம் பிடிச்சு நின்னுட்டான்.

நடத்துனர், "சீட்டை வாங்குங்க" "ன்னு கத்திகிட்டே கூட்டத்திலே புகுந்து வந்தார். கணேசன் கையிலே தயாரா வச்சிருந்த சில்லறையைக் கொடுத்து சீட்டை வாங்கி பையிலே வச்சுக்கிறப்ப, தன்னோட சட்டையை ஒரு தரம் பாத்துகிட்டான். சந்தன நிறத்திலே பொடிப் பொடியாய் கட்டங்கள் போட்ட அழகான சட்டை அது. சேலத்திலே இருக்கிற ரொம்பப் பெரிய ஆயத்த ஆடை அங்காடியிலே எடுத்தது. அறுநூறு ரூபா. இவ்வளவு விலை கொடுத்து கணேசன் ஒரு தடவை கூட சட்டை எடுத்ததில்லை. ஆனா இப்ப எடுத்ததுக்கு ஒரு காரணம் இருந்திச்சு.

இன்னைக்கு அவன் கவிதாவை பார்க்கப் போறான்.

கவிதா வேற யாருமில்லை. சேலத்திலே அவன் வேலை செய்யற தனியார் நிறுவனத்திலே அவன்கூட வேலை செய்யற பொண்ணு. கணேசன் தினம் தினம் அவளை சந்திச்சு பேசி பழகிட்டுதான் இருக்கான். கதை என்னன்னா, அவங்க அறிமுகமாகி ஒரு வருஷம்கூட ஆகலை. ஆனா சந்திச்சு சில நாட்கள்லேயே பல வருஷங்கள் பழகின மாதிரி பழக ஆரம்பிச்சிட்டாங்க. பழக்கம்னா - ரெண்டு பேரும்

விடுமுறை நாட்கள்லே ஒண்ணா திரைப்படம் போய் பாக்கிற அளவுக்கு பழக்கம். தினமும் அவன் வீட்லேயிருந்து புறப்படறப்பவே கவிதாவை அலுவலகத்திலே பாக்கலாங்கிற நெனைப்பு உற்சாகத்தைக் கொடுக்கும். அலுவலகத்திலே காலையிலே சந்திக்கிறப்பவே ரெண்டுபேர் முகத்திலும் அப்படி ஒரு மலர்ச்சி தெரியும். அவள் என்னைக்காவது அலுவலகம் வரலேன்னா இவனுக்கு அங்கே உட்கார்ந்திருக்கவே பிடிக்காது. புதுசா பாக்கிறவங்க அவங்களை ஏற்கெனவே கல்யாணமான தம்பதிகள்னு நெனைக்கிற அளவுக்கு அவங்க பேசிக்கிறதும், பழகறதும் அவ்வளவு இயல்பா இருக்கும். ஆனா பொது இடமோ, தனிமையான இடமோ அவங்க அத்துமீறி பழகினதில்லை.

நாலஞ்சு நாளைக்கு முந்தி கணேசனோட அலுவலகத்திலே ஒருத்தன் நீங்க ரெண்டு பேரும் காதலிக்கிறீங்களான்னு கேட்டதுக்கு, கணேசன், 'ஏன் இதிலே உனக்கு என்ன சந்தேகம்'னு திருப்பிக் கேட்டான். இல்லே 'சும்மாதான் கேட்டேன்'னு அவன் சொல்லி விட்டான்.

வீட்டுக்கு வந்து யோசனை பண்றப்பதான் கணேசனுக்கு ஞாபகத்துக்கு வந்திச்சு. இத்தனை நாளா அவனும் கவிதாவும் நெருக்கமா பழகிக்கிட்டு இருக்காங்களே தவிர அவள்கிட்ட அவனோ, அவன்கிட்ட அவளோ 'நான் உன்னைக் காதலிக்கிறேன்' ன்னு சொல்லிக்கிட்டதே இல்லை.

கணேசனுக்கு நினைக்கவே ஆச்சரியமாத்தான் இருந்திச்சு. அவனும் கவிதாவும் ஒண்ணா திரை அரங்குக்கு போயி பக்கத்து பக்கத்து இருக்கையிலே உட்கார்ந்து நொறுக்குத் தீனி வாங்கி கொறிச்சுகிட்டே படம் பாத்திருக்காங்க. போஸ் மைதானம் கண்காட்சியிலே ரெண்டு பேரும் கைகோத்துகிட்டு சுத்தியிருக்காங்க. அண்ணா பூங்காவிலே உக்காந்துகிட்டு திரைப்படம், அரசியல்னு மணிக்கணக்கா பேசிகிட்டிருந்திருக்காங்க. ஆனா இதுவரைக்கும் ஒருதரம்கூட ஒருத்தருக்கொருத்தர் 'ஐ லவ் யூ' சொல்லிக்கிட்டதே இல்லை.

திடீர்னு கணேசன் மனசிலே ஒரு சந்தேகம் எழுந்திருச்சு. கவிதா கதைகள்லே வர்ற மாதிரி, நான் உன்னைக் காதலிக்கவே இல்லை. சும்மா நட்பாதான் பழகினேன்னு சொல்லிட்டுப் போயிட்டா?

ஒரு நிமிஷம் மின்சாரம் தடைபட்டு கும்மிருட்டு ஆன மாதிரி இருந்திருச்சு. அப்புறம்தான் ஒரு வெளிச்சம் வந்துச்சி. கவிதா அப்படி அபத்தமா பேசுவாள்னு யோசிக்கிறதே ஒரு அபத்தம்.

எங்க காதல் உண்மையானதா இல்லைன்னா உண்மையிலேயே காதல்னு ஒண்ணு இல்லவே இல்லைன்னு அர்த்தமாகிடும்.

ஆனாலும் அவன் மனசிலே ஒரு தவிப்பு தோணியிருந்திச்சு. இத்தனை நாள் கவனிக்காம மூலையிலே போட்டு வச்சிருந்த ஒரு முக்கியமான பொருளை பாத்த உடனே எடுத்து சரிபண்ணிடனும்கிற மாதிரி.....

அடுத்த நாள் அவளைப் பார்த்த கணேசன், "நாம ஏன் இதுவரைக்கும் ஐ லவ் யூன்னு சொல்லிக்கலை"ன்னு கேட்டான். கவிதா அதைக் கேட்டதும் சிரிச்சுக்கிட்டே ரொம்ப சுலபமா சொல்லிட்டா.

"காதல்ங்கிற வார்த்தயை சொல்லிகிட்டாதான் காதலா?"

"அதானே உலக வழக்கம்? நாம இதுவரைக்கும் ஒருத்தரை ஒருத்தர் காதலிக்கிறோம்னு வெளிப்படையா சொல்லிக் கிட்டதே இல்லையே?"

"நாம மூச்சு விட்டுகிட்டு இருக்கோம்னு கூடத்தான் சொல்றதில்லை. அதுக்காக நாம மூச்சு விடலைன்னு அர்த்தமா?"

அவள் சொன்னது அவனுக்கு சரின்னுதான் பட்டுச்சு. அவள் திரும்பிப் பேசினாள்.

"சரிங்க. இது உங்களுக்கு குறையா இருந்தா நாமும் 'ஐ லவ் யூ' சொல்லிக்கலாம்."

"சொல்லு."

அவளுக்கு வெக்கத்திலே சிரிப்பு வந்திச்சு. "இப்பவேவா?"

"பின்னே எப்போ?"

"வர்ற ஞாயிற்றுக் கிழமை சொல்லிக்கலாமே?"

அவனுக்கும் சிரிப்பு வந்துச்சு. "ஓ.கே. சொல்லிக்கலாம். யார் முதல்லே சொல்றது?"

பெரிய விழாவுக்கு ஏற்பாடு செய்யற மாதிரி அவங்க ரெண்டு பேர் மட்டும் கலந்துக்கிற ஒரு சந்திப்புக்கு இடம், தேதி, நேரம் எல்லாத்தையும் துல்லியமாக ஆராய்ஞ்சாங்க.

ஞாயிற்றுக்கிழமை காலையிலே அண்ணா பூங்காவிலே சந்திச்சு ஒருத்தருக்கொருத்தர் காதலை சொல்லிக்கிறதுன்னு முடிவாச்சு. அன்னைக்கு விடுமுறைங்கிறதாலே ரொம்ப நேரம் பேசிகிட்டிருக்கலாமே?

அன்னைக்கு சாயங்காலம் அலுவலகம் விட்டு வர்றப்ப எந்த சட்டையைப் போட்டுக்கிறதுன்னு யோசிச்சுகிட்டே வந்தான். அப்பத்தான் பழசைவிட புதுசா ஒரு சட்டையைப் போட்டுகிட்டு அவ எதிர்லே நின்னா நல்லா இருக்கும்னு நெனச்சு இந்த சட்டையை வாங்கினான்.

பேருந்து இப்ப பொறியியல் கல்லூரியைத் தாண்டி போய்கிட்டு இருந்திச்சு. அப்பதான் அந்த விஷயம் நடந்திச்சு. அவன் பக்கத்திலே நின்னிருந்த அந்த கிராமத்துப் பொண்ணு குபுக்குன்னு அவன் மேலேயே வாந்தியெடுத்துட்டா. அவன் சட்டை பூராவும் வெள்ளை திட்டு மாதிரி ஒரே வாந்தி. நாத்தம் வேற குடலைப் பிடுங்கிச்சு. அவனைத் தவிர மத்தவங்க மூக்கைப் பிடிச்சிகிட்டும், அந்தப் பொண்ணை திட்டிகிட்டும் இருந்தாங்க. கருப்பூர்லே பேருந்து நின்னப்ப அவன் அவசரமாக இறங்கி ஒரு பெட்டிக் கடையிலே ஒரு பாட்டில் தண்ணீர் வாங்கி தன் சட்டையிலே பட்டிருந்த வாந்தியை கூடியமட்டும் கழுவி விட்டான். அதுக்குள்ளே அந்த கிழவி இறங்கி மண்ணை அள்ளிகிட்டு வந்து வாந்தி மேலே போட்டா. பேருந்து கிளம்பிச்சு.

கிழவி, "சனியனே, வாந்தி வருதுன்னு சொல்றதுக்கென்ன கேடு"ன்னு அவளைத் திட்டிகிட்டிருந்தா. அவனும் திட்டப் போறானோங்கிற பயத்திலே அந்தப் பொண்ணு நடுநடுங்கிகிட்டிருந்தா. ஆனா கணேசன், "பாவம் திட்டாதீங்க ஆயா"ன்னு சொல்லிட்டி பாட்டில்லே இருந்த மிச்ச தண்ணியை அந்தப் பொண்ணுக்கு குடிக்கக் கொடுத்தான்.

அஞ்சு ரோடு பேருந்து நிறுத்தம். ஈரமான சட்டையிலே முடை நாத்தம் அடிச்சிகிட்டிருந்திச்சி. சந்தன நிறம் கொஞ்சம் அசிங்கமாகூட இருந்திச்சு. அவன் மனசுக்குள்ளே சன்னமா ஒரு பயம் பரவ ஆரம்பிச்சுது.

'இன்னிக்கு பாத்து ஏன் எனக்கு இப்படி நடக்கணும்? இந்த நாத்தம் புடிச்ச சட்டையோடவா நான் கவிதா முன்னாடி போய் நிக்கணும்? பொண்ணுங்க பொதுவா சென்டிமெண்ட் பாக்கிறவங்கதானே? சகுனமே சரியில்லைன்னு அவள் நெனச்சுட்டான்னா?'

அதுக்குள்ளே அண்ணா பூங்கா வந்திடுச்சி. அவன் இறங்கிட்டான். அவன் மனசிலே இருந்த பயம் இப்ப கவலையா மாறியிருந்துச்சு. 'இந்த காரணத்துக்காக கவிதா மனசை மாத்திகிட்டான்னா? சீ..சீ.. மாட்டா. இருந்தாலும் நெருடலா இப்படி ஒரு சம்பவம் நடக்காம, அழகா புது சட்டை கசங்காம நான் வந்திருந்தா எவ்வளவு நல்லா இருந்திருக்கும்? இப்பவே ஒரு துணிக்கடைக்கு ஓடிப்போய் வேற ஒரு சட்டை வாங்கிப் போட்டுக்கலாமா'ங்கிற நெனப்பு

கவிதாவே எதிர்லே வந்துட்டா. இனிமே அதுக்கு வாய்ப்பில்லை. அவளும் இப்பத்தான் பேருந்தை விட்டு இறங்கினதா சொன்னா.

ரெண்டு பேரும் பேசிகிட்டே நுழைவுச் சீட்டு வாங்கிட்டு அண்ணா பூங்காவுக்குள்ளே போய் தனியா புல்தரையில் உக்காந்து கிட்டாங்க. அப்புறம்தான் கவனிச்சான். கவிதா லேசான ஊதாப் பூ நிறத்திலே புடவை கட்டிகிட்டு வந்திருந்தா. அவளுக்கு ரொம்ப பொருத்தமா இருந்திச்சி. பேசிகிட்டிருக்கிறப்பவே அவள் இவங்கிட்டே லேசான பதட்டம் இருக்கிறதை கண்டுபிடிச்சிட்டா.

"என்ன ஒரு மாதிரி இருக்கீங்க?"ன்னு கேட்டா.

அவன் தர்மசங்கடத்தோட பேருந்திலே ஒரு பொண்ணு தன் சட்டைமேலே வாந்தி எடுத்த சமாச்சாரத்தை சொன்னான்.

அதான் ஒருமாதிரி ஆயிட்டேன். நீ வேற ஒண்ணும் நெனைச்சுக்காதே. அப்படீன்னான்.

அவள் கொஞ்சம் கோபத்துடன், "அந்தப் பொண்ணை சும்மாவா விட்டீங்க?"ன்னு கேட்டா.

"எந்தப் பொண்ணை?" ன்னு அவன் கேட்டான்.

"அந்த வாந்தி எடுத்த பொண்ணை"ன்னு அவள் சொன்னாள்.

"அவளைப் போய் எதுக்கு திட்டறது? அவ வேணும்னா செஞ்சா?" ன்னு கேட்டு, அவளைத் திட்டிய கிழவியைத் தடுத்ததையும், அந்தப் பொண்ணுக்கு குடிக்க தண்ணி கொடுத்ததையும் சொன்னான்.

கவிதா கோபம் போய் அவனை வச்ச கண்ணு வாங்காம பாத்தா. அடுத்த நிமிஷம் அப்படியே அவன் தோள்லே சாஞ்சுகிட்டா. இந்த மாதிரி எதிர்பாராத சின்ன சின்ன சம்பவங்கள் நடக்கறப்பதான் ஒருத்தரோட உண்மையான குணம் வெளிப்படுமாம். வேற யாரா இருந்தாலும், அந்தப் பொண்ணை கன்னாபின்னான்னு திட்டியிருப்பாங்களாம். இல்லேன்னா, கண்ணிலேயாவது கோபத்தைக் காட்டி இருப்பாங்களாம். குறைந்த பட்சம் கொஞ்ச நேரம் முந்தி அவள் செஞ்சாளே, அப்படி அருவருப்போட முகத்தையாவது சுளிச்சிருப்பாங்களாம். அவன் இந்த மாதிரி எதுவும் செய்யாம மனிதாபிமானத்தோட நடந்துகிட்ட விதத்தை நெனச்சா அவளுக்கு பெருமையா இருக்காம். "ஐ லவ் யூ"ன்னு திரும்பத் திரும்ப கண்ணீர் வழிய சொன்னா.

கணேசனுக்கு உடம்பு பூரா ஒரு பரவச அலை ஓடிச்சி. இந்தச் சந்திப்பு இவ்வளவு உணர்ச்சிகரமா அமையும்னு அவன் எதிர்பார்க்கவே இல்லை. ஒரு நல்ல புரிதலோட தன்னோட காதல்

வாழ்க்கை ஆரம்பிக்கிறதுக்காகத்தான் இன்னைக்கு அந்தச் சம்பவம் நடந்திச்சு போலன்னு நெனச்சுகிட்டான்.

இன்னமும் அவன் சட்டையிலேருந்து அந்த புளிச்ச வாடை அடிச்சுகிட்டுதான் இருந்திச்சு. ஆனா அவங்க ரெண்டுபேர் மனசிலேருந்தும் கிளம்பின காதல் வாசம் அந்த வாடையை இனிமையானதா மாத்தியிருந்திச்சு.

எழுத்தாளன் மனைவி

என்.சொக்கன்

காலையில் ஆபீசுக்கு வந்து உட்கார்ந்து தினமணியைப் பிரிப்பதற்குள் அதற்காகவே காத்திருந்தது போல் போன் வந்தது. எதிர்முனையில் உச்ச சத்தத்தில் 'ஹலாவ்' என்கிற குரலைக் கேட்டதும் தெரிந்துவிட்டது. சங்கரலிங்கம்.

'சொல்லுங்க சார், நான் விஜயன்தான் பேசறேன்'

'விஜயன் சார், விஜயன் சார்', ஆக்ஸிஜனுக்குத் திணறுகிறவர் போல் எதிர்முனையில் சங்கரலிங்கம் திக்குமுக்காடினார், 'என்னாச்சு சார், ஏன் ஒரு மாதிரி பேசறீங்க?' பேப்பரை மேஜைமேல் போட்டுவிட்டு ரிசீவரை சரியாய்ப் பிடித்துக்கொண்டேன்.

'சந்தோஷம் சார், சந்தோஷம், ஆனந்தக் கண்ணீர்' என்றார் சங்கரலிங்கம். அந்தக் காலத்தில் அரசியல் தலைவர்களையும், கல்யாண மாப்பிள்ளை - பெண்களையும் அறுசீர் விருத்தம் எழுதிப் புகழ்ந்த பழக்கத்தில் அடிக்கடி இப்படிதான் அளவுக்கதிகமாய் உணர்ச்சிவசப்படுவார், உட்காரவைத்து ஒரு சோடாவோ, ஐம்பது பைசாவுக்குத் துளிர் வெற்றிலையோ வாங்கிக்கொடுத்தால் பழைய நிலைக்குத் திரும்பி, 'ஓ போடு-ன்னு ஒருத்தி ஆடறாளே, நன்னாவா இருக்கா?' என்று நாட்டுக்குத் அத்தியாவசியமானதைப் பேச ஆரம்பித்துவிடுவார்.

சங்கரலிங்கப் பெரியவருக்கு அறுபத்தெட்டு வயதில் இப்படி ஆனந்தக் கண்ணீர் வருவதற்கான காரணங்களை உள்மனதில் கணக்குப்போட்டுப் பார்த்தேன், ஐந்து வாரிசுகளுக்கும் கல்யாணம் பண்ணி வைத்து விட்டார், மகன்களெல்லாம் அமெரிக்காவில் பிட்ஸா மென்றுகொண்டு மாதந்தவறாமல் அரை டிராயரோடு காரின்மேல் சாய்ந்த புகைப்படங்களை ஈமெயிலில் அனுப்பிக்கொண்டு சௌக்கியமாய் இருக்கிறார்கள், மகள்கள் வெளியூரில் பெரிய குடும்பங்களின் நல்ல மருமகள்களாய் டிவி சீரியல்கள் பார்த்துக்கொண்டு வேலைக்காரிகளை விரட்டியபடி குண்டாகிக் கொண்டிருக்கிறார்கள், ஒருவேளை அவர்களில்

யாருக்காவது குழந்தை பிறந்திருக்கிறதோ? அவருடைய மகள்களில் ஒருத்தி பிரசவத்துக்காக தாய்வீட்டுக்கு வந்திருந்தாகத்தான் ஞாபகம், ஆனால் அது போன வருஷம் இல்லையோ, வயோதிக வாலிபர் போல் இப்போது என்ன புதிதாய் சந்தோஷம் இவருக்கு?

என் குழப்பத்தை அதிகம் பண்ணுகிறவர்போல் அவர் இன்னும் பரவசமாய் பேசிக்கொண்டிருந்தார், 'விஜயன் சார், உங்களுக்கு எப்படி நன்றி சொல்லுவேன், எனக்கு பெரிய கௌரவத்தைத் தேடிக்கொடுத்துட்டேள்! நான் ஒன்றும் புரியாமல் விழித்தேன், என்ன சார் சொல்றீங்க?', தேடிப் பிடித்துக் கொடுப்பதற்கு இவரிடம் எந்தக் காலத்திலும் கௌரவம் இருந்ததாய்த் தெரியவில்லை - என்னைப்போலவேதான் இவரும், சாதாரண நபர்! (அல்லது அவரைப்போலவேதான் நானும், சாதாரண நபன்!)

அவர் சற்றே நிதானமாகி தெளிவாய்ப் பேசினார், 'நீங்க செலக்ட் பண்ணிக்கொடுத்த புக்குக்கு நேஷனல் அவார்டு கெடச்சிருக்கு சார், இந்தியாவிலேயே பெஸ்ட் புத்தகமா தேர்ந்தெடுத்திருக்காங்க! எனக்கு குப்பென்று மூச்சடைப்பது போல் இருந்தது, 'எ - எந்த புத்தகம் சார்?' என்றேன், அவர் தவறவிட்ட பதட்டமெல்லாம் டெலி போன் வயர்கள் வழியே பயணமாகி என்னைத் தொற்றிக்கொண்டிருந்தது.

கவியரங்கத்தில் கவிதை வாசிக்கிற தோரணையில் அவர் நிறுத்தி நிதானமாய்ச் சொன்னார். 'நினைவோடைகளில் நீரில்லை', ஒரு சிறு இடைவெளிவிட்டு, 'நினைவிருக்கா சார்?' என்றார். எப்படி மறக்கமுடியும்? நான் உட்கார்ந்த நிலையிலிருந்து அனிச்சையாய் எழுந்துகொண்டேன், 'நிஜமாத்தான் சொல்றீங்களா சார்?' என்றேன், அந்தச் செய்தியை என்னால் கொஞ்சமும் நம்பமுடியவில்லை.

'அட ஆமாம் சார், நானும் உங்களை மாதிரியேதான், நியூஸ் கேட்டதும் ஆடிப் போய்ட்டேன், சுத்தமா நம்பிக்கையே வரலை, டிவியைப்போட்டு பைத்தியம் பிடிச்சமாதிரி ஒவ்வொரு சேனலா மாத்தறேன், என் நேரம் - எதிலயும் நியூஸ் இல்லை, அப்புறம் ரெண்டு மூணு பேருக்கு போன் பண்ணி விசாரிச்சுட்டே இருக்கேன் - டெல்லியில் இருந்து தந்தி வந்துடுச்சு, நம்ம புக்குக்குதான் பர்ஸ்ட் ப்ரைஸ், நம்ம பதிப்பகத்துக்கு தங்கப்பேனா, எழுத்தாளருக்கு ஒன்றரை லட்ச ரூபாய் ரொக்கப்பணம், இந்தியா முழுக்க இருபத்தஞ்சு லாங்வேஜ்ல பப்ளிஷ் ரைட்ஸ் - இன்னும் என்னென்னவோ', அவர் கனவுபோல் பேசிக்கொண்டே போனார், 'பணமெல்லாம் கிடக்கட்டும் சார், நம்ம புஸ்தகம் தேசிய விருது வாங்கியிருக்குன்னா சும்மாவா ? எனக்கு எவ்வளவு பெருமையா இருக்கு தெரியுமா ?' என்றார். வியாபாரிக்கும், இலக்கியவாதிக்கும் இடையே அவராடும் சுகமான ஊசலாட்டம் எனக்குப் பொறாமையாய் இருந்தது.

என்னுடைய மௌனத்தையும் அவர் தனது படபடவென்ற பேச்சால் நிரப்பினார், ‘நிஜமா, உங்களுக்குதான் சார் நான் தேங்க்ஸ் சொல்லணும், நீங்கதானே அந்த புக்கை செலக்ட் பண்ணிக் கொடுத்தீங்க!’, அவர் அதோடு நிறுத்தியிருக்கலாம்,

தொடர்ந்து, ‘அதோட ரைட்டர் உங்க ப்ரெண்டுன்னுதானே சொன்னீங்க?’ என்றார் கேள்விக்குறியாய்.

அதற்குமேல் என்னால் பேசமுடியவில்லை, அவரிடம் மன்னிப்புக் கேட்டுக்கொண்டு போனை வைத்துவிட்டேன், எதிர்முனையில் அவர் திகைத்துப்போய் திருதிருவென்று விழித்துக்கொண்டிருக்கக் கூடும் - அல்லது வேறு யாருக்காவது போன் பண்ணி, ‘நான் போட்ட புஸ்தகத்துக்கு நேஷனல் அவார்டு கெடச்சிருக்குய்யா? ஜனாதிபதி கையால வாங்கப்போறேன்’ என்று பெருமையடிக்கத் துவங்கியிருக்கக்கூடும்.

எனக்குள் அந்தப் புத்தகத்தின் நினைவுகள் அலையலையாய் எழுந்து ஆக்கிரமிக்கத் தொடங்கியிருந்தன. உள்ளே உறங்கிக்கொண்டிருந்த அலைகளுக்கு இந்தப் பரிசு ஒரு தூண்டுதல், அவ்வளவுதான். இந்தப் பரிசு கிடைக்கவேண்டும் என்றில்லை, கிடைக்காமல் போயிருந்தால்கூட இந்த அலைகள் எழத் தொடங்கியிருக்கும் - அவற்றுக்குத் தேவை ஒரு சிறு பேச்சு, யதேச்சையான நினைவுப்பொறி, சிந்தனைத் தெறிப்பு, அதன்பிறகு அவற்றின் அசுர ராஜாங்கம்தான்.

வேலை செய்ய மனமில்லை, விமர்சனத்துக்காக வந்திருந்த நான்கு புத்தகங்களையும் ஓரமாய் ஒதுக்கிவைத்துவிட்டு, ஒரு சிகரெட் பிடித்துவரலாம் என்று மாடிக்குப்போனேன், வெய்யிலும், காற்றும் சமவிகிதத்தில் முகத்தைத் தாக்க வெகுநேரம் கையில் பற்றவைக்காத சிகரெட்டோடு நின்றபடியிருந்தேன். நினைவோடைகளில் நீரில்லை’ என்று அழுத்தமான கறுப்பு வண்ணத்தில் தலைப்பிடப்பட்ட அந்தப் புத்தகத்தின் கையெழுத்துப்பிரதியைப்பார்த்த நாள் இன்றுபோல் நினைவிலிருந்தது.

சங்கரலிங்கம் சொல்வதுபோல் நான் ஒன்றும் அந்தப் புத்தகத்தை ஊர் உலகமெல்லாம் தேடிக்கொடுத்துவிடவில்லை - அதை எழுதிய எழுத்தாளர் சங்கரலிங்கத்தை நேரில்பார்த்து அந்த கையெழுத்துப் பிரதியைக் கொடுத்திருந்தார் - அவரும் வழக்கம்போல அதை ஆர்வமில்லாமல் மேஜைமேல் போட, அனுதினம் மேலே மேலே விழுகிற புத்தகங்களும் லெட்ஜர்களும் அதைக் கீழே தள்ள, கீழே விழுந்ததை நடக்கிற மனிதர்களும், பிரின்டிங் பிரஸ்ஸின் ராட்சஸ பேப்பர் கட்டுகளும் ஓரமாய் ஒதுக்க, சீக்கிரத்திலேயே அது குப்பையோடு குப்பையாய்க் கிடக்க ஆரம்பித்திருந்தது. நான்

ஒருநாள் மதியம் ஆபீசில் வேலையில்லாமல் சங்கரலிங்கத்தைப் பார்க்கப்போக, அவருக்காக காத்திருந்த வேளையில் யதேச்சையாய் அந்தத் தொகுப்பு கண்ணில்பட்டது. அசாதாரணமான தலைப்பினால் கவரப்பட்டு வாசிக்க ஆரம்பித்தேன். கறுப்பு மையில் குண்டுகுண்டான எழுத்துக்கள், தெளிவான ஜெராக்ஸ், கண் வலியில்லாமல் படிக்கமுடிந்தது.

பத்திரிக்கை உதவி ஆசிரியன் என்கிறவன் எந்தப் பிறவியிலோ சுகித்துக்கொண்டிருந்த இணைப் பறவைகளில் ஒன்றைமட்டும் பிடிவாதமாய் குறிபார்த்துக் கொன்று, சபிக்கப்பட்டவன் என்பது என் அபிப்பிராயம் உப்புமாப் பத்திரிக்கைதான் என்றாலும் தமிழ்நாட்டில் இத்தனை எழுத்தாளர்கள் இருக்கிறார்களா என்கிற பிரம்மிப்பை உண்டுபண்ணும் அளவுக்கு தினம்தினம் கதைகள் வந்து குவியும் வருகிற கதைகளில் நூறுக்கு நாலு கதை தேறினால் அன்று அதிர்ஷ்டதினம் ஆனால் அந்த நாலு கதைகளில் கிடைக்கிற திருபதியைப்போல பலமடங்கு தொந்தரவுகளை, மன உளைச்சலை, சோர்வை மதமிருக்கிற தொன்னூற்றாறு சொதப்பல் கதைகளும் அள்ளித் தந்துவிடும். அதற்காக அவற்றை வாசிக்காமல் ஒதுக்கித் தள்ளவும் முடியாது - கடமை உணர்ச்சி குறுக்கிட்டு, 'ஒரு அப்பாவி எழுத்தாளன் வயித்துல அடிக்கறியே, நீ உருப்படுவியா?' என்று கேள்வி கேட்கும். வேறு வழியில்லாமல் கண்கள் செருக வெவ்வேறு விதமான கோழிக்கிறுக்கல்களை சகித்துக்கொண்டு, 'ஹா என்று கத்தியபடி தலை சுக்குநூறானது போல் அதிர்ச்சிக்குள்ளானான் ராஜா'வையோ, 'உன்னைப் பெத்து வளர்த்து படிக்கவெச்சதுக்கு இதுதானாடா நீ கொடுக்கும் பரிசு? என்று பல யுகங்களாய் ஒரேமாதிரி வயிற்றிலடித்துக்கொண்டு அழுகிற தியாகத் தாயாரையோ வாசித்துக்கொண்டிருக்கவேண்டும்.

ஏதோ ஒரு சினிமாவில் கதாநாயகன் நூறு கோடியோ, ஆயிரம் கோடியோ மூன்று மாதத்துக்குள் பரபரவென்று செலவு செய்வான், அதனால் அவனுக்குப் பணம் என்கிற விஷயமே வெறுத்துப் போய்விடும்! அதுபோலதான் எனக்கும் - கதை படிப்பது என்றாலே நாக்கில் சூடுபட்ட பூனைபோல் தலைதெறிக்க ஓடுகிற நிலையில் நான் இருந்தபோதுதான் நினைவோடைகளில் நீரில்லை' என்கிற அந்தத் தொகுப்பின் முதல் கதையை அவ்வளவாய் ஆர்வமில்லாமல் வாசித்தேன்.

தொகுப்பின் பெயர் மட்டுமல்ல, கதாசிரியரின் பெயரும் புதுமையாகவே இருந்தது - சூட்சுமன், அவருடைய நிஜ பெயர் கிருஷ்ணமூர்த்தியோ, ராஜசேகரோ - சரியாய் நினைவில்லை, ஆனால் அந்தத் தொகுப்பிலிருந்த ஒவ்வொரு கதையும் என்னை

அப்படியே உள்ளே இழுத்து சாப்பிட்டுவிட்டது என்றுதான் சொல்லவேண்டும். இத்தனைக்கும் அந்தக் கதைகளில் வேதங்கள், உபநிஷத்கள்போல உயர்ந்த அறிவுரைகளோ, மைல் நீளத்தில் தத்துவ விளக்கங்களோ இல்லை, அசரடிக்கும் மாய நடை இல்லை, புரியாத குழப்ப அலசல்கள் இல்லை, தரையிலிருந்து எப்போதும் பத்தடி உயரத்தில் நடக்கிற வித்தியாசமான கதாபாத்திரங்கள், வசனங்கள் இல்லை, வாசகனை மயக்கி ஏமாற்றும் காதல் இல்லை - சுருக்கமாய்ச் சொன்னால் யதார்த்தத்திலிருந்து விலகிய எதுவுமே இல்லை. நம்மோடு பக்கத்தில் உட்கார்ந்து பேசுவதுபோன்ற எளிய நடை, அன்றாடம் அக்கம்பக்கத்தில் நாம் பார்க்கிற பாத்திரங்கள், பிரச்சனைகள், ஏற்றுக்கொள்ளக்கூடிய தீர்வுகள் - ஆனால் அந்தக் கதைகளையெல்லாம் அவர் சொன்ன விதம்தான் அசரடித்தது. ஒவ்வொரு கதாபாத்திரத்துக்குள்ளும் புகுந்துகொண்டுவிட்டதுபோல் அவர்களின் மன ஓட்டங்களை தெள்ளத்தெளிவாய் எழுதியிருந்தார். அது மட்டுமில்லை, ஒரு துணிசோப்பு விளம்பரத்தில் சோப்போடு அதை உபயோகிக்கிற பெண்ணும் துணிக்குள் சென்று அழுக்கு நீங்குவதையெல்லாம் பார்வையிடுவாளே, அதுபோல வாசிக்கிறவர்களையும் கதாபாத்திரங்களோடு உலவவிட்டு கதையைப் படிக்கிறமாதிரி இல்லாமல், நாமே அனுபவிக்கிறமாதிரி செய்திருந்தார் சூட்சுமன்.

அன்றைக்கு ஒரு புத்தகக் கண்காட்சிக்குப் போயிருந்த சங்கரலிங்கம் திரும்பி வருவதற்குள் அந்தப் புத்தகத்தை முழுக்க படித்துமுடித்துவிட்டேன். உண்மையைச் சொல்வதானால், முதல் கதையைப் படிக்க ஆரம்பித்தபிறகு, என்னால் நிறுத்தவே முடியவில்லை, தொகுப்பிலிருக்கிற ஒவ்வொன்றும் வெவ்வேறு கதைகள் என்கிறதையே என்னால் நம்பமுடியாதபடிக்கு எல்லாக் கதைகளுக்கிடையேயும் ஒரு மாய இழை ஓடிக்கொண்டிருப்பதாய்த் தோன்றியது. ஒன்றைப் படித்தால் அடுத்ததையும் படித்தாகவேண்டும் என்று யாரோ கொக்கிபோட்டு இழுப்பதுபோலிருந்தது. இன்னும், இன்னும், இன்னும் என்று படித்துக்கொண்டே இருந்தேன், தொகுப்பு முடியும்போது 'அவ்வளவுதானா?' என்று ஒரு ஏமாற்றமும், வருத்தமும் எழுந்தது பாருங்கள், இதைத்தான் திருவள்ளுவர் 'உள்ளப்பிரிதல்' என்று சொல்லியிருக்கவேண்டும்!

சங்கரலிங்கம் வந்தவுடன் அவரிடம் அந்த கையெழுத்துப் பிரதியை நீட்டினேன். பிரமாதமா இருக்கு சார் ஒவ்வொரு கதையும், யார் இந்த சூட்சுமன்?' என்றேன். வெய்யிலில் வந்திருந்த அவர் வியர்வையோடு விழித்தார். 'சத்தியமா எனக்குத் தெரியலை விஜயன் சார்!' என்றார் பரிதாபமாய், 'யாரோ வந்து கொடுத்துட்டுப் போனதா ஞாபகம், நல்லா இருக்கா?'

நான் அவருக்கு பதில் சொல்லாமல் கடைசிப் பக்கத்தைத் திருப்பிப் பார்த்தேன், கோயம்பத்தூர் முகவரியும், தொலைபேசி எண்ணும் ரப்பர் ஸ்டாம்ப் முத்திரையாய். 'நான் இந்த ரைட்டரோட பேசறேன் சார், நீங்க இந்த புத்தகத்தை அவசியம் பப்ளிஷ் பண்ணனும், அருமையான வொர்க்' என்றேன். அவர், 'ஆஹா ! என்றார் பரவசமாய் - கௌரவ (சம்பளம் வாங்காத) ஆலோசகனாய் மாதமாதம் இவர்களுக்கு புத்தகம் தேர்ந்தெடுத்துக்கொடுப்பதற்கு இந்த மரியாதைகூட இல்லையென்றால் எப்படி!

ஸ்கூட்டரை விரட்டியபடி ஆபீசுக்குத் திரும்பியபோது இந்த எழுத்தாளரை என் பத்திரிக்கைக்கு தொடர்ந்து எழுதச்சொல்லவேண்டும் என்று தீர்மானித்துக்கொண்டேன். இத்தனை பிரமாதமாய் எழுதுகிற ஆளை எந்த பிரபல இதழும் கண்டுகொள்ளவில்லை என்பது எனக்கு ஆழ்ந்த வருத்தமாய் இருந்தது.

அன்று இரவு தொலைபேசிக் கட்டணங்கள் பாதியாய்க் குறைந்தபிறகு கோயம்பத்தூருக்குத் தொலைபேசினேன். பத்துப் பதினைந்து மணியொலிகளுக்குப்பிறகு யாரோ எடுத்தார்கள், அது ஒரு மளிகைக்கடை என்று தெரிந்தது, கடை மூடுகிற அவசரத்தில் யாருங்க வேணும் ?' என்ற போது தூசி நெடியடிப்பது போலிருந்தது. புத்தகத்தை ஓரக்கண்ணால் பார்த்தபடி அவருடைய பெயரைச் சொன்னேன், எதிர்முனைக்குத் தெரிந்திருக்கவில்லை, 'சூட்சுமன்-னு கதையெல்லாம் எழுதுவாருங்களே' என்றேன் ரொம்பகாலம் பழகியவன்போல் 'அட, அவரா?' என்று ஒரு சின்ன அதிர்ச்சியோடு கோவை மளிகைக்கடை ஸ்தம்பித்து நின்றது. சில விநாடிகள் பொறுத்து, 'நீங்க விஷயம் தெரிஞ்சுதான் போன் பண்றீங்களா தெரியலை, அந்த மனுஷன் பாவம், போனவாரம் கேன்ஸர்ல போயிட்டார்' என்று குரல் வந்தது.

நான் பதட்டத்தில் போனை நழுவவிட இருந்தேன், சரியாய்ப் பிடித்துக்கொண்டு, 'என்ன சார் சொல்றீங்க ?' என்றேன் இன்னும் அந்த செய்தியை ஜீரணிக்க முடியாதவனாய், ஆமா சார், முப்பது வயசுதான் சார் ஆச்சு அந்தாளுக்கு, ஆனா ரொம்ப நாளாக அவருக்கு அந்த வியாதி இருந்ததுபோல, இதில் கோயம்பத்தூருக்கும், மெட்ராசுக்கும் பஸ்ஸிலயும், ரயில்லயும் அலைச்சலா அலைஞ்சிட்டிருந்தாரா, போனமாசம் ரொம்ப முடியாமபோய் ஹாஸ்பிடல்ல சேர்த்தாங்க, கோமாவிலயே போயிட்டார் மனுஷன்' என்றபடி உச்சுக்கொட்டினார் அந்த முதலாளியோ, தொழிலாளியோ, 'வேணும்ன்னா அவங்க வீட்ல யாரையாச்சும் கூப்பிட்டுமா? என்றார் தொடர்ந்து. 'வேண்டாம்' என்றேன் அவசரமாய். நன்றி சொல்லி போனை வைத்துவிட்டேன்.

அதன்பிறகு நெடுநேரத்துக்கு என் படபடப்பு குறையவில்லை . வாழ்க்கையின் அபத்திரத்துக்கான சாட்சியைப் பார்த்துவிட்டவன்போல் விழித்துக்கொண்டு உட்கார்ந்திருந்தேன். இன்றைக்கு நான் சங்கரலிங்கம் சாரின் பிரஸ்ஸுக்குப் போகாமலே இருந்திருக்கலாம் என்று தோன்றியது. எல்லோரும் ஒதுக்கித் தள்ளிய அந்தப் புத்தகம் ஏன் என் கண்ணில்மட்டும் படவேண்டும் ? அதை எழுதியவரோடு உடனே பேசவேண்டும் என்று எனக்கு ஏன் தோன்றவேண்டும் ? எல்லாமே அமானுஷ்யமாய் இருந்தது. நேரில் பார்த்ததில்லை என்றாலும் மதியம் முழுக்க என்னோடு எழுத்துக்களால் உறவாடின அந்த சூட்சும மனிதரை இழந்துவிட்ட வெறுமையில் அன்று இரவு எனக்குத் தூக்கமே வரவில்லை .

மறுநாள் காலை முதல் வேலையாய் சங்கரலிங்கம் சாரைப் பார்த்து அந்த புத்தகத்தின் பிரதியை வாங்கிக்கொண்டேன். போனில் பேசிய விபரம் சொன்னபோது அவர் ஏதும் சொல்லத் தோன்றாமல் வெறுமனே அமர்ந்திருந்தார். அந்தக் கதைகளை அவர் ஏற்கெனவே படித்திருந்தால், இந்த மரணச்செய்தி கேட்கையில் அவரும் ஒரு சொட்டுக் கண்நீராவது சிந்தியிருப்பார் என்று எனக்குத் தோன்றியது.

அன்றைக்கே அந்தத் தொகுப்பை மூன்று பிரதிகள் எடுத்துக்கொண்டேன். பத்திரிக்கை ஆ.பீசில், நண்பர்கள் சந்திப்பில், இலக்கியக் கூட்டங்களில் என்று கண்ணில்படுகிறவர்களிடமெல்லாம் அதில் ஒரு புத்தகத்தைக் கொடுத்து படிக்கும்படி கேட்டுக்கொண்டேன் இரண்டொரு நாட்களில் அவர்கள் புத்தகத்தைத் திருப்பிக்கொடுத்து சாதாரணமான வார்த்தைகளில் அதைப் பாராட்டுகையில், இதை எழுதியவர் புற்றுநோயால் இறந்துவிட்டார் என்கிற தகவலை என்னால் ஆனவரை இயல்பாகச் சொல்ல முயன்றேன். அவர்களின் அதிர்ச்சி கலந்த பரிதாப உணர்ச்சியில், திகைப்பில், சொல்வதறியாது தவிக்கும் நம்பமுடியாத முகபாவங்களிலெல்லாம் இந்தச் செய்தி என்னிடம் போன்வழியே வீசப்பட்டபோது நான் அடைந்த அதிர்ச்சியின் காயங்களை ஆற்றிக்கொண்டேன். இப்போது யோசித்துப்பார்க்கையில் இதையெல்லாம் ஏன் செய்தேன் என்று வேடிக்கையாகவும், வெட்கமாகவும்கூட இருக்கிறது. தனக்கிருந்த ஒரே அடையாளத்தையும் இழந்து அனாதையாகிவிட்ட அந்த சிறுகதைத் தொகுப்பின் மேல் எனக்கு ஏற்பட்ட கரிசன உணர்ச்சிதான் அதைப் பிறரோடு பகிர்ந்துகொண்டதற்குக் காரணமாய் இருந்திருக்கவேண்டும். என்னைப்போலவே அந்தத் தொகுப்பை பாசத்தோடு பார்க்கக்கூடியவர்களை இப்படி விநோதமான முறையில் தேடியிருக்கிறேனோ?

அப்போதெல்லாம் வாரம் இரண்டுமுறையாவது சங்கரலிங்கம் சாருக்கு போன் செய்து தொகுப்பின் வேலைகளைப்பற்றி விசாரித்துக்கொண்டிருந்தேன். என் தொந்தரவு தாங்காமல் அவரும் சீக்கிரமே அதற்கான ஏற்பாடுகளை ஆரம்பித்தார். சூட்சுமனின் மனைவியிடம் பேசி காபிரைட் அனுமதி பெற்று வருவதற்காக என்னையே கோயம்பத்தூருக்கு அனுப்பப் பார்த்தார். எனக்கு விருப்பம்தான் என்றாலும், நான் அதற்குத் தயாரில்லை என்று ஏனோ தோன்றியது. அப்புறம் சங்கரலிங்கம் சாருடைய சகலை பையனோ யாரோ போய்வந்தார்கள். அந்த அம்மாள் சரியாய்ப் பேசவில்லை என்றும், ஆனால் புத்தகம் வெளியிடுவதற்கு அனுமதி கொடுத்துவிட்டார்கள் என்றும் கேள்விப்பட்டேன்.

சென்னை புத்தகக் கண்காட்சியின்போது அந்தத் தொகுப்பு வெளிவந்தது. சுஜாதா ஒரு அருமையான முன்னுரை எழுதியிருந்தார். புத்தகம் கண்காட்சியில் கொஞ்சூண்டு விற்றது. சுயமாகவும், என் முயற்சியிலும் நிறைய பத்திரிக்கைகளில் விமர்சனங்களும் - தவறாத அடிக்குறிப்பாய் அதன் ஆசிரியரின் மரணச் செய்தியும் - போட்டோவோடு வந்தது. இலக்கிய ரசிகர்கள் மெல்ல அதைத் தேடி வாங்க ஆரம்பித்தார்கள். முதல் பதிப்பு விற்றுத் தீர்ந்து, ரெண்டாம் பதிப்பு போட்டாயிற்று. சங்கரலிங்கம் சாருக்கும் சந்தோஷம், பரவலாய் அந்தப் புத்தகம் வாசித்து, பாராட்டப்பட்டதில் எனக்கும் சந்தோஷம். எல்லோரும் நிராகரித்த குழந்தையைக் கண்டெடுத்து வளர்த்து, அது பெரிய படிப்பு படித்து நிற்கும்போது சந்தோஷப்படுகிற தத்துத் தகப்பனைப்போல் என்னை உணர்ந்தேன் நான்.

அநேகமாய் சென்ற வருடத்தின் எல்லா இலக்கியப் போட்டிகளிலும் அந்தப் புத்தகம் கலந்துகொண்டிருக்கும் என்று நினைக்கிறேன். 'மாம்பலம் டைம்ஸ்' முதல் 'மங்காத்தா மகிமை வரை ஊரில் அச்சாகிற அத்தனை பத்திரிக்கைகளையும் எங்கள் ஆபீசில் வாங்குகிறார்கள், அதில் வருகிற எல்லா போட்டி அறிவிப்புகளையும் தேடிப்பிடித்து அவற்றுக்கு இந்தப் புத்தகத்தை அனுப்பும்படி சங்கரலிங்கம் சாரைத் தொல்லை பண்ணிக்கொண்டிருந்தேன். அவரும் சளைக்காத பொறுமையோடு இரண்டிரண்டு காப்பிகளாக அனுப்பிவைத்தார் - ஆனால் ஏனோ பரிசுதான் எங்கேயும் கிடைக்கவில்லை . தகுதியான புத்தகம் என்பதில் சந்தேகமில்லை, ஆனாலும் ஒவ்வொரு போட்டியிலும் இது தோற்கிறபோது யாரோ லாபி பண்ணி பரிசுகளை வாங்கிக்கொண்டு போய்விடுகிறார்கள் என்ற அழுத்தமான சந்தேகம் எனக்குள் எழுந்தது. இது விஷயமாய் நான் அடிக்கடி சங்கரலிங்கம் சாரிடம் பேசி(புலம்பிக்கொண்டிரு ந்ததையும், புத்தகத்துக்கான ராயல்டி தொகை மூன்று மாதத்துக்கு

ஒருமுறை கோயம்பத்தூருக்கு தவறாமல் அனுப்பப்படுகிறதா என்பதை அடிக்கடி சரிபார்த்துக்கொண்டிருந்ததையும் தான் இந்த புத்தகத்தை எழுதிய சூட்சுமன் என் நண்பர் என்று ஊகித்திருக்கிறார் சங்கரலிங்கம் சார்.

அதல்லாம் பழைய கதை, இப்போது இந்த புத்தகத்துக்கு தேசத்தின் உயர்ந்த விருது கிடைத்திருக்கிறது. இதுவரை அதற்குப் பரிசு கொடுக்காமல் நிராகரித்து வந்த எலலார் முகத்திலும் அழுத்தமாய் ரெண்டு கோட் கரியைப் பூசிவிட்டதுபோல் உணர்ந்தேன். அந்தப் புத்தகத்தை நான் எழுதவில்லை, ஆனால் என்னுடைய புத்தகத்துக்குப் பரிசு கிடைத்திருந்தால்கூட இந்த அளவு பரவசப்பட்டிருப்பேனா என்பது சந்தேகம். இனம் புரியாத திருப்தியோ, நிம்மதியோ எனக்குள் பரவிக்கொண்டிருந்தது. பாதி முடிந்திருந்த சிகரெட்டை சுவற்றில் தேய்த்து அணைத்து குப்பைத்தொட்டியில் வீசிவிட்டு கீழே இறங்கிவந்தேன், அலமாரியில் இருந்த அந்தத் தொகுப்பைக் கையிலெடுத்து வாஞ்சையோடு ஒருமுறை தடவிக்கொடுத்தேன், முதல் பக்கத்தில் இன்றைய தேதியை எழுதி - 'தேசிய விருது' என்று குறித்தேன்.

புத்தகமும் கையுமாய் எடிட்டரைப்பார்த்து விஷயத்தைச் சொன்னேன, 'அடடே என்றார் மலர்ச்சியாய். அவருடைய மிகப்பெரிய பாராட்டு அதுதான். சில விநாடிகள் யோசனைக்குப்பிறகு, 'ஒண்ணு பண்ணுங்க விஜயன், நேரா கோயம்பத்தூர்போய் அவரோட வொய்ப்க்கு நியூஸைச் சொல்லி ஒரு பேட்டி எடுத்துட்டு வந்துடுங்க, அப்படியே அந்த ரைட்டரோட பழைய போட்டோ, பிரசுரமாகாத கதை இப்படி எதுனா இருந்தா தள்ளிட்டு வாங்க, ஒரு எக்ஸ்க்ளூசிவ் கவர்ஸ்டோரி போட்டு அசத்திடலாம்' என்றார் சிரித்து.

நான் உடனடியாய் ஏதும் பதில் சொல்லிவிடவில்லை . அகாலத்தில் இப்படியொரு நல்ல, அறிவுப்பூர்வமான கணவனை இழந்த ஒரு பெண்ணைச் சந்திப்பதில் எனக்கு முன்பிருந்த தயக்கம் இன்னும் மீதமிருந்தது. ஆனாலும் இப்போது ஏனோ அவரைப் பார்க்கவேண்டும் என்றும் தோன்றியது - போலியான பேச்சோ, பாசாங்கோ இல்லாமல் அவர்களிடம் உண்மையாய் இந்த புத்தகத்தைப்பற்றி, இதை எழுதியவர் பற்றிய விமர்சனத்தைச் சொல்லவேண்டும் - அவருடைய கணவரின் மரணம் அவருக்கு மட்டுமில்லை , தமிழ் இலக்கியத்துக்கே இழப்புதான் என்று சொல்லவேண்டும். அவருடைய சோகத்துக்கு ஆறுதல் சொல்வது முடியாது என்றாலும், இந்தப் புத்தகத்தை வாசிக்கிற ஒவ்வொருவருக்குள்ளும் அவர் மறுபடி, மறுபடி உயிர்த்தெழுவார், உண்மையான படைப்பாளிக்கு சாவே கிடையாது என்று சொல்லவேண்டும் .... ஒத்துக்கொண்டேன்.

கோயம்பத்தூருக்குப் பக்கத்தில் குனியம்புத்தூரோ, குனியமுத்தூரோ - அங்கே டவுன் பஸ்ஸில் போய் இறங்கியபோது வெய்யில் சுள்ளென்று அடித்துக்கொண்டிருந்தது. ஆனாலும் காற்றில் லேசாய் குளிர்ச்சி கலந்திருப்பதுபோன்ற பிரம்மை. நெரிசலில்லாத சாலைகள், மலையாள வாசனையோடு பஜ்ஜி மணக்கும் பேக்கரிகள், தெருவோரங்களில் இலக்கியம் வளர்க்கிற பழைய பொக்கிஷக் கடைகள், எப்போதும் சிரிக்கிற, அதிர்ந்து பேசாத, வார்த்தைக்கு வார்த்தை ங்க சேர்த்துப் பேசும் பண்பான, ஒரு முகவரி எங்கே இருக்கிறது என்று கேட்டால், கூடவே வந்து வழிசொல்லும் இனிமையான மக்கள். கோயம்பத்தூர் எப்போதும்போல் என்னை ஆகர்ஷித்துக்கொண்டது.

சூட்சுமன் வீட்டுக்கு வழிகேட்டுக்கொண்டு நடக்கும்போது அவர் மனைவி விஜயா எப்படி இருப்பார் என்கிற ஊகங்களில் மூழ்க ஆரம்பித்தேன். மெல்லிய தேகம், முக்காடு, பொட்டில்லாத பாழ் நெற்றி என்று ஒரு பதினேழாம் நூற்றாண்டுக் கற்பனை செய்து அதைச் சட்டென்று அழித்தேன். மனைவியை இழந்த ஆணுக்கு இப்படியெல்லாம் தனிப்பட்ட பிம்பங்கள் விதித்துவைக்கிறதா இந்த சமூகம் ? சம்பந்தமில்லாமல் என் மனைவி ஜானகியின் நினைவுவந்தது, திடீர்ப் பயணமாய் நான் கோயம்பத்தூர் கிளம்பியதில் அவளுக்கு ரொம்பக் கோபம் - ஆனால் இந்த வேலையில், அதையெல்லாம் பார்த்தால் முடியுமா?

ஒரு மருந்துக் கடைக்குப் பக்கத்தில் பயந்து ஒளிந்துகொண்டிருந்த தெருவைக் கண்டுபிடித்ததும் வீட்டைப் பிடிப்பதில் சிரமம் இருக்கவில்லை . ஒன்றரை ஆட்கள் மட்டும் நடக்கத்தக்க நடைபாதையின் மூலையில் சிறிய கதவோடு அந்த வீடு இருந்தது, காற்றோட்டம் போதாமல் உள்ளே பல வருடத்து வியர்வையும், இருளும் அப்பியிருக்க, சூட்சுமனின் மனைவி என்னை சிரிப்பில்லாமல் வரவேற்றார்.

நான் உள்ளே வந்து உட்கார்ந்தபிறகும் வெகுநேரத்திற்கு அவர் என் கையிலிருந்த ’நினைவோடைகளில் நீரில்லை’ தொகுப்பையே வெறித்துக்கொண்டிருந்தார். நான் சங்கடமாய் வீட்டைச் சுற்றிப் பார்வையை ஓட்ட முயன்றேன். அந்தச் சின்ன அறையின் மூலையில் செய்தித்தாள்கள் அடுக்கியிருந்தது, அதன்மேல் ஒரு மர அலமாரியில் சில புத்தகங்கள், நடுநாயகமாய் இந்தத் தொகுப்பு வைக்கப்பட்டு, அதற்கு சரஸ்வதி பூஜையின்போது செய்வதுபோல் சந்தனமும், குங்குமமும் இட்டிருந்தது. கதவு ஒருக்களித்திருந்த உள்ளறையினுள் இருட்டும், கட்டிலும் லேசாய்த் தெரிந்தது, சமையலறை வேறெங்காவது ஒரு மூலையில் மறைந்திருக்கும்.

பக்கத்து வீட்டில் எங்கோ போன் அடிக்கிற சப்தம் இங்குபோல் தெளிவாய்க் கேட்டது.

அந்தச் சிறிய அறையில் முன்பின் அறிமுகமற்ற நானும், அவரும்போக மௌனமே நீக்கமற நிரம்பியிருந்தது. நான் பேசுவேன் என்று அவரும், அவர் பேசுவார் என்று நானும் காத்திருப்பதுபோல் ஒரு மாபெரும் தயக்கத்திரை எங்களை மூடியிருக்க, எங்கள் இருவரையும் இணைக்கிற ஒரே சரடு இந்தப்புத்தகம்தான், அதற்குதான் தேசிய விருது கிடைத்திருக்கிறது.

'சொல்லுங்க சார், என்ன விஷயம்?'– அவர்தான் முதலில் பேச ஆரம்பித்தது, குரலில் கரகரப்பான ஆண்மை இருந்தது.

நீருக்குள் நீச்சலடிக்கையில் மூச்சுத் திணறுகிறவர்கள் தண்ணீர்ப் பரப்புக்குமேல் எட்டிப்பார்த்து தவிப்போடு 'ஹா, ஹா' என்று பெரிதாய் ஆக்ஸிஜன் வாங்குவதுபோல, எங்களின் நீண்ட மௌனத்துக்கு நிவாரணமாய் அவருடைய பேச்சு இருந்தது. நானும் நேரடியாய் விஷயத்துக்கு வந்தேன், 'உங்க கணவரோட தொகுப்புக்கு இந்திய அரசோட பரிசு கிடைச்சிருக்கும்மா, இன்னிக்கு பேப்பர்லகூட நியூஸ் வந்திருக்கு' என்றபடி பையில் நான்காய், எட்டாய் மடக்கி வைத்திருந்த செய்தித்தாளை எடுக்க முயன்றேன், பார்த்தேன் என்றார் அவர்.

இந்த செய்தியை உங்ககிட்டே முறைப்படி சொல்லி எங்களோட வாழ்த்துக்களைத் தெரிவிக்க வந்தேம்மா, நான் ஒரு பத்திரிக்கையாளன்', என்னுடைய கார்டைக் கொடுத்தேன். அவர் அதை வாங்கி சோபாவின் முனையில் கீழே விழுவதுபோல் வைத்தார், அப்புறம்?' என்றார்.

அவர் நடந்துகொள்ளும் விதம் எனக்கு லேசான அதிர்ச்சியாகவே இருநதது. என்னதான் கணவரை இழந்த துயரம் இருந்தாலும், இதுபோல ஒரு பெரிய பரிசு அவர் புத்தகத்துக்குக் கிடைத்திருக்கிறது என்னும்போது முகத்தில் ஒரு மலர்ச்சி வேண்டாமா ? என்ன பரிசு அது, யார் யாருக்கெல்லாம் கிடைத்திருக்கிறது, ரொம்ப பெரிய கௌரவமா என்றெல்லாம் பெருமையோடு விசாரிக்க வேண்டாமா? அட, அட்லீஸ்ட் ஒரு சிரிப்பாவது ...

நான் என் உணர்ச்சிகளை அதிகம் காட்டிக்கொள்ளாமல் பேட்டிக்கு வந்திருக்கும் விவரத்தைச் சொன்னேன், பையிலிருந்து குறிப்பு நோட்டை எடுத்து விரித்துக்கொண்டபோது அதையும் அவர் வெறித்துப்பார்த்தார், என்னோட பேட்டியெல்லாம் எதுக்கு?' என்றார் மெல்லிய குரலில்.

நான் பொறுமையாய் பதில் சொன்னேன், 'தப்பா நினைக்காதீங்கம்மா, இப்படியொரு உயர்ந்த பரிசை வாங்கியிருக்கிற எழுத்தாளரைப்பத்தி இன்னும் தெரிஞ்சுக்கணும் - ன்னு வாசகர்கள் ஆசைப் படுவாங்க, நாங்க அவரைப்பற்றி ஒரு ஸ்பெஷல் இஷ்யூ போடலாம்-ன்னு முடிவு பண்ணியிருக்கோம்'.

நான் சொன்னது எதுவும் அவரை அசைத்ததாய்த் தெரியவில்லை, இல்லைங்க, பேட்டியெல்லாம் வேண்டாம்' - எழுந்துகொண்டார். 'உள்ளே அவரோட டைரி, எழுத்து நோட்டு எல்லாத்தையும் மூட்டைகட்டி வெச்சிருக்கேன், அவர் என்கிட்டே பேசினதைவிட அதுங்ககிட்டே பேசினதுதான் அதிகம், என்னைப் பேட்டி எடுக்கற நேரத்தில் நீங்க அதையெல்லாம் கிளறினீங்கன்னா எதுனா விஷயம் கிடைக்கும்', கைகூப்பிவிட்டு உள்ளே போனவர் ஒரு சிறு புத்தகக் கட்டுடன் வந்தார், ப்ளீஸ், ஹெல்ப் யுவர்செல்ப்' என்றார். போயே போய்விட்டார்.

அதன்பிறகு கிட்டத்தட்ட இரண்டு மணி நேரங்கள் நான் அந்த காற்றில்லாத அறையில் சூட்சுமனின் படைப்புகளோடு மன்றாடிக்கொண்டிருந்தேன். என்னுடைய வியர்வை அந்த நோட்டுக்களின்மேல் பட்டுவிடாமல் துடைப்பதே பெரிய காரியமாய் இருந்தது. ரொம்பநேரம் ஒரே மாதிரி உட்கார்ந்திருந்ததில் முழங்காலுக்குக் கீழே மரத்துப்போய் ஆயிரம், லட்சம் ஊசிகள் ஒரே சமயத்தில் பாய்வதுபோல் கூருணர்வு.

ஆனால் இந்த சங்கடங்களையெல்லாம் மறக்கச் செய்தது என் முன்னிருந்த பொக்கிஷம் சூட்சுமன் என்கிற இந்த மனிதர் எழுதியதில் ஒரு துளிதான் இப்போது தேசிய விருது பெற்றிருக்கிறது, மற்றதெல்லாம் இத்தனை காலமாய் ஒரு பழைய தினத்தந்தி தாளால் சுற்றி வளைக்கப்பட்டு, நைலான் கயிற்றால் கட்டி இருட்டறை மூலையில் வீசப்பட்டிருக்கிறது என்று எண்ணும்போது எனக்குள் கவிந்த துன்பத்தை வர்ணிக்க எந்த எழுத்து வடிவ மொழிக்கும் சாமர்த்தியம் போதாது. டைரி, டைரியாய், நோட்டு, நோட்டாய், ஏன், காலண்டர் தாள்களின் பின்பக்கத்தில், மளிகைக்கடை ரசீதின் ஓரங்களில்கூட ஏதாவது எழுதி வைத்திருந்தார் மனிதர். கவிதை, அன்றைக்கு படித்த செய்தியைப்பற்றிய விமர்சனம், நண்பரிடம் பேசும்போது தெரிந்துகொண்ட புதிய விஷயம், ரயிலில் சந்தித்த சுவாரஸ்யமான மனிதர்கள், அவ்வப்போது கதைகள், சிறு நாடகங்கள், ஆங்கிலக் கவிதைகள், மொழிபெயர்ப்பு முயற்சிகள், இண்டியன் இங்கில் வரைந்த தீர்க்கமான, எளிய கார்ட்டூன்கள், சந்தத்துக்கு எழுதிப்பார்த்த சினிமாப்பாட்டு ஒன்று - இன்னும் என்னென்னவோ கிடைத்தது, அத்தனையையும் முழுசாய்ப் படித்து முடிக்க ஒரு

மாதத்துக்கு மேல் ஆகலாம் என்று உறுதியாய்த் தோன்றியது எனக்கு, இவையெல்லாம் புத்தகமாய் வந்தால் எப்படியிருக்கும் - கற்பனையே சுகமாய் இருந்தது, சூட்சுமன் படைப்புகள்’ என்று அட்டையில் அவர் படம்போட்டு க்ரௌன் அளவில் காலிக்கோ பைண்டிங்கில் தங்க வண்ணத்தில் நூல் அடையாளம் இட்டு ஜிலுஜிலுவென்று ஒரு புத்தகம் என் கற்பனையில் விரிந்தது. அதற்கும் தேசிய விருது கிடைக்கும் என்று நினைத்துக்கொண்டேன்.

அப்போது உள்ளறையின் கதவு திறந்து அவர் வெளியே வந்தார். இங்கே ஒரு ஜீவன் தரையில் சம்மணமிட்டு அமர்ந்து நோட்டுப் புத்தகங்களிடையே இலக்கியம் தேடிக்கொண்டிருப்பதை லட்சியமே பண்ணாமல், கையிலிருந்த செய்தித்தாளை ஓரமாயிருந்த அடுக்கின்மேல் வைத்துவிட்டு மறுபடி உள்ளே போய்விட்டார் அவர்.

என்னுடைய எரிச்சல் அதிகமாகிக்கொண்டே இருந்தது. ஒருவேளை இந்தப் பெண்ணுக்குத் தன் கணவனின் மதிப்பு தெரியவில்லையோ? அலமாரியில் பொட்டிட்டு வைத்திருக்கிற தொகுப்பை இவள் படித்திருப்பாளா? என் முன்னே பரந்து கிடக்கிறவற்றில் ஒன்றிரண்டையாவது புரட்டிப் பார்த்திருப்பாளா ?

நோட்டுக்களையெல்லாம் சரியாய் அடுக்கி கட்டுக் கட்டிக்கொண்டேன். அவற்றை டீப்பாயின்மேல் வைத்துவிட்டு மீண்டும் சோபாவின்மேல் ஏறி உட்கார்ந்துகொண்டு உள்ளேயிருக்கிற பெண்ணைப்பற்றிய சிந்தனைகளில் மூழ்கிப்போனேன். ஒருமுறைகூட நேரில் சந்தித்திராத இந்த எழுத்தாளரின்மேல் நான் வைத்திருக்கிற பாசத்தில், மரியாதையில் ஒரு சதவீதமாவது அவருடைய வாழ்க்கைத் துணையாய் வந்த இந்தப் பெண்ணுக்கு இருக்கிறதா? இருந்தால், அவரை இப்படி இருட்டறையில் நைலான் கயிற்றில் கட்டிப்போட்டிருப்பாளா?

அவருக்கு தேசிய விருது வந்திருக்கிறது என்ற செய்தியை இப்படி சோபாவின் மூலையில் அலட்சியமாய் வீசியெறிவாளா?

கதவு இன்னமும் மூடியே இருந்தது. பதினைந்து நிமிடங்கள் போல் அப்படியே உட்கார்ந்திருந்தேன். தூசு நெடியில் ஒன்றிரண்டு தும்மல்களும், நானாய் சிரமப்பட்டு வரவழைத்துக்கொண்ட இருமல்களும்கூட அந்தக் கதவை அசைக்கவில்லை. நான் சலித்துப்போய் கட்டைப்பிரிக்காமல் ஒரு நோட்டை உருவிப் படிக்கலாமா என்று யோசித்துக்கொண்டிருக்கையில், நீண்ட க்ரீஈஈச் பின்னணியில் மணிக்கதவம் தாழ்திறந்து அவர் வெளியே வந்தார், என்னையும் பக்கத்திலிருந்த கட்டையும் இரண்டுமுறை

மாறிமாறிப் பார்த்துவிட்டு எதிர் சோபாவில் உட்கார்ந்தார். 'நீ என்ன கேட்கப்போகிறாய் என்பது எனக்குத் தெரியும்' என்பதுபோல் முகத்தில் ஒரு அலட்சிய முத்திரை.

நான் பணிவோடு அவரிடம் அந்த நோட்டுப் புத்தகங்களை எடுத்துச் செல்வதற்கான அனுமதி கேட்டேன், 'இல்லைன்னா இங்கயே ஜெராக்ஸ் எடுத்துக்கறேன் மேடம்' என்றேன். அவர் வேண்டாம் என்பது போல் கையசைத்தார், 'எல்லாத்தையும் நீங்களே எடுத்துட்டுப் போங்க' என்றார் சலனமில்லாமல் ஒரு பக்கம் சந்தோஷமாய் இருந்தாலும், அவருடைய குரலிலிருந்த கழித்துக்கட்டும் தொனி எரிச்சலூட்டியது. அதை வெளிக்காட்டிக்கொள்ளாமல், 'ரொம்ப நன்றி மேடம்!' என்றேன் மறுபடி. அவர் வெறுமனே தலையசைத்தார்.

கடைசியாய் இன்னொருமுறை அவருடைய பேட்டிக்கு அனுமதி கேட்டேன். 'அதான் வேண்டாம்ன்னு சொன்னேனே மிஸ்டர்' என்றபோது அவருடைய முகத்தில் வெளிப்படையாய் கோபம் வெடித்தது. அதுவரை அடக்கிவைத்திருந்த என்னுடைய ஆத்திரமும் அந்த விநாடியில் எல்லை மீறியது, 'சாரி மேடம்' என்றேன் வேகமாய். 'உங்க கணவர் ஒரு கதையில எழுதியிருப்பார் - ஒருத்தரை நல்லா புரிஞ்சுகிட்ட மனைவியோ, கணவனோ கிடைப்பது பெரிய வரம்-ன்னு, பாவம், அவருக்கு அந்த வரம் கிடைக்கலை போலிருக்கு' - என் மனதிலிருந்த அத்தனை வன்மத்தையும் இறக்கிச் சொன்னேன். அப்படிச் சொல்வதால் எனக்கு இந்த புத்தகக்கட்டு கிடைக்காமல் போனாலும் பரவாயில்லை என்று அந்த நேரத்தில் தோன்றியது.

அவருடைய முகம் சட்டென்று சுருங்கி மீண்டும் சலனமில்லாத நிலைக்குப் போனது. கோபத்தின் பற்களிலிருந்து பிழைத்து வந்துவிட்ட நானும் கொட்டிவிட்ட வார்த்தைகளை நினைத்து வருத்தப்பட ஆரம்பித்திருந்தேன். இனிமேல் நாக்கைக் கடித்தென்ன ஆவது ? கண்ணகி நடுச்சபையில் வீசி உடைத்த சிலம்பைப்போல கண்ணியத்தையும், சுய கட்டுப்பாட்டையும் சிதைத்து சொல்லக்கூடாத வசவுகளை எறிந்தாகிவிட்டது, இனிமேல் பொறுக்கவா முடியும் ? அந்த சிந்தனையாலேயே என் கால்கள் தளர்வதுபோல் உணர்ந்தேன்.

சில நிமிடங்கள் பொறுத்து அவர் எழுந்துகொண்டார், 'நீங்க இந்த புக்ஸையெல்லாம் எடுத்துட்டுப் புறப்படுங்க மிஸ்டர்' என்றார், ஆறரை மணியாச்சு, நான் கோயிலுக்குப் போகணும்', எதுவுமே நடக்காததுபோல் அவர் பேசியது எனக்கு ஆச்சரியமாய் இருந்தது. தலையைக் கவிழ்ந்துகொண்டேன்.

புத்தகக்கட்டு ரொம்பவும் சுமையாய்த் தெரிந்தது. நைலான் முடிச்சினடியில் கைகளை நுழைத்து அதைத் தூக்கிக்கொண்டபோது உள்ளங்கையில் உறுத்தியது. 'நன்றி மேடம்' என்றேன் அவரிடம். சற்றுப் பொறுத்து, 'ஏதோ கோபத்தில பேசிட்டேன், மனசில வெச்சுக்காதீங்க' என்றும் சொன்னேன், அவர் அதை ஏற்கிறாரோ இல்லையோ, உள்ளே சுட்டெரிந்துகொண்டிருந்த என் மனசாட்சிக்கு அந்த மன்னிப்பு அவசியமாய் இருந்தது. அவர் இடவலம் தலையசைத்து, 'நோ ப்ராப்ளம்' என்றுமட்டும் சொன்னார். 'சீக்கிரம் கிளம்பு' என்பது போலிருந்தது பார்வை.

நான் கொஞ்சம் முன்னால் நகர்ந்தபோது அவர் மீண்டும் பேசினார், 'உங்களுக்கெல்லாம் அவரோட கதைகளை மட்டும்தான் தெரியும் மிஸ்டர், ஆனா எனக்கு அவரை ரத்தமும் சதையுமா, ஒரு முழு மனுஷராத் தெரியும். நான் ஒன்றும் சொல்லாமல் அவர் பேசுவதையே பெரிய ஆச்சரியம்போல் பார்த்தேன், அவர் எங்கோ சுவரைப் பார்த்துக்கொண்டு தொடர்ந்து பேசினார், நீங்க பார்த்ததெல்லாம் அவரோட எழுத்துக்களையும், கதை சொல்ற திறமையும்தான் - ஆனா நான் என் கண்ணுக்கு நேரா பார்த்தது வேற, எல்லோரும் பார்த்து ரசிக்கிற அலங்காரமான நாடக மேடையோட பின்பக்கத்தைப் பார்த்திருக்கீங்களா ? தென்னங்கீத்தும், சவுக்குக் கட்டையும், கரென்ட் வயருமா கண்டபடி நீட்டிக்கிட்டு சகிக்கமுடியாதபடி இருக்கும் - அந்த இன்னொரு பக்கத்தைப் பார்த்தவ நான் - சொற்ப சம்பளத்தில் கொஞ்சம்கொஞ்சமா மிச்சம்பிடிச்சு, உடம்பைக் கெடுத்துக்கிட்டு ஓவர்டைம் பார்த்து பணம் சேர்த்து, எப்படியாவது தன்னோட கதைகளைப் புத்தகமா கொண்டுவந்துடணும்ன்னு மெட்ராஸாக்கு அலையா அலைஞ்சதையும், புது எழுத்தாளர்ங்கறதால ஒவ்வொரு பதிப்பகத்திலயும் அவரை நாளைக்கு, நாளைக்குன்னு இழுத்தடிச்சதையும், ஒவ்வொருவாட்டி மெட்ராஸ்ல இருந்து திரும்பி வந்தபிறகும் உடம்பும், மனசும் வலி தாங்காம அவர் துடிச்ச துடிப்பையும், அந்த வியாதி அவரை அணு அணுவா சிதைச்சுக் கொன்னதையும் நான் என் கண்ணால பார்த்திருக்கேன் சார்' என்றார். ஒரு சின்ன விம்மலோ, அழுகையோ அவருடைய பேச்சைக் கலைத்தது, சுதாரித்துக்கொண்டு தொடர்ந்து சொன்னார், 'அவர் கோமாவில விழறதுக்கு முன்னாடி கடைசியா என்கிட்ட என்ன சொன்னார் தெரியுமா? அப்பவும் என் புத்தகத்தைக் கண்ணால பார்க்காம சாகப்போறேனே விஜயா-ன்னுதார் கதறினார், பாவி மனுஷனுக்கு இத்தனை சின்ன வயசில சாகறமே-ன்னு ஆதங்கமில்லை , என்னைவிட்டுப் போறதுகூட பெரிய கஷ்டமா இல்லை, கடைசி வரைக்கும் ஒரு குழந்தைக்குக் கொடுத்து வைக்காம போயிட்டமே-

ன்னு கவலை இல்லை , புத்தகம், புத்தகம், புத்தகம் - வாழ்ந்த போதும் புத்தகம்தான், செத்தபோதும் புத்தகம்தான்', அவருடைய விம்மல் மெல்லிய அழுகையாய் மாறியது. நான் திகைப்போடு நின்றிருந்தேன்.

எல்லாம் சில விநாடிகள்தான், மீண்டும் அவர் பழைய முகத்துக்குத் திரும்பிவிட்டார், சேலைத் தலைப்பால் கண்களை நாசூக்காய் ஒற்றியெடுத்துக்கொண்டபடி சொன்னார், யாரோ ஒரு விமர்சகர் அவரோட புஸ்தகத்துக்கு ரெவ்யூ எழுதியிருந்தார், பாரதியார், புதுமைப் பித்தனெல்லாம் சின்ன வயசிலயே போயிட்டாங்களாம், இவரும் அவங்க மாதிரிதானாம். வேடிக்கையைப் பாருங்களேன், வாழும்போது ஒரு அங்கீகாரத்துக்கு, ரெண்டு வரி பாராட்டுக்கு, தெம்பூட்டற வார்த்தைகளுக்குத் துடிச்ச மனுஷருக்கு, செத்தப்புறம் ஞானிகள் வரிசையில இடம், ராத்திரியில் சூரிய நமஸ்காரம் பண்றமாதிரி என்ன பிரயோஜனம் இந்த அடையாளங்களினால ?'.

இருட்ட ஆரம்பித்திருந்த பேருந்து நிறுத்தத்தில் என் பஸ்ஸுக்காக காத்திருக்கையில் அவர் பேசியதெல்லாம் என் மனதில் நிற்காமல் சுழன்று ஓடிக்கொண்டிருந்தது. அந்த விஜயாவினுடைய கோபம் அல்லது ஆதங்கம் தன்னுடைய கணவர் மீதா, அவர் விரும்பிய இலக்கியத்தின் மீதா, அவரை அங்கீகரிக்காத இந்த உலகத்தின் மீதா, அல்லது காலத்தின் மீதா? இந்த விஷயத்தில் யாரைத் தப்புச் சொல்வதென்று தெரியவில்லை.

ஓரமாயிருந்த பெட்டிக்கடையில் விசாரித்தேன், 'இங்க பக்கத்தில் கிருஷ்ணா ஸ்வீட்ஸ் எங்கே இருக்கு சார்?' என் மனைவிக்கு மைசூர்பா ரொம்பப் பிடிக்கும்.

தொகுப்பாசிரியர் குறிப்புகள்

பொன். குமார், கவிதை, கட்டுரை, கதை கால் நூற்றாண்டுகளாக எழுதி வருபவர். தொகுப்புப் பணியிலும் ஈடுபட்டுள்ளார். இவரின் மற்ற தொகுப்புகள்...

01. சின்ன சின்ன ஆசை (ஹைக்கூக்கள்) 1996
02. தீக்குளிப்புகள் புதுக்கவிதைகள்) 1997
03. நிஜமும் நிழலும் (ஹைக்கூக்கள்) 1998
04. இயல்பு (புதுக்கவிதைகள்) 1999
    (சிற்பி அறக்கட்டளை விருது பெற்றது)
05. இருப்பு (புதுக்கவிதைகள்) 2000
06. பிற (ஹைக்கூக்கள்) 2002 (தாராபாரதி ஹைக்கூ விருது பெற்றது)
07. இனிது (குழந்தைகள் குறித்த கவிதைகள்) 2003
08. ஒரு படைப்பாளியின் பார்வையில் (விமர்சனங்கள்) 2003
09. மீண்டும் (ஹைக்கூக்கள்) 2004
10. ஹைக்கூ அனுபவங்கள் (விமர்சனங்கள்) 2004
11. நானும் நாமும் (விமர்சனங்கள்) 2004
12. தன்னிடத்தை நிரப்பியுள்ளது நாற்காலி (புதுக்கவிதைகள்) 2005
13. பெண் கவியுலகம் விமர்சனங்கள் 2005 (திருப்பூர் தமிழ்ச்சங்க விருது பெற்றது)
14. முடிவிலும் தொடங்குகின்றன பல (புதுக்கவிதைகள்) 2006
15. மாற்றிக் கொள்ள விருப்பமில்லை (குறுங்கவிதைகள்) 2006

16. தமிழ்க் கதைகளின் போக்கு (விமர்சனங்கள்) 2006
17. கவிப்பயணம் (விமர்சனங்கள்) 2006
18. இலக்கியப் பிரவேசம் (விமர்சனங்கள்) 2010 (தூரைப்புள்ளிக்காரர் உள்ளூர் விருது பெற்றது)
19. தலித்தியத்தை முன்வைத்து கட்டுரைகள்) 2011 (தமிழக அரசு ஆதிதிராவிடர் மற்றும் பழங்குடியினர் நலத்துறை உதவி பெற்று வெளியிடப்பட்டது)
20. நான் வாசித்த நாவல்கள் (விமர்சனங்கள்) 2020
21. சந்ததிப் பிழை - புதுக்கவிதைகளில் அரவாணிகள் - கட்டுரைகள் (2021)
22. தனிமையில் அலையும் ஒற்றை சிறகு - தனிமை குறித்த கவிதைகள் 2021)
23. வல்லிக்கண்ண ன் – தி. க. சி. கடிதங்கள் (பொன். குமாருக்கு எழுதியவை) 2022)
24. தமிழில் சிறுகதைகள் - ஒரு பார்வை (விமர்சனங்கள்)(2022)
25. இறகு என்பது இன்னொரு பறவை(இறகுகள் குறித்த கவிதைகள்) (2022)
26. திருவனம் (திருநங்கையர் குறித்த சிறுகதைகள்) தொகுப்பாசிரியர்
27. எழுஞாயிறு கடிதங்கள் (பொன். குமாருக்கு எழுதியவை) (2022)
28. நகுலன் வழியில் ஒரு கவிதைப் பயணம் (நகுலன் குறித்த கவிதைகள்) 2022
29. மௌனமாக ஒலிக்கும் மலையின் பாடல்கள் (கவிதைகள்) 2022
30. அப்பாக்களாலானது இவ்வுலகு (அப்பா குறித்த கவிதைகள்) 2022
31. கடைசி கவளத்தில் இல்லை முதல் கவள ருசி (கவிதைகள்) 2022.